அணு அணுவாய் நெருங்குகிறாய்

சஹானா 'சனா'

பொருளடக்கம்

பொருளடக்கம்

முன்னுரை

ஒருதலை காதல்
அழகானது..
அதைவிட அழகு
அது இருதலையாக
மாறும் பொழுது..
இடமாறிய இதயங்கள்
அணு அணுவாய்
நெருங்க வைத்ததா?

அணிந்துரை

அணு அணுவாய் நெருங்குகிறாய் - சஹானா சனா

கதை முழுவதும் காதலும் காதல் சார்ந்த இடமாக காட்சி அளிக்கும். அணு அணுவாய் நெருங்கி உயிர் வரையில் ஊடூருவும் அற்புத கதாபாத்திரங்களும் கதையம்சமும் கொண்ட சிறந்த படைப்பு இது. கதை நெடுகிலும் காதலின் சாரல் மன ஜன்னலில் வீசி உயிரை நனைத்து கொண்டிருக்கும். வாழ்க்கை என்பதே எதிர்பாரத திருப்பங்கள் என்பது போல இந்த கதை நெடுகிலும் பல எதிர்பாராத திருப்பங்கள். வெறும் திருப்பங்கள் மட்டுமா என்று கேட்டால் அது தான் இல்லை. அறுசுவையில் முக்கியமான நகைச்சுவை நம் பந்தி-யில் கலை கட்டியிருக்கும்.

இன்னார்க்கு இன்னாரென்று தெய்வம் எழுதி வைத்தார் அன்று யாருக்கு யார் ஜோடி யாரென்று கதையாசிரியர் மண்டையை பிய்த்து கொள்ள வைத்தாரே இன்று என்று புலம்பும் அளவிற்கு அத்தனை ஜோடிகளை வைத்து அழகாக காதல் சதிராட்டம் செய்துள்ளார் ஆசிரியர். முல்லைக்கும் தேர் கொடுத்தான் பாரி என்பது போல் குரங்குக்கும் பேர் கொடுத்தார் சஹானா சனா என்னும் அளவிற்கு தன் காதல் கொடையை வஞ்சனையில்லாது அனைத்து ஜீவ ராசிக-ளுக்கும் பிரித்து கொடுத்துள்ளார். மொத்தத்தில் அற்புதமான கதைக்-களம்.

இன்னும் பல படைப்புகள் படைத்து வெற்றிநடை போட வாழ்த்-துக்கள் மா.

- உமா சுமிரவன்

1

அத்தியாயம் -1

"கழட்டுடி..." என்று அவன் ஆக்ரோஷமாய் கத்தினான்.

அவளுக்கு சர்வமும் ஒடுங்கி விட்டது.கைகள் நடுங்க, கண்ணீருடன் அவள் அவனை ஏறிட்டு பார்த்தாள்.

"புடவையை கழட்டு னு சொன்னேன்." என்று அவன் ஒவ்வொரு வார்த்தை-யையும் அழுத்தமாகக் கூறினான்.

அவளோ தன் புடவையை இறுக்கி பிடித்துக் கொண்டு செய்வதறியாமல் திணறி கொண்டிருந்தாள்.

பயத்தில் அவளுக்கு மூச்சு வாங்க, தற்போது அவள் கட்டி வந்த புடவையே பயத்தில் தொப்பலாக நனைந்து விட்டது.

இப்போது புடவையை கழட்டுவதை தவிர அவளுக்கு வேறு வழி இல்லாமல் போனது.

தோளில் இருக்கும் ஊக்கில் கை வைத்து அவனையே பார்க்க, அவனோ சற்றும் நகராமல் கண்களில் ரௌத்திரம் பொங்க அவளையே பார்த்துக் கொண்டி-ருந்தான்.

அவளுக்கு தான் 'ஐயோ' வென்று இருந்தது. 'எப்படி இவரை வைத்துக் கொண்டு புடவையை மாற்றுவது? மாற்று துணி கூட இல்லையே?' என்று ஊக்கில் கை வைத்துக் கொண்டு யோசித்தாள்.

திடீரென்று அவள் தோளில் ஒரு கரம் பதிய, அதிர்ந்து போய் நிமிர்ந்து பார்த்-தாள்.

அவன் தான்! "நீ சொன்னா கேக்குற ரகம் இல்ல, அப்படித்தானே?" என்று ஒரே இழுவில் மொத்த சேலையையும் அவள் உடம்பில் இருந்து உருவி விட்-டான்.

அவன் இழுத்ததில் அவள் தான் சற்று தூரம் சென்று கீழே விழுந்தாள்.

அவனோ சலனமில்லாமல் சேலையை எடுத்து அவன் அலமாரியில் வைத்து பூட்டி விட்டு, அவளை திரும்பியும் பாராது சீறும் வேங்கையாய் அந்த அறையை விட்டு வெளியேறினான்.

அவன்தான் இவளது மணாளன் ஹர்ஷவர்தன்.

அவன் சென்று வெகு நேரம் ஆகியும் அப்படியே தரையில் அமர்ந்து முகத்தை காலில் புதைத்து அழுது கொண்டிருந்தாள் அப்பேதை.

அழுது அழுது அவள் முகம் வீங்கி போக,அந்த இரவு பொழுதில் அவள் அழும் சத்தம் மட்டுமே அந்த அறை எங்கும் ஒலித்துக் கொண்டிருந்தது.

அவள் இருந்த நிலை என்ன? இன்று அவள் இருக்கும் நிலை என்ன? ஒரே ஒரு சம்பவம் தான்!

அவள் வாழ்வையே சூறாவளி போல் சுழற்றி சென்றதை நினைத்து மனம் வெம்பி போனாள்.

விழுந்த கண்ணீரைக் கூட துடைக்க மனம் இல்லாமல் அவள் இருக்க, பசி அவளுக்கு 'நானும் இருக்கிறேன்!' என்று உணர்த்தியது.

அவள் நன்றாக சாப்பிட்டு ஒரு வாரத்திற்கு மேல் ஆகி விட, இதற்கு மேல் தாங்க மாட்டேன் என்று அவள் வயிறு சத்தமிட்டது.

கீழே குனிந்து தன் வயிற்றை தடவியவள் கண்ணில் பட்டது அவள் கழுத்தில் தொங்கிய தாலி!

அது அவளை பார்த்து இளக்காரமாக சிரிக்க,அவளோ தனக்கு திருமணம் என்ற ஒன்று நடந்து விட்டது என்பதை உணர்ந்து அவள் மனம் ரணமாக அப்படியே மயங்கி சரிந்தாள்.

அவள் ஹர்ஷவர்தனின் மனைவி ஹாசினி!

குண்டூசி விழுந்தாலும் சத்தம் வரும்.அந்த அளவிற்கு அந்த அறையே அமைதியாக இருந்தது.

அறை எங்கும் இருட்டில் மூழ்க,கையில் உயர் ரக பீர் பாட்டிலுடன் கண்கள் சிவப்பேறி,கோபத்தை கட்டுப்படுத்த இயலாமல் அவன் கையில் இருக்கும் பாட்டிலை இறுக்க, அது சுக்குநூறாக நொறுங்கியது.

உடைந்த பாட்டிலில் உள்ள பீங்கான் அவன் கைகளை பதம் பார்க்க,அதை கருத்தில் பதிக்காது தனக்கு முன்னே இருக்கும் அவள் புகைப்படத்திற்கு முன் நின்று கொண்டு அதையே வெறித்து பார்த்தான்.

"என்ன ஏமாத்திட்டு போயிட்டேல! உனக்கு எப்படிடி மனசு வந்துச்சு? உன்ன சும்மா விடமாட்டேன் டி!" என்று அந்த புகைப்படத்தை நோக்கி ஒரு பாட்டிலை எடுத்து எறிந்தான்.

அந்த புகைப்படத்தில் அழகாக வீற்றிருக்கும் அவளும் சுக்குநூறாக நொறுங்கினாள்.

'எவ்வளோ தைரியம் இருந்தா நான் உனக்கு வாங்குன புடவையை அவ கட்டுவா? வர்தனோட பொண்டாட்டிக்கு வாங்கிய புடவையை எப்படி கட்டலாம்?' என்று அவன் மனம் உலை கனலாக கொதித்தது.

ஒன்றை அவன் மறந்து விட்டான். தற்போது இதே வர்தனின் மனைவி தான் ஹாசினி என்று!

"உன்ன சும்மா விட மாட்டேன் டி! இவனை ஏன் டா கல்யாணம் செஞ்சோம்னு உன்ன ஓட வைக்கல என் பேரு வர்தன் இல்ல டி." என்று கைகளில் வழியும் இரத்தத்தை கூட பொருட்படுத்தாது அந்த நொறுங்கிய போட்டோவில் அவள் சிரித்துக் கொண்டிருக்கும் அழகை ரசிக்க தொடங்கினான்.

****

எந்த திசையில் செல்வது என்று தெரியாமல் ஒரு கையில் பைகளும் மற்றொரு கையில் ஒரு சிறு மொட்டுடன் அந்த இரயில்வே ஸ்டேஷனில் அவள் நின்றாள்.

அவள் கையில் இருந்த சிறு மொட்டு வீறிட்டு அழ தொடங்கியது.

தெரியாத ஊரில் என்ன செய்வது என்று கதி கலங்கி போய் அவள் நின்றாள்.

குழந்தையின் அழுகை அதிகரிக்கவும் ,பக்கத்தில் உள்ள ஒரு கடையில் பிஸ்கட்டை வாங்கி தற்போதைய பசியை போக்கினாள்.

'இனி எங்கு செல்வது?' என்று தெரியாமல் அவள் விழி பிதுங்கி நிற்க அவள் தோளில் ஒரு கரம் அழுத்தமாக பதிந்தது.

அவள் அதிர்ந்து போய் திரும்பி பார்த்தாள்.

ஒரு பெண் அவளை பார்த்து சிரித்துக் கொண்டிருந்தாள்.

"என்னமா தனியா குழந்தைய வச்சுகிட்டு ரொம்ப நேரமா நிக்கிற?என்னாச்சு?" என்று அவர் விசாரித்தார்.

அவளுக்கு தான் 'இவர்களிடம் நம்பி சொல்லலாமா? வேண்டாமா?' என்று குழப்பம் உண்டானது.

பின் மெதுவாக "அதில்ல மா நான் ஊருக்கு புதுசு. இங்க தங்க ஒரு வீடு வேணும். பாதுகாப்பு ரொம்ப முக்கியம்." என்று அவள் உளறி கொட்ட, அவர் அவளை பிடித்துக் கொண்டார்.

"அட என்னமா நீ? எங்க ஊருக்கு வந்திருக்க! இத கூட உனக்காக செய்யலேனா எப்படி வா!" என்று அவளை கையோடு அழைத்துக் கொண்டு செல்ல, அவளும் சிறிது அவர் மேல் நம்பிக்கை வைத்து குழந்தையை தூக்கிக் கொண்டு அவர் பின்னே சென்றாள்.

பாவம் அவளும் என்னதான் செய்வாள்? நம்பியவர்கள் அனைவரும் அவளுக்கு துரோகம் இழைக்க, எஞ்சி இருக்கும் குழந்தை மட்டுமே அவள் கண்ணிற்கு தெரிய தூக்கிக் கொண்டு வந்துவிட்டாள்.

நம்பிக்கை துரோகத்தால் வெளியேறி வந்தவள்,மீண்டும் நம்பி மோசம் போக காத்துக் கொண்டிருக்கிறாள்.

அவர் பின்னே செல்ல, அவரோ கடலோரம் உள்ள பகுதியில் இறங்கி நடந்தார்.

அவளும் கடலை ரசித்துக் கொண்டே, தன் மன கவலைகளை தீர்க்க, தினமும் கடலை நாடி ஆறுதல் தேடலாம் என்ற முடிவோடு செல்ல அவள் மனம் சற்று அமைதியானது.

"இந்தா மா,இது என் வூடு தான். இங்க செத்த இரு. நான் உனக்கு வேண்டிய ஒரு சோலியா போயிட்டு வரேன்." என்று அவர் நடையை கட்டினார்.

அவளோ அந்த வீட்டையே ஆராய்ந்த படி அங்கிருந்த கல் மேடையில் தன் பைகளை வைத்து விட்டு அமர்ந்தாள்.

சிறு வீடு, ஒரு ஹால். அதிலேயே ஓரத்தில் அடுக்களை. அதை ஒட்டி ஒரு சிறிய அறை அவ்வளவே!

தன் கண்களால் படம் பிடித்துக் கொண்டிருந்தவளை கலைத்தது அந்த குரல்.

"இப்போ கூட அந்த ஆத்தா ஒரு புள்ளைய கூட்டிட்டு வந்துருக்கு. பாக்க நல்லா பப்பாளி பழமாட்டம் தள தளனு இருக்கா.யாருக்கு கிடைக்க போகுதோ? இப்போ கூட அந்த புள்ளைய ரேட் பேசத்தான் அந்த ஆத்தா போயிருக்கும்."

"கையில புள்ள வேற இருக்கே டா?"

"காரியம் முடியுற வரைக்கும் புள்ளைய யாராவது பார்த்துகிற வேண்டியது தான்." என்று அவர்கள் இருவரும் நகர ,அதை கேட்டவள் அப்படியே அதிர்ச்சியில் உறைந்து போனாள்.

‘அங்கிருந்து தப்பித்து இங்கு வந்து பெரிய சிக்கலில் மாட்டிக் கொண்டோமே?’ என்று அவள் மனம் பதறியது.

உடனே இவ்விடத்தை விட்டு செல்ல வேண்டும் என்று அவள் பைகளை தூக்கிக் கொண்டு குழந்தையுடன் வெளியே வர,அந்த ஆத்தா உள்ளே நுழைந்தார்.

"என்னத்தா எங்க கிளம்பிட்ட? நான் உனக்காக தான் வீடு பேசிட்டு வந்துருக்கேன்." என்று சிரித்துக் கொண்டே பேசினார்.

அவர் உண்மை முகம் தெரிந்தாலும் அதை காட்டிக் கொள்ளாமல் "இல்ல மா எனக்கு கடல் பக்கம் வீடு வேணாம்.உப்பு காத்து குழந்தைக்கு ஆகாது.நான் வேற வீடு பார்த்து போயிக்கிறேன்." என்று அவள் அவரின் பதிலை எதிர்பார்க்காமல் அங்கிருந்து செல்ல பார்த்தாள்.

"அப்போ உனக்கு விஷயம் தெரிஞ்சு போச்சு போல!" என்று விஷமமாக சிரித்தார்.

அவளோ பயத்தை மறைத்துக் கொண்டு "வழிய விடுங்க நான் போகனும்." என்று அவரை கடந்து வெளியே சென்றாள்.

வேகமாக வெளியே வந்த அந்த பெண் "டேய் பாண்டி! ராமா!!! வெரசா வந்து அந்த புள்ளைய புடிங்க டா." என்று சத்தமிட அவர்கள் இருவரும் அவளை நோக்கி வேகமாக வந்தனர்.

அவர்கள் வருவதை உணர்ந்தவள் இனியும் தாமதிக்கக் கூடாது என்று குழந்தையை தூக்கி கொண்டு கடலை நோக்கி ஓட ஆரம்பித்தாள்.

அவர்கள் இருவரும் அவளை துரத்திக் கொண்டு பின்னால் சென்றனர்.

வாழ்க்கையே வெறுத்து போனவன் போல் கால் போன போக்கில் ஓடிக் கொண்டிருந்தான் அவன்.

வெறி கொண்டு தன் நினைவுகளை மறக்க அவன் வேகமெடுக்க,என்ன எடுத்தாலும் நான் உன் நினைவில் இருந்து அழியமாட்டேன் என்ற ரீதியில் அவன் கண் முன்னே அவள் தோன்ற, அதை ஒதுக்க முயன்றும் அவன் தோற்று போனான்.

தன் உயிரானவளின் திருமணம் தன் கண் முன்னே நிகழ்வதை எந்த ஆண் மகனினால் தான் தாங்கிக் கொள்ள முடியும்?

உயிர் இருந்தும் ஜடம் போல் அவன் நிற்க வேண்டிய நிலை. சிறிது காலம் தான் அவன் காதல் என்றாலும், கனவில் அவளுடன் அந்த சிறிது காலத்தில் ஒரு பெரிய வாழ்க்கையையே வாழ்ந்து முடித்து விட்டான்.

இப்போது அவன் காதல் கை விட்டு போன நிலையில் அனைத்தும் அவன் கை விட்டு போனதை போல் உணர்ந்து பீச் ரோட்டில் வெறி கொண்டு ஓடிக் கொண்டிருந்தான்.

ஒரு கட்டத்திற்கு மேல் முடியாமல் போக, அந்த பீச் மணலில் முட்டி போட்டு கொண்டு வானத்தை பார்த்து "அஅஅஅஅஅஅஅஅஅஆஆஆஆஆஆஆஆஆ!!!" என்று கத்த தொடங்கினான்.

அவனது மனதில் உள்ள வலியை போக்க அவனால் இதை தவிர வேறொன்றும் செய்ய முடியாமல் போனது.

அப்படி அவன் அமர்ந்திருக்க தூரத்தில் பிள்ளையுடன் ஓடி வந்த அவள்,பின்னால் திரும்பி அவர்கள் வருகிறார்களா என்று பார்த்துக் கொண்டே வந்து முன்னாள் மணலில் அமர்ந்திருப்பவனை கவனியாமல் ஓடி வந்த வேகத்தில் குழந்தையுடன் அவன் மேல் விழுந்தாள்.

திடீரென்று தன் மேல் ஏதோ விழுவதை உணர்ந்து அதிர்ந்து போனவன் பேலன்ஸ் இல்லாமல் மண்ணை நோக்கி சாய அவளோ அவன் மார்பை நோக்கி சாய்ந்தாள்.

இருவரது கையும் குழந்தையை தாங்கி இருந்தது.

ஓடி வந்தவர்கள் அவள் ஒருவன் மேல் விழவும் இரண்டடி தள்ளி நின்று கொண்டனர். அவன் மேல் விழுந்தவள் உடல் அப்பட்டமாக நடுங்க, அதையும்

உணர்ந்து கொண்டவன் அவளை தன் மேல் இருந்து தூக்கினான்.

அவள் அப்போதும் நடுங்கி அவன் முகம் பார்க்காமல் இருக்க, அவனோ முதலில் அவள் கைகளில் இருக்கும் அந்த பிஞ்சு மொட்டை தான் பார்த்தான்.

அதுவோ அவன் கையில் உள்ள சுண்டு விரலை பற்றிக் கொண்டு அழகாக சிரித்தது.

அதை பார்த்தவனின் மனதில் இவ்வளவு நேரம் இருந்த மன அழுத்தம் நொடியில் காணாமல் போக, இப்போது அவன் கண் அவளை நோக்கி சென்றது.

தலை முடிகள் கலைந்து,சாதாரண காட்டன் சுடிதாரில், கழுத்தில் செயின் இல்லாமல், கையில் வளையல் இல்லாமல், காதில் மட்டும் ஒரு சின்ன கம்மல் அணிந்து கொண்டு நடு நெற்றியில் சிறிதாய் பொட்டிட்டு, இயற்கையாகவே சிவந்த இதழ்கள், தன் மை விழிகள் இரண்டையும் பயத்தில் திறக்காது கீழே குனிந்த வண்ணம் அவள் அமர்ந்திருந்தாள்.

அவனோ அவளை ஆராய்ச்சி பார்வை பார்த்து விட்டு அவள் பின்னே பார்த்-தான்.

அங்கே இரண்டு தடியன்கள் அவளை பார்த்துக் கொண்டே இருந்தனர்.

"ஹலோ!" என்று அந்த பெண்ணை உலுக்க, அப்போதே கண்களை திறந்து பார்த்தவள் அவன் முகம் அருகில் இருக்கவும் ஒரு நிமிடம் அதிர்ந்து முதலில் தன் குழந்தையை தான் தேடினாள்.

இவ்வளவு அழகிற்கும் சொந்தக்காரி ரிதி!

அது தன் முத்து பற்களை காட்டி சிரித்துக் கொண்டு அவர்களையே பார்க்க, அதில் நிம்மதி மூச்சு விட்டவள் இப்போது தன் எதிரே உள்ளவனை பார்த்தாள்.

இவ்வளவு நேரமும் அவள் செய்கையை கவனித்துக் கொண்டிருந்தவன்,அவள் தன்னை பார்க்கவும் தன் ஒற்றை புருவத்தை உயர்த்தி என்னவென்று கேட்டான் தீரன்!

அவனை பதட்டமாக பார்த்துக் கொண்டே தன் பின்னால் திரும்பி பார்க்க,அவ்விருவரும் அவளை நெருங்கி வந்தனர்.

தன் குழந்தையை இறுகப் பற்றிக் கொண்டவள் எழுந்து ஓட பார்க்க அவ்வி-ருவரில் ஒருவன் அவள் கையை பிடிக்க வந்தான்.

அதில் பயந்த ரிதி குழந்தையை இறுகப் பற்றிக் கொள்ள,அவன் கை வந்த வேகத்தில் அப்படியே நின்றது.

தீரன் தான் அவன் கைகளை மடக்கி பிடித்துக் கொண்டு நின்றான்.

நேராக அவளை பார்த்து "யாரு இவங்க?" என்றான்.

"அது..வந்து,எ..எனக்கு வீடு கேட்டேன்." என்று அவள் திக்கி திணறி கூறி-னாள்.

"எது?" என்று பல்லைக் கடித்தான்.

அவர்களை பார்க்கும்போது அயோக்கியன்கள் போல் தெரிய, 'எதை நம்பி இவள் வீடு கேட்டாள்?' என்ற கோபம் தான்.

"இவனுங்கள தெரியுமா உனக்கு?" என்று அவன் அவளை மிரட்ட,அவள் மறுப்பாக இல்லை என்று தலை அசைத்தாள்.

"டேய் நீ இதுல தலையிடாத! அந்த பொண்ணு எங்களுக்கு வேணும்." என்று ஒருவன் கூறினான்.

மற்றொருவன் "டேய் அவன்கிட்ட என்னடா பேச்சு? பொடி பய இழுத்துட்டு வா டா!"அவளை என்று கத்தினான்.

அவர்கள் பேசிய பேச்சில் தீரன் பிடி இறுக அவனோ வலி தாங்காமல் கத்தினான் .

மற்றொருவன் தீரனை தாக்க வர, அவனோ ரிதிக்கு கண்ணை காட்டினான்.

****

அப்பன் பண்ண தப்புல ஆத்தா பெத்த வெத்தல வெளஞ்சிருக்குடா

வெளஞ்சு நனஞ்சிருக்குடா

அடி உன்ன சொல்லி தப்பில்ல வயசு பொன்னு மப்புல மாஞ்சிருக்கடி

மாஞ்சு காஞ்சிருக்கடி

ஹேய் கையளவு கத்துக்கோ உலகளவு ஒத்துக்கோ

என்னவேனா வச்சுக்கோ எத்தனையோ பெத்துக்கோ

முன்னழக கட்டிக்கோ பின்னழக வெட்டிக்கோ

ஒன்னும் வேணாம் ஒத்திக்கோ அத்தனையும் பொத்திக்கோ

இடுப்போரம் மச்சம் காட்டவா நான் அப்புறமா மிச்சம் காட்டவா

ஹேய் இடுப்போரம் மச்சம் காட்டவா மச்சான் அப்புறமா மிச்சம் காட்டவா

"காட்டுவ! காட்டுவ! விளக்கமார எடுத்துட்டு வரேன். எப்படி காட்டுறேனு நானும் பார்க்குறேன்." என்று அவளது தாய் கத்தினார்.

அந்த வீடே இரண்டாகிக் கொண்டிருந்தது, அந்த பாடல் ஒலியினால்!

அலற விட்டுக் கொண்டிருந்தாள் அகிலாண்டம் என்ற அகிலா.

சத்தியமூர்த்தி -மல்லிகா இருவரின் தவப்புதல்வி. சத்தியமூர்த்தியின் அன்னையின் பெயரையே அகிலாவுக்கு சூடி இருந்தனர்.

"அடியே அப்பா இருக்காரு .என்ன பாட்டுடி கேட்குற?" என்று மல்லிகா பொரிந்து தள்ளினார்.

அதையெல்லாம் காதில் வாங்காதவள் அந்த பாட்டில் திரிஷா போடும் ஸ்டெப்பை போட்டுக் கொண்டிருந்தாள்.

"இது சரிப்பட்டு வராது." என்று அடுக்களைக்குள் சென்ற மல்லிகா விளக்கமாருடன் வெளியே வர அதை பார்த்த மூர்த்தி முதல் ஆளாய் வந்து தன் மகளை காப்பாற்றினார்.

"சின்ன புள்ளடி அவ.அவளுக்கு என்ன தெரியும்?" என்று தன் மகளுக்கு பரிந்து கொண்டு வர, மல்லிகாவின் ஒரே முறைப்பில் அடங்கிப் போனார் மூர்த்தி.

"நீங்க இதுல தலையிடாதீங்க. ஏழு கழுத வயசாச்சு! இன்னும் ஐட்டம் பாட்டு போட்டு நடு வீட்டுல ஆடிகிட்டு இருக்கா. ச்ச! அக்கம் பக்கத்துல இருக்குற ஆளுங்க என்ன நினைப்பாங்க?"

"மோய்!(அம்மா) அவுங்க நினைப்பாங்க, இவங்க நினைப்பாங்கன்னு நெனச்சா வாழ முடியாது.நான் இப்படி தான்."

"நல்லா ஆடு! உன் ஆட்டத்தை அடக்க ஒருத்தன் வருவான்.அப்ப இருக்கு உனக்கு!"

"அவனை தான் நானும் தேடிக்கிட்டு இருக்கேன்.முடிஞ்சா சீக்கிரம் கண்டு பிடிச்சு கட்டிவை." என்று உதட்டை சுளித்தாள் அகிலா.

"எந்த நேரத்துல உங்க அம்மா பேரு வச்சிங்களோ! அவரை போலவே அடங்காம திரியிறா." என்று மல்லிகா தன் கணவனை சாடி விட்டு உள்ளே சென்று விட்டார்.

"மோய்! நான் ஹர்ஷா வீட்டுக்கு போயிட்டு வரேன். அவன் ஃபோன் எடுக்கல. என் மேல கோபமா இருப்பான் போல?" என்று தனது ஸ்கூட்டியை உயிர்ப்பித்த வேகத்தில் சென்று விட்டாள்.

மல்லிகா அவளை அழைத்தும் காதில் வாங்காமல் பறந்து விட்டாள் அகிலா.

சீதா வந்து ஹர்ஷாவின் அறை கதவை தட்ட, அது தானாக திறந்து கொண்டது.

அதில் துணுக்குற்றவர், மெல்ல உள்ளே காலடி எடுத்து வைக்க அறையில் எந்த சத்தமும் இல்லாமல் அமைதியாக இருந்தது.

தன் கண்களை நாலாபக்கமும் சுழற்றியவர் அங்கு குளியலறை வாசலை பார்த்து அதிர்ந்து போனார்.

அங்கு வெறும் பாவாடையும் ரவிக்கையும் மட்டுமே அணிந்த கோலத்தில் மயங்கி கிடந்தாள் ஹாசினி!

அதில் பதறிக் கொண்டு "அம்மா ஹாசி!என்னாச்சு மா?" என்று அவள் கன்னத்தை தட்ட அவள் விழி திறக்கவே இல்லை.

அதில் பயந்தவர் உடனே அறையை விட்டு வெளியேறி மருத்துவரை அழைக்க சென்றார்.

அப்போது அழுத்தமான காலடி ஓசையுடன் உள்ளே வந்தான் ஹாசினியின் கணவன் ஹர்ஷவர்தன்.

2

அத்தியாயம்-2

"டேய்ய்!" என்று கத்திக் கொண்டே பேரிரைச்சலுடன் வண்டியோடு கீழே சரிந்தாள் அகிலா.

"அம்மா! இடுப்பு போச்சே!" என்று முனங்கிக் கொண்டே எதிரில் உள்ளவனை பார்த்தவள் மேலும் காண்டாகி போனாள்.

"அட நாசமா போறவனே! நீதானா டா இது. ஐயோ அம்மா இடுப்பு வலிக்கிதே!!!" என்று எழ முடியாமல் கத்தினாள்.

"ஐயோ அகிலாண்டேஸ்வரி, நீயா?" என்று பதறிய படி வந்து அவளை தூக்கி விட்டான், அவளால் 'மொட்ட பையன்.' என்று அழைக்கப்படும் முகில்.

"டேய், என்ன அப்படி கூப்பிடாதனு எத்தன தடவ சொல்லியிருக்கேன்." என்று பல்லை கடித்தாள்.

"சரி சரி! பொங்காத வா." என்று அவளை கை தாங்களாக தூக்கி நிறுத்தினான்.

அவளால் வலி பொறுக்க முடியவில்லை.கண்கள் கலங்கி போனது.

"ஈஸ் நீ உன் வண்டிய இங்கேயே விடு.நான் உன்ன கார்ல கூட்டிட்டு போறேன்." என்று அவன் கூற, வலி அதிகமாக உள்ளதால் அவளும் அவன் பேச்சுக்கு மறுப்பு தெரிவிக்க விரும்பாமல் அவனுடன் சென்றாள்.

அவனுக்கே இது ஆச்சரியம் தான். அவள் ஒரு சொல்லில் கேட்கும் ரகம் இல்லை.

அப்படி இருக்கையில் அவள் அமைதியாக அவனுடன் வருவதிலேயே அவளுடைய வலியின் வீரியத்தை உணர்ந்துக் கொண்டான்.

கைத்தாங்கலாக அவளை காரில் அமர வைத்து விட்டு ,அவளது வண்டியை நிழலில் பார்க் செய்து பூட்டி விட்டு வந்து காரை எடுத்தான்.

அவள் தான் வலியில் அமர முடியாமல் நெளிந்தாள்.அதை பார்த்து அவனுக்கு ஏதோ போல் ஆகிவிட்டது.

"ஈஸ்! என்னை மன்னிச்சிடு டி. அது தெரியாம வந்து மோதிட்டேன். இப்படி ஆகும்னு நினைக்கல!" என்று அவன் உண்மையான வருத்தத்துடன் கூறினான்.

தன்னிடம் சண்டையில் வாயாடும் மொட்டை பையனை காணாது தவித்து போனவள் "டேய் உனக்கு இது கொஞ்சம் கூட செட் ஆகல.மொத என்ன ஹர்ஷா வீட்டுக்கு கூட்டிட்டு போ." என்று அவள் கட்டளை இட்டாள்.

அவனோ ஏதோ கூற வந்தவன், பின் கூற வந்த செய்தியை மென்று முழுங்கி விட்டு "சரி போவோம்!" என்று காரை ஹர்ஷாவின் இல்லம் நோக்கி செலுத்தி-னான் முகில்.

****

சீதா பதறிக் கொண்டே வெளியே வருவதை பார்த்த ஹர்ஷா அவரிடம் என்ன என்று கேட்க அவரோ உள்ளே ஹாசி இருக்கும் நிலைமையை எடுத்து கூறினார்.

அவனோ அதை கேட்டும் கேட்காதவன் போல் அறைக்குள் நுழைந்து தனக்கு வேண்டிய ஒரு படிவத்தை எடுத்துக் கொண்டு அவள் இருக்கும் பக்கம் கூட திரும்பாது அறையை விட்டு வெளி ஏறினான்.

சீதா அவனை தடுத்து நிறுத்தினார்.

"ஹர்ஷா நில்லு!" என்று அவர் கத்த, அவனோ தாய் பேச்சுக்கு கட்டுப்பட்டு நின்று அவரையே குற்றம் சாட்டும் பார்வை பார்த்தான்.

.அந்த பார்வையில் ஒரு நிமிடம் தயங்கிய சீதா "என்ன இருந்தாலும் அவ உன் மனைவி." என்று ஆரம்பித்தார்.

"போதும்!" என்று கை காட்டினான் .

"நான் அவளை என் மனைவியா என்னைக்கும் ஏத்துக்க மாட்டேன்." என்று அவன் கண்கள் சிவக்க கூறினான்.

"சரி டா, அதுக்காக அவளை இப்படியே விட்டுட்டு போக போறியா? கொஞ்-சம் கூட மனிதாபிமானம் இல்லையா உனக்கு? நான் உன்னை அவ்வளோ மோசமா வளர்த்தேனா டா?" என்று அவர் ஆதங்கமாக கேட்டார்.

"நீங்க சொன்னிங்கன்னு தான் அவ கழுத்துல தாலியை கட்டினேன்.அதோட அவளுக்கும் எனக்குமான உறவு முடிஞ்சு போச்சு!" என்று அவன் கூற, சீதா சிரித்தார்.

'தாலி கட்டிய மறு நிமிடம் உறவு முடிந்தது என்கிறான்!' என்று அவர் நினைத்து சிரிக்க, அப்போது மருத்துவர் உள்ளே நுழைந்தார்.

"சொல்லுங்க மிஸ்டர் ஹர்ஷா ,யாருக்கு என்னாச்சு?" என்று கேட்க, அவனோ அமைதியாக தன் தாயை பார்த்தான்.

"அது என் மருமகள் தான் டாக்டர்! உள்ள தான் இருக்கா.மயக்கம் ஆகிட்டா!" என்று அவரை உள்ளே அழைத்து செல்ல பார்த்தார்.

"அம்மா..." என்று பல்லை கடித்தான் ஹர்ஷா.

அவரோ புரியாமல் அவனை பார்க்க,அவனோ ஆத்திரத்தில் கையில் உள்ள கோப்புகளை தூக்கி எறிந்தான்.

பின் அவனது அறைக்குள் நுழைந்து கதவை தாழிட்டு கொண்டான்.

அவன் செயல் புரியாமல் இருவரும் வெளியே நிற்க "கொஞ்சம் பொறுங்க டாக்டர். அவன் ஏதோ கோபத்துல போயிட்டான். நான் திறக்க சொல்லுறேன்." என்று அவர் கூறினார்.

"நோ மிசஸ் சீதாமா.அவர் தான் எனக்கு கால் பண்ணி உடனே வீட்டுக்கு வர சொன்னாரு!" என்று அவர் கூற சீதா மகிழ்ந்து விட்டார்.

உள்ளே சென்ற ஹர்ஷா சிறிதும் கோபம் குறையாமல் அங்கு மயங்கி கிடக்கும் அவளை பார்க்க பார்க்க இன்னும் அவனுக்கு வெறி ஏறியது.

முயன்று அதை கட்டுப் படுத்திக் கொண்டு அவள் அருகில் சென்றான்.

பேரழகி என்று சொல்ல முடியாவிட்டாலும், அவளும் அழகுதான்.

பார்ப்பவர்களின் கண்களை பொருத்தல்லவா அழகு இருக்கிறது

கலைந்த ஓவியமாய் இருந்த தன் மனைவியை கையில் ஏந்தியவன் அவளை மெத்தையில் சரித்து கழுத்து வரையிலும் போர்வை கொண்டு மூடி,அவளை முறைத்து பார்த்தான்.

‘இப்போ தப்பிச்சுட்ட .இனிமே தான் இந்த ஹர்ஷா யாருன்னு நீ பார்க்க போற!’ என்று நினைத்தவன் மனதில் மின்னல் அடித்ததை போல் வந்து போனாள் அவள்.

‘மாமா!’ என்று அழகாக சிரித்துக் கொண்டே,முதல் பார்வையிலேயே தன்னை நேசம் கொள்ள வைத்தவள்.

எது அவன் எண்ணத்தில் வரகூடாது என்று நினைத்தானோ, இன்று அதுவே அவனுக்கு படமாக முன் வந்து நிற்க, அருகில் இருக்கும் பூ ஜாடியை தட்டி விட்டு கோபத்துடன் அந்த அறை கதவை திறந்து கொண்டு வெளியேறினான்.

உள்ளே போன தன் மகன் கோபத்துடன் வெளியேறுவதை பார்த்து பயந்த சீதா வேகமாக உள்ளே சென்று பார்த்தார்.

அங்கு அழகாக மெத்தையில் கண் மூடி படுத்திருந்தாள் ஹாசினி.

தன் மகனை நினைத்து பெருமை கொண்டார். அவள் இருந்த நிலையை அவர் யோசிக்காமல் மருத்துவரை அழைத்து செல்ல போக, தன் மகன் தன்னை தடுத்த விதத்தையும், தற்போது தன் மருமகள் இருக்கும் விதத்தையும் பார்த்து பூரித்து போனார்.

துயில் உரிப்பதும் அவனே! அதை கொடுப்பதும் அவனே! சிரித்துக் கொண்டார் சீதா.

மருத்துவர் அவளை பரிசோதித்து விட்டு ,சாப்பிடாத காரணத்தினால் உண்டான மயக்கம் தான்.ஏதோ மன அழுத்தத்தில் இருக்கிறார்கள்.அவரது மனநிலையை மாற்ற முயற்சி செய்யுங்கள்.சரியாக சாப்பிட வைத்து கவனமாக பார்த்துக் கொள்ளும் படி,சில சத்து மாத்திரைகளை வழங்கி விட்டு சிறிது நேரத்தில் கண் விழித்து விடுவாள் என்று கூறி சென்றார்.

****

"நீ எப்படி அவன்கிட்ட மாட்டுன?"என்று அவன் அவளது கண்களையே கூர்மையாக பார்த்து கொண்டு கேட்டான்.

அவளோ இவனையாவது 'நம்பலாமா வேண்டாமா' என்ற ரீதியில் பார்த்து வைத்தாள்.

அவளது பார்வையை வைத்தே அவளை புரிந்து கொண்டவன்,தன் கோபத்தை அடக்கிக் கொண்டு "யார நம்பனுமோ ,அவங்களை நம்பாத!" என்று பட்டென்று கூறி விட்டு அவன் திரும்பி நடந்தான்.

"ஐயோ போச்சு!!!" என்று வேகமாக குழந்தையை தூக்கிக் கொண்டு அவன் முன்னே ஓடி நின்றாள்.

அதில் அவன் தன் நடையை நிறுத்தி அவளை பார்க்க,அவளோ அவனை பார்க்காது " நா..நான் இந்த ஊருக்கு புதுசு.இங்க வேலை தேடி வந்துருக்கேன்.தங்க வீடு வேணும்." என்று ஒரு வழியாக கூறி முடித்தாள்.

அவனோ யோசனையாக "உன் பேர்?" என்று கேட்டான்.

அவள் மெல்லிய குரலில் "ரிதி!!!" என்று கூறினாள்.

"ஓகே ரிதி .என்ன நம்பினா என் கூட வா." என்று அவன் முன்னே நடக்க,அவளோ இந்த கயவர்களிடம் இருந்த தன்னை மீட்டதால் ஒரு சிறு நம்பிக்கையுடன் அவன் பின்னே நடந்தாள்.

"இவன் பேரு என்னன்னு கூட தெரியாது.ஐயோ கடவுளே! நீ தான் காப்பாத்தனும்." என்று வழி எங்கும் அவள் வேண்டிக் கொண்டே வர குழந்தை சிணுங்கியது.

குழந்தை சத்தத்தில் நின்றவன் திரும்பி பார்க்க, அவளோ குழந்தையை சமாதானம் செய்ய வழி தெரியாமல் முழித்துக் கொண்டிருந்தாள்.

தீரன் தான் அவள் அருகில் வந்து அவள் கையில் இருக்கும் குழந்தையை வாங்க,அவள் முழித்துக் கொண்டே அவனிடம் கொடுத்தாள்.

பின் காரில் அமர்ந்து குழந்தையை தன் மடியில் அமர வைத்து விட்டு அவளை பார்க்க,அவளும் பின்னே ஏறி அமர்ந்து கொண்டாள்.

"ரிதி கொஞ்சம் முன்னாடி வா.குழந்தைக்கு ஏதாவது வேணும்னா நீ வேணும்." என்று கூற அவளும் மறுப்பு தெரிவிக்காமல் வந்து அமர்ந்து விட்டாள்.

கார் அவனது வீட்டை நோக்கி சீறி பாய்ந்தது.

****

சீதாலட்சுமி - ராமச்சந்திரன் இருவருக்கும் இரண்டு மகன்கள். மூத்தவன் ஹர்ஷவர்தன் இளையவன் தீரன்.

ஹர்ஷவர்தன் பெரிய பெரிய மால்களை கட்டி தொழில் நடத்தி வருபவன். இளையவன் தீரன் மருத்துவன், மனநல மருத்துவன்.

ஆதர்ச தம்பதிகளாக வாழ்ந்த சீதாவின் வாழ்க்கைக்கு வரமாக வந்து பிறந்தவர்கள் தான் இருவரும்.

இதில் மூத்தவன் முரடன். அவனிடம் பேசவே அனைவரும் அஞ்சுவர். அப்படி ஒரு ரகம்.

ஆனால் அவனையே தன் பேச்சில் வீழ்த்தும் திறமை ஒருத்திக்கு மட்டுமே உண்டு!

தீரன் மென்மையானவன். மென்மையிலும் வன்மை இருக்கும் என்று அவ்வப்போது காட்டி செல்லும் ரகம் இவன்!

"என்னமா ஏன் அமைதியா இருக்க?"என்று ராமச்சந்திரன் சீதா அருகில் வந்தார்.

அவரோ கவலை படிந்த முகத்துடன் இன்று நடந்தவை அனைத்தையும் தன் கணவரிடம் கூறி வருத்தம் கொண்டார்.

"நீ ஒன்னு கவனிச்சியா சீதா?"

"என்னது?"

"அவளுக்கு உடம்பு சரி இல்லன்னு அவன்தான் டாக்டர வர சொல்லி இருக்கான். பின்னே அவன் மனைவி உள்ளே அப்படி இருக்கும் நிலைமையில் யாரையும் உள்ளே அனுமதிக்காமல் ,அவன் உன் மருமகளுக்கு பணிவிடை செய்துள்ளான்." என்று அவர் நமட்டு சிரிப்புடன் கூறினார்.

சீதாவும் "நானும் கவனிச்சேன்.கண்டிப்பா நம்ம பையன் மாறிடுவான்ல." என்றார்.

"கண்டிப்பா அவன் பழைய காதலை மறந்து புது வாழ்க்கையை ஹாசினி மூலம் வாழ தொடங்குவான்." என்று தன் மனைவிக்கு தைரியம் அளித்து விட்டு அவர் அறைக்குள் சென்று விட்டார்.

"ஐயோ இடுப்பு வலிக்குதே!!!" என்று ஓலமிட்டுக் கொண்டே ஹர்ஷாவின் வீட்டிற்குள் நுழைந்தாள் அகிலா.

சீதா பதறி "ஐயோ அகிலா! என்னடி ஆச்சு?எதுக்கு இப்படி கீழ விழுந்த மாதிரி வர?" என்று அவர் பதட்டமாக கேட்டார்.

"எது விழுந்த மாதிரியா? நெஜமாவே விழுந்துட்டேன் சீதா மா!" என்று வராத அழுகையை வர வைத்துக் கொண்டு அவள் நடிக்க, முகில் வாயில் கை வைத்து விட்டான்.

"அம்மா தீரன் எங்க? அவன் இருந்தா இவ வாய்க்கு ஒரு ஊசி போட்டு போகலாம்னு பார்த்தேன்." என்று முகில் கண்கள் தீரனை தேடியது.

அவன் தலையில் 'நங்கென்று கொட்டினாள் அகிலா.

"என்ன எதுக்காக தேடுன முகில்?" என்ற அழுத்தமான குரலில் அனைவரும் திரும்பி பார்க்க, இப்போது வாயை பிளப்பது அனைவரின் முறையாயிற்று.

கையில் குழந்தையுடன், பக்கத்தில் ஒரு இளம் பெண் சகிதம் வந்திறங்கிய தன் மகனை அதிர்ச்சியாக பார்த்தார் சீதா.

அகிலாவின் வாயை கை வைத்து மூடிய முகில் "கொஞ்சம் க்ளோஸ் பண்ணு டி. எவ்வளவோ பெரிய வாயி." என்று அவன் அந்த சமயத்திலும் அவளை விடாமல் கலாய்க்க, அவளோ அவன் கையை தட்டி விட்டு ஒரு நொடி தான் ஒரே நொடி தான்.

"ஐயையோ!!!" என்று அந்த வீடே அதிரும் அளவிற்கு கத்தி விட்டாள்.

அதில் அறையில் இருந்த ராமச்சந்திரன் பதறியடித்துக் கொண்டு வெளியே வர தன் மகனை பார்த்து அவரும் அதிர்ந்தார்.

அலுவலக அறையில் இருந்த ஹர்ஷா, பல்லை கடித்துக் கொண்டு வெளியே வர அனைவருக்கும் இப்போது அல்லு விட்டது.

கத்திய அகிலா, ஹர்ஷாவின் வருகையை அறிந்த கொண்டு அங்கிருந்து ஓட பார்க்க அவளால் ஓட முடியவில்லை.

அவள் கை தான் முகில் வசம் இருந்ததே!

"எங்க ஓடுற? செய்யுறது எல்லாம் செஞ்சிட்டு ஓடிட்டா, அவன்கிட்ட யாரு வசவு வாங்குறது?ஒழுங்கா நில்லு டி!" என்று கையை இறுக்கினான்.

"டேய் விடு டா, என் கையை எரும மாடு!"என்று அவளும் சீற அதற்கெல்லாம் மசிபவன் அல்ல அவன்.

"டேய் மொட்ட பையா!" என்று வயிற்றில் கை வைத்து கொண்டு அவள் பரிதாபமாக பார்த்தாள்.

"என்னடி?" என்றான் அவள் நடிப்பதை உணர்ந்துகொண்டு!

"உச்சா ரொம்ப அர்ஜென்ட்டா வருது டா!" என்று பாவமாக முகத்தை வைத்துக் கொண்டு கூறினாள்.

"பரவாயில்லை! இதோ அவன் வரான் பாரு.அப்போ உனக்கு தானா வந்துரும். கொஞ்சம் நில்லு." என்று பிடியை சிறிதும் தளர்த்தாமல் பேசினான்.

ஹர்ஷா அவள் அருகில் வந்து அவளை தீயென முறைக்க ,அவளோ "ஈஈஈ" என இளித்து வைத்தாள்.

"அது சும்மா ஹர்ஷா. நான் இல்ல. உன் தம்பி தான், ஒரு பொண்ண நமக்கு தெரியாம கல்யாணம் பண்ணி, ஒரு குழந்தையோடு வந்து நிக்கிறான் பாரு!" என்று தீரனை போட்டு விட அவள் கூறிய கதையில் அதிர்ந்தது ரிதி மட்டுமே.

அவள் கைகள் நடுங்க "என் குழந்தைய கொடுங்க.நான் போறேன் ப்ளீஸ்!!!" மெல்லிய குரலில் நடுங்கிக் கொண்டே அவனுக்கு மட்டும் கேட்கும் படியாக கூறினாள்.

அவனோ அவளை அழுத்தமாக பார்த்து விட்டு, அவள் கையை பிடித்துக்கொண்டு உள்ளே அழைத்து சென்றான்.

"பாரு பாரு! நல்லா பாரு. எவ்வளோ தைரியம் இருந்தா அவ கையை பிடிச்சு இழுத்துட்டு வருவான்?" என்று ஹர்ஷாவை ஏத்தி விட்டாள்.

தீரன் தன் பார்வையாலேயே அகிலாவை எரித்து கொண்டு உள்ளே வந்தான்.

ஹர்ஷாவின் பார்வை தன் தம்பியை கேள்வியாக பார்க்க,அதை புரிந்து கொண்ட அவனும் "அண்ணா இந்த பொண்ணு பேரு ரிதி.பீச்ல பார்த்தேன். அங்க ஓர் கும்பல் கிட்ட மாட்டிகிட்டா. அங்க இருந்து காப்பாற்றி கூட்டிட்டு வந்துருக்கேன். ஊருக்கு புதுசு,தங்க வீடும் வேலையும் தேடிட்டு இருக்கா. அதான் இப்போதைக்கு அவ பாதுகாப்புக்கு நம்ம வீட்டுக்கு கூட்டிட்டு வந்தேன்." என்று அவன் ஒன்றையும் மறைக்காமல் அப்படியே கூறினான்.

"இதெல்லாம் நம்புற மாதிரியா இருக்கு? நான் காது குத்தி எவ்வளோ பெரிய தொங்கட்டான் போட்டு இருக்கேன்." என்று ஆட்டி காட்டியவள்

"போங்க தம்பி அங்கிட்டு போய் சொல்லுங்க உங்க கதைய!" என்று அகிலா அவனை பங்கமாக கலாய்த்தாள்.

முகில் மனதில் "இன்னைக்கு உனக்கு சங்கு உறுதிடி மவளே!" என்று அவன் வாயை மூடிக் கொண்டு அமைதியாக அந்த குழந்தையை பார்க்க ஆரம்பித்தான்.

"நாளைக்கு நம்ம கம்பெனில அவுங்களுக்கு எது செட் ஆகுமோ அந்த போஸ்டிங் கொடுத்து வேலைக்கு வர சொல்லு."

பின் பார்வையை முகில் பக்கம் திருப்ப அவன் புரிந்து கொண்டான்.

"நான் பார்க்குறேன் ஹர்ஷா.நல்ல வீடா பார்த்து சொல்லுறேன்." என்று கூறினான்.

தன் நண்பனின் கண் அசைவில் புரிந்து கொள்ளும் உயிர் தோழன் அல்லவா!

சீதா ராமச்சந்திரன் இருவரும் அதற்கு சம்மதம் சொல்ல, போகும்போது அகிலாவை முறைத்து விட்டு போகவும் அவன் தவறவில்லை .

அவளோ "ஹர்ஷா!" என்று பின்னால் செல்ல,அவள் இடுப்பு அவளுக்கு ஒத்துழைக்கவில்லை.

"ஆ ஆ" என்று அவள் இடுப்பை பிடித்துக் கொள்ள

"டேய் தீரா, அவளுக்கு இடுப்புல அடி பட்டிருச்சு டா.போய் அவளுக்கு எதாவது பண்ணு." என்று முகில் போட்டு விட்டான்.

"அட நார பயலே! இவ்வளோ நேரம் அவனை போட்டு விட்டதுக்கு என்ன வச்சு செய்வானே!" என்று தீரன் பக்கம் பார்வையை திருப்பினாள்.

"என் ரூம்க்கு வர சொல்லு முகில்.அப்புறம் இவங்க ரெண்டு பேரையும் கெஸ்ட் ரூமில் விட்டுட்டு வா. அவங்களுக்கு ஏதாவது வேணும்னா செஞ்சு கொடு." என்று அவன் அறைக்குள் வேகமாக சென்று விட்டான்.

"நீங்க வாங்க ரிதி!!!" என்று குழந்தையை கையில் வாங்கி கொண்டு ரூமை நோக்கி செல்ல, அவளும் அமைதியாக அவன் பின்னே சென்று விட்டாள்.

சீதா நமட்டு சிரிப்பு சிரிக்க,

"சும்மா சிரிக்காத சீதா. புள்ளையா பெத்து வச்சிருக்க? என்னால சமாளிக்க முடியல. ஹர்ஷா பேசவே இல்ல. இப்போ உன் இரண்டாவது புள்ள என்ன பண்ண காத்திருக்கானோ." என்று புலம்பிய படி தீரன் அறையை நோக்கி சென்றாள்.

"இந்த ரூம் தான் நீங்க உள்ள போங்க." என்று முகில் கூற அவளோ அமைதியாக உள்ளே நுழைந்தாள்.

"நீங்க போய் ஃப்ரெஷ் ஆகுங்க. நான் அதுவரைக்கும் குட்டிய பார்த்துக்கிறேன்." என்று முகில் அந்த சிறு மொட்டோடு வெளியேற,அவளோ ஆழ்ந்த யோசனையோடு குளியலறைக்குள் சென்றாள்.

வெகு நேரமாக அறை வாசலில் நின்று ஒத்திகை பார்த்தவள், பின் தைரியத்தை வரவழைத்து கொண்டு உள்ளே சென்றாள் அகிலா .

அவள் நினைத்ததை போல் அவளுக்கு ஆப்பு தயாராக இருந்தது. அவள் அதிர்ந்து போய் அவனை பார்த்தாள்.

அவளை மேலும் அதிர்ச்சிக்கு உள்ளாக்க அவளை நெருங்கி வந்து "பேன்ட்ட கழட்டு." என்று சாதாரணமாக கூறினான்.

அவளோ "எதே???" என்று அதிர்ச்சியில் உறைந்தாள்.

****

மாலை நேரத்தில் தன் கண்களை மெதுவாக திறந்தாள் ஹாசினி.

கண்களை மெதுவாக சுழல விட்டாள்.அது அவளது அறை இல்லை என்பதை நிமிடத்தில் யூகித்துக் கொண்டவள், சட்டென்று மெத்தையில் இருந்து எழ பார்க்க அவளுக்கு முடியாமல் போனது.

தன் இடையிலும் தன் தோளிலும் ஏதோ அழுத்த ,மெதுவாக குனிந்து கீழே பார்த்தவள் அதிர்ந்து போனாள்.

அவள் தோளில் தலையை புதைத்து, அவள் இடையை இறுகக் கட்டிக் கொண்டு ஆழ்ந்த உறக்கத்தில் இருந்தான் அவளது வில்லன் ஹர்ஷவர்தன்.

3

அத்தியாயம்-3

கையில் குழந்தையை வைத்துக் கொண்டு, அதை தலைக்கு மேல் தூக்கி போட்டு விளையாட்டு காட்டிக் கொண்டிருந்தான் முகில்.

அப்போது குளியலறையில் இருந்து தன்னை சுத்தப் படுத்திக் கொண்டு வெளியே வந்த ரிதி, குழந்தையை அவன் தூக்கி போட்டு விளையாட்டு காட்டிக் கொண்டிருப்பதை பார்த்து அவர்களின் அழகான அந்த தருணத்தை கலைக்க விரும்பாது அமைதியாக மெத்தையில் அமர்ந்து விட்டாள்.

வெகு நேரம் குழந்தையுடன் விளையாடி களைப்படைய, குழந்தையை மெத்-தையில் படுக்க வைக்க திரும்ப, அப்போதுதான் பார்த்தான் ரிதி அங்கு மெத்-தையில் அமர்ந்திருப்பதை. உடல் மட்டுமே அங்கிருக்க அவளது நினைவுகள் வேறெங்கோ இருந்தது.

அதை பார்த்தவன் குழந்தையை மெத்தையில் கிடத்தி விட்டு "என்னங்க!!!" என்று அழைத்தான்.

அவளோ பதில் கூறாமல் இருந்தாள்.

"ரிதி" என்று உரக்க அழைக்க, அதில் தன்னிலை அடைந்தவள் "சொ..சொல்லுங்க!" என்று பதட்டமாக கேட்டாள்.

"ரொம்ப நேரம் ஆச்சு, நீங்க குழந்தைக்கு சாப்பாடு கொடுங்க. நான் வெளிய போறேன். அப்புறம் வெளிய உங்களுக்கு சாப்பாடு இருக்கு. வந்து சாப்பிடுங்க டைம் ஆச்சு." என்று கூறினான்.

" அது..அது குழந்தைக்கு பால் வேணும்." என்று கேட்டாள்.

அவனோ குழந்தையும் அவளையும் மாறி மாறி பார்த்தவன்,ஒரு வித யோசனையோடு "வெளிய வாங்க!" என்று அழைத்து விட்டு அந்த அறையில் இருந்து வெளியேறினான்.

****

"பேன்ட்ட கழட்டு!" என்று தீரன் அவளை நெருங்கி வந்தான்.

அவளோ அதிர்ந்து அவனை பார்த்தாள்.

" எ..எதுக்கு?" என்று முகத்தை கலவரமாக வைத்துக் கொண்டு கேட்டாள்.

"அவனோ கையில் இருக்கும் ஊசியையும் அவளையும் மாறி மாறி பார்த்தான்.

அதில் புரிந்து கொண்டவள் "இல்ல கையில போடு." என்று அவள் குரல் உள்ளே போய் தயங்கிக் கொண்டே கூறினாள்.

அவனோ அவளை முறைத்து விட்டு, பட்டென்று அவளது டாப்ஸை தூக்க அவளோ அதிர்ந்து அவன் கையை பிடித்து விட்டாள்.

"எனக்கு வேணாம்.நான் போறேன்." என்று அந்த அறையில் இருந்து அவள் ஓட பார்க்க, இப்போது அவள் கையை பிடிப்பது அவன் முறை ஆனது.

ஊசி ஒரு பக்கம் பயமாக இருந்தாலும், இன்று அவன் செய்கை வேறு அவளுக்கு மேலும் பயமூட்ட "கையை விடு டா!" என்று அவள் தைரியத்தை வரவழைத்து கொண்டு கத்தினாள்

அவனோ அவள் கையை மேலும் இறுக்கி முறைத்தான்.

முகத்தை அழுவது போல் வைத்து கொண்டு "கண்டிப்பா ஹர்ஷா கிட்ட சொல்லி தரேன்." என்று தேம்பினாள்.

இவளது நடிப்பை அவன் பிறந்ததில் இருந்து பார்த்த காரணத்தால் அதையும் சட்டை செய்யாமல் இருக்க, அவனை விட்டு நகர எடுத்த முயற்சியில் அவளுக்கு மேலும் இடுப்பு வலி எடுத்தது.

இப்போது அவளுக்கு வலியில் உண்மையாகவே கண்கள் கலங்கி விட்டது.

"ஸ்ஸ்..." என்று அவள் இடுப்பில் கை வைத்துக் கொண்டு முனங்க, அவளை அப்படியே அள்ளிக் கொண்டு மெத்தையில் விட்டவன் அவளை திருப்பி அவளது இரு கைகளையும் ஒரு கையால் சிறையிட்டு, அவனது ஒரு காலால் அவளது இரு கால்களையும் சிறையிட்டு, அவளது பேன்ட்டை சற்று விலக்கி, ஊசியை எடுத்தவன் அவளது இடுப்பில் மெதுவாக இறக்கினான்.

"ஹர்ஷாஆஆ!!!" என்று அறை அதிர அவள் கத்த அவள் கத்தலில் தீரனே பயந்து விட்டான்.

"வாய மூடு டி." என்று அவன் அவளை மிரட்ட, அவள் கப்சிப் ஆகினாள்.

பின் அவளை அந்த இடத்தில் இருந்துக் கொண்டே நகர விடாமல் அருகில் இருக்கும் ஒரு ஆயின்மெண்ட் எடுத்து அவள் இடுப்பில் தடவ அவளோ வலியில் முனங்கினாள்.

அவனோ அழுத்தி தேய்க்க "படுபாவி! கீழ போட்டு விட்டதுக்கு பழி வாங்-கிட்டு இருக்கான். விட மாட்டேன் டா உன்னைய!!!" என்று மனதில் கறுவிக் கொண்டாள்.

அப்போது முகில் உள்ளே வர, சட்டென்று அவளது இடுப்பை டாப்பை கொண்டு மறைத்து விட்டான் தீரன்.

அவன் மூட, அவளோ டாப்பை தூக்கி கொண்டு "இங்க பாரு டா, மொட்ட பையா. இவன் தேச்சு தேச்சு என் இடுப்பு சிவந்து போச்சு. ஒரு ஊசி வேற குத்-திட்டான் டா." என்று அவள் அழுகாத குறையாக குறை கூறினாள்.

தீரன் தலையில் அடித்துக் கொண்டு 'இது திருந்தாது' என்று வெளியே சென்று விட்டான்.

****

தன் அருகில், இவ்வளவு நெருக்கத்தில் தன் வில்லனை பார்த்தவள் அதிர்ந்து போனாள்.

அதிர்ச்சியில் அவளுக்கு மூளையும், உடலும் செயல் படாமல் போக அப்ப-டியே அவனை பார்த்துக் கொண்டே உறைந்து போனாள்.

இவளது அசைவில் கண் விழித்த ஹர்ஷா, அவள் முகத்தை பாராது மேலும் அவளை நெருங்கி இறுக்கி அணைத்துக் கொண்டு "ஆத்வி கம்முன்னு படு டி.தூக்கம் கலையுது." என்று முனங்கி கொண்டே அவள் கழுத்து வளைவில் முகம் புதைத்தான்.

அதுவரை அதிர்ச்சியில் உறைந்து இருந்தவள் "ஆத்வி!!!" என்ற பெயரை கேட்டதும் அவள் மனம் துடித்து விட்டது.

முயன்று தன் அழுகையை கட்டுப் படுத்திக் கொண்டவள், தன்னால் முடிந்த மட்டும் தன் கணவனை தள்ளி அவனிடம் இருந்து துள்ளி எழுந்தாள்.

ஆழ்ந்த நித்திரையில் இருந்தவன், இவளது செயலில் அவனும் தூக்கம் கலைந்து நிதானத்திர்க்கு வர, எதிரே ஹாசினி நிற்பதை பார்த்து மீண்டும் அவன் கண்கள் கோவை பழமாக சிவந்து போனது.

"உனக்கு இங்க என்ன வேலை?" என்று அவன் பார்வையை கூர்மையாக்கி கொண்டே கேட்டான்.

அவளுக்கோ இதுவரை இருந்த தைரியம் காணாமல் போக,பயம் ஒட்டிக்-கொள்ள "நா..நான் வர..வரல ! நீங்க." என்று அவள் கூறிக் கொண்டிருந்தாள்.

"ஓஹோ! அப்போ நான்தான் வந்து உன் பக்கத்துல படுத்தேனு சொல்ல வரியா?" என்று பல்லை கடித்துக் கொண்டு அவன் மெத்தையில் இருந்து கீழே இறங்கினான்.

ஹாசினி பயத்தில் தன் சேலை முந்தானையை இறுகப் பற்றிக் கொள்ள தேட, அது அவள் உடம்பில் இல்லாமல் போனது.

கீழே அகிலாவை பார்த்த கோபத்தில் மேல வந்த ஹர்ஷா மூக்கு முட்ட குடித்து விட்டு, தாறு மாறாக தன் அறைக்கு வர அங்கு அவனது மெத்தையில் அழகோவியமாக ஹாசினி படுத்துறங்க, அவன் கண்களுக்கு அவள் ஆத்வியாக

தெரிய, அவன் நொடியும் யோசிக்காமல் வேகமாக அவள் அருகில் வந்து அவளை நெருங்கி அவள் இடை இறுக்கிப் படுத்துக் கொண்டான்.

இந்த சம்பவத்தை அவனும் மறந்து போக,அப்போது சேலை இல்லாமல் அவள் சுயநினைவை இழந்ததை அவளும் மறந்து போனாள்.

இப்போது அவன் முன் அவளுக்கு இப்படி நிற்கவே கூச்சமாக இருக்க,அவனுக்கு முதுகுக் காட்டி நின்று கொண்டு அழுக ஆரம்பித்தாள்.

அவளது எண்ணமோ "ஐயோ சேலையும் இல்ல.நானும் வில்லன் கூட படுத்து-ருக்கேன்.என்ன நடந்திருக்கும்? ஐயோ கடவுளே!" என்று அவள் மனம் தறிகெட்டு திரிந்தது.

அதை முறியடிக்கும் படியாக அவனது குரல் வந்தது.

"என்ன பெரிய கற்பனை எல்லாம் உன் மனசுக்குள்ள ஓடுது போல?" என்று அவன் நக்கலாக கேட்டான்.

அவளோ பதில் கூறாமல் அமைதியாக இருந்தாள்.

"நீ நினைக்கிறது மட்டும் இந்த ஜென்மத்துல நடக்காது. ஏன் இந்த குடும்-பத்துல எல்லாரும் என்ன நெனச்சு நம்ம ரெண்டு பேருக்கும் கல்யாணம் பண்ணி வச்சாங்களோ அது எப்பவும் நடக்க போறது இல்ல, புரியுதா???" என்று அவன் மிரட்டினான்.

அவள் தலை தானாக ஆம் என்று ஆடியது. அவனோ கோபத்தை அடக்க முடியாமல் அங்கிருக்கும் குளியலறைக்குள் நுழைந்து விட்டான்.

"ஏன்டி என்ன ஏமாத்திட்டு போன? இப்போ உன் இடத்தில கண்டவள நான் வச்சு பார்க்குற நிலைமையில இருக்கேன். ஆனால் நான் உன்ன சும்மா விட-மாட்டேன்டி!" என்று ஷவரை திறந்து விட்டு அதனடியில் நின்று தன் கோபத்தை போக்கிக் கொண்டிருந்தான் .

இதற்கிடையில் வெளியே இருந்த ஹாசி அவன் வருவதற்குள் அவளுடைய பையை தேடி அதிலிருந்து ஒரு புடவையை எடுத்து கட்டிக் கொண்டாள்.

****

முகில் ஏற்கனவே சமையல் செய்யும் பெண்ணிடம், ரிதிக்கும் குழந்தைக்கும் தேவையானவற்றை செய்து தருமாறு கூறி சென்று விட்டான்.

அவளும் அங்கு சென்று குழந்தைக்கு பால் வாங்கிக் கொண்டு அங்கிருக்கும் ஒரு இருக்கையில் அமர்ந்து தான் கொண்டு வந்த ரப்பர் பாட்டிலில் அதை ஆறவைத்து ஊத்தி, அந்த சிறு மொட்டுக்கு கொடுக்க துவங்கினாள்.

அப்போது வெளியே வந்த சீதா "என்ன பொண்ணு மா நீ? இந்த வயசுல புள்ளைக்கு தாய் பால் தான் கொடுக்கணும். நீ இந்த பால் கொடுத்தா புள்ளைக்கு எதிர்ப்பு சக்தி இல்லாம போயிடும்." என்று தன் கருத்தை எடுத்து வைத்தார்.

அவளோ பதில் கூற முடியாமல் வந்த அழுகையை அடக்கிக் கொண்டு தலையை குனிந்து கொண்டு அமர்ந்திருந்தாள்.

அவர்கள் பேச ஆரம்பிக்கும் பொழுதே அங்கே வந்த தீரன், முகில், அகிலா மூவரும் இதை கவனித்தனர்.

ஆனால் மூவரின் மனமும் வெவ்வேறாக யோசித்தது.

சீதா, அவள் தலையை வாஞ்சையாக தடவிக் கொண்டு "சீக்கிரம் நான் சொன்ன விசியத்தை யோசிச்சு பாருடா." என்று அவர் அங்கிருந்து நகர பார்த்-தார்.

அங்கு மூவரும் அவர்கள் அருகில் வந்தனர். தீரனை பார்க்கவும் தான் அவளுக்கு சீரான மூச்சு வந்தது.

வேகமாக குழந்தையை தூக்கிக் கொண்டு தீரன் அருகில் நின்று கொண்டாள் ரிதி.

அவள் செய்கையை பார்த்த அகிலா வாயைப் பிளந்தாள்.

'ஐயோ இவ வேற. ஏதாவது ஒன்னுன்ன உடனே வாயை பொளந்துருவா!' என்று முகி அவள் வாயை மூடினாள்.

அவன் கையை தட்டி விட்டவள் "ஏன் டா மொட்ட, நெஜமாவே இவன் லவ் பண்ற பொண்ணு தான் போல டா. பாரு அவன் வந்த உடனே அவன் பக்கம் போய் நிக்கிறா!" என்று அமைதியாக கூறினாலும் தீரன் அவளது மன ஓட்டத்தை எண்ணி கேவலமாக பார்த்து வைத்தான்.

பின் ரிதியை பார்த்து கண்களாலேயே என்னவென்று கேட்க ,அவளோ மெலி-தாக அவனை பார்த்து புன்னகைத்து "என்..எனக்கு கடைக்கு போகனும் .சில பொருள் வாங்க!" என்று அமைதியாக கேட்டாள்.

"ரெண்டு பேரும் சாப்பிட்டு ரெடியா இருங்க. நான் கூட்டிட்டு போறேன்." என்று தீரன் குழந்தையின் கன்னத்தில் முத்தமிட்டு சென்றான்.

"பாரு டா! பொண்டாட்டி புள்ளைய கூட்டிட்டு போற மாதிரி சொல்லுறான். அதெப்படி அவன் மட்டும் போகலாம்? வா டா நம்மளும் கூட போவோம்." என்று அகிலா இழுத்தாள்.

"ஏய் எனக்கு வேற வேலை இல்லன்னு நெனச்சியா? ஒழுங்கா ஓடிரு. எனக்கு நோட்ஸ் எடுக்க வேண்டிய வேலை இருக்கு." என்று அவன் நழுவ பார்த்தான்.

"ஆமா பொல்லாத வேலை. வாடா, அத அப்புறம் பார்த்துக்கலாம். நீ நோட்ஸ் எடுக்குற லட்சணம் தான் எனக்கு தெரியுமே!" என்று அவனையும் வரும்படி செய்து விட்டாள்.

ஆம்! நம் முகில் காலேஜில் ப்ராஃபெசர் ஆக பணியாற்றுகிறான்.

வேதியியல் வாத்தி! அவனை கண்டால் மயங்காத மாணவிகள் இல்லை. அவன் வகுப்பு என்றாலே, தலை சீவி முகத்தில் அதிக ஒப்பனையுடன் வரும்

மாணவிகளை கண்டாலே அவனுக்கு சிரிப்பு தான் வரும்.

அனைத்து பெண்களிடமும் ஒரு எல்லையுடன் பழகுபவன், அவனது மாணவ மாணவிகளை தன் பிள்ளைகளாக நினைத்து பாவித்தவன்.

அவனுக்கு நெருங்கிய பெண் என்றால் அது அகிலா மட்டுமே .

அவளது சகலமும் அவன் கைக்குள் இருக்கும்.அவள் கண் அசைத்தால் போதும்! அவள் கண் அசைவுக்கு கட்டுப்பட்டு அவளுக்கு வேண்டியதை அவள் காலடியில் வைத்து விடுவான்.

அகிலா முகம் மாறுதலை வைத்தே அவள் என்ன மனநிலையில் இருக்கிறாள் என்பதை துல்லியமாக அறிந்து கொள்ளும் மனம் படைத்தவன்.

இருவரும் அவர்களுடன் செல்லும் திட்டத்தோடு காத்திருந்தனர்.

****

"எனக்கு ரொம்ப சந்தோஷம் பா!"

"எனக்கும் தான் டா மூர்த்தி.இவ்வளோ நாள் கழிச்சு நம்ம சந்திச்சு இருக்கோம். மனசுக்கு ரொம்பவே ஆறுதலா இருக்கு."

"என்னடா தனியா வந்திருக்க?"

"இல்ல டா! என் பொண்டாட்டியும், பையனும் உள்ள இருக்காங்க.அவனுக்கு கல்யாணம் ஆகாம தள்ளி போய்கிட்டே இருக்கு டா .அதுக்கு தான் சிறப்பு பூஜை பண்ண கோவிலுக்கு வந்தோம்" என்று கணபதி கூறினார்.

"அவ்வளோ பெரிய பையன் இருக்கானா உனக்கு?" என்று ஆச்சரியமாக கேட்டார்.

"ஏன் டா உன் புள்ளை ஒன்னாவது படிக்குதா?" என்று அவர் மூர்த்தியை கலாய்த்தார்.

மூர்த்தி சிரித்து "என் பொண்ணுக்கு கல்யாண வயசு தான் டா.அவளுக்கு வரன் தேட ஆரம்பிச்சுட்டேன்." என்று தன் பெண்ணையும் அவள் சேட்டையையும் பற்றிக் கூறி முடித்தார்.

அதைக் கேட்டு சிரித்த கணபதி "ரொம்ப நல்ல பொண்ணு டா. ஒரு நாள் எல்லாத்தையும் கூட்டிட்டு கண்டிப்பா நம்ம வீட்டுக்கு வரனும்" என்று கட்டளையிட்டார்.

தன் நண்பனின் கட்டளைக்கு இணங்க "சரிடா கண்டிப்பா வரேன்." என்று அவர் பேசிக் கொண்டிருக்கும் போதே அவர்கள் இருவரும் கணபதியை நோக்கி வந்தார்கள்.

"என்னங்க, விளக்கு போட்டு முடிச்சாச்சு.கிளம்பலாமா?" என்று வாணி கேட்க, கணபதி தன் நண்பனை நோக்கி "இவ தான் டா என் மனைவி வாணி. அப்புறம் இவன் என் பையன் சுதர்சன்." என அறிமுகம் செய்தார்.

இருவரும் அவரை யார் என்று தெரியாமல் பார்த்து சிரித்துக் கொண்டே வணக்கம் வைக்க "இவன் என்னோட சிநேகிதன்டி!"என்று கணபதி அறிமுகப் படுத்தினார்.

பின் இரு குடும்பமும் நன்றாக பேசிக்கொண்டு விடை பெற்றனர்.

வீட்டுக்குள் வந்த மூர்த்தி தன் மனைவியிடம் கோவிலில் நடந்ததை கூற, உடனே அவர் மனதில் ஒரு விஷயம் தோன்றியது.

"என்னங்க நான் ஒன்னு சொல்லட்டா?"

"ஒன்னு என்ன நிறையவே சொல்லு." என்று தன் மனைவியை காதலுடன் நோக்கினார் மூர்த்தி.

"என்ன சத்யா விளையாட்டு இது?" என்று மல்லிகா தன் கணவனின் பார்வையை சந்திக்க இயலாது, அவசரமாக அடுக்களை நோக்கி சென்றார்.

பல நாட்கள் கழித்து தன் மனைவியின் பிரத்தியேக அழைப்பில் அவர் உருகித்தான் போனார்.

பருவ வயதில் இருக்கும் காதலை விட, முதிர்ந்த வயதிலும் அதே காதலோடு இருப்பது வரம் அல்லவா! அந்த வரம் சிலருக்கே கிடைக்கிறது.

"என்ன சொல்ல வந்த மல்லிமா?" என்று மூர்த்தி அடுக்களைக்கே சென்று விட்டார்.

"அது, நம்ம ஏன் நம்ம பொண்ணுக்கு உங்க நண்பனோட பையனை பார்க்க கூடாது? உங்களுக்கு தெரிஞ்ச இடம். கட்டிக் கொடுத்தா நிம்மதியா இருக்கலாம்ல."

மூர்த்திக்கும் இந்த யோசனை சரியாக படவே "நம்ம பொண்ணு கிட்டையும் ஒரு வார்த்தை கேட்கனும் மல்லி. அவ மனசுல ஏதாவது எண்ணம் இருந்தா?" என்றார்.

"நீங்க வேற! அந்த ஆடுகாலி அதுக்கெல்லாம் சரிப்பட்டு வர மாட்டா. நம்ம பார்த்து கட்டி வச்சா தான் உண்டு." என்று மல்லி சிரிக்க, மூர்த்தி இதை பற்றி தன் நண்பனிடம் பேச வேண்டும் என்று முடிவெடுத்தார்.

****

"நாங்களும் வரோம்!"

"எங்க?"

"உங்க கூட கடைக்கு."

"ஏன் உங்க ரெண்டு பேருக்கும் வேலை இல்லையா ?" என்று தீரன் அவர்களை ஆராய்ந்து கொண்டே கேட்டான்.

"டேய் இவன் கிட்ட என்ன டா பேச்சு? போய் கார்ல உக்காரு! வா..." என்று முகிலை கையோடு இழுத்து கொண்டு காரில் பின் சீட்டில் அமர்ந்து விட்டாள் அகிலா.

ரிதி கொஞ்சமும் தயக்கம் இல்லாமல் வந்து முன் இருக்கையில் தீரன் அருகில் அமர்ந்து கொண்டாள்.

அவனோ குழந்தையை வழக்கம் போல் வாங்கி தன் மடியில் அமர்த்திக் கொண்டு காரை கிளப்பினான்.

இதை பார்த்த முகில் வாயை பிளக்க, இப்போது மூடுவது அகிலாவின் முறை ஆயிற்று.

"நான்தான் சொன்னேன்ல.இப்போ பாரு ஏதோ பல வருஷம் காருல உக்-கார்ந்து போன மாதிரி எப்படி ஜோடி போட்டு போகுதுங்கன்னு!" என்று அகிலா பக்கத்தில் இருக்கும் முகில் காதை கடித்தாள்.

அவனும் ஆம் என்று அதிர்ச்சியாக தலை அசைத்தான்.

கார் அமைதியாக அந்த சூப்பர் மார்கெட் முன்னிலையில் நிறுத்த பட, இருட்-டத் தொடங்கிய நேரத்தில் அனைவரும் காரில் இருந்து இறங்கினர்.

கையில் உள்ள அந்த சின்ன மினி பர்ஸை எடுத்துக் கொண்டு வெளியே உள்ள கடையை வெறித்து பார்த்து கொண்டு நின்றாள் ரிதி.

"என்னாச்சு?" என்று குழந்தையுடன் அருகில் வந்த தீரன் கேட்டான்.

"அது..இவ்வளோ பெரிய கடை எதுக்கு?சி..சின்ன கடை இருக்கா?" என்று தயக்கத்துடன் ரிதி கேட்டாள்.

அவள் தயக்கத்தை உணர்ந்து கொண்டவன் "நீ உள்ளே போ!" என்று கூற, அவ்வளவுதான் மறுப்பேதும் தெரிவிக்காமல் அவளும் உள்ளே சென்று விட்டாள்.

அவன் சொன்னவுடன் உள்ளே செல்லும் அவளை விழி அகலாமல் பார்த்துக் கொண்டிருந்தனர் இருவரும்.

பின் தீரன் இருவரையும் ஒரு பார்வை பார்த்துவிட்டு கடைக்குள் சென்றான்.

"வா டா நம்மளும் போவோம்." என்று அகிலா முகிலின் கையை பிடித்து இழுக்க "இருடி ,கைய ஒடச்சு தனியா எடுத்துறாத." என்று இருவரும் பேசி ஒரு முடிவுக்கு வந்து உள்ளே செல்ல போக,

அப்போது காதில் போனை வைத்துக் கொண்டு குழந்தையை ரிதியிடம் கொடுத்து விட்டு கடையில் இருந்து வெளியே வந்தான் தீரன்.

"என்னடா இவன் வெளியே வந்துட்டான் ?" என்று அகிலா கேட்டாள்.

"முக்கியமான போன் வந்துருக்கும்.அதான் வந்துட்டான்."

தீரன் பேசிக் கொண்டே அங்கிருக்கும் பஸ் ஸ்டாப்பில் வந்து நின்று கொண்-டான்.

இருவரும் அவன் அருகில் நின்று கொண்டனர்.

நடுவில் அகிலாவும் அவள் வலபுறம் முகிலும், இடப்புறம் தீரனும் நின்று கொண்டிருந்தனர்.

அப்போது அங்கு மினு மினுக்கும் புடவையுடன்,கையில் ஒரு கிளாசிக் கை பையும், முகத்தில் எக்கச்சக்கமாக இருந்த ஒப்பனையும், தலை நிறைய பூவும் சகிதமுமாக அவர்கள் அருகில் பெண் ஒருவள் வந்தாள்.

இரு ஆண்களும் அதை கண்டும் காணாதது போல் இருக்க,அகிலா மெதுவாக "டேய் முகில்! அந்த ஓவர் கோட்டிங் போட்ட ஆண்டி உங்களை தான் டா பார்க்குது." என்று மெல்லமாக அவன் காதை கடித்தாள்.

"வாய மூடிக்கிட்டு கம்முனு இருடி. எனக்கு தெரியாதா? இது வேற மாதிரி பொண்ணடி.ஏதாவது பேசி வச்சு தொலையாத." என்று அவளை எச்சரித்து விட்டான்.

அதை உணர்ந்து கொண்ட அகிலா 'இருங்க டா உங்களுக்கு இருக்கு.' என்று மனதில் கருவி கொண்டாள்.

அந்த பெண் அவர்கள் அருகில் வந்து ஏதோ பேச போக ,அதற்குள் அகிலா,கையில் ஒரு போனை எடுத்து காதில் வைத்துக் கொண்டு "நம்மகிட்ட ரெண்டு பேரு இருக்காங்க சார். ஒன்னு முட்டா பீசு, இன்னொன்னு முரட்டு பீஸ். உங்களுக்கு எது வேணும்?" என்று கேட்டு முகில் தீரன் இருவரையும் கை காட்டி கூறினாள்.

இருவரும் அவளை அதிர்ந்து பார்க்க, அவளோ அதை கண்டு கொள்ளாது "சரி சரி! முட்டா பீசையே பேசி முடிப்போம்." என்று கூறி வைத்து விட, அவர்கள் அருகில் வந்த பெண் அவள் பேசியதை கேட்டு அப்படியே சென்று விட்டார்.

தீரன் பல்லை கடித்து கொண்டு அவளை பார்க்க, முகிலோ அவளை கொலை வெறி கொண்டு முறைத்தான்.

"நான் இப்போ என்ன பண்ணிட்டேன்னு என்னை முறைக்கிறீங்க? ஹலோ! உங்களை அந்த ஆன்டி கிட்ட இருந்து காப்பாற்ற தான் நான் புரோக்கர் வேலை பார்த்துருக்கேன். இந்தா டா மொட்ட, உன்னைய கூட நான் பேசி முடிச்சுட்டு வந்துருக்கேன்." என்று அவள் பீத்திக் கொள்ள, தீரன் முகிலுக்கு கண் காட்ட இருவரும் அவளை நெருங்கினார்கள்.

இந்த கூத்தில் கடையில் இருந்த ரிதியின் நிலைமையை யாரும் உணரவில்லை.

4

அத்தியாயம்-4

"அத்தை!" என்று தயங்கியபடியே அடுக்களை வாசலில் நின்றாள் ஹாசி.

"என்னாச்சு மா? ஏன் இங்க வந்து நிக்கிற?" என்று சீதா பரிவோடு அவள் தலையை கோதினார்.

"இல்ல அது வந்து நான் குளிக்கனும். எனக்கு டிரஸ், அப்புறம் கீழ ஏதாவது ஒரு ரூம்ல குளிச்சுக்கவா?" என்று அமைதியாக கேட்கும் ஹாசியை பார்க்கும் போது சீதாவிற்கு மனம் வலித்தது.

முதல் முறையாக நான் செய்தது தவறோ என்று யோசிக்க தொடங்கினார்.

"சரி டா! நீ கீழ இருக்குற ரூம்ல போய் இரு. நான் உனக்கு டிரஸ் கொண்டு வந்து தரேன்." என்று ஹாசியை அனுப்பி வைத்தார்.

போகும் அவளை மனம் கலங்கி பார்த்தார்.

எப்படி இருந்தவள், வாழ்க்கையில் கஷ்டம் என்பது தெரியாமல் வளர்ந்து,பட்டாம்பூச்சி போல் ஓடி ஆடி திரிந்தவளை ,ஒரே நிமிடம் ஒரே சம்பவம் அவள் வாழ்க்கையை கேள்விக்குறி ஆக்கியதை நினைத்து கலங்கி போனார்.

பின் கண்களை துடைத்துக் கொண்டு அவளுக்குத் தேவையான துணிமணிகளை எடுத்துக் கொண்டு அவள் அறைக்குள் சென்றார்.

சிறிது நேரத்தில் குளித்து வந்த ஹாசியை, அருகில் அழைத்து அவளுக்கு தலை துவட்டி விட, அவளுக்கோ அழுகை முட்டிக்கொண்டு வந்தது.

அனைத்தையும் பல்லைக் கடித்து அடக்க முயன்றாள்.

"ஏன் டா, பழச நெனச்சு கலங்காத. உன்கூட எப்பவும் நான் இருக்கேன். ஆமா உனக்கு எப்போ காலேஜ்?" என்று அவர் சாதாரணமாக கேட்டார்.

அவளோ அவரை அதிர்ந்து பார்த்தாள்.

"என்ன அப்படி பார்க்குற? இந்த கல்யாணம் ஆனதுனால நீ படிக்க கூடாதுன்னு ஏதாவது சட்டம் இருக்கா? இல்லையே!அதனால எப்போ காலேஜ் போற-

துன்னு முடிவு பண்ணு டா. அவனை நினச்சு கவலைப்படாத .எல்லாத்தையும் நான் பார்த்துக்கிறேன்." என்று சீதா தன் மருமகளுக்கு புடவை கட்டி விட ஆரம்பித்தார்.

"நீ வரும்போது பார்த்தேன். சரியா புடவை கட்டல.எல்லாத்தையும் இழுத்து சொருகிட்டு வந்திருந்த. இப்போ நான் கட்டி விடுறேன், பார்த்துக்கோ!" என்று தன் மருமகளுக்கு சேலை கட்ட சொல்லி கொடுத்து, அவளை அலங்கரித்து வெளியே அழைத்து வந்தார்.

"வாமா டின்னர் எடுத்து வைக்கிறேன். சாப்பிட்டு போய் படு!" என்று சீதா கூறினார்.

"அது இல்ல மா."என்று தயங்கியபடியே மேலே அவள் அறையை பார்க்க, புரிந்து கொண்ட சீதா "அவன் வருவான் மா. நீ சாப்பிடு. நான் போய் அவனை கூட்டிட்டு வரேன்." என்று தட்டில் அவளுக்கு தேவையான சாப்பாட்டை வைத்து விட்டு மேலே தன் மகனை நோக்கி சென்றார் சீதா.

****

இருவரும் அவளை முறைத்து கொண்டே நெருங்க "பாவி பயலுகளா உங்களுக்கு நல்லது தானே டா செஞ்சேன். நீங்க என்ன டா அடிக்க வரீங்க?" என்று அகிலா முறைத்து பார்த்தாள்.

இருவரும் எதுவும் பேசாமல் அவளை அப்படியே தூக்கி கொண்டு போய் காரில் கிடத்தி, பின்னால் இருக்கும் கயிறை எடுத்து கை கால்களை கட்டி,வாயில் பிளாஸ்டர் போட்டு ஒட்டி விட்டனர்.

"இனிமே நீ பேசி பாரு! உனக்கு அப்புறம் இருக்கு." என்று தீரன் எச்சரித்து விட்டு உள்ளே சென்றான்.

முகியும் அவளை விரல் நீட்டி மிரட்டி "என்னை புரோக்கர் கிட்ட விக்கவா செய்யுற?" என்று அவனும் தான் பங்கிற்கு முறைத்தான்.

"யூ டூ ப்ரூட்டஸ்!" என்று அவனை பாவமாக பார்த்து வைத்தாள்.

அவனோ அதை கண்டு கொள்ளாது,அவளை உள்ளே வைத்து காரை பூட்டிவிட்டு கடைக்குள் சென்று விட்டான்.

உள்ளே தீரன் பதட்டமாக நிற்க, முகில் யோசனையாக அவன் அருகில் வந்து "என்னாச்சு டா? எதுக்கு இங்கவே நிக்கிற. எங்க அந்த பொண்ணு ?" என்று தன் கண்களை நாலாபக்கமும் சுற்றிக் கொண்டே கேட்டான்.

"தெரியல டா! இங்கதான் விட்டுட்டு வந்தேன். அதுக்குள்ள ஆளை காணோம்!" என்று தீரன் பதறி விட்டான்.

"டேய் எங்கடா போயிருக்க போறா? இங்கதான் இருப்பா. நீ போய் நல்லா தேடி பாரு.நான் மேல போய் பார்க்குறேன்." என்று முகில் வேகமாக மேலே சென்றான்.

'ஐயோ அவள காப்பாற்றி கூட்டிட்டு வந்து இப்போ நானே அவளை தொலைச்சுட்டேனே?' என்று தீரன் மனம் அடித்துக் கொள்ள, அவனும் சல்லடை போட்டு தேட ஆரம்பித்தான்.

அவளது புகைப்படமும் இல்லாததால் எவ்வாறு அவளை விசாரிப்பது என்று யோசித்துக் கொண்டிருந்தான்.

குழந்தை அவள் கையில் இருப்பதை நினைவு படுத்துக் கொண்டு, அங்கு இருப்பவர்களிடம் குழந்தையுடன் இருந்த பெண் என்று அடையாளத்தை கூறி விசாரித்தான்.

அவர்கள் யாரும் பார்க்கவில்லை என்று கூறினர்.

அப்போது மேலே இருந்து வந்த முகில் "அந்த பொண்ணு மேலயும் இல்ல டா. நான் நல்லா பார்த்துட்டேன்." என்று அவனும் பதட்டத்துடன் கூறினான்.

இருவருக்கும் தற்போது என்ன செய்வதென்று தெரியாமல் இருக்க, அங்கு இருந்த ஒரு முதியவர் "தம்பி நீங்க தேடுற பொண்ணு கைல குழந்தை இருக்-குமா?" என்று கேட்டார்.

"ஆமா சார்! கொஞ்சம் ஒல்லியா இருப்பா!!!"என்று தீரன் அடையாளத்தை கூறினான்.

"நான் பார்த்தேன் தம்பி .அந்த பொண்ணு, அந்த குழந்தைய தூக்கிட்டு ஒரு பையன் பின்னாடி இந்த பக்கம் தான் போச்சு." என்று பின் வாசல் வழியாக கை காட்ட, இருவரும் அவருக்கு நன்றி கூறி விட்டு பின் வாசலை நோக்கி ஓடினர்.

போகும் வழியில் அந்த குழந்தை வாயில் இருந்த லப்பர் கிடக்க, அதை எடுத்துக் கொண்டு அந்த வழியே சென்றனர்.

****

கீழே சாப்பாட்டில் கை வைப்போமா, வேண்டாமா என்று யோசனையில் இருந்த ஹாசி, பசியை உணர்ந்து சிறிது துண்டாக இட்லியை பிட்டு வாயில் வைக்க சென்ற நொடி

"நிறுத்துடி!" என்று கர்ஜனையாக வந்த குரலில், வாய் வரை கொண்டு வந்த சாப்பாட்டை அப்படியே தட்டில் போட்டு விட்டாள் ஹாசி.

திரும்பி பார்க்காமலேயே சொல்லி விடுவாள் இந்த குரலுக்கு சொந்தக்காரன் அவள் வில்லன் என்று!

சாதாரணமாக மறக்க கூடிய குரலா அது? கைகள் நடுங்க, உதடு துடிக்க அவள் அமர்ந்திருந்தாள்.

"டேய்! சாப்பிட உட்கார்ந்த புள்ளைய ஏன்டா மிரட்டுற?" என்று சீதா கடிந்து கொண்டார்.

"இங்க பாருங்க! கல்யாணம் பண்ணி வச்சதோட உங்க வேலை முடிஞ்சு போச்சு. இது எனக்கும், என் பொண்டாட்டிக்கும் இருக்குற பிரச்சினை. நீங்க

தலையிடாதிங்க!" என்று தன் தாயை லாவகமாக மடக்கினான் ஹர்ஷா.

தன் மகனை முயன்ற மட்டும் முறைத்து விட்டு, தன் மருமகளை இயாலமை-யுடன் ஒரு பார்வை பார்த்தார்.

பின் அறைக்குள் நுழைய, அங்கு சிரித்த முகமாக ராமச்சந்திரன் அவரை வரவேற்றார்.

"என்ன சீதா மா? உன் மகன் என் பொண்டாட்டி விஷயத்துல தலையிட கூடாதுனு சொல்லிட்டானா?" என்று கேட்டார்.

அவரோ தன் கணவரை முறைத்து விட்டு "என்ன சொன்னா என்னால ஒன்-னும் பண்ண முடியாதுனு அவனுக்கு நல்லாவே தெரிஞ்சு போச்சு. அதான் என்ன மடக்கிட்டான். உங்க புள்ள எப்படி இருப்பான்?" என்று அவரை வாரி விட்டு படுக்கையில் சரிந்தார்.

அவரும் ஏதோ யோசித்து விட்டு, இறுதியாக தற்போது நடந்த திருமணத்தால் அனைத்து பிரச்சனையும் விரைவில் முடிவடைய வேண்டும் என்று வேண்டிக் கொண்டார்.

இந்த திருமணத்தில் தான் இனி பிரச்சனையே வர போகிறது என்பதை அவர் அறியாமல் போனார்.

"எந்திரிடி!" என்று அவன் குரல் மேலோங்கியது.

அவளோ நடுங்கிக் கொண்டே சாப்பாட்டில் இருந்து எழுந்து விட்டாள்.

அவள் அருகில் வந்தவன், அவளுக்கு தட்டில் வைத்திருந்த சாப்பாட்டை எடுத்து அப்படியே அவள் முன் கீழே கொட்ட, ஹாசி அதிர்ந்து போய் அவனை பார்த்தாள்.

"என்ன பார்க்குற? இவன கல்யாணம் பண்ணா, நிம்மதியா உட்கார்ந்து சாப்-பிடலாம்னு தானே உடனே கழுத்த நீட்டுன. அது நிச்சயமா இங்க நடக்காது." என்று அவள் கையை தர தரவென பிடித்து இழுத்து கொண்டு போய் அவன் அறைக்குள் விட்டான்.

"உடனே கிளம்பு!" என்று ஹர்ஷா கூற அவளோ அவனையே கேள்வியாக பார்த்தாள்.

"ஓஹோ! எங்கன்னு சொன்னாத்தான் மேடம் கிளம்புவிங்களோ?" என்று நக்-கலாக கேட்டவன் "நீயும் நானும் தனி குடித்தனம் போறோம்." என்று ஹர்ஷா கூற ,அவளோ தலையில் இடி விழுந்ததை போல் நின்றாள்.

இதுவரை ஆதரவாக இருந்த சீதா அத்தை, ராமச்சந்திரன் மாமா கூட இனி-மேல் நம்மருகில் இருக்க போவதில்லை .

தனியாக இவனிடம் மாட்டி சாக போகிறோம் என்று பயம் இருந்தாலும்,அவள் வேண்டுதல் இதனால் பலிக்க போவதை எண்ணி அவனுடன் கிளம்புவதற்கு தயா-ராக சென்றாள்.

ஹாலில் பேச்சு சத்தத்தை காணாமல் மேலே அறைக்கு வந்த சீதா, மகனின் முடிவை கேட்டு அதிர்ந்து போய் தன் கணவனை எழுப்பினார்.

அவரிடம் விவரம் கூறி ஹர்ஷாவிடம் பேசுமாறு அவர் கூற, அவரும் தன் மகன் எடுத்த முடிவை மாற்றிக் கொள்ளமாட்டான் என்பதை அறிந்தே மனைவிக்காக ஒரு முறை பேசி பார்க்கலாம் என்று வெளியே வந்தார்.

அப்போது தான் மாடியில் இருந்து தன் மகனும் தன் மருமகளும் இறங்கி வருவதை பார்த்து அவர்கள் வருகைக்காக காத்துக் கொண்டிருந்தார்.

"இந்த நேரத்துல ரெண்டு பேரும் எங்க கிளம்பிட்டிங்க?"

அவனோ கொஞ்சமும் அசராது "எங்களுக்கு புதுசா கல்யாணம் ஆகிருக்குலபா. அதான் நான் என் மனைவியோட கொஞ்ச நாள் தனிமையில இருக்கனும்னு நினைக்கிறேன். அதனால நம்ம பீச் ஹவுஸ் இருக்குல்ல அங்க நாங்க இருக்க போறோம். நீங்கதானே நாங்க சந்தோசமா வாழனும்னு நெனச்சிங்க. இப்போ அத நிறைவேத்த தான் போறோம்." என்று அவர்கள் வாயை அடக்கி விட ,இருவராலும் ஒன்றும் பேச முடியவில்லை.

****

"டேய் முகில், எங்க டா அவளை காணோம்?"என்று தீரன் புலம்பினான்.

"டேய் பதட்டபடாதடா.இங்கதான் இருப்பா!" என்று அவனுள் எழும் பதட்டத்தை தன் நண்பனுக்காக மறைத்துக் கொண்டு அவளை தேட ஆரம்பித்தான்.

அந்த இருட்டில் சந்து பொந்து அனைத்திலும் தேடி விட்டு இருவரும் களைப்படைந்து அமர, தீரன் காதில் ஏதோ முனகல் சத்தம் கேட்டது.

அவன் முகிலுக்கு கண் அசைத்து விட்டு முனகல் வரும் பக்கம் அவன் சென்று பார்க்க, அவனுக்கு ஒன்றும் பெரிதாக தெரியவில்லை.

பின் காதுகளைக் கூர்மையாக்கி கொண்டு கேட்க, இப்போது அவனுக்கு நன்றாகவே கேட்டது.

அந்த சின்ன வீட்டில் கதவில் உள்ள துவாரத்தில் வழியே தீரன் பார்க்க, அங்கு பார்த்த காட்சியில் அவன் உறைந்தே போனான்.

உள்ளே ரிதியை படுக்க வைத்து அவள் கைகள் இரண்டையும் இருவர் பிடித்துக் கொள்ள, கால்களை இருவர் பிடித்து கொள்ள,குழந்தை ஒருவன் கையில் இருந்தது .

மேலும் இன்னொருவன் அற்ப பார்வையுடன் ரிதியை நெருங்கிக் கொண்டிருந்தான்.

'இனியும் தாமதிக்க முடியாது.' என்று முகில் தீரன் இருவரும் அந்த கதவை உடைக்க ஆரம்பித்தனர்.

கதவு உடைக்கும் சத்தம் கேட்டு உள்ளே உள்ளவர்கள் பதறி, என்ன செய்வதென்று யோசித்துக் கொண்டிருக்க, அதற்குள் அவர்கள் இருவரும் கதவை

உடைத்து விட்டு உள்ளே வந்தனர்.

அவர்கள் இருவரையும் பார்க்கவும் தான் ரிதிக்கு உயிரே வந்தது.

அங்கிருந்தவர்கள் அவர்களை தாக்க வர, தீரனோ மருத்துவன் என்பதால் எங்கே அடித்தால் மயக்கமடய வைக்கலாம் என்று அறிந்து கொண்டு அதற்கு ஏற்றார் போல் தாக்க ஆரம்பித்தான்.

முகில் குழந்தையை பறித்து அவனை மிதித்து தள்ளி விட்டு, ரிதியின் அருகில் சென்று அவள் வாயில் கட்டப்பட்டிருக்கும் துணியை விடுவித்து அவளை கை தாங்கலாக தூக்கி நிற்க வைத்தான்.

தீரன் அடித்து போட்டு போலீசுக்கு தகவல் கொடுக்க, அவர்களோ ஐந்து நிமி-டத்தில் வந்து அவர்களை அள்ளிப் போட்டு விட்டு புகார் கொடுத்து விட்டு செல்-லுமாறு கூறி சென்றனர்.

கால் கைகள் அந்த அரக்கர்கள் பிடியில் இருந்து வலுவிழந்த காரணத்தினால் நிற்க முடியாமல் ரிதி கீழே சரிய போனாள்.

அவளை குழந்தையுடன் முகில் தாங்கி நின்றான்.

அவள் சரிவதை பார்த்த தீரன், அவளை முகிலிடம் இருந்து பிரித்து தன் இருகைகளிலும் அள்ளிக் கொண்டு கார் இருக்கும் இடத்திற்கு சென்றான்.

குழந்தையுடன், முகில் பயங்கர யோசனையுடன் தன் நண்பனை பின் தொடர்ந்தான்.

ரிதிக்கு தான் ஏதோ போல் இருந்தது. தீரன் கைகளில் இருந்து நெளிய ஆரம்பித்தாள்.

அவனோ அதை கண்டு கொள்ளாது, அவளை கார் வரை அழைத்து சென்று பின் இருக்கையின் கதவை திறந்து அவளை உள்ளே விட சென்றான்.

அங்கே கை கால்கள் கட்டிய நிலையில் இருக்கும் அகிலாவை கண்டு அதிர்ந்து போனாள்.

ரிதி அதிர்ச்சியாக அகிலாவையும் ,தீரனையும் மாறி மாறி பார்க்க, முகில் அவள் பார்வையின் அர்த்தத்தை புரிந்து கொண்டு அடக்க மாட்டாமல் சிரித்து வைத்தான்.

ரிதி தற்போது தீரன் கையில் இருந்து துள்ள, அவனோ புரியாமல் அவளை பார்த்தான்.

'இதுவரை தன் கையில் அமைதியாக வந்தவள் ,இப்போது ஏன் குதிக்கிறாள் ?' என்று அவன் குழம்பி போனான்.

அவளோ " ஐயோ என்ன விட்டுருங்க.நான் அந்த மாதிரி பொண்ணு இல்ல! நான் எங்கேயாவது போயிடுறேன். என் குழந்தை மட்டும் போதும். ப்ளீஸ் என்னை ஒன்னும் பண்ணிடாதிங்க!!!" என்று ரிதி புலம்ப, இப்போது தீரனுக்கு அனைத்தும் விளங்கி விட்டது.

அகிலாவை கட்டி வைத்ததை பார்த்து, இவளையும் கட்டிக் கடத்த போகிறார்கள் என்று அவள் நினைத்திருக்க, தீரன் பொறுமையாக "உன்னை யாரும் கடத்தலை சரியா. நீ எங்க கூட பாதுகாப்பா இருக்கலாம்." என்று அகிலாவின் கட்டுக்களை அவிழ்த்து விட்டான்.

அதில் இருந்து விடுபட்ட அகிலா,அவனை பழி வாங்க எண்ணி "ஐயோ சார்! நீங்க சொன்ன மாதிரி நான் தான் நடிச்சுடேன்ல.அப்புறம் ஏன் என்ன கடத்திட்டு போறிங்க? என்ன விட்டுடுங்க." என்று அவள் அழுவது போல் பாசாங்கு செய்ய, தீரன் அவளையே உறுத்து விழித்தான்.

"ஆகா!நம்ம அகிலாண்டம் ஆட்டத்தை தொடங்கிட்டா!!!" என்று முகில் நடப்பதை வேடிக்கை பார்க்க ஆரம்பித்தான்.

தீரன் பல்லைக் கடித்துக் கொண்டு "அகிலா சும்மா இரு! விளையாட இது நேரம் இல்லை." என்று எச்சரித்தான்.

அவளோ அதை கண்டு கொள்ளாது "சார் நீங்க என்கிட்ட என்ன சொன்னீங்க? இந்த பொண்ண நான் கூட்டிட்டு வருவேன். அப்போ நீ என் பிரென்ட் மாதிரி நடிச்சு அவள நம்ப வைக்கணும். அப்புறம் நான் பொண்ண வெளிய கூட்டிட்டு போற மாதிரி கூட்டிட்டு போய், கடத்திட்டு போயிடுவேன். உனக்கு அதுல பங்கு தரேனு சொன்னிங்க.இப்போ என்ன சார் மாத்தி பேசுறீங்க? நீங்க வெளிய கூட்டிட்டு போறதுக்கு முன்னாடியே, அந்த பொண்ணு வெளிய போகனும்னு சொல்லி வந்து வசமா மாட்டிக்கிட்டா பாவம்." என்று ரிதியை பார்த்து 'உச்'கொட்டினாள்.

இதுவரை அகிலா சொன்ன அனைத்து கதைகளையும் கேட்ட ரிதி இதற்கு மேல் அடக்கி வைக்க முடியாது என்பதை போல் அழுக ஆரம்பித்தாள்.

"என்..என்ன விட்டுடுங்க! ப்... பிளீஸ்.உங்களை கெ..கெஞ்சி கேக்குறேன்." என்று தேம்பிக் கொண்டே முகில் கையில் இருக்கும் குழந்தையை வாங்க போனாள்.

அகிலா சிரிப்பை கட்டுப் படுத்திக் கொண்டு " இப்போ சொல்லி என்ன பண்ண? நல்லா வந்து மாட்டிக்கிட்ட. இனிமே உன்ன யாராலையும் காப்பாத்த முடியாது. சரி சார் பொண்ணு உங்க கைக்கு வந்துருச்சு .என் பங்க கொடுங்க." என்று அகிலா காரியத்தில் கண்ணாக இருந்தாள்.

"இல்லக்கா ப்ளீஸ். நீங்க சொல்லுங்க. என்ன விட சொல்லுங்க." என்று அகிலா கையை பிடித்துக் கொண்டு ரிதி கேட்டாள்.

அவளோ " உன்ன பார்த்தாலும் பாவமா தான் இருக்கு .ஏன் டா முகில் என்ன பண்ணலாம்?" என்று நக்கலாக கேட்டாள்.

"அடிங்க! உன்ன, இதுக்கு மேல விட்டா அவ்வளவு தான். மூடுடி வாய!!!" என்று முகில் அவளை காரில் இருந்து பிடித்து இழுத்து வெளியேற்றினான்.

"டேய் நான் நல்லா பெர்பாமன்ஸ் பண்ணேன்ல.பாரு டா அந்த பொண்ணே பயந்து அழுவுது." என்று அகிலா சிரிக்க, ரிதி மூவரையும் பார்த்து முழித்தாள்.

அதில் தீரன் தான் "பாரு அவ உன்ன வச்சு செஞ்சுக்கிட்டு இருக்கா. நீ சின்ன புள்ள மாதிரி அழுதுட்டு இருக்க.கண்ணை தொட முதல!" என்று மிரட்டி-னான்.

அவள் தான் ஒன்னும் புரியாமல் மலங்க மலங்க முழித்துக் கொண்டு கண்-ணைத் துடைத்தாள்.

"ஏய்!!! உன் ஆட்டத்தை நிப்பாட்டிட்டு வண்டில ஏறு. இல்லேனா நடக்கிறதே வேற." என்று தீரன் மிரட்டினான்.

அவளோ முறைத்துக் கொண்டு "இருடி உங்களை பிரிக்கிறேன்." என்று முன் கதவை திறந்து டிரைவர் சீட் அருகில் அமர்ந்து கொண்டாள்.

ரிதி எங்கே அமர்வது என்று யோசிக்க, அதற்குள் முகில் குழந்தையை தீரனி-டம் கொடுத்து விட்டு வந்து டிரைவர் சீட்டில் அமர, தீரன் குழந்தையுடன் பின்னே அமர,அவன் அருகில் ரிதி தயக்கமில்லாமல் அமர்ந்து கொண்டாள்.

இதை பார்த்த அகிலா ஆத்திரத்தில் பல்லைக் கடித்து கொண்டு "டேய் மொட்ட பயலே! உன்ன யாரு டா வண்டி ஓட்ட சொன்னது?" என்று அவனிடம் எகிறினாள்.

"ஏன்டி? நான் நல்லா தானே ஓட்டுவேன்." என்று புரியாமல் முழித்தான்.

"கிழிச்ச. மூடிக்கிட்டு ஓட்டு." என்று முன் கண்ணாடியில் இருவரையும் பார்த்து பொங்கி கொண்டே சென்றாள்.

முதலில் அகிலா வீட்டில் அவளை இறங்கி விட்டு, மூவரும் தீரன் வீட்டை நோக்கி சென்றனர்.

பத்து நிமிடத்தில் வீட்டிற்கு வந்து விட, காரில் இருந்து இறங்கிய மூவரும் வீட்டுக்குள் நுழைய, ஹர்ஷா ஹாசினியின் கையை பிடித்து வெளியே அழைத்து வருவதற்கும் சரியாக இருந்தது.

அண்ணன் தம்பி இருவரும் ஒருவரை ஒருவர் கேள்வியாக பார்த்தனர்.

****

ஏற்கனவே பொங்கி கொண்டு போன அகிலா, வீட்டில் யாரிடமும் பேசாமல் தன் அறைக்குள் நுழைந்தாள்.

அவளது எரிச்சலை அதிகப் படுத்தவே மல்லிகா அறைக்குள் நுழைந்தார்.

தன் மகளின் வாழ்க்கை தான் செய்ய போகும் செயலால் திசை மாறி போக போவதை அறியாமல்.

5

அத்தியாயம்-5

"சரி மா. எனக்கு ஓகே தான்!" என்று அகிலா கூறி முடிக்க, மல்லிகா எல்லையில்லா சந்தோசத்துடன் அந்த அறையில் இருந்து வெளியேறினார்.

"என்னங்க பொண்ணு ஓகே சொல்லிட்டா. நீங்க அவங்க வீட்ல பேசுங்க."

"உனக்கு என்ன மல்லி அவசரம்? அவங்க வீட்டுல பேசிட்டு அப்புறம் நம்ம பொண்ணு கிட்ட சொல்ல வேண்டியது தான?"

"இல்லங்க பேசி, அவங்க ஓகே சொன்னதுக்கு அப்புறம், இவ மலை ஏறிட்டா என்ன பண்றது?அதான் இப்பவே அவ காதுல போட்டு வச்சேன்."

"சரி இரு நான் பேசுறேன்." என்று தன் அலைபேசியை எடுத்தவர் சுதர்சன் தந்தைக்கு அழைத்தார்.

"டேய் நான் மூர்த்தி பேசுறேன்." என்று கூற

"அட மூர்த்தி! இப்போதான் உனக்கு போன் போட வந்தேன் நீயே பண்ணிட்ட!" என்று கணபதி சிரித்தார்.

"சரி என்ன விஷயம் டா?" என்று மூர்த்தி கேட்க, கணபதி சிறிது தயக்கத்தில் "அது இல்ல டா. உனக்கு ஒரு சுட்டி பொண்ணு இருக்கான்னு சொன்னில! அவளை எங்க வீட்டுக்கு மருமகளா கொண்டு வர என் பொண்டாட்டி ரொம்ப விரும்புறா. எனக்கும் ஆசை தான். என் நண்பனின் மகள் என் வீட்டுக்கு மருமகளா வரணும்னு. நீதான் உன் முடிவ சொல்லணும். எனக்கு சுத்தி வளைச்சு பேசுறது பிடிக்காது. அதான் பட்டுன்னு கேட்டுட்டேன்." என்று கணபதி ஒரே மூச்சாக சொல்லி முடித்தார்.

மூர்த்தி சத்தமாக சிரித்தார்.அதில் குழம்பிய கணபதி" இப்போ என்ன சொல்லிட்டேன்னு நீ இப்படி சிரிக்கிற?" என்று கேட்டார்.

"அட போடா! நானும் உன் கிட்ட இந்த விஷயமா தான் பேச வந்தேன்.அதுக்குள்ள நீயே பேசிட்ட.எனக்கு ரொம்ப சந்தோசம்.பொண்ண தெரியாத

இடத்தில கட்டிக் கொடுக்குறத விட, இப்டி தெரிஞ்ச இடத்தில கொடுத்தா கொஞ்சம் நிம்மதியா இருப்பேன்."

"அப்போ நல்ல விஷயம் பேசத்தான் நம்ம ரெண்டு பேரும் நினைச்சுருக்கோம்."

"ஆமா! மாப்பிள்ளை என்ன சொல்லுறாரு?அவரு கிட்ட கேட்டியா?"

"அவன் பொண்ணு பார்க்குற பொறுப்ப எங்ககிட்ட விட்டுட்டான். நாங்க யார சொன்னாலும் கண்ண மூடிட்டு ஓகே சொல்லுவான் .நீ கவலை படாத!"

"அதுக்கில்ல டா. இப்போ பிள்ளைங்க சம்மதம் நமக்கு ரொம்ப முக்கியம்.அதான் கேட்டேன்."

"அதுவும் சரி தான். அப்போ நாளைக்கு காலையில நம்ம பொண்ணை பக்கத்துல உள்ள கோவிலுக்கு வர சொல்லு. நானும் என் பையன வர சொல்லுறேன். அவங்க ரெண்டு பேரும் பேசி ஒரு முடிவு பண்ணட்டும்."

"அருமையான யோசனை டா கணபதி. நாளைக்கு நான் என் பொண்ண அனுப்பி வைக்கிறேன்."

"அப்போ சரி காலையிலே பேசுவோம்." என்று இருவரும் அலைபேசியை துண்டித்தனர்.

மல்லியிடம் அனைத்தையும் கூறியவர் மகிழ்ச்சியோடு தன் மகள் அறைக்கு சென்றார்.

அங்கு அகிலா மெத்தையில் அமர்ந்து விட்டத்தை பார்த்துக் கொண்டிருக்க, மூர்த்தி அவள் அருகில் அமர்ந்து "என்னாச்சு மா? ஏன் ஒரு மாதிரி இருக்க?" என்றார்.

"அதெல்லாம் ஒன்னும் இல்ல பா!!!" என்று தன் தந்தையின் குரலில் தன்னிலை அடைந்தவள் பதில் கூறினாள்.

"கல்யாணம் ஆகி போக போறேனு பயமா?"

அவள் அமைதியாக இருக்க "அப்பா அப்படி எல்லாம் உன்ன விட்டுட மாட்டேன் டா. என் நண்பன் மகனுக்கு தான் உன்ன பேசி வச்சுருக்கேன். இங்க இருந்த மாதிரியே நீ அங்கையும் இருக்கலாம். கவலை படாத மா." என்றார்.

"சரி பா!"

"அப்புறம் இன்னொரு முக்கியமான விஷயம்.நாளைக்கு அந்த தம்பி உன்ன பார்க்க கோவிலுக்கு வருவாரு. நீயும் கொஞ்சம் போய் பார்த்து பேசிட்டு வரியா?"

அதை கேட்ட அகிலா பதற "ஐயோ எதுக்கு பா அதெல்லாம்? வேணாம்! நீங்க ஓகே சொன்னா போதும். எனக்கும் ஓகே தான்." என்று மறுக்க பார்த்தாள்.

"அதே போல அந்த தம்பிக்கு பார்க்கணும்னு ஆசை இருக்கும்ல. அதான் அப்பாக்காக ஒரு முறை போய் பார்த்து பேசிட்டு வரியா?" என்று கேட்டார்.

அவள் பல யோசனைகளோடு "சரி" என்று தலை அசைத்தாள்.

"நாளைக்கு அங்க போறதுக்கு முன்னாடி ஹர்ஷா வீட்டுக்கு போயிட்டு போறேன் பா."

"சரி மா! நேரத்துக்கு போயிடு!" என்று வெளியேற போனவர், திரும்ப வந்து "பையன் பெயர் சுதர்சன். காலைல போட்டோ வாங்கி தரேன் மா." என்று அவர் மகிழ்ச்சியோடு அவர் அறைக்குள் சென்று விட்டார்.

****

அண்ணன் தம்பி இருவரும் ஒருவரை ஒருவர் பார்க்க,முதலில் தீரன் தான் பேச ஆரம்பித்தான்.

"அண்ணா இந்த பொண்ணுக்கு திங்ஸ் வாங்கனும்னு கடைக்கு போன அப்போ!!!" என்று அங்கு நடந்த அனைத்தையும் கூறினான்.

அதில் சினம் ஏறிய ஹர்ஷா "அவங்களை சும்மாவா விட்ட? யாரு என்னன்னு விசாரிச்சு உண்டு இல்லைன்னு பண்ணு." என்று கோபத்தில் கொந்தளித்தான்.

அதில் பயந்த ரிதி தீரன் பின்னே ஒளிந்துக் கொண்டு அவன் கையை இறுகப் பற்றிக் கொள்ள, தீரனுக்கு சிரிப்பு வந்து விட்டது.

"அப்புறம் இந்த நேரத்துல எங்க வெளியே?" என்று தயக்கத்துடன் தீரன் ஹாசியை பார்த்துக் கொண்டே கேட்டான்.

அவளோ பார்வையாலேயே அவனிடம் கெஞ்சினாள்.

"வேற ஒன்னும் இல்ல. உன் அண்ணிக்கு கொஞ்ச நாள் தனிமையில இருக்கனும்னு ஆசையாம்! அதான் நம்ம பீச் ஹவுஸ்ல கொஞ்ச நாள் இருந்துட்டு வரோம்." என்று ஹர்ஷா அலட்டிக் கொள்ளாமல் கூறினான்.

'இது முழுக்க முழுக்க தன் அண்ணன் முடிவு தான்' என்று அவளின் முகத்தை வைத்தே அறிந்து கொண்டாலும் அண்ணனிடம் பேச தைரியம் அற்றவனாய் பேசாமல் ஒதுங்கி கொண்டான்.

ஹாசி தன் கொழுந்தனை இயலாமையுடன் பார்த்து வைத்தாள்.

அவனாலும் தன் அண்ணனை எதிர்த்து எதுவும் பேச முடியாத காரணத்தால் மறுப்பாக தலை அசைத்தான்.

ஹர்ஷா முன்னே சென்று காரை எடுக்க, அதற்குள் தீரன் ஹாசியை நெருங்கி "ஒன்னும் பயப்படாத. நீ நினைக்கிற அளவிற்கு அண்ணன் மோசமானவங்க கிடையாது பாப்பு. தைரியமா கிளம்பு. நீதான் சமாளிக்கனும்.இனிமே இது உன் வாழ்க்கை பாப்பு. சரி கிளம்பு, அண்ணன் கத்துவாரு." என்று ஹாசிக்கு தைரியம் கூறி அனுப்பி வைத்தான்.

அவளும் பயத்தை மறைத்துக் கொண்டு கார் அருகே சென்று பின்பக்க கதவை திறக்க, ஹர்ஷா பார்த்த பார்வையில் தானாக வந்து முன் இருக்கையில் ஏறி அமர்ந்து கொண்டாள்.

கார் கேட்டை தாண்டி அவர்களின் வாழ்கையின் அடுத்த அத்தியாயத்தை காட்ட பறந்தது.

இந்த தனிக்குடித்தனம் முடிவு இவ்விருவருக்கும் எண்ணற்ற பாடங்களை விதி கற்பிக்க காத்திருக்கிறதை அறியாமல்!

"டேய் என்னடா ரெண்டு பேரும் எரும மாடு மாறி இருந்தும் இந்த புள்ளைய தொலைச்சுட்டு வந்து அசால்ட்டா சொல்லிட்டு இருக்கிங்க?" என்று சீதா சத்தம் போட்டார்.

விடு சீதா மா. அவங்களுக்கும் இப்படி ஆகும்னு தெரியுமா? ஒரு தடவ தவற விட்டுட்டாங்க இனிமே பார்த்து கவனமா இருந்துப்பாங்க. நீ உள்ள போ மா. டேய் முகில் அந்த பொண்ணுக்கு உதவி பண்ணு. குழந்தையோட இருக்கா!" என்று ராமச்சந்திரன் கூறி சென்றார்.

தீரன் கையில் இருக்கும் குழந்தையை வாங்கிக் கொண்டு ரிதியை கூட்டிக் கொண்டு அவள் அறைக்கு சென்றான் முகில்.

உள்ளே சென்ற ரிதி வழக்கம் போல் குளியலறைக்குள் நுழைய ,அதுவரை வெளியே குழந்தையை வைத்து காத்துக் கொண்டிருந்தான் முகில்.

அவள் குளித்து வரவும் கதவை திறந்து "உள்ள வாங்க!" என்று அழைக்க, அவன் குழந்தையை தூக்கி வந்து மெத்தையில் படுக்க வைத்தான்.

"குட்டி சாப்பிடாம தூங்கிட்டான். பால் ஏதாவது வாங்கி வச்சுக்கோமா. அப்போதான் நைட் பசிச்சா கொடுக்க முடியும். நீயும் வந்து வெளியே சாப்பிடு." என்று வந்த வேலை முடிந்தது என்பதை போல் முகில் வெளியேறினான்.

"ஒரு நிமிஷம்!!!" என்று தயக்கத்துடன் அழைத்தாள் ரிதி.

முகில் மீண்டும் உள்ளே வந்து என்ன என்பதை போல் பார்த்தான்.

"இல்ல அது வந்து..அவருக்கு.. கல்.. கல்யாணம் ஆகிடுச்சா?" என்று வார்த்தையை மென்று முழுங்கி கேட்டாள்.

முகில் பார்வையை கூர்மையாக்கி "யாருக்கு?" என்றான் புருவத்தை உயர்த்தி.

"தீ.. தீரன்." என்று தலையை குனிந்து கொண்டாள்.

முகிலுக்கு தான் இதற்கு என்ன பதில் சொல்வது என்று தெரியாமல் "உனக்கு எதுக்கு இது?" என்று சந்தேகமாக கேட்டான்.

"இல்ல.. அது.. வந்து.. சும்மா தான்." என்று திக்கி திணறி கூறினாள்.

அவளையே ஒரு மார்க்கமாக பார்த்து விட்டு "அவனுக்கு இன்னும் கல்யாணம் ஆகல." என்று கூறிவிட்டு அறையை விட்டு வெளியேறினான்.

ரிதிதான் பெருமூச்சு ஒன்றை வெளியிட்டாள்.

****

இரவு நேரத்தில் சீதா ராமச்சந்திரன் தீரன் முகில் என அனைவரும் சாப்பாட்டு மேஜையில் அமர, அங்கு ரிதி இல்லாததால் சீதா எழுந்து அவளை அழைத்து

வர போகிறேன் என்று எழ, அவரை தடுத்து தீரன் போனான்.

போகும் அவனையே யோசனையுடன் பார்த்து வைத்தான் முகில்.

அறை வாசலில் நின்று கதவை தட்ட ரிதி கதவை திறந்தாள்.

அறைக்குள் சென்று குழந்தையை தூக்கிக் கொண்டு "என்ன இவ்வளவு நேரம், சாப்பிட வராம என்ன பண்ணுற ?குழந்தைக்கு பசிக்காதா? சீக்கிரம் வா!" என்று முன்னே போனவனை தடுத்தது ரிதியின் குரல்.

"எனக்கு பசிக்கல." என்று அவன் முகம் பார்க்காமல் கூறினாள்.

அவளை கூர்ந்து பார்த்தவன் "இப்போ உனக்கு என்ன பிரச்சினை? எதுக்கு இப்படி சின்ன குழந்தை போல அடம் பண்ணிட்டு இருக்க?" என்று சற்று கண்டிப்பாகவே கேட்டான்.

"நான் சீக்கிரம் தனியா போகனும். அதுக்கு மட்டும் ரெடி பண்ணுங்க. ப்ளீஸ் நான் யாருக்கும் பாரமா இருக்க விரும்பலை." என்று கண்களில் நீர் முட்டி கொண்டு அவள் பேசினாள்.

"ஓஹோ! இப்போ யாரு உங்களை பாரமா இருக்கிங்கனு சொன்னா?" என்று முகில் அறைக்குள் வந்தான்.

சாப்பிட அழைக்க போனவனை காணாமல் இவன் தீரனை தேடி வர, இவர்கள் பேசுவதை கேட்டு உள்ளே நுழைந்தான்.

"இல்ல. அப்படி இல்ல.நான் எப்படி இங்க இருக்கிறது?" என்று மீண்டும் அதே புராணம் பாடினாள்.

முகில் கோபத்தை அடக்கிக் கொண்டு, வேகமாக அவளை கடந்து உள்ளே சென்று மெத்தையில் கைகளை ஆட்டி விளையாடிக் கொண்டிருக்கும் குழந்தையை தூக்கிக் கொண்டு,அவளை முறைத்துப் பார்த்து "அப்புறம் கதை பேசலாம். முதல குழந்தைக்கு பசிக்கும். வெளியே வாங்க ரெண்டு பேரும்." என்று குழந்தையை தூக்கி கொண்டு வெளியே சென்றான்.

தீரன் அவளை "வா!" என்றவாறு பார்க்க, அவள் தயக்கத்துடன் நிற்க அவன் சட்டென்று அவள் கையை பற்றி கொண்டு வெளியே கூடத்திற்கு அழைத்து சென்றான்.

ரிதி தான் அவனை அதிர்ந்து பார்த்தாள்.

****

கார் அந்த நீண்ட தார் சாலையில் சீறி பாய்ந்து கொண்டிருந்தது. அருகில் இருந்த ஹாசி மூச்சை பிடித்துக் கொண்டு அமர்ந்திருந்தாள்.

அவனது வேகத்தில் பயந்து நடுங்கி கொண்டு கண்களை மூட, அவள் கண் முன்னே சில நிழற்படங்கள் தோன்றி மறைந்தது .

அவனுக்கும் அதே காட்சி கண் முன் தோன்ற தன் மனைவியை திரும்பி பார்த்தான்.

அவளது முக பாவனையே சொன்னது அவளும் அதைத்தான் நினைத்துக் கொண்டிருக்கிறாள் என்று.

அவனுடனான முதல் பயணம் அவள் நினைவிற்கு வந்தது.

அன்று கல்லூரிக்கு அழகாக கிளம்பி ஒரு துள்ளலுடன் போனாள் ஹாசி. இன்று அவள் கல்லூரியில் முதலாம் ஆண்டு பயிலும் மாணவ மாணவிகளுக்கு பிரஷர்ஸ் டே.

அதனால் அங்குள்ள அனைவரும் புடவை அணிந்து கொண்டு வருமாறு முடிவு செய்ய, ஹாசினியும் முதல் முறையாக புடவை அணிந்துக் கொண்டு நடக்க தெரியாமல் நடந்து கொண்டு எப்படியோ அந்த கல்லூரிக்கு வந்து சேர்ந்தாள்.

அவளது தோழிகள் அவளை பார்த்து வியந்து "ஹேய் ஹாசி ,செம அழகா இருக்கடி. நான் மட்டும் பையனா பிறந்து இருந்தேன்னா உன்னவே கல்யாணம் பண்ணிட்டு ஓடிருப்பேன்." என்று பிரியா கூறினாள்.

"போடி! ஹாசி என்னைக்கா இருந்தாலும் எனக்கு தான்." என்று ஹேமா கூற ஹாசினிக்கு தான் ஒரே வெட்கமாகி போனது.

"போதும்டி! உங்க அரட்டைய கொஞ்சம் நிறுத்துங்க. நம்ம தான் ஃபர்ஸ்ட் இயர கலாய்க்கனும். அத விட்டுட்டு நீங்க என்ன வச்சு செஞ்சுக்கிட்டு இருக்கிங்க. வாங்கடி..அங்க பாருங்க ஒரு பையன் எவ்வளோ ஹான்சம்மா இருக்கான்." என்று கண்கள் விரிய அவனை சைட் அடித்தாள் ஹாசி.

"ஏய் லூசு! அவன் ஜூனியர் தம்பிடி." என்று பிரியா தலையில் அடித்தாள்.

"அட போடி! அழகு எங்க இருந்தாலும் ரசிக்க வேண்டியது தானே???" என்று தன் வழக்கமான சைட் அடிக்கும் பணியை செய்ய தொடங்கினாள்.

ஹாசி, ஹேமா, பிரியா மூவரும் நெருங்கிய தோழிகள். இவர்கள் கணிதத் துறையை சார்ந்தவர்கள்.

பிரியா தன் வகுப்பில் படிக்கும் மாணவனை காதலித்து கொண்டிருக்கிறாள்.

ஹேமா வேறு ரகம் .சாப்பாடு என்று கூறினால் போதும் யோசிக்காமல் ஓடி விடுவாள் .

ஹாசி தன் எதிரே வரும் அழகான மாணவர்களை சைட் அடிக்கும் ரகம். சைட் மட்டுமே இன்னும் காதலில் விழவில்லை.

அன்றும் அதே போல் புடவையை தூக்கிக் கொண்டு நடக்க முடியாமல் நடந்து கொண்டு எப்படியோ ஆடிட்டோரியம் வரை வந்து விட்டாள்.

அங்கிருந்த மாணவர்கள் அனைவரது கண்களும் பலா பழத்தில் ஈ மொய்த்-ததை போல் ஹாசினியை மொய்த்தது.

ஆகாய வண்ண புடவை அணிந்து அதற்கேற்ப காதில் ஜிமிக்கி, நீல நிறத்தில் பொட்டு, அதற்குமேல் சற்று சின்னதாக சந்தன கீற்று, சிவந்த செவ்விதழ், அதில் சற்று உதட்டு சாயம் மேலும் அவளை எடுப்பாக காட்ட, கழுத்தில் சிறு மெல்-

லிய ஆரம், கையில் நீல நிற வளையல் என்று இறுக்கி கட்டிய புடவையில் அவளது திருமேனி திருப்திகரமாக இருக்க, ஆடவர்கள் அனைவரும் மயங்காத குறை தான்.

இதுவரை வெறும் சல்வாரில் பார்த்த பொழுதே அவளை சுற்றி வந்த ஆண்கள் இன்று அவளை புடவையில் பார்த்து பேச்சற்று நிற்கின்றனர்.

அவளோ மாணவர்களின் பார்வையை உணர்ந்தாலும் அமைதியாக ஒரு இருக்கையை தேடி அமர்ந்து கொண்டாள்.

"ஹேய் என்னடி? நீ இப்படி உக்கார்ந்துட்ட. நம்ம தான் இதுக்கு பொறுப்பு. கொஞ்சமாவது உனக்கு நியாபகம் இருக்கா?" என்று பிரியா கேட்டாள்.

"நான் தானே கெஸ்ட் ஸ்பீச் பேசணும். அப்போ வரேன்! நீங்க ஆக வேண்டியதை பாருங்க." என்று தன் கையில் இருக்கும் உரையை ஒரு முறை படிக்க துவங்கினாள்.

பின் நிகழ்ச்சிகள் ஆரம்பம் ஆக, சீப் கெஸ்ட் வருகை தர, பிரியா மலர் செண்டு கொடுத்து அவரை வரவேற்றாள்.

அதை வாங்கி தன் பின் வந்த தன் உதவியாளரிடம் கொடுத்தவன், அலையலையாய் படர்ந்த கேசத்தை கோதிக் கொண்டே உள்ளே நுழைந்தான்.

இப்போது மாணவிகள் அனைவரும் கண்கள் விரிய அவனையே பார்த்தனர்.

சீப் கெஸ்ட்டாக ஒரு சொட்டை அல்லது மொட்டை வரும் என்று அவர்கள் நினைக்க, இப்படி ஒரு ஆணழகன் வந்து முன்னே நின்றால் பாவம் அவர்களும் என்ன தான் செய்வார்கள்?

ஒயிட் சார்ட் பிளாக் கோர்ட் அணிந்து ,கையில் உயர்ரக கை கடிகாரம், வலது கையில் தன் அலைபேசியை பிடித்துக் கொண்டு, மற்றொரு கையால் தன் முன் நெற்றியில் விழும் கேசத்தை கோதிக் கொண்டே உள்ளே வந்து அமர்ந்தான் இவ்விழாவிற்கு சொந்தக்காரன்.

மாநிறம் தான்! முகம் அத்தனை பாந்தமாய் இருந்தது.எப்போதும் இறுக்கமாக வைத்திருக்கும் முகம். இன்று கல்லூரிக்கு வந்ததாலோ என்னவோ சிறு புன்னகையை முகத்தில் சூடி இருந்தது.

"ஹேய்! இந்த ஹாசி எங்கடி? அவ தான் இப்போ பேசனும்." என்று பிரியா பதற, அப்போது சிறிதும் அலட்டிக் கொள்ளாமல் மேடை ஏறினாள் ஹாசினி.

மேடையில் இருப்பவர்களை திரும்பியும் பாராது, தன் உரையை தொடங்கினாள்.

"Good morning to all of you

Welcome to our honorable chief guest! The most leading business personality Mr. HARSHAVARDHAN"

என்று ஹார்ஷாவின் பெயரை உரக்க கூற, செவிகளில் தன் பெயர் வந்து விழவும் ஒரு நொடி அந்த அழுத்தமான, அழகான குரலுக்கு சொந்தக்காரியை நோக்கி அவன் பார்வை திரும்பி மீண்டது.

ஒரு நொடி தான் என்றாலும் அவளது முகம் பாந்தமாய் அவனுள் பதிந்து போனதை அவன் அறியாமல் போனான்.

"My principal Mr.RAGU and my dear students a very warm welcome to all at our college freshers day function" என்று ஹாசி பேசிக் கொண்டிருந்தாள்.

பிரியா அவள் அருகில் வந்து "நீ போ ஹாசி .நான் மிச்சத்தை பார்த்துக்கி-றேன்." என்று தன் தோழியின் முகத்தில் ஏதோ தெளிவு இல்லாமல் இருப்பதை உணர்ந்து அவளை மேடையில் இருந்து இறக்கினாள்.

அவளும் இதற்குமேல் முடியாது என்பதை போல் ரெஸ்ட் ரூம் நோக்கி ஓடி-னாள்.

உள்ளே சென்றவள் வேகமாக தண்ணீரை கொண்டு தன் முகத்தை கழுவி, சிறிது தண்ணீரை எடுத்து அவள் இடுப்பு சேலையை விலக்கி அழுத்தமாக துடைத்தாள்.

அவள் இடுப்பு சிவந்து போகும் அளவிற்கு அவள் துடைத்து எடுத்து, தன்னை ஆசுவாசப் படுத்திக் கொண்டாள்.

இருபது நிமிடத்துக்கு மேல் ஆனது அவள் அங்கிருந்து வெளியேற!

அப்போது வேறு சில மாணவிகள் உள்ளே நுழைவதை பார்த்து தன் முகத்தை நார்மலாக வைத்து கொண்டு கார் பார்க்கிங் நோக்கி சென்றாள்.

இங்குதான் இவளது வாழ்க்கை பயணம் திசை மாற போவதை அறியாமல்!

"இறங்கு." என்று அதிரடியாக வந்து விழுந்த குரலில் திடுக்கிட்டு தன் பழைய நினைவுகளில் இருந்து வெளியே வந்த ஹாசி, திரும்பி பார்க்க இருவரும் பீச் ஹவுஸ் இருக்கும் இடத்திற்கு வந்து சேர்ந்திருந்தனர்.

****

இரவில் நாளை அணிய வேண்டிய ஆடையை தேர்ந்தெடுத்து வைத்து கொண்டு அதில் மிளகாய் பொடி, சிறிய கத்தி, பிளேடு, சிறு பேப்பரில் மண் என்று தன் உடைகளில் பதுக்கினாள் அகிலா.

நாளை அகிலாவை பார்க்க போகும் ஆர்வத்தில் அவன் டைரி மில்க் சில்க், ரோஜா மலர்கள், சிறிய ரிங் என்று வாங்கி வைத்துக் கொண்டு விடியலுக்கு காத்-துக் கொண்டிருந்தான் சுதர்சன்.

6

அத்தியாயம்-6

இடியுடன் கூடிய பலத்த மழை, புதிதாக உருவாகி உள்ள காற்றழுத்த தாழ்வு நிலை காரணமாக அந்த ஊரே மழையில் மூழ்கியது.

"என்னடா திடீர்னு இவ்வளோ மழை வெளுக்குது?"

"தெரியல முகில். நீ வீட்டுக்கு போக வேணாம். இங்கேயே ஸ்டே பண்ணு. காலைல என்ன நிலவரம்னு பார்த்துட்டே போகலாம். அம்மாக்கு கால் பண்ணி சொல்லு." என்று தீரன் கூற, முகியும் இந்த மழையில் போக முடியாததால் வீட்டிற்க்கு அழைத்து விஷயத்தை சொல்லி விட்டு உள்ளே வந்தான்.

இடி சத்தம் காதை பிளக்க, அந்த சத்தத்தில் ரிதியின் குழந்தை பயந்து அழ ஆரம்பித்தது.

ரிதி கையில் வைத்து கொண்டு குழந்தையை பார்த்து "அழ கூடாது." என்று கூற, அந்த சிறு மொட்டுக்கு என்ன புரியும்?

அது வீறிட்டு அழத்தொடங்கியது.என்ன செய்வதென்று தெரியாமல் அவள் முழிக்க, தீரன் அவள் அருகில் சென்று குழந்தையை கையில் ஏந்தினான்.

"குழந்தை பெயர் என்ன ரிதி?" என்று தீரன் கேட்க,அவளோ முழித்து கொண்டு "பெயர் இன்னும் வைக்கல!" என்று குரலை தாழ்த்தி கூறினாள்.

அதில் உற்சாகமாக முகில் "டேய் நான் பேரு வைக்கிறேன்." என்று குழந்தை அருகில் வர, தீரனும் குழந்தையை சமாதானப்படுத்திக் கொண்டிருந்தான்.

அதற்குள் சீதா குழந்தைக்கு பால் காய்ச்சி எடுத்து வர, அதை வாங்கி அந்த குட்டி மொட்டுக்கு கொடுக்க, அப்போது தான் அது அழுகையை நிறுத்தி விட்டு பாலை குடிக்க ஆரம்பித்தது.

"பிள்ளைக்கு பசி டா. அதான் அழுதுருக்கு!" என்று சீதா அந்த குழந்தையின் தலையில் கை வைத்து கொண்டு கூற அது லேசாக சிணுங்கியது.

அது சிணுங்கிய அழகை கண்டு அனைவரும் ரசித்தனர்.

முகில் யோசனையாக தீரனை தள்ளிக் கொண்டு வெளியே செல்ல, அவனோ "டேய் பிள்ளை நல்லா குடிச்சுட்டு இருக்கும் போது ஏன் டா தள்ளிட்டு வர?" என்று கடுப்பாக கேட்டான்.

"இல்ல டா அவசர பட்டு வாக்கு கொடுத்துட்டேன் டா!!!"

"என்னடா கொடுத்த?"என்று அவன் புரியாமல் கேட்டான்.

"இல்ல டா, நான் பாட்டுக்கு பேர் வைக்கிறேன்னு சொல்லிட்டேன் .ஆனால்..." என்று இழுத்தான் முகில்.

"ஆனால் .." என்று தீரன் அவன் முகத்தை பார்த்தான்.

"அது வந்து டா,வந்ததுல இருந்து இந்த குட்டி ஜட்டி போட்டிட்டு இருக்குல்ல! அதான் டா என்னால பையனா, பொண்ணானு கண்டு பிடிக்க முடியல. இப்போ எந்த பேர் டா வைப்பேன்?" என்று அவன் முழித்துக் கொண்டு நின்றான்.

இதை தீரனும் யோசிக்கவில்லை தான்.ஆனால் இப்போது முகில் கூறிய காரணத்தை கேட்ட பின்பு அடக்கமாட்டாமல் சிரித்து விட்டான்.

"டேய் டேய்! சத்தமா சிரிக்காத டா.அந்த பொண்ணுக்கு கேட்டுற போகுது." என்று முகில் பதறினான்.

"ஏன் நானே போய் சொல்லுறேன்." என்று வேகமாக குழந்தையோடு உள்ளே வந்தான் தீரன்.

"டேய் என்னடா ரெண்டு பேரும் லவ்வர்ஸ் மாதிரி வெளிய போய் பேசி சிரிச்சுட்டு வரீங்க. என்னனு எங்க கிட்டையும் சொல்லு! நாங்களும் சிரிப்போம்ல!!!" என்று சீதா கேட்டார்.

"ஆமா மா, நீங்க கண்டிப்பா சிரிப்பீங்க." என்று வெளிய நடந்த கூத்தை சொல்ல, சீதா தலையில் அடித்துக் கொண்டு சிரிக்க, ரிதியே ஒரு கணம் மெல்லிய புன்னகையை உதட்டில் தவழ விட்டாள்.

அதை மற்றவர்கள் பார்க்கும் முன் முகத்தை சகஜமாகி கொண்டாள். ஆண்கள் இருவரும் அதை கவனித்து தான் இருந்தனர்.

சீதா ரிதியின் அருகில் சென்று "என்ன குழந்தை டா?" என்று கேட்க, அவளோ குழந்தையை பார்த்துக் கொண்டே "பொண்ணு மா..." என்று அழுகையை அடக்கி கொண்டு கூறினாள்.

பெண் குழந்தை என்று சொல்லவும் இரு ஆண்களுக்கும் மகிழ்ச்சிக்கு பஞ்சமே இல்லை.

அவர்கள் வீட்டில் பெண் குழந்தைகள் இல்ல. அதனால் அகிலாவுக்கு பிறகு ஒரு பெண் இந்த வீட்டிற்குள் வந்தது ரிதியே.

இப்போது பெண் குழந்தை என்றதும் இருவரும் மகிழ்ச்சியில் துள்ளி குதிக்காத குறை தான்.

"அப்போ நான்தான் பேர் வைப்பேன்." என்று தீரன் கூற, முகில் அதை மறுத்தான்.

"டேய் பேச்ச மாத்தாத. நான்தான்!" என்று இருவரும் சண்டையிட்டு கிட்டதட்ட ஒரு மணி நேரம் கழித்து நெட்டில் தேடி ஒரு பெண் பெயரை கண்டு பிடித்தனர்.

இருவருக்குமே அந்த பெயர் பிடித்து போக, இருவரும் சீதாவிடம் வந்து பெயர் கண்டு பிடித்து விட்டோம் என்று கூறினர்.

அவரோ "டேய்! அந்த குட்டி பொண்ணை பெத்தவ அங்க இருக்கா. அவ கிட்ட ஒரு வார்த்தை கேளுங்க!" என்று இருவரையும் அடக்கினார்.

குட்டி பொண்ணை பெத்தவள் என்று சீதா கூறிய மறு நொடி அதிர்ச்சியாக சீதாவை நிமிர்ந்து பார்த்தாள் ரிதி.

அவள் அதிர்ச்சியாக பார்க்கவும் மூவரும் அவளை ஒரு மார்க்கமாக பார்க்க, அவர்கள் தன்னை பார்ப்பதை உணர்ந்து சட்டென்று முகத்தை இயல்பு நிலைக்கு மாற்றி கொண்டாள்.

மெலிதாக சிரித்து கொண்டே "நீங்க என்ன பெயர் வச்சாலும் எனக்கு ஓகே தான். தாராளமா வைங்க." என்று ரிதி கூற அவள் சம்மதம் கூறவும் அவர்கள் இருவருக்கும் கால்கள் தரையில் நிற்கவில்லை.

தீரன் அந்த குட்டி மொட்டு அருகில் சென்று அவள் காதில் "அமுதினி! அமுதினி! அமுதினி!!!" என்று மூன்று முறை கூறினான் .

அனைவருக்கும் அந்த அழகான தமிழ் பெயர் பிடித்து போனது.

அமுதி என்ன நினைத்தாளோ தெரியவில்லை. தீரன் காதில் பெயரை கூறவும் அவன் விரல்களை பிடித்து கொண்டு ஆட்டி ஆட்டி சிரித்தது.

"அவளுக்கும் இந்த பெயர் பிடிச்சிருக்கு போலமா!!!" என்று முகில் மகிழ்ச்சியாக கூறினான்.

இதில் ரிதிதான் அந்த குடும்பத்தை விசித்திரமாக பார்த்தபடி நின்றாள்.

'என்ன மாதிரியான மனிதர்கள் இவர்கள்? யாரென்றே தெரியாத ஒரு பெண்ணிற்கு அடைக்கலம் கொடுத்தது மட்டுமல்லாமல், தன் குழந்தைக்கு வேறு பெயர் வைத்து குடும்பம் முழுவதும் மகிழ்கிறது' என்று அவள் அவர்களை தான் ரசித்துக் கொண்டிருந்தாள்.

இப்போது அவளுடைய குடும்பம் அவள் நினைவுக்கு வர, முகம் தானாக இறுகிக் கொண்டது.

அவளது முக மாற்றத்தை கவனித்த முகில் " உனக்கு பிடிக்கலேனா பெயர் மாத்தி வச்சுக்கோ." என்று முக மாறுதலை பார்த்து அவளுக்கு பிடிக்கவில்லையோ என்று நினைத்து கூறினான்.

"இல்ல இல்ல! எனக்கு பிடிச்சிருக்கு. இதுவே இருக்கட்டும்." என்று கூறி-னாள்.

"ஹான் அம்மா! அப்பறம் சொல்ல மறந்துட்டேன். நம்ம வீட்டுக்கு பின்னாடி தோட்டத்து வீடு இருக்குல்ல. அங்க நீ தங்கிக்கோ." என்று அம்மாவிடம் ஆரம்-பித்தது ரிதியிடம் நிறுத்தினான் தீரன்.

அவளை குழந்தையுடன் தனியே அனுப்ப மனமில்லை அவனுக்கு. இங்கேயே இருக்க சொல்லி விடுவான்.

ஆனால் அவள் சுய கவுரவம் பார்க்கும் பெண் என்று அறிந்து கொண்ட பின்பு தான் இந்த முடிவிற்கு வந்தான்.

"நாளைக்கு அண்ணன் ஆபிசுக்கு போ. முகில் உன்னைய கூட்டிட்டு போவான்.ஓகே வா?" என்று கேட்க, அவளோ அவர்களே எல்லா முடிவையும் எடுத்துக் கொண்டு அவளிடம் கடைசியாக கேட்பதை பொறுத்து கொள்ளாமல் "அந்த தோட்ட வீட்டுக்கு எவ்வளோ வாடகைனு சொல்லிட்டா ஒன்னும் பிரச்-சனை இல்லை." என்று அமைதியான குரலில் அதே சமயம் காசு கொடுத்தால் மட்டுமே அந்த வீட்டில் இருப்பேன் என்று அவர்களுக்கு உணர வைத்தாள்.

இதை எதிர்பார்த்து காத்திருந்தவன் போல "நீ வேலையில மொத ஜாய்ன் பண்ணு. நானே மாசம் மாசம் வந்து வாடகை வாங்கிக்கிறேன்." என்று தீரன் உறு-தியாக கூறினான்.

அதன் பின்னே அவள் அங்கிருக்க சம்மதம் தெரிவித்தாள்.

"அப்புறம் ஒரு முக்கியமான விஷயம். நாளைக்கு என் கூட வரும்போது உன் பைல்ஸ் எல்லாம் கொண்டு வா. நீ குழந்தை வச்சிருக்க! அதுனால இப்போதைக்கு வீட்ல இருந்தே வொர்க் பண்ற மாதிரி உனக்கு ரெடி பண்ணி தர சொல்லுறேன். உன்ன விட்டுட்டு தான் நான் காலேஜ் போகனும். லேட் பண்ணிடாத சரியா?" என்று முகில் கூற, அவள் சரி என்று தலை அசைத்தாள்.

"அப்புறம் உனக்கு கல்யாணம் ஆகிருச்சுல. அதுனால உன் ஹஸ்பண்ட் ஓட பாஸ்போர்ட் சைஸ் ஃபோட்டோ, அப்படியே உன்னோட ஃபோட்டோ, மறக்காம கொண்டு வா." என்று முகில் கூறினான்.

அவள் பக்கம் பதில் வராமல் போக, குழந்தையிடம் இருந்து கண்களை திருப்பி ரிதியை பார்க்க, அவள் அதிர்ச்சியில் உறைந்து நின்றாள்.

****

கொட்டிக் கொண்டிருக்கும் மழையில் தொப்பலாக நனைந்து கொண்டு, அந்த பெரிய மாளிகையையே வெறித்துக் கொண்டிருந்தாள் ஹாசி.

அங்கிருக்கும் காவலாளி நொடிக்கு ஒரு முறை வந்து அவளை பார்த்து "உள்ளே போ மா. தம்பி ஒன்னும் சொல்ல மாட்டாங்க. ஏதோ கோபத்துல அப்படி பேசிட்டு போயிட்டாரு. போ மா!" என்று அவர் எவ்வளவோ கூறியும் பிடிவாதத்-

துடன் அவள் அந்த கொட்டும் மழையில் நின்று கொண்டிருந்தாள்.

பிடிவாதம் அவனுக்கு மட்டுமா சொந்தம்? அவளுக்கும் அவனை விட அதிகமாவே இருக்கு என்பதை தன் செயல் மூலம் காட்டிக் கொண்டிருந்தாள்.

அங்கு வீட்டில் அனைவரும் இருந்ததால் அவளால் ஒன்றும் செய்ய முடியவில்லை.

இன்று செய்யாத தவறுக்கு தண்டனை அனுபவித்து கொண்டிருப்பதை நினைத்து கொதித்து எழும் தன் உணர்வுகளை அடக்கிக் கொள்ள சில்லென்ற மழையில் அதை தணிய வைத்துக் கொண்டிருந்தாள்.

இவளுக்காக அவரும் நனைந்து போய் அருகிலேயே நிற்க "நீங்க ஏன் தாத்தா இங்க நிக்கிறிங்க? மழை சேராது .நீங்க உங்க அறைக்கு போங்க." என்று ஹாசி கூறினாள்.

"எனக்கு ஒரு பேத்தி இருந்தா நனையட்டும்னு விட்டுட்டு போவேனா? எனக்கு நீயும் பேத்தி மாதிரி தான். நீயும் உள்ள வா. நம்ம ரெண்டு பேரும் போவோம்." என்று அழைத்தார்.

வெகு நாட்கள் கழித்து கிடைத்த பாசத்தில் மனம் மகிழ்ந்தாள் "உங்க பேரன் என்ன உள்ள வர சொல்லலையே. அவரு எப்போ என்னை உள்ள அழைச்சுட்டு போறாரோ அப்போ நான் வரேன். இப்போ நான் உங்க பேத்தி சொல்லுறேன் நீங்க உள்ள போங்க." என்று முடிவாக கூறினாள்.

இதற்கு மேல் மறுக்க முடியாமல் அவரும் உள்ளே சென்று விட்டார்.

என்னதான் பிடிவாதமாக இருந்தாலும் ஒவ்வொரு முறையும் இடி இடிக்கையில் அவளுக்கு உயிர் போகும் பயம் வந்து போனது.

அனைத்தையும் அடக்கி, பல்லைக் கடித்துக் கொண்டு நடப்பவை நடக்கட்டும் என்று நின்று கொண்டிருந்தாள் அந்த கொட்டும் மழையில்.

அவனது அறையில் இருந்த ஹர்ஷாவோ கையில் தலையை தாங்கிக் கொண்டு சற்று முன்பு நடந்ததை நினைத்து பார்த்தான்.

காரை விட்டு ஹாசினி இறங்கியவுடன் அவளை வெளியே நிறுத்தி அவள் முன் வந்து நின்றான் ஹர்ஷா.

அவள் என்னவென்று புரியாமல் அவனை பார்த்தான்.

"என்ன மேடம் தனிக்குடித்தனம். இனிமே யாரு தொல்லையும் இல்ல. ஜாலியா உட்கார்ந்து சாப்பிடலாம்னு சந்தோசமா கிளம்பி வந்துட்ட போல." என்று ஏளனமுடன் கேட்டான்.

அவளோ அவனை புழுவை பார்ப்பதை போல் பார்த்தது வைத்தாள்.

"என்ன பேச்சையே காணோம்?" என்று அவள் தாடையை இறுக்கமாக பற்றியவன் "இங்க வந்து உன்கூட சந்தோசமா குடும்பம் நடத்துவேன்னு நெனச்சியா? இல்லவே இல்லை! என்னைக்கும் என் மனசுல என் ஆத்விக்கு தான் இடம்.

அவ இடத்தில நான் வேற யாரையும் நுழைய விடமாட்டேன்." என்று அவளை விரல் நீட்டி எச்சரித்தான்.

"ராத்திரி முழுக்க வெளியவே நில்லு. அப்போதான் இவன ஏன் டா கல்யா-ணம் பண்ணி வந்தோம்னு உனக்கு தோணும். தோணனும். தோண வைப்பேன்!" என்று ஒவ்வொரு வார்த்தையையும் அழுத்தி கூறி விட்டு விறுவிறுவென வீட்டிற்-குள் சென்று விட்டான்

அவன் சென்ற பின் தான் மழை கொட்ட ஆரம்பித்தது.

அவன் கூறிய அனைத்தும் அவள் காதில் கேட்டு கொண்டே இருக்க, அந்த மழையில் அப்படியே உறைந்து போய் நிற்கிறாள் பேதை அவள்.

கோபத்தை கட்டுப்படுத்த முடியாமல், அலமாரியில் இருக்கும் சரக்கு பாட்டில்-களை எடுத்து தன் முன் பரப்பி, பாட்டிலை திறந்தவன் அதை கிளாசில் ஊற்றி குடிக்க பொறுமை அற்றவனாய் ராவாக அப்படியே உள்ளே சரித்தான்.

இரண்டு பாட்டில்கள் முடிந்த நிலையில் போதை தலைக்கு ஏற, தள்ளாடிய படி மெத்தையில் சரிந்தான்.

அவன் ஆத்வியை மறக்க புதிதாக குடியை நாட, இப்போது அவனுக்கு அதுவே மருந்தாகவும் மாறியது.

போதையில் அனைத்தையும் மறந்து உணர்வற்று கிடக்கிறான் அவன்.

உண்மை காதலை இழந்த வலி அவனை கொள்ளாமல் கொன்றது.

மணி சரியாக நள்ளிரவு இரண்டு முப்பது இருக்க ""டமார்" என்ற இடி சத்-தத்தில் போதையில் இருக்கும் அவனே பதறியடித்து எழுந்தமர்ந்தான்.

ஏத்திய போதை அனைத்தும் ஒரு நிமிடத்தில் இறங்கி போனது.

மெத்தையில் இருந்து எழுந்து ஜன்னல்களை திறந்து பார்க்க, பேய் மழை கொட்டிக் கொண்டிருந்தது.

அதில் சில நொடி மழையை ரசித்தவன் கண் முன் மின்னல் வெட்டி சென்-றதை போல் ஹாசினி வர, அதிர்ந்து போனான்.

"ஓ மை காட்! நோ!!!" என்று வேகமாக அறை கதவை திறந்து கொண்டு கீழே செல்ல, வாசல் கதவு திறந்து இருந்தது.

அதை பார்த்து வேகமாக அங்கு ஓடினான் ஹர்ஷா தன் மனைவி ஹாசி-னியை தேடி.

****

பொழுது நன்றாக புலர்ந்தது.இரவில் பெய்த பேய் மழை வற்றி போய் சூரிய பகவான் வெளி வர தொடங்கினார்.

காலையில் சோம்பல் முறித்து எழுந்த அகிலா, இன்று தான் செய்ய வேண்டிய அனைத்தையும் ஒத்திகை பார்த்துக் கொண்டு, குளியலறைக்குள் நுழைந்தாள்.

ஐந்தே நிமிடத்தில் குளித்து விட்டு வெளியே வர, அவளுக்காக மெத்தையில் காத்துக் கொண்டிருந்தது புடவை.

அதை பார்த்து நொந்து போனவள், அவள் சல்வாரில் வைத்த அனைத்து ஐட்டத்தையும் புடவைக்கு மாற்ற எண்ணினாள் .

சர சர வென புடவையை தன் தாயின் உதவியுடன் கட்டி முடித்தாள்.

"பொட்ட புள்ளைக்கு புடவ கட்ட தெரியல.கல்யாணம் ஒன்னு தான் குறைச்சல் " என்று மல்லிகா அவள் குமட்டில் இடித்தார்.

"நானா கேட்டேன் ? எனக்கு இப்போ கல்யாணம் வேணும்னு!" என்று உதட்டை சுளித்து கொண்டவள், பின் தனக்கு தெரிந்தவாறு தன்னை பெண் போல் ஒப்பனை செய்து கொண்டாள்.

இதுவரை ஜீன்ஸ் டாப் அணிந்து கொண்டு ,கையில் வளையல் இல்லாமல், காதில் சிறு பட்டன் வைத்த தோடு, நெற்றியில் பொட்டு இல்லாமல், கழுத்தில் சங்கிலி இல்லாமல், மார்டன் மங்கையாய் வலம் வந்தவள் இன்று பெண் போல் அனைத்தையும் அணிந்த கொண்டு தயாராகி நின்றாள்.

மல்லிகா அவள் அறையை விட்டு வெளியேறிய அடுத்த நொடி, அவளுடைய ஆயுதத்தை எல்லாம் எடுத்து அவள் சேலைக்குள் வைத்து கொண்டாள்.

"அம்மாடி பையன் ஃபோட்டோ, உன் வாட்ஸ்அப் நம்பருக்கு அனுப்பிருக்கேன் .பார்த்துக்கோ. பத்திரமா போயிட்டு வா மா." என்று தன் மகளை சேலையில் பார்த்த பூரிப்பில் வழி அனுப்பி வைத்தார் மூர்த்தி.

நேராக தன் ஸ்கூட்டியை எடுத்துக் கொண்டு ஹர்ஷாவின் வீட்டிற்கு சென்றாள் அகிலா.

அப்போது தான் தீரன் முகில் இருவரும் தூங்கி எழுந்து வெளியே வந்தனர்.

இரவில் ரிதியுடன் நடந்த கூத்தில் மணி ஒன்றாகி விட்டது அவர்கள் படுக்-கைக்கு செல்ல.(அது என்னன்னு போக போக சொல்லுறேன்)

ஸ்கூட்டியை ‘சடார்’ என்று நிறுத்தி விட்டு ‘டம் டம்’ என்று அழுத்தமான காலடிகளை வைத்து உள்ளே நுழைந்தாள் அகிலா.

அப்போது தான் தூங்கி எழுந்து வந்த இரு ஆண்களும் வாசல் பக்கம் அகிலா வருவதை கண்டு திகைத்து போய் நின்றனர்.

இதில் சீதா ஒரு படி மேலே சென்று கையில் கொண்டு வந்த காபி கப்பை தொப்பென்று கீழே போட்டார்.

காபி கப் உடைந்த சத்தத்தில் வெளியே வந்த ராமச்சந்திரன் அனைவரது பார்வையும் போகும் திசையில் அவர் பார்த்து, புருவங்களை சுருக்கி கேட்டார் பார்க்கலாம் ஒரு கேள்வி.

"யாருமா நீ? உனக்கு யாரு வேணும்? எதுக்கு வாசல்ல நிக்கிற?" என்று கேட்க, தன் தந்தையின் பேச்சு குரலில் தன்னிலை அடைந்த ஆண்கள் இருவரும்

வெடித்து சிரித்தனர் .

அகிலா பல்லைக் கடித்து கொண்டு, இரு கைகளிலும் புடவையை அள்ளி கொண்டு உள்ளே நுழைந்தாள்.

"டேய் மொட்ட பயலே! என்னடா உனக்கு சிரிப்பு வேண்டி கிடக்கு?" என்று அவனை குனிய வைத்து மொத்த, அவனோ அவள் அடிப்பதை வாங்கி கொண்டே சிரித்துக் கொண்டிருந்தான்.

"இது என்ன வேசம்?" என்று தீரன் நக்கலாகக் கேட்க, அவளோ முகத்தை திருப்பி கொண்டு "சீதா அம்மா, நான் யார் கிட்டேயும் பேச வரல. நீங்க ரெண்டு பேரும் பக்கத்துல வந்து நில்லுங்க." என்று சீதா -ராமச்சந்திரன் காலில் பட்-டென்று விழுந்து ஆசீர்வாதம் வாங்கினாள்.

அவர்களோ அதை பார்த்து அதிர்ந்து, அவளுக்கு ஆசி வழங்கினர்.

"எதுக்கு மா, இப்போ திடீர் புடவை, திடீர் ஆசிர்வாதம்?" என்று சீதா கேட்-டார்..

அவளோ காலை தரையில் வைத்து தேய்த்து கொண்டே "அது ,நான் மாப்-பிள்ளை பார்க்க போறேன்." என்று அகிலா வெட்கப்பட்டுக் கொண்டே கூற, தீரன் நெஞ்சில் கை வைத்து விட்டான்.

"ஓ மை காட்!!!" என்று வாய் விட்டே அலற, முகில் முகம் வாடியது.

"என்ன சொல்லுற? எதுக்கு இப்போ திடீர்னு மாப்பிள்ளை பார்க்க போற? என்ன விளையாட்டு இது அகி?" என்று முகில் அவளிடம் கடிந்து கொள்ள, தீரன் அவனை வித்தியாசமாக பார்த்தான்.

"ஆமா எனக்கு வேண்டியவரு வந்துட்டாரு. எனக்கு அப்பா பார்த்து வச்ச மாப்பிள்ளை. கோவிலுக்கு வர சொல்லிருக்காங்க. அதான் போறேன்!" என்று இருவரிடமும் சொல்லி விட்டு,ஆண்கள் இருவரையும் ஒரு பார்வை பார்த்து விட்டு அந்த வீட்டை விட்டு வெளியேறினாள் அகிலா.

அவள் நினைத்து வந்தது நடந்ததா என்பது அவளுக்கே வெளிச்சம்!

****

தான் வாங்கிய பரிசுகளை எடுத்துக்கொண்டு அந்த கோவிலுக்குள் நுழைந்-தான் சுதர்சன் .

தனக்கு பார்த்து இருப்பது ஒரு ராகு காலம் என்பதை அறியாமல் அவளை வருங்காலம் என்று எண்ணிக் கொண்டு அவளுக்காக காத்திருக்க தொடங்கினான்.

ஸ்கூட்டியை விட்டு இறங்கி வெளியே வந்து , கோவில் வாசலில் இருக்கும் கடையில் பூ வாங்கி கொண்டு உள்ளே நுழைந்தாள் அகிலா.

கண்ணுக்கு எட்டிய தூரம் வரை யாரும் இல்லை. சுதர்சன் தூணின் பின்னே அமர்ந்து இருந்ததால் அவளுக்கு தென்படவில்லை.

அப்போது சிறு குழந்தை தவழ்ந்து சுதர்சன் அருகில் வர, தன்னை நோக்கி வந்த குழந்தையை ஆசையாக அள்ளிக் கொண்டான் சுதர்சன் .

கோவில் முழுக்க சுற்றி வந்த அகிலா, ஓர் இடத்தில் கால் அயர அமர்ந்து விட்டாள்.

"சரியான கிறுக்கு பயலா இருப்பான் போல. பொண்ணு பார்க்க வரவன் சீக்-கிரம் வர வேணாம்? கொஞ்சம் கூட பொறுப்பு இல்லாம! இதையே காரணமா சொல்லி கல்யாணத்தை நிறுத்துறேன்." என்று பொரிந்து கொண்டிருந்தாள்.

அப்போது அவள் அருகில் இருக்கும் ஆடவன் காதலில் அது விழ,சிரித்து கொண்டே "என்னங்க ,கோவிலுக்கு சாமி கும்பிட வந்திங்களா?" என்று கேட்-டான்.

அவனை ஏற இறங்க பார்த்தவள் "இல்ல ,பூசாரி மவன இழுத்துட்டு ஓட வந்-துருக்கேன்." என்று பட்டென்று உரைத்தாள்.

அதில் அதிர்ந்து போன அந்த ஆடவன் எழுந்து ஒரே ஓட்டமாக ஓடினான்.

அப்போது ஐயர் கத்திக் கொண்டே வெளியே வர, இவளோ அவரை கூப்பிட்டு விசாரித்தாள்.

வீட்டருகில் உள்ள கோவில் என்பதால் ஐயர் அவளுக்கு பழக்கம்.

" என்ன ஐயரே, ஏன் கத்திக்கிட்டு ஓடி வரீங்க ?" என்று கேட்டாள்.

"அங்க பாரு மா! என் மவன் கோவில் வாசலை நோக்கி ஓடுறான் பாரு.எதுக்கு ஓடுறானு தெரியலை?" என்று கூறினார்.

அகிலா பார்த்த திசையில் இவ்வளவு நேரம் அவள் அருகில் அமர்ந்து பேசி-யவன் தான் ஓடிக் கொண்டிருந்தான்.

அதை பார்த்த அகிலாவுக்கு சிரிப்பு முட்டிக்கொண்டு வந்தது.

மீண்டும் அவள் வேறொரு தூண் அருகில் அமர, அங்கு தான் சுதர்சன் குழந்தையுடன் அமர்ந்திருந்தான்.

அவளை பார்த்ததும் குழந்தை அவளிடம் ஓடியது. அதில் சிரித்த அகிலா, குழந்தையை தூக்கி கொண்டு, எதிரே உள்ளவனை பார்த்து சிரித்தாள்.

இப்போது வரை அவள் சுதர்சனை புகைப்படத்தில் பார்க்கவில்லை.அதனால் எதிரில் அமர்ந்திருப்பவன் சுதர்சன் என்பதை அவள் அறியவில்லை.

குழந்தை அவளிடம் செல்ல இருவரும் சினேக புன்னகை சிந்திக் கொண்டனர்.

பின் அவள் கோவில் முழுக்க கண்களை விட்டு அலச "யாராச்சும் வரணுமா? யாரையோ தேடுற மாதிரி இருக்கு?" என்று சுதர்சன் ஆரம்பித்தான்.

"அட ஏங்க கேட்கிறீங்க? எங்க அப்பா ஒரு மாப்பிள்ளை பார்த்து வச்சு-ருக்காரு. அந்த பண்ணாட இந்த கோவிலுக்கு தான் வரேன்னு சொன்னானாம். இன்னும் வரலை!" என்று சலிப்பாக கூறினாள்.

"நீங்க சொல்லுறதை பார்த்தா கல்யாணத்துல இஷ்டம் இல்ல போலையே???" என்று அவன் சூட்சமமாக கேட்டான்.

அப்போது குழந்தை அவள் சேலையை விலக்கி விட,அதில் இருந்து கத்தியும் மிளகாய் பொடியும் விழுந்தது.

அதை பார்த்து அகிலா முழிக்க, சுதர்சன் அவளை அதிர்ந்து பார்த்தான்.

7

அத்தியாயம்-7

காலையில் எட்டு மணி அளவிலே மெதுவாக கண் விழித்தாள் ஹாசி.

அப்போது அறை கதவு திறக்கும் சத்தம் கேட்க, ஒருவித பயத்துடன் அந்த கதவையே வெறித்து பார்த்தாள்.

அங்கு இந்த வீட்டில் வேலை செய்யும் பெண்மணி உள்ளே நுழைந்தார்.

"என்னம்மா கண்ணு முழிச்சாச்சா? இப்போ எப்படி இருக்கீங்க?" என்று ஏதோ பல வருடம் பழகியதை போல் அவர் கேட்டார்.

இவளோ முழித்து கொண்டு "இப்போ பரவாயில்லை!" என்று கண்களை அந்த அறை முழுக்க சுழல விட்டாள்.

அவள் யாரை தேடுகிறாள் என்பதை அறிந்து கொண்ட அந்த பெண் மங்கை "தம்பி வெளிய இருக்காரு மா. கூப்பிடவா?" என்று கேட்க, வேகமாக வேண்டாம் என்று தலையசைத்தாள்.

"நான் எப்படி இங்க வந்தேன்?" என்று கேட்க, அப்போது சரியாக உள்ளே நுழைந்தான் ஹர்ஷா.

அவனை பார்த்ததும் மங்கை வெளியேற, அவளோ அடுத்து கேட்க வந்ததை அப்படியே தொண்டைக்குள் அடைத்துக் கொண்டாள்.

அவளையே தலையில் இருந்து கால் வரை பார்த்தவன், பின் எதுவும் பேசாமல் குளியலறைக்குள் நுழைந்து விட்டான்.

குளியலறைக்குள் நுழைந்தவன் சவரை திறந்து விட்டு அதன் அடியில் நின்று கொண்டான்.

நேற்று இரவு நடந்தது அவன் கண் முன் வந்து போனது.

இரவில் பயத்தில் அவன் வாசல் கதவை நோக்கி ஓட, அங்கு கண்ட காட்சியில் அவன் உறைந்து போய் அதே இடத்தில் நின்று விட்டான்.

எதற்கும் அசராத அந்த ஆறடி ஆண்மகனையும் பயத்தில் ஆழ்த்தினாள் அவனது மனைவி ஹாசினி.

மழை அடித்து சாத்திக் கொண்டிருக்க,தண்ணீர் ஒரு பக்கம் ஆறாய் ஓட,அதில் அவளது இரத்தமும் கலந்து செந்நீராக வெளியேறிக் கொண்டிருந்தது.

அதை பார்த்து அதிர்ந்து போனவன், விரைவாக அவளிடம் சென்றான்.

தரையில் தண்ணீரோடு மயங்கிக் கிடந்தாள் அந்த பேதை.

அவள் இரு கால்களுக்கும் இடையில் இருந்து இரத்தம் கசிந்து கொண்டிருந்தது.

அதில் பயந்து போன ஹர்ஷா, வேகமாக அவளை அறைக்குள் தூக்கிக் கொண்டு போனான்.

ஆம்! பேர் இறைச்சலுடன் ஏற்பட்ட இடியால், அதிகளவு பயந்து போன ஹாசிக்கு மாதவிடாய் நிற்காமல் வந்து விட, அதிக ரத்த போக்கு காரணமாக மயங்கி சரிந்தாள்.

இந்த மழையில் வெளியே செல்வது சாத்தியம் இல்லை என்று அறிந்து கொண்ட ஹர்ஷா, முதலில் அவளுக்கு முதலுதவி செய்ய நினைத்தான்.

அந்தோ பரிதாபம் வீட்டில் ஒரு பெண் கூட இல்லை. அந்த வயதான காவலாளி மட்டுமே இருந்தார்.

இப்போது மனதை ஒரு நிலை படுத்திக் கொண்டு என்ன செய்வதென்று யோசித்தான்.

முதலில் எதனால் இரத்தம் வருகிறது என்று தெரியாமல் அவளையே பார்த்தான்.

பின் தண்ணீர் எடுத்து வந்து அவள் முகத்தில் தெளிக்க, அவள் லேசாக முனங்கினாள்.

"ம்மா..வலிக்குது மா!!!" என்று வயிற்றைப் பிடித்துக் கொண்டு அவள் முனங்க ஹர்ஷாவிர்க்கு புரிந்து போனது.

உடனே தனக்கு தெரிந்த ஒரு பெண் மருத்துவரை அணுகினான்.

அவரும் ஆத்வி அறிமுகப்படுத்தி வைத்த மருத்துவர் தான்.அவர் அழைப்பை ஏற்கவும் "ஹலோ மேடம்! நான் ஹர்ஷா பேசுறேன்." என்றான்.

"சொல்லுங்க மிஸ்டர் ஹர்ஷா .என்ன இந்த நேரத்துல, என்னாச்சு?" என்று அவர் விசாரித்தார்.

அவன் ஹாசினியை பற்றி பட்டும் படாமல் கூறி வைத்தான்.

"என்ன இவ்வளோ சிவியர் ஆகிட்டாங்களா?" என்று அவர் கேட்க, அவன் மேலும் பயந்து போனான்.

"ஆமா மேடம். மயக்கமா இருக்கா. கால் இடையில இருந்து பிளட் வருது. ஐ திங்க் அவ பீரியட்ஸ் ஆகிட்டானு நினைக்கிறேன்." என்று அவன் தயக்கமாக

கூறினான்.

"இவ்ளோ பிளட் ஒரே நேரத்துல வெளியேறாது.என்னாச்சு? ஏதாவது ஓவர் ஸ்ட்ரெஸ் ஆகிடாங்களா? இல்லேனா எதையாவது பார்த்து பயந்து இருந்தா இந்த மாதிரி ஆகிருக்கும்." என்று அவர் சரியாக கூறினார்.

அவனோ "ஆமா மேடம். கொஞ்ச நேரத்துக்கு முன்னாடி ஒரு இடி இடிச்சது. அதுல தான் பயந்துட்டா போல!!!" என்று எடுத்துரைத்தான்.

"சரி! ஃபர்ஸ்ட் அவங்களை எழுப்பி கிளீன் பண்ண சொல்லுங்க.அப்புறம் நல்ல சத்தான உணவா கொடுத்து தூங்க வைங்க. நான் காலையில வந்து பார்க்குறேன். வேற ஒன்னும் பெருசா இருக்காது." என்று அவர் அறிவுரை கூறி விட்டு வைத்து விட்டார்.

இப்போது போனை வைத்தவன் மெல்ல அவளை எழுப்பினான்

அவளோ இரவில் சாப்பிடாத காரணத்தினால் அசைய கூட தோன்றாமல் நன்றாக படுத்திருந்தாள்.

அவன் தான் அவளை சாப்பிட விடாமல் அழைத்து வந்து விட்டான் என்பது அவனுக்கு நினைவுக்கு வர, தன் தலையிலேயே அடித்துக் கொண்டான்.

பின் அவளை சுத்தப்படுத்த எண்ணி அவளை தூக்கி கொண்டு குளியலறைக்குள் சென்றான்.

ஏனோ வெளியே இருந்த சூழல் இப்போது குளியலறைக்குள் சென்றதும் மாறியது.

கட்டிய மனைவியாகவே இருந்தாலும் அவள் ஆடைகளை அவள் அனுமதி இல்லாமல் எப்படி கலைப்பது என்று அவன் திணறி கொண்டு நின்றான்.

அவளோ இதை எதையும் அறியாமல் அங்கிருந்த பாத் டப்பில் சரிந்து கிடந்தாள்.

அவளையே கூர்ந்து பார்த்தவன், பின் பெரு மூச்சை வெளியேற்றி விட்டு, அவள் அருகில் சென்று அவள் சேலையில் கை வைக்க,அவனுக்கு வேர்த்து கொட்டியது.

பின் அவளிடம் இருந்து கையை விலக்கி கொண்டு அந்த அறைக்குள் நடக்க, அவனுக்கு சட்டென்று பொறி தட்டியது.

உடனே தன் அலைபேசியை எடுத்து அழைத்தான் உமாவிற்கு.

அவன் வீட்டிற்கு பக்கத்து வீட்டில் குடியிருக்கும் பெண். கல்லூரி சென்று கொண்டிருக்கிறாள். ஹர்ஷா என்றாள் கொள்ளை பிரியம்.

"அண்ணா, அண்ணா!" என்று உயிரையே விட்டு விடுவாள்.

ஆனாலும் அவளையும் தன் பார்வையில் அடக்கி விடுவான் ஹர்ஷா.

அவர்கள் வீட்டில் அவள் சொல்வதை கேட்கவில்லை என்றால் உடனே ஹர்ஷாவிற்கு தான் அழைத்து சாதிப்பார்கள். அவன் பேச்சை அவள் மீறியதும்

இல்லை.

இருவருக்கும் இடையில் அப்படி ஒரு அற்புதமான உறவு இருந்தது. இரவில் அவன் நம்பரில் இருந்து கால் வரவும் பயந்து போன உமா அவசரமாக அழைப்பை ஏற்று "அண்ணா! அண்ணா என்னாச்சு? எதுக்கு இப்போ போன் போட்டிங்க?" என்று மூச்சு விடாமல் கேட்டாள்.

அவனோ தயங்கி கொண்டே "உமா ,நீ உடனே நம்ம வீட்டுக்கு வர முடியுமா? என் மனை.." என்று நிறுத்தி பின் "என் மனைவிக்கு உடம்பு சரி இல்லை மா. உன் உதவி வேண்டும்." என்று கேட்டான்.

அவளோ சற்றும் யோசிக்காமல் "கதவ திறந்து வச்சுருங்க .நான் இப்போவே வரேண்ணா!" என்று கூறினாள்.

அவனோ தயக்கமாக "வரும்போது அம்மாவை கூட்டிட்டு வரியா?" என்று கேட்டான்.

அவளோ ஒரு நிமிடம் நிதானித்து பின் "என் அண்ணன் வீட்டுக்கு வரதுக்கு எனக்கு எதுக்கு பாடிகார்ட்?" என்று அழைப்பை துண்டித்து விட்டாள்.

பின் அவன் அவளுக்காக கீழே காத்திருக்க, அவள் பதட்டமாக உள்ளே நுழைந்தாள்.

" அண்ணி எங்க?" என்று கேட்டாள்.

"அண்ணி!" என்ற வார்த்தை அவனை ஏதோ செய்ய தற்போது அனைத்தை-யும் ஒதுக்கி வைத்து விட்டு அவளை மேலே அழைத்து சென்றான்.

இதுதான் முதல் முறை அவள் ஹர்ஷாவின் வீட்டுக்குள் வருவது. எப்போதும் வெளியே பேசி அப்படியே சென்று விடுவாள்.

உமா வேகமாக அறைக்குள் நுழைந்து குளியலறைக்குள் நுழைய, ஹர்ஷா வெளியே நின்று கொண்டான்.

உள்ளே போனவுடன் உமாவிற்கு புரிந்து போனது.

ஹர்ஷாவிற்கு அவளை சுத்தப்படுத்துவதில் எந்த தயக்கமும் இல்லை தான்.

ஆனால் அவள் ஆடையை கலைவதில் தான் அவனுக்கு குற்ற உணர்வாக தோன்றியது.

பின் அவளை சரியாக அமர வைத்து ஆடைகளை கலைந்து சிறிதும் முகம் சுளிக்காமல் அவளை குளிக்க வைத்தாள்.

பின் கதவை மெதுவாக திறந்து "அண்ணா அவங்களுக்கு மாத்து டிரஸ் வேணும்." என்று கேட்க, அவசரமாக அவள் வீட்டில் இருந்து கொண்ட வந்த பையை தேடினான்.

அது அவன் கண்ணுக்கு எட்டாமல் போக, அவனுடைய லோயரும் ஒரு டீ சர்ட்டையும் எடுத்து கொடுத்தான்.

அதை வாங்கிய உமா மர்ம புன்னகை சிந்தினாள். பின் அவளுக்கு ஆடை மாற்றி விட்டு உள்ளே அமர வைத்து விட்டு அவள் மட்டும் வெளியே வந்தாள்.

ஹர்ஷா அவளை கேள்வியாக பார்க்க "கொஞ்சம் பொறுங்க. நான் இப்போ வந்துடுறேன்." என்று தன் வீட்டிற்கு சென்று கையில் நாப்கின் பையுடன் திரும்பி வந்தாள்.

அதை பார்த்து புரிந்து கொண்ட ஹர்ஷா அமைதியாக அமர்ந்து விட்டான்.

பின் சிறிது நேரத்தில் கதவை திறந்தாள் உமா.

ஹர்ஷா மீண்டும் குளியலறைக்குள் வந்து அவளை தூக்கி கொண்டு வந்து மெத்தையில் படுக்க வைத்தான்.

உமா உடனே கிச்சன் சென்று சூடாக பால் காய்ச்சி அதில் மஞ்சள் தூள், மிளகு சேர்த்து மேலே எடுத்து வந்து அரை மயக்கத்தில் இருக்கும் ஹாசினிக்கு கொடுக்கும் படி ஹர்ஷா கையில் கொடுத்து விட்டு "நான் போயிட்டு வரேண்ணா .அண்ணிய பத்திரமா பார்த்துக்கோங்க." என்று அவள் கிளம்பினாள்.

"உமா ஒரு நிமிஷம்!" என்று ஹர்ஷா அழைக்க "எனக்கு எதுவும் வேண்டாம் . உங்க நன்றிய நீங்களே வச்சுக்கோங்க. அதுக்கு பதிலா எனக்கு பானி பூரி வாங்கி கொடுங்க." என்று சிட்டாக பறந்து விட்டாள் அவள் வீட்டிற்கு.

அவளை ஓடுவதை பார்த்து சிரித்த ஹர்ஷா, தன் கையில் இருக்கும் பாலை அவளுக்கு மயக்கத்தில் இருக்கு போதே கொடுத்து விட்டான்.

பின் சற்று நிமிடத்தில் கண் அயர்ந்து விட்டாள் ஹாசினி.

இப்போது அதை நினைத்து பார்த்தவன் "வேணாம் ஹர்ஷா! நீ ஹாசினு கூட ரொம்ப நெருக்கமாக போற.உனக்கு எப்பவுமே ஆத்வி தான்." என்று தன்னை தானே கடிந்து கொண்டான்.

ஆனால் அவனுடைய ஆத்வியை காண்பதற்கு முழு காரணமே ஹாசினி தான் என்பதை மறந்து போனான்.

வெளியே பாலை காய்ச்சி கொண்டு மங்கை உள்ளே நுழைய,ஒரு சினேக புன்னகையுடன் அதை கையில் வாங்கி வாயில் வைத்து விட்டு

"ஏன் கா, நேத்து எனக்கு டிரஸ் மாத்தி விட்டு இருக்கும் போது, என் சேலை ஏதாவது கட்டு விட்டு இருக்கலாம்ல. எனக்கு இந்த டிரஸ் போட என்னமோ போல இருக்கு." என்று நெளிந்து கொண்டே பாலை குடித்தாள்.

"அட என்னம்மா நீயி? நானே காலையில தான் வந்தேன். நீ இத போட-லேனா அப்போ யாரு உனக்கு போட்டா?" என்று மங்கை வாயில் கை வைக்க,குடித்துக் கொண்டிருந்த பால் அப்படியே புரைக்கேறி மூக்கின் வழியே வந்து விட்டது ஹாசினிக்கு.

கண்கள் தெறித்து வெளியே விழுந்து விடும் அளவிற்கு பார்த்தாள்.

"என்..என்ன, நீ..நீங்க இல்லையா?அப்..அப்போ யாரு?" என்று மூச்சு வாங்க அவள் பேசினாள்.

குளித்து முடித்து ஒய்யாரமாக வெளியே வந்த ஹர்ஷா "ஏன் நான்தான் மாத்தி விட்டேன்." என்று சர்வ சாதாரணமாக அவள் தலையில் இடியை இறக்க, மங்கை ஒரு நமட்டு சிரிப்புடன் அந்த அறையை விட்டு வெளியேறினாள்.

இடுப்பில் கட்டிய துண்டுடன் அவளை மெது மெதுவாக நெருங்கினான் ஹர்ஷா.

****

அகிலாவின் அலைப்பேசிக்கு தான் சுதர்சன் புகைப்படம் அனுப்பி இருந்தனர்.

சுதர்சன் இதுவரை அகிலாவை பார்த்தது இல்லை.புகைப்படம் கேட்டதற்கு "பொண்ணுக்கு அடையாளம் தெரியும். போய் பாத்துட்டு வா." என்று கணபதி அனுப்பி வைத்தார்.

அகிலா வந்து பேச ஆரம்பித்த போதே சுதர்சன் அவளை கண்டு கொண்டான்.

இதில் கூத்து என்னவென்றால் நம் அகிலா தான் இன்னும் புகைப்படத்தை பார்க்கவில்லை என்பது தான் பரிதாபம்.

இப்போது திருட்டு செய்து மாட்டிக் கொண்ட குழந்தை போல் அகிலா முழிக்க, அவளையே அதிர்ச்சியாக பார்த்தான் சுதர்சன்.

"என்னமா இது?" என்று கீழே விழுந்து கிடந்த பொருட்களை பார்த்து கேட்டான்.

அவளோ வேகமாக அனைத்தையும் அள்ளி மீண்டும் தன் சேலைக்குள் மறைத்தவள், அவனை தயக்கத்தோடு பார்த்தாள்.

"அது வந்து..." என்று சுற்றி முற்றி பார்த்தவள் அவனை பார்த்து கண்ணடித்தாள்.

அதில் அதிர்ந்த சுதர்சன் அவளையே பார்க்க, மீண்டும் கண்ணடித்து அருகில் வருமாறு சைகை செய்தாள்.

அதில் அவன் எச்சிலை விழுங்கிக் கொண்டு அவள் அருகில் சற்று நெருங்கி அமர்ந்தான்.

"நான் ஒன்னு சொல்லுறேன். யார்கிட்டேயும் சொல்ல கூடாது." என்று கூறினாள்.

அவனும் "சொல்ல மாட்டேன்." என்று தலை அசைத்தான்.

"அது ஒன்னும் இல்ல பாஸ். என்ன பார்க்க ஒரு பண்ணாட வருவான்னு சொன்னேன்ல!"

சுதர்ஷனுக்கு சிரிப்பு வந்தது, உதட்டை கடித்து அடக்கி கொண்டு "ஆமா உங்களுக்கு பார்த்த மாப்பிள்ளை." என்று கூறினான்.

"அதேதான். அவனை எப்படியாவது ஓட ஓட விரட்டனும். அவன் வாயாலயே என்ன பிடிக்கலைனு சொல்ல வைக்கனும்."

சுதர்சன் யோசனையாக "அதுக்கு எதுக்குங்க இந்த கத்தி, மண்ணு, மிளகாய் பொடி எல்லாம்?" என்று சந்தேகமாக கேட்டான்.

"அது இல்ல.. நான் சொன்ன அப்பறமும் அவன் ஒத்து வரலைன்னா, இதெல்லாம் யூஸ் பண்ணுவேன்." என்று அசால்ட்டாக தோளை குலுக்கி கூறி-னாள்.

அதில் அசந்து போன சுதர்சன் "ஓஹோ" என்று அமைதியாக இருந்தான்.

அப்போது யோசனை வந்தவளாய் "ஏங்க நீங்க எனக்கு ஒரு ஹெல்ப் பண்ண முடியுமா?" என்று கேட்டாள்.

'என்ன போட்டு தள்ள, என் கிட்டையே ஹெல்ப் கேக்குறா பாரு" என்று மனதில் வறுத்து விட்டு "சொல்லுங்க, என்ன பண்ணனும்?" என்று கேட்டான்.

அவள் "ஈஈ" என்று பல்லை காட்டி கொண்டு " அது வந்து உங்க குழந்தைய, நம்ம குழந்தை சொல்லிடுங்க. ப்ராப்ளம் முடிஞ்சிரும்." என்று கையில் வைத்தி-ருக்கும் குழந்தையை நோக்கி காட்ட, சுதர்சன் மேலும் அதிர்ந்து அவளை பார்த்-தான்.

"ஏன் சொல்ல மாட்டிங்க? பத்து மாசம் நான் சுமத்து பெத்தா, உங்க குழந்-தைனு சொல்லுவிங்களோ?" என்று பின்னால் குரல் கேட்டது.

இருவரும் திரும்பி பார்த்தனர். அங்கு ஒரு பெண்மணி இருவரையும் முறைத்-துக் கொண்டு நின்றாள்.

"குடுயா மொத என் புள்ளைய!!!" என்று வெடுக்கென்று அவர்கள் கையில் இருக்கும் குழந்தையை வாங்கிக் கொண்டு சென்று விட்டாள்.

இப்போது சுதர்சன் முழிக்க "யோவ்! அப்போ அது உன் புள்ள இல்லையா?" என்று அகிலா பொங்கினாள்.

"நான் எப்போ சொன்னேன், என் புள்ளைனு?" என்று சுதர்சன் திரும்பக் கேட்டான்.

"அட ஆமா! நான் உங்க கையில இருக்கவும், அது உங்க புள்ளைன்னு நெனச்சேன்." என்று பல்லைக் காட்டினாள்.

அவன் தான் அவளை முறைத்துக் கொண்டிருந்தான்.

"இங்க பாருங்க ,இன்னும் அவன் வரலை." என்று கூறிக் கொண்டிருக்கும் போதே அவள் தந்தை அவளுக்கு அழைத்தார்.

அதை ஏற்று பேசியவள் "சரிப்பா." என்று போனை வைத்தாள்.

அவன் கேள்வியாக பார்க்க "அவன் கோவிலுக்கு வந்துட்டானாம்." என்று அனைத்திற்கும் தயாராக நின்றாள்.

பின் அவனிடம் மண் உள்ள பொட்டலத்தை கொடுத்து விட்டு "ஒரு வேளை என்னால எதுவுமே பண்ண முடியலைனா ,நீங்க இந்த மண்ண அவன் கண்ணுல போட்டுருங்க." என்று அவன் கைக்குள் திணித்தாள்.

"அடிப்பாவி! என் கண்ணுல மண்ண போட என்கிட்டையே கொடுக்குறியா .உனக்கு இருக்கு." என்று எண்ணிக் கொண்டு மண்ணை கையில் வாங்கிக் கொண்டான்.

"ஏங்க எப்படி கண்டு பிடிப்பிங்க? அவர பார்த்துருக்கிங்களா?" என்று சுதர்சன் கேட்டான்.

"யோவ் நீ அறிவாளியா! எங்க அப்பா எனக்கு போட்டோ அனுப்பி இருக்காரு." என்று வேகமாக தன் மொபைலை எடுக்க,அவன் மார்பின் குறுக்கே கைகளை கட்டிக் கொண்டு அவளையே ரசனையாக பார்த்தான்.

மொபைலை எடுத்தவள் வேகமாக வாட்ஸ்அப் க்குள் சென்று அவள் அப்பாவின் சாட்டில் உள்ள புகைப்படத்தை லோட் செய்து அதை எடுத்து பார்க்க, அவளுக்கு சர்வமும் ஒடுங்கியது.

கையில் உள்ள அலைபேசி அவள் கையில் இருந்து நழுவ, அதை லாவகமாக பிடித்துக் கொண்டான் சுதர்சன்.

நிமிர்ந்து அவனை பார்த்தவள் பயத்தில் உதட்டை கடித்துக் கொண்டு நிற்க,அவனோ எதுவும் பேசாமல் "எதிர இருக்குற காபி ஷாப்புக்கு வா." என்று முகத்தை கடுமையாக வைத்துக் கொண்டு முன்னே சென்று விட்டான்.

"போச்சு, போச்சு! எல்லாம் போச்சு." என்று புடவையை தூக்கிக் கொண்டு அவன் பின்னே ஓடினாள்.

அங்கே இருக்கும் காபி ஷாப்பில் இரு காபியை ஆர்டர் செய்து விட்டு அவன் காத்திருக்க, அவள் தயக்கமாக வந்து அவன் எதிரே அமர்ந்தாள்.

இருவருக்கும் காபி வர, அதை எடுத்து முதலில் குடித்தவன் அவளுக்கு கண்ணைக் காட்ட, அவள் பயத்தில் சுடு காபியை தூக்கி உள்ளே ஊத்தினாள்.

அவன் பேண்ட் பாக்கெட்டில் இருந்த மண் பொட்டலத்தை எடுத்து டேபிளில் வைத்தான்.

'இப்போ அவன் என் கண்ணுல மண்ண போட போறானோ?' என்று அவனையே குறுகுறுவென்று பார்த்தாள்.

அவன் அகிலாவின் இடுப்பு மடிப்பை பார்த்து அவளை முறைக்க அவளுக்கு புரிந்து போனது.

காபி கப்பை கீழே வைத்து விட்டு இடுப்பு சேலையில் இருந்து எடுக்க ஆரம்பித்தாள் .

முதலில் கத்தி, பின் மிளகாய் பொடி, அடுத்து முந்தியில் முடிந்து வைத்த பிளேடு என்று எடுத்து வைத்தாள்.

'அடேங்கப்பா! இது நம்ம லிஸ்டுலேயே இல்லையே!' என்று பார்த்த சுதர்சன் "ஓகே! ஃபைனலி எனக்கு உனக்கு ரொம்ப பிடிச்சிருக்கு. உன் கண்டிசனுக்கு நான் ஒத்து வர மாட்டேன். இதுல எத வச்சு வேணாலும் நீ என்ன தாக்கலாம். ஆனால் நான் முடிவு பண்ணிட்டேன். உன்ன தான் கல்யாணம் பண்ண போறேன்." என்று அழுத்தமாக கூறிவிட்டு இருவர் குடித்த காபிக்கும் பணத்தை வைத்து விட்டு அங்கிருந்து சென்றான்.

அகிலா தான் உறைந்து போய் நின்றாள்.

சென்றவன் திரும்பி வந்து அவளுடைய கை பேசியை அவள் அருகில் வைத்து விட்டு, அவள் குண்டு கன்னத்தை தட்டி "வரட்டா பேபி." என்று குறும்புடன் கூறி விட்டு சென்றான்.

****

முகில் நினைவுகள் யாவுமே அகிலாவை தான் சுற்றி வந்தது.

ஏதோ யோசனையில் கல்லூரிக்கு கிளம்பி வெளிய வந்தவன் ,கீழே அவனுக்காக ரிதி தயாராக இருக்கவும், அவளை "வா..." என்ற ஒரு சொல்லோடு அழைத்து விட்டு முன்னேறி சென்று விட்டான்.

ரிதி கண்கள் தீரனை தான் தேடியது. அவன் இல்லாமல் போக ஏமாற்றமாக சீதா ராமச்சந்திரன் தம்பதியிடம் ஆசி பெற்று, முகில் காரில் அவனுடன் கிளம்பினாள்.

பின்னால் அமர்ந்து எங்கேயோ பார்த்துக் கொண்டிருந்தாள் ரிதி.

முகில் மிரர் வழியே அவளை பார்த்து விட்டு எதுவும் பேசாமல் காரை அலுவலகம் நோக்கி விட்டான்.

உள்ளே நுழைந்த இருவருக்கும் வந்த முதல் செய்தி ஹர்ஷா இன்னும் அலுவலகம் வரவில்லை என்பது தான்.

அதில் அதிர்ந்த முகில் வேகமாக ரிதியை உள்ளே அழைத்து சென்று, அங்குள்ள மேனேஜரை வரவழைத்து அவளது விவரத்தை கூறி அதற்கான வேலையை கொடுக்கும் படி செய்தான்.

அவர் அவளுடைய ஒவ்வொரு தகவலாக கேட்க,இறுதியில் வந்து முடிந்தது அவள் கணவனிடம்.

"இப்போ உன் ஹஸ்பண்ட் பெயர் சொல்லு மா!" என்று மேனேஜர் கேட்க, அவளோ பார்வையை எங்கோ வெறித்து கொண்டு "நான் விடோ சார்." முகம் இறுகி போய் கூற, முகில் அதிர்ந்து விட்டான்.

ரிதி உணர்ச்சியற்ற பார்வை ஒன்றை முகில் மீது செலுத்தினாள்.

8

அத்தியாயம்-8

இடுப்பில் கட்டிய டவலுடன் அவன் ஹாசி அருகே வர, அவளுக்கு இதய துடிப்பு எக்குத்தப்பாக துடித்தது.

அப்போது தான் குளித்திருந்ததால் ஈரம் தலை முடியில் சொட்ட சொட்ட, வெற்று மார்புடன் தண்ணீர் வடிய அவளை நெருங்க, கை கால் எல்லாம் அவளுக்கு நடுங்க ஆரம்பித்தது.

"எ..என்ன?"

"அவங்க கிட்ட என்ன கேட்ட?"

"அ..அது, டிரஸ் மாத்துனது?"

"நான் தான்" அழுத்தமாக வந்தது பதில்.

அவன் மூலமாக இந்த பதிலை கேட்டவள் அதிர்ச்சி அடைவதற்கு முன்னால் மற்றொரு அதிர்ச்சியை அவளுக்கு பரிசாக அளித்தான் ஹாசினியின் கணவன்.

சட்டென்று அவள் அடி வயிற்றில் கை வைத்தவன் "இப்போ எப்படி இருக்கு?" என்றான்.

அதிர்ச்சியில் மேல் மூச்சு, கீழ் மூச்சு வாங்க "அது..அது,இப்போ ஓகே!" என்று திணறிக் கொண்டே தலை ஆட்டினாள்.

"நேத்து உன்னை விட்டுட்டு போன அப்போ, உனக்கு இப்படி ஆகியிருக்கிறத சொல்ல வேண்டியது தானே?" என்று இன்னும் அவள் வயிற்றில் இருந்து கை எடுக்காமல் கேட்டான்.

அவளால் அவனை முறைக்க மட்டுமே முடிந்தது.

எப்படி சொல்வாள்? நேற்று அவளை பேசுவதற்கு கூட அவகாசம் அளிக்காமல் அவன் கத்தி விட்டு சென்றானே!

"இல்ல அப்போ இல்ல. அதுக்கு அப்பறம் தான்." என்று தயங்கி கொண்டே கூறினாள்.

"இடி சத்தம் ரொம்ப அதிகமா இருந்துச்சுல?"

"ஆமா."

"சாப்டியா?"

"பால் குடிச்சேன்."

"அப்பறம் ஹாசி குட்டி,உன்கிட்ட." என்று ஆரம்பித்தவன் நிறுத்தி விட்டு அவளை பார்த்தான்.

அவளும் அவனை தான் அதிர்ந்து போய் பார்த்தாள்.

எத்தனை நாட்களுக்கு பின்பு அவன் இவ்வாறு அழைக்கிறான்.

கண்களில் கண்ணீர் இப்போவோ அப்போவோ என்று முட்டிக் கொண்டு நின்றது.

அதை காண முடியாதவன்,அவளிடம் இருந்து விலகி "நீ என்ன கல்யாணம் பண்ணி, ரொம்ப தப்பு பண்ணிட்ட ஹாசி குட்டி." என்று முகத்தை இறுக்கமாக வைத்து கொண்டு கூறினான்.

"நான் இந்த கல்யாணத்துக்கு சம்மதம் சொல்லையே மாமா. என்ன கட்டாயப்படுத்தி தானே பண்ணி வச்சாங்க. அப்போ என் மேல என்ன தப்பு?" என்று தைரியத்தை வரவழைத்துக் கொண்டு அவளது வரு மாமனாக நினைத்து கொண்டு அவள் பேசினாள்.

"நடந்து முடிந்தது பத்தி பேசி ஒன்னும் ஆக போறது இல்ல. நீ ஒழுங்கா படி. நானே உனக்கு நல்ல பையனா பார்த்து கல்யாணம் பண்ணி வைக்கிறேன்." என்று சாதாரணமாக அவள் தலையில் இடியை இறக்கினான்.

இப்போது அவளும் பழைய ஹாசினியாக "முடியாது!!!" என்று ஒற்றை வார்த்தையில் அழுத்தத்தைக் கூட்டி கூறினாள்.

அவளை மீண்டும் நெருங்கி வந்தவன்,அவள் கழுத்தை இறுகப் பற்ற அவளுக்கு வலி எடுத்தது.

கண்களில் ரவுத்திரத்தைக் கூட்டி "நான் உன்கிட்ட வரு மாமாவ நடந்துக்க ஆசை படுறேன். நீ என்ன ஹர்ஷாவா பார்க்க ஆசை படுற. இதுல எது வேணும்னு நீயே முடிவு பண்ணு!" என்று கைகளை விலக்கி கொண்டு அவன் அந்த அறையை விட்டு வெளியே செல்ல போனான்.

"எனக்கு ஹர்ஷவர்தன் தான் வேணும்." என்று மீண்டும் அவள் குரல் உயர்த்தி கூறினாள்.

அவள் பேச்சில் நடையை நிறுத்தியவன், திரும்பி பார்க்காமலேயே "Ok! get ready to be my wife, for all my physical and mental needs." என்று அழுத்தமாக அந்த வார்த்தைகளை கூறி விட்டு வெளியேறினான்.

அவள் தான் அதிர்ந்து போய் அவனை பார்த்தாள்.

அவள் பார்வையை திரும்பாமலேயே உணர்ந்தவன் ஒரு முடிவோடு அந்த அறையை விட்டு வெளியேறினான்.

அவன் கூற்றில் அப்படியே மெத்தையில் அமர்ந்தவள் நினைவுகள் எல்லாம் கடந்த காலத்தை நோக்கி பயணித்தது.

தளர்ந்த நடையுடன் கார் பார்க்கிங் அருகே வந்தவள், ஒரு காரின் மீது சாய்ந்து கொண்டு சீராக மூச்சு விட தொடங்கினாள்.

'என்ன மாதிரியான மாணவர்கள் இவர்கள்?' என்று அவளுக்கே அருவருப்பை உண்டு பண்ணியது.

ஆடிட்டோரியம் உள்ளே வந்ததும் மாணவர்களின் பார்வை தன்னை தீண்டு-வதை உணர்ந்து அவள் பின்னால் இருக்கும் இருக்கையில் மறைவாக அமர்ந்து கொள்ள, அவள் தோழிகள் இருவரும் விழா நடக்கவிருக்கும் வேலையை பார்க்க சென்றனர்.

இவளோ தன் மேல் விழும் பார்வையை ஜீரணிக்க முடியாமல் இருக்கையில் அமர்ந்து கொண்டு நெளிய, அப்போது அவள் அருகே நான்கு மாணர்வர்கள் வந்து அவளை சுற்றி அமர்ந்து கொண்டனர்.

அவர்கள் திடீரென்று வரவும் அவளால் எழ முடியாமல் அவர்களையே கேள்-வியாக பார்க்க,அவர்களோ அவளை மேல் இருந்து கீழ் வரை அப்பட்டமாக ரசித்து கொண்டிருந்தனர்.

அவர்கள் பார்வையில் உடல் கூசி போனவள் "சீனியர் ,கொஞ்சம் வழி விடுங்க. நான் போகனும்." என்று அவர்கள் முகத்தை பாராது தரையை பார்த்துக் கொண்டு கேட்டாள்.

"ஏன் மா, அதுக்குள்ள என்ன அவசரம்? கொஞ்ச நேரம் பார்த்துட்டே போறோம்." என்று இழிவாக பேசினான்.

அவள் அதிர்ந்து அவனை நோக்கினாள். .

"அட, நீ பேச போற ஸ்பீச் பத்தி சொன்னேன் மா." என்று அவன் பல்லைக் காட்டினான்.

அதில் அவளுக்கு தான் கண்களில் கண்ணீர் முட்டி கொண்டு வந்தது.

அதை வெளியே காட்டி விட கூடாது என்பதற்காக அழுகையை அடக்கிக் கொண்டு அவர்களை பார்த்தாள். இவர்கள் கடைசி வரிசையில் இருந்ததால் யாரும் அவர்களை கண்டு கொள்ளவில்லை. இவர்களுக்கு முன்னாள் ஆறு வரிசை காலியாகத் தான் இருந்தது. மின் விளக்குகளும் மிதமாகவே இருக்க,இவர்கள் பண்ணும் அட்டகாசம் யாருடைய கண்களுக்கும் படாமல் இருந்-தது அவர்களுக்கு இன்னும் வசதியாக போனது.

சட்டென்று இருக்கையில் இருந்து எழுந்தவள் அங்கிருந்து நகர போக, அவள் கைகளை பற்றி மீண்டு இருக்கையில் வலுக்கட்டாயமாக அமர்தினான் ஒருவன்.

"இப்போ கைய விட போறிங்களா இல்லையா?" என்று அவள் குரல் உயர்த்த, அப்போது ஒருவன் அவள் வாயை மூடினான்.

இன்னொருவன் அவள் கைகளை பிடித்து கொள்ள, மற்றொருவன் அவள் சேலை விலகி இருந்த இடத்தில் கோதுமை நிறத்தில் தெரிந்த மெல்லிய இடையை கைகளால் வருடினான்.

அதில் புழுவாய் துடித்த ஹாசி, கால்களை உதற அந்த நேரத்தில் தான் ஹர்ஷவர்தன் வரவும் அனைவரும் ஹாசினியை தேடுவதை உணர்ந்து அவளை விடுவித்தனர்.

"அமைதியா போய் பேசிட்டு வரனும். யாரு கிட்டயாச்சும் ஏதாவது சொல்ல நெனச்ச?" என்று அவர்கள் விரல் நீட்டி மிரட்ட, அவள் உடல் கூசிய வண்ணம் கண்ணீரை அடக்கிக் கொண்டு அவர்களிடம் இருந்து விடுபட்டு மேடை ஏறினாள்.

இதை நினைத்து பார்த்து இப்போது அந்த கார் பார்க்கிங்கில் வாய் விட்டே அழுதாள்.

அவர்கள் தொட்ட இடத்தை நினைத்து பார்க்கையில் அவளால் ஜீரணிக்க முடியவில்லை.

மீண்டும் மீண்டும் இடுப்பை துடைத்துக் கொண்டு அவள் அழ, அப்போது அவள் தோளில் ஒரு கரம் படிய அதிர்ச்சியாக திரும்பினாள்.

விழா சிறப்பாக நடந்து கொண்டிருக்க, தன் உரையை பேசி விட்டு அரங்கத்தில் இருந்து வெளியேறிய ஹர்ஷா, கார் பார்க்கிங் நோக்கி வர சரியாக அவன் கார் கதவருகில் நின்று கொண்டு அவள் அழுது கொண்டிருந்தாள்

மீண்டும் அவர்கள் தானோ என்று எண்ணி அவள் திரும்ப அங்கு ஹர்ஷா நின்று கொண்டிருந்தான்.

அவனை பார்த்ததும் தான் அவளுக்கு மூச்சே வந்தது.

தன் கண்களை அழுந்த துடைத்து விட்டு "சாரி சார்!!!" என்று அங்கிருந்து நகர பார்த்தாள்.

"வெயிட்" என்று அவன் காருக்குள் சென்று சீட்டில் அமர்ந்தான்.

அவள் யோசனையுடன் அவனை பார்க்க, உள்ளே சீட்டில் உள்ள வாட்டர் பாட்டிலை எடுத்து அவளுக்கு கொடுத்து குடிக்குமாறு சைகை செய்தான்.

அவளுக்கும் அப்போது அது தேவை பட்டதால் அதை வாங்கி தயக்கமில்லாமல் குடித்தாள்.

"ஹேய் இங்க பாரு டா, இடுப்பழகி இங்க வந்து நிக்கிறா." என்று அவர்கள் நால்வரும் கார் பார்க்கிங் வர,அவள் குடித்துக் கொண்டிருந்த தண்ணீர் அவளுக்கு புரையேறியது.

"என்ன அங்க கை வச்சது பத்தாதா? நீயே எங்களை தேடி கார் பார்க்கிங் வரைக்கும் வந்திருக்க. சும்மா சொல்ல கூடாது .உனக்கு அப்படி ஒரு இடுப்பு. சும்மா கும்முன்னு!!!" என்று ஒருவன் கூற மற்றவர்கள் சிரிக்க ஆரம்பித்தனர்.

"அப்பறம் அவ இடுப்பு மட்டுமா???" என்று இன்னொருவன் கூற, அதற்கு மேல் அவன் பேச முடியாமல் அவன் வாயில் இருந்து இரத்தம் வந்தது.

அடி அப்படி! ஹர்ஷா காருக்குள் இருந்தது அறியாமல் அவர்கள் அவளை இழிவாக பேச, அவனோ பொறுக்க முடியாமல் வெளியே வந்து பேசியவன் வாயை உடைத்து விட்டான்.

திடீரென்று இவன் வருவான் என்று எதிர்பார்க்காத அவர்கள் பயத்தில் முகம் வெளிறி போனார்கள்.

சீப் கெஸ்ட் என்றவுடன் இவன் வரலாற்றை ஆராய்ந்தவர்கள் இவர்கள்!

இப்போது அவன் அடித்த அடியில் உடல் நடுங்கி போனார்கள்.

கண்கள் சிவந்து, கைகளை முறுக்கிக் கொண்டு, அவன் அவர்களை அனல் பறக்க பார்க்க, அவன் பார்வையில் ஆடவர்கள் நடுங்கி தான் போனார்கள்.

அடி வாங்கியவனை தூக்கி கொண்டு அவர்கள் மெதுவாக நகர, ஹர்ஷா ஒரு அடி எடுத்து முன்னே வைக்கவும் தலை தெறிக்க ஓட ஆரம்பித்தனர்.

பின் திரும்பி ஹாசினியை பார்க்க ,அவளோ, அவன் அடித்த அடியையே வாயை பிளந்து கொண்டு பார்த்து கொண்டிருந்தாள்.

"ஹலோ!!!" என்று அழைக்க, தன்னிலை அடைந்தவள் "ஹான் சார். என்ன சொன்னீங்க?" என்று கேட்டாள்.

"காருல ஏறு." என்ற ஒற்றை சொல்லுடன் அவன் சீட்டில் அமர்ந்தான்.

அவளோ முழித்துக் கொண்டு "சார் ,நீங்க என்னமோ சொன்னிங்க! ஆனால் என் காதுல அது தப்பா விழுகுது." என்று அவன் ‘தன்னை போய் காரில் அழைப்பானா?’ என்ற ரீதியில் அவள் மீண்டும் கேட்டாள்.

"Get in idiot." என்று அவன் மீண்டும் கத்தினான்.

"ச்ச! முதல்ல மரியாதையா சொன்ன அப்போவே போயிருக்கலாம்." என்று தன்னை திட்டிக் கொண்டு "சார்! என் வண்டி இங்க இருக்கு சார்." என்று பாவமாக அவள் கூறினாள்.

அவன் பட்டென்று கதவை அடைத்து காரை ஸ்டார்ட் செய்தான்.

அவளோ பயத்தில் அவன் காரில் முன் கதவை திறந்து சட்டென்று உள்ளே அமர்ந்து விட்டாள்.

"சார் என் பேரு ஹாசினி. இங்க தான் மேக்ஸ் செகண்ட் இயர் படிக்கிறேன்." என்று தன்னை அறிமுக படுத்திக் கொண்டாள்.

அவனோ அமைதியாக காரை கிளப்பி, கல்லூரியை விட்டு வெளியே வந்தான்.

சிறிது தூரம் சென்றதும் 'ஐயோ என்னால பேசாம இருக்க முடியாதே???' என்று தனக்குள் புலம்பிக் கொண்டிருந்தாள்.

"அந்த நாலு பேரு யாரு?" என்று அவன் நேராக கேள்விகளை தொடுத்தான்.

"என்னோட சீனியர்!" என்று வெறுப்பை முகத்தில் காட்டி கூறினாள்.

"ஓஹோ! என்ன டிபார்ட்மெண்ட்?"

"மேக்ஸ்."

"ஓகே!"

"உன் வீடு எங்க இருக்கு?"

அவள் வீட்டு முகவரியை கூற, அது இங்கிருந்து அரை மணி நேரம் ஆகும் என்பதால் அவள் வீட்டை நோக்கி காரை செலுத்தினான்.

இரண்டே நிமிடத்தில் மீண்டும் அவனை பாவமாக பார்த்தாள்.

அவள் பார்வையை உணர்ந்தாலும் அவன் அவளை பார்த்து திரும்பவில்லை.

"என்ன வேணும்?"

"சார் என்னால பேசாம வர முடியாது. அதுவும் அரை மணி நேரம்.அம்மாடி என்னால முடியவே முடியாது. நீங்க பேசவே மாட்ரீங்க. பரவாயில்லை இருக்கட்டும். நான் பேசுறத மட்டும் கேளுங்க. இல்லனா எனக்கு தலையே வெடிச்சுரும்." என்று அவள் பாட்டிற்கு பேசினாள்.

இதுவரை அவன் வீட்டிலோ, அவன் தொழில் சம்மந்தமான இடத்திலோ ,அவனிடம் யாரும் இவ்வாறு வாயாடியது இல்லை.

"ஹம் intersting.Ok go ahead!" என்று காரில் கவனம் செலுத்த, ஹாசி தன் வரலாற்றை கூற ஆரம்பித்தாள்.

இதோ அதோ என்று அவன் காதில் ரத்தம் வராத குறை தான். வீட்டு வாசலில் வண்டியை நிறுத்தினான்.

"ரொம்ப தாங்க்ஸ் சார். நீங்க என் வீட்டுக்கு வாங்க." என்று சிரித்து கொண்டே அழைத்தாள்.

"சீ யூ சூன்!" என்று காரை கிளப்ப, அவளும் தோளை குலுக்கிக் கொண்டு உள்ளே செல்ல, அப்போது சிறுவர்களை துரத்திக் கொண்டு அந்த ரோட்டில் தலைய தலைய பாவாடை அணிந்து, சின்ன சட்டை போட்டுக் கொண்டு, கையில் வடகம் காய வைத்த தட்டோடு அவர்களை துரத்திக் கொண்டு எதிர் வீட்டிற்குள் ஓடினாள் ஆத்வி.

"இன்னும் எவ்வளவு நேரம் இப்படியே உக்கார்ந்து இருக்கிறதா இருக்க?" என்ற ஹர்ஷாவின் அழைப்பில் தன்னிலை அடைந்தவள் மலங்க மலங்க முழித்தாள்.

"சீக்கிரம் ரெடி ஆகு. நம்ம வெளிய போகனும்." என்று கட்டளையை பிறப்பித்து விட்டு அவன் வெளியே சென்று விட்டான்.

****

காதல் தோல்வியில் பகல் எது? இரவு எது? என்று தெரியாமல் அலைந்து கொண்டிருந்த தீரனை சற்று இயல்புக்கு கொண்டு வந்ததே அந்த குட்டி மொட்டு தான்.

காலையில் விடிந்ததும் தன் அறையிலேயே அடைந்து கிடந்தவனை எழுப்பியது அந்த மொட்டின் அழுகை குரல்.

"அமுதினி! உங்க அம்மா இன்னும் கொஞ்ச நேரத்துல வந்துருவா. செல்லம்ல!" என்று சீதா கொஞ்சிக் கொண்டிருந்தார்.

தன் கடந்த கால நினைப்பை துரத்தி விட்டு, முகத்தை கழுவி கொண்டு கீழே வந்தான்.

பால் குடித்தும் அழுகையை நிறுத்தாமல் அவள் அழுக, தீரன் விரைவாக சென்று தன் அன்னை கையில் உள்ள அம்முவை வாங்கி கொண்டான்.

ஏனோ அவனது அடர்த்தியான தாடியை பார்த்ததும், அந்த நிமிடமே அழுகையை நிறுத்திக் கொண்டு அவன் தாடியை பிடித்து விளையாட தொடங்கினாள் அம்மு.

"பாரு டா! இவ்வளோ நேரம் நான் வச்சு அவளை சமாதானம் பண்ணேன். இப்போ உன் கிட்ட வரவும் அழுகை பறந்து போச்சு." என்று சிரித்து விட்டு தன் மகனுக்கு காபியை கலக்க சமையலறை சென்றார் சீதா.

ராமச்சந்திரன் வெளியே வந்து அந்த குட்டி குழந்தையை கொஞ்சி விட்டு, தன் மனைவியிடம் கூறி விட்டு அவரும் அலுவலகம் சென்றார்.

"என்னடா நீ கிளினிக் போகலையா?" என்று காபியை ஆத்திக் கொண்டு சீதா வந்தார்.

"இல்ல மா கொஞ்சம் டயர்டா இருக்கு.அதான் போகலை." என்று அம்முவுடன் விளையாட தொடங்கினான்.

அம்முவின் பல் இல்லாத அந்த பொக்கை வாயின் சிரிப்பில் விழுந்து போனான் தீரன்.

தன் மன கவலைகளை துடைக்க அம்முவே தீர்வு என்று மனதில் நினைத்துக் கொண்டு அவளை பார்க்க, அவளும் அவனை தான் பார்த்துக் கொண்டிருந்தாள்.

இடை இடையில் அவனது 'பாப்பு' நியாபகம் வேறு வந்து அவனை வாட்ட"ஐயோ இப்போ என்ன பண்ணிட்டு இருக்காளோ? அண்ணன் ரொம்ப கோவத்தை காட்டினா தாங்க மாட்டாளே." என்று புலம்பிக் கொண்டிருந்தான்.

அப்போது "தங் ,த்தங்."என்ற காலடி சத்தத்துடன் உள்ளே நுழைந்தாள் அகிலா.

அவளை புருவ முடிச்சுகளுடன் பார்த்தவன் "என்ன இந்த பக்கம் காத்து அடிக்குது?" என்று நக்கலாக கேட்டான்.

"தோ பாருங்க. நான் உங்க கிட்ட பேச வரலை.எங்க அவன்? எங்க போய் தொலஞ்சான். டேய் முகி வெளியே வா டா! உனக்கு இருக்கு." என்று கத்தி ஆர்ப்பாட்டம் செய்தாள்.

"அவன் ரிதியை கூட்டிட்டு ஆபீஸ் போயிட்டான்."

அதில் கொதித்த அகி "யார கேட்டு அவன் அந்த பொண்ணு கூட போனான்?" என்று கேட்டாள்.

"ஏன் யார கேட்கனும்?"

"என்னை கேட்கனும்."

"இப்போ உனக்கு என்ன பிரச்சனை?" என்று தீரன் சற்று அழுத்தமாகவே கேட்டான்.

"நா வீட்டுக்கு போறேன்." என்று விறு விறுவென வீட்டிற்க்கு நடையைக் கட்-டினாள்.

****

ரிதி கூறிய பதிலில் திகைத்து போன முகில் அவளையே பார்க்க, அவளோ வேலையே கண்ணாக இருந்தாள்.

கொடுக்க வேண்டிய அனைத்தையும் அவரிடம் கொடுத்து விட்டு, கையொப்பம் இட்டு வேலையை முடித்தாள்.

பின் அவள் முகிலை பார்க்க "ஓகே வாங்க.நான் உங்களை வீட்ல விட்டுட்டு அப்புறம் போறேன்." என்று பல வித யோசனைகளுடன் முன்னே நடந்தான்.

ரிதியோ எதையும் முகத்தில் காட்டாமல் இருக்க அரும்பாடு பட்டாள் என்றே சொல்ல வேண்டும்.

ஏனென்றால் முகில் பார்வை அவளை விட்டு இம்மியும் நகராமல் அவளை தீண்டியது.

இருவரும் அமைதியாக கார் பயணத்தை தொடர்ந்தனர்.

"அப்போ நீ விடோ,அப்படிதான்ல?" என்று முகில் பேச்சை ஆரம்பித்தான்.

அவளோ அதிர்ந்து "ஆ...ஆமா. சீக்கிரம் வீட்டுக்கு போங்க. குழந்தை அழுவா." என்று அடுத்த ஆப்பை அவளே வைத்துக் கொண்டாள்.

"ஓஹோ! அவ்வளோ பாசம். அப்போ அந்த குழந்தை, உனக்கு பிறந்த குழந்தை .அப்படித்தானே?" என்று அடுத்த கேள்வியை தொடுத்தான்.

மனம் பட பட வென அடித்துக் கொண்டது.

இருந்தும் அதை வெளியே காட்டாமல் "என்ன உளரிட்டு இருக்கிங்க?அவ என் குழந்தை தான்." என்று வெடுக்கென பேசினாள்.

முகில் ஒரு நக்கலான சிரிப்பை உதிர்த்து விட்டு காரை வீட்டிற்க்கு விட்டான்.

****

வெறி கொண்ட வேங்கையாய் தன் வீடு வந்து சேர்ந்தாள் அகிலா.

"எவ்வளோ திமிரு அவனுக்கு? என்கிட்ட கேட்காம அந்த பொண்ணு கூட போயிருக்கான்." என்று பொங்கி கொண்டு உள்ளே வந்தவள் அதிர்ந்து போனாள்.

ஹாலில் அவளது மாயக் கண்ணன் சாத் சாத் நம் சுதர்சன் தான் நடுக்கூடத்தில் மூர்த்தி, மல்லியுடன் அமர்ந்து காபி குடித்துக் கொண்டிருந்தான்.

அகிலாவை பார்த்த மூர்த்தி "என்னம்மா நீ? இப்போதான் வர. மாப்பிள்ளை வந்து எவ்வளோ நேரம் ஆச்சு?" என்றார்.

"விடுங்க மாமா.எங்கையாச்சும் மிளகா பொடி வாங்க போயிருப்பா." என்று சுதர்சன் சிரிப்பை அடக்கிக் கொண்டு கூறினான்.

அகிலா பல்லைக் கடித்து கொண்டு "கொப்பம்மவனே! இருடா, இந்தா வரேன்." என்று சேலையைத் தூக்கிக் கட்டிக்கொண்டு அவன் அருகில் சென்றாள்.

9

அத்தியாயம்-9

"நம்ம இப்போ எங்க போறோம்?"

"ஏன் அவசியம் தெரியனுமா?"

"இல்ல. எங்கன்னு சொன்னா அதுக்கு ஏத்த மாதிரி டிரஸ் பண்ணனும். புடவை கட்ட முடியல மாமா." என்று மென்று முழுங்கிக் கொண்டே கூறினாள்.

"இப்போ தெரியுதா? நான் எப்பவுமே உனக்கு ஒரு மாமாவா இருக்க மட்டும் தான் ஆசை படுறேன்."

"அதேதான் நானும். எப்பவும் நீங்க எனக்கு ஒரு நல்ல புருஷனா இருக்க தான் ஆசை படறேன்." என்று அவன் பாணியிலேயே அவனுக்கு பதில் அளித்-தாள் ஹாசி.

வந்த கோவத்தில் மேஜை அருகில் இருக்கும் புத்தகத்தை சட்டென்று தள்ளி விட்டவன், அவள் கையில் ஒரு பார்சலை கொடுத்து விட்டு வெளியேறினான் .

அவளும் உதட்டை கடித்து சிரிப்பை அடக்கி கொண்டு பார்சலை பிரிக்க,அதில் அவளுக்கு ஒரு சல்வார் செட்.

அவள் விரும்பி அணியும் காதணிகள், பின் இதர அழகு சாதன பொருட்கள். முக்கியமாக அவளுக்கு இன்னர்ஸ் மற்றும் நாப்கின் என்று அனைத்தும் வாங்கி உள்ளே வைத்திருந்தான். அதை பார்த்து அவளுக்கே ஆச்சரியத்தில் கண் விரிந்-தது.

"என்ன இவ்வளோ தூரம் புரிஞ்சு வச்சு இருக்கிங்க மாமா! ஆனால் ஆத்-விக்கு தான் உங்க காதல் கொடுத்து வைக்காம போயிடுச்சு." என்று எதையோ நினைத்து கண் கலங்கியவாறே வேகமாக அவனுடன் செல்வதற்காக தயாராக சென்றாள்.

உள்ளே சென்று குளித்து விட்டு, அவன் வாங்கி தந்த அனைத்தையும் போட்டு பார்க்க, அளவுகள் அனைத்தும் கன கட்சிதமாக பொருந்தியது.

"என்ன இவ்வளோ கரெக்ட்டா வாங்கி இருக்காரு?"

"ஒரு வேளை நேத்து பார்த்தது உண்மையோ! ஐயோ ஹாசி, ஏன் டி உன் புத்தி இப்படி மட்டமா யோசிக்குது?"

"எல்லாம் ஓகே தான்.ஆனால் நேத்து அவரு பார்த்ததை தான் என் மனசு ஏத்துக்க மாட்டேங்குது. நான் அவரு மனசுல இடம் பிடிச்சதுக்கு அப்புறம் இதெல்லாம் நடக்கனும்னு இருந்தேன்.ஆனால் எல்லாம் முன்னாடியே நடந்திருச்சு." என்று தன்னை ஒரு முறை கண்ணாடியில் சரி பார்த்துக் கொண்டவள், கீழே இறங்கி கூடத்திற்கு வந்தாள்.

அதுவரை கூடத்தில் அமர்ந்து போன் பேசிக் கொண்டிருந்தவன், படி இறங்கும் சத்தம் கேட்டு திரும்பி பார்க்க, அசந்து போனான் என்றே சொல்லலாம்.

தலைக்கு குளித்து, இரண்டு பக்கமும் முடி எடுத்து நடுவில் கிளிப் வைத்து, கீழே விரித்து விட்டு, அவன் வாங்கி கொடுத்த பிங்க் நிற சல்வாரில், முகத்தில் அதிக அளவு ஒப்பனை செய்யாமல் கண்ணுக்கு காஜல் இட்டு, நெற்றியில் சிறிதாய் பொட்டு, அதற்கு மேல் அவள் திருமணம் ஆனவள் என்ற சான்றுக்காக நெற்றியில் திலகம் இட்டு, புது மஞ்சள் தாலியுடன் அவள் இறங்கி வர, யாருக்கு தான் இந்த அழகியை ரசிக்க தோணாது!

இதில் ஹர்ஷா மட்டும் விதிவிலக்கா என்ன? வாயை பிளக்காத குறை தான்.

அவன் அசந்து போய் அவளையே பார்த்துக் கொண்டிருக்க, அவன் அருகில் வந்து ‘என்ன மாமா அப்படியே பேய் பிடிச்ச மாதிரி நிக்கிறாரு?’ என்று நினைத்தாள்.

"மாமா." என்று அவனை உலுக்க, அதில் தன்னிலை அடைந்தவன் முகத்தில் எதையும் காட்டாது "எங்க கிளம்பி நிக்கிற?" என்று கேட்டான்.

"நீங்கதான் சொல்லவே இல்லையே."

"சரி போய் நெத்தில உள்ள குங்குமத்தை அழிச்சுட்டு, தாலி கயிறை மறைச்சு போடு.இல்லேனா கழட்டி வை." என்று கூறினான்.

அதுவரை இருந்த நல்ல மனநிலை அவளுக்கு முற்றிலும் வடிந்து போனது.

"எ..எதுக்கு மாமா?" என்று கேட்டவள் கண்களில் இப்பவோ அப்பவோ என்று வரவிருந்தது கண்ணீர்.

அவனோ முகத்தை இறுக்கமாக வைத்துக் கொண்டு "நீயே பண்ணிட்டு வரியா? இல்ல நான் பண்ணனுமா?" என்று முடிவாக கேட்டான்.

முயன்று தன் முகத்தை சாதாரணமாக வைத்துக் கொண்டு மீண்டும் படி ஏறினாள்.

தன் அறைக்குள் வந்தவளுக்கு இதற்குமேல் முடியாது என்பதை போல் கண்களில் இருந்து கண்ணீர் கொட்டியது.

"எனக்கு மட்டும் ஏன் இப்படி நடக்கனும்? நான் மட்டும் என்ன விரும்பியா இவரை கல்யாணம் பண்ணிகிட்டேன். இப்போ எல்லாருக்காகவும் தானே இந்த வாழ்க்கையை ஏத்துக்கிட்டு வாழ ஆரம்பிக்க நினைச்சேன்." என்று குளியலறை சென்று முகத்தை தண்ணீரில் அடித்து கழுவினாள்.

அதில் அவள் அவனுக்காக வைத்த குங்குமமும் கரைந்து ஓட,அதையே விரக்தியாக பார்த்தவள் "இனிமே உங்க கையால என்னைக்கு எனக்கு குங்குமம் வச்சு விடுறிங்களோ, அன்னைக்கு தான் நான் குங்குமம் வைப்பேன் மாமா." என்று அவளும் இறுகி போய் தன் தாலியை தன் சல்வாருக்குள் ஒளித்து விட்டு, அப்படியே டவலில் முகத்தை ஒத்தி எடுத்து விட்டு, உணர்வில்லாமல் கீழே வந்-தாள்.

ஏனோ அப்போது இருந்த பொலிவு இப்போது அவள் முகத்தில் இல்லாதது போல் தோன்றியது ஹார்ஷாவிற்கு.

அவன் எதையும் முகத்தில் காட்டாமல் நேரே சென்றது மருத்துவமனைக்கு தான்.

அவள் அவனையே யோசனையாக பார்க்க "லேடி டாக்டர் தான் இருப்பாங்க. உனக்கு என்ன பிரச்சனை இருந்தாலும் அவங்க கிட்டா தாராளமா சொல்லலாம் .அவங்க சால்வ் பண்ணுவாங்க." என்று ஹர்ஷா கூறினான்.

"எந்த பிரச்சனையா இருந்தாலும் சால்வ் பண்ணுவாங்களா?" என்று ஒரு மாதிரி குரலில் கேட்டாள் ஹாசினி.

முதலில் "ஆம்." என்று கூற வந்தவன், பின் அவள் கேட்ட விதத்தை யோசித்து பார்த்தவன், பல்லைக் கடித்து கொண்டு "ஒழுங்கா நான் சொல்லுறத கேட்டு நட. இல்லேனா வேற ஹர்ஷாவ பார்க்க வேண்டியது இருக்கும்." என்று மிரட்டி விட்டு அவன் முன்னே சென்றான்.

"இதுக்கு ஒன்னு கொறச்சல் இல்லஎப்போ பாரு மிரட்டிட்டே இருக்குறது. நான்தான் இவரு கிட்ட வந்து சிக்கிட்டேன்." என்று நொந்து கொண்டு அவனை பின் தொடர்ந்தாள்.

அங்கு முதல் நாள் இரவு அவளுக்கு போனில் அறிவுரை வழங்கிய மருத்துவர் இருக்க, அவரை பார்த்து ஹர்ஷா பேசிவிட்டு தன் மனைவியை அறிமுகப்படுத்தி வைத்தான்.

பின் அவன் வெளியே சென்று விட "என்னாச்சு மா? நேத்து ஏன் உனக்கு ஓவரா இரத்த போக்கு இருந்துச்சு?" என்று கேட்டார்.

"தெரியலை மேம். எனக்கு இப்படி ஆனதே இல்ல. ஃபர்ஸ்ட் டைம் இந்த மாதிரி ஆகிருக்கு." என்று அவளும் படபடப்பாக கூறினாள்.

"ஓகே ரிலாக்ஸ். நான் கேக்குற கேள்விக்கு மட்டும் பதில் சொல்லு.நீங்க ரெண்டு பேரும் உங்க வாழ்க்கையில நல்லாதான இருக்கிங்க." என்று கேட்டார்.

"ஏன் எங்களுக்கு என்ன மேம்? நல்லாதான் போகுது." என்று சலித்துக் கொண்டாள், எதையோ நினைத்து.

"நான் அதை கேட்கலை மா. உங்க பெர்சனல் லைஃப் பத்தி கேட்குறேன். உங்க தாம்பத்திய வாழ்க்கைல எதுவும் பிரச்சினை இல்லையே?" என்று கேட்டார்.

ஹாசிக்கு எங்கேயாவது முட்டி கொள்ளலாம் போல் இருந்தது .

'இங்க குங்குமம் வைக்கவே பிரச்சனையா இருக்கு.இதுல தாம்பத்தியம் ஒன்னு தான் கேடு.' என்று தலையில் அடித்து கொண்டவள் 'அதெல்லாம் அடுத்த ஜென்மத்தில் தான் நடக்கும்.' என தனக்குள் சிரித்துக் கொண்டாள்.

பின் அவரை பார்த்து தயக்கமாக "இல்ல மேம்.இன்னும் நாங்க சேர்ந்து வாழ ஸ்டார்ட் பண்ணலை." என்று கூறினாள்.

"வாட்! உங்களுக்கு கல்யாணம் ஆகிடுச்சு தானே?" என்று கேட்டார்.

"ஆமா மேம்."

"சரி !உங்க விஷயத்துல நான் தலையிட விரும்பல.ஆனால் எவ்வளோ சீக்கிரம் முடியுமோ, அவ்வளோ சீக்கிரம் சேர்ந்து வாழ பாருங்க. இத நீங்க எப்படி எடுத்து கிட்டாலும் சரி தான்." என்று முடிக்க, அவள் தலையை ஆட்டினாள்.

"இல்ல மேம். அன்னைக்கு ஒரு இடி இடிச்சது அதுல பயந்து தான் எனக்கு இப்படி ஆகிருச்சுனு நெனச்சேன்."

"சில நேரம் அதிர்ச்சில கூட இப்படி ஆக வாய்ப்பு இருக்கு. இருந்தாலும் நீங்க லைஃப் ஸ்டார்ட் பண்ணுறது பெட்டர்." என்று அவளை அனுப்பி வைத்து விட்டு ஹர்ஷாவை அழைத்தார்.

"என்னாச்சு மேம்? ஏதாவது பிரச்னையா? என்று அவன் தீவிரமாக கேட்டான்.

"பிரச்சனை அவங்க கிட்ட இல்ல. உங்க கிட்ட தான் மிஸ்டர் ஹர்ஷா!!!" என்று கூற,அவனோ புரியாமல் முழித்து வைத்தான்.

"சரி ,உங்க மனைவி தானே ஹாசினி?" என்று கேட்டார்.

"ஆம்." என்று தலை ஆட்டினான்.

"புருஷன், பொண்டாட்டியா வாழ ஸ்டார்ட் பண்ணியாச்சா?" என்று நேராக கேட்டார்.

அவன் அதிர்ந்து இல்லை என்று தலை அசைத்தான்.

"நான் சொல்லுறேன்னு தப்பா நினைக்க வேணாம் ஹர்ஷா. விட்டுட்டு போன ஒருத்திய நெனச்சுக்கிட்டு, கூட இருக்குற பொக்கிஷத்தை இழக்காதிங்க. நீங்க லைஃப் ஸ்டார்ட் பண்ணாத்தான், அவங்களுக்கு உள்ள பிராப்ளம் எல்லாம் சீக்கிரம் சரியாகும்." என்று கூறினார்.

அவனோ எதுவும் கூறாமல் தலையை ஆட்டி விட்டு வெளியேறினான்.

வெளியே வந்து அவளை அழைத்துக் கொண்டு எதுவும் பேசாமல் இறுகிய முகத்தோடு காரை எடுத்தவன், நிறுத்தியது அவள் காலேஜ் வாசலில் தான்.

அவள் அவனையே வியப்பாக பார்க்க,அவனோ காரில் இருந்து வெளியே இறங்கி உள்ளே நடக்க, ஹாசி அமைதியாக அவனை பின்தொடர்ந்தாள்.

அப்போது மூச்சிரைக்க ஓடி வந்தான் ஒருவன்.

"இனிமா!" என்று அழைத்துக் கொண்டே அவள் முன் மூச்சு வாங்கி கொண்டு நிற்க, அவளோ அவனை அதிர்ச்சியாக பார்த்தாள்.

"எங்கடா போன இவ்வளோ நாளா? நீ இல்லாம நல்லாவே இல்ல. சரி சாரி! நான் உன்கிட்ட காதலை சொன்னது தப்பு தான். அதுக்காக இப்படியா லீவ் போடுறது?" என்று அவன் பாட்டிற்கு பேச, ஹர்ஷா கண்கள் சிவக்க ஹாசியை முறைத்தான்.

இன்னொருவன் அவள் அருகில் வந்து "ஹாய் ஹாசி! சாரி அன்னைக்கு நான் உங்க கிட்ட என் காதல சொன்னேன். நீங்க கூட யோசிச்சு சொல்லுறேன் சொன்னிங்க. அதான்." என்று அவன் அவளின் பதிலை நோக்கி ஆர்வமாக காத்திருந்தான்.

"அட நாசமா போறவனுங்களா! இப்போதான் உங்க காதல் கதையா கொண்டு வரனுமா. என் மாமன் என்ன பொளக்க போறான். என்ன ஆக போகுதோ!" என்று நடுங்கிக் கொண்டே தன் கணவனை பார்க்க,அவனோ அவளை தீயென முறைத்து தள்ளினான்.

'இன்னைக்கு செத்த டி ஹாசி.' என்று நினைக்க, அவள் காதிற்குள் சாவு மேளம் கேட்டது.

****

கார் வீட்டை அடைந்தவுடன் அவசரமாக இறங்கி முகில் முகம் பார்க்காமல் கதவை திறந்துக் கொண்டு ரிதி உள்ளே ஓடினாள்.

"எவ்வளோ நாள் உன்னால ஓட முடியுமோ ஓடு.உன்ன பத்தி தீரன் சீக்கிரமே புரிஞ்சுக்குவான் " என்று அவன் காரை ஸ்டார்ட் செய்ய,அவனுக்கு அழைப்பு வந்தது.

அதை எடுத்து பேசியவன் புருவ முடிச்சுகளுடன் காரை விட்டு இறங்கி வீட்டிற்குள் சென்றான்.

அங்கு ரிதி குழந்தையை கையில் வாங்கி கொஞ்சி கொண்டிருக்க, தீரன் சீதா இருவரும் அதை பார்த்துக் கொண்டிருந்தனர்.

"உன் வேலை என்னாச்சு ரிதி ?" என்று தீரன் கேட்டான்.

"நான் அவங்க கேட்ட எல்லாமே கொடுத்துட்டு வந்துட்டேன் சார்.இனிமே தான் சொல்லுவாங்க" என்று பக்குவமாய் பதில் கூறினாள்.

"ஆமா ஆமா எல்லாம் கொடுத்துட்டு வந்துட்டாங்க.ஆனால் டிகிரி முடிக்காம இன்கம்ப்ளீட் மார்க் ஷீட் கொடுத்திருக்காங்க " என்று கூறி கொண்டே முகில் உள்ளே வர, ரிதிக்கு கைகள் நடுங்க ஆரம்பித்தது.

"என்ன டா சொல்லுற ?" என்று தீரன் கேட்டான்.

"நான் என்ன டா புதுசா சொல்ல போறேன்.இந்த மேடம் தான் டிகிரி கம்ப்ளீட் பண்ணாம வேலை தேடுறாங்க " என்று நக்கலாக கூறினான்.

அவளோ கண்களில் முட்டிய கண்ணீரோடு " நான் 12 th பாஸ் பண்ணிருக்கேன். என்னால டிகிரி முடிக்க முடியாத சூழ்நிலை .இல்லேனா கண்டிப்பா முடிச்சு இருப்பேன் " என்று முயன்று கோபத்தை அடக்கி கொண்டு பேசினாள்.

"நீ என்ன மேஜர் ?" என்று தீரன் கேட்டான்.

"கெமிஸ்ட்ரி மேஜர். செகண்ட் இயர் வரைக்கும் எல்லா பரிட்சையும் எழுதிட்டேன்.ஒரு வருஷம் தான் பாக்கி .ஆனால் என்னால முடிக்க முடில" என்று வருத்தத்துடன் பேசினாள்.

அப்போது தீரனுக்கு அந்த யோசனை வர "டேய் முகில் நீ உன் காலேஜ்ல கேளு.நம்ம இவள ஜாயின் பண்ணி விடுவோம் " என்று கூறினான்.

முகில் அவனை ஏகத்திற்கும் முறைத்தான்.

"இல்லங்க வேணாம்.எனக்கு இப்போ வேலை தான் முக்கியம்.அப்பறம் இப்போ ஃபீஸ் கட்டுற அளவுக்கு என் கிட்ட காசு இல்ல.குழந்தைய வச்சுட்டு என்னால எங்கையும் போக முடியாது " என்று ரிதி மறுத்தாள்.

"உன்ன யாரு ஃபீஸ் கட்ட சொன்னது ? அதெல்லாம் நாங்க பார்த்துக்குறோம்.டேய் நீ காலேஜ்ல பேசிட்டு எனக்கு உடனே சொல்லு. நம்ம அட்மிஷன் போட்டுடலாம்" என்று தீரன் முடிவாக பேசினான்.

"இல்லங்க.பாப்பா இருக்கு " என்று அவள் ஆரம்பித்தாள்.

"இங்க பாரு காலையில 10 மணில இருந்து 2 மணி வரைக்கும் தான் உனக்கு க்ளாஸ்.அதுக்கு அப்பறம் நீ பாப்பா கூட இருக்கலாம். அதுவரைக்கும் வீட்ல அம்மா இருக்காங்க. பாப்பாவ பார்த்து வச்சுக்குவாங்க. நீ தைரியமா போ. ஒரு வருஷம் தான் சீக்கிரம் முடிஞ்சுரும்.அப்பறம் ஈவ்னிங் வந்து வீட்ல இருந்தே வேலை பாரு.இது கூட நீ இந்த வீட்ல இருக்க மாட்ட ,அதுனால தான் சொல்லுறேன் " என்று தீரன் பேசினான்.

சீதாவும் அவளுக்கு சாதகமாக பேசினார். ரிதி மெதுவாக இமை உயர்த்தி முகில் பக்கம் பார்க்க, அவனோ அவளையே முறைத்துக் கொண்டிருந்தான்.

"உன் முடிவு என்னன்னு சொல்லு ?" என்று தீரன் முடிவாக கேட்டான்.

"நான் வேலைக்கு போறேன்" என்று தயங்கிக் கொண்டே கூறினாள்.

"நான் உன்கிட்ட முடிவ கேட்டது தான் தப்பு.டேய் முகில் நீ காலேஜ்ல பேசு.நான் நாளைக்கு வந்து இவளை ஜாயின் பண்ணி விடுறேன் " என்று தீரன் முடிவாக கூறினான்.

'அப்போ எதுக்கு என்கிட்ட கேட்கனும்?கொழுப்ப பாரு.அவரே முடிவு பண்ணிட்டாரு .ஐயோ இவரு வேற முறைக்கிறாரு ' என்று முகிலை பார்த்தாள்.

"இன்னும் இந்த மாதிரி என்ன என்ன மறைச்சு வச்சிருக்க? இப்போவே சொல்லிடு. நாங்களா கண்டு பிடிச்சோம்னு வை.அவ்வளோ தான் சொல்லிட்டேன்" என்று முகில் மிரட்டினான்.

ரிதி தீரனை பாவமாக பார்த்தாள்.

" டேய் விடு டா! அதெல்லாம் அவளே ஒரு நாள் சொல்லுவா. நம்ம கம்பள் பண்ண கூடாது. நீ அம்முவ என்கிட்ட கொடு.நீ போய் ரெப்ரஷ் ஆகிட்டு வா " என்று அவளை அனுப்பி வைத்தான் தீரன்.

முகில் அவர்கள் இருவரையும் ஒரு மார்க்கமாக பார்த்து விட்டு "சரி இல்ல டா நீயி " என்று தீரனை பார்த்து கூறினான்.

தீரன் ஒரு கோணல் புன்னகையை சிந்தி விட்டு "அதெல்லாம் இருக்கட்டும்! உன்ன தேடி பெருச்சாளி வந்தா டா" என்றான்.

"என்ன டா சொல்லுற ?எதுக்கு ?" என்று முகில் அதிர்ந்து போய் கேட்டான்.

"எனக்கு என்ன தெரியும்? வந்த உடனே உன்னைய தான் கேட்டா .நீ ரிதி கூட போனத சொன்னேன். உடனே கோவம் வந்து வீட்டுக்கு கிளம்பிட்டா"

" நீ ஏன் டா அவ கூட போனதை சொன்ன?"

"நான் ஏன் டா சொல்ல கூடாது ?" என்று தீரன் கேட்டான்.

"போடா எலவெடுத்தவனே"

"என்ன டா?"

"போச்சு டா.இன்னைக்கு நான் காலேஜ் போன மாதிரி தான் " என்று வண்டியை எடுத்துக் கொண்டு அகிலா வீட்டிற்கு சென்றான் முகில்.

****

"என்னம்மா வீட்டுக்கு வந்த மாப்பிள்ளையை ,வாங்கனு ஒரு வார்த்த கூப்புடு மா!" என்று மூர்த்தி கூறினார்.

அகிலா பல்லைக் கடித்துக் கொண்டு "வாங்க சுதர்சன்" என்று அழுத்தி கூப்பிட்டாள்.

"அடியே! அறிவு இருக்கா உனக்கு ?என்ன பேரு சொல்லி கூப்புடுற?" என்று மல்லி அரட்டினார்.

அகிலா கடுப்போடு அவனை பார்க்க ,அவள் கடுப்பை மிகை படுத்தவே மூர்த்தி பேசினார்.

"மாப்பிள்ளை எல்லாம் சொல்லிட்டாரு மா.உனக்கு அவரை ரொம்ப பிடிச்சிருக்கு. வீட்ல சொல்ல கூச்ச படுவேனு அவரே வந்து சொல்லிட்டாரு.எனக்கு இப்போதான் ரொம்ப சந்தோசமா இருக்கு" என்று மூர்த்தி கூறினார்.

அவ்வளவு தான் அகிலா பொங்கி விட்டாள்.

"அப்பா உங்க மாப்பிளை கிட்ட கொஞ்சம் தனியா பேசனும் பா" என்று அகிலா முயன்று தன் கடுப்பை மறைத்துக் கொண்டு கூறினாள்.

"அதுனால என்ன மா.நீங்க போய் பேசுங்க " என்று அவர் அறைக்குள் சென்று விட்டார்.

"ஐயோ மாமா நில்லுங்க.எதுக்கு தனியா பேசனும்? கல்யாணத்துக்கு அப்பறம் பேசலாம்" என்று அவன் கத்தினான்.

அவன் சட்டை காலரை பிடித்து கதற கதற அவள் அறைக்குள் அழைத்து சென்றாள் அகிலா.

அவள் அறைக்குள் வந்து கதவை பூட்டினாள்.

"ஏங்க, ஒரு வயசு பையன உள்ள வச்சு கதவ பூட்டுறது தப்புங்க " என்று அவன் குறையாக கூறினான்.

"இப்போ பேசு டா கொப்பன்மவனே .எங்க அப்பா கிட்ட என்ன சொன்ன? " என்று அவள் மெத்தை மீது அமர்ந்து கால் மேல் கால் போட்டு குறுக்கு விசாரணை நடத்தினாள்.

"இப்போ என்ன? உங்களை எனக்கு பிடிச்சு போச்சு.அதான் வந்து பேசினேன்"

"எனக்கு பிடிக்க வேணாமா?"

"நல்ல கேள்வி. அப்போ ஏன் பிடிக்கல?அதுக்காக ரீசன் சொல்லுங்க.நான் விலகிக்கிறேன்"

"அத உன் கிட்ட சொல்லனும்னு அவசியம் இல்ல "

"அப்போ நம்ம ரெண்டு பேருக்கும் தான் கல்யாணம் "என்று அவன் கூறிய மறு நொடி ,அவன் முகத்தில் மண்ணை அள்ளிக் கொட்டினாள் அகிலா.

"ஆஆ !ராட்சஸி ,கண்ணு டி" என்று மண்ணை முகத்தில் இருந்து தட்டிக் கொண்டு அலறினான்.

"கோவில்ல யூஸ் பண்ணல.இப்போ பண்ணிட்டேன்.இனிமே என் கிட்ட வால் ஆட்டாத! ஒட்ட நறுக்கி புடுவேன்" என்று அகிலா எச்சரித்தாள்.

அப்போது தான் முகில் அவசர அவசரமாக வீட்டுக்குள் நுழைய ,அதை அறை ஜன்னல் வழியே பார்த்தவள் "இரு டா உனக்கு இருக்கு" என்று மனதில் கருவி கொண்டவள், மெதுவாய் சென்று அறை கதவை திறந்து விட்டு, மீண்டும் சுதர்சன் அருகில் நெருங்கி நின்றாள்.

"டேய்! நான் சொல்லுற வரைக்கும் மூச்சு பேச்சு வெளிய வர கூடாது. சரியா" என்று அவன் கைகளை இறுக்கி பிடித்தாள்.

"எனக்கு உங்களை ரொம்ப பிடிச்சு போச்சு சுதர்சன் . நம்ம எப்போ கல்யாணம் பண்ணிக்கலாம் ?" என வேண்டும் என்றே உரக்க கூறினாள்.

அப்போது அவளது அறைக்கு வந்த முகில் காதில் அந்த வார்த்தை விழுந்து கொதித்து போய் உள்ளே நுழைந்தான்.

அங்கே அகிலா சுதர்சன் கையை பிடித்துக் கொண்டு காதல் வசனம் பேசிக் கொண்டிருக்க, முகில் முகம் இறுகி போய் "அகிலா" என்று அந்த அறை அதி-

ரும் அளவிற்கு கத்தினான்.

அதில் பதறிய இருவரும் சட்டென்று விலகி நின்றனர்.

அகிலா ஒன்றும் தெரியாதது போல் முழிக்க, பாவம் சுதர்சன் கண்ணில் விழுந்த மண்ணோடு என்ன நடக்கிறது என்பதே புரியாமல் கண்ணை தேய்த்துக் கொண்டிருந்தான்.

இவன் கத்திய கத்தில் வீட்டில் இருந்த இரு பெரியவர்களும் அவள் அறைக்கு வந்தனர்.

முகில் எதை பற்றியும் யோசிக்காமல் சப்பென அகிலா கன்னத்தில் அறை விட, அவளே முகில் செயலில் அதிர்ந்து தான் போனாள்.

அப்போது சுதர்சன் "ஏய் !அகிலா யார டி இப்போ அடிச்ச? எதுக்கு டி எல்லாரையும் அடிக்கிற ?சரியான ராட்சஸி" என்று அவள் அருகில் வந்தான்.

இப்போது சுதர்சன் கன்னத்தில் விழுந்தது அறை.

" எது நான் அடி வாங்கிட்டு நிக்கிறேன். உனக்கு கொழுப்பு கூந்தலா" என்று அடி வாங்கிய கன்னத்தை பிடித்துக் கொண்டு அவள் கத்தினாள்.

அப்போது தான் பார்த்தான்.அவளது மொத்த குடும்பமும் ,புதிதாக ஒருவனும் உள்ளே நிற்பதை கவனித்தான் சுதர்சன்.

10

அத்தியாயம்-10

"சத்தியமா எனக்கும் இதுக்கும் எந்த சம்மந்தமும் இல்ல" என்று பரிதாபமான பார்வையை ஹர்ஷா மீது செலுத்தினாள் ஹாசினி.

"ஹேய் இனி! ரொம்ப யோசிக்காத டி.டக்குனு ஓகே சொல்லு.நான் உன்ன நல்லா பார்த்துக்கிறேன்" என்று அந்த புதியவன் கூறினான்.

"எதே !அட வெளங்காதவனே. இப்போ தான் உனக்கு லவ் பொங்கி வலி-யுதா?" என்று தன்னை தானே நொந்தவள்

" நீங்க வாங்க. நம்ம பிரின்சிபால் போய் பார்க்கலாம் " என்று ஹாசி அவர்-களை கண்டு கொள்ளாமல் முன்னே நகர பார்க்க,அவள் கையை இறுக்கி பிடித்து தடுத்து விட்டான் ஹர்ஷா.

ஹாசி மனதில் பய பந்து உருண்டாலும் அதை வெளியே காட்டாது,தன் கணவனை பார்த்தாள்.

அவனோ அவளை பாராது "இங்க வா" என்று ஹாசிக்கு காதல் கூறியவனை அழைத்தான்.

அவனும் அமைதியாக வந்த நின்றான்.

"நீ இவ கிட்ட எப்போ உன் லவ் சொன்ன ?" என்று கேட்டான்.

"நான் சொல்லி ஆறு மாசம் ஆச்சு சார்.ஆனால் இனி தான் ஒரு பதிலும் சொல்லல"

"அது என்ன இனி ?"

"அது நான் அவளுக்கு வச்ச செல்ல பேரு சார்" என்று இளித்து வைத்தான்.

இன்னொருவன் இருக்கவும், அவனையும் அழைத்து அதே கேள்வியை கேட்க "நான் ஒரு வருஷமா பண்ணுறேன் சார்.இப்போ தான் கடைசியா காலேஜ் வந்த அப்போ. உனக்கு யோசிச்சு பதில் சொல்லுறேன்னு சொன்னா" என்று அவளை பார்த்து கொண்டே கூறினான்.

ஹர்ஷாவின் பார்வை தன் மனைவியின் மீது அழுத்தமாக படிந்தது.

"சரி நீங்க வெயிட் பண்ணுங்க.நாங்க பிரின்சிபால் பார்த்துட்டு வந்து சொல்லு-றோம் " என்று ஹர்ஷா கூற,அவர்கள் இருவரும் சந்தோசத்தில் குதித்தனர்.

'அட கிறுக்கு பயலுகளா!அவன் என்ன சொல்ல வரான்னு, முழுசா தெரியாம இவனுங்களா ஒன்ன புரிஞ்சு கிட்டு !அவன் கிட்ட நல்லா வாங்க போறானுங்க' என்று மனதில் குமுறிக் கொண்டிருந்தாள் ஹாசி.

பின் இருவரும் கிளம்ப, அதில் ஒருவன் "சார் நீங்க எங்க லவ்வுக்கு ஹெல்ப் பண்ணுவிங்களா?" என்று கேட்டான்.

ஹர்ஷா தன் மனைவியை வெகுவாக முறைத்து வைத்தான்.

'ஹாசி இன்னைக்கு உனக்கு சனி உச்சத்துல இருக்கு டி. முடிஞ்சா பொலச்-சுக்கோ ' என்று மனதை ஒரு நிலை படுத்தி விட்டு எதற்கும் தயாராக நின்று கொண்டிருந்தாள்.

ஹர்ஷா அவர்களுக்கு பதில் கூறாமல் தன் மனைவியை இழுத்து கொண்டு நடந்தான்.

"சார் நீங்க ஹாசினிக்கி என்ன வேணும்னு சொல்லவே இல்ல?" என்று ஒரு வருட காதலன் கேட்டான்.

அவன் திரும்பி அவர்களை அழுத்தமாக பார்த்து "ஹாசினியோட புருஷன் "என்று குரலில் கடுமையை காட்டி கூறினான்.

இருவரும் ஒரு நிமிடம் உறைந்து போனார்கள்.

எச்சிலை முழுங்கிக் கொண்டு ஆறு மாத காதலன் பையை எடுத்துக் கொண்டு அங்கிருந்து ஓடினான்.

ஒரு வருட காதலன் "சார், சார்! நான் மனச தேத்திக்கிறேன். அடுத்து ஒரு ஜென்மம் இருந்தா நான் ஹாசினியை காதலிக்கிறேன் சார்." என்று வசனம் பேச, ஹர்ஷா திரும்பி ஒரு அடி முன்னே எடுத்து வைக்கவும் அவ்வளவு தான் அந்த இடத்தை காலி செய்திருந்தான் அவன்.

அவர்கள் இருவரும் ஓடுவதை பார்த்து ஹாசி 'கிளுக்' என்று சிரிக்க, ஹர்ஷா பார்த்த பார்வையில் அவள் வாய் தானாக மூடி கொண்டது.

பின் அன்று பிரின்சிபால் வராத காரணத்தினால் அவர்கள் கரஸ்பாண்டன்டை பார்க்க செல்ல, ஹாசி அதிர்ந்து போய் அவனை தடுத்தாள்.

"இப்போ என்ன பிரச்சனை உனக்கு?"

"அதான் பிரின்சிபால் வரலைல. நாம நாளைக்கு வந்து அவரை பார்க்கலாம். இப்போ வீட்டுக்கு போவோம்." என்று அவள் திருட்டு முழி முழித்தாள்.

"உன் முழியே சரி இல்லையே. அப்போ ஏதோ இருக்கு.நீ வா கரெஸ்பாண்-டன்டை பார்த்துட்டே போகலாம்." என்று அவளை இழுத்துக் கொண்டு அவர் அறைக்கு சென்றான்.

வெளியே போர்டில் கரஸ்பாண்டன்ட் சக்திவேல் என்று எழுதி இருக்க, அவர்களிடம் அனுமதி வாங்கி இருவரும் உள்ளே நுழைந்தனர்.

உள்ளே இருந்தவர் நிமிர்ந்து பார்த்து அதிர்ந்து விட்டார்.

"நீயா???" என்று அதிர்ச்சியாக கேட்டார்.

ஹாசி எதுவும் அறியாத சிறுமி போல் முகத்தை வைத்து கொண்டாள்.

அவள் அருகில் ஹர்ஷா வருவதை பார்த்து "நீங்க.." என்று அவர் யோசனையாக கேட்டார்.

"குட் மார்னிங் சார்.நான் ஹர்ஷவர்தன்." என்று தன்னை அறிமுக படுத்திக் கொண்டான்.

"வெல் மிஸ்டர் வர்தன். உங்களை பத்தி நான் கேள்வி பட்டுருக்கேன்." என்று யோசனையாக அவர் ஹாசினியை பார்த்தார்.

அவர் பார்வையை உணர்ந்தவன் "இவங்க என் வைஃப் மிஸஸ் ஹாசினி ஹர்ஷவர்தன்." என்று அறிமுகம் செய்தான் .

இது அவருக்கு புதிய செய்தி.

"உங்க திருமணத்துக்கு என்னோட வாழ்த்துக்கள் சார்.இப்போ என்ன விஷயமா சார் என்ன பார்க்க வந்து இருக்கிங்க? நீங்க உங்க மனைவியை வேற காலேஜ்ல சேர்க்குறதா இருந்தாலும் நோ பிராப்ளம் சார்.நான் டி சி ரெடி பண்ணி தரேன்." என்று அவரே ஏற்றினார்.

கரெஸ்பாண்டன்ட் என்றும் பாராமல் அவரை தீயென முறைத்தாள் ஹாசி.

இருவரது பார்வையையும் கவனித்துக் கொண்டிருந்த ஹர்ஷா "என் மனைவி இங்க படிக்கிறதுல உங்களுக்கு ஏதாவது பிரச்சனையா சார்?" என்று அவரை கூர்மையாக பார்த்துக் கொண்டே கேட்டான்.

ஹாசி அவருக்கு கண்ணை காட்டி விட்டு "சொல்லாதே!!!" என்று தலையை ஆட்டினாள்.

இதை விட்டால் சந்தர்ப்பம் அமையாது என்று உணர்ந்த சக்திவேல் "பிரச்சனையா வா! பிரச்சனையே உங்க மனைவி தான் சார்." என்று போட்டு உடைத்தார்.

ஹர்ஷா திரும்பி ஹாசினியை முறைத்து பார்த்தான்.

"நீங்க என்ன ஆச்சுன்னு சொல்லுங்க?" என்று கேட்டான்.

அவர் கூற ஆரம்பித்தார்.

"என்னன்னு சார் சொல்லுவேன். ஃபர்ஸ்ட் இயர் படிக்க வந்த அப்போ ரொம்ப அமைதியா இருந்தாங்க. நாங்க கூட ரொம்ப அமைதியான பொண்ணுனு நெனச்சோம்."

"ஆனால் போக போக அவங்க அப்படியே டோட்டலா மாறிட்டாங்க.இங்க நரேன் அப்படினு ஒரு கெமிஸ்ட்ரி வாத்தியார் இருந்தாரு. அவரு இவங்க கிளா-

சுக்கு ஒரு நாள் ஆள் வராதனால மாத்தி போட்டோம்."

"அப்போ கிளாஸ்ல வச்சு அவருக்கு கெமிஸ்ட்ரி கிளாஸ் எடுக்குறேனு சொல்லி,அவருக்கு லவ் லெட்டர் கொடுத்திருக்காங்க சார் உங்க மனைவி.அன்னைக்கு க்ளாஸ்ல என்ன நடந்துச்சுனு தெரியல? அதோட வேலைய விட்டு போனவர் தான்."

"இது போதாதுனு சீனியர் பசங்க கிட்ட வம்புக்கு போறது. அதுபோக ஏதாவது அசைன்மெண்ட் கொடுத்தா செஞ்சிட்டு வராம, அடுத்தவங்க செஞ்சுட்டு வந்ததையும் தெரியாம எடுத்து வச்சு மிரட்டுறாங்க." என்று அவள் கதையை அனைத்தையும் புட்டு புட்டு வைக்க, ஹர்ஷா அவளை பார்வையாலேயே எறித்தான்.

'ஐயோ ஹாசி ஏதாவது பண்ணி தப்பிக்கிற வழிய பாரு டி. இல்லேனா இங்கேயே உனக்கு சவ குழி தோண்டி புதச்சுருவான்.' என்று அப்படியே தலையை பிடித்து கொண்டு

"ஐயோ மாமா மயக்கம் வ..வருதே! ஐயோ!!!" என்று அவள் சரிய போனாள்.

ஹர்ஷா பதறி எழுந்து அவளை தாங்கினான்.

ஆனால் அவள் விழுந்ததை சற்றும் முகத்தில் சலனமில்லாமல் பார்த்துக் கொண்டிருந்தார் சக்திவேல்.

ஹர்ஷா பதறி "சார் கொஞ்சம் ஹெல்ப் பண்ணுங்க.பக்கத்துல டாக்டர் இருந்த கால் பண்ணுங்க." என்று பதறினான்.

"ஐயோ மிஸ்டர் ஹர்ஷா! இந்த ரூம்ல இதோட இது ஆறாவது தடவ." என்று சலித்துக் கொண்டார்.

அவனோ புரியாமல் அவரை பார்த்தான்.

"என்ன நான் சொல்லுறது புரியலையா?" என்று கேட்டார்

அவன் "இல்லை" என்று தலை அசைத்தான்.

"இதோட உங்க மனைவி என் ரூம்ல மயங்கி விழுகிறது ஆறாவது முறை.இப்படித்தான் பெருசா எதுலயாவது மாட்டி கிட்டா, அதுல இருந்து தப்பிக்க அப்போ அப்போ மயங்கி விழுவாங்க. ஆனால் இந்த ரூம் தாண்டி வெளியே போகவும், அவங்க சரி ஆகிடுவாங்கன்னா பாருங்களேன்." என்று அவர் நக்கலாக கூறினார்.

ஹர்ஷாவின் பார்வை தன் மனைவியின் புறம் சென்றது.

'ஐயோ பார்க்கிறான். ஹாசி நடிப்ப விடாத' என்று மீண்டும் கண்களை மூடிக் கொண்டு "இல்ல! நிஜமா மயக்கம்." என்று உளறினாள்.

அவளை அப்படியே 'பொத்' தென்று தரையில் விட்டான்.

"அம்மாஆஆ..." என்று கீழே விழுந்தவுடன் அவள் சக்திவேலை தீயாக முறைக்க, அவரோ அவளை கண்டு கொள்ளாமல் 'நான் சொன்னது சரி தானே' என்பதை போல் ஹர்ஷாவை பார்த்தார்.

பின் ஒரு முடிவோடு ஹர்ஷா "நீங்க டிசி ரெடி பண்ணுங்க." என்று கூற, சக்திவேல் ஏதோ கூற வந்தார்.

"இல்ல சார் நீங்க ரெடி பண்ணுங்க." என்று அழுத்தமாக கூறினான்.

அவரும் வருத்தத்துடன் அவளுக்கு டிசி யை ரெடி செய்தார்.

அரை மணி நேரத்தில் அது தயாராக, அதை வாங்கிக் கொண்டு அவருக்கு நன்றி தெரிவித்து விட்டு வெளியே சென்றனர்.

அப்போது அவனுக்கு ஒரு போன் வர, ஹாசினியை விட்டு தள்ளி சென்று பேசினான் ஹர்ஷா.

அந்த இடைவெளியில் மீண்டும் கரஸ்பாண்டன்ட் அறைக்குள் சென்று, படா-ரென கதவை திறந்து கொண்டு " யோவ் சொட்ட! உனக்கு எவ்வளோ தைரியம் இருந்தா என் மாமா கிட்ட என்ன போட்டு விட்டுருப்ப???"

"நான் போயிட்டா நீ நிம்மதியா இருப்பியா? இங்கேயும் நான் ஆள் வச்சுருக்-கேன் டி. நான் எங்க இருந்தாலும் உனக்கு பிரச்சினை கொடுப்பேன்." என்று அர உலக்கு சைசில் இருந்து கொண்டு தன் வெண்டை பிஞ்சு விரலை நீட்டி அவரை மிரட்டினாள்.

அவர் சற்று எட்டி கதவருகில் பார்த்து கமுக்கமாக சிரித்தார்.

அதில் எதையோ உணர்த்த ஹாசி பதட்டமாய் திரும்பி பார்க்க, அவள் நினைத்ததை போல் அவள் மாமனே நின்று கொண்டிருந்தான்.

கண்ணில் அனல் தெறிக்க அவளை பார்க்க, அவளோ அவன் பார்வையில் சர்வமும் அடங்கியதை போல் அமைதியாக அந்த அறையில் இருந்து வெளியே-றினாள்.

காரை எடுத்துக் கொண்டு வீட்டிற்க்கு செல்ல, அது வரை இருவரும் ஒன்றும் பேசவில்லை.

ஆனால் அவன் முகம் மட்டும் கடு கடுவென இருந்தது.

இருவரும் வீடு வந்து சேர, ஹாசி வேகமாக காரில் இருந்து இறங்கி தன் அறையை நோக்கி ஓடிவிட்டாள்.

இவனும் பின்னால் இறங்கி அறைக்குள் செல்ல, அவள் குளியலறைக்குள் ஒளிந்து கொண்டாள்.

அதை பார்த்தவன் "எவ்வளோ நேரம் உள்ள இருப்ப?வெளியே தானே வரணும்." என்று எண்ணிக் கொண்டு மெத்தையில் அமர, கால் மணி நேரமாக அவளை காணாது, குளியலறை கதவை தட்டினான்.

"ஏய் ஒழுங்கா வெளியே வா!"

"என்ன அவசரம்? எனக்கு வேலை இருக்கு."

"எது ?பாத்ரூம் குள்ள உனக்கு என்ன வேலை?"

"இங்க என்ன செய்வாங்க?"

"அதுக்குன்னு எவ்வளவோ நேரம்?"

"மாமா! எனக்கு லூஸ் மோஷன் போகுது மாமா." என்று அவள் அழுவது போல் கூறினாள்.

அதை கேட்டு தலையில் அடித்து கொண்டவன் "சரி வெளிய வா. மாத்திரை போட்டா சரி ஆகிடும்." என்றான்.

"இல்ல மாமா என்னால வர முடியாது."

"ஏன்டி?" என்று பல்லைக் கடித்துக் கொண்டு கேட்டான்.

"அதான் போகுதுல." என்று மீண்டும் அதே பல்லவியை பாடினாள்.

"என்னமோ பண்ணி தொலை." என்று அவன் அறையை விட்டு வெளியேறி-னான்.

அறையில் சத்தம் இல்லாமல் போக, மெதுவாக கதவை திறந்து வெளியே வந்-தாள் ஹாசி.

'அம்மாடி ஒரு வழியா தப்பிசோம்.' என்று நினைத்து உள்ளே வர, இதுவரை அவள் செய்த செய்கை அனைத்தையும் மெத்தையில் அமர்ந்து பார்த்துக் கொண்-டிருந்தாள் உமா.

கீழே சென்ற ஹர்ஷா தான் உமாவிற்கு அழைத்து, ஹாசிக்கு உதவும் படி அழைத்து அவன் அறைக்கு அனுப்பி வைத்தான்.

புதிதாக ஒரு பெண் தன் அறையில் அமர்ந்திருப்பதை பார்த்து, யோசனையாக அவள் அருகில் சென்றாள்.

"நீங்க லூஸ் மோஷன்னு பொய் தானே சொன்னிங்க." என்று உமா உரக்க கூறினாள்.

வேகமாக அவள் அருகில் வந்து அவள் வாயை மூடினாள் ஹாசி.

அப்போது அவர்கள் அறை கதவை யாரோ திறக்க, ஹாசி ஓடுவதற்கு தயா-ராக நின்றாள்.

****

"அம்மா பாப்புக்கு போன் பண்ணி கேட்டிங்களா? என்ன பண்றா? எப்படி இருக்காளாம்?" என்று அவன் ஹாசினியின் நலன் விசாரித்தான்.

"தெரியலை டா. அங்க போனதுல இருந்து ஒரு போன் பண்ணலை. என்ன நடக்குது இந்த வீட்ல? நான் சொல்லுறத யாரு தான் கேட்கிறா?" என்று வேதனையில் பேசினார் சீதா.

அவர் வருந்தியதை பார்த்த தீரன் "இப்போ என்னாச்சு மா? நான் உங்க புள்ளை இல்லையா?" என்று கேட்டான்.

"நீயாவது நான் சொல்லுறத கேட்பியா?" என்று ஆதங்கமாக கேட்டார்.

"இப்போ சொல்லுங்க, நான் என்ன செய்யனும்?" என்று கேட்டார்.

"இப்போ ஒன்னும் வேணாம். ஆனால் நேரம் வரும்போது கேட்பேன்.அப்போ என் பேச்ச தட்டாம நீ செய்யனும்." என்று சீதா கூறினார்.

"அவ்வளோ தானே! பண்ணிட்டா போச்சு." என்று தீரன் கூறினான்.

அவன் இப்படி ஒரு வாக்கு கொடுத்ததால் ,பிற்காலத்தில் இந்த வாக்கினால் அவன் வாழ்வே மாறபோவது அறியாமல் சந்தோசமாக தன் தாயை அணைத்து விட்டு கிட்சனில் இருந்து வெளியேறினான்.

அப்போது அம்மு அழுக, வேகமாக ரிதி இருந்த அறைக்கு சென்றான் தீரன்.

"ஐயோ ஏன் மா இப்படி அழுகிற? நான் என்ன செய்வேன்? எனக்கு என்ன பண்ணனும் கூட சரியா தெரியல. நான் உன்ன நல்லா பார்த்துக்கல போல. அதான் நீ அழுகிற!" என்று அந்த சிறு மொட்டிடம் அவள் பேச்சு வார்த்தை நடத்திக் கொண்டிருந்தாள்.

தீரன் வெளியே நின்று அவள் பேசுவதை தான் சுவாரஸ்யமாக பார்த்துக் கொண்டிருந்தான்.

பின் குழந்தை அழுவது அதிகரிக்க, அதன் பின் பார்வையை விலக்கிக் கொண்டு அறைக்குள் நுழைந்து மெத்தையில் படுத்திருக்கும் குழந்தையை தூக்கிக் கொண்டு அறை கதவு வரை சென்றான்.

பின் நின்று ரிதியை திரும்பி பார்த்து "நீயே இன்னும் குழந்தை தான்.உனக்கு ஒரு குழந்தை. அதான் என்னால நம்ப முடியலை. என்னமோ இடிக்கிது.கண்டு பிடிக்கிறேன்." என்று அவளை மேல் இருந்து கீழ் வரை ஒரு பார்வை பார்த்து விட்டு தீரன் வெளியேறினான்.

ரிதி தான் ஆணி அடித்தாற் போல் அங்கேயே நின்று விட்டாள்.

வெளியே சென்ற தீரன் குழந்தைக்கு சீதாவிடம் கூறி பாலை வாங்கி பாட்டி-லில் ஊற்றி அம்முவிற்கு கொடுக்க, அது சமத்தாக அவன் தாடியை ஆராய்ச்சி செய்து கொண்டே பாலை குடித்துக் கொண்டிருந்தது.

"டேய் தீரா என்னனு தெரியலை டா? அம்மு உன்கிட்ட மட்டும் தான் நல்லா ஒட்டிக்கிறா. உன்ன பார்த்ததும் அழுகை பறந்து ஓடிருது. பொம்பள பிள்ளை பிறக்கிறது எல்லாம் வரம். அந்த வரம் தான் ரிதிக்கு கிடைச்சிருக்கு." என்று சீதா கூறி தனக்கு ஒரு பெண் பிள்ளை இல்லையே என்று கவலை பட்டார் .

அவனோ தன் தாயின் மனநிலையை மாற்ற எண்ணி "இப்பவும் ஒன்னும் பிரச்சனை இல்லம்மா. நான் அப்பாகிட்ட பேசுறேன்." என்று தீரன் கூறினான்.

"எதுக்கு டா?" என்று சீதா புரியாமல் கேட்டார்.

"எனக்கு தங்கச்சி பாப்பா ரெடி பண்ண." என்று தீரன் கூறி விட்டு ஓடினான்.

"டேய் இருடா. அம்மா கிட்ட பேசுற பேச்சா டா இது?" என்று சீதா அவனை அடிக்க வர, தீரன் அம்முவை தூக்கிக் கொண்டு ஓடினான்.

இதை பார்த்து ரிதி சிரிக்க, சீதா சிவந்த முகத்தை மறைத்து கொண்டு அப்போது வெளியே வந்த ரிதியை அழைத்த சீதா "இங்க வா மா. உனக்காகத்தான் நான் இன்னைக்கு கருவாடு பண்ணி வச்சிருக்கேன். நீ ஒன்னும் கவலை படாத. கருவாடு சாப்பிட்டா பால் நல்லா ஊறும். நீ பிள்ளைக்கு பால் இல்லன்னு வருத்த படாத." என்று அவளை அழைத்து கொண்டு உணவு மேஜையில் அமர வைக்க, ரிதி திரு திருவென முழித்தாள்.

அனைத்தையும் கேட்டும் கேட்காதது போல் இருந்து கொண்டு இருந்தான் தீரன்.

அதே சமயம் அவளை கவனிக்கவும் தவறவில்லை.

****

"போதும் நிறுத்துங்க!" என்று மூர்த்தி கத்த, அப்போது தான் அவர்கள் இங்கு இருப்பதை பார்த்த முகில், தன் கோபத்தை கட்டுப்படுத்திக் கொண்டு அமைதியாக நின்றான்.

"அகிலா என்ன காரியம் பண்ணி வச்சிருக்க? மாப்பிளை முகத்துல மண்ண அள்ளி கொட்டிருக்க." என்று மூர்த்தி சத்தம் போட்டார்.

"ஐயோ மாமா! அது ஏதோ விளையாட்டுக்கு செஞ்சது. நீங்க ஒன்னும் சத்தம் போடாதீங்க!" என்று சுதர்சன் அவளுக்காக பரிந்து கொண்டு பேசினான்.

"உனக்கு மண்ணு இல்ல, மிளகா பொடிய தான் போட்டுருக்கனும்." என்று முணு முணுத்தாள் அகிலா.

"என் பொண்ணுக்கு யாரை கட்டிக் கொடுக்கனும்னு எனக்கு தெரியும். இங்க பாரு அகிலா! உன்ன ரொம்ப செல்லம் கொடுத்து வளர்த்தது தப்பா போச்சு. நான் முடிவு பண்ணிட்டேன். உனக்கு சுதர்சன் தான் மாப்பிள்ளை. என் பேச்சுக்கு மரியாதை இருந்தா இந்த கல்யாணத்தை பண்ணிக்கோ!" என்றார்.

"மாப்பிள்ளை இன்னும் ஒரு வாரத்துல நல்ல முகூர்த்தம் இருக்கு. அதனால வெள்ளிக்கிழமை அப்போவே கல்யாணத்தை வச்சுக்கலாம். நான் உங்க அப்பா கிட்ட பேசுறேன்." என்ற மூர்த்தியின் பார்வை அழுத்தமாக முகில் மீது பட்டு மீண்டது.

பின் மல்லிகாவும் "கை நீட்டியா அடிக்கிற? பேசிட்டு வா. உன்ன வெளக்கமாத்தால சாத்துறேன்.என்ன கொழுப்பு உனக்கு? கட்டிக்க போறவர கை நீட்டி அடிக்கிற. கைய ஒடைக்கனும்." என்று அவர் பங்குக்கு அவளை திட்டி விட்டு மூர்த்தியுடன் சென்று விட்டார்.

'கட்டிக்க போறவர்' என்று மல்லிகா கூறும் போது முகில் முகத்தை பார்க்க ,அவனோ அவளையே வெறுமையாக பார்த்தான்.

முகில் முகம் இறுகி போய் அவளை பார்க்க ,அவளோ உறைந்த நிலையில் மெத்தையில் அமர்ந்து விட்டாள்.

அவள் இருந்த நிலையை காண இயலாத சுதர்சன் "இங்க பாரு அகிலா. உனக்கு இந்த கல்யாணம் பிடிக்கல. அதானே! விடு நான் இத ஸ்டாப் பண்ணுறேன். ஒன்னும் பிரச்சினை இல்ல." என்று அவளை ஆறுதல் படுத்தினான்.

அவள் அசைவதாய் இல்லை.

"சரி இவரு உன்னைய அடிச்சது தான் கோபமா?" என்று கேட்க, அதற்கும் அவள் பதில் கூறவில்லை.

"இங்க பாரு அகி மா. என்னாச்சு உனக்கு? ஏதாவது பேசு." என்று கெஞ்சினான்.

பொறுமை இழந்த முகில் "உனக்கு வேணும் டி. இப்படி எல்லாத்தையும் குழி தோண்டி பொதச்சுட்டில. உன்ன வெட்டி போட்டா கூட என் ஆத்திரம் அடங்காது." என்று கத்தினான்.

"என்னடி? இப்படியே அமைதியா இருந்து காரியத்தை சாதிக்கலாம்னு நினைக்கிறியா?அது மட்டும் நடக்காது." என்று முகில் கத்தினான் .

"ப்ரோ நீங்கதான் இவளை லவ் பண்ணுறவரா?" என்று சுதர்சன் கேட்டான்.

அவனை முறைத்த முகில் "கேக்குறான்ல, பதில் சொல்லு டி." என்று கத்தினான்.

"சும்மா பதில சொல்லு, பதில சொல்லுன்னா என்னத்தை சொல்ல? டேய் முகூர்த்தம் எத்தனை மணிக்குக்குனு கேளு." என்று சுதர்சனை பார்த்து கேட்டாள்.

"வெள்ளிக்கிழமை பத்தரைல இருந்து பன்னிரண்டு வரைக்கும் ராகுகாலம். அப்போ அதுக்கு முன்னாடி தான் முகூர்த்தம் வரும்." என்று அவனும் எதையோ கண்டு பிடித்தது போல் அவன் அவளுக்கு பதிலை கூறினான்.

அகிலா நிம்மதியாக மூச்சு விட்டாள். முகில் அவனை வெறியாக முறைத்தான்.

அதை கண்ட சுதர்சன் "எதுக்கு அகிலா இப்போ டயம் கேட்ட?" என்று படபடப்புடன் கேட்டான்.

"அது ஒன்னும் இல்லங்க.என் பிரெண்ட் ஒருத்தி ,பேச்சுலர் பார்ட்டி வெள்ளிக்கிழமை தான் முனியாண்டி விலாஸ் ல வைக்கிறதா இருந்துச்சு. அதுக்கு போக முடியாதுன்னு நெனச்சேன். நல்ல வேளை சீக்கிரம் கல்யாணம் முடியவும் பிரியாணி சாப்பிட போகனும். எம்புட்டு நாள் ஆச்சு." என்று அவள் சாவகாசமாக கூறினாள்.

சுதர்சன் தான் இப்படி ஒரு பதில் அவளிடம் இருந்து வரும் என்று எதிர் பார்க்காததால் அதிர்ந்து போய் அவளை பார்த்தான்.

இங்கு முகில் ஆத்திரத்தில் அருகில் இருக்கும் நைட் லாம்பை தட்டி விட்டு வெறி கொண்டு அறையில் இருந்து வெளியேறினான்.

அவன் போவதையே வெறுமையாக கண்களில் நீரோடு பார்த்துக் கொண்டி-ருந்தான் அகிலா.

11

அத்தியாயம்-11

கதவை திறந்து கொண்டு மங்கை கையில் கசாயம் வைத்து கொண்டு வர,அப்போது தான் அவளுக்கு மூச்சே வந்தது.

" ஐயோ நீங்களா! நான் பயந்தே போயிட்டேன்." என்று ஹாசி நிம்மதி மூச்சு விட்டாள்.

அதை தடை செய்யும் விதமாக ஹர்ஷா அந்த அறைக்குள் வந்தான்.

விட்ட மூச்சும் பாதியில் நின்று போக, உமா அவ்விருவர் முக மாறுதலை பார்த்து ரசித்துக் கொண்டிருந்தாள்.

ஹாசி அப்படியே மெல்ல அடியெடுத்து வைத்து குளியலறை நோக்கி நகர்ந்தாள்.

அழுத்தமாக வந்தது ஹர்ஷாவின் குரல்.

"இன்னும் ஒரு அடி எடுத்து வச்சாலும் இங்க நடக்கிறதே வேற " என்று அமைதியாக சொன்னாலும் அது அவளுக்கு மிரட்டுவது போலே இருக்க, மூச்சை பிடித்துக் கொண்டு நின்று விட்டாள்.

ஹர்ஷா மங்கைக்கு கண்ணை காட்ட,அவரோ எடுத்து வந்த கசாயத்தை அவளிடம் கொடுத்தார்.

"இத குடி மா.சீக்கிரம் சரி ஆகிடும்" என்று அவர் கசாயத்தை அவள் கையில் வைத்தார்.

"இல்ல நான் மாத்திரை போட்டு பார்க்குறேன்" என்று ஹர்ஷா முகம் பார்க்காமல் கூறினாள்.

பார்ப்பதற்கு தான் தைரியம் இல்லையே!

"உமா " என்று ஹர்ஷா அழைத்தான்.

"ஓகே அண்ணா" என்று அவள் கொண்டு வந்த மாத்திரையை ஹாசி கையில் வைத்தாள்.

ஒரு கையில் கசாயம் ,மற்றொரு கையில் மாத்திரை.இரண்டுமே அவளுக்கு பிடிக்காத ஒன்று.இரண்டையும் கையில் வைத்து கொண்டு அவள் முழித்தாள்.

"இப்படியே நின்னா என்ன அர்த்தம் ?" என்று ஹர்ஷா அதட்டினான்.

ஏனோ அவளுக்கு அழுகை முட்டிக் கொண்டு வந்தது. இதுவரை அவள் காய்ச்சல் வந்தால் கூட மாத்திரையை அறவே தொட்டது இல்லை.

அவள் வீட்டில் எப்போதும் வீட்டு வைத்தியம் தான்.அவளை தரையில் கால் பதிக்க விடாமல் தாங்கும் தன் குடும்பத்தை நினைத்து கலங்கி போனாள்.

"நான் பாத்ரூம் போய் இந்த மாத்திரைய போட்டுட்டு வரேன்" என்று குளியலறை செல்ல போனாள்.

" ஏன் அங்க போனா தான் ,மாத்திரையை பாத்ரூம்ல போட்டு தண்ணிய ஊத்திட்டு வரலாம்.அதானே உன் ஐடியா" என்று அவள் நினைப்பை அவன் துல்லியமாக கூறினான்.

"ஐயோ கண்டு பிடிச்சுட்டானே" என்று திருட்டு முழி முழித்தவள்,அமைதியாக நின்றாள்.

"நீங்க ரெண்டு பேரும் வெளியே இருங்க " என்று ஹர்ஷா கூறிய மறு நிமிடம் உமா, மங்கை இருவரும் அவளை பரிதாபமாக பார்த்து விட்டு சென்றனர்.

இருவரையும் வெளியே அனுப்பி வைத்து கதவை அடைத்து வந்தவன் ,பார்வையை அவள் பக்கம் திருப்ப, எச்சிலை விழுங்கிக் கொண்டு அவனையே பார்த்து வைத்தாள்.

அவன் ஒய்யாரமாக அங்குள்ள மெத்தையில் அமர்ந்து "ம்ம் !வேகமா" என்று கையை காட்டினான்.

அவளோ கையில் வைத்திருக்கும் இரண்டையும் மாறி மாறி பார்த்து, பின் மாத்திரையை போடலாம் என்று முடிவு எடுத்து,வாய் அருகில் மாத்திரையை கொண்டு சென்றாள்.

" உனக்கு ஒரு விஷயம் சொல்லட்டா " என்று ஆரம்பித்தான்.

மாத்திரை போட போவதை நிறுத்தி விட்டு அவனையே பார்த்தாள்.

"உண்மையாவே உடம்பு சரி இல்லனா தான் இந்த மாத்திரை சரி பண்ணும் .இல்லேனா" என்று நிறுத்தினான்.

அவளோ முகத்தில் அப்பட்டமாக பயத்தை காட்டி "இல்லேனா" என்று மிரண்டு போய் கேட்டாள்.

"அது எதுக்கு நமக்கு ? நீ போடு.

உனக்கு தான் நிஜமாவே உடம்பு சரி இல்லைல. சீக்கிரம்" என்று எழுந்து அவள் அருகில் வந்தான்.

அவள் பயத்தில் வெளிறிப் போய் " இல்ல நான் மாத்திரை போடாம சரி பண்ணிக்கிறேன்.எனக்கு இது வேணாம் " என்று அவள் மறுத்து கூறினாள்.

அவனோ அவளை ஏளனமாக பார்த்து " இப்படி ஒரு நடிப்பு அவசியமா ? எல்லாம் எதுக்கு என்ன மயக்கவா ? நீ என்ன செஞ்சாலும் என் மனசுல ஆத்வி மட்டும் தான் இருப்பா . இந்த நடிக்கிற வேலை எல்லாம் விட்டுட்டு, ஒழுங்கா என் வாழ்க்கையில இருந்து விலகுற வழிய பாரு" என்று சற்றும் சம்பந்தம் இல்லாமல் அவன் கூர் விழியால் பார்த்துகொண்டு அவளை எச்சரித்தான்.

வந்த கோபத்தில், கையில் உள்ள கசாயத்தை வாயில் வைத்து ஒரே மூச்சாக குடித்து விட்டு, பின் மாத்திரையை எடுத்து வாயில் போட்டு தண்ணீரை ஊற்றினாள்.

அவளையே ஹர்ஷா அதிர்ந்து பார்க்க ,ஹாசி அவனை பார்த்து "எந்த அளவுக்கு நீங்க ஆத்விய காதலிச்சது உண்மையோ,அதே அளவுக்கு இப்போ நான்தான் உங்க மனைவிங்குறதும் உண்மை.நீங்க அதை ஏத்துக்கிட்டு வாழ தான் வேண்டும் " என்று அவளும் விடாமல் பதில் பேச்சு பேசினாள்.

வந்த கோபத்தில் அவளை இரு தோளிலும் கைகளை பதித்து மூர்க்கமாக தள்ளி விட்டான்.

அவன் தள்ளி விட்ட வேகத்தில் அவளோ மெத்தையில் சென்று விழுந்தாள்.

கோவம் அடங்காத ஹர்ஷா, அவன் எப்போதும் செல்லும் அறைக்குள் சென்று அடைந்தான்.

அறையில் சத்தம் கேட்டு உமா மேலே வர ,அங்கு ஹாசி இருந்த நிலைமையை பார்த்து அதிர்ந்து போய் அவள் அருகில் சென்றாள்.

"என்னாச்சு அண்ணி?" என்று பதறி அவளை எழுப்பி அமர வைத்தாள்.

இதுநாள் வரை இங்கே வந்ததில் இருந்து எதையும் மனம் விட்டு பேச அவளுக்கு ஆள் இல்லாததால் மனதிற்குள்ளேயே போட்டு புளுங்கியவள் ,இன்று தன் வயதொத்த பெண் பாசமாக தன்னை முறை வைத்து அழைக்கவும் தன் பாரத்தை அவளிடம் இறக்க நினைத்தாள்.

உமாவை இயலாமையுடன் பார்த்த ஹாசி , அவள் ஹர்ஷாவை பார்த்தது முதல் அவர்கள் திருமணம் முதற்கொண்டு கூறி முடித்தாள்.

உமாவிற்கு அவள் கதையை கேட்டு பாவமாக தான் இருந்தது.

" இவ்வளோ நடந்து போச்சு உமா.இதுல நேத்து வேற,நான் மயக்கம் ஆகிட்டேன்.அப்போ அவரு வந்து எனக்கு டிரஸ் மாத்தி விட்டு இருக்காரு. பிடிக்காத பொண்டாட்டிக்கு எதுக்கு செய்யனும் சொல்லு? என்ன இருந்தாலும் நானும் பொண்ணு தானே. என்ன பார்த்தது என் புருஷன் தான்! இருந்தாலும்,அவரு மனசுல நான் இல்ல.எனக்கு அதுவே பெரிய கஷ்டமா இருக்கு"

"எப்போ கல்யாணம் ஆச்சோ அப்போவே நான் முடிவு பண்ணிட்டேன் . இனிமே என் மீதி வாழ்க்கை இவரு கூட தான்னு"

" இதுல நேத்து அவரு என்னை அப்படி பார்த்ததுல இருந்து என்னால யோசிக்க கூட முடில.பிடிக்காத ஒருத்தர் கிட்ட நான் மயங்கி என் மானத்தை இழந்த மாதிரி தோணுது " என்று ஹாசி கண்ணீர் சிந்தினாள்.

உமாவிற்கு ஒன்று மட்டும் நன்றாக புரிந்தது.ஹர்ஷா அவளிடம் எந்த உண்மையையும் சொல்ல வில்லை என்று!

"உங்களுக்கு யாரு அண்ணி சொன்னது ,அவரு தான் டிரஸ் மாத்தி விட்டாருன்னு ?"

"அவருதான் சொன்னாரு உமா.எனக்கு அப்போ எப்படி இருந்துச்சு தெரியுமா? அப்பறம் போய் தாலியைக் கழட்டு ,குங்குமத்தை அழிச்சுட்டு வா.வேற கல்யாணம் பண்ணு.இப்படி எல்லாம் பேசுறாரு. நான் எதுக்கும் அழுக மாட்டேன் உமா.என் வீட்ல அந்த அளவுக்கு என்ன பார்த்துக்கிட்டாங்க"

"ஆனால் இப்போ அழுகை மட்டும் தான் என் வாழ்க்கையா மாறிடுச்சு" என்று அழுகையை அடக்கிக் கொண்டு கூறினாள்.

இதற்குமேல் அவளிடம் உண்மையை மறைக்க வேண்டாம் என்று தோன்ற, உடனே அவள் இரவில் வந்து அவளை குளிக்க வைத்தது முதல் அவளுக்கு குடிக்க பால் காய வைத்து கொடுத்து விட்டு சென்றது வரை கூறி முடித்தாள்.

அதை கேட்டு கண்களை விரித்த ஹாசி " நிஜமா தானா! இல்ல சமாதானம் பண்ண சொல்லிட்டு இருக்கியா? " என்று அவள் தவிப்பாக கேட்டாள்.

அவளை பார்த்து மெலிதாக புன்னகை சிந்திய உமா "அண்ணா ஏன் உங்க கிட்ட பொய் சொன்னாருனு தெரியல! ஆனால் அதுக்கு பின்னாடி ஏதோ இருக்கு. கொஞ்சம் கொஞ்சமா அவரு மனசு உங்க பக்கம் சாயுது.நீங்கதான் அண்ணி அண்ணனை உங்க கைக்கு கொண்டு வரனும்.நான் உண்மைய சொன்னது அண்ணனுக்கு தெரிய வேணாம் "

"நீங்க ரொம்ப ஃபீல் பண்ணதால தான் சொன்னேன்.நான் கிளம்புறேன் அண்ணி.உடம்ப பார்த்துக்கோங்க " என்று உமா கிளம்ப, அவளை இறுகக் கட்டிக் கொண்டு கன்னத்தில் முத்தம் வைத்தாள் ஹாசி.

"எனக்கு வேணாம்.என் அண்ணனுக்கு கொடுங்க" என்று கண்ணடித்து விட்டு கிளம்பினாள் உமா.

இங்கு மெத்தையில் அமர்ந்த ஹாசி புன்னகை முகமாய் தன் கடந்த காலத்திற்கு சென்றாள்.

அதே நேரம் அவனும் அவனுடைய காதலியை சந்தித்த நாளிற்க்கு சென்றான்.

காரில் இருந்து கொண்டு ,ஹாசி வீட்டுக்கு எதிர் வீட்டில் கையில் வடகத்துடன் ஓடும் அவளை இமை எடுக்காமல் பார்த்தான் ஹர்ஷா.

இதுவரை அவன் தொழில் சாம்ராஜ்யத்தில் எத்தனையோ அழகிகளை பார்த்திருக்கிறான்.

அதுவும் அறை குறை ஆடைகளும், அவனை சுற்றி வரும் பெண்களை பார்த்து மயங்காத அவன் கண்கள், இன்று தன் முழு உடலையும் மறைத்து தளர தளர கூந்தலை பின்னலிட்டு, காதில் சிறிய கம்மல், கைகளில் கண்ணாடி வளையல், கழுத்தில் கிரிஸ்டல் பாசி ,மெல்லிய இடை, செக்க சிவந்த தேகம் , தன் வில் போன்ற புருவத்தை உயர்த்தி கொண்டு ,தன் பிஞ்சு விரல்களால் அந்த சிறுவர்களை எச்சரித்துக் கொண்டே சென்றாள் அவள்.

ஏனோ அவளை பார்த்த கணமே ஹர்ஷாவின் மனம் அவள் புறம் சாய்ந்து விட்டது.

அவன் இன்னும் கிளம்பாமல் தன் வீட்டு வாசலிலேயே நிற்பதை பார்த்த ஹாசி ,யோசனையாக வெளியே வந்து கார் கதவை தட்ட,அதில் தன் பார்வையை திருப்பி ஹாசினியை பார்த்தான்.

"என்ன சார் இன்னும் இங்க இருக்கிங்க?'

"அது கொஞ்சம் தண்ணி வேணும் " என்று ஒரு வழியாக அவளிடம் இருந்து தப்பி விட்டான் ஹர்ஷா.

"சரி சார் ! வீட்டுக்கு வாங்க " என்று அவனை அழைத்து விட்டு முன்னே செல்ல,அவனோ தன் மனம் கவர்ந்தவளை பற்றி தெரிந்து கொள்ள எதிர் வீட்டை பார்த்துக் கொண்டே அவனும் உள்ளே நுழைந்தான்.

" ம்மா! கொஞ்சம் வெளியே வா.எங்க காலேஜ் சீப் கெஸ்ட் நம்ம வீட்டுக்கு கெஸ்ட்டா வந்து இருக்காரு "என்று அழைத்தாள்.

ஹர்ஷா அவளை பொய்யாக முறைத்து வைத்தான்.அதில் "ஈ" என இளித்து," சும்மா"என்று தன் தந்தையையும் அனுப்பி வைத்தாள்.

அவர் வெளியே வந்து ஹர்ஷா நிற்பதை பார்த்து " சார், நீங்க என்ன சார் இங்க ? எங்க வீட்டுக்கு !என் பொண்ணு எதுவும் வம்பு பண்ணிட்டாளா?" என்று அவர் நடுக்கத்துடன் கேட்டார்.

அவனோ அவளை ஆழ்ந்து நோக்கி விட்டு அமைதியாக இருந்தான்.

"யப்பா! அவரு எங்க காலேஜ் கெஸ்ட் பா.நிக்க வச்சு பேசிட்டு இருக்கீங்க " என்று இருக்கையை காட்ட,அவன் அமைதியாக அமர்ந்து கொண்டான்.

ஹாசியினியின் தந்தை மணிகண்டன், ஒரு வித பதட்டத்துடன் இருந்தார்.

எதிரில் அமர்ந்திருப்பது ஹர்ஷா ஆகிற்றே! அவனை பற்றி அறியாதவர் இல்லையே!

இருந்தும் தன் மகள் என்ன ஏழரையை கூட்டிக் கொண்டு வந்துள்ளாள் என்று மனதில் மெலிதாக நடுக்கம் பிறக்க தொடங்கியது.

ஹாசினி வீடு நடுத்தர வர்கத்தை சார்ந்தவர்கள் .மணிகண்டன் மணிமேகலை, பெயர் ஒன்று போல் இருப்பதால் முதலில் பிடித்து பின் காதல் வயப்பட்டு இருவ-ரும் எட்டாவதில் இருந்து நண்பர்களாக பழகி, பிற்காலத்தில் அது காதலாக மாறி இப்போது கரம் பிடித்து அவர்களுக்கு இரு பிள்ளைகளும் உள்ளனர்.

மணிமேகலை தன் கணவன் முகத்தில் உள்ள பதட்டத்தை பார்த்து,தன் மகளை தீயென முறைத்தார்.

"தம்பி நீங்க ஒன்னும் தப்பா நெனச்சுக்காதிங்க. அவ என்ன பண்ணானு மட்-டும் சொல்லுங்க.நான் வெளக்கமார எடுத்து சாத்துறேன்" என்று மனிமேலகலை கூற, ஹர்ஷா நக்கலாக ஹாசினியை ஒரு பார்வை பார்த்தான்.

"அம்மா" என்று பல்லைக் கடித்த ஹாசி, தன் கல்லூரியில் நடந்ததை முழு-தாக கூறாமல் பட்டும் படாமல் கூறி விட்டு பின் அவன் வந்து அழைத்து வந்த-தையும் கூறினாள்.

அவள் கூறியதை கேட்டு மணிகண்டன் பெரும் மூச்சை விட்டார்.

"ரொம்ப நன்றி சார். என் பொண்ணு எதுவாது பண்ணி வச்சுட்டு வந்துட்டா-லோன்னு நான் ரொம்ப பயந்துட்டேன்" என்று அவர் தன் மனைவிக்கு கண்ணைக் காட்ட, அவரோ அடுக்களைக்குள் சென்று தண்ணீர் எடுத்து வந்து கொடுத்தார்.

அதை வாங்கி அவன் பருகிக் கொண்டிருக்கும் போது புள்ளி மானை போல் துள்ளிக் கொண்டு ஓடி வந்தாள் ஆத்வி.

"ஹேய் டிங்கி.இங்க பாரு டி. நான் போட்டு வச்ச வடகம் எல்லாத்தையும் இந்த வாண்டுங்க சாப்பிட்டு முடிச்சிட்டு ஓடிட்டாங்க.டெய்லி எனக்கு இதே வேலை தான்" என்று கையில் இருக்கும் வெறும் தட்டை காட்ட, மூவரும் அவளை பார்த்து சிரித்தனர்.

அப்போது தான் வீட்டில் புதிதாக ஒருவன் அமர்ந்திருப்பதை பார்த்து "ஐயோ சாரி" என்று நாக்கை கடித்து கொண்டவள் " வாங்க " என்று கடமைக்கு கேட்டுக் கொண்டு மீண்டும் ஓடி விட்டாள்.

அவள் உள்ளே வந்ததில் இருந்து இறுதியாக அவள் ஓடியது வரை ஹர்ஷா மனதில் அப்படியே பதிந்து போனது.

"சரி அப்போ நான் கிளம்புறேன்" என்று இருவருக்கும் புன்னகை முகமாக அவன் விடை கொடுத்தான்.

ஹாசி ஓடி வந்து "சார் ஒரு நிமிஷம் சார்.எங்க வீட்ல முறுக்கு சுட்டு இருக்-கோம். அப்பறம் எங்க அக்கா தக்காளி தொக்கு நல்ல பண்ணுவா.கொண்டு வரேன்" என்று அவன் பதிலை எதிர் பார்க்கமல் உள்ளே சென்று விட்டாள்.

மணிகண்டன் தான் தயங்கி "சாரி சார்.என் பொண்ணுக்கு நீங்க யாருனு தெரியாது.நீங்க ஒன்னும் தப்பா நினைக்க வேணாம்" என்று பணிவுடன் கேட்டார்.

அவன் பதில் கூற வருவதற்கு முன்,கையில் ஒரு கட்டை பையுடன் அவள் ஓடி வந்தாள்.

"இந்தாங்க சார், இதுல முறுக்கு இருக்கு.அப்பறம் அதிரசம்.அப்பறம் எங்க அக்கா செஞ்ச தக்காளி தொக்கு! வீட்ல போய் சப்பிடுங்க" என்று அவன் கையை பிடித்து அதில் பையை திணித்தாள்.

"ஹாசி மா. என்ன டா இது?" என்று மணிகண்டன் ஏதோ சொல்ல வருவதற்குள்,அவன் பார்வையாலேயே அவரை தடுத்து நிறுத்தினான்.

அவன் மெல்லிய புன்னகையோடு அதை பெற்றுக் கொண்டு வெளியேற, அவன் கண்கள் என்னவோ ஆத்வியை தான் தேடியது.

காருக்குள் பையை வைத்து விட்டு அவன் திரும்ப, அவனே எதிர் பாராத வண்ணம் எதிரில் அவள் மனம் கவர்ந்தவள் நின்று கொண்டிருந்தாள்.

அவளை பார்த்து ஒரு நிமிடம் அதிர்ந்தாலும் , முகத்தில் எதையும் காட்டாமல் அவளை ரசிக்க ஆரம்பித்தான்.

"இந்தாங்க" என்று தன் கையில் ஒரு தூக்கு வாலியை அவன் முன் நீட்டினாள்.

அவன் புரியாமல் புருவம் சுருக்கி பார்த்தான்.

"எங்க வீட்ல நாங்க போட்ட வடகம்.சாப்பாட்டுக்கு வறுத்து சாப்பிட்டா நல்லா இருக்கும் " என்று கரங்கள் நடுங்க அவன் முன் நீட்டினாள்.

அவனோ புன்னகையாய் அவள் முன் தன் ஒற்றை புருவத்தை உயர்த்தி "எனக்கு எதுக்கு இந்த ,அது என்ன ? லைக் வடகம் " என்று அவன் கேட்டான்.

"வேணாமா அப்போ" என்று அவள் முகத்தை சுருக்கி கேட்க,இனிமே வேண்டாம் என்று சொல்ல அவன் என்ன முட்டாளா ?

புன்னகையுடன் அவள் கையில் இருக்கும் தூக்கு வாளியை கையில் வாங்கிக் கொண்டு காரில் வைத்தான்.

வந்த வேலை முடிந்து விட்டது என்று அவள் பாவடையை தூக்கிக் கொண்டு வீட்டிற்குள் ஓட பார்க்க "ஹேய் நில்லு" என்று அவன் அழைத்தான்.

அவன் குரலுக்கு கட்டுப்பட்டு அப்படியே நிற்க "உன் பேர் என்ன?" என்று கேட்டான்.

"ஆத்வி "என்று அழகாக தன் முத்து பல் தெரிய சிரித்தாள்.

" அடியே கோழி முட்ட" என்று கத்திக் கொண்டே ஹாசி அழைக்க, உடனே வீட்டிற்குள் ஓடி விட்டாள். ஹர்ஷாவின் மனம் கவர்ந்த காதலி கோழி முட்டை!

"ஆத்வி " என்று கையில் இருக்கும் பாட்டிலை தூக்கி எறிந்தான் ஹர்ஷா.

அவன் அறையில் போட்ட சத்தத்தில் அடுத்த அறையில் இருந்த ஹாசினி அதிர்ந்து அவன் அறையை நோக்கி ஓடினாள்.

அதே நேரம் அகிலாவும் அவர்கள் தனிக்குடித்தனம் வாழ்க்கையை கேள்வி பட்டு அங்கு வந்தவள், ஹர்ஷா அலறல் கேட்டு அவளும் அவன் அறையை நோக்கி ஓடினாள்.

****

இங்கு அகிலா வீட்டில் மூர்த்தி, சுதர்சன் வீட்டில் பேசி வரும் வெள்ளிக்கிழமை அன்று திருமணம் பேசி முடிவு செய்தார் .

சுதர்சன் தான் யார் முகத்தையும் பார்க்காமல் அறையில் அடைந்து கிடந்தான்.

"டேய் கண்ணா! அதான் ஒரு வாரத்துல கல்யாணம் பேசியாச்சே. அப்பறம் என்ன டா ?" என்று வாணி பாசமாக மகன் தலையை வருட, அவனோ போலியாக ஒரு புன்னகையை முகத்தில் சூடிக் கொண்டு அறைக்குள் சென்று விட்டான்.

****

"நான் எங்கேயும் வர மாட்டேன்"

"நீ வந்து தான் ஆகனும்"

"டேய் கிளம்பு டா" என்று முகில் முன்னே சென்று காரை எடுக்க, தீரன் அமுதினியை சீதாவிடம் கொடுத்து விட்டு ரிதியை அழைத்துக் கொண்டு மூவருமாய் காலேஜ் நோக்கி சென்றனர்.

அங்கு முகில் ஏற்கனவே ஆசிரியராக பணி புரிந்ததால், அவன் எளிமையாக பேசி அவளுக்கு சீட்டு வாங்கி கொடுத்தான்.

அவளுடைய பன்னிரெண்டாம் வகுப்பு மார்க் ஷீட்டை வாங்கி பார்க்க, அவள் 96 சதவீதத்தில் தேர்ச்சி பெற்று இருந்தாள்.

அதை பார்த்து முகிலே அதிர்ச்சியாகி அவளை பார்க்க, தீரன் அவனை நமட்டு சிரிப்புடன் பார்த்தான், 'பார்த்தியா' என்பதை போல்!

பின் அனைத்து சான்றிதழ்களையும் ஒப்படைத்து விட்டு ,அட்மிஷன் முடித்து திங்கள் கிழமை ஜாயின் செய்யுமாறு கூறி அனுப்பினார்கள்.

தீரன் தான் அவளுக்கு வேண்டிய அனைத்தையும் வாங்கி விட்டு அவளுக்கு ஃபீஸ் கட்டி வந்தான்.

அதை பார்த்து ரிதிக்கு கண்கள் கலங்கி போனது.

அப்போது அவள் அருகில் வந்த முகில் "ஓவரா நடிக்காத. நான் சீக்கிரமே உன்னைய பத்தின உண்மைய கண்டு பிடிக்கிறேன்" என்று மிரட்டி விட்டு சென்றான்.

அதில் அவள் அரண்டு போக ,அமைதியாக காரில் வந்து அமர்ந்து மூவரும் வீடு வந்து சேர்ந்தனர்.

"ரிதி ஈவ்னிங் ரெடியா இரு.நம்ம உனக்கு தேவையானதை வாங்கிட்டு வரலாம் " என்று தீரன் கூறினான்.

"நான் உங்க கிட்ட கொஞ்சம் பேசம்னும் " என்று ரிதி தயக்கத்துடன் கூறி-னாள்.

"சொல்லு மா என்ன விஷயம்?"

"அது வந்து நான் இப்போ உடனே என் வீட்டுக்கு போகனும் " என்று தலையை குனிந்து கொண்டு கூறினாள்.

முகில் தீரன் இருவரும் அவளை கோபமாக பார்த்தனர்.

"என்ன விளையாட்டு பண்ணுறியா? இப்போதான் மூச்சு முட்ட பேசி உனக்கு சீட் வாங்கிட்டு வந்துருக்கேன்.இப்போ இப்படி சொன்னா என்ன அர்த்தம்?" என்று முகில் கத்தினான்.

"ஏன்னா நான் பிரக்னன்ட்டா இருக்கேன் " அவளும் கத்தினாள்.

அவள் கூறியதை கேட்ட இருவரும் அதிர்ச்சி அடைய, தீரன் ஓங்கி அவள் கன்னத்தில் ஒன்று வைத்தான்.

அவனுக்கு தான் கோபம் சுள்ளென்று வந்தது.அவள் அதிர்ந்து போய் அவனை பார்த்தான்.

" டேய் !இந்த புளுவுனிய எங்க இருந்து டா கூட்டிட்டு வந்த? விட்டா நாளைக்கு இந்த புள்ளைக்கு அப்பா நான்தான்னு சொல்லுவா" என்று முகில் கத்தினான்.

"டேய்" என்று தீரன் பல்லை கடித்தான்.

"சாரி டா.சரி என் குழந்தைனு சொல்ல மாட்டா போதுமா? ஏதோ கோபத்துல சொல்விட்டேன்" என்று முகில் சிரித்துக் கொண்டே திருட்டு முழி முழித்தான்.

அந்த நிலைமையிலும் சீதா சிரித்து விட்டார். அதிலேயே அவருக்கு ஏதோ தெரிந்துள்ளது என்று இருவரும் யூகித்து விட்டனர்.

12

அத்தியாயம்-12

இருவரும் பதறி அடித்துக் கொண்டு ஹர்ஷா அறை நோக்கி செல்ல, அகிலா ஹாசினியை அதிர்ந்து பார்க்க, இந்த நேரத்தில் அகிலாவை எதிர்பார்க்காத ஹாசி "சீக்கிரம் வாங்க" என்று இருவரும் அவன் அறை நோக்கி ஓடினர்.

நல்ல வேளையாக ஹர்ஷா அறை பூட்டப்படாமல் இருக்க, இருவரும் கதவை திறந்து கொண்டு உள்ளே பார்க்க,அதிர்ந்து போனார்கள்.

அறையில் கண்ணாடி சில்லுகள் சிதறி கிடக்க ,கட்டிலில் முழு போதையில் விட்டத்தை வெறித்து கொண்டு கையில் இரத்தம் வழிய "ஆத்வி..ஆத்வி" என்று புலம்பிக் கொண்டிருந்தான் ஹர்ஷா.

"ஐயோ ரத்தம் ! கடவுளே இவரு ஏன் இப்படி பண்றாரு ?" என்று பதறிய ஹாசி, வேகமாக சென்று முதலுதவி பெட்டியை எடுத்துக் கொண்டு வந்தாள்.

அகிலா சென்று ஹர்ஷாவை எழுப்ப, அவனோ முழுதாக மட்டையாகி இருந்தான்.

ஆனால் போதையில் அவள் பெயரை விடாமல் கூறிக் கொண்டிருந்தான்.

கடினபட்டு அவனை எழுப்பி மெத்தையில் சாய்த்து அமர வைத்து அவன் முகம் தட்ட, ஹர்ஷா மெதுவாக கண்களை திறந்து கொண்டு எதிரில் பார்க்க அகிலா அமர்ந்திருந்தாள்.

"வந்துட்டியா, நீயும் என்ன ஏமாத்திட்டு போக மாட்டில அகி ?" என்று அவன் சிறு பிள்ளை போல் கேட்க அகிலாவிற்கு அழுகை முட்டிக் கொண்டு வந்தது.

முயன்று தன் அழுகையை கட்டுப் படித்துக் கொண்டவள் "டேய் என்னடா இது இப்படி குடிச்சு இருக்க? இது என்ன புது பழக்கம்?" என்று அவள் பல்லைக் கடித்தாள்.

அப்போது ஹாசி அவன் கைகளுக்கு மருந்தளிக்க, அதை பார்த்த ஹர்ஷா வேகமாக தன் கையை அவளிடம் இருந்து உதறி விட்டு " இதோ இவதான்!

இவதான் என் பிரச்சனை" என்றான்.

"ஐயோ இவன் வேற. தண்ணி அடிச்சா என்ன பேசுறோம்னு தெரியாது. எல்லாத்தையும் மறந்துடுவான் "என்று அகிலா தலையில் அடித்து கொண்டாள்.

"ஐயோ அகிலா அக்கா! இத ஏன் நீங்க என்கிட்ட முன்னாடியே சொல்லலை ?" என்று பொய் கோபம் காட்டினாள் ஹாசி.

"என் ஆத்வி இருந்த இடத்தில இப்போ இவ வர பார்க்குறா " என்று ஹர்ஷா கூறிய மறு நிமிடம் சப்பென்று அவன் கன்னத்தில் ஒன்று வைத்தாள் ஹாசி.

அகிலா அவளை அதிர்ந்து பார்க்க "அக்கா ப்ளீஸ் கா.இன்னைக்கு ஒரு நாள் மட்டும்" என்று கண்களை சுருக்கி கேட்க, அகிலா ஒரு நமட்டு சிரிப்போடு "சரி நான் கிளம்புறேன். எல்லாம் தெளியவும் வரேன். கொஞ்சம் பார்த்து பண்ணு மா.என் தோழன் பாவம் " என்று அவனுக்கு வரிந்து கட்டிக் கொண்டு வர, ஹாசி சிலுப்பிக் கொண்டாள்.

****

"என்ன நடக்குது இங்க?" என்று சீதா சிரித்துக் கொண்டே வர, ரிதி ஓடி சென்று அவரை கட்டிக் கொண்டாள்.

"பாருங்க மா !உங்க பிள்ளை என்னை அடிச்சுட்டாரு" என்று சிறு குழந்தை போல் அவள் அழ , சீதா தீரனை முறைத்தார்.

"டேய் எதுக்கு டா, பொம்பள புள்ளைய கை நீட்டி அடிச்ச?" என்று சீதா சண்டைக்கு வந்தார்.

"அம்மா நீங்க பேசாதீங்க.என் பொறுமைக்கும் ஒரு எல்லை இருக்கு.நேத்து நைட்டு நம்ம கிட்ட என்ன சொன்னா? இப்போ என்ன சொல்லிட்டு இருக்கா" என்று என்றும் இல்லாமல் தீரன் பொங்கினான்.

"நல்லா கேளு மச்சான்.குழந்தைய காரணம் காட்டி வீட்டுக்குள்ள வந்துட்டு பித்தலாட்டம் பண்ணிட்டு இருக்கா " என்று முகில் அவன் பங்கிற்கு பேசினான்.

அவனுக்கு தான் அவள் மேல் சந்தேகம் வெகுவாக இருந்தது. எங்கே குழந்தையை காரணம் காட்டி அவள் இந்த வீட்டிலேயே இருந்து ஏதேனும் பண்ணி விடுவாளோ என்ற அச்சம் தான் .

அவன் கல்லூரியில் பணி புரிவதால் இதே போல் பல பிரச்சனைகளை சந்தித்து வந்துதுள்ளான்.

"நேத்து நைட்டு என்ன சொன்ன?" என்று தீரன் அவளை பார்த்து கூர்மையாகக் கேட்க, இரவு சொன்ன கதைக்கு அவர்கள் மனம் ஓடியது.

அன்று இரவு முகில் ,தீரன் ,சீதா மூவரும் பேசி கொண்டிருக்கும் போது "உன் கணவன் யார் ? பெயர் என்ன ? " என்று விசாரிக்க, அவள் திரு திருவென முழித்து வைத்தாள்.

அதில் கடுப்பாகி முகில் தான் "இப்போ உண்மைய சொல்லலேனா" என்று அவளை விரல் நீட்டி மிரட்ட அவள் தன்னைப் பற்றிக் கூற ஆரம்பித்தாள்.

"சொல்லுறேன்!என் பெயர் ரிதன்யா. எல்லாரும் ரிதினு கூப்பிடுவாங்க.எங்க ஊரு தேனி.அங்கதான் என் குடும்பம், சொந்தம், பந்தம் எல்லாரும் இருக்கோம்" என்று கூறினாள்.

" ஓஹோ பேர் கூட பொய்யா!சரியான பிராடு" என்று முகில் பொரிந்து தள்ளினான்.

அவள் தான் அவன் பேச்சை ஜீரணித்துக் கொண்டு " எனக்கு அம்மா இல்ல.நான் பிறக்கும்போதே இறந்துட்டாங்க" என்று கூறினாள்.

"இதுவாவது உண்மையா , இல்ல உங்க அம்மாவை இப்போ கதைக்காக கொன்னுட்டியா " என்று முகில் சுள்ளென கேட்க, ரிதி வந்த அழுகையை அடக்கிக் கொண்டு பாவமாக பார்த்தாள்.

" டேய் நீ சும்மா இரு டா. அவ சொல்லட்டும்" என்று தீரன் அவளை மேலே பேசு என்பதை போல் பார்த்தான்.

"எனக்கு அப்பா அப்பறம் ஒரு அண்ணன்.எங்க அம்மா இறந்து போகவும் எங்க அப்பா இன்னொரு பொண்ணைக் கல்யாணம் பண்ணிக்கிட்டு தனியா போயிட்டாரு. என் அண்ணன் தான், என் கூடவே அப்பா போல இருந்து வளர்த்தாரு"

"கொஞ்ச நாள்ல அண்ணன் ஒரு பொண்ண காதலிச்சு ,திடீர்னு அவளைக் கல்யாணம் பண்ணி கூட்டிட்டு வந்துட்டான்.கேட்டா பொண்ணு வீட்ல பிரச்சனை .அதான் உடனே கல்யாணம் பண்ணி கூட்டிட்டு வர வேண்டியதா போச்சுன்னு சொன்னான்"

"எனக்கு அப்போ ஒன்னும் பெருசா தெரியலை.நான் அப்போ தான் காலேஜ் ஜாயின் பண்ணேன்.வீட்ல ஒரு பொண்ணு நமக்கு துணைக்கு கிடச்சுட்டானு நெனச்சேன் "

"அப்படியே வாழ்க்கை நல்லாத்தான் போச்சு.இரண்டு மாசத்துல அண்ணி கர்ப்பமா இருந்தாங்க.எனக்கு ரொம்ப சந்தோசம். வீட்டுக்கு ஒரு குட்டி பாப்பா வர போகுதுன்னு "

" அண்ணிக்கு ஏழாவது மாசம் வளைகாப்பு போட்டோம்.அவங்க வீட்லயும் சந்தோசமா ஏத்துகிட்டு அண்ணியைக் கூட்டிட்டு போனாங்க "

"டெலிவரி ஆச்சு.புள்ளையும் பொறந்துருச்சு.ஆனால் அங்க தான் பிரச்சினை ஆரம்பிச்சுச்சு " என்று அவள் குரல் கமர கூறினாள்.

ஏனோ இப்போது அவள் கூற்றை யாரும் நம்பாமல் இருக்க முடியவில்லை. அவள் இருந்த மன நிலையே அதனை எடுத்து கூறியது.

"அப்போதான், நாங்க சொல்லுற பையனை தான் உங்க தங்கச்சிக்கு கட்டிக் கொடுக்கனும்.அப்படி சம்மதம் சொல்லுங்க. நான் புள்ளையையும் என் வீட்டு வாரிசையும் அனுப்பி வைக்கிறோம் " என்று கறாராக கூற ,ரிதியின் அண்ணன் நொந்து விட்டான்.

அவன் ஜாதி மாறி தான் திருமணம் செய்துக் கொண்டான்.இப்போது அவனது தங்கையையும் தங்கள் ஜாதிக்குள் இழுக்க பார்த்தார்கள்.

தன் வாழ்க்கையை மட்டுமே சிந்தித்து இன்று தன் உடன் பிறந்தவளை இப்படி ஒரு சூழ்நிலையில் தள்ளி விட்டோமே என்று அவன் கதி கலங்கி நின்றான்.

இப்போது அவன் பார்வை முழுவதும் அவனது மனைவி மீதே இருந்தது.அவளும் தங்கள் வீட்டில் சொல்வது சரி தான் என்பதை போல், அவனது பதிலுக்காக அவனையே பார்த்துக் கொண்டிருந்தாள்.

சூழ்நிலையை உணர்ந்த ரிதி தான் " அண்ணா நீ கவலை படாதே.அவங்க யார காட்டினாலும் நான் கல்யாணம் பண்ணிக்கிறேன் " என்று உறுதியாக கூறினாள்.

அவனோ சொல்ல முடியாத வேதனையில் தவித்தான்.

இருந்தாலும் " பையனை பற்றி விசாரிக்காமல் உனக்கு கட்டி வைக்க மாட்டேன் டா . அண்ணனை நம்பு" என்று குரலை தாழ்த்தி கேட்க, ரிதி பதறினாள்.

இதுநாள் வரை தன் அண்ணனை இப்படி ஒரு கோலத்தில் அவள் பார்த்தது இல்லை.

இன்று ஏனோ அனைவரது முன்பும் அவன் கூனி குறுகி தன் பிள்ளைக்காக அப்படி நிற்பதை ஏற்றுக் கொள்ள முடியாமல் தான் அவள் இந்த முடிவை எடுத்தாள்.

அப்போது தான் அமுதினி சிணுங்க, அவள் கதையை பாதியிலேயே நிறுத்தி விட்டு குழந்தையை தூக்கிக் கொண்டு அறைக்குள் சென்றாள்.

சீதாவும் " மிச்சத்தை நாளைக்கு கேட்கலாம் போய் படுங்க டா " என்று அனுப்பி வைத்தார்.

இப்போது " நேத்து நீ சொல்லும்போது கூட உனக்கு கல்யாணம் ஆன மாதிரி சொல்லலை.ஆனால் குழந்தை மட்டும் எப்படி வந்துச்சு?" என்று முகில் கேட்டான்.

மீண்டும் தன் கதையை கூற ஆரம்பித்தாள்.

"அப்போதான் அண்ணியோட தம்பிய எனக்கு கல்யாணம் பண்ணி வைக்க முடிவு பண்ணாங்க "

"அப்போ நான் படிச்சுட்டு இருந்தேன்.அதுனால அண்ணன் கல்யாணத்தை தள்ளி வைக்க சொன்னாங்க "

"அதுக்கு அண்ணி வீட்டு பக்கம், கல்யாணத்துக்கு அப்பறம் நாங்க படிக்க வைக்கிறோம்னு சொல்லிட்டாங்க "

"அண்ணனுக்கு சந்தேகம் தான் இருந்தாலும் ,ஒரு மனசா ஒத்துக்கிட்டாங்க. அப்பறம் ஆறு மாசத்துல ஒரு நல்ல முகூர்த்தம் பார்த்து கல்யாணம் பண்ண தேதி குறிச்சாங்க "

"அப்போ உங்க அப்பா என்ன பண்ணாரு ?" என்று தீரன் இடையில் புகுந்தான்.

"ஆணி புடுங்குனாரு.ஏன் டா,ஒரு ப்ளோவுல போயிட்டு இருக்கும் போது ,இந்த வெனா மூனா கேள்வி உனக்கு தேவையா" என்று முகில் பொங்கினான்.

"டேய் என்ன டா, பொம்பள பிள்ளைய பக்கத்துல வச்சுட்டு கெட்ட வார்த்தை பேசுறீங்க " என்று சீதா கண்டித்தார்.

"ஐயோ அம்மா! இது கெட்ட வார்த்தை இல்ல.வெனா மூனா மீன்ஸ் வெட்டி முண்டம் கேள்வி " என்று பல்லைக் காட்டினான் முகில்.

அதில் அவனை தான் இரு பெண்களும் கேவலமாக பார்த்து வைத்தனர்.

பின் தன்னை சமன் படுத்திக் கொண்டு "அப்போ பேசி முடிச்சுட்டு அண்ணிய வீட்டுக்கு கூப்புட்டோம். ஆனால் நான் கல்யாணம் ஆகி போன பிறகு தான் வருவேனு சொல்லிட்டாங்க.அப்போ எங்க அண்ணன் முகத்தை பார்க்கனும். அவ்வளோ வலி அவனுக்கு"

"இதுக்காகவே சீக்கிரம் கல்யாணம் பண்ணிக்க நெனச்சேன்.நான் இதுவரைக்கும் அண்ணியோட தம்பிய பார்த்தது இல்லை.அப்போ தான் ஒரு மூணு மாசம் கழிச்சு அவனை முதல் முறையா பார்த்தேன்"

" அவனே வந்து என்கிட்ட உரிமையா பேசினான் " என்று ரிதி கூறிக் கொண்டிருக்கும் போதே ராமச்சந்திரன் பதட்டமாக அந்த வீட்டிற்குள் நுழைந்தார்.

அதில் அவர்களது பேச்சு தடை பட்டு போனது.

ஹர்ஷா வீட்டில் இருந்து கிளம்பிய அகிலா ,அவள் பார்த்து வைத்த காரியத்தை எண்ணி மெலிதாக சிரித்து கொண்டவள், நேராக சுதர்சன் வீட்டை நோக்கி சென்றாள்.

அங்கு ஹாலில் வாணி அமர்ந்திருக்க ,கணபதி தன் மகனை எண்ணி கவலையில் கண் மூடி அமர்ந்திருந்தார்.

அப்போது படபடவென உள்ளே நுழைந்தாள் அகிலா. அவர்கள் இருவர் அருகில் சென்று நிற்க, கணபதி விழித்து "அடடே நம்ம பொண்ணு" என்று அவளை வரவேற்க ,வாணியும் சிரித்த முகமாய் வரவேற்றார்.

"என்ன கண்ணு இந்த பக்கம்? நாங்க எதிர் பார்க்கவே இல்ல.வந்து உட்கார " என்று கணபதி கூற ,அவள் அவர்கள் இருவரின் காலிலும் விழுந்து ஆசிர்வாதம் பெற்றாள்.

அவர்களும் மனதார அவளை வாழ்த்தினர்.

"என்ன டா ,அப்பா இன்னும் ஒரு வாரத்துல கல்யாணம் பண்ண முடிவு பண்ணிட்டாரா ?" என்று கணபதி கேட்டார்.

" ஆமா அங்கிள். அத பத்தி பேசத்தான் வந்தேன்.நான் உங்க புள்ளை கூட பேசனும் "என்று வெளிப்படையாகவே கேட்க , இருவரும் ஒரு வித மர்ம சிரிப்போடு மேல் அறையை நோக்கி கை காட்டினர்.

அவளும் புன்னகை பூத்த முகத்தோடு "பேசிட்டு வரவா" என்று கேட்டாள்.

"தாராளமா போ மா" என்று அனுப்பி வைத்தனர்.

படிகள் ஏறிய அகிலா "ஐயோ! எவ்வளோ அடக்க ஒடுக்கமாக நடிக்க வேண்டியது இருக்கு. முடியலை பா சாமி " என்று பெரும் மூச்சை விட்டு அவன் அறை கதவை தட்டினாள்.

தன் அம்மா தான் என்று நினைத்து கதவை திறந்த சுதர்சனுக்கு அதிர்ச்சியை ஏற்படுத்தியது அகிலாவின் வருகை.

"வாங்க அகிலா " என்று அவன் வழி விட்டு நிற்க ,அவள் உள்ளே ஒரு ஆராய்ச்சி பார்வையுடன் நுழைந்தாள்.

"என்ன மரியாதை எல்லாம் பலமா இருக்கு ?" என்று கேட்டுக் கொண்டே உள்ளே வந்தாள்.

அவளை பார்த்து கண் சிமிட்டி " சரி சொல்லு டி அராத்து " என்று அவளை சீண்ட ,கண்களில் கனல் தெறிக்க அவனை முறைத்தாள்.

"சோ , என்ன கல்யாணம் பண்ண ஓகே வா" என்று சுதர்சன் கேட்டான்.

அவளோ "ஓஹோ!கல்யாணம் தானே தாராளமா பண்ணிக்கலாம்" என்றாள்.

"அப்போ எதுக்கு மேடம் என்ன தேடி வந்திங்க ?"

" இல்ல கல்யாணத்துக்கு முன்னாடி ஒரு ரிகர்சல் பார்க்கலாம்னு தான்" என்று அகிலா கூற சுதர்சன் தான் அதிர்ந்து விட்டான்.

" எ..என்ன ,என்ன சொன்ன?" என்று அதிர்ந்து கேட்டான்.

****

இடுப்பில் ஏத்தி கட்டிய நைட்டியுடன் , முழங்கால் தெரியும் அளவிற்கு தூக்கிக் கட்டிக் கொண்டு அங்கும் இங்குமாய் நடந்தாள்.

"எவ்வளவோ தைரியம் இருந்தா என் மேல பழிய போடுவான் ?டேய் ஹர்ஷா" என்று அழைக்க அவனோ போதையில் சுருண்டு கிடந்தான்.

" இங்க பாரு டா !மத்த நேரம் எல்லாம் எப்படி அந்த கண்ண வச்சு என்ன மிரட்டுவ.இப்போ பாரு டா.உன் முன்னாடி எவ்ளோ தைரியமா உன் பொண்டாட்டி, தி க்ரேட் ஹாசினி நிக்கிறான்னு பாரு" என்று அவள் பெருமை பீத்தினாள்.

அவன் மெத்தையில் உருண்டு கொண்டிருந்தான்.அப்போது அவளுக்கு வயிற்றில் ஏதோ கலக்க "இரு பா வரேன்" என்று அங்குள்ள கழிவறைக்குள் புகுந்து கொண்டாள்.

நன்றாக இருந்த உடம்பில் கசாயத்தை ஊத்தி , இப்போது அது உண்மையாகவே அதன் வேலையை காட்ட தொடங்கியது.

"ஐயோ முடியலையே. ஒரு வீராப்புல குடிச்சேன்.இப்படி சதி பண்ணுதே" என்று நொந்துக் கொண்டு உள்ளே வந்தாள்.

அவன் நிம்மதியாக கட்டிலில் உருள்வதை பார்த்து "யோவ்! வரேன் இருயா " என்று மீண்டும் நைட்டியை தூக்கி கட்டிக் கொண்டு அவன் அருகில் வந்தாள்.

" என்ன சொன்ன ,என்ன சொன்ன ? நான் உன்ன மயக்க பார்க்குறேனா ?" என்று அவன் அருகில் சென்று அவன் முடியை கொத்தாக பிடித்து மாவாட்ட ,அவன் தலை இன்னும் சுற்றியது.

"ஏய் விடு டி ராட்சஸி " என்று அவன் போதையில் முனங்க "உன்ன விட மாட்டேன் டா.இந்த ஹாசினிக்கு காலேஜ்ல எவ்வளோ பேர் பின்னாடி வந்தாங்க தெரியுமா டா? எனக்கு ஏத்த ராஜ குமாரன் வருவான்னு நான் எவ்வளவோ நாளா காத்திருந்தேன் .ஆனால் போயும் போயும் உன்ன போய் கல்யாணம் பண்ணிட்டு வந்துட்டேன் " என்று அருகில் இருக்கும் தலையணையை எடுத்து அடிக்க , மீண்டும் அவளுக்கு வயிறு கலக்கியது.

"ஐயோ இது வேற !என்ன சோதிக்கிதே" என்று நொந்துக் கொண்டு மீண்டும் கழிவறைக்குள் புகுந்து கொண்டாள்.

பத்து நிமிடம் கழித்து வெளியே வந்தவள் , நிற்க கூட தெம்பில்லாமல் பொத்தென மெத்தையில் அமர்ந்தாள்.

"ஐயோ பசிக்குதே" என்று கண்களை துலாவ விட ,அங்கு ஹர்ஷா குடித்து வைத்த சரக்கு அவள் கண்ணில் பட்டது.

"அடியே ஹாசி! உன் பல நாள் கனவு இன்னிக்கு நடக்க போகுது டி.யோசிக்காத, எடுத்து அடி" என்று மனம் ஆசை காட்டியது.

அவள் மூளையோ அவளை எச்சரிக்கை செய்தது.

"ஒழுங்கா போய் சமச்சு தின்னு. நீ தண்ணி அடிச்சது மட்டும் அவனுக்கு தெரிஞ்சுச்சு, உன்ன சும்மா விட மாட்டான் பார்த்துக்கோ "

"ஓஹோ! அப்போ அவன் மட்டும் அடிக்கிறான்.நான் ஒன்னும் சொல்லுறது இல்லையே .அதே மாதிரி நானும் அடிப்பேன். அவனும் ஒன்னும் சொல்ல கூடாது" என்று ஆசையாய் அந்த பாட்டில் அருகில் சென்றாள்.

கையில் எடுத்து " உனக்காகத்தான் நான் ரொம்ப வருஷமா வெயிட்டிங்.வா ஹாசினி கூட ஐக்கியமாகு " என்று அதை பாட்டிலோடு வாயில் சரிக்க பார்க்க, அவளுக்கு அந்த வாடை பிடிக்காமல் போனது.

" ஐயோ என்ன கப்படிக்குது.முடியலையே " என்று மூக்கை இருவிரலில் மூடிக் கொண்டு ஒரு வாய் ஊத்த ஐ"யோ கசக்குதே. டேய் வரு மாமா! எப்படி டா இத குடிச்ச ?" என்று கண்ணை மூடிக் கொண்டு அவள் சரக்கை வாயில் கவிழ்த்தினாள்.

அரை மயக்கத்தில் இருந்த ஹர்ஷா அதை பார்த்து " ஏய் அத வை டி" என்று உளற , குடித்து முடித்து "சோ சாரி மிஸ்டர் ஹர்ஷா.உங்களுக்கு இல்ல. காலியா போய்டுச்சு " என்று அந்த அறையை சுற்றி வட்டம் அடித்தாள்.

சிறிது நேரத்தில் அவளுக்கும் போதை தலைக்கேற " ஐயோ தல சுத்-துதே.என்ன யாராவது பிடிங்களேன் " என்று அறையை சுற்றி வந்தாள்.

ஹர்ஷா மெதுவாக தலையைப் பிடித்து எழுந்து அமர்ந்தான்.

அவள் போதையில் சுத்துவதை பார்த்து " இங்க வா ஹாசி குட்டி " என்று அழைக்க, அவளோ ஒரு மார்க்கமாக அவனை பார்த்துக் கொண்டு அவன் அரு-கில் வந்தாள்.

மெத்தையில் அவன் அருகில் அமர்ந்து கொண்டு அவனது குடும்ப புகைப்ப-டத்தை எடுத்துக் கொண்டு பேச ஆரம்பித்தாள்.

"இங்க பாரு ராமு மாமாவை ! வயசானாலும் அவரு ஸ்டைலும் அழகும் இன்னும் அவரை விட்டு போகலை " என்று ஒரு பறக்கும் முத்தத்தை அனுப்பி வைக்க, ஹர்ஷா பொங்கி விட்டான்.

" உலகத்துலேயே மாமனாருக்கு ,பறக்கிற முத்தம் கொடுத்தது நீ தான் டி " என்று ஹர்ஷா கூறினான்.

"ஹேய் தப்பா பேசாத.அவரு எனக்கு அப்பா! என் ராமு டார்லிங் "

"அடுத்து என் சீதாம்மா! அழகு! ஆனால் என்ன சரியான டம்மி பீஸ்" என்று சிரிக்க., அவளுடன் சேர்ந்து அவனும் மெதுவாக முறுவல் செய்தான்.

"அடுத்து என் தீரன் ஹான்சம்! என்ன அழகு ! உனக்கு நான்தான் பொண்ணு பார்ப்பேன் " என்று தீரன் புகைப்படத்தை பார்த்து உளறினாள்.

அடுத்ததாக ஹர்ஷா இருக்கவும் "வரு மாமா உனக்கு இவனை தெரியுமா ?" என்று கேட்க ,அவனோ அவளை பார்வையாலேயே வருடிக் கொண்டிருந்தான்.

"இவன் தான் மாமா என்னைக் கல்யாணம் பண்ணிட்டு வந்து, என்ன கொடுமை படுத்துறான். இதுக்கெல்லாம் சேர்த்து வச்சு ஒரு நாள் அவனுக்கு நான் செய்யனும்.நீயும் எனக்கு ஹெல்ப் பண்ணுவ தானே " என்று அவனை பார்த்து பாவமாக கேட்டாள்.

அவனோ ஒன்றும் புரியாமல் தலையை ஆட்டி வைத்தான்.ஆனால் அவன் பார்வை மட்டும் இம்மியும் அவளை விட்டு நகரவில்லை.

தலை முடி கலைந்து , கழுத்தில் அவன் கட்டிய மஞ்சள் கயிறு அவள் போட்ட ஆட்டத்தின் விளைவால் வேர்வையில் வழிந்தது.

குடித்ததில் உண்டான கிறக்கம் என்று அவனை அவளது அழகு ஆட்டி படைத்தது.

அவளோ இதை எதையும் அறியாமல் அவன் குடும்பத்தை பற்றி வர்ணித்துக் கொண்டிருந்தாள்.

" ஆனால் ஒன்னு! உங்க குடும்பத்தில சைட் அடிக்கிற மாறி இருக்குற ஒரே ஆள் என் ராம் மாமா தான் .என்ன அழகு !" என்று ரசனையான கூறினாள்.

கண்களில் அனல் கக்க சீதா அவளை முறைத்துக் கொண்டிருந்தார்.

ஆம்! தீரன், ராமச்சந்திரன், சீதா மூவரும் ஹர்ஷா வீட்டிற்க்கு வந்திருந்தனர்.

அப்போது தான் மேல் அறையில் சத்தம் கேட்டு வந்து பார்க்க ,இங்கு ஹாசி போட்ட ஆட்டத்தை அனைவரும் கண்டு வாயடைத்து போயினர்.

இவர்கள் அறை வாசலில் நிற்பதை அறியாமல் அவள் பேசிக் கொண்டே போக, அவர்களுக்கே தெரியாத இன்னொரு விஷயம் , இவர்கள் அடிக்கும் கூத்து மொத்தமும் ரெக்கார்டு ஆகி கொண்டிருப்பது தான்.

13

அத்தியாயம்-13

"என்கிட்ட இருந்து என்ன மறைக்க பார்க்குற நீ?"

"எதுவும் இல்லையே " என்று தவிப்பாக வந்தது வார்த்தை.

"குழந்தை அழுகுது பால் கொடு"

"சரி" என்று தலை அசைத்து வேகமாக கிச்சன் சென்று பாலை காய்ச்சினாள்.

பின்னேயே வந்தவன் "இந்த குழந்தை உனக்கு எப்போ பிறந்துச்சு ?" என்று கேட்டான்.

அவளோ எச்சிலை முழுங்கிக் கொண்டு "எதுக்கு ?" என்று கேட்டாள்.

"இல்ல, இப்போதான் இன்னொரு குழந்தை உன் வயித்துல இருக்கே. அதான் கேட்டேன் " என்று குதர்க்கமாகேவே கேட்டான்.

"நான் ஒன்னும் உங்க ஸ்டூடன்ட் இல்ல.நீங்க கேட்கிற கேள்விக்கு நான் பதில் சொல்லனும்னு அவசியம் இல்ல" என்று பட்டென்று பேசினாள்.

"ஓஹோ! அப்படி வரியா. சரி வா, இப்போ நீ யாரு காலேஜ்ல சேர்ந்திருக்க ?" என்று கேள்வி எழுப்பினான்.

"அது.. உங்க காலேஜ். இல்ல நீங்க வேலை பார்க்குற காலேஜ்"

"தெளிவு தான்.ஓகே,என்ன டிபார்ட்மெண்ட் எடுத்துருக்க?"

"கெமிஸ்ட்ரி" என்றாள் தலையை குனிந்து கொண்டே.

"சரி ,நான் என்ன சப்ஜெக்ட் எடுக்குறேனு தெரியுமா?"

அவனை முறைத்து விட்டு "நீங்க என்ன வேணாலும் எடுங்க.எனக்கு தேவையில்லை " என்று சற்று திமிராகவே கூறினாள் ரிதி.

" ஓஹோ! சரி.ரொம்ப நல்லது.நான் கேட்க வேண்டிய இடத்தில், என் கேள்வியை கேட்டு பதிலை வாங்கிக்கிறேன்" என்று மிதப்பாக கூறியவன் அவள் ஆத்தி வைத்த பாலை எடுத்துக் கொண்டு அமுதினி இருக்கும் அறை நோக்கி சென்றான் முகில்.

****

சீதா சமைத்துக் கொண்டிருக்க, கடுகு வெடிப்பதை போல் அங்கு சட்டி கிண்ணம் எல்லாம் பறந்து கொண்டிருந்தது.

தீரன் பாவமாக அவன் தந்தையை பார்க்க ,அவரோ பரிதாமாக பார்த்து வைத்தார்.

"நான் என்ன டா பண்ணுவேன்? மகராசி எல்லாத்தையும் பேசிட்டு மட்டை ஆகிட்டா.இப்போ நான் உங்க அம்மா கிட்ட மாட்டிக்கிட்டு முழிக்குறேன் "

தீரன் சிரித்து விட்டான்."இருந்தாலும் பாப்பு கியூட் பா.ரொம்ப அழகா அண்ணனை ஹாண்டில் பண்றா" என்றான்.

"எது, இரண்டு பேரும் சேர்ந்து குடிச்சுட்டு கூத்தடிக்கிறதா?" என்று சீதா முறைப்போடு வெளியே வந்தார்.

" அவனுக்கு ஒரு கல்யாணத்தை பண்ணி வச்சா ஒழுங்கா இருப்பான்னு பார்த்தா, இப்படி இவளும் ஊத்திகிட்டு அவன் கூட மட்டை ஆகிட்டா ,என்னங்க பண்றது?" என்று சீதா கலவரமாக கேட்டார்.

"லெமன் ஜூஸ் போட்டு கொடுங்க மா. சரி ஆகிடுவாங்க" என்று தீரன் கூற சீதா பொங்கி விட்டார்.

"டேய் எனக்கு தெரியாதா டா. நானே அவங்க வாழ்க்கைய நெனச்சு கவலைப் பட்டிட்டு இருக்கேன் " என்று நொந்து போனவர் ,ஏதோ யோசனை வந்தவராய் "ஏங்க உங்களுக்கு எப்படி தெரியும்?ஹர்ஷா வீட்டுல கூத்து நடக்கிறது" என்று சீதா கேள்வியை எழுப்பினார்.

"அந்த கதையா கேளு மா " என்று ராமச்சந்திரன் கூற ஆரம்பித்தார்.

அலுவலகத்தில் ஒரு மீட்டிங்கிற்கு ரெடி ஆகி கொண்டிருந்த அவருக்கு அகிலா கால் செய்தாள்.

யோசனையாக எடுத்தவர் "என்னாச்சு அகிலா மா ? இந்த நேரத்துல கூப்பிட மாட்டியே. என்ன விஷயம் டா?ஏதாவது முக்கியமா?" என்று கேட்டார்.

"ஆமா ஆமா.ரொம்ப முக்கியம் தான் சந்து பா.நம்ம ஹர்ஷா வீட்ல !என்னன்னு சொல்லுவேன்? ஒரே அக்கப்போரா இருக்கு " என்று கலக்கமாக பேசினாள்.

அதில் அவரும் கலவரம் அடைந்து "என்னாச்சு மா ?" என்று கேட்டார்.

"அங்க ஹர்ஷா குடிச்சுட்டு ஹாசினியை " என்று வாய் மூடி சிரித்தாள்.

அவருக்கு கேட்காமல் "என்னன்னு சொல்லுவேன்! நீங்களே சீக்கிரம் போய் பாருங்க .என்ன அவன் வெளிய போக சொல்லிட்டான்" என்று அவள் பிட்டை போட ,அதை உண்மை என்று நம்பியவர் " உடனே போறேன் மா" என்று அலைப்பேசியை துண்டித்தார்.

தனியாக போனால் என்னையும் வெளியே துரத்தி விடுவான் என்று நேராக காரை எடுத்துக் கொண்டு, அவரது வீட்டுக்கு சென்று தன் மனைவி மற்றும் மகனை துணைக்கு அழைத்துக் கொண்டு ஹர்ஷா வீடு நோக்கி பறந்தார் ராமச்சந்திரன்.

அதை கூறி முடிக்க ,தீரன் அடக்காமாட்டமல் சிரித்து விட்டான்.

"ஏன் பா அவளாம் ஒரு ஆளு. அவளை பத்தி இன்னுமா உங்களுக்கு தெரியலை.சரியான கேடி.வாயா திறந்தா பொய் மட்டும் தான் வரும் " என்று அகிலாவை பற்றி நல்ல கருத்துக்களை எடுத்து வைத்தான் தீரன்.

அதில் சிரித்த சீதா "போதும் டா! அவளை குறை சொல்லாத. அவதான் சொல்லுறான்னா உங்க அப்பாக்கு எங்க போச்சு புத்தி ? அவரு மருமகளை பார்க்க ஓடி வந்துட்டாரு " என்று நைசாக அவரை குத்த, தீரன் நமட்டு சிரிப்பு சிரித்தான்.

"சீதா" என்று அவர் அழைக்க, அவரோ கண்டு கொள்ளாமல் தன் அறையை நோக்கி சென்று விட்டார் .

அவர் பின்னேயே ராமச்சந்திரன் தன் மனைவியை அழைத்துக் கொண்டே அவரை சமாதானம் செய்ய சென்று விட்டார்.

அவர்கள் இருவரும் போன பின்பு, தீரனது சிரித்த முகம் அப்படியே வாடிப் போனது.

"நானும் உங்களை போல ஒரு அழகான வாழ்க்கை வாழனும்னு நெனச்சேன் மா.ஆனால் என்ன செய்ய? காலம் கடந்து போச்சு. இனிமே என்ன ஆனாலும் என் காதல் எனக்கு இல்லை.அதை மறந்துட்டு நான் மூவ் ஆன் ஆகனும்னு பார்க்குறேன் .அவ முன்னாடியே வந்து நிக்கிறா மா " என்று கண்களை மூடி சோபாவில் சாய்ந்து கொண்டான் தீரன்.

****

மாலை நேரம்

" வீட்டுல யாரும் இல்லயா? ஐயோ என்ன காப்பாத்துங்க! காப்பாத்துங்க! " என்ற அலறல் சத்தமே கேட்டது.

ஹர்ஷா அறையில் ,கயிற்றை கட்டி ஹாசினியை தலை கீழாக தொங்க விட்டிருந்தான் ஹர்ஷா.

"கொல..கொல "என்று கத்தி அவள் ஊரை கூட்டினாள்.

" ஏய் " என்று போட்ட சத்தத்தில் அவளுக்கு சர்வமும் அடங்கியது.

பாவமாக முகத்தை வைத்துக் கொண்டு அவனையே பார்த்தாள்.

'என்னமா ஆக்டிங்க போடுறா பாரு' என்று மனதில் நினைத்து கொண்டவன் "என்ன பண்ணி வச்சிருக்க?" என்று அவன் கண்களை கூர்மையாக்கி கொண்டு கேட்டான்.

அவளோ பயத்தில் ‘இல்ல நான் ஒன்னும் பண்ணல" என்று சொன்னதையே திரும்ப சொன்னாள்.

சற்று நேரத்திற்கு முன்பு தான் இருவருக்கும் நினைவு திரும்பியது. அதாவது போதை தெளிந்தது.

முதலில் ஹர்ஷா மெதுவாக தலையைப் பிடித்துக் கொண்டு எழ அவன் அரு-கில் நெருக்கமாய் அவனை ஏதோ கட்டி இருப்பதாய் தோன்ற , கண் விழித்து பார்த்தவன் அதிர்ந்து போனான்.

அவன் அருகில் குட்டி பிள்ளை போல் கால்களை குறுக்கே மடக்கி , ஒரு கையை தலைக்கு கீழ் வைத்து , ஒரு காலை அவன் மீது போட்டு, மற்றொரு கையை அவன் இடையில் போட்டு கட்டிக் கொண்டு சமத்தாக உறங்கிக் கொண்-டிருந்தாள் அவனின் அற்புத மனைவி.

'இவ எப்போ இங்க வந்தா?' என்று யோசனையாக அவள் கையை எடுத்து அவளிடம் இருந்து விலக போனவன் ,ஒரு நொடி அவளை உற்று நோக்கி விட்டு அவள் அருகில் சென்று வாசனை பிடிக்க ,அவள் மேல் மது வாசம் எக்குதப்பாய் அடித்தது.

அதில் அதிர்ந்து போன ஹர்ஷா ,பாட்டிலை பார்க்க அது காலி பாட்டிலாக தரையில் உருண்டு கொண்டிருந்தது.

"அடிப்பாவி குடிகாரி.என் சரக்கை எடுத்து குடிச்சுட்டு எவ்வளோ தைரியம் இருந்தா என் பெட்ல வந்து தூங்குவ?" என்று கோபத்தோடு குளியலறைக்குள் சென்றவன் தன்னை சுத்தப் படுத்திக் கொண்டு வெளியே வந்தான்.

கீழே பேச்சு சத்தம் கேட்கவும் வெளியே வந்து பார்க்க, ஹாலில் ராமச்சந்திரன் ,சீதா, தீரன் மூவரும் அமர்ந்து டீ குடித்துக் கொண்டிருந்தனர்.

"ஐயோ இவங்க எப்போ வந்தாங்க? இவ எப்போ குடிச்சா? ஒன்னும் புரிய-லையே " என்று ஒன்றும் தெரியாதவன் போல் கீழே இறங்கி வந்தான்.

"வாங்க மா,வாங்க பா ,வா டா" என்று மூவரையும் அழைத்து விட்டு , பின் தயக்கமாய் "எப்போ வந்தீங்க?" என்று பொதுவாக கேட்டான்.

"எப்போ வந்தா என்ன ? இப்போ வந்ததுனால தானே நிறையா விஷயம் தெரிஞ்சுக்கிட்டேன்" என்று சீதா மேலோட்டமாக அவனை தாக்கினார்.

அதில் அதிர்ந்த ஹர்ஷா ,தன் தம்பியிடம் கண் அசைவில் கேட்க ,அவனோ கழுத்தை அறுத்து கொள்வது போல் செய்கை செய்து "சோலி முடிஞ்சது" என்று ஊமை பாஷை பேசினான்.

அதிலேயே இங்கு நடந்தது அனைத்தும் தன் அன்னைக்கு தெரிந்து விட்டது என்பதை உணர்ந்தவன் ,ஒன்றும் பேசாமல் நின்றான்.

"வாங்க நம்ம கிளம்பலாம்" என்று சீதா முன்னே செல்ல ,ராமச்சந்திரன் பாவ-மாக தன் மனைவியை பின் தொடர்ந்தார்.

"என்ன மா நடந்துச்சு ? இப்படி ஒன்னுமே சொல்லாம போனா என்ன அர்த்தம் ? " என்று ஹர்ஷா குரலை உயர்த்தினான்.

சீதா நின்று நிதானமாக "தனி குடித்தனம் வரது தப்பில்லை. ஆனால் இரண்டு பேருமே குடிச்சுட்டு சண்டை போடுறது தான் தப்பு.நான் சொல்ல வேண்டியதை சொல்லிட்டேன். உன் குடி பழக்கத்தை அந்த அப்பாவி பொண்ணுக்கும் பழக்கி விட்டுறாத " என்று அவர் விறு விறுவென வெளியே சென்றார்.

'எது நான் அவளுக்கு பழக்கி விட்டேனா ' என்று அவன் பாவமாய் பார்த்தான்.

ராமச்சந்திரன் தன் மகனை ஆழ்ந்து ஒரு பார்வை பார்த்து விட்டு அவரும் வெளியேறினார்.

தீரன் தான் தன் தமையன் அருகில் வந்து "அவங்க சொல்லுறதுலாம் இருக்கட்டும்.எனக்கு என் பாப்புவ பத்தி தெரியும்.ஜாக்கிரதையா இருங்க அண்ணா.என்ன வேணாலும் செய்வா.ராட்சஸி" என்று எச்சரித்து விட்டு சென்றான்.

போனவன் மீண்டும் வந்து "உன் அபிஷியல் ரூம் தானே.அப்போ டயம் இருந்தா சிசிடிவிய கொஞ்சம் செக் பண்ணுங்க " என்று அலுங்காமல் சைடு கேப்பில் அவனது பாப்புவை கோர்த்து விட்டு சென்று விட்டான் தீரன்.(இது மட்டும் அவளுக்கு தெரியட்டும். மவனே உனக்கு சமாதி கட்டிருவா)

அதன் பின் ஹர்ஷா உடனே அவனது சிசிடிவி காட்சிகளை ஓட விட்டு பார்த்தான்.

தன் தந்தையை அவள் ரசித்தது வரை பார்த்தவன் அதிர்ந்து போனான் .

"ஓ மை காட் ! என்ன ஆட்டம் போட்டுருக்கா " என்று ஒரு மனம் கூறினாலும் ,அவனை பழி வாங்க அவனிடமே வந்து உதவி கேட்ட அவள் சிறுபிள்ளை தனத்தை ரசிக்கவும் அவன் தவறவில்லை.

பின் மேலும் பார்க்க ,அறை வாசலில் இருந்தவர்கள் கலைந்து போக ,,தீரன் மட்டும் நின்று அவர்கள் இருவரையும் மகிழ்ச்சியாக பார்த்து விட்டு அறையை அடைத்து விட்டு சென்றான்.

அவள் தான் தன் ஆட்டத்தை நிறுத்தாமல் "மாமா எனக்கு ஜவ்வு மிட்டாய் வேணும்" என்று பிடிவாதமாக கேட்டாள்.

"இந்த நேரத்துல நான் எங்க போவேன் டி ஹாசி குட்டி ?" என்று அவனும் புலம்பினான்.

"மாமா !உங்களுக்கு இந்த மிட்டாய் பத்தி கேட்கும் போது என்ன நியாபகம் வருது ?" என்று அவள் கேட்க , அவனோ ஒரு நொடி எதையோ நினைத்து விட்டு அருகில் இருந்த அவளை சட்டென்று இழுத்து தன் மேல் போட்டுக் கொண்டான்.

அவளும் அவன் அணைப்பை தளர்த்த வில்லை.அவனும் அவளை விலக்கவில்லை.

இருவருக்கும் மனதில் என்ன தோன்றியதோ? "மாமா" என்று அவள் முனங்க "சொல்லு குட்டிமா" என்று அவன் உளற, அப்படியே இருவரும் நித்திரைக்கு சென்றனர்.

அதை பார்த்து அதிர்ந்து போன ஹர்ஷாவின் முகம் பழைய நினைவிற்கு சென்றது.

அன்று கையில் தூக்கு வாளியுடன் கையில் ஒரு கட்டை பை சகிதம் வந்த தன் மகனை வாயில் ஈ போகாத குறையாக பார்த்துக் கொண்டிருந்தனர் ராமச்சந்திரன் சீதா தம்பதியர் .

"ஏங்க !வரது நம்ம புள்ள தானா? இல்ல எனக்கு தான் கண்ணு சரியா தெரியலையா?"

"அடியே! உன் முரட்டு பிள்ளை தான் வரான்" என்று ராமச்சந்திரன் நிதர்சனத்தை உணர்த்தினார்.

அப்போது அங்கு வந்த தீரன் தன் அண்ணன் வரும் கோலத்தை பார்த்து அப்படியே நின்று விட்டான்.

இதை எதையும் கவனிக்காத ஹர்ஷா , நேராக தன் அன்னையிடம் வந்து "அம்மா இதுல வடகம் இருக்கு.அப்பறம் இதுல முறுக்கு, அதிரசம் இருக்கு.சாப்பிடுங்க" என்று அவர் கையில் கொடுத்து விட்டு மேலே சென்று விட்டான்.

"ஏங்க என்னங்க இது? எனக்கு தலை சுத்துதே " என்று சீதா விழுக போக "ஏய் போதும் டி !நெஜமாவே விழுந்துற போற " என்று தன் மனைவியை அதட்டினார்.

பின் குளியலறைக்குள் புகுந்த ஹர்ஷாவின் கண் முன் படமாக ஓடியது அவளது நினைவுகள்.

" என்ன பொண்ணு டா அவ! அப்போ நான் ஹாசி கிட்ட பேசுனா அவளை கரெக்ட் பண்ணிடலாம் " என்று வேகமாக வேலையை முடித்துக் கொண்டு அலுவலகத்திற்கு முக்கியமான ஒரு மீட்டிங்கை அட்டெண்ட் பண்ண கோப்புகளை சரி பார்த்து கொண்டே சென்று விட்டான்.

இதான் ஹர்ஷா. வேலைன்னு வந்து விட்டால் வெள்ளைக்காரன்.

அலுவலகத்தில் சிறப்பாக தன் வேலையை முடித்து விட்டு வீடு திரும்ப அவனுக்கு மாலை ஐந்து மணி ஆனது.

தனது காரை எடுத்துக் கொண்டு வீட்டிற்கு போகும் வழியில் போகாமல் ஆத்வி வீட்டு வழியில் தன் காரை செலுத்தினான்.

அவன் மூளை "போகாதே" என்று கூறினாலும் ,அவன் என்னவோ மனதின் பேச்சை தானே கேட்கிறான்.

காதல் வந்தால் மூளை செயலிழந்து, மனம் ஆட்சி செய்யும் என்பது நூற்றுக்கு நூறு உண்மையே!

அதன் படி தான் இப்போது ஹர்ஷா கார் அவள் வீட்டை நோக்கி போய்க் கொண்டிருக்கிறது.

ஆனால் கும்பிட போன தெய்வம் குறுக்கே வந்தது போல் அவனது காதல் கன்னி அவனுக்கு தரிசனம் கொடுத்தாள்.

பஞ்சுமிட்டாய் காரரிடம் ,தனக்கு இப்போவோ அப்போவோ என்று விழ போகும் கண்ணீரை அடக்கிக் கொண்டு தவறு செய்த குழந்தை போல் நின்று கொண்டிருந்தாள்.

"ஏன் மா, குறுக்க வந்து விழுக என் வண்டி தான் கிடச்சுச்சா? ஏன் மா உயிர வாங்குறிங்க. ஒழுங்கா சாக்கடையில விழுந்த என் பொருளுக்கு எல்லாம் காச வச்சுட்டு நடையை கட்டு " என்று அவர் கறாராக பேச , பாவம் ஹாசி போல் அவளுக்கு பேச தெரியாத காரணத்தினால் அவள் அமைதியாக நின்றுக் கொண்டிருந்தாள்.

"இருங்க நான் வீட்ல போய் காச எடுத்துட்டு வரேன் " என்று கலங்கிய கண்களுடன் ஆத்வி போக ,அவரோ அவளையே முறைத்துக் கொண்டு இருந்தார்.

சற்று நேரத்திற்கு முன்பு தான் சிறுவர்களுடன் விளையாடி விட்டு ,வீட்டுக்கு ஓடி வந்த ஆத்வி எதிரில் வரும் பஞ்சு மிட்டாய் காரரை பார்க்காமல் அவள் மேல் விழ, அவள் ஓடி வந்த வேகத்தில் அவர் கையில் இருந்த பொருட்கள் அனைத்தும் சாக்கடையில் சென்று விழுந்தது.

மீதம் இருந்த பஞ்சு மிட்டாயை காத்து கொண்டவர் அவளை வசை பாட தொடங்கினார்.

அவள் சென்றவுடன் காரை விட்டு இறங்கியவன், அவருக்கு தேவையான பணத்தை கொடுத்து விட்டு ,மிரட்டி விட்டு மீண்டும் காருக்குள் சென்றான்.

பணத்தோடு தன் தங்கையும் கூட்டிக் கொண்டு வந்தாள் ஆத்வி.சிறுபிள்ளை போல் அவனை பார்த்து கை காமித்தாள்.

"யோவ் நீதானா அது! எவ்வளோ தைரியம் இருந்தா என் அக்காவ திட்டுவ? இரு" என்று தன் கழுத்தில் இருந்த பாசியில் இருந்து ஒரு ஊக்கை எடுத்து அங்குள்ள அனைத்து பஞ்சு மிட்டாய் பாக்கெட்டில் ஓட்டை போட்டு விட்டாள்.

"யம்மா ! என்ன மா பண்ற? எல்லாமே வீணா போயிடும்" என்று கத்தினார் அவர்.

"ஏன் எங்க அக்காவ பேசும்போது தெரியலையா ? போயா" என்று அவள் ஆத்வியை இழுத்துக் கொண்டு செல்ல , அவரோ தலையில் அடித்துக் கொண்டு "சரியான பஜாரியா இருப்பா போல" என்று நொந்துக் கொண்டு கிளம்பி விட்டார்.

இதை எல்லாம் காரில் இருந்து பார்த்த ஹர்ஷா சிரித்து விட்டான்.

"தப்பிச்ச டா ஹர்ஷா.நல்ல வேளை நீ அவ தங்கச்சிய லவ் பண்ணல.இல்லேனா உன் நிலைமையும் இதான்" என்று பெரும் மூச்சு விட்டு போகும் தன்னவளையே பார்த்தான்.

தன்னை யாரோ பார்ப்பது போல் தோன்ற ,ஆத்வி திரும்பி பார்க்க அவளவனோ காரை விட்டு இறங்கி, ஸ்டைலாக நின்று அவளை பார்த்து ஒற்றை புருவத்தை உயர்த்தினான்.

அவனை பார்த்து அதிர்ந்தவள் மேலும் அவன் புருவம் உயர்த்தவும் அதில் தடுமாறியவள் வேகமாக தன் முகத்தைத் திருப்பிக் கொண்டு தன் தங்கையுடன் ஓடி விட்டாள்.

'இவ இப்படி இருக்கா. ஆனா இவ தங்கச்சி ஒரு ரகம்.யாரு வந்து சிக்க போறானோ?' என்று எண்ணிக் கொண்டே வீட்டுக்கு சென்று விட்டான்.

பாவம் அவனுக்கு தெரியவில்லை! இவனே அவளிடம் வந்து சிக்கிக் கொள்வான் என்று.

நினைத்து பார்த்த அவன் முகத்தில் புன்னகை பூத்தது.அதன் பின் தான் ஹாசினியை கட்டி வைக்கும் படலம் நடந்தது.

முகத்தை உம்மென்று வைத்துக் கொண்டு தலை கீழாக தொங்கி கொண்டே ஊஞ்சல் போல் ஆடிக் கொண்டிருந்தாள் ஹாசி.

"கொஞ்சமாச்சும் பயம் இருக்கானு பாரு? எப்படி ஆடுறா?"

"என்ன மாமா ?ஃப்ளாஷ் பேக் போயிட்டு வந்துட்டீங்க போல. எனக்கு போர் அடிக்குது. அதான் கொஞ்சம் நேரம் ஆடிக்கிட்டு இருந்தேன்" என்று அவள் சாவகாசமாக கூறினாள்.

அவனோ சற்றும் அசராமல் ,அவன் போனை எடுத்து அவள் நைட்டியை தூக்கிக் கொண்டு பேசிய பேச்சு எல்லாம் போட்டு காட்ட , அவ்வளவு தான் கரு விழி இரண்டும் தெறித்து விழும் அளவிற்கு அதை பார்த்து வைத்தாள்.

இப்படி எல்லாம் நடந்தது அவனுக்கு தெரியாது என்று அவள் நினைத்து கொண்டு இருக்க ,அவனோ அவள் முன் படம் போட்டு காட்ட ,பெண்ணவள் ஸ்தம்பித்து விட்டாள்.

ஏய் சண்டக்காரா
குண்டு முழியில
ரெண்டு உயிரத் தேடிப்பாயுது
குத்துச்சண்ட இத்தோட
நிப்பாட்டுப் போதும் !
முத்தச்சண்ட என்னோட,
நீ போட வேணும்
தனிம துரத்த

அலையிறேன் நானும்
மனசத் தெறந்து
என்னக் காப்பாத்து
தேடிக் கட்டிக்கப்போறேன்
தாவி ஒட்டிக்கப்போறேன்
தாலி கட்டிக்கப்போறேன்
ஆமா !
மோதி மொச்சிக்கப்போறேன்
பாதி பிச்சிக்கப்போறேன்
பாவி வச்சிக்கப்போறேன்
ஆமா !
****

சட்டை எல்லாம் கசங்கி, வேர்த்து விறு விறுத்து வெளியே வந்தான் சுதர்சன்.

அவன் பின்னே அகிலா ,ஒரு மாதிரியாக வெட்கப்பட்டுக் கொண்டே நகத்தை கடித்துக் கொண்டு வெளியே வந்தாள்.

அவனை பார்த்த வாணி, கணபதி இருவரும் ஒரு மார்க்கமாக ஒருவரை ஒருவர் பார்த்துக் கொண்டு " என்ன டா இப்படி வெளியே வர?" என்று வாணி கேட்டார்.

"ஐயோ அத்தை கேட்குறாங்கல! பதில் சொல்லுங்க.இதுக்குத்தான் அப்போவே வேணானு சொன்னேன்.கேட்டிங்களா" என்று சலித்துக் கொண்டாள் அகிலா.

சுதர்சன் ஒன்றும் கூற முடியாத நிலையில் மந்திரித்து விட்டதை போல் நின்றான்.

"டேய் சுதர்சா " என்று வாணி உலுக்கிய பின்னர் தான் நிதானம் அடைத்தான்.

"ஹான் என்ன மா ?என்ன கேட்டிங்க?" என்று கேட்டான்.

"ஏன் டா ,ஒரு மாதிரி சட்டை எல்லாம் கசங்கி போய் வெளியே வர?' என்று கேட்டார்.

"எல்லாம் இவ தான் மா. ரிகர்சல் பார்த்தா.அதான் இப்படி ஆகிடுச்சு " என்று அவன் அதிர்ச்சியில் உளறினான்.

"ஐயோ என்னங்க!அத்தை மாமா முன்னாடி என்ன பேச்சு ?" என்று வெட்கப் பட்டவாறு " நான் போயிட்டு வரேன் மாமா , வரேன் அத்தை " என்று அவள் எதையோ சாதித்த உணர்வில் அங்கிருந்து ஓடி விட்டாள்.

வாணி கணபதி தான் தன் மகனது கூற்றில் உறைந்து போய் நின்றனர்.

"ச்ச ! மொத சட்டைய கழட்டி போடனும்.கச கசனு இருக்கு" என்று சுதர்சன் கூறினான்.

இங்கு அவனது பெற்றோரோ அவனை தீயென முறைக்க, அவனோ திருட்டு முழி முழித்து வைத்தான்.

14

அத்தியாயம்-14

"எனக்கு என்ன சொல்லுறதுன்னு தெரியலை டி.எனக்கும் உன்னைய பிடிக்கும்.ஆனால் என்னால இந்த வாழ்க்கைய ஏத்துக்க முடியலை.என் மனசுல இன்னும் அவ தான் இருக்கா" என்று குரல் உள்ளே போய் வந்துது.

" ஓஹோ "என்று ஹாசினிக்கு கண்களில் நீர் முட்டிக் கொண்டு வந்தாலும்,அதை அவன் முன் காட்ட விரும்பாது " சரி அப்பறம் ,கீழ கிடக்குல அந்த குர்குரே பாக்கெட் கொஞ்சம் எடுத்து தாங்க.அப்பறம் நான் பொறுமையா கதை கேட்கிறேன்" என்று அவள் அசால்டாக கூறினாள்.

அவனோ அவளை முயன்ற அளவிற்கு முறைத்து விட்டு அவளை நெருங்கினான்.

அவன் நெருக்கத்தில் பயந்தவள் கை கால்கள் இரண்டும் கட்டப் பட்டு இருப்பதால் ,ஒன்றும் செய்ய முடியாமல் அங்கும் இங்குமாக தொங்கிக் கொண்டே நகர ,அவளை பிடித்தவன் ,தரைக்கு சற்று மேல் இருக்கும் அவள் முகத்தருகில் சென்று "என்னை கன்னத்தில அடிச்சுட்டு, எவ்வளோ தைரியம் இருந்தா இந்த வாய் பேசுவ?" என்று மீண்டும் மலை ஏறினான்.

அவள் கட்டுகளை விலக்கியவன், அவள் கையில் ஒரு விளக்கமாரும் ,ஒரு பக்கெட் தண்ணீரும் கொடுத்து " இந்த வீட்டை ஃபுல்லா கழுவி சுத்தப் படுத்துற.நான் சொன்னத செய்யலேனு வை " என்று அவன் அழுத்தமாக கூற ,அவள் தலை தானாக 'சரி' என்று ஆடியது.

ஓகே " your time starts now !வேகமா" என்று அவன் அவசர படுத்த,மொத்த பக்கெட்டில் இருக்கும் தண்ணீரை ஒரே இடத்தில் கொட்டி கவிழ்தினாள்.

அதில் அதிர்ந்த ஹர்ஷா " இதுக்கு முன்ன நீ வீடு க்ளீன் பண்ணது இல்லையா?" என்று சந்தேகமாக கேட்டான்.

"அம்மா க்ளீன் பண்ணி பார்த்து இருக்கேன்.ஆனால் நான் பண்ணது இல்ல.அதான் இப்போ பண்ண போறேன்ல.கொஞ்சம் கொஞ்சமா கத்துக்குவேன்" என்று மிதப்பாக கூறினாள்.

அவனோ அவளது அசராத பேச்சில் மெச்சிக் கொண்டவன் "ஓகே சீக்கிரம் முடி .அடுத்த வேலை இருக்கு " என்று அவன் அறைக்குள் சென்று மறைந்தான்.

அவன் சென்ற மறு நொடி , இதுவரை கஷ்டப்பட்டு அடக்கி வைத்திருந்த கண்ணீர் அனைத்தும் வெளி வந்தது.

எதை நினைத்து அழுவது? தன்னை ஏமாற்றி சென்ற தன் தமக்கையை நினைத்து அழுவதா? இல்லை ஒரே நாளில் அவள் வாழ்வே திசை மாறிபோனதை நினைத்து அழுவதா? இல்லை இதுவரை அவனை வேறு உறவில் வைத்து பார்த்து விட்டு,திடீரென அவனை தன் கணவன் பட்டம் கட்டி தன்னுடன் அவனது வாழ்க்கையை இணைத்ததை நினைத்து அழுவதா?

எதற்குமே பதில் இல்லை! ஏனென்றால் அனைத்தும் நடந்து முடிந்திருந்தது.

முடிந்ததை நினைத்து வருந்துவதை விட்டுவிட்டு, கிடைத்த வாழ்க்கையை ஏற்று தன் மனதை மாற்றி வாழ முயற்சிக்க தான் செய்கிறாள்.

முயற்சி செய்து அதில் வெற்றியும் அடைந்து விட்டாள் என்று தான் சொல்ல வேண்டும்.

இதுதான் இவளது வழக்கம். எவ்வளவு பெரிய துயரம் அவளை தாக்கினாலும், நொடி பொழுதில் அதை களைந்தெரிந்து விட்டு அவளது அடுத்த நொடிக்கான மகிழ்ச்சியை தேடி ஓடுபவள் அவள்.

ஆனால் இம்முறை தாக்கம் அதிகம் தான் என்றாலும் ,அதிலிருந்து மீண்டு வர தன்னால் முயன்றளவு முயற்சி செய்கிறாள்.

ஒரு பக்கெட் தண்ணீரையும் தரையில் கொட்டி கவிழ்த்தி விட்டு, "இப்போ எப்படி இவ்வளவு தண்ணீரையும் அள்ளுறது? ஐயோ குளம் மாறி ஆகிடுச்சு " என்று விளக்கமாரை கையில் எடுத்தவள் தன்னால் முயன்ற மட்டும் தண்ணீரை தள்ள ,அது என்னவோ மீண்டும் அதே இடத்திற்கு வந்து சேர்ந்தது .

"ஐயோ" என்று நொந்து கொண்டவள் " இல்ல ஹாசி பின் வாங்க கூடாது.கண்டிப்பா நம்ம தண்ணிய வெளிய தள்ளுறோம்" என்று வீராப்பாக தள்ள ,தள்ளும் அவசரத்தில் பாதத்தை சரியாக பதிக்காமல் தண்ணீர் வழுக்கி "தொம்" என்று விழுந்தாள்.

அவள் விழுந்த சத்தத்தில் பதறி அடித்து ஹர்ஷா வெளிய வர , அவள் இருந்த கோலம் பார்த்து அதிர்ந்து விட்டான்.

"ஏய்!என்ன டி இது?" என்று அவன் அருகில் வர 'ஐயோ ! இவரு முன்னடியா விழுகனும்.ஏதாவது பண்ணு ஹாசி ' என்று அவள் மூளை வில்லத்தனமான யோசிக்க, பட்டென்று அவன் வரும் வழியில் பக்கெட்டை உருட்டி விட்டாள்.

திடீரென பக்கெட் இடையில் வரும் என்று எதிர்பார்க்காது அவன் தடுமாறி போக ,ஹாசி "ஹான் அப்படித்தான் விழுங்க " என்று ஒரு எதிர்பார்ப்போடு பார்க்க , அவனோ தடுமாறி பின் தன்னை நிலை படுத்திக் கொண்டு அவளை முறைக்க ஆரம்பித்தான்.

அவள் கண்களில் ஏமாற்றத்தின் சாயல் அப்பட்டமாக தெரிந்தது.

"போச்சு !ரெடியா இரு ஹாசி. இப்போ உன்ன வச்சு செய்ய போறான்" என்று கண்களை மூடிக் கொண்டு "ஐயோ அம்மா ! இடுப்பு போச்சு வலிக்குது.அம்மா" என்று அவள் கத்த , அவன் பார்த்த பார்வையில் கப் சிப் என்று வாயை முடிக்க கொண்டாள்.

அந்த அறை முழுதும் தண்ணீர். தண்ணீரில் முழுவதும் ஆடை நனைந்து போன தன் மனைவி.

அதுவும் அவளது பொய்யான சிணுங்கள்களில் அவன் மனம் அவள் புறம் மெலிதாக சாய்ந்தது என்னவோ உண்மை தான்.

ஆனால் அதை ஏற்றுக் கொள்ளத்தான் அவனுக்கு மனம் இல்லை.

அவளை முறைத்துக் கொண்டே அருகில் வந்தவன் அவளை அப்படியே தன் கைகளில் ஏந்திக் கொள்ள , அவள் அதிர்ந்து போய் பார்த்தாள்.

அவனோ அசராமல் தண்ணீர் சொட்ட ,சொட்ட அவளை அவன் அறைக்கு அழைத்து சென்றவன் ,அவளை இறக்கி விட்டு , அவள் முகவாயை பிடித்து தன்னருகில் இழுத்தான்.

பேச்சு மூச்சு வராமல் அவனையே பார்த்தவளின் உடல் நடுங்க ஆரம்பிக்க ,அதை உணர்ந்தவன் "இது தான் உனக்கு கடைசி முறை.எல்லா நேரமும் சொல்லிட்டு இருக்க மாட்டேன்.இந்த மாதிரி ஏதாவது நடந்தது.அப்பறம் என் ட்ரீட்மென்ட் வேற மாதிரி இருக்கும் " என்று அவள் கன்னத்தில் இருந்த கை மெதுவாக இறங்கி அவள் இடைக்கு வந்து ஒரு அழுத்தம் கொடுத்தது.

அவளது இதயம் தாறுமாறாக துடித்தது.பயத்தில் பேச்சும் வராமல் போக ,மற்றொரு கையால் அவள் இதழில் இருந்த குர்க்குரே சிப்சை தன் விரல்களால் சரி செய்தான்.

அவள் அதிர்ச்சியில் உறைந்து நிற்க, அவனோ வந்த தடம் தெரியாமல் அங்கிருந்து சென்று விட்டான்.

****

வீட்டிற்கு வந்த மூவரும் கண்டது , ஹாலில் ஒரு பக்கம் அழுது கொண்டிருந்த ரிதியையும், மற்றொரு பக்கம் அவளை வசை பாடிக் கொண்டிருந்த முகியைத்தான்.

"டேய் என்ன டா ஆச்சு ? ஏன் அவ அழுகுறா? என்ன நடக்குது?" என்று அவன் வேகமாக ரிதி அருகில் சென்று " என்னாச்சு உனக்கு ? இவன் எதுவும்

சொன்னானா?" என்று தீரன் கேட்டான்.

அதற்கு அவள் அழுகையை பதிலாக கொடுக்க ,அவன் கேள்வியாக முகியை பார்த்தான்.

"என்னை பார்க்காத ! அவ என்ன பண்ணான்னு தெரியுமா?" என்று அவனும் கத்தினான்.

"என்ன டா பண்ணா? சொன்னா தானே தெரியும்' என்று சீதா கேட்டார்.

ராமச்சந்திரன் அங்கிருக்கும் இருக்கையில் அமர்ந்து கதை கேட்க ஆரம்பித்தார்.

"குழந்தைக்கு பாலைக் கொடுக்க சொன்னா, இவ எனக்கு தெரியாம எங்கையோ வெளிய போயிட்டு வந்திருக்கா டா " என்று முகில் கத்தினான்.

தீரன் பார்வையை கூர்மையாக்கி அவளை பார்த்தான்.

"இல்ல! எனக்கு ஒரு பொருள் தேவ பட்டுச்சு. அதான் " என்று அழுது கொண்டே கூறினாள் ரிதி.

"அதான் இவன் இருக்கான்ல மா. இவங்கிட்ட கொடுத்து வாங்கிட்டு வர சொன்னா, வாங்கிட்டு வந்து கொடுத்திருப்பான். நீ ஏன் வெளிய போன ?" என்று சீதா பயத்தில் கேட்டார்.

"அது.. அவர் கிட்ட ,இல்ல மா. எப்படி சொல்றதுன்னு தெரியலை " என்று தலையை குனிந்து கொண்டாள்.

அவள் நிலைமையை புரிந்து கொண்ட தீரன் "சரி ரியா .அவன்கிட்ட சொல்ல கூச்சமா இருந்தா, எனக்கு ஒரு கால் பண்ணி சொல்லிருந்தா நான் வாங்கிட்டு வந்திருப்பேன்ல.தனியா வெளிய போய், ஏதாவது ஆச்சுன்னா என்ன பண்றது?" என்று கலக்கமாக வெளி வந்தது தீரனின் குரல்.

அவனது "ரியா" என்ற புதிய அழைப்பும் , அவளுக்கு ஒன்று என்றால் உடனே துடிப்பது, தன்னிடம் கூற முடியாததை அவனிடம் கூறும் அளவிற்கு என்ன நெருக்கம் என்று முகில் அவனையே யோசனையாக பார்த்துக் கொண்டிருந்தான்.

"சரி இப்போ ஒன்னும் பிரச்சினை இல்ல.இனிமே தனியா வெளிய போக கூடாது ரியா" என்று தீரன் கண்டிக்க ,அவள் சரி என்று தலை அசைத்தாள்.

"என்ன டா பிரச்சினை இல்லை ?மேடம் வெளிய போயிட்டு ஒரு பெரிய பிரச்சினை இழுத்துட்டு வந்திருக்காங்க.என்னனு கேளு " என்று நக்கலாக கூறினான் முகில்.

தீரன் ரியாவை பார்க்க, அவள் தலை குனிந்து கொண்டாள்.

"அவ எப்படி சொல்லுவா? நான் இவளை வீட்ல காணோம்னு தேடிட்டு இருக்கேன்.அப்போ தான் மேடம் அரக்க பக்க வீட்டுக்குள்ள ஓடி வந்தா" என்று முகில் சற்று முன் நடந்ததை கூற ஆரம்பித்தான்.

குழந்தை அழும் சத்தம் கேட்டு முகில் அறைக்குள் செல்ல,அங்கு ரிதியை காணவில்லை.

அவன் குளியலறையில் தேடி விட்டு,பின் வீடு முழுவதும் தேடி விட்டு, வெளியே தோட்டத்திற்கு செல்ல ,அப்போது தான் ரிதி பின்னால் திரும்பி பார்த்துக் கொண்டே பதட்டத்துடன் வெளியே இருந்து வீட்டிற்குள் ஓடி வந்தாள்.

பதட்டத்தில் ஓடி வந்தவள் முன் முகில் நிற்க ,அவளோ எதையும் யோசிக்காது "என்னை வந்து யாராவது கேட்டா,உங்களுக்கு தெரியாதுன்னு சொல்லுங்க.எனக்காக இத மட்டும் பண்ணுங்க" என்று கண்களால் கெஞ்சி விட்டு வீட்டிற்குள் ஓடி விட்டாள்.

அவள் உள்ளே சென்ற அடுத்த நிமிடம் மூன்று ஆண்கள் அந்த பக்கம் யாரையோ தேடிக் கொண்டு அலைந்தனர் .

இவன் வீட்டு வாயிலில் நிற்பதை பார்த்து "அண்ணே இந்த ஃபோட்டோ ல உள்ள பொண்ணு இங்க வந்தாளா?" என்று கேட்டனர்.

ஃபோட்டோவில் உள்ள பெண்ணை பார்த்த முகில் "தெரியாது" என்று தலை அசைக்க ,அவர்கள் மறுபக்கம் தேட தொடங்கினர்.

ஆனால் அந்த போட்டோவில் அழகாக சிரித்துக் கொண்டிருந்தாள் ரிதன்யா.

அதை நினைத்து கொண்டே உள்ளே வந்தவன் அவளிடம் சண்டையிட ஆரம்பித்தான்.

"இங்க பாரு.உன்ன தான் அவனுங்க தேடிட்டு இருக்காங்க.என்ன பண்ணி வச்சுட்டு வந்த?" என்று வெறுப்போடு கேட்க,அவள் அழுது கொண்டிருந்தாள்.

அப்போது தான் இவர்கள் மூவரும் வந்தது.

"இப்போ நீதான் சொல்லனும் ரிதி .எதுக்கு அவங்க உன்ன தேடுறாங்க?" என்று தீரன் கேட்க, தன் மிச்சம் உள்ள கதையையும் கூற ஆரம்பித்தாள்.

அதற்குள் சீதா "இருமா! நான் போய் எல்லாருக்கும் ஜூஸ் போட்டு கொண்டு வரேன். குடிச்சு கிட்டே தெம்பா கேட்கலாம்" என்று சமையலறை செல்ல ,முகில் வெறியாக அவரை பார்த்தான்.

"குடும்பமா டா இது? கொஞ்சமாவது சீரியஸா பேச மாட்டிங்களா?ஏற்கனவே சொல்ல வரும்போது இதோ இவரு வந்து உங்களை கூட்டிட்டு போயிட்டாரு. இப்போ ஜூஸ் ஒன்னு தான் குறை" என்று தலையில் அடித்து கொண்டு அங்கிருந்த சோபாவில் அமர்ந்து கொண்டான்.

தீரன் உதட்டை கடித்து சிரித்து விட்டு அவனும் அமர "ரியா வந்து உட்காரு" என்று அவன் அருகில் கை காட்டினான்.

அவளும் தயங்காமல் வந்து அவனருகில் அமர்ந்து கொண்டாள்.

அனைத்தையும் கண்டும் காணாதது போல் இருந்தான் முகில்.எல்லா உண்மையும் தெரியட்டும் அப்பறம் பேசிக்கிறேன் என்று முகில் அமைதி காத்தான்.

ஜூசை எடுத்து வந்த சீதா அனைவருக்கும் கொடுக்க,ரிதி மறுத்தாள்.

"அட குடி மா! அப்போதான் தெம்பா கதை சொல்ல முடியும்" என்று கூற,முகில் தலையில் அடித்துக் கொண்டான்.

பின் அவள் முதலில் குடித்து முடிக்க,தன் கதையை கூற ஆரம்பித்தாள்.

"அன்னைக்கு தான் என் அண்ணியோட தம்பி என்னை முதல் முதலா பார்க்க வந்தான்.நான் இதுக்கு முன்னாடி அவனை பார்த்தது இல்லை.அதுனால எனக்கு அடையாளம் தெரியாம முழிச்சேன் "

பல்லை காட்டிக் கொண்டு அவள் முன் நின்றான் பிரபு. அவனையே கேள்வியாக பார்த்தவள் "உங்களுக்கு யாரு வேணும்?" என்று கேட்டாள்.

"நீதான் வேணும்" என்று அவளை பார்த்து கண்ணடித்தான் .

அவன் பார்வை அவள் முகத்தை தவிர உடலில் மேய்வதை உணர்ந்தவள் முகத்தை சுளித்து "ஹலோ தேவையில்லாம பேசாதீங்க. முதல்ல இடத்தை காலி பண்ணுங்க .இல்லேனா என் அண்ணன் வந்து உங்களை உண்டு இல்லன்னு பண்ணிடும்" என்று அவள் எச்சரித்தாள்.

"அடடே! என் பொண்டாட்டி கிட்ட பேசுறதுக்கு எவனோட பெர்மிஷனும் எனக்கு தேவை இல்ல கண்ணு " என்று அவன் திமிராக பேசினான்.

இது சரி வராது என்று அவள் அண்ணனை அழைக்க, அவனோ வெளியே வந்து பார்த்து விட்டு "அட வாங்க மாப்பிள்ளை.உள்ள வாங்க "என்று அழைக்க ,ரிதி அதிர்ந்து விட்டாள்.

'இவனா தனக்கு பார்த்திருக்கும் மாப்பிள்ளை' என்று கலங்கி போனாள்.

ஏனோ முதல் பார்வையிலேயே அவனை பிடிக்காமல் போனது அவளுக்கு.

அவன் பார்வையும் தன் உடலில் அலைபாய்வதை உணர்ந்தவள் எரிச்சலாக வீட்டுக்குள் சென்றாள்.

"என்ன அத்தான்? உங்க தங்கச்சி மூஞ்சில அடிச்ச மாதிரி பேசுறாங்க. ஏதோ என்ன பொறுக்கி ரேஞ்சுக்கு பேசிட்டாங்க" என்று போலியாக அவன் வருத்தம் கொண்டான்.

உள்ளே வந்த அவள் 'நீ உண்மையாவே பொறுக்கி தானே டா.அதான் உன் பார்வையே சொல்லுதே 'என்று மனதிற்குள் கருவிக் கொண்டாள்.

"என்ன ரிதி மா? யாரு என்னனு பார்த்திட்டு பேசுறது இல்லையா ?" என்று அவளை கடிந்து கொண்டான் அவள் அண்ணன்.

இதுவரை தன்னை அதட்டி கூட பேசாத அண்ணன்,இன்று எவனோ ஒருவனுக்காக தன்னை அதட்டி பேசுவதை நினைத்து கலங்கி போனாள்.

அவனோ அவளை பார்த்து ஒரு வெற்றி சிரிப்பு சிரித்தான்.

"போய் மாப்பிள்ளைக்கு ஒரு காபி போட்டு கொண்டு வா" என்று அவளை அனுப்பி வைத்தான்.

"சொல்லுங்க மாப்பிள்ளை" என்று அவன் அடக்கமாக கேட்க "இல்ல அத்தான். அக்கா அங்க ரொம்ப நாளா இருக்கு. எல்லாரும் கேட்க ஆரம்பிச்சுட்டாங்க.அதான் சீக்கிரம் கல்யாணம் முடிவு பண்ணா அக்காவும் இங்க வந்து இருப்பா.நான் எவ்வளவோ சொல்லிட்டேன்.பொறுமையா கல்யாணம் நடக்கட்டும். நீ அத்தான் வீட்டுக்கு போன்னு சொல்லிட்டேன் ,கேட்க மாட்டேங்குறா" என்று அவன் தயக்கமாக கூறினான்.

"எனக்கும் அதே கஷ்டம் தான் ! என் பிள்ளைய பிரிஞ்சு என்னால இருக்க முடியல " என்று அவனும் வருத்தம் கொள்ள ,அப்போது காபியோடு வெளியே வந்தாள் ரிதி.

"நீங்க கவலை படாதீங்க.அண்ணி சீக்கிரம் வீட்டுக்கு வருவாங்க.நான் சீக்கிரம் கல்யாணம் பண்ணிக்கிறேன் அண்ணா " என்று அவளும் தன் அண்ணனுக்காக தன் வாழ்க்கையை அந்த காமுகனிடம் பணயம் வைத்தாள்.

"இப்போவே குழந்தை பிறந்து ஏழு மாசம் மேல ஆச்சு.நீங்க யோசிச்சு சொல்லுங்க அத்தான் " என்று காபியை அருந்தி விட்டு அவன் கிளம்ப பார்த்தான்.

"இன்னும் இரண்டு மாசத்துல நம்ம கல்யாணத்தை பண்ணிடலாம்" என்று வாக்குக் கொடுத்து அனுப்பி வைத்தான் ரிதியின் அண்ணன்.

முகமெல்லாம் புன்னகையுடன் "அப்போ நான் வரேன் அத்தான்" என்று அவனிடம் இருந்து விடை பெற்று ,மீண்டும் தன் காம பார்வையில் அவளை பார்த்து விட்டு சென்றான் பிரபு.

தான் நினைத்ததை விட அனைத்தும் வேகமாக நடந்து முடிந்ததை எண்ணி மகிழ்ச்சியாக வெளியேறினான் தன் அக்காவிடம் அவர்களது திட்டத்தைக் கூற!

இப்படியே நொடி பொழுதில் இரண்டு மாதம் ஓடி விட ,கல்யாணத்திற்கு இன்னும் இரண்டு நாட்கள் இருக்கும் நிலைமையில் பெண்ணுக்கு உண்டான சடங்குகளை செய்ய ஆரம்பித்தனர்.

அவளோ எதிலும் நாட்டம் இல்லாமல் இருந்தாள்.பட்டு புடவை எடுக்க செல்லவில்லை.நகை எடுக்க செல்லவில்லை.

இப்படி அனைத்துமே தன் அண்ணனின் இஷ்டம் என்று ஒரே வார்த்தையில் முடித்துக் கொண்டாள்.

இரண்டு நாள் சடங்குகளும் நன்றாக நடந்து முடிந்தது.சடங்கு செய்த அசதியில் அனைவரும் ஓய்வெடுக்க செல்ல ,அவளுக்கு தான் நாளை திருமணம் என்று நினைக்கையில் அழுகை முட்டிக் கொண்டு வந்தது.

இன்று வரை அவன் பார்வையில் இருந்து தப்பித்து வந்தவள் ,நாளை என்ன செய்ய முடியும் என்ற கேள்வியே அவளுக்குள் பூதாகரமாக வெடித்தது.

அனைத்தையும் யோசித்து மூச்சு முட்டுவதை போல் இருக்க,அறையில் இருந்தால் இங்கேயே செத்து விடுவோமோ என்று தோன்ற,வேகமாக மாடியை நோக்கி

ஓடினாள்.

ஐந்து படிகள் கூட ஏறி இருக்க மாட்டாள்.தெளிவாக விழுந்தது அவர்கள் உரையாடல்.

"எதுக்கு நீ விழுந்தது பத்தாதா? அடுத்த ஜாதி புள்ளைய போய் உன் தம்பிக்கு கட்டி வைக்கிற" என்று உறவுக்கார பெண் கேட்டாள்.

"நீங்க வேற மதனி.எனக்கு என்ன ஆசையா? அந்த விடியா மூஞ்சியை என் தம்பிக்கு கட்டி வைக்க.எல்லாம் என் நேரம் " என்று சலித்துக் கொண்டாள்.

அதை கேட்டு அதிர்ந்தாள் ரிதி.

'இவ்வளவு நாள் தன்னிடம் பாசமாக பேசிய தன் அண்ணியா இது?' என்று அவளுக்கே மனம் வலித்தது.

"அக்கா அவளை அப்படி சொல்லாத. அவ அழகு கா.என்னைக்கா இருந்தாலும் அந்த அழகு எனக்கு வேணும்" என்று பிரபு மல்லுக் கட்டினான்.

"இதோ இவன் பிடிவாதம் தான் ,இந்த கல்யாணத்துக்கு காரணம்.இல்லேனா அவளை போய் என் தம்பிக்கு கட்டி வைக்க நான் என்ன பைத்தியமா? ஏற்கனவே நானே அவரை அவரு சொத்துக்காக தான் கல்யாணம் பண்ணிக்கிட்டேன்.அது போக மாமனார் மாமியார் கொடுமை இல்ல.என் நாத்தனார் புள்ள பூச்சி .எனக்கு அந்த வயலும் இந்த வீடும் மட்டும் என் பேருக்கு வரட்டும். அப்பறம் இருக்கு"

"இதுக்கு இடையில பிள்ளை வேற பிறந்து என் உசுற வாங்குது.எல்லாத்தையும் கூடிய சீக்கிரம் ஒளிச்சுக் கட்டிட்டு நாங்க வசதியா வாழனும் .அதான் என் ஆசை " என்று கூறி முடித்தாள் ரிதியின் அண்ணி .

"உனக்கு பிள்ளைய புடிக்கலனா சொல்லு கா. ஏதாவது அனாதை அசிரமத்துல சேர்த்து விட்டுட்டு வந்துருவோம்.அதுக்கு அப்பறம் புள்ளை தொலைஞ்சு போச்சுன்னு சமாளிப்போம் " என்று கொஞ்சமும் மனசாட்சி இல்லாமல் பிரபு பேசினான்.

"அட இல்ல டா.அந்த புள்ளைய வச்சு தான் நான் நிறையா காரியம் சாதிக்க வேண்டியது இருக்கு"என்று மனதில் பல கனவுகளை முன் நிறுத்தி பேசிக் கொண்டிருந்தாள் அவள்.

"எனக்கு இவரு தங்கச்சி நூத்துல ஒன்னு தான்.இவளையே எத்தனை நாளைக்கு பார்க்கிறது" என்று அவன் சிரிக்க, அவன் அக்காவும் கேவலமாக சிரித்து வைத்தாள்.

"பார்த்து டா! அவருக்கு தெரிஞ்சா சாமி அடிடுவாரு "

"நீ வேற.நான் அவரை எல்லாம் கரெக்ட் பண்ணி ரொம்ப நாள் ஆச்சு... உன் புருஷன் இப்போ என் பேச்ச தான் கேட்பாரு என்று பிரபு உறுதியாக கூறினான்...

இதையெல்லாம் கேட்ட ரிதிக்கு தான் தலை சுற்றியது.யாரை நம்புவது என்று தெரியாமல் கனத்த மனதுடன் தன் அறைக்கு திரும்பி விட்டாள்.

தன் வாழ்க்கையில் அனைவரும் தனக்கு நம்பிக்கை துரோகம் செய்து விட்டதாக மனம் கிடந்து அடித்துக் கொண்டது.

இனிமேலும் இந்த கொள்ளைக் கூட்டத்தில் அவள் இருக்க விரும்பாது இரவு அனைவரும் தூங்கிய பின்னர், வீட்டில் இருந்து வெளியேறலாம் என்று காத்திருந்தாள்.

அதே போல் அனைவரும் தூங்க,தனக்கு தேவையானதை ஒரு பையில் எடுத்து கொண்டு வெளியேற முயல , அப்போது தான் அவள் கண்ணில் பட்டது தொட்டிலில் தூங்கும் அந்த சின்ன மொட்டு.

இவர்களிடம் இருந்தால் குழந்தையை கொன்றாலும் கொன்று விடுவார்கள் என்று குழந்தையையும் தூக்கிக் கொண்டு அமைதியாக வீட்டில் இருந்து வெளியேறினாள் ரிதி.

இரவு நேர ரயிலில் ஒரு பயண சீட்டை பெற்றுக் கொண்டு ரயிலின் கடைசி நிறுத்தத்தில் இறங்கி,கயவர்களிடம் மாட்டிக் கொண்ட போது தான் தீரன் அவளை காப்பாற்றி அழைத்து வந்தது.

அனைத்தையும் சொல்லி முடித்து அவள் கண் கலங்கி அமர்ந்திருக்க,அனைவரும் அவளை கவலையாக பார்த்தனர் ஒருவனை தவிர !

"ஒரு கல்யாணம் கூட ஆகலை.அதுக்குள்ள ஒரு டிவோர்ஸ் ஆகிடுச்சு. ஒரு புள்ளை வெளிய இருக்கு. இன்னொரு புள்ளை வயித்துல இருக்கு .அப்படித்தானே மேடம் " என்று முகில் அழுத்தமாக கேட்க அவன் கேள்விக்கு பதில் அளிக்க முடியாமல் தவித்துப் போனாள்.

"சரி, இப்போ வயித்துல ஒரு குழந்தை இருக்குன்னு, ஏன் மா சொன்ன?" என்று சீதா கேட்டார்.

"அது காலேஜ் போயிட்டு வரும் போது தான் பிரபு என்னை தேடுறதை பார்த்தேன். அவன் என்ன கண்டு பிடிச்சு கூட்டிட்டு போயிட்டா? அதான் இந்த ஊரை விட்டு போகனும்னு.அதுக்கு முன்னால நான் உங்களை விட்டு போகனும்னு தான் அப்படி சொன்னேன்.இந்த மாதிரி சொன்னா நீங்க என்ன வெளிய அனுப்பிடுவீங்கன்னு தெரியும் .அதான் " என்று அழுகையோடு முடித்தாள்.

அனைவருக்கும் ஒன்று மட்டும் தெளிவாக விளங்கியது.இவள் இன்னும் வளர்ந்த குழந்தை தான்,என்று எண்ணிக் கொண்டனர்.

அனைவரும் ஒவ்வொரு மன நிலையில் இருக்க,படாரென கதவை திறந்துக் கொண்டு உள்ளே வந்தாள் அகிலா.

" ஹேய் காய்ஸ்! சாரி பா. உங்களை டிஸ்டர்ப் பண்ணிட்டேன்.உங்க எல்லாருக்கும் ஒரு குட் நியூஸ்" என்று கூறினாள்.

"நீ சொல்லு !அதுக்கு அப்பறம் அது குட்டா, பேடானு நாங்க சொல்லுறோம் " என்று தீரன் அவளை வெறி ஏத்தினான்.

அவனை முறைத்து விட்டு "இதோ இங்க இருக்காளே இந்த பொண்ணு.வெளிய இந்த பொண்ண தேடி அவங்க கஷ்ட பட்டு அலைஞ்சுக் கிட்டு இருந்தாங்க.அதான் நான் அவங்களுக்கு மோர் வாங்கி கொடுத்து கூல் பண்ணி, நேரா நம்ம வீட்டுக்கு கூட்டிட்டு வந்துட்டேன் " என்று அசால்ட்டாக கூறினாள்.

"ஹாப்பியா !உங்க குடும்பத்தை நான் கண்டு பிடிச்சு குடுத்துட்டேன்" என்று அவள் சாதனை செய்ததை போல் கூற முகில் பக்கென சிரித்து விட்டான்.

ரிதி அதிர்ந்து போய் தீரனை பார்த்தாள்.

தீரன் பல்லை கடித்து "உன்னைய! இப்போ அவங்க எங்க ?" என்று கேட்-டான்.

"வெளிய கேட் கிட்ட இருக்காங்க.வா போய் இன்வைட் பண்ணுவோம் " என்று துள்ளிக் கொண்டு முன்னே ஓட,அவள் கைப்பிடித்து தடுத்தான் தீரன்.

15

அத்தியாயம்-15

ஹர்ஷா கொடுத்த அனைத்து வேலைகளையும் முடித்து விட்டு ,பெருமை பீத்-திக் கொள்ள அவன் அறைக்கு சென்றாள் ஹாசி.

" யேனுங்க மாமா, நீங்க சொன்ன உன்ற வூட்டு வேலை எல்லாம் முடிச்சுட்-டேனாக்கும்" என்று சூரிய வம்சம் படத்தில் பேசுவது போல் பேசினாள்.

அவளையே உறுத்து விழித்தான் ஹர்ஷா.அவனை பார்த்தவள் ஏதோ சரி-யில்லை என்று தோன்ற, அவன் அருகில் சென்று பார்க்க ,அவன் கையில் அந்த புடவை இருந்தது.

அந்த புடவையை பார்த்து அதிர்ந்தாள் ஹாசி.இருவரது நினைவுகளும் அந்த புடவை வாங்கிய நாளை நோக்கி சென்றது.

அன்று அவளை பார்த்து விட்டு வீட்டிற்கு சென்றவன் நினைவில் முழுவதும் அவளே பாவித்து இருந்தாள்.

'இப்போ எதுக்கு என்ன இவ்வளோ டார்சல் பண்றா? ஐயோ முடியலையே' என்று கண்ணை மூடி விட்டத்தை பார்த்து வெறித்துக் கொண்டிருந்தான் ஹர்ஷா.

அவன் முன் அவளது மான் விழிகளும், செர்ரி பழ உதடுகளும் வந்து இம்சை செய்ய, தலையணையில் முகத்தை புதைத்துக் கொண்டு உறங்க முயற்சித்து அதில் வெற்றியும் கண்டான்.

விடியலில் வேகமாக கிளம்பி அலுவலகம் சென்றான். இன்று அவனுக்கு தலைக்கு மேல் வேலை இருந்தது .

இப்போது அவன் நினைவில் ஆத்வி இல்லை என்றே சொல்லவேண்டும். வேலை என்று வந்தால் சுற்றி உள்ளவர்களை மறந்து ,அதிலேயே தன் முழு கவனத்தையும் செலுத்தி அதில் ஈடுபடுபவன் தான் ஹர்ஷா.

அதனால் தானே இத்தனை வயதில் அவன் இந்த உயரத்தை அடைந்துள்-ளான்.

அலுவலகத்தில் உள்ள மீட்டிங்கை முடித்து விட்டு ,காரை எடுத்து கொண்டு நேராக அவன் மாலிற்கு சென்றான்.

வாரத்தில் இருமுறை அவனுடைய மாலிற்கு கஸ்டமர் போல் சென்று மக்களின் தேவைகளை அறிந்து, அதற்கு ஏற்றார் போல் அவனது பிசினஸ் ட்ரிக்கை வளர்த்து கொள்பவன்.

இன்று அதே போல் மாலில் இறங்கி,தனது கோட்டை கழற்றி விட்டு, டக்கின் செய்திருந்த சர்ட்டை வெளியே எடுத்து கைகளை மடக்கி, காலர் பட்டனை கழற்றி , முடியை கொஞ்சம் கோதிக் கொண்டு கியாசுவலாக அந்த மாலிற்குள் சென்றான் ஹர்ஷா.

சுற்றி உள்ள கடைகளில் தன் கண்களை பதித்தவன்,அப்படியே தன் கண்களை அலசிக் கொண்டே போனான்.

அவன் பார்வையில் இருந்து எதுவும் தப்பாது. இதுவரை தப்பியதும் இல்லை.

அங்குள்ள கடைக்காரர்களுக்கு அவன் யார் என்று தெரிந்தாலும் அமைதியாக அவர்கள் வேலையை கவனித்தனர்.

இதுவும் அவனது ஆணையில் ஒன்று தான்.மக்களிடம் தான் யார் என்பதை காட்ட விரும்பாததால் அவன் இவ்வாறு அவர்களை இருக்க சொல்லி கட்டளை விதித்தான்.

கீழ் தளத்தில் சுற்றி விட்டு,முதல் தளத்திற்கு சென்று அங்குள்ள கடைகளை கவனித்து விட்டு,பின் இரண்டாம் தளத்திற்கு சென்று பார்வையை சுழல விட ,சரியாக அவன் கண்களில் பட்டாள் அவன் தேவதை.

தேவதை அல்ல! தேவதையின் தங்கை.அங்குள்ள கடைக்காரரிடம் வாயாடிக் கொண்டிருந்தாள்.

"இங்க பாருங்க. இதே சேலையை நான் வெளிய சின்ன கடையில வாங்குனா முன்னூறு ரூவா தான் கொடுப்பேன்.இதுல ஒன்னுமே இல்ல.ஒரு பார்டர் இல்ல.ஒரு பூ இல்ல.ப்ளைன் சேலையை காட்டி இரண்டாயிரம் ரூபா சொன்னா, நம்புறதுக்கு நான் என்ன கேனச்சியா?" என்று எகிறினாள் ஹாசி.

கடைக்காரர் தான் அவளிடம் மாட்டிக் கொண்டு விழி பிதுங்கி போய் நின்றுக் கொண்டிருந்தார்.

"யம்மா இங்க எத்தனை பேர் வராங்க தெரியுமா? யாருமே பேரம் பேசுனது கிடையாது.நீ என்ன இப்படி சண்டைக்கு வர " என்று அவர் நொந்து போய் பேசினார்.

"நீங்க பித்தலாட்டம் பண்றத மறைக்க,சாக்கு போக்கு சொல்லாதீங்க.மொதோ இந்த புடவையை பில் போடுங்க.கடைசியா உங்களுக்காக வேணா விட்டுக் கொடுக்குறேன்.உங்களுக்கும் வேணாம் ,எனக்கும் வேணாம். கூட அம்பது ரூபா

போட்டு முன்னூத்தி ஐம்பது ரூபா வாங்கிக்கோங்க.சரியா" என்று மூச்சு வாங்க பேசினாள்.

இரண்டாயிரம் ரூபாய் புடவையை வெறும் முன்னூற்றி ஐம்பது ரூபாய்க்கு கேட்கும் அவளையே அதிர்ச்சியாக வாயடைத்து போய் பார்த்துக் கொண்டிருந்தார் அந்த கடைக்காரர்.

"என்ன மா இது அநியாயமா இருக்கு?நீ வெளியே போய் இந்த புடவையை வாங்கிக்கோ" என்று அந்த புடவையை தூக்கி உள்ளே வைத்தார்.

"இந்தா பாருங்க! எங்க அக்காக்கு இந்த புடவை வாங்க வந்தேன்.எனக்கு பிடிச்சு போச்சு.அதுனால எனக்கு இது வேணும் " என்று மல்லுக்கு நிற்க, அவர் அசையவே இல்லை.

"சரி அப்போ உங்க முதலாளிய கூப்பிடுங்க .நான் அவர்ட்ட பேசிக்கிறேன்" என்று சிலிப்பி கொண்டு நின்றாள்.

"யம்மா! அவர் இங்க எல்லாம் வர மட்டாரு.மொத நீ இடத்தை காலி பண்ணு மா" என்று அவர் கத்தினார்.

அங்குள்ள அனைவரும் அவளை ஒரு மாதிரியாக பார்த்து விட்டு செல்ல, அப்போது தான் ஹர்ஷா அவள் அருகே வந்தான்.

"என்னாச்சு ஹாசினி?" என்று கேள்வியுடன் அவன் அருகில் வர, அவனை இங்கு சற்றும் எதிர் பார்க்காதவள் "ஹாய் சார்.நான் இங்க சேரி வாங்க வந்தேன்" என்று கூறினாள்.

அவனை பார்த்த கடைக்காரன் ஏதோ கூற போக ,அதற்குள் அவன் கண்ணசைத்து விட்டான்.

அவரும் சொல்ல வந்ததை சொல்லாமல் தன் வேலையை பார்க்க ஆரம்பித்து விட்டார்.

"ஓஹோ!சேலை வாங்கியாச்சா ?"

"இல்லை" என்று உதட்டை பிதுக்கி, "எனக்கு இந்த சேலை தான் பிடிச்சிருக்கு.ஆனால் இரண்டாயிரம் ரூபா போட்டுருக்கு.இவரு குறைக்கவே மாட்டேங்குறாரு" என்று அவரை புகார் கூறினாள்.

"ஓகே.நீ எவ்வளோ கொடுப்ப இந்த சேரிக்கு ?" என்று ஹர்ஷா கேட்டான்.

"நான் இதுக்கு இருநூறு ரூபா தான் கொடுப்பேன்" என்று அப்போது கூறியதை விட இன்னமும் குறைத்துக் கூறினாள்.

"அடிப்பாவி" என்று மனதில் எண்ணியவன் "ஓகே அப்போ செட் ஆகலைல.அப்போ வேற பார்க்க வேண்டியது தானே " என்றான்.

"இல்ல! எனக்கு இதான் பிடிச்சிருக்கு. அக்காக்கு இந்த கலர் தான் பிடிக்கும்.அதான்" என்று பாவமாக முகத்தை வைத்துக் கொண்டு கூறினாள் ஹாசி.

"சரி விடு. இதே மாதிரி சேரி வெளிய போய் வாங்குவோம் " என்று அவளை சமாதானம் செய்து அழைத்து சென்றான்.

"இந்த மால் கட்டுனவன் மட்டும் என் கைல கிடைக்கட்டும், அப்பறம் இருக்கு அவனுக்கு கச்சேரி.என் முன்னாடி வந்தா மூஞ்சிய பேத்துருவேன்" என்று அவள் புலம்பிக் கொண்டே வர, ஹர்ஷா அவளை முறைத்துக் கொண்டே வந்தான்.

பின் முதல் தளத்தில் ஒரு அழகான டெடி பியர் இருக்க,அதை கண்கள் விரிய பார்த்தவள் ,அதன் அருகில் சென்று விலை கேட்க, அவர்கள் கூறிய விலையில் தலை சுத்தாத குறை தான்.

அப்படியே தலை சுத்தும் படியாக நடித்து "என்னால அவளோ எல்லாம் கொடுக்க முடியாது" என்றாள்.

"மேம் இது ஃபிக்ஸட் ரேட்.கம்மி பண்ண முடியாது"

"அதுக்காக நாலாயிரம் கொடுத்து இந்த கரடி பொம்மையை நான் வாங்கிட்டு போனா, மணி என்ன வெளக்கமாத்தாள சாத்தும்" என்று புலம்பியவள், பாவமாக அந்த கரடி பொம்மையை பார்த்தாள்.

ஹர்ஷா அந்த பெண்ணிடம் கண்ணைக் காட்டினான்.

"சரி ஓகே மேம். நீங்க எவ்வளோ எதிர் பார்க்குறிங்க ?" என்று அந்த பெண்-மணி கேட்டார்.

"நான் ஐநூறு ரூபா தரேன்.ஆனால் இதுவே அதிகம் தான்.கொடுத்தா கொடுங்க.இதுல இருந்து ஒத்த பைசாவுக்கு இறங்க மாட்டேன்" என்று கறாராக பேசினாள்.

அந்த பெண் அதிர்ந்து ஹர்ஷாவை பார்த்தாள்.அவன் ஒரு நமட்டு சிரிப்-போடு,தலை அசைத்தான்.

"ஓகே மேம்.வெயிட் பண்ணுங்க.பேக் பண்ணி தரேன்" என்று அந்த பெண் உள்ளே சென்று அந்த கரடி பொம்மையை பேக் செய்து வந்து கொடுத்தார்.

அதை ஆசையாய் வாங்கிக் கொண்டவள், ஐநூறு ரூபாயை அவளிடம் நீட்ட, அவரும் பெற்றுக்கொண்டு "தாங்க்ஸ் ஃபார் ஷாப்பிங் மேம்" என்று வழி அனுப்பி வைத்தாள்.

"பார்த்தீங்களா.நான் பேசவும் அந்த புள்ள பயந்து போய், நான் கேட்ட ரேட்-டுக்கு கொடுத்துருச்சு.இன்னும் பேசி குறைச்சு இருக்கலாம்"

ஹர்ஷா அதிர்ச்சியாக அவளை பார்த்தான்.'பயங்கர கேடியா இருப்பா போல' என்று மனதிற்குள் எண்ணிக் கொண்டான்.

"இதே போல அந்த சேலையையும் வாங்கி இருப்பேன்.நீங்க சொன்னதுனால தான் வந்தேன்.எங்க அக்காவுக்கு பிறந்த நாள் வருது.அதுக்கு தான் அதை ஆசையா வாங்க போனேன் " என்று வருத்தம் கொண்டாள்.

"உங்க அக்காவுக்கு எப்போ பிறந்தநாள்?" என்று உற்சாகமாக கேட்டான் ஹர்ஷா .

சேலை போன கவலையில் அவன் உற்சாகத்தை கவனிக்க தவறிய ஹாசி "இன்னும் ஒரு வாரத்துல" என்று தேதியை கூறினாள்.

இருவரும் மாலில் இருந்து வெளியே வர "எப்படி போவ?" என்று ஹர்ஷா கேட்டான்.

"அக்கா இப்போ வரேன்னு சொன்னா.அவகூட போயிடுவேன் " என்று சிரித்-தான்.

அவனுக்கு ஐஸ் கட்டியை தூக்கி தலையில் வைத்ததை போலிருந்தது.

தானாக வரும் தன்னவளை பார்க்காமல் போக அவன் என்ன முட்டாளா?

"அப்போ ஓகே ! அவங்க வர வரைக்கும் நான் வெயிட் பண்ணுறேன் " என்று ஹர்ஷா நிற்க ,அதேநேரம் அவளும் வந்து சேர்ந்தாள்.

பிங்க் கலர் ஸ்கூட்டியில், வெள்ளை சுடிதாரில் ஆங்காங்கே பிங்க் கலர் பூக்கள் பதித்த சல்வாரை அணிந்துக் கொண்டு, தனது துப்பட்டாவை தோளில் போட்டு அதை எடுத்து மார்பின் குறுக்கே இழுத்து முடிச்சிட்டு கேசம் பறக்க,அமர்த்தலாக வந்து இறங்கினாள் ஆத்வி.

தன் தங்கை அருகில் நிற்பவனை பார்த்து , கண்களை உருட்டியவள் அவனி-டம் பேசாமல், அவள் தங்கையைப் பார்க்க ,அவளோ "வாக்கா ! நான் எல்லாம் வாங்கிட்டேன்.நம்ம போவோமா" என்று கேட்டாள்.

அவளும் தன் மருண்ட விழிகளை அகற்றாமல் "ஹான் .என்ன? போவோம் டிங்கு" என்று தன் வண்டியை உயிர்பித்தாள்.

அதுவரை அவளது பாவனைகளை பார்த்துக் கொண்டிருந்தவன் ,அவர்கள் கிளம்ப போக " சார் நான் போயிட்டு வரேன் சார்" என்று அவனிடம் விடை கொடுக்க, அவனும் மெலிதாக தலை அசைத்தான்.

இம்முறை ஸ்கூட்டியை ஹாசி வாங்கிக் கொள்ள, ஆத்வி பின்னே அமர்ந்துக் கொண்டாள்.

அவர்கள் ஸ்கூட்டி அங்கிருந்து நகர, தன் மருண்ட விழிகளால் ஆத்வி ஒரு முறை அவனை திரும்பி பார்க்க, அவன் பட்டென்று அவளைப் பார்த்து கண்ண-டித்தான்.

அதில் மேலும் அதிர்ந்த ஆத்வி வேகமாக தன் தலையை திருப்பிக் கொண்டு சென்று விட்டாள்.

ஹர்ஷா போகும் அவளை பார்த்து சிரித்து விட்டு , மீண்டும் அவன் மாலிற்-குள் சென்று அவள் வாங்கிய கரடி பொம்மைக்கு மீதி பணம் செலுத்தி விட்டு, சேலை செக்சனில் சென்று ஹாசி தேர்வு செய்த புடவையையும் வாங்கிக் கொண்டு வீடு நோக்கி சென்று விட்டான்.

இருவரும் ஒரே போல் கடந்த காலத்தில் இருந்து வெளியே வர, ஹாசி அந்த புடவையை பார்த்து "இது எப்படி உங்க கிட்ட வந்துச்சு ?" என்று கேட்டாள்.

"நான் தான் அதுக்கு அப்பறமா போய் வாங்கினேன்.ஏன் உனக்கு இதுல என்ன பிரச்சினை?" என்று கோபமாக வந்தது அவன் குரல்.

"எனக்கு என்ன பிரச்சினை ? நல்ல சரியான கலர்ல ப்ளௌஸ் எடுத்து,போட் நெக் வச்சு கட்டிக்கோங்க .உங்களுக்கு நல்லா இருக்கும் " என்று வெடுக்கென்று கூறினாள்.

இந்த பதிலை அவளிடம் இருந்து எதிர் பார்க்கதவன், அவள் கூற்றில் அவளை தீயென முறைத்தான்.

அப்போது அவன் அலை பேசிக்கு மெசேஜ் வரவே,எடுத்து பார்த்தான்.

ஹாசினியின் செமஸ்டர் ரிசல்ட் தான்.ஆறு பாடங்களில் நான்கு பாடங்கள் அரியரும்,மீதம் உள்ள இரண்டு பாடமும் ஜஸ்ட் பாஸ் ஆகி இருக்க,அதை பாத்தவன் வெறியாக அவளை முறைத்தான்.

'ஐயோ இப்போ ஏன் இவரு நம்மலயே ரொமான்டிக் லுக்குல பார்க்குறாரு' என்று அவளும் அவனைத்தான் பார்த்தாள்.

****

வீட்டில் கணபதி வாணி இருவரும் அவனை முறைத்தனர்.

அவனோ "அம்மா கொஞ்சம் கச கசன்னு இருக்கு. நான் போய் குளிச்சுட்டு வரேன் "என்று மாடிக்கு ஓடினான்.

"என்னங்க இது? அந்த பொண்ணு வந்தா.ஏதோ ரிகர்சல்னு சொன்னா.உங்க மகன் வேற ஒரு மாதிரி நடந்துக்கிறான்" என்று வாணி வாயில் கை வைத்தார்.

"அடியே ! அதெல்லாம் ஒன்னும் இருக்காது டி" என்று கூறிக் கொண்டிருக்கும் போதே அவருக்கு தலை சுற்ற,அமைதியாக அங்கிருக்கும் இருக்கையில் அமர்ந்து விட்டார்.

"என்னாச்சு? ஐயோ என்னங்க?" என்று வாணி பதறினார்.

"ஒன்னும் இல்ல டி.காலையில டாப்ளட் போட மறந்துட்டேன். அதான் தலை சுத்துது "

"சரி இருங்க.நான் மாத்திரை எடுத்துட்டு வரேன்" என்று அறைக்குள் சென்று மாத்திரை எடுத்துக் கொண்டு வந்து அவரிடம் கொடுத்தார்.

"இப்படியே எப்படி நம்ம விசேஷத்துக்கு போறது? பேசாம நம்ம மகன அனுப்பி வைப்போம்" என்று வாணி கூற, கணபதியும் சம்மதமாக தலை அசைத்தார்.

அதே நேரம் சுதர்சன் கீழே வர " டேய் தம்பி ! அப்பாக்கு ஏதோ தலை சுத்துற மாதிரி இருக்காம்.நம்ம ஊர்ல விசேஷம் ஒன்னு இருக்கு.நீ போயிட்டு வரியா" என்று வாணி கேட்டார்.

அவர் மாத்திரை போடுவதை பார்த்து முறைத்தவன் ".சரி மா " என்று தன் அறைக்கு திரும்பி விட்டான்.

அவன் மனதிற்குள் பல சிந்தனைகள் ஓடிக் கொண்டிருந்தது.எதை எப்போது செய்ய வேண்டும் என்று சரியாக பட்டியலிட்டு கொண்டான்.

****

"வாங்க எல்லாரும் வெளிய போய் இன்வைட் பண்ணுவோம்" என்று அகிலா முன்னே ஓட அவள் கை பிடித்து தடுத்தான் தீரன்.

வந்த சிரிப்பை அடக்கிக் கொண்டு முகில் அவர்களை பார்க்க, அகிலா அவனை பார்த்த பார்வையில் கப் சிப் என்று வாயை மூடிக் கொண்டான்.

"விடுங்க . வந்தவுங்கள எவ்வளோ நேரம் வாசல்ல நிக்க வைக்க? நான் போய் கூட்டிட்டு வரேன் " என்று நின்ற இடத்திலேயே குதித்தாள் அகிலா.

தீரன் கோபமாக "அம்மா மொத இவளை உள்ள கூட்டிட்டு போய், ரியா டிரஸ் கொடுத்து போட சொல்லுங்க" என்று அவன் அகிலாவை முறைத்து கொண்டே பேசினான்.

"ஏன் இந்த டிரசுக்கு என்ன?" என்று தன்னை மேல் இருந்து கீழ் வரை ஒரு முறை பார்த்துக் கொண்டாள்.

வெள்ளை நிற பூ போட்ட சட்டையும், முட்டி வரை அணியும் ஊதா நிற மிடியும் அணிந்து சிறு குழந்தை போல் குதித்துக் கொண்டிருந்தாள்.

அவனுக்கு வீட்டில் உள்ளவர்களை பற்றி பிரச்சினை இல்லை. இவள் எப்போதும் இவ்வாறு அணிந்து வருவதால் அவர்கள் குழந்தை பருவத்தில் இருந்து பார்த்ததால் அவர்கள் மேலும் அதை பெரிதாக எடுத்துக் கொள்வதில்லை.

ஆனால் இன்று பிரபுவை பற்றி ரியா வாயிலாக கேட்டவன்,அவன் முன் அவள் இப்படி நிற்பது சரி இல்லை என்று தோன்ற, தன் தாயிடம் கூறி அவளை மாத்தி வர கூறினான்.

முனங்கி கொண்டே சீதா பின்னே சென்றாள் அகிலா.போகும் அவளையே ஒரு குறுஞ்சிரிப்போடு பார்த்துக் கொண்டிருந்தான் முகில்.

"ரியா நீ இங்கேயே இரு.நான் போய் என்னன்னு பார்த்துட்டு வரேன்" என்று தீரன், முகில் இருவரும் முதலில் வெளியே போக ,அவர்கள் பின்னே ராமச்சந்திரன் சென்றார்.

வெளியே பிரபு அவன் ஆட்களுடன் நிற்க , அவர்களையே புருவ முடிச்சுடன் பார்த்தவன் "உங்களுக்கு யாரு வேணும்? எதுக்கு இங்க வந்து இருக்கிங்க?" என்று கேட்டான்.

"எங்க வீட்டு பொண்ணு.அதாவது என் வருங்கால பொண்டாட்டிய நீ கூட்டிட்டு வந்துட்டியாமே" என்று நக்கலாக வந்து விழுந்தது பிரபுவின் வார்த்தை.

அதில் கோபத்தை அடக்கிக் கொண்டு ,கையை மடக்கி இறுக்கிய தீரன் "யாரு, யாருக்கு பொண்டாட்டி? நீ தேடுற எந்த பொண்ணும் இங்க இல்லை.அதுனால அமைதியா கிளம்புற வழிய பாருங்க" என்று தீரன் அழுத்தமாக கூறினான்.

"இந்த வீட்டில தான் எங்க வீட்டு பொண்ணு இருக்கிறதா ,ஒரு பாவாடை போட்ட பாப்பா சொன்னுச்சு.நீ என் பொண்டாட்டிய வெளிய அனுப்பு" என்று அவன் கூறிய மறு நொடி அவன் வாயிலேயே குத்தி இருந்தான் தீரன்.

அடித்த அடியில் பின்னே போய் விழுந்தவன் வாயில் இருந்து பல் உடைந்து இரத்தமாக வந்தது .

"ஏய் ! எவ்வளோ தைரியம் இருந்தா என்ன அடிப்ப " என்று அவன் கொதித்து போய் தீரன் அருகில் வந்தான்.

"இங்க பாருங்க பிரச்சனை பண்ணாதீங்க.நீங்க சொல்லுற பொண்ணு எங்க வீட்ல இல்ல" என்று ராமச்சந்திரன் எடுத்து கூறினார்.

"யோவ் பெருசு ! அதான் நாங்க பேசிட்டு இருக்கோம்ல. கம்முனு கெட" என்று கூட்டத்தில் ஒருவன் அரட்ட, முகில் அவன் சட்டையை பிடித்து கன்னத்தில் இரண்டு வைத்தான்.

"யார பார்த்து என்ன வார்த்தை பேசுற? மரியாதையா இடத்தை காலி பண்ணுங்க டா " என்று அவன் கத்தினான்.

அப்போது தான் துணி மாத்தி வெளியே வந்த அகிலா, ஹாலில் அழுதுக் கொண்டிருந்த ரிதியை பார்த்து " ஏய் பொண்ணு! நீ அவங்க கூட போகலையா ? ஏன் இங்க உக்கார்ந்து அழுது கிட்டு இருக்க? சரி நீ வா.நான் பேசி அவங்க கூட உன்ன அனுப்பி வைக்கிறேன்" என்று அவள் கையை பிடித்து கொண்டு வாசலிற்கு அழைத்து சென்றாள்.

அப்போது தான் வெளியே வந்த சீதா,அகிலா ரிதியை அழைத்துக் கொண்டு போவதை பார்த்து பதறி போய் அவர்களை தடுக்க போக, அதற்குள் அகிலா அவளை வெளியே கூட்டிச் சென்றாள்.

அகிலா பின்னே ரிதி மறைந்து கொண்டு பயத்துடன் நிற்க " அடடே !நான் வரதுக்குள்ள இங்க ஒரு பைட் சீன் நடந்துருச்சு போல.நான் மிஸ் பண்ணிட்டேன்" என்று பிரபு முகத்தை பார்த்து கூறினாள்.

"ஏய்! நீ போய் குட்ட பாவாடை போட்ட பாப்பாவ வெளிய வர சொல்லு.நான் அதுகிட்ட பேசணும் " என்று பிரபு சொல்ல, அந்த நிலைமையிலும் தீரன் ,முகில் ,ராமச்சந்திரன் மூவரும் சிரித்தனர்.

"எதே!குட்ட பாவாடை போட்ட பாப்பாவா " என்று வாயை பிளந்த அகிலா " யோவ்! நான்தான்யா அது " என்று அனல் தெறிக்க கூறினாள்.

அவளையே மேலும் கீழும் பார்த்த பிரபு "இல்லையே! அந்த புள்ள நல்லா சிக்குன்னு இருந்துச்சு" என்று யோசித்தான்.

ரிதியின் தொள தொள ஆடைகளை அணிந்ததால் அவள் தோற்றம் வித்தியாசமாக காட்ட ,அவளது பார்வை இப்போது தீரனை சுட்டது.

"நான் கல்யாணம் பண்ணிக்க போற பொண்ணு இந்த வீட்ல தான் இருக்கா.வர சொல்லு " என்று பிரபு எகிறினான்.

"யோவ் இந்தா இருக்காயா உங்க வீட்டு பொண்ணு" என்று பின்னே இருந்த ரிதியை முன்னே இழுக்க, தீரன் அதிர்ந்து போய் அகிலாவை முறைத்தான்.

பிரபுவின் பார்வை வக்கிரமாக ரிதியின் மேல் படிய, அவன் பார்வையில் எப்போதும் போல் உடல் கூசி போனாள் ரிதி.

அகிலா தான் தீரன் அருகில் சென்று "அங்க பாரு காதல் ஜோடிய.அந்த ஆளு எப்படி ரொமான்ஸா பாக்குறாரு பாரு? இப்படி பிரிக்க பார்க்குறியே " என்று அவள் பெருமை பேசினாள்.

"இங்க பாருங்க சார்! வீட்டுக்கு கூட்டிட்டு போய் உங்க ரொமான்ஸ் லுக்க வச்சுக்கோங்க.இங்க நாங்க சிங்கிஸ்லாம் இருக்கோம் "என்று பொறாமையுடன் கூற, தீரன் அவளை பார்வையாலேயே எரித்தான்.

முகில் தான் சிரிப்பை அடக்க பெரும்பாடு பட்டு விட்டான்.

****

"என்ன இது?" என்று போனில் இருக்கும் மார்க்கை அவள் முன் காட்டினான்.

ஹாசி திரு திரு வென முழித்து "ஐயோ இத யாரு இந்த ஆளுக்கு அனுப்பினது.யோவ் சொட்ட இப்படி பழி வாங்கிட்டியே யா" என்று நொந்து கொண்டாள்.

இருந்தும் தன் கெத்தை விடாமல் "என்னது இது? யாரு மார்க் ?யாரு மாமா இப்படி ஃபெயில்லா போனது ?" என்று வாயில் கை வைத்து கேட்டாள் ஹாசி.

16

அத்தியாயம்-16

நடுவில் அகிலா, அவளுக்கு எதிரே ராமச்சந்திரன்,வலது பக்கம் தீரன், இடது பக்கம் முகில் என்று வட்டமாக சப்பலம் கொட்டி தரையில் அமர்ந்திருக்க, சீதா, ரியா இருவரும் அவர்கள் அருகில் நின்று இருந்தனர்.

பிரபு தன் ஆட்களுடன் வெளியே நின்று கொண்டிருந்தான்.

"சொல்லுங்க மாமா? என்ன பிரச்சினை? சொல்லுங்க.உங்களுக்கு என் உதவி இப்போ தேவை படுதுன்னு எனக்கு தெரியும் " என்று அவர் காலரை பிடித்து இழுக்க, அவர்தான் அவரது மனைவியை பாவமாக பார்த்தார்.

"என்ன உதவி வேணும் தயங்காம கேளுங்க " என்று அவள் மேலும் கத்த, அங்குள்ள அனைவருக்கும் அவள் செய்கையில் சிரிப்பு தான் வந்தது.

"ஹான்! இப்போ நீ வீட்டுக்கு போறது தான் எங்களுக்கு செய்யுற பெரிய உதவி " என்று தீரன் வாய்க்குள் முனங்கினான்.

அவனை ஒரு முறை முறைத்து விட்டு, வெடுக்கென திரும்பிக் கொண்டாள் அகிலா.

"பாத்து கழுத்து சுளிக்கிக்க போகுது" என்று அவனும் திரும்பிக் கொண்டான்.

பின் சீதா தான் ரிதன்யாவிற்கு நடந்ததை எடுத்து சொல்ல, அகிலா பக்கென சிரித்து விட்டாள்.

"அட கிறுக்கு பய புள்ள.இதுக்கு போய் பயந்தா வீட்டை விட்டு ஓடி வந்த?" என்று ரிதுவை பார்த்து கேட்க ,அவள் 'ஆம்' என்று கண்ணீரோடு தலை அசைத்தாள்.

"சரி நான் தானே கூட்டிட்டு வந்தேன்.இப்போ நானே சரி பண்ணிக்கிறேன்.ஹலோ பாய்ஸ் யாரும் என் பின்னால வர கூடாது. ஓகே! அகிலா தனியாவே இத டீல் பண்ணிக்குவா" என்று ரிதுவை அழைத்துக் கொண்டு வெளியே போக, சீதா ராமச்சந்திரன் இருவரும் பதறி விட்டனர்.

"என்ன பா அவ பாட்டுக்கு இழுத்துட்டு போறா.நீங்க போய் ஏதாவது பண்ணுங்க" என்று அவர்கள் பதறினார்.

" அட ஏன் மா நீங்க வேற!இவளால தான் அடுத்தவங்களுக்கு பிரச்சனை வரும்.இவ தப்பிச்சு ஓடிருவா.இப்போ அதான் நடக்கும்.பாவம் பிரபுவை நெனச்சா தான் கவலையா இருக்கு" என்று முகில் உச் கொட்ட, தீரன் அதை ஆமோதிப்பதாக தலை ஆட்டினான்.

ரிது கையை இழுத்துக் கொண்டு வெளியே சென்றவள் "ஹலோ இதுல பிரபு யாரு ?" என்று கேட்க, வாயில் அடி வாங்கிய வலியுடன் முன்னே வந்தான்.

"ஓஹோ! நீங்கதான் அந்த மகா பிரபுவா.அதுசரி ,உங்க பொண்டாட்டி பத்திரமா தான் இருக்கா. நீங்க தாராளமா கல்யாணம் பண்ணி கூட்டிட்டு போகலாம் " என்று அகிலா கூற,பிரபு வாய் எல்லாம் பல்லாக அவளை பார்த்து வைத்தான்.

"சூப்பர்! இப்போ ரிதி இங்க வந்து இத்தனை நாள் ஆச்சு.அவளுக்கு ஏதாவது ஆகி இருந்தா? அவ இப்போ எந்த நிலைமையில இருந்தாலும் உங்களுக்கு ஓகே வா ?" என்று கேட்டாள்.

பிரபு புரியாமல் முழித்தான்."என்ன நிலைமை? ஏன் இப்போ நல்லா தானே இருக்கா " என்று அவளை மேல் இருந்து கீழ் வரை பார்த்து கூறினான்.

"அது இல்ல.இங்க வந்து தங்குறதுக்கு முன்னாடி அவ வேற ஒரு இடத்தில மாட்டிக்கிட்டா.அங்க இருந்து தான், நாங்க இவளை இங்க கூட்டிட்டு வந்தோம்" என்று கூறினாள்.

பிரபு புருவத்தை சுருக்கி "எங்க இருந்து?" என்று கேட்டான்.

அகிலா அவனை பார்த்து கண்ணடித்து "அதான் பா !மஜா பண்ற இடம் "என்று கூறினாள்.

அதில் கொதித்த பிரபு ,அவன் பார்வையாலேயே ரிதியை முறைத்தான்.

ரிதியே அதிர்ந்து போய் அகிலாவை பார்க்க 'நான் பார்த்துக் கொள்கிறேன்' என்று அவள் கண்ணசைத்தாள்.

பல்லை கடித்துக் கொண்டு "அப்போ இவ சுத்தம் இல்லன்னு சொல்ல வரியா?" என்று குரலில் கனலை ஏற்றி கேட்டான்.

"அப்படின்னு சொல்ல முடியாது. அப்படி ஆகிருந்தா இவளை நீ கல்யாணம் பண்ணிக்க ரெடியா?" என்று அகிலா கேட்டாள்.

சட்டென மறுத்தான் பிரபு. அவனுக்கு எந்த பெண்ணை பிடித்தாலும் அவன் தான் அதை முதலில் ருசி பார்க்க வேண்டும் என்ற எண்ணம் உடையவன்.

இதுவரை அவன் தொட்ட இடம் எல்லாம் அப்படித்தான்.இப்போது மனைவி ஆக போகிறவள் கற்பை பறி கொடுத்துவிட்டு வந்தால், அவன் ஏற்று கொள்ளும் ரகமா என்ன?

"அப்படி நடந்தா இவளை நான் திரும்பிக் கூட பார்க்க மாட்டேன்.சொல்லு டி..அங்கேயே எல்லாம் நடந்து முடிஞ்சு போச்சா?" என்று கேட்க, ரிதி பதில் கூறாமல் அகிலாவைப் பார்த்தாள்.

"நீங்க பதறாதிங்க பிரபு.உங்களுக்கு உதவி பண்ணத்தான் நான் என் ஆட்களை வர சொல்லிருக்கேன் " என்று தன் கைபேசியை எடுத்தாள்.

"என்னாச்சு ? எங்க இருக்கீங்க? வந்தாச்சா? " என்று அவள் கேட்க, அவள் முன் ஒரு டெம்போ வந்து நின்றது.

உள்ளே இருந்து மூணு பேர் வெள்ளை ஆடை உடுத்திக் கொண்டு இறங்க, அவர்களுடன் ஒரு நர்ஸ் வந்து இறங்கினாள்.

"யாரு மேடம் நீங்க சொன்ன ஆளு?" என்று கேட்க, பிரபு அவர்களை பார்த்து முழித்தான்.

"என்ன சார் ? உங்க பொண்டாட்டிய செக் பண்ணத்தான், இவங்க இங்க வந்துருக்காங்க" என்று அகிலா கூறினாள்.

"ஆமா சரி தான். இவளை கூட்டிட்டு போய் மொத செக் பண்ணுங்க "என்று அவன் கடுப்பாக கூறினான்.

அந்த பெண் "மேடம் நீங்க யாருனு சொல்லுங்க" என்று கேட்க, அகிலா பிரபுவை பார்த்து கண்ணை காட்டினாள்.

அவர்கள் வந்த கணமே இங்கு ஏதோ சரியில்லை என்று பிரபுவுடன் வந்த இருவரும் தப்பி ஓட,டெம்போவில் இருந்து வந்த மூன்று ஆண்களும் பிரபுவை பிடித்துக் கொண்டனர்.

அவன் புரியாமல் "ஐயோ நான் இல்ல. இவளுக்கு தான் டெஸ்ட் எடுக்கனும்" என்று அவர்கள் கைகளில் இருந்து விடு பட்டு, கத்திக் கொண்டே செல்ல ,அவன் அருகில் நெருங்கிய அகிலா, அவன் கண்களை வெறுப்போடு பார்த்து பேசினாள்.

"பொண்ணுங்கன்னா உனக்கு அவ்வளோ கேவலமா போச்சா? எவ்வளோ தைரியம் இருந்தா கண்ண அங்க இங்க அலை பாய விடுவ.அப்போவே உன் மூஞ்சிய பேத்து கைல கொடுத்துருப்பேன்"

"இன்னொரு முறை நீ எந்த பொண்ணையும் தொடனும்னு நினைக்கவே கூடாது" என்று தன் கால் முட்டியை மேலே தூக்கி அவன் மர்ம உறுப்பில் ஓங்கி அடித்தாள்.

அவனுக்கு தான் வலியில் வார்த்தை வராமல் கண்ணே கலங்கி விட்டது.

"இவன் தான்! சீக்கிரம் கூட்டிட்டு போங்க" என்று மனநல காப்பகம் வண்டியில் அவனை தூக்கி உள்ளே போட, அவனோ வலியிலும்,அவளை கண்களால் எரித்துக் கொண்டே "நான் வரமாட்டேன்" என்று கத்த

கத்த வண்டியை எடுத்தனர்.

கண்களில் வஞ்சகத்தோடு அங்கிருந்து சென்றான் பிரபு.

இதையெல்லாம் அதிர்ச்சி விலகாமல் பார்த்துக் கொண்டிருந்தாள் ரிதி.

"என்ன பேபி உள்ள போவோமா?" என்று கேட்க, ரிதி தான் அகிலாவை மிரட்சியாகப் பார்த்துக் கொண்டே உள்ளே சென்றாள்.

வாசலில் நின்று இவள் அடித்த கூத்தை பார்த்த நல்வரும் பொங்கிய சிரிப்பை அடக்கிக் கொண்டு உள்ளே சென்றனர்.

"நான் அப்போவே சொன்னேன்ல" என்ற ரீதியில் முகில் பார்க்க, சீதா ராமசந்திரன் இருவரும் அதை ஆமோதித்தனர் .

"அப்பறம் காய்ஸ் எல்லாம் நல்ல படியா முடிஞ்சு போச்சு.எனக்கு ஒரு முக்கியமான வேலை இருக்கு.நான் போய் என் டிரஸ்ஸ போட்டுட்டு கிளம்புறேன்" என்று தன் உடையை மாற்றிக் கொண்டு வந்தாள்.

மீண்டும் குட்டை பாவாடையில் வலம் வந்தவள், ரிதியின் அருகே சென்று "பயப்புடாத பேபி.ஒன்னும் ஆகாது.அவன் நம்ம கஸ்டடில தான் இருக்கான்.ஓகே வா! " என்று அவள் கன்னத்தை தட்டி விட்டு, முகில் பக்கம் ஒரு அழுத்தமான பார்வையை பதித்து விட்டு வெளியேறினாள்.

"போடி" என்ற ரீதியில் அவனும் முகத்தைத் திருப்பி கொண்டான்.இதையெல்லாம் தீரன் கவனித்துக் கொண்டு தான் இருந்தான்.

அகிலா செல்லவும், மழை பெய்து ஓய்ந்தார் போல் இருந்து அந்த வீடு.

****

"என்ன இதெல்லாம்? "

"என்ன மாமா ?"

"இது யாரு மார்க் ?"

"அதானே! இவ்வளோ கேவலமா யாரு மார்க் வாங்கினது?" என்று ஹாசி உதட்டை சுழித்தாள்.

"அடிங்க " என்று அவன் இருக்கையை விட்டு எழ, அவள் பயந்து இரண்டடி பின்னே நகர்ந்து விட்டாள்.

"படிச்சியா ,இல்லையா?" என்று அவன் முறைத்தான்.

"நான் படிக்க தான் செஞ்சேன்.ஆனால் மார்க் தான் வரலை "

"அதான் ஏன்?"

"ஏன்னா..என்னைய எங்க காலேஜ்ல நிறையா ஸ்டாபுக்கு பிடிக்காது. அதான் மார்க் கம்மியா போட்டாங்க"

"உங்க காலேஜ் பேப்பர் வெளிய தானே திருத்த போகும்.அப்பறம் எப்படி மார்க் கம்மியா வரும்?" என்று சரியாக செக் வைத்தான்.

ஹாசி 'மாட்டி விட்டாயே' என்று ரீதியில் அவனை பார்த்தாள்.

"ஒழுங்கா படிக்கிறதுன்னா படி.இல்லேனா எரும மாடு தான் மேய்க்கனும்" என்று கத்தினான்.

"அதான் உங்கள மேச்சுக் கிட்டு தானே இருக்கேன்" என்று பல் இடுக்கில் கூற "ஏய் எது பேசிறதா இருந்தாலும் சத்தமா பேசு டி" என்று கத்தினான்.

"நான் என்ன பண்ணுவேன்? என்ன பத்தி எல்லாமே உங்களுக்கு தெரிஞ்சு இருக்கு. பொய் சொன்னாலும் மாட்டிகிறேன்" என்று உதட்டைப் பிதுக்கினாள்.

அவள் செய்கையில் சிரிப்பு வந்தாலும், அதை அடக்கிக் கொண்டு "ஆறுல நாலு பெயிலு. இப்போ என்ன பண்றதா இருக்க?"

"என்ன பண்ண.ஊருல இருக்குற அத்தனை சினிமா பாட்டும் எனக்கு அத்துப்படி.ஆனால் தம்மாத்துண்டு இந்த கணக்கு என் மண்டையில ஏற மாட்டுது" என்று அவள் கூறினாள்.

"ஓஹோ! எல்லா சினிமா பாட்டும் தெரியுமா?"

"சரி நீங்க நம்பலேனா, ஒரு பாட்டுல இடையில இருந்து ஒரு வரி சொல்லுங்க.நான் அந்த பாட்டோட மொத வரிய சொல்லுறேன்" என்று ஹாசி பெருமையாக பேசினாள்.

ஹர்ஷா அவளை தீயாக முறைத்தான் .அவன் முறைப்பில் அடங்கியவள் " சரி !அதான் டிசி வாங்கியாச்சுல .அப்பறம் என்ன?" என்று குரலை தாழ்த்தி கேட்டாள்.

"இந்த மார்க்க கொண்டு போனா, எந்த காலேஜ்ல சீட் தருவாங்க? ஏதாவது ஒன்னு ரெண்டு பாடம் வீக்கா இருந்தா பரவாயில்லை.எல்லா பாடமும் வீக்குன்னா, என்ன பண்றது?"

"படிப்புனாலே இந்த ஹாசினிக்கு வீக் தான்" என்று பஞ்ச் டயலாக் பேசினாள்.

"நீ அடங்க மாட்ட" என்று அவளை கை பிடித்து இழுத்து சென்றவன் தோட்டத்தில் விட்டு ,அங்குள்ள வெயிலில் நிறுத்தி அவளை பார்த்தான்.

"என்ன மாமா எதுக்கு இங்க வந்தோம் ?" என்று அவள் பாவமாக கேட்டாள்.

"இந்த பாவமான மூஞ்சிய என்கிட்ட காட்டாத. உன்ன பத்தி எனக்கு தெரியும்.இப்போ மரியாதையா உக்கி போடுற.நான் சொல்லுற வரைக்கும் நிப்பாட்டக் கூடாது" என்று மிரட்டினான்.

அவள் உதட்டைக் கடித்துக் கொண்டு, உக்கி போட ஆரம்பித்தாள்.

இடையில் பல எண்களை விட்டு அவள் கள்ளத்தனம் செய்ய, அதையும் சரியாகக் கண்டு பிடித்து மேலும் எண்களை கூட்டினான் ஹர்ஷா.

உக்கி போட்டு சோர்ந்து போனவள், மூச்சு விட்டு கொண்டே அவனை பார்க்க , இதற்குமேல் மேல் அவளை போட விட மனம் வராமல் "இனிமே வாய் பேசுனா, இத விட அதிகமா போடனும்" என்று அவளை எச்சரித்து விட்டு வீட்டிற்குள் செல்ல, அவன் பின்னே இவளும் சோர்வாக உள்ளே நுழைந்தாள்.

"வரு மாமா " என்று அழைத்தாள்.

அவன் நடையை நிறுத்தி அவளை திரும்பி பார்த்தான்.

"நான் உக்கி போட்டது மட்டும் தானே உங்களுக்கு தெரியும்.நான் உங்களை சைட் அடிச்சுக்கிட்டு உக்கி போட்டது உங்களுக்கு தெரியுமா?" என்று கேட்டாள்.

"இவளை" என்று கை முஷ்டியை இறுக்கியவன் அவள் அருகில் செல்ல, அப்போது தான் எதேர்ச்சியாக தொலைக்காட்சியில் அந்த செய்தி ஓடிக் கொண்டிருந்தது.

செல்லூர் செல்லும் வழியில் உள்ள XXX மாலில் திடீரென லிஃப்ட் பழுதடைந்த காரணத்தினால் இரண்டாம் தளத்திற்கும் ,மூன்றாம் தளத்திற்கும் நடுவில் நிற்கிறது.

உள்ளே சுமார் பத்துக்கும் மேற்பட்டடோர் சிக்கியுள்ளனர் என்று தகவல் வெளியாகி உள்ளது,என்று செய்தியில் ஓட இருவரும் ஒருவரை ஒருவர் ஒரு பார்வை பார்த்துக் கொண்டனர்.

சற்று முன் இருந்த மனநிலை மாறி, அவள் இருக்கையில் கண்ணை மூடி சாய்ந்து கொள்ள,ஹர்ஷா மெத்தையில் படுத்து கண்ணை மூடி விட்டான்.

அவனது நினைவுகள் பின்னோக்கி சென்றது.

அன்று ஹர்ஷா இருந்ததால் மாலில் ஒரு பொருள் வாங்க வேண்டும் என்று எண்ணி வந்தவள், ஹர்ஷா இருப்பதை பார்த்து அவள் தங்கையை அழைத்துக் கொண்டு வாங்க வந்த பொருளை வாங்காமல் சென்று விட்டாள் ஆத்வி.

மீண்டும் இரண்டு நாள் கழித்து அந்த மாலிற்கு அவள் சென்றாள்.அவள் தேடி வந்த பொருள் எங்கே உள்ளது என்று கண்டு பிடிக்கவே சில நிமிடம் தேவைப்பட்டது.

நகரும் படிகளில் பயணம் செய்ய பயம்.லிஃப்ட்டில் தனியாக செல்லவும் பயம்.அதானல் மாங்கு மாங்கென்று படிகளில் ஏறினாள்.

தனக்கு வேண்டியப் பொருட்களை ஒரு வழியாக கண்டு பிடித்து சொன்ன விலையில் அப்படியே வாங்கிக் கொண்டவள், திருப்தியாக அந்த தளத்தில் இருந்து வெளியேறினாள்.

அவள் ஆறாவது தளத்தில் இருந்ததால், இப்போது இறங்க சோர்வாக இருக்க, லிஃப்ட் வழியாக செல்ல முடிவெடுத்தாள்.

அவள் லிஃப்ட் வாசலில் நிற்க, ஒரு ஆண் ,அவர் மனைவி மற்றும் அவர்கள் கையைப் பிடித்துக் கொண்டு ஒரு குட்டி வாண்டு மூவரும் உள்ளே நுழைந்தனர்.

குடும்பமாக இருப்பதை பார்த்து நிம்மதி மூச்சு விட்டவள்,உடனே அவளும் உள்ளே நுழைந்து விட்டாள்.

ஆறாம் தளத்தில் இருந்து நான்காம் தளத்தில் வந்து லிஃப்ட் நின்றது. அவளுடன் வந்த மூவரும் அந்த தளத்தில் இறங்கி செல்ல, அவர்களை தொடர்ந்து ஒரு

ஆண் அந்த லிஃப்ட்டிற்குள் நுழைந்தான்.

அவன் வரவும் அவளுக்கு வயிற்றில் பய பந்து உருள, லிஃப்ட்டை விட்டு வெளியே செல்ல போகும் நேரம் கதவு மூடிக் கொண்டது.

மீண்டும் லிஃப்ட் மேல் தளத்தை நோக்கி சென்றது. இதுவரை தனியாக எங்கும் செல்லாத ஆத்வி,எப்போதும் அவள் தங்கையுடன் வந்து தான் பழக்கம் .

இப்போது ஒரு ஆடவனுடன் மாட்டிக் கொண்டோமே என்று அவள் பீதியில் இருக்க, அவள் பீதியை அதிகப் படுத்தும் வகையில் லிஃப்ட் மேல் தளத்தை நோக்கி சென்றது.

அதை கவனித்த ஆத்வி,மெல்லிய குரலில் " சார் நான் கீழே போகனும் சார்" என்று கூறினாள்.

"சோ வாட்? நான் மேலே போயிட்டு இறங்கிக்கிறேன். அப்பறம் நீங்க கீழே போங்க" என்று ஜர்க்கினில் தலையை மூடிக் கொண்டு முகம் தெரியாத வண்ணம் அவன் பேசிக் கொண்டிருந்தான்.

அவளோ அமைதியாக நின்று விட்டாள்.லிஃப்ட் மீண்டும் ஆறாம் தளத்தில் நிற்காமல் வேகமாக மேலே சென்று மீண்டும் கீழே இறங்க, ஆடவன் துணுக்குற்றான்.

ஆத்வி பயத்தை முகத்தில் அப்பட்டமாக காட்டினாள்.

"ஏன் சார் ஆடுது?" என்று கேட்டாள்.

"தெரியலை ஆத்வி" என்று ஏதோ யோசனையில் அவள் பேர் சொல்லி அழைத்து விட்டான்.

அவன் பெயர் கூறியதும், கண்களை சுருக்கியவள் "என் பேர் உங்களுக்கு எப்படி தெரியும்?" என்று கேட்டாள்.

அவனோ கண்களை அழுந்த மூடி பின் திறந்து 'மாட்டிக்கிட்டோம்' என்று தனக்குள்ளேயே கூறிக் கொண்டான்.

அப்போது லிஃப்ட் கட்டுப்பாடு இல்லாமல், மேல் தளத்தில் இருந்து அதி வேகமாக கீழே இறங்க, பயத்தில் அலறி போய் அவள் அந்த ஆடவனோடு ஒன்றினாள்.

அவனுக்கும் இந்த சமயத்தில் என்ன செய்வது என்று தெரியவில்லை. வேகமாக தன் தலையில் உள்ள ஜர்க்கினை இறக்கி விட்டு தன் கைபேசியை எடுத்து வெளிய உள்ளவர்களை தொடர்பு கொள்ள நினைத்தான்.

அவள், அவன் கைகளைப் பிடித்துக் கொண்டு " இப்போ டவர் இருக்காது" பாருங்க என்று சரியாகக் கூற , அதே போல் அவன் போனில் டவர் கட்டாகி இருந்தது.

அவளையே விசித்திரமாக பார்த்தவன் ,அவளை தள்ளி நிறுத்த, அப்போது தான் அவளும் அவன் முகத்தை பார்த்து அதிர்ந்து போனாள்.

"இவரா" என்று அவள் கண்கள் விரிய பார்க்க, அவனோ ஒரு சிறு சிரிப்புடன் அவளை தான் பார்த்துக் கொண்டிருந்தான்.

இப்போது லிஃப்ட் ஓர் இடத்தில் மாட்டிக் கொண்டு நிற்பது தெரிந்தது.

அவளோ மெல்லிய குரலில் "நீங்க எதுக்கு இப்போ வந்திங்க ?" என்று கேட்டாள்.

"இது என்ன மா? எனக்கு மேல வேலை இருந்துச்சு. அதுனால நான் வந்தேன"

"இப்போ பாருங்க.கொஞ்ச நேரத்துல எனக்கு மூச்சு திணறும்" என்று அவள் கூற, அவனோ அவளையே கூர்மையாக பார்த்தான்.

"நிஜமா தான்" என்று கண்களை உருட்டியவள் " எத்தன படத்துல பார்த்திருக்கேன்.மொத ஹீரோ ஹீரோயின் லிஃப்ட்ல மாட்டிகுவாங்க"

ஹர்ஷா சுவாரஸ்யமாக "ஹான் அப்பறம்" என்று கேட்டான்.

"அப்பறம் ஹீரோயின் பயந்து போய் ஹீரோ கைய பிடிச்சு வச்சுப்பா"

"ஓஹோ!"

"அப்பறம் கொஞ்ச நேரத்துல காத்து இல்லாம அவளுக்கு மூச்சு திணறும்" என்று கண்களை உருட்டி ,கைகளை ஆட்டி ஆட்டி கூறினாள்.

அவள் பேசும் பாவனையில் சொக்கி போனான் ஹர்ஷா."சரி அப்பறம் "என்று அவன் ஒரு எதிர் பார்ப்போடு கேட்டான்.

"அதுக்கு அப்பறம் ஹீரோயின்க்கு மூச்சு இருக்காது.உடனே ஹீரோ வந்து.." ன்று அவள் இழுத்தாள்.

"வந்து.." என்று அவளை போல் இழுத்து ,தன் சிரிப்பை அடக்கிக் கொண்டு கேட்டான்.

அவளோ அவனை பார்க்காமல் தயக்கமாக தலையை கவிழ்த்துக் கொண்டு "அது வந்து அவன் ஹீரோயின் லிப்ஸ்ல , ஹீரோ மு.மு த்.." என்று அவளுக்கு சொல்ல வராமல் வேர்த்து கொட்ட, அப்போது அவளுக்கே மூச்சு விட சிரமாக இருந்தது.

அவளோ மூச்சு விட்டு கொண்டே "பாருங்க .நான் சொன்னேன்ல" என்று மூச்சை விட, அவனுக்கு அவள் செய்கை மிகவும் பிடித்துப் போனது.

ஆனால் மூளை மணி அடிக்க, உடனடியாக ஏதாவது செய்ய வேண்டும் என்று அவன் லிஃப்ட்டை சுற்றி முற்றி பார்க்க, அப்போது லிஃப்ட் வேகமாக கீழ சென்று தரை தளத்தில் நின்றது.

அந்த பயத்தில் ஆத்வி அவனை கட்டிக் கொள்ள, அவனும் அவளது முதுகை தடவி கொடுத்து "ஒன்னும் இல்ல ஆது.நீ பயப்படாத" என்று அவளுக்கு ஆறுதல் கூறினாள்.

சிறிது நேரத்தில் லிஃப்ட் ஓபன் ஆக, அப்போதுதான் இருவருக்கும் மூச்சே வந்தது.

விரைந்து அவளை அழைத்து கொண்டு அவள் வீட்டுக்கு சென்றான் ஹர்ஷா.

அவளும் பயத்திலேயே அவனுடன் வந்து விட்டாள்.வீட்டு வாசலில் வண்டியை நிறுத்தி அவள் கை பிடித்து இறக்கியவன் உள்ளே அழைத்து செல்ல, மாடியில் இருந்து இதை பார்த்த ஹாசி அடித்து பிடித்து கீழே ஓடி வந்தாள்.

வந்த வேகத்தில் அவள் ஹர்ஷா மீது முட்டிக் கொள்ள,அவன் அவளை பிடித்து நிறுத்தினான்.

"ஏன் ஹாசி குட்டி இப்படி ஓடி வர?" என்று கேட்டான்.

அவளோ அவன் செல்ல பெயரில் அழைத்தது அறியாமல் தன் அக்காவின் மீதே பார்வையை பதித்தாள்.

உள்ளே அழைத்து சென்று மணியிடம் "சார்! உங்க பொண்ணுக்கு எந்த பிரச்சினையும் இல்லை. லிஃப்ட்ல போகும் போது, அது கொஞ்சம் ரிபேர் ஆகிடுச்சு. அதான் பயந்துட்டா.வேற ஒன்னும் இல்ல " என்று பொறுமையாக எடுத்துக் கூற, மணி தன் மகளை அணைத்து கொண்டார்.

"எனக்கு ஒன்னும் இல்லப்பா" என்று ஆத்வி சிரித்தாள்.

"என்ன மா நீ !பார்த்து போக கூடாதா?" என்று தன் மகளை செல்லமாக கண்டித்தவர், ஹர்ஷா பக்கம் சென்று "எனக்கு நீங்க இரண்டாவது முறையா உதவி பண்ணிருக்கிங்க சார்.ரொம்ப நன்றி" என்று பணிவாக கூறினார்.

"பரவாயில்லை சார் " என்று ஹர்ஷா கூறினான்.

"அக்கா! நம்ம அன்னைக்கு போனோமே. அந்த மால் தானே ?" என்று ஹாசி கேட்க, ஆத்வி "ஆம்" என்று தலை அசைத்தாள்.

"அந்த ஓனர் ஒரு வீணா போனவன்.அவன் கண்ணுல பச்ச பாம்பு கொத்த.எங்க அக்காவ முழுங்க பார்த்துட்டான்.அவன் என் கண்ணு முன்னாடி வராத வரைக்கும் தான் அவனுக்கு நல்ல காலம்.அப்படி தப்பித் தவறி என் கண்ணுல அவன் சிக்குனான், அப்பறம் இந்த ஹாசினி யாருனு பார்க்க வேண்டியது வரும்"

மணிக்கு தான் இவனை பற்றி தெரியுமே.அதனால் கலவரமாக தன் மகளை முறைத்து ஏதோ கூற போக, ஹர்ஷா கண் அசைவில் தடுத்து விட்டான்.

அவள் திட்டிய திட்டில் அவனால் அங்கு நிற்கக் கூட முடியவில்லை.

"நான் கிளம்புறேன்" என்று அவன் ஆத்வியை ஒரு பார்வை பார்த்து விட்டு "ஹாசி குட்டி வரேன்" என்று வீட்டை விட்டு வெளியேறினான்.

அப்போதுதான் அவன் தன்னை புது பெயரில் அழைப்பதை உணர்ந்து "நில்லுங்க! நில்லுங்க! நில்லுங்க சார்" என்று பின்னேயே ஓடினாள்.

"எனக்கு செல்ல பெயர் வச்சா , நானும் வைப்பேன்" என்று டீல் பேசினாள்.

"அதுக்கென்ன ! தாராளமா வை"

"என்ன வைக்கலாம்? நான் பேர் யோசிச்சு நாளைக்கு சொல்லுறேன்" என்று கூற, அவனும் தலை ஆட்டி விட்டு வெளியேறினான்.

ஏனோ வீட்டில் உள்ளவர்களின் மனதில் அவன் இடத்தை பிடித்து விட்டான் என்றே சொல்ல வேண்டும்.

மணிமேகலை மணிக்கு ஒரு தரம் ஹர்ஷா புகழ் பாட, ஹாசி நொந்து விட்-டாள்.

அனைத்தையும் நினைத்து பார்த்த ஹர்ஷா, அன்று லிஃப்ட்டில் ஆத்வி பேசி-யதை யாரிடமும் கூறவில்லை.

"மாமா, ஃபிளாஷ் பேக் முடிஞ்சதுனா நம்ம சாப்பிட போகலாமா?" என்று ஹாசி நக்கலாக கேட்டாள்.

"அன்னைக்கு அந்த லிஃப்ட்ல என்ன நடந்தது தெரியுமா ஹாசி ?" என்று ஹர்ஷா எங்கோ வெறித்துக் கொண்டு கேட்டான்.

"ஏன் தெரியாது? அன்னைக்கு அந்த லிஃப்ட் சீன்ல தானே ,நீ ஆத்வியை இறுக்கி அணைச்சு உம்மா கொடுத்த.அதுக்கு கூட எங்க எல்லாருக்கும் நீ பார்ட்டி வச்சியே ஹர்ஷா !மறந்துட்டியா ?" என்று அகிலா அலுங்காமல் குலுங்கமால் குண்டை போட, ஹாசி அவனை பார்வையாலேயே எரித்தாள்.

ஹர்ஷா தான் தன் மனைவியை பார்த்து முழித்துக் கொண்டிருந்தான்.(இவ எப்போ இங்க வந்தா?)

****

இங்கு தன் வேலைகள் அனைத்தையும் சரியாக செய்த சுதர்சன் ,பெற்றோர்-கள் சொன்ன திருமணத்திலும் கலந்து விட்டு வீட்டிற்கு வந்தான்.

பாவம் அவன் செய்யப் போகும் செயலால் பல பேரின் வாழ்க்கை திசை மாற போவதை அறியாமல்!

17

அத்தியாயம்-17

ஹர்ஷா அவள் முறைப்பில் இருந்து தப்பிக்க, அவனது அறைக்கு சென்று விட்டான்.

"வாங்க அகிலா அக்கா.நீங்க எப்போ வந்திங்க?" என்று ஹாசி கேட்டாள்.

"நான் நீங்க ஸ்டார்ட் பண்ணும் போதே வந்துட்டேன்.ஒரு முக்கியமான விஷயம் ,உங்க ரெண்டு பேரு கிட்ட பேசனும்.அதான் இவ்வளோ தூரம் வந்தேன்" என்று கூறினாள்.

"ஓகே ! நீங்க அவர்கிட்ட பேசிட்டு இருங்க. நான் உங்களுக்கு காபி கொண்டு வரேன்" என்று புன்னகையுடன் அடுக்களைக்குள் சென்றாள்.

அறைக்குள் நுழைந்த அகிலா "ஹலோ ஆத்வியின் காதலன் இருக்கிங்களா? ஹலோ " என்று குரல் கொடுத்துக் கொண்டே உள்ளே வர,அவள் தன்னை அழைத்த விதத்தில் அவளை முறைத்து வைத்தான் ஹர்ஷா.

"சரி சரி! பொங்காத" என்று அவனை சீண்டிக் கொண்டே அவன் அருகில் அமர்ந்தாள்.

ஹர்ஷாவிடம் பேசும் ஒரு பெண் என்றால் அது அகிலா மட்டுமே. ஏன் சீதா கூட பயத்தால் நெருங்க அச்சப்படும் வேளையில் அகிலா தான் தைரியமாக அவனிடம் சென்று சண்டையிடுவாள்.

மூர்த்தி, மல்லிகா இருவரும் திருமணமான புதிதில் ஹர்ஷா வீட்டின் அருகே குடி வந்தனர்.

அப்போது சீதவிற்கு ஹர்ஷா தீரன் இருவரும் பிறந்து இருந்தனர்.ஹர்ஷா ஐந்து வயது குழந்தையாக, தீரன் மூன்று வயது குழந்தையாக ஓடி ஆடி விளையாடிக் கொண்டிருந்த காலம் அது!

மல்லிகாவிற்கு சிறு பிள்ளையாய் ஓடி ,ஆடி திரியும் இரு ஆடவர்களையும் கண்டால் அவரும் சிறு பிள்ளை போல் குதித்து விடுவார்.

சிறு பிள்ளைகள் மேல் உள்ள ஈர்ப்பின் காரணமாக இரு குடும்பமும் நன்றாக பழகி வந்தனர்.

அப்போது தான் மல்லிகா கருவுற்று இருக்க, இரு குடும்பமும் மகிழ்ச்சியில் திளைத்தது.

சீதா தான் கோவில் கோவிலாக சென்று வேண்டினார். பெண் பிள்ளை தான் பிறக்க வேண்டும் என்று.

அவருக்கு பெண் பிள்ளை என்றால் கொள்ளைப் பிரியம்.மல்லிகாவும் தீரன் ஹர்ஷா கூடவே இருப்பதால் அவரும் பெண் பிள்ளைக்காக ஏங்கினார்.

அவர் கோவிலை சுற்றிய பலனாக அவர்கள் ஆசைப்படி பெண் பிள்ளை பிறந்தது மல்லிகாவிற்கு.

அடிக்கடி மல்லிகா வீட்டிற்கு வந்து விளையாடும் ஹர்ஷா,அகிலா பிறந்த மறு-நாளில் இருந்து தன் இருப்பிடத்தை அவள் வீட்டிற்கு மாற்றிக் கொண்டான்.

அவன் மல்லிகா வீட்டிலேயே குடியும் குடித்தமனமும் ஆக இருக்க, சீதா வீட்-டிற்கு அழைத்தும் அவன் வர மறுத்து விட்டான்.

இதுவரை தன்னுடன் விளையாடிய அண்ணன், இன்று அந்த குழந்தையை பார்க்கவும் அவள் அருகில் இருப்பது தீரனுக்கு வருத்தமாக இருந்தாலும், அவனும் அந்த குழந்தை அருகே அமர்ந்து ரசித்துப் பழக ஆரம்பித்தான்.

அவளது குட்டி விரல்,குட்டி பாதம் என்று ஹர்ஷா தொட்டு மகிழ்ச்சியில் இருக்க , தீரன் அந்த வயதிலும் அகிலாவின் மூக்கை பிடித்து சற்று நேரம் மூச்-சிற்கு ஏங்க விடுவான்.

அவனுக்கு அப்போது அது விளையாட்டாக தெரிய, இதை ஒரு நாள் பார்த்த சீதா, அவனை முதுகில் இரண்டு போட்டு வீட்டிற்கு அழைத்துச் சென்றார்.

அவளால் தான் தன் அன்னையிடம் அடி வாங்கினோம் என்று மனதில் நினைத்துக் கொள்ள,அதிலிருந்து அவன் அகிலாவிடம் இருந்து சற்று விலகியே இருந்து கொண்டான்.

ஆனால் வளர வளர அகிலா தன் மொத்த பாசத்தையும் ஹர்ஷா மீது செலுத்த, தீரன் ஏங்கிப் போனான்.

ஹர்ஷா இல்லாமல் அகிலா இல்லை! அகிலா இல்லாமல் ஹர்ஷா இல்லை ! என்று இருவரும் அன்பில் திளைத்துப் போனார்கள்.

ஹர்ஷா வீட்டில் ஏதாவது காரியம் நடக்க வேண்டும் என்றால் அவர்கள் அகி-லாவின் துணையை நாடுவார்கள்.

அதே போல் அகிலா வீட்டில் ஹர்ஷா துணையை நாடுவார்கள்.

என்னதான் வயதிற்கு மூத்தவர்களாக அனைவரும் இருந்தாலும், அனைவ-ரையும் பெயர் சொல்லியே அழைத்துப் பழகினாள்.

அவர்களும் அதையே தான் அவளிடம் விரும்பினார்கள்.

அப்படியே மூவரும் ஒன்றாகவே வளர, இடையில் அகிலாவின் ஐந்தாவது வயதில் முகில் கூடவே வந்து ஒட்டிக் கொண்டான்.

அகிலா அவன் மேலும் கொள்ளை பாசத்தைக் கொட்டினாள்.ஆனால் வளர வளர தீரனுக்கு தன் மீது உள்ள ஒதுக்கம் புரியாமல் அவளும் அவனிடம் இருந்து விலகியே இருந்தாள்.

அவனும் அவளைக் கண்டுக் கொள்ள மாட்டான்.

பின் பெரியவர்கள் கொஞ்சம் பணம் சேர்க்கவும் ,சொந்த வீடு கட்டும் முயற்சியில் முகில் வீடும் ,அகிலா வீடும்,அங்கிருந்து காலி பண்ணி சென்றனர்.

அதோடு அவர்கள் நட்பு முடிந்து போகாமல், தினமும் ஹர்ஷா வீட்டுக்கு வந்து விடுவாள் அகிலா.

முகிலும் வந்து சேர, வீடே களை கட்டும்.ஆனால் வளர வளர ஹர்ஷாவின் குணம் அப்படியே ராமச்சந்திரனின் அப்பா போல் மாற, அதனால் ஹர்ஷாவிடம் பார்த்து பேசியே பழகினார்கள்.

அவனுடைய குணம் அப்படியே அவன் தாத்தா போல் வந்ததால் அவனை பார்த்து பூரித்து போனார் ராமச்சந்திரன்.

சீதா தான் கோபித்து கொள்வார்.மாமா போல் இவனும் கோபக்காரனாக வந்து விட்டானே என்று!

இப்போது அதே நட்புடன் தன் தோழனிடம், தன் வாழ்க்கையில் எடுத்திருக்கும் முக்கியமான முடிவை கூற வந்துள்ளாள் அகிலா.

"நான் உன்கிட்ட ஒரு முக்கியமான விஷயம் பேசனும் ஹர்ஷா"

"சொல்லு" என்று அவன் பார்வையாலேயே வினவினான்.

"சரி! என் மேல கோவமா தான் இருக்க.நான் ஒத்துக்கிறேன்.அதுக்காக இப்போ கோவத்தை காட்டாத. நான் உன்கிட்ட சொல்ல போறது என் வாழ்க்கை விஷயம் " என்று கூற , அவன் அவளையே கூர்ந்து பார்த்தான்.

"ஆமா ! எனக்கு கல்யாணம் பண்ண முடிவு பண்ணிட்டாங்க " என்று அகிலா கூற, ஹர்ஷா அதிர்ந்து அகிலாவைப் பார்த்தான்.

"என்ன? எதுக்கு? இப்போ என்ன அவசரம்? " என்று அவன் பதறி போய் கேட்டான்.

"என்ன மாமா நீங்க? அவங்களுக்கு கல்யாணம்னு சொல்லிட்டாங்க.சந்தோசப்படாம ,கேள்வி கேக்குறீங்க" என்று ஹாசி காபியை எடுத்துக் கொண்டு உள்ளே நுழைந்தாள்.

அவளை ஒரு பார்வை பார்த்தவன், பின் அகிலாவை பார்த்து "நீ என்ன முடிவு பண்ணிருக்க?" என்று கேட்டான்.

"இதுல நான் என்ன முடிவு பண்ண இருக்கு? என் மனசுல என்ன இருக்குனு உனக்கு தெரியும். சோ அதான் நடக்கும்.அப்போ நீதான் எனக்கு சப்போட் பண்ணனும் " என்று அகிலா கேட்க, அவன் அவளை முறைத்துப் பார்த்தான் .

"இத வீட்லயே சொல்லி நீ கல்யாணம் பண்ணலாம்ல"

"வீட்ல சொல்லி பண்ணா அதுல என்ன கிக் இருக்க போகுது? அகிலா கல்யாணம்னா சும்மாவா?"

"வாய மூடு அகி.எல்லாம் விளையாட்டு இல்ல"

"நீ எனக்கு அட்வைஸ் பண்ணாத.உன்கிட்ட நான் என் பிளானை சொல்லத்தான் வந்தேன்" என்று அகிலாவும் சீறினாள்.

இவர்கள் வாக்குவாதத்தை பார்த்த ஹாசி ,வாயை பிளந்து விட்டாள்.

"என்ன மாமா கிட்டயே ,இந்த உருட்டு உருட்டுறாங்க.அப்போ இவங்களை பிடிச்சா நம்ம நெனச்சது நடக்கும்" என்று கையில் இருக்கும் காபியை பார்த்தவள் 'ஐயோ இது வேற ஆருதே' என்று அங்குள்ள இருக்கையில் அமர்ந்து அவளுடைய காபியை மட்டும் எடுத்து பருக தொடங்கினாள்.

அகிலா தன் திட்டம் முழுவதையும் கூற ,அதை கேட்ட ஹாசினிக்கு காபி புறைக்கேறியது.

" அம்மாடி! என்ன பிளானு டா சாமி" என்று அவள் கண்கள் விரிய பார்த்தாள்.

அகிலா அவள் தலையில் தட்டி "நீ சொல்லு ஹாசி.நம்ம பிளான் எப்டி?" என்று கேட்டாள்.

"அக்கா! நான் ஒன்னு சொன்னா என்ன? தப்பா நினைக்க கூடாது " என்று அவள் தயங்கிக் கொண்டே கேட்க, அகிலா ஒரு வித யோசனையுடன் தலை ஆட்டி விட்டு ஹர்ஷாவை பார்த்தாள்.

அவனோ ,நக்கலாக " என் ஹாசி குட்டி கூட இந்த மட்டமான பிளானுக்கு ஓகே சொல்ல மாட்டா" என்பதை போல் அவன் பார்த்து வைத்தான்.

"சொல்லு டா" என்று ஹாசியை கேட்க "அக்கா நீங்க தப்பா நினைக்கலேனா ,இந்த பிளான்ல எனக்கும் ஒரு ரோல் தாங்களேன்.எனக்கு ரொம்ப பிடிச்சு போச்சு.இதுல எல்லாம் எனக்கு பார்டிசிபேட் பண்ண ரொம்ப பிடிக்கும்" என்று அவள் துள்ளினாள்.

ஹர்ஷா வெறி ஆகி விட்டான். இப்போது சிரிப்பது அகிலாவின் முறை ஆகிற்று.

"என்னமோ பண்ணு! கல்யாணத்துக்கு அப்பறம் நீதான் சமாளிக்கனும்.என்னால எதுவும் செய்ய முடியாது " என்று ஹர்ஷா உறுதியாக கூறி விட்டான்.

"அத நான் பார்த்துக்கிறேன்.நீ மட்டும் வாய திறக்காம இரு போதும் " என்று அகிலா கூற " நல்லா யோசிச்சு சொல்லு .நான் வாய திறக்க வேண்டாமா?"

என்று ஹர்ஷா கேட்டான்.

அகிலா எதையோ யோசித்து விட்டு "அப்படிலாம் சொல்ல முடியாது.பேசுற இடத்தில நீ எனக்காக பேசித்தான் ஆகனும் " என்று அவளும் மீசையில் மண் ஒட்டாமல் பேசினாள்.

"அக்கா அதெல்லாம் நான் பாத்துக்கிறேன்.எனக்கு என்ன ரோல்?" என்று ஹாசி குதித்தாள்.

"அதெல்லாம் அப்பறம் பார்க்கலாம். இப்போ உன்னைய தேடி கீழ ஒரு பையன் ரொம்ப நேரமா வெயிட் பண்ணிட்டு இருக்கான் .போய் பாரு "என்று கூற, ஹாசி கப்பை வைத்து விட்டு கீழே ஓடினாள்.

ஹர்ஷா வேகமாக அவள் பின்னே செல்ல,அவனை அகிலா தடுத்தாள்.

" இப்போ எதுக்கு அவ பின்னாடி நீ போற ?" என்று கேட்டாள்.

அவன் அதற்கு பதில் கூறவில்லை.

"ஆத்வி தானே உன் மனசுல இருக்கா.அப்போ ஹாசி யாரு கூட பேசுனா உனக்கு என்ன?" என்று கேட்க, அவன் மீண்டும் அறைக்குள் சென்று கதவை படாரென சாத்தி கொண்டான்.

அகிலா ஒரு மர்ம சிரிப்புடன் அங்கிருந்து கிளம்பினாள்.

கீழே, ஹாசியின் கல்லூரியில் படிக்கும் மாணவன் அவளை பார்க்க வந்திருந்தான்.

"டேய் நவீன் ! என்ன டா இந்த பக்கம்? உனக்கு யாரு நான் இங்க இருக்குறதை சொன்னது ?" என்று கேட்டாள்.

"இல்ல ஹாசி! தீரன் சார் தான் சொன்னாரு.அதான் உன்ன பார்த்துட்டு போகலாம்னு வந்தேன்.நீ இனிமே காலேஜ் வரமாட்டியா?" என்று கேட்டான்.

"இல்ல டா.டி சி வாங்கிட்டு வந்தாச்சு.வேற காலேஜ்ல தான் ஜாயின் பண்ணனும்.என் மாமா என்ன சொல்லுறாருன்னு தெரியலை " என்று அவள் கவலையாக பேசினாள்.

"ஹேய் இதுக்கெல்லாம் கவலை படாத.நான் எங்க பெரியப்பா வேலை பார்க்குற காலேஜ்ல கேட்கிறேன்.அவங்க ஓகே சொல்லிட்டா, நீ அங்க வந்து ஜாயின் பண்ணு.நானும் அங்க வந்து ஜாயின் பண்ணுறேன்.ஓகே வா" என்று கேட்டான்.

அவன் நட்பில் பூரித்து போனவள் "சரி உள்ளே வா டா !உனக்கு காஃபி போட்டு தரேன் " என்று அழைத்தாள்.

"இல்ல டி ,லேட் ஆச்சு! அம்மாகிட்ட சொல்லை .என்னை தேடுவாங்க.நான் கிளம்புறேன்.இன்னொரு நாள் வரேன் " என்று அவள் தலையை கலைத்து விட்டு செல்ல, அவளும் புன்னகை முகத்தோடு அவனை வழி அனுப்பினாள்.

அறைக்குள் சென்றாலும் அவனால் உள்ளே இருக்க முடியவில்லை . எண்ணம் முழுவதும் அவன் ஹாசி குட்டியே நிறைந்திருக்க, இதற்க்கு மேல் முடியாது

என்று பால்கனி கதவை திறந்து கொன்று வெளியே நிற்க, சரியாக அவன் கண்ணில் பட்டது நவீன் ஹாசினியின் தலையை கலைத்து விடும் காட்சி.

பார்த்த மாத்திரத்தில் கோபம் தலைக்கேற, அறை கதவை திறந்து கொண்டு வெளியே வந்தான் ஹர்ஷா.

மின்னல் வேகத்தில் வெளியே வந்தவன், குதித்துக் கொண்டே உள்ளே வந்த ஹாசினியின் கையைப் பிடித்து இழுக்க, இப்படி ஒரு சம்பவத்தை எதிர் பார்க்காத ஹாசி ஓடி வந்த வேகத்தில் அவன் மீது மோதி நின்றாள்.

ஹர்ஷா அவளையே தீ பார்வை பார்த்தான்.அவன் பார்வையின் அர்த்தம் புரியாமல் அவளும் பயத்தில் எச்சில் முழுங்கி பார்த்தாள்.

"யாரு டி அவன்?_ என்று ஹர்ஷா வார்த்தையில் அழுத்தத்தை கூட்டு கேட்டான்.

"அது..வந்து, எ..என் பிரென்ட் .என் கூட படிக்கிற பையன்" என்று வார்த்தையே வராமல் திக்கித் திணறி கூறிவிட்டாள்.

இதுவரை அவனிடம் வாயாடிய போது இருந்த அவன் முக பாவனை,இப்போது அவனிடம் இல்ல. முற்றிலும் அவன் முகம் கோவத்தை தத்தெடுத்து இருந்தது.

அவன் கோவத்தை பார்த்து அவள் உடல் மெலிதாக நடுங்க "ஓ! கூட படிக்கிற பையன், எதுக்கு வீடு வரைக்கும் வரான்? என்றான்.

"அது.. நான் காலேஜ் வரலைல.அதான் " என்று நிறுத்தினாள்.

"அதான்" என்று அவன் எடுத்துக் கொடுத்தான்.

"ஹாசி குட்டி " என்று எப்போதும் அழகாக அழைப்பவன், இன்று' டி' போட்டு மிரட்ட அவனது புதிய பரிமாணத்தில் அவளும் நடுங்கிப் போனாள்.

இதற்கு முன்பும் அவளை 'டி' போட்டு அழைத்திருக்கிறான்.ஆனால் அதை கவனிக்கும் மன நிலையில் தான் அப்போது ஹாசி இல்லை .

இப்போது அவன் பேசுவது அவளுக்கு உள்ளுக்குள் ஏதோ மாற்றத்தை உண்டு பண்ணியது.

"சொல்லு டி" என்று அவன் மீண்டும் அவளை தன் கை வளைவிற்குள் வைத்துக் கொண்டு கேட்க "அது அவன் எனக்காக ஒரு காலேஜ் பார்த்து வச்சுருக்கேன்னு சொன்னான்" என்று மேலும் எரிகிற நெருப்பில் எண்ணையை ஊற்றி விட,அவன் பிடி மேலும் இறுகியது.

"உங்க அக்கா ஏமாத்திட்டு போன மாதிரி ,நீயும் என்னை விட்டு போகலாம்னு ஏதாவது நினைப்பு இருந்தா இப்போவே அத புதச்சுடு" என்று அவன் வார்த்தைகளை கடித்து துப்பினான்.

"எங்க அக்கா ஒன்னும் உங்களை ஏமாத்தலை " என்று ஹாசி பேசி முடிக்கும் முன், அவள் இதழை வன்மையாக சிறை பிடித்தான் ஹர்ஷா.

தீடீரென்று அவன் முத்தம் தருவான் என்று எதிர்பார்க்காத ஹாசி, தன் கண்களை அகல விரித்துக் கொண்டு அவனை பார்க்க, அவனோ தன் மொத்த கோபத்தையும் அவள் இதழில் இறக்கினான்.

தன் கோபம்,தன் இழப்பு, தன் ஆசை, தன் காதல்,தன் தாபம் என்று அனைத்தையும் ஒன்று சேர்த்து தன்னவளின் இதழில் காட்டினான் ஹர்ஷா.

சிறு பெண்ணால் அவன் இதழ் முத்தத்தை தாங்க முடியாது,அவனிடம் இருந்து விடு பட முயல, அவனோ பிடித்த பிடியை விடாமல் அவள் இதழை ருசித்துக் கொண்டிருந்தான்.

அவள் மூச்சு விடுவதற்கு சிரமம் கொள்ள, அதை உணர்ந்தவன்,ஒரு நிமிடம் அவளுக்கு இடைவெளி விட, அதில் அவள் தன்னால் முடிந்த மட்டும் மூச்சை இழுத்து விட்டாள்.

சற்று மட்டுபட்டு அவன் முகம் பார்க்க,தலையை நிமிர்த்த சற்றும் தாமதிக்காமல் அவள் கழுத்து வளைவில் முகத்தை புதைத்து அழுத்திக் கொடுத்தான் அங்கு அவனின் முத்தத்தை.

ஹாசி மேனி எங்கும் சிவந்து போக, அவளுக்குள்ளும் ஹர்ஷாவின் செய்கையினால் இரசாயன மாற்றம் நிகழ, அவளும் அவனுள் அடங்கி போனாள்.

முத்தத்தின் வேகத்தை கூட்டிய ஹர்ஷா, அவள் நெற்றி, கண் ,கன்னம், காது, தாடை, உதடு, கழுத்து என்று பதித்து வந்தவன், மேலும் முன்னேற போக ஹாசி அவனை பிடித்து தள்ளி இருந்தாள்.

முத்தத்தில் அவன் வன்மையை விடுத்து மென்மையாக அவளை நெருங்கி கொண்டிருக்க, அவன் மென்மையில் அவன் பிடி சற்று தளர்ந்ததை நினைத்து அவனை தள்ளி விட்டாள் ஹாசி.

அப்போது தான் , தான் என்ன காரியம் செய்து கொண்டிருக்கிறோம் என்று அவனுக்கு உரைக்க, ஹர்ஷா அவள் முகத்தை கூட பார்க்க தைரியம் இல்லாமல்,மீண்டும் தன் அறைக்குள் சென்று கதவை அடைத்துக் கொண்டான்.

உணர்ச்சி மிகுதியில் அவன் இருக்க, அவளால் உண்டான உணர்வுகளை கட்டுப்படுத்த முடியாமல் குளியறைக்குள் புகுந்துக் கொண்டு சவரின் அடியில் நின்று விட்டான்.

அவன் மனமே அவனிடம் கேள்வி கேட்டது.

‘ஓஹோ! இப்போ உன் ஆத்வி கண்ணுல தெரியலையா?’ என்று கேட்டது.

‘என்னால என் ஹாசி குட்டிய யாருக்கும் விட்டு தர முடியாது’ என்று பதில் வந்தது.

‘நான் கேட்டதுக்கு இது பதில் இல்ல. அப்போ ஆத்வி?’

‘அவள் என்னோட முடிந்து போன அத்தியாயம்.அதுக்காக நான் அவளை மறக்கல.இப்பவும் என் மனசுல அவதான் இருக்கா.ஆனால் என்னை நம்பி வந்த

ஹாசிய பத்திரமா பாத்துக்கனும்.அவளுக்கு ஒரு நல்ல வாழ்க்கை அமைச்சு தரனும்னு தான் நினைக்கிறேன்’

‘இப்போ பண்ணியே ஒரு காரியம்.அதுமாதிரி நல்ல காரியம் தானா?’ என்று அவன் மனம் அவனை நக்கலாக கேட்டது.

‘ப்ச்! நான் இங்க இருக்க கூடாது. உடனே ,அங்க அம்மா அப்பா கூட அவளை விடனும்.இல்லேனா என்னையும் மீறி அவகிட்ட ஏதாவது தப்பா நடந்-துக்கிட்டா ?இல்ல நடக்க கூடாது’ என்று ஷவரை அணைத்து விட்டு வெளியே வந்தான்.

ஹாசி தான் அவன் கொடுத்த முத்தத்தில் இருந்து இன்னும் விடு படாமல் அங்கிருக்கும் இருக்கையில் அமர்ந்து மூச்சு வாங்கிக் கொண்டிருந்தாள்.

அவள் உதடுகளில் காயம்.அவள் கழுத்தில் அவன் கடித்து வைத்த பல் தடம் என்று தாராளமாக அவள் கணவன் லீலைகள் அவள் உடலில் வெளிச்சம் போட்டு காட்,தன் உடம்பில் உள்ள சிவந்த தடங்களை பார்த்து வெக்கம் வேறு வந்து வைக்க, அதே கோபத்தோடு அவன் அறை நோக்கி சென்றாள் ஹாசி.

அவனோ அறையில் குட்டி போட்ட பூனையாக நடந்து கொண்டிருக்க, அவளோ படாரென கதவை திறந்து கொண்டு உள்ளே வந்தாள்.

அவள் முகத்தை பார்க்க முடியாமல் அவன் திரும்பி நின்றான்.

வேகமாக முன் சென்று "இங்க பாருங்க " என்று உதட்டை காமித்தாள் .

அவனும் பார்த்தான்."இதோ இங்க பாருங்க" என்று கழுத்தை காட்டினாள் .அதில் அவன் கடித்த தடம்!

"இங்க பாருங்க" என்று அவள் தோளில் உள்ள டாப்ஸை விலக்கி காட்ட,அங்கேயும் அவன் கடித்து வைத்திருந்தான்.

பின் கன்னத்தை காட்டி " இங்க பாருங்க" என்று காட்ட,அவள் முகம் சிவந்து இருந்தது.

அவனோ அவனது செயலால் குற்ற உணர்வில் அவளை பார்க்க ,அவளோ அவன் கையில் கொஞ்சம் பணத்தை கொடுத்து அவனை பார்த்தாள்.

"இப்போ எதுக்கு நமக்கு காசு கொடுக்குறா?" என்று ஹர்ஷா கேள்வியாக அவள் முகம் பார்த்தான்.

"போய் ஆட்டு கறி வாங்கிட்டு வாங்க.நான் சமச்சு தரேன்.சோறு வேணும்னா கேட்கனும்.அத விட்டுட்டு கண்ட இடத்தில என்னை கடிக்கக் கூடாது" என்று புலம்பி விட்டு வெளியேறினாள். .

ஹர்ஷா தான் போகும் அவளையே அதிர்ந்து போய் பார்த்தான்.

‘இதுக்கு மேல இவ கூட இந்த வீட்ல இருக்குறது நல்லது இல்ல ’ என்று அவன் கிளம்பி அவளையும் கிளம்ப சொன்னான்.

"உடனே கிளம்பு.நாம அந்த வீட்டுக்கு போவோம் " என்று ஹர்ஷா கூறினான்.

"ஐயோ மாமா!என்ன அதுக்குள்ள இங்க இருந்து போகனுமா? எனக்கு இந்த வீடு ரொம்ப பிடிச்சு போச்சு" என்று கூற, அவன் கிளம்பி வெளியே சென்றான்.

"ஐயோ வரு மாமா!நான்தான் சொன்னேன்ல . நீங்க என்கிட்ட பயப்பட வேண்டிய அவசியம் இல்லை.உங்க கற்புக்கு நான் கேரண்டி" என்று கூறி விட்டு அவள் ஓட பார்க்க, அவளை பிடித்து இழுத்து காரில் தள்ளி தன் வீட்டை நோக்கி சென்றான் ஹர்ஷா.

பாவம் இப்படி துள்ளி குதிக்கும் ஹாசினியையும் பிற்காலத்தில் அவளது வரு மாமனே அவளை அவன் வாழ்க்கையை விட்டு அவளை துரத்துவான் என்பதை அவள் அறியாமல் போனாள்.

****

நாட்கள் உருண்டோட,கல்யாண நாளும் நெருங்கி கொண்டு வந்தது.

இதற்கிடையில் முகூர்த்த பட்டு வாங்க, நகை வாங்க என்று குடும்பம் மொத்தமும் பிசியாகி விட,அகிலாவும் ஆர்வமாக அனைத்தையும் பார்த்து பார்த்து வாங்கிக் கொண்டாள்.

இதையெல்லாம் பார்த்த முகில் பாதி ஷாப்பிங்கில் கிளம்பி சென்று விட்டான்.

சீதா ,ராமச்சந்திரன், மூர்த்தி, மல்லிகா ,தீரன், ஹாசி ,ஹர்ஷா, ரிதி ,முகில், அகிலா ,சுதர்சன் ,வாணி கணபதி என்று அனைவரும் கடையில் நின்று முகுர்த்த பட்டை வாங்கினார்கள்.

அகிலா தன் மேல் புடவையை வைத்துக் கொண்டு சுதர்சனிடம் காட்ட, முகில் அங்கு நிற்க பிடிக்காமல் அந்த இடத்தை விட்டு நகர்ந்து விட்டான்.

போகும் அவனையே கவலையாக பார்த்தவள் எந்த புடவையும் எடுக்காமல் சோர்ந்து போய் இருந்தாள்.

இதை அனைத்தையும் கவனித்துக் கொண்டிருந்த தீரன் ,ஒரு அரக்கு வண்ண பட்டுப் புடவையை எடுத்து வந்து அகிலா அருகில் வைத்து விட்டு சென்றான்.

அகிலா அவனை முறைத்து விட்டு ,அந்த புடவையை தூக்கி போட்டாள்.

அவனும் அதை கண்டுக் கொள்ளாமல் "திமிரு" என்று வாய்க்குள் முனங்கிக் கொண்டே சென்று விட்டான்.

இப்படியே அனைத்தும் நல்ல படியாக நடந்து முடிய,திருமண நாளும் வந்தது .

பெரியோர்களின் விருப்பப்படி அகிலாவிற்கும் , சுதர்சனிற்கும் திருமணம் கோலாகலமாக நடந்து முடிந்தது.

18

அத்தியாயம்-18

அரக்கு வண்ணப் பட்டுடுத்தி, கண்களில் மை தீட்டி , கலை நிபுணர்களின் கை வண்ணத்தில் இன்று பெண் போல் காட்சி அளித்தாள் மணப்பெண் அகிலா.

"ஐயோ! எனக்கு மயக்கம் வருதே. யக்கோ நீங்களா இது ?" என்று அகிலா அழகில் மயங்கிப் போய் நின்றாள் ஹாசி.

"எனக்கு என்னமோ நான் கல்யாண பொண்ணு மாதிரி தெரியலை. உன்ன பார்த்தா தான் அப்படி இருக்கு" என்று அகிலா புன்னகைத்தாள்.

"நான் என்ன பண்றது? எல்லாம் சீதா அம்மா பண்ண வேலை தான். எனக்கு இதெல்லாம் போட பிடிக்காதுனு சொல்லியும் இவ்வளோ போட வச்சுட்டாங்க.நான் எப்படி இருக்கேன் ?" என்று ஒரு முறை அவள் சுற்றி காமித்தாள்.

அந்த நேரம் உள்ளே வந்த சீதா "என் மருமகளுக்கு என்ன கொறச்சல் ?அவள் அழகு சிலை" என்று ஹாசினிக்கு திருஷ்டி எடுக்க, அவள் வெட்கத்தில் தலை குனிந்து நின்றாள்.

"எப்படியோ இந்த வாயாடி கல்யாணம் பண்ணிக்க போறா. ரொம்ப சந்தோசம். கல்யாணம் ஆகி போனாலும் சீதா அம்மாவை மறக்க கூடாது. சரியா?" என்று கேட்க,அகிலா வெட்கத்தில் தலை ஆட்டினாள்.

அவர் அந்த அறை விட்டு செல்லவும் "ஹாசி மா!உனக்கு கொடுத்த வேலைய இன்னும் நீ முடிக்கலை போல" என்றாள்.

"ஆமா அக்கா.இனிமே தான் என்னோட ரோல் பண்ண போறேன்.இந்த ஹாசினி இருக்க பயமேன் "என்று அவள் அந்த அறையை விட்டு ஓடினாள்.

அவளுடைய கடமையை சரியாக செய்ய வேண்டுமல்லவா !

சரியாக பதினைந்து நிமிடத்திற்கு பிறகு, பெரிய பெரிய மூச்சுகளை இழுத்து விட்டுக் கொண்டு வெளியே வந்தாள் ஹாசி.

"அம்மாடி! நம்ம வேலைய முடிக்குறதுக்குள்ள போதும் போதும்னு ஆகிடுச்சு. ஒரு வழியா சக்சஸ் பண்ணியாச்சு "என்று அகிலா அறை சென்று கட்டை விரலை உயர்த்திக் காட்டி விட்டு வெளியேறினாள் .

இங்கு மணமகன் அறையில் பட்டு வேஷ்டி சட்டை ஜொலிக்க முகில் கிளம்பி வெளியே வந்தான்.

"டேய் ! இங்க நீ மாப்பிள்ளையா ?இல்ல அவன் மாப்பிள்ளையா? என்ன டா இது கோலம் ?" என்று தீரன் கேட்டான்.

"ஏன் மாப்பிள்ளை தான் இந்த காஸ்டியூம் போடனுமா? போ டா! கண்ணு வைக்காத. இந்த மாதிரி கல்யாணத்துல நம்ம மாப்பிள்ளை மாதிரி இருந்தா தான் டா ,நமக்கும் சீக்கிரம் கல்யாணம் ஆகும்னு ,என் கொள்ளு பாட்டி சொன்னுச்சு டா " என்று பெருமையாக கூறினான் முகில்.

"இந்த கதை முடியுற வரை நீயும் ஒண்டிக்கட்டையா திரிய போறியா? இந்த வேட்டிய கட்டிட்டு நீயும் வெளிய வா.ஏற்கனவே வெளியே உன் ரசிகை எல்லாம் உனக்கு புரொப்போஸ் பண்ணிட்டு இருக்காங்க.அதுனால சீக்கிரம் கமிட் ஆகுற வழிய பாரு " என்று அவன் கையில் ஒரு பட்டு சட்டை, பட்டு வேஷ்டியை கொடுத்து வம்படியாக குளியலைறைக்குள் தள்ளினான் முகில்.

உண்மையான மணமகனின் நிலைமையோ சொல்லி மாளாது.

அதே பட்டு வேஷ்டி, பட்டு சட்டையில் இருந்தாலும்,முகம் என்னமோ கலவரமாகவே இருந்தது.

"ஐயோ முருகா! உன்ன நம்பி தான் களத்துல இறங்கி இருக்கேன். என் வாழ்க்கையில மண்ண அள்ளி கொட்டிறாத" என்று வாசலையே பார்த்துக் கொண்டு இருந்தான்.

அப்போது தான் குளியலைறையில் இருந்து வெளியே வந்த தீரன், சுதர்சன் கண்கள் நிமிடத்திற்கு ஒரு முறை வாசலை தழுவி செல்வதை பார்த்து சந்தேகமாக அவன் அருகில் சென்றான்.

"என்னாச்சு ? யார தேடிட்டு இருக்கீங்க?" என்று அவனும் வாசலை பார்த்தான்.

"அது வந்து, என் பிரெண்ட் ஒருத்தன் வரேனு சொன்னான்.அதான் பார்த்துட்டே இருந்தேன்." என்று இப்போதைக்கு சமாளித்து வைத்தான் சுதர்சன்.

ஆனால் திடீரென்று அவன் கண்கள் வாசலை பார்த்து பளிச்சென மின்னியது.

அதை பார்த்ததும் தான் அவனுக்கு நிம்மதியாக மூச்சு விடவே முடிந்தது. உடனே தன் முகத்தை சாதாரணமாக மாற்றிக் கொண்டு அங்கிருந்து உள்ளே சென்று விட்டான்.

தீரன் தான் போகும் அவனையே ஒரு மாதிரியாக பார்த்து விட்டு, பின் வேலைகளை கவனிக்க சென்றான்.

அப்போது ஐயர் மாப்பிள்ளையை அழைத்து வர கூற, தீரன் முகில் இருவரும் சுதர்ஷனை அழைத்துக் கொண்டு மணமேடைக்கு வந்து சேர்ந்தனர்.

அந்த அரங்கம் முழுவதும் கூட்டம் நிரம்பி வழிய, கூட்டத்தை பார்த்த மாப்பிள்ளைக்கு மனதிற்குள் பயம் பரவ, தன் தாய் தந்தையை பாவமாக பார்த்தான்.

அவர்களோ அவன் முகத்தை பார்க்காமல் மூஞ்சியைத் திருப்பிக் கொண்டனர்.

அவன் செய்ய வேண்டிய சடங்குகள் அனைத்தையும் செய்து முடிக்க, ஐயர் மணமகளை அழைத்து வர கூற, ஹாசி தான் அகிலாவை அழைத்து வந்தாள்.

தீரன் எதேர்ச்சியாக பார்க்க, அதிர்ந்து தான் போனான்.

அவன் தேர்வு செய்த அரக்கு வண்ண பட்டில், தலை முழுதும் மல்லிகை சூடி, கழுத்தில் ஒட்டிய ஒரு ஆரமும், அதன் கீழ் ஒரு பெரிய ஆரமும் அணிந்து, கை நிறைய அரக்கும் ,பொன்னிற வளையல்கள் மின்ன, சீர் படுத்தப்பட்ட புருவங்களுக்கு இடையே ,அரக்கு வண்ண பொட்டு வைத்து, உதட்டில் மெலிதான அரக்கு வண்ண சாயம் பூசி, தேவலோக மங்கையாக அகிலா பொன் நடையிட்டு வர, அனைவரும் வியந்து தான் போனார்கள்.

'இவ்வளவு நாள் நம் அருகில் குட்டை பாவாடையுடன் சுற்றி திறந்த பெண்ணா இவள்?' என்று அனைவரும் பார்க்க, முகில் முதலில் அவளை அதிர்ந்து பார்த்தாலும், பின் அவளை அனல் கக்கும் பார்வை பார்த்தான்.

சிறிதாக தலை நிமிர்ந்து முகில் பக்கம் ஒரு பார்வை பார்த்தவள், சட்டென்று தன் பார்வையை மாற்றிக் கொண்டாள் அவனின் ராட்சஸி.

பின் அகிலாவை வந்து மணமேடையில் அமர வைத்து ஹாசி நிமிர, சற்று கண் அசைத்தால் கூட தன்னவள் மாயமாகி விடுவாளோ என்ற நிலையில், ஹர்ஷா சற்றும் பார்வையை அசைக்காது தன் மனைவியை தலை முதல் கால் வரை பாரபட்சம் இல்லாமல் ரசித்து பார்த்தான்.

'என்ன மாமா எதுக்கு இப்போ நம்மளையே முறைக்குறாரு? ஐயோ நம்ம ம்ம தான் எதுவும் பண்ணலையே' என்று ஹாசி மூளை தீவிரமாக யோசிக்க "ஒரு வேளை அது தெரிஞ்சு போச்சு போல.இல்ல அதுவா இருக்காது.ஒரு வேளை இதுவோ' என்று அவள் மனதுடன் பட்டிமன்றம் நிகழ்த்தியது.

"ஐயோ ஏதாவது ஒன்னு பண்ணா பரவாயில்லை .நம்ம பண்றது பூரா அந்த மாதிரி வேலை. எல்லாம் தெரிஞ்சது உன்ன வச்சு செஞ்சுருவான்.அது மட்டும் உறுதி!" என்று முயன்ற அளவு தன் பார்வையை மாற்றி அவனை கண்டும் காணாமல் இருந்து கொண்டாள்.

அவளை பற்றி அறியாதவனா அவளது மாமன்!

' என் கையில மாட்டும் போது உனக்கு இருக்கு டி' என்று மனதிற்குள் அவன் மனையாளுக்கு அர்ச்சனை செய்துக் கொண்டான்.

அகிலாவை சுதர்சன் அருகில் அமர வைக்க, சுதர்சன் அவளை திரும்பி கூட பார்க்காது, ஐயர் கூறும் மந்திரத்தை விடாமல் கூறி கொண்டிருந்தான்.

திடீரென அவன் அருகில் அனல் காற்று அடிக்க, மந்திரத்தை நிறுத்தி விட்டு அனல் வந்த பக்கம் திரும்பி பார்த்தவன் பயந்து போனான்.

அகிலா தான் அவனை கண்களாலேயே எரித்து விடுபவள் போல் பார்த்துக் கொண்டிருந்தாள்.

"எதுக்கு இப்போ என்னை பார்க்கிற?" என்று சுதர்சன் மெதுவாக அவள் காதருகில் குனிந்து கேட்டான்.

"நான் சொன்னத செய்டானா, இங்க என்ன ஐயர் பொண்டாட்டிய உக்கார்ந்து பாத்துட்டு இருக்க ?" என்று அகிலா பல்லைக் கடித்தாள்.

"எது, நான் ஐயர் பொண்டாட்டிய பார்த்தேனா?" என்று சுதர்சன் முழிக்க, அகிலா அவன் தொடையில் நறுக்கென்று கிள்ளினாள்.

"ஐயோ அம்மா! ஏய் பேபி, என்ன டி இதெல்லாம்?" என்று சுதர்சன் அப்பாவியாக கேட்டான்.

"நான் என்ன பண்ண சொன்னா ,நீ என்ன புடிங்கிட்டு இருக்க? மந்திரம் ரொம்ப முக்கியமா இப்போ" என்று அவள் சீறினாள்.

"எனக்கு பயமா இருக்கு.நீயே பண்ணு டி" என்று சுதர்சன் கெஞ்ச, தலையில் அடித்துக் கொண்டாள் அகிலா.

" நம்ம பிளான் படி மட்டும் நடக்கலை, மவனே செத்து போயிடுவ" என்று விரல் நீட்டி மிரட்டினாள்.

அவனும் எச்சிலை முழுங்கிக் கொண்டு, தன் பெற்றோர்களை பார்க்க, அவர்களோ யாருக்கு வந்த விருந்தோ என்று இவன் பக்கமே திரும்ப வில்லை.

"எல்லாம் கொலைகார குடும்பம்! ச்சை" என்று சலித்துக் கொண்டான்.

மாங்கல்யம் அனைவரிடமும் ஆசி பெற்று ஐயர் கைக்கு வர, அவரும் கடவுளை வேண்டிக் கொண்டு தாலியை எடுத்து சுதர்சன் கையில் கொடுக்க, அகிலா எதுவும் தெரியாத பிள்ளை போல் தலை குனிந்து அமர்ந்துக் கொண்டாள்.

சுதர்சன் கீழே பார்த்து விட்டு தாலியை கையில் வாங்க "மவனே இன்னிக்கு நீ செத்த டா" என்று அகிலா பல் இடுக்கில் மிரட்டினாள்.

அப்போது சுதர்சன் தன் பயத்தை ஒதுக்கி விட்டு, இதை விட்டால் வேறு வழி இல்லை என்பதை போல், தாலியை வாங்காமல் "இந்த கல்யாணத்தை நிறுத்துங்க " என்று கூற வர, அதற்குள் அதே வசனத்தை கீழே இருந்த ஒரு உருவம் கூறியது.

அகிலா அதிர்ச்சியாக கீழே பார்க்க, முகில் அவளையே அழுத்தமாக பார்த்துக் கொண்டிருந்தான்.

ஆம் !அவன் தான் நிறுத்தக் கூறியது.

தீரன் அவன் அருகில் வந்து "என்ன டா பிரச்சினை? ஏன் இப்படி சொன்ன?" என்று பட படப்பாக கேட்க, அவனோ மண மேடையை நோக்கி ஏறினான்.

அகிலா அப்போது தான் நிம்மதியாக மூச்சு விட்டாள்.

"ஐயையோ!"என்று சத்தம் வர,அனைவரும் சத்தம் வந்த பக்கம் திரும்பினார்கள்.

ஹாசி தான் பதட்டமாக ,அகிலா முன் வந்து " அக்கா கல்யாணத்தை நிறுத்த சொல்லுற டயலாக் சுதர்சன் மாமாவுக்கு தானே. இப்போ முகில் அண்ணா பேசிட்டாரு?" என்று அவர்கள் ரோல் மாறி போனதை எடுத்துக் கூற அகிலா தலையில் அடித்துக் கொண்டாள்.

சுதர்சன் பயத்தில் அங்கு நடப்பவற்றை பார்த்துக் கொண்டிருந்தான்.

அப்போது தான் அன்று அகிலா அவன் வீட்டில் ,அவன் அறையில் வைத்து பேசியது நினைவுக்கு வந்தது.

உள்ளே வந்து " ரிகர்சல் பார்க்க வந்தேன்" என்று தோளை குலுக்கி கூற, சுதர்சன் அரண்டு விட்டான்.

"பேபி! இதெல்லாம் தப்பு .எதுவா இருந்தாலும் கல்யாணத்துக்கு அப்பறம் தான்" என்று சுதர்சன் கூற, அவன் முடியை கொத்தாகப் பிடித்து ஆட்டிவிட்டாள் அகிலா.

"எவ்வளவு திமிரு?இந்த நெனப்பு வேற இருக்கா டா உனக்கு?" என்று அவள் கத்தினாள்.

"ஏய் ! சும்மா விளையாட்டுக்கு சீண்டி பாத்தேன் டி.சரி விடு ஜோக்ஸ் அபார்ட். உனக்கு இந்த கல்யாணத்தை ஸ்டாப் பண்ண என்ன ஹெல்ப் வேணும்?" என்று அவன் வெளிப்படையாகவே கேட்டான்.

அகிலா அதில் அதிர்ந்தாலும், தன்னுடைய ப்ளானை பக்காவாக எடுத்து கூறினாள்.

அவனும் பூம் பூம் மாடு போல் தலை ஆட்டி வைத்தான்.

"என்ன நான் சொன்னது எல்லாம் புரிஞ்சுதா? இடையில நீ ஏதாவது சொதப்புன அப்பறம் இருக்கு உனக்கு" என்று அவனை மேலும் இரண்டு மொத்து மொத்தி அங்கிருந்து சென்று விட்டாள்.

ஆனால் பாவம் அவன் எதிர்பாராத சம்பவம் அவன் வாழ்வில் நடந்து விட்டத்தை யார் அறிவார்?

அதையெல்லாம் நினைத்தவன் திகைத்து போய் அமர்ந்திருக்க, ஹாசி கண்ணை காட்டி " ஹ்ம்ம் அகிலா அக்கா! நீங்கதான்" என்று எடுத்துக் கொடுத்தாள்.

"ஐயோ! கல்யாணத்துக்கு எதுக்கு வந்தோம்னு தெரியாம ,முழு நாடக காரியாவே மாறிட்டாளே. ஹர்ஷா நீ ரொம்ப பாவம் டா" என்று அகிலா வருந்திக்

கொண்டாள்.

"ஆமா ! இதோ இந்த சுதர்சன் தான் என் ப்ரெண்ட் ஹேமாவ காதலிச்சு இப்போ கை விட்டுட்டான் " என்று கூற , முகில் அவளை நம்பாத பார்வை பார்த்தான்.

"ஏய் !ஹேமா ,நீயே சொல்லு டி" என்று அவளை அழைக்க, அவள் பயந்துக் கொண்டே "ஆம் " என்று தலை அசைத்தாள் .

இதற்க்கு மேல் முடியாது என்பதை போல் சுதர்சன் மேடையை விட்டு கீழிறங்கி வந்து " எனக்கு இந்த பொண்ணு யாருன்னே தெரியாது" என்று கூறினான்.

"கொப்பமவனே! அன்னைக்கு படிச்சு படிச்சு கிளி பிள்ளைக்கு சொல்லி கொடுத்த மாதிரி சொல்லிக் கொடுத்தேன்.இப்போ இவ இல்லன்னு சொல்லுறான்" என்று அகிலா பல்லைக் கடித்து

" டேய்! நான் செட் பண்ண ஆளு தான் இவ. தைரியமா மண்டைய ஆட்டு.இல்ல உன் மண்டைய பொளந்துருவேன் "என்று அகிலா வெறியாக அவன் காதருகில் கூற, சுதர்சன் சற்றும் அசராமல் அனைவரது தலையிலும் இடியை இறக்கினான்.

"இந்த பொண்ணு எனக்கு யாருனு தெரியாது.எனக்கு இந்த கல்யாணத்துல விருப்பம் இல்ல.ஏன்னா எனக்கு ஏற்கனவே கல்யாணம் ஆகிடுச்சு" என்று கூற, மண்டபத்தில் உள்ள அனைவரும் அதிர்ந்து போனார்கள் ,அகிலா உட்பட!

"டேய் ப்ளானை சொதப்பாத டா

கபோதி.இப்போ உன் பொண்டாட்டி எங்கன்னு கேட்டா, என்ன சொல்லுவ ?" என்று அகிலா அவனை வறுக்க, அவன் சற்றும் அசராமல் கூட்டத்தில் உள்ள ஒருத்தியை பார்க்க,அவன் பார்வையை உணர்ந்து அவள் கூட்டத்தில் இருந்து வெளியே வந்தாள்.

அகிலாவுக்கு தலை சுற்றாத குறை தான். "என்ன டா நடக்குது இங்க? ஏன் டா பொண்டாட்டிய வச்சுக்கிட்டு தான், என்கூட பட்டு புடவ வாங்க பல்ல காட்டிட்டு வந்தியா?" என்று அவள் பொங்க, சுதர்சன் சிரித்தான்.

"வெளிய வா.செருப்பு இருக்கு.சிரிக்கவா செய்யுற? ஐயோ அகிலா! இப்போ என்ன பண்ணறது ?"என்று அவள் கவலையில் இருந்தாள்.

மூர்த்தி கண் கலங்கி சுதர்சன் அருகில் வந்து "என்னாச்சு தம்பி? உங்களை நம்பி தானே நான் பொண்ணு கொடுக்க வந்தேன்.நீங்க இப்படி கல்யாணம் பண்ணிட்டு வந்து நிக்கிறீங்க " என்று அவர் ஆதங்கமாக கேட்க,மல்லிகா அழுதே விட்டார்.

"சார் என்ன தப்பா நினைக்காதீங்க.எனக்கும் இந்த கல்யாணம் சந்தர்ப்ப சூழ்நிலைகளால் நடந்தது.அப்பறம் இன்னொரு முக்கியமான விஷயம், உங்க பொண்ணு மனசுல நான் இல்ல.வேற ஒருத்தர் இருக்காரு.அது யாருன்னு கேட்டு

அவருக்கு கல்யாணம் பண்ணி வைங்க" என்று சுதர்சன் முடித்து கொள்ள,இப்போது அவர் பார்வை அகிலாவை கேள்வியாக பார்த்தது.

'அட முட்டா மாடே! எல்லாத்தையும் இப்போ என் பக்கம் திருப்பி விட்டுட்டியே டா 'என்று மனதிற்குள் கருவியவள்,அமைதியாக தலை குனிந்து நிற்க மல்லிகா அழுக ஆரம்பித்தார்.

"இப்படி மணமேடை வரைக்கு வந்து என் பொண்ணு கல்யாணம் நின்னு போனா, அவளை யார் கல்யாணம் பண்ணிக்குவா?' என்று அவர் அழுதார்.

ஹர்ஷா அகிலாவை அழுத்தமாக பார்த்து வைத்தான்,'இதெல்லாம் தேவையா?' என்பதை போல்!

அவன் பார்வையை சந்திக்க இயலாமல் அவனை இறைஞ்சும் பார்வை பார்க்க, அவனோ பேசுவதற்கு ஒன்றும் இல்லை என்பதை போல் இருக்கையில் சாவகாசமாக அமர்ந்துக் கொண்டான்.

வாணி ,கணபதி இருவரும் மூர்த்தி அருகில் வந்து " என்ன மன்னிச்சிடு டா.என் பையனுக்கு சந்தர்ப்ப சூழ்நிலை காரணமாக கல்யாணம் நடந்து போச்சு. சொல்லப் போனா எங்களுக்கே முடிஞ்சதுக்கு அப்பறம் தான் தெரியும். அப்பறம் ஏன் இந்த கல்யாணத்தை நிறுத்தாமல் இருந்தேனா, அகிலா காதலுக்காக தான்" என்று கணபதி பேசி முடித்தார்.

"பரவாயில்லை டா. நீ கவலைப்படாத.உன் பையன் இப்பவும் தங்கமான பையன் தான்" என்று சுதர்சன் தனக்கு மருமகனாக வரவில்லை என்ற ஆதங்கம் அவர் மனதில் இல்லாமல் இல்லை.இருந்தும் அதை வெளிக்காட்டிக் கொள்ளாமல் பேசி நகர்ந்து விட்டார்.

ஹாசி தலையில் மணி அடிக்க,அவள் சீதாவை பார்க்க,அவர் பேச தொடங்கினார்.

" நீ கவலைப்படாதே படாத மல்லி.நம்ம அகிலாவுக்கு பையன் கிடைக்கிறதா கஷ்டம்? இப்போவே இந்த மணமேடையில் இந்த கல்யாணம் நடக்கும்" என்று கூற,அனைவரும் அவரை அதிர்ச்சியாக பார்த்தனர்.

"அப்பறம் மல்லி, நான் எந்த முடிவு எடுத்தாலும் உனக்கு சம்மதம் தானே ?" என்று மூர்த்தி மல்லிகா இருவரையும் பார்த்து கேட்டார்.

"நீதானே அவளை வளர்த்த.உனக்கு இல்லாத உரிமையா? நீ என்ன பண்ணாலும் எங்களுக்கு சம்மதம் மா சீதா" என்று மூர்த்தி சம்மதம் தெரிவித்தார் .

"டேய் முகில்! மேடை ஏறு " என்று சீதா கூற,அவன் அதிர்ந்து போய் அவரை பார்த்தான்.

அவரோ சொன்னது சொன்னது தான் என்பதை போல் வீம்பாக நின்று விட்டார் .

"அம்மா! நான் உங்க கிட்ட முன்னவே சொல்லி இருக்கனும் " என்று தயக்கமாக அவன் பேச,அவரோ கை காட்டி நிறுத்தினார்.

அதற்கு மேல் பேச விரும்பாமல் மணமேடையில் ஏறி நின்றுக் கொண்டான்.

"இப்போ நம்ம குடும்பம் எல்லாரும் மேல போங்க" என்க அகிலாவை தவிர அனைவரும் மேல சென்றனர்.

இறுதியாக அகிலாவை அழைத்து வந்து மணமேடையில் அமர வைத்தார் சீதா.

"அப்பறம் தம்பி சுதர்சன். உங்களுக்கு என் பொண்ணு அகிலா மனசுல யார் இருக்கானு தெரியும்ல?" என்று கேட்டார்.

அவன் "ஆம்" என்று தலை அசைத்தான்.

"அப்போ அவரை கூட்டிட்டு வந்து அகிலா பக்கத்துல உக்கார வைங்க" என்று சீதா கூற மறுபேச்சு பேசாமல் சுதர்சன் மாப்பிள்ளை இருக்கும் இடத்திற்கு சென்றான்.

சீதா இப்படி ஒரு முடிவெடுக்க காரணமே ஹாசினி தான்.அவளுக்கு கொடுத்த ரோல் அதுவே!

எப்படியாவது சீதா- ராமச்சந்திரன் மனதை களைத்து அவர்களை தனக்கு சாதகமாக பேச வைக்க வேண்டும் என்பதே அகிலாவின் திட்டம்.

அதை ஹாசினியிடம் ஒப்படைக்க, அவள் முன்னூறு பக்கம் பேசி பேசியே அவர்கள் இருவரது மனதையும் களைத்து விட்டாள்.

அவர்களும் நல்ல வாழ்க்கை அமைந்தால் போதும் என்று அவளது முடிவிற்கு பச்சைக் கொடி காட்ட,அதுதான் இப்போது ஓடிக் கொண்டிருக்கிறது.

சுதர்சன் வேகமாக முகில் அருகில் சென்று அவனை பார்க்க, தீரன் சிரித்து விட்டான்.

"நான் அப்போவே நெனச்சேன் டா. நீங்க ரெண்டு பேரும் பார்க்கும்போதே" என்று அவன் கூறினான்.

சுதர்சன் அதை சட்டை செய்யாமல் முகில் பின்னே சிரித்துகொண்டே நிற்கும் தீரன் கை பிடித்து இழுத்து சென்றான்.

இப்போது முகில் அவனை பார்த்து நக்கலாக சிரிக்க, தீரன் அதிர்ச்சியாக அவனை பார்த்தான்.

மனமேடைக்கு வரவும் அவன் முகம் இறுகிப் போக,அவன் பார்வை முழுவதும் இப்போது அகிலாவை தான் சுற்றி வந்தது.

"என்ன இதெல்லாம்?" என்று அவன் அனல் பார்வை பார்க்க,அவளோ சுதர்சன் கழற்றி வைத்த மாலையை எடுத்து "இந்தாங்க !இத போட்டுட்டு உட்காருங்க " என்று அவன் முகத்தை பார்க்காமல் கூற,அவன் கண்களில் அவ்வளவு வெறி.

அவன் பார்வையை இப்போது தன் பெற்றோர்கள் மீது வீச, அதை உணர்ந்துக் கொண்ட சீதா "தீரா அம்மா உன்கிட்ட அன்னைக்கு ஒரு சத்தியம் கேட்டேன்ல.அம்மா சொல்லுறத நீ செய்வேனு சத்தியம் பண்ணிருக்க.இப்போ அம்மா சொல்லுறேன், அகிலா கழுத்துல தாலியைக் காட்டு " என்று கூறினார்.

தான் செய்த சத்தியத்தால் வந்த விளைவை காலம் கடந்த பின்பே யோசித்து வருந்தியவன், எதுவும் பேச இயலாமல் அவள் அருகில் அமர்ந்து மாலையைப் போட்டுக் கொண்டான்.

ஐயர் மீண்டும் மந்திரம் கூறி, தாலியை எடுத்துக் கொடுக்க, முகத்தில் எந்த உணர்ச்சியும் காட்டாது, அவர் கையில் இருந்த தாலியை வாங்கி அகிலாவின் கழுத்தில் கட்டினான் தீரன்.

இன்று முதல் அவள் அகிலாண்டம் தீரன் ஆகினாள்!

தாலி கட்டிய மறு நிமிடம் அவள் கண்களில் இருந்து கண்ணீர் கரை புரண்டு ஓடியது.

எத்தனை வருட காதல்? இன்று கை சேர்ந்ததை நினைத்து மகிழ்ந்து போனாள்.

பேதை மனம் கணவனின் கடந்த காலத்தை அறியவில்லை.அதை அறியும்போது?

"ஒரு வழியா என் தலைய உருட்டல.நான் தப்பிச்சேன் " என்று சுதர்சன் சந்தோசமாகக் கூற,அவன் மகிழ்ச்சியிலும், துக்கத்திலும் பங்கு கொள்ள அவன் கை பிடித்து நின்று இருந்தாள்

மஹாலக்ஷ்மி சுதர்சன்.

பெரியோர்கள் அனைவரும் ஆனந்தமாக தங்கள் பிள்ளைகளை ஆசி வழங்கி ஆராதித்தனர்.

தீரன் அனைத்து சடங்குகளையும் தட்டாமல் ,அழகாக முகத்தை வைத்துக் கொண்டே செய்ய,அகிலாவால் அவன் என்ன நினைக்கிறான் என்பதை புரிந்து கொள்ள முடியவில்லை.

ரிதி அழும் குழந்தைக்கு பால் கொடுக்க செல்ல, அவள் அறியாத ஒன்று.

இந்த மண்டபத்தை விட்டு வெளியேறும் போது அவள் ரிதன்யா முகில் என்ற பட்டத்தோடு அவள் வெளியேறுவாள் என்று.

19

அத்தியாயம்-19

அனைவரது முகத்திலும் கலவரம் அப்பட்டமாக நிலவியது.எவராலும் அங்கு நடக்கும் சம்பவத்தை கட்டுப் படுத்த முடியவில்லை.

கட்டுப்படுத்த வேண்டியவனோ இன்னும் திருமண அதிர்ச்சியில் இருந்து மீளாமல் இருக்க, சீதா பதறி போனார்.

"இங்க பாருங்க.முடிவா என்ன தான் சொல்லுறீங்க?" என்று கேட்டார்.

"எங்களால இந்த பொண்ண உங்களை நம்பி அனுப்ப முடியாது" என்று ராமச்சந்திரன் இறுதியாக கூறினார்.

"யோவ்! நான் பொண்ணோட அண்ணன். நான் போலீஸ் கேஸ் கொடுத்தா, உங்க எல்லாரையும் தூக்கி உள்ள வச்சிடுவாங்க. மரியாதையா ரிதியை என்கூட அனுப்புற வழிய பாருங்க " என்று அவன் கத்தினான்.

ரிதியின் அண்ணியோ அவளை பார்த்து ஒரு ஏளன சிரிப்பு சிரித்தாள்.

'எப்படி இருந்தாலும் அங்கு தானே வர வேண்டும்.அங்கே வந்து உன்னைக் கவனித்துக் கொள்கிறேன்' என்று மனதில் வன்மத்துடன் நின்று கொண்டிருந்தாள்.

ரிதி, தீரன் கையை இறுக்கமாகப் பிடித்துக் கொண்டு "ப்ளீஸ்! என்னை இவங்க கூட மட்டும் அனுப்பி வச்சுடாதிங்க" என்று அவள் கெஞ்சிக் கொண்டிருக்க, தீரன் அவர்களை அழுத்தமாக பார்த்து வைத்தான்.

ஏற்கனவே எதிர் பாராத திருமணத்தில் வெறியாக இருந்தவன் , ரிதியின் அண்ணன் அவள் கையில் உள்ள குழந்தையை பறிக்க முற்பட, விட்ட அடியில் தூர சென்று விழுந்தான்.

தீரன் தான் கண்கள் சிவக்க, கை நரம்புகள் புடைக்க ,ருத்ர மூர்த்தியாக நின்றுக் கொண்டிருந்தான்.

அதை பார்த்து அகிலாவுக்கு ஜெர்க் ஆக 'ஆத்தி! அகிலா இவனுக்கே இந்த அடினா,அப்போ எதுவுமே சொல்லாம கல்யாணம் பண்ண உனக்கு' என்று

நினைக்கையிலே மனம் பட படவென அடித்துக்கொண்டது.

ரிதி அழுதுக் கொண்டே தன் அண்ணனை இயலாமையுடன் பார்த்தாள்.

இவனும் மனைவியின் பேச்சை கேட்டு மாறி விட்டானே என்று அவளுக்கு ஆதங்கமாக இருந்தது.

ஹர்ஷா அங்கு நடப்பதை வேடிக்கை மட்டுமே பார்க்க,அகிலாவுக்கு பற்றிக் கொண்டு வந்தது.

‘மல மாடு! அப்படியே உக்கார்ந்து இருக்கான். இதுக்கு நீ வீட்லயே இருந்திருக்கலாம் டா’ என்று மனதிற்குள்ளேயே கருவிக் கொண்டாள் அகிலா.

தீரன் கை நீட்டவும், ரிதியின் அண்ணி பொங்கி கொண்டு வந்தாள்.

"யோவ்! நீ என்ன என் புருஷனை கை நீட்டி அடிக்கிற? எவ்வளவோ தைரியம் இருக்கனும் உனக்கு? என்ன ஆளு ஆளுக்கு இவளுக்கு சப்போர்ட் பண்ணி பேசுறீங்க? வந்த உடனேயே எல்லா ஆம்பளையையும் முந்தானையில் முடிஞ்சு வச்சுட்டாளா?"

"இங்க பாரு டி.அழுது வடிஞ்சா நீ நல்லவளா ஆகிடுவியா? என்ன பண்ணி இங்க உள்ள ஆளுங்களை மயக்குன? உன்னைய கூப்டா இவன் அடிக்கிறான்" என்று கேட்டாள்.

ரிதி பதில் பேச முடியாமல் குலுங்கி அழ ஆரம்பித்தாள்.

"இங்க பாருங்க. இவளை உங்க கூட வச்சு இருக்குறதுக்கு எந்த உரிமையும் இல்ல. இவளோட அண்ணன், அண்ணி நாங்கதான்.அதுனால எங்க கூட அனுப்பி வைக்கிறது தான் சரி.ஒழுங்கா மரியாதையா அனுப்பி வைங்க. இல்லேனா போலீஸ் ஸ்டேஷன் போக வேண்டியது இருக்கும்.கம்பி எண்ண ரெடியா இருங்க" என்று அவள் மிரட்டினாள்.

"இப்போ இந்த இடத்தில இந்த பொண்ணுக்கு உரிமை இருந்தா உன்னால கூட்டிட்டு போக முடியாதுல?" கணீரென்று உரைத்தது அவன் வார்த்தை.

"அப்பா சாமி இப்போவாது வாய திறந்தானே" என்று அகிலா ஆசுவாசமாக அங்குள்ள இருக்கையில் அமர்ந்து ,அருகில் உள்ள ஜூசை குடிக்க ஆரம்பித்தாள்.

அதை பார்த்த சுதர்சன் தலையில் அடித்து கொண்டு " ஏன் பேபி! இங்க எவ்வளோ கலவரம் நடக்குது? உனக்கு இது தேவையா?" என்று கேட்டான்.

"நல்லா சொல்லுவ.நீ பேசாத! கள்ளத்தனமா கல்யாணம் பண்ணிட்டு வந்து, இதுக்கு மேலயும் பேசுவ.இப்போ கூட உண்மைய சொல்லு. அந்த பொண்ணு உன் செட் அப் தானே " என்று அகிலா கண்ணடிக்க, சுதர்சன் தலையில் அடித்துக் கொண்டு சென்று விட்டான்.

இவளிடம் இன்னும் சிறிது நேரம் பேசினாலும் டைவர்ஸ் வாங்கி கொடுப்பது உறுதி என்று அறிந்தே விலகி விட்டான்.

ஹர்ஷாவின் கேள்வியில் கண்களை சுருக்கி பார்த்தவள் "இந்த அனாதைக்கு எங்களை விட்டா யாரு இருக்கா? உரிமை கொண்டாட அவளுக்கு எங்களை தவிர யாரும் இல்ல.அதுனால அனுப்பி வைக்கிற வழிய பாருங்க" என்று ரிதியின் அண்ணி மிதப்பாக கூறினாள்.

ஹர்ஷா நொடியும் தாமதிக்காமல் தட்டில் பரப்பி வைத்திருந்த மஞ்சள் கயிறை எடுத்து வந்து முகில் முன் நின்றான்.

முகில் அதிர்ந்து போய் ஹர்ஷாவை பார்க்க, அங்கு அனைவரும் அவனை புரியாமல் பார்த்தனர்.

"டேய் ! என்ன டா பண்ணிட்டு இருக்க? இப்போ எதுக்கு என்கிட்ட வந்து இத நீட்டுற ?" என்று அவன் எண்ணம் தெரிந்து கொண்டே முகில் கேட்டான்.

"ஏன் நான் என்ன சொல்ல வரேனு உனக்கு புரியலையா?" என்று ஹர்ஷா கேட்டான்.

"டேய் இது சரி வராது.நம்ம கூடவே அவளை பத்திரமா பார்த்துக்கலாம்.ஆனால் கல்யாணம் வேணாம் டா"

"ஏன் நீ வேற யாரையாவது விரும்புறியா?" என்று அழுத்தமாக வந்தது ஹர்ஷாவின் வார்த்தை.

"இல்ல.அதுக்காக எப்படி டா?" என்று அவன் பெற்றோரை பார்க்க,முகில் தந்தை ஜெயராஜ் அமைதியாக நடப்பதை பார்த்துக் கொண்டிருந்தார்.

அவர் அருகில் சென்ற ஹர்ஷா "உங்க கிட்ட கேட்காம நான் இந்த முடிவு எடுத்தது தப்பு தான் .ஆனால் அவனுக்கு ஒரு நல்ல வாழ்க்கை அமையும் போது அதை ஏன் நம்ம தடுக்கனும்? அந்த பொண்ணு ரொம்ப நல்ல பொண்ணு.இதுக்கு மேல உங்க இஷ்டம்" என்று அமைதியாக இருந்தான்.

சற்று நேரம் அங்கு அமைதி நிலவியது.

"நான் தான் சொன்னேன்ல.இந்த அனாதைக்கு எங்களை விட்டா யாரும் இல்லனு. ஏய் நடைய கட்டு டி.இங்க நின்னுட்டு நீலி கண்ணீர் வடிச்சுட்டு" என்று நாக்கில் நரம்பில்லாமல் பேசினார் அவள் அண்ணி.

ரிதி கண்களை அழுந்த துடைத்து விட்டு, தீரன் அருகில் சென்று "இவளோ நாள் என்ன நல்லா பார்த்துக்கிட்டதுக்கு ரொம்ப நன்றி சார்.நான் உங்களை என் அண்ணன் இடத்தில வச்சிருந்தேன்.எப்பவும் உங்களை மறக்க மாட்டேன் " என்று சீதா ,ராமச்சந்திரன் அனைவரிடமும் கண்களாலேயே அனுமதி பெற்று திரும்பினாள்.

ரிதி முன் வந்து நின்ற முகில் தன் தந்தையைப் பார்க்க, அவர் தலை சாய்த்து சம்மதம் கூற,பின் ரிதியின் முகத்தை பார்க்க, அவளோ அதிர்ச்சியாக அவனையே பார்த்துக் கொண்டிருந்தாள்.

அதே அதிர்ச்சியோடு அவள் கழுத்தில் மஞ்சள் கயிறை கட்டி முடித்தான் முகில்.

அங்குள்ள அனைவருக்கும் இவர்களது திருமணம் நிறைவாக இருந்தது .

"இப்போ இவ என் பொண்டாட்டி. யாரும் இவளை என் கிட்ட இருந்து பிரிக்க முடியாது.உரிமை தானே கேட்டிங்க.இப்போ இவளுக்கு புருஷன் நான் இருக்கேன்" என்று அவள் தோளை சுற்றி கை போட்டு தன் அருகில் இழுத்தவன்,அவள் அண்ணன் அண்ணியை எரித்து விடுவது போல் பார்த்து கூறினான்.

அனைவருக்கும் மகிழ்ச்சியே.ஹாசி ஒரு படி மேலே சென்று குதித்து விட்டாள்.

" ஐயோ நான் இந்த மாதிரி எல்லாம் சினிமால தான் பார்த்திருக்கேன். இப்போ நேரடியா நடக்குது "என்று கை தட்ட,ஹர்ஷா பார்த்த பார்வையில் கப் சிப் என்று வாயை மூடிக் கொண்டாள் ஹாசி.

இவர்களது திருமணத்தை அதிர்ச்சியாக பார்த்த ரிதியின் அண்ணன் ,அண்ணி இதற்குமேல் செய்ய ஒன்றும் இல்லை என்பதை போல் தங்கள் அடுத்த ஆயுதமாக அவர்களது குழந்தையை கேட்டார்கள்.

பாசத்தில் குழந்தையை கேட்டால் குடுக்கமாட்டேன் என்று மறுக்கவா போகி-றார்கள்?

ஆனால் அவர்கள் திட்டமே வேறு அல்லவா! அதனால் ரிதி குழந்தையை தன் நெஞ்சோடு அணைத்து கொண்டு தரமாட்டேன் என்று கூறினாள்.

"ஏய்! எவ வீட்டு பிள்ளைய எவ வளர்க்கிறது? ஒழுங்கா என் புள்ளைய குடு.நீ எக்கேடு கெட்டு போனா எனக்கு என்ன ? குழந்தையை குடு" என்று ரிதி கையில் இருந்து குழந்தையை பறிக்க பார்க்க, அப்போது மண்டபத்திற்குள் போலீஸ் வந்தது.

"யாரு சார் ?" என்று கேட்டார்.

ஹர்ஷா அவர்களை கண் காமித்து விட்டு அமைதியாக இருக்கையில் அமர்ந்து கொண்டான்.

"என்ன மா, பெத்த குழந்தையை கொல்ல பார்த்திருக்க.இப்போ குழந்தை வேணும்னு இங்க வந்த தகராறு பண்ணுற.ஒழுங்கா இடத்தை காலி பண்ணு. இல்-லேனா கொலை முயற்சி கேசுல உன்ன தூக்கி உள்ள போட்டிருவேன்" என்று அவர் மிரட்டினார்.

அதில் பயந்த போன இருவரும், ரிதியை ஒரு முறை எரித்து விடுவது போல் பார்த்து விட்டு அங்கிருந்து இருவரும் நடையை கட்டினர்.

மழை பெய்து ஓய்ந்தது போல் இருந்தது அந்த மண்டபம்.

அப்போது தான் அனைவரும் நடப்புக்கு வர, அடுத்தடுத்து செய்ய வேண்டிய சம்பிரதாயத்தை செய்ய தயாராகினர் பெற்றோர்.

இதில் யாருமே எதிர் பாரா வண்ணம், மல்லிகா தன் மகள் அருகில் சென்று ஓங்கி ஒன்று கன்னத்தில் வைத்தார் .

அவளுக்கும் அது அதிர்ச்சியே! சிறுவயதில் இருந்து இப்போது வரை தன் மேல் கை வைக்காத தன் தாய் அடித்ததை அவளாலும் நம்ப முடியவில்லை.

அகிலா கன்னத்தில் கை வைத்து கொண்டு பாவமாக நிற்க, சுதர்சன் தான் வந்து தடுத்தான்.

"என்ன மா? ஏதோ சின்ன பொண்ணு தெரியாம தப்பு பண்ணிட்டா. அதுக்கு போய் இப்படி கை நீட்டுறிங்க.விடுங்க மா" என்று அகிலாவை அவன் பக்கம் இழுத்து கொண்டான்.

"நீங்க சும்மா இருங்க தம்பி.ரொம்ப செல்லம் கொடுத்து வளர்த்துட்டேன்..அதான் இப்போ இந்த அளவுக்கு வந்து நிக்கிது. பாவம் தீரன் தம்பி.அவரை கட்டாய படுத்தி கல்யாணம் பண்ணி வச்சுருக்காங்க. இவங்க வாழ்க்கை எப்படி இருக்கும்? நினைச்சு பார்த்தாலே பயமா இருக்கு தம்பி" என்று மல்லிகா கண்ணீர் விட, அகிலா மெதுவாக திரும்பி தன் கணவனை பார்த்தாள்.

அவன் அப்போதும் முகத்தில் எதையும் காட்டாது அமைதியாக இருந்தான்.

"ஐயோ இவன் வேற மூஞ்சிய கொஞ்சம் கூட மாத்த மாட்டிறான். இப்போ இவன் மனசுல என்ன ஓடுதுன்னு எப்படி கண்டு பிடிக்கிறது ?" என்று அகிலா தீவிர சிந்தனையில் இருந்தாள்.

மூர்த்தி தான் மல்லிகாவை தேற்றி "அழுகிறது விடு.அடுத்து நடக்க வேண்டியதை பார்க்கலாம் " என்று எடுத்து கூற, பின் வந்தவர்களை கவனித்து விட்டு தட புடலாக விருந்தும் நடைபெற்றது.

மூன்று ஜோடிகளையும் அமர வைத்து விருந்து வைக்க,ஹாசி முதல் ஆளாய் போய் பந்தியில் அமர்ந்து கொண்டாள்.

"அம்மாடி என்ன பசி.இவங்க பேசி ஒரு முடிவு சொல்லுறதுக்குள்ள எனக்கு மூக்குல பஞ்சு வச்சு மேல அனுப்பி வச்சுடுவாங்க போல.தாங்காது டி ஹாசி.சோத்த அள்ளி வாய்ல வையி " என்று வெறியாக சாப்பிட்டு கொண்டிருக்க, அங்கு வந்த ஹர்ஷா அவளை பார்த்து முறைத்தான்.

"பண்றதையும் பண்ணிட்டு திங்கிறத பாரு.இரு டி வரேன்" என்று அவள் அருகில் உள்ள இருக்கையில் அமர்ந்து கொண்டான்.

சுதர்சன் ,மகா இருவரும் அமைதியாக சாப்பிட, புது இடம் புது சூழல், புது மக்கள் ,அறிமுகம் இல்லாத கணவன் என்று அவளுக்கு பயத்தை உண்டு பண்ண, ஏதோ ஒரு நினைப்பில் சாப்பிட்டு கொண்டிருந்தவளுக்கு சட்டென்று புறைக்கு ஏறியது.

அதை பார்த்து சுதர்சன் வேகமாக தண்ணீரை எடுத்து கொடுத்து "பார்த்து சாப்பிடு மகி" என்று கூற, அவனின் " மகி " என்ற அழைப்பில் கண்களை

அகல விரித்து பார்த்தவள் பின் தண்ணீரை குடித்து விட்டு அமைதியாக உண்ண தொடங்கினாள்.

ஏனோ இப்போது அவள் மனம் லேசாக இருந்தது.

அகிலா, தீரன் யாருக்கு வந்த விருந்தோ என்று இருவரும் ஒன்றும் பேசாமல் அமைதியாக சாப்பிட்டு எழுந்தனர்.

இருவர் மனதிற்குள் ஒடும் எண்ண அலைகளை அந்த கடவுளே அறிவார்.

ஹாசி ஒரு வாய் உணவை எடுத்து வாயில் வைக்க போக,அவள் கை பிடித்து தடுத்தான் ஹர்ஷா.

எரிச்சலில் திரும்பியவள் அவனை பார்க்கவும் அவள் செய்த லீலைகள் அனைத்தும் நியாபகத்திர்க்கு வர, 'போச்சு இன்னைக்கு செத்த டி ஹாசினி' என்று எச்சிலை முழுங்கினாள்.

"காலையில நீ நம்ம ரூம்ல என்ன பண்ணி வச்சுட்டு வந்த?" என்று கேட்-டான்.

"போச்சு கரெக்டா கேட்குறாரு.அது,நான்.. நானா! நான் நம்ம ரூமுக்கு வரவே இல்ல"

"ஓஹோ ! சரி வீட்டுக்கு வா .அங்க வச்சு உண்மைய கண்டு பிடிக்கலாம்" என்று ஹர்ஷா அழுத்தமாக கூற, ஹாசிக்கு அள்ளு விட்டது.

மூன்று ஜோடிகளையும் மண்டபத்தில் இருந்து அவரவர் வீட்டிற்க்கு அழைத்து சென்றனர்.

முதலில் ரிதி ,முகில் இருவரும் ஒரு காரில் ஏறி அவர்களுடன் ஜெயராஜ் ஏறி கிளம்பி விட்டனர்.

அடுத்ததாக தீரன் ,அகிலா இருவரும் காரில் ஏறி அமர,டிரைவர் சீட்டில் ஹர்ஷா ,அவன் பக்கத்தில் ஹாசி அமர்ந்து கொண்டு கார் வீட்டை நோக்கி சென்றது.

சீதா , ராமச்சந்திரன் அங்கிருந்த மற்றொரு காரில் கிளம்ப, அவர்களைத் தொடர்ந்து வாணி ,கணபதி ,சுதர்சன், மகா அவர்கள் வீட்டை நோக்கி சென்றனர் .

வீட்டுக்கு சென்ற சீதா , ராமச்சந்திரன் ஆரத்தி கரைத்து தயாராக நிற்க , தீரன், அகிலா இருவரும் காரில் இருந்து இறங்கினார்கள் .

அவர்கள் இருவரையும் ஒன்றாக நிற்க வைத்து ஆரத்தி சுற்றி உள்ளே அழைத்து செல்ல, அகிலா சென்று பூஜை அறையில் விளக்கு ஏற்றினாள்.

பின் தீரன் ,அகிலா இருவரையும் அமர வைத்து பாலும் பழமும் கொடுக்க , முகம் சுளிக்காமல் தீரன் முதலில் உண்டு விட்டு அகிலாவுக்கு கொடுக்க , அவளோ அதிர்ச்சியாக அவனையே பார்த்து கொண்டு அவன் கொடுத்ததை வாங்கி சாப்பிட்டாள்.

இதற்கிடையில் ஹாசினியை தள்ளி கொண்டு ஹர்ஷா அவன் அறைக்கு சென்றான்.

திரு திரு வென முழித்து கொண்டு அவள் நிற்க, ஹர்ஷா அவளையே முறைத்து பார்த்தான்.

"சொல்லு எதுக்காக இப்படி பண்ண?" என்று அவன் குரலை உயர்த்தினான்.

அவளோ மனதிற்குள்ளேயே 'ஐயோ இவரு எத கேட்கறாரு? நம்ம நிறையா பண்ணோமே.நம்மளே வாய கொடுத்து மாட்டிக்க வேண்டாம். ஹாசி, கொஞ்சம் அடக்கி வாசி!' என்று ஒன்றும் தெரியாத பிள்ளை போல் நின்று கொண்டாள்

அவனோ வெடுக்கென அவன் அலமாரியை திறந்து, ஒரு ஈர பேண்ட்டை எடுத்து அவளிடம் காட்டினான்.

"ஓஹோ! இதான் விஷயமா.நான் கூட பயந்துட்டேன்" என்று மனதுக்குள் எண்ணிய படி,

"என்ன , இதுல என்ன இருக்கு?" என்று அப்பாவியாக கேட்டாள்.

"அப்போ, என்ன நடந்துச்சுனு உனக்கு தெரியாது .அப்படி தானே?" என்று அவன் அழுத்தமாக கேட்டான்.

காலை நடந்ததை நினைத்து பார்த்தாள் ஹாசி.காலை சீதா கொடுத்த காபி-யுடன் ஹர்ஷா அறைக்கு வந்தவள், அவன் குழந்தை போல் கட்டிலில் படுத்து உறங்குவது பார்த்து சிரித்து விட்டு" என்னை தலை கீழா கட்டி தொங்க விட்டு தப்பு பண்ணிட்டியே வரு மாமா " என்று உச்சுக் கொட்டியவள், மூளை தாருமா-றாக யோசித்தது.

அருகில் ஜக்கில் இருக்கும் தண்ணீரை எடுத்து, அவன் போர்த்தி இருந்த பெட் சீட்டை விலக்கி, அவனை பார்த்து நக்கலாக சிரித்தவள், மெதுவாக ஜக்கில் உள்ள தண்ணீரை அவன் பேண்ட்டில் மெது மெதுவாக ஊத்தி வைத்தாள்.

ஊத்திய மறு நொடி, தன் கைபேசியில் அதை புகைப்படம் எடுத்துக் கொண்டு "தி கிரேட் பிஸ்னஸ் மேன் மிஸ்டர் ஹர்ஷ வர்தன் ,படுக்கையில் உச்சா போன காட்சி" என்று சில புகைப்படத்தை எடுத்துக் கொண்டு சத்தமில்லாமல் அறையில் இருந்து வெளியேறினாள்.

சற்று நேரத்தில் ஏதோ அசவுகரியமாக தோன்ற, கண் விழித்த ஹர்ஷா தன் பேண்ட்டின் நிலைமையை பார்த்து அதிர்ந்து விட்டான்.

'இது எப்படி சாத்தியம் ?' என்று அவன் ஒன்றும் புரியாமல் முழித்து கொண்டு இருக்க, சிறிது நேரத்தில் அது தண்ணீர் என்று அவனுக்கு தெளிவாக தெரிந்தது.

அதன் பின்னே தான் அவனுக்கு மூச்சே வந்தது.

'எப்படி தண்ணி இங்க வந்துச்சு?' என்று யோசனையில் இருந்தவனின் கண்-ணில் பட்டது அந்த பொருள்.

ஹாசினியின் தோடு! அதை கையில் எடுத்தவன் புரிந்து கொண்டான். ஆக தன் மனைவி செய்த வேலை தான் என்று!

இப்போது அவன் முன் குற்றவாளியாக நிற்கிறாள் ஹாசி.

"நான் எதுவும் பண்ணலை மாமா. சத்தியமா எனக்கு ஒன்னும் தெரியாது " என்று பொய் மேல் பொய் கூற, இரண்டே எட்டில் அவளை நெருங்கி அவளை இழுத்து கொண்டு குளியலறையில் தள்ளி லைட்டை அணைத்து உள்ளே வைத்து கதற கதற கதவை பூட்டினான்.

****

இங்கு அகிலாவை தனி அறையில் சற்று ஓய்வு எடுக்க வைத்து விட்டு, இரவு சடங்கிற்கு தயார் படுத்தினார் சீதா.

"ஏன் சீதா மா, இப்போ இதெல்லாம் ரொம்ப முக்கியமா?" என்று பாவம் போல் அகிலா கேட்டாள்.

"நீதானே என் மகன் தான் வேணும்னு பிடிவாதமா கட்டிகிட்ட.அப்போ நீதான் சமாளிக்கனும்"

"எனக்கு பயமா இருக்கே"

"என் மகன் ஒன்னும் அந்த அளவுக்கு கெட்டவன் கிடையாது.மொத ரெண்டு பேரும் மனசு விட்டு பேசுங்க.எனக்கு இப்போவே பேரன் பேத்தி வேணும்னு நான் கேக்க மாட்டேன்.அதுக்காக உங்களோட வாழ்க்கையை தள்ளிப் போடாம சீக்கிரம் வாழ ஆரம்பிங்க. சரியா" என்று கேட்க, அகிலா பல வித யோசனையில் தலையை ஆட்டி வைத்தாள்.

"சீதா மா பசிக்குது" என்று கூற, அவளுக்கு தோசை வார்த்து வந்து கொடுத்தார் சீதா.

பின் அமைதியாக அவர் கொடுத்த புடவையை சீதாவின் உதவியுடன் கட்டிக் கொண்டு,மெலிதான அலங்காரத்துடன் ரம்பை போல் காட்சி அளிக்க,சீதா அவளுக்கு திருஷ்டி சுற்றி, கையில் பால் செம்பை கொடுத்தார்.

"ஐயோ எனக்கு வேணாம். இப்போதான் தோசை சாப்பிட்டேன்.அதுவே ஃபுல்லா இருக்கு"

அகிலாவின் தலையில் தட்டிய சீதா "இது உனக்கு இல்லை.என் மகனுக்கு.கொண்டு போய் கொடு " என்று அவளை தீரன் அறைக்கு அழைத்து செல்ல, இதுவரை இருந்த தைரியம் மொத்தமும் வடிந்து முகமெல்லாம் வேர்த்து, ஒரு வித பயத்தோடு அந்த அறைக்குள் நுழைந்தாள் அகிலா .

அறைக்குள் வந்து சுற்றி முற்றி பார்க்க, அவன் இருப்பதற்கு உரிய அடையாளம் இல்லாமல் போக, பால் செம்பை அங்குள்ள டேபிலில் வைத்து விட்டு, அவள் கட்டிய புடவை கச கச வென இருக்க, தன் பேக்கில் இருக்கும் அவளது உடையை எடுத்துக் கொண்டு குளியலறைக்கு சென்று புடவையை மாற்றி

கொண்டு, குட்டைப் பாவாடை, ஒரு லேசான மேல் சட்டை அணிந்து கொண்டு வெளியே வந்தாள்.

"ஐயோ மனுஷன் கட்டுவானா இந்த சேலைய?எப்படி தான் நாள் பூரா , இந்த சீதா அம்மா கட்டுறாங்களோ!" என்று சலித்துக் கொண்டவள் அறைக்குள் நுழைய, அப்போது தான் பால்கனியில் இருந்து உள்ளே வந்தான் தீரன்.

திருமணத்திற்குப் பின் இருவரது பார்வையும் நேர்க்கோட்டில் சந்திக்கிறது.

அதில் அகிலாவின் பார்வை காதலாகவும், தீரன் அவளை எரித்து விடுவது போலவும் பாத்தான்.

அவளை மேல் இருந்து கீழ் வரை பார்த்தவன் பொறுமை இழந்து, சட்டென்று அவள் அருகில் வந்து நொடியும் தாமதிக்காமல், அவள் மேல் சட்டை பட்டனை கழற்ற ஆரம்பித்தான்.

இதை சற்றும் எதிர்பார்க்காத அகிலா அதிர்ச்சியின் உச்சத்திற்கு சென்று விட்-டாள்.

இங்கே இப்படி என்றால், முகில்- ரிதி நிலைமையை நான் சொல்லியா தெரிய வேண்டும்?

20

அத்தியாயம்-20

பட படக்கும் இதயத்துடன் தன் அறைக்கு ஓடி வந்தான் ஹர்ஷா. அவன் அம்மா கூறிய செய்தி அப்படி!

தண்ணீர் எடுக்க கீழே சென்றவன்,கிச்சனில் சீதா நிற்பதை பார்த்து "என்னம்மா இந்த நேரத்தில என்ன பண்ணிட்டு இருக்கிங்க?" என்று கேட்டான்.

"ஒரு வேலையும் இல்ல. உங்க அப்பா பால் கேட்டாரு .அதான் பால் காய்ச்சிட்டு இருக்கேன் .நீ என்ன இந்த நேரத்தில கீழ வந்திருக்க?"

"ரூம்ல தண்ணி இல்ல மா. அதான் எடுக்க வந்தேன்" என்று அவன் ஜக்கில் தண்ணீரை நிரப்பி விட்டு செல்ல பார்த்தான்.

"ஹாசி தூங்கிட்டாளா?" என்று சீதா கேட்டார்.

என்ன சொல்வது என்று முழித்து விட்டு, "அது வந்து,ஆமா மா! இன்னைக்கு சீக்கிரமே தூங்கிட்டா" என்று தடுமாறிக் கொண்டே கூறினான்.

"அதானே பார்த்தேன்.இல்லேனா எப்படி உன்ன கீழே இறங்க விட்டுருப்பா?"

ஹர்ஷாவோ புரியாமல் "ஏன் மா?எனக்கு புரியலை " என்று கேட்டான்.

"அட உனக்கு விஷயமே தெரியாதா? அவளுக்கு இருட்டுனா பயம்.இருட்டுல ரொம்ப நேரம் இருந்தா ,பயத்துல அவளுக்கு வலிப்பு வந்துரும் .இத அவ தான் என்கிட்ட பேச்சு வாக்குல ஒரு நாள் சொன்னா" என்று அவர் திரும்பி பார்க்க, அங்கு ஹர்ஷா இல்லை.

அவன் தான் செய்தி கேட்ட மறு நிமிடமே அந்த இடத்தில் இருந்து தன் மனைவியை பார்க்க பறந்து விட்டானே!

மனம் எங்கும் பயம் சூழ அறைக்குள் வந்து கைகள் நடுங்க,குளியலறை கதவை திறக்க, இருட்டாக இருந்தது.

"ஐயோ" என்று தலையில் அடித்துக் கொண்டவன் ,வெளியே வந்து லைட்டை போட ,அவன் கண்ட காட்சியில் அதிர்ந்து போனான்.

****

இங்கு மஹா அமைதியாக அமர்ந்திருக்க , சுதர்சன் அந்த அறைக்குள் நுழைந்தான்.

அவனை பார்த்ததும் வேகமாக எழுந்து நின்றாள்.

"ஹேய்! ஏன் மா சும்மா உட்காரு" என்று சுதர்சன் கூற, அவள் தயக்கமாக நின்று கொண்டிருந்தாள்.

அவன் வந்து மெத்தையில் அமர்ந்து கண்ணைக் காட்ட அவளும் அவன் அருகில் சற்று இடைவெளி விட்டு அமர்ந்தாள்.

இருவருமே அமைதியாக இருந்தனர்.முதலில் யார் தொடங்குவது என்ற தயக்கம் தான்.

என்ன இருந்தாலும் ஆண் மகன் அவனே! தன்னை ஒரு நிலை படுத்திக் கொண்டு பேச ஆரம்பித்தான்.

"மகி "என்று அழைத்தான்.

கண்களை பட படவென அடித்து அவனை பாத்தாள் மகா.

அவளை யாரும் இவ்வாறு அழைத்தது இல்லை.அவள் வீட்டில் அவள் லட்சுமி. பள்ளி கல்லூரியில் மகா.

இன்று இவனது "மகி" என்ற அழைப்பு அவளுக்கு குறு குறுப்பை உண்டு பண்ண, மனதிற்குள் துள்ளி குதித்து விட்டாள் மங்கையவள்.

"என்னாச்சு மகி?" என்று பட படக்கும் கண்களை பார்த்து கேட்டான்.

அவளுக்கு தான் அவன் அருகாமையில் பேச்சு வரவில்லை.யாரென்றே தெரியாமல் திருமணம் செய்து வந்தவன் ஆயிற்றே!

தன் மானம் போகும் தருவாயில் தன்னை காத்தவன் ஆயிற்றே! தன் கழுத்தில் உள்ள தாலியை பார்த்து அது அவள் கழுத்தில் ஏறிய தருணத்தை நினைத்து பார்த்தாள்.

அன்று வீட்டில் இருந்து உறவினர்கள் திருமணத்திற்கு செல்கிறேன் என்று வாணி ,கணபதியிடம் சொல்லி விட்டு நல்லூரை நோக்கி சென்றது அவன் கார்.

ஏனோ அவனுக்கு படப்படப்பாக இருக்க, ஏதோ நடக்க போகிறது என்று உள் மனம் எச்சரிக்கை செய்தது.

சிலருக்கு இம்மாதிரியான உணர்வுகள் இயல்பிலேயே இருக்கும்.

இருந்தும் மனதை ஒருநிலை படுத்திக் கொண்டு அந்த திருமணத்தில் கலந்துக் கொள்ள வழி கேட்டுக் கொண்டே சென்றான்.

கிராமம் , ஒத்தையடி பாதையாக இருக்க காரை நிறுத்தி இங்கிருந்து எப்படி செல்வது என்று யோசித்துக் கொண்டிருக்கும் பொழுது கண்டான் அவன் கண்ம-

ணியை.

ஆம்! மகா தான்.மஞ்சள் வண்ண பட்டுடுத்தி, நீண்ட கூந்தலில் மல்லிகை மலர் சூடி,கழுத்தில் ஆரமும் ,நெற்றியில் நெற்றி சுட்டியும், கைகளில் பொன் வளையல்களும் மின்ன,கால் கொலுசு ஓசையிட புள்ளி மான் போல் துள்ளி கொண்டு ஓடி வந்தாள் மகா.

அவள் கோலத்தை பார்த்தே தெரிந்து கொண்டான், இவள் கல்யாண பெண் என்று!

ஓடி வந்த வேகத்தில் அவன் கார் மீது மோதி நின்றாள்.ஏனோ, அவள் கண்களுக்கு இப்போது அவனே கடவுளாக தெரிய, மூச்சு வாங்கிக் கொண்டே "சார்! சார்! பிளீஸ் சார்.சீக்கிரம் வண்டிய எடுங்க சார்.என்ன துரத்திகிட்டு ஆள் வராங்க " என்று கண்ணீருடன் கேட்க, ஏனோ அவனால் மறுக்க முடியவில்லை.

இருந்தும் அவனது மணப்பெண் கோலத்தை பார்த்து சந்தேகமாக "கல்யாணத்துல இருந்து ஓடி வந்துட்டியா" என்று கேட்டான்.

"சார் ! நான் தப்பான பொண்ணு இல்ல சார்.போகும் போது எல்லாம் சொல்லுறேன்.இப்போ நேரம் இல்ல.கொஞ்சம் வண்டிய எடுங்க சார் " என்று கெஞ்சினாள்.

"சரி உட்காருங்க" என்று அவனும் காரை கிளப்பி வந்த வழியிலேயே மீண்டும் காரை செலுத்தினான்.

அவளுக்கு அப்போதும் படபடப்பு குறையாமல் இருக்க, கைகளை பிசைந்து கொண்டு சுற்றி தங்களை யாரும் பார்க்கிறார்களா என்று பார்த்துக் கொண்டே வந்தாள்.

" இப்போ சொல்லுங்க.என்ன பிரச்சனை ? ஏன் ஓடி வந்தீங்க?" என்று கேட்க, அவள் அமைதியாய் அவனை பார்த்து "எனக்கு கல்யாணம் சார் இன்னைக்கு" என்றாள்.

"அதான் பார்த்தாலே தெரியுதே"

"எனக்கு அந்த கல்யாணத்துல விருப்பம் இல்ல.அதான் ஓடி வந்துட்டேன்"

"இது தப்பு இல்லையா? நீங்க எடுத்து சொல்லி இருக்கலாம்ல "

விரக்தியாக சிரித்தாள். "எடுத்து சொல்லுற நிலைமைக்கு கூட என்ன பேச விடலை சார்"

"அப்போ நீங்க கல்யாணம் பண்ணிக்க போற, அந்த பையன் கிட்ட தனியா பேசி இருக்கலாமே "

"அவனால தான் சார் நான் இந்த கோலத்தில உங்க முன்னாடி இருக்கேன்.அவன் தான் பிடிவாதமா என்னைக் கல்யாணம் பண்ணனும்னு ஒத்த கால்ல நிக்கிறான்"

"அவ்வளோ லவ்வா " என்று சுதர்சன் கேட்டான்.

மெலிதாக சிரித்தாள்.அந்த சிரிப்புக்கு அர்த்தம் அவள் மட்டுமே அறிவாள்.

"சொல்ல கூடாதுனா வேணாம்.உங்களை எங்க ட்ராப் பண்ணனும்னு சொல்லுங்க? நான் உங்களை விட்டுட்டு வீட்டுக்கு போறேன் " என்று அவன் தணிவாக கேட்டான்.

"சொல்ல கூடாதுன்னு இல்ல சார்.என்ன கல்யாணம் பண்ணிக்க போறவரு வயசு 66 . அவருக்கும் எனக்கும் தான் இன்னைக்கு கல்யாணம்.வீட்ல ரொம்ப கஷ்டம்.என்னை வச்சு விலை பேசி, இவருக்கு கட்டி வைக்க பார்த்துட்டாங்க. எனக்கே இது கடைசி நேரத்துல தான் தெரியும். அதான் அங்க இருந்து , இந்த கோலத்தில ஓடி வந்துட்டேன்" என்று கண்ணீர் வடித்தாள்.

அவள் கூறிய செய்தியில் அதிர்ந்து தான் போனான் சுதர்சன்.ச்சை! ‘இப்படியும் சில பெற்றோர்கள் இன்னும் இருக்கத்தான் செய்கிறார்கள் ’ என்று மனதிற்குள் வருத்தம் கொண்டவன்,அவளையே பார்க்க அவள் கண்களை அழுந்த துடைத்துக் கொண்டு " என்னை ஏதாவது ஒரு ஆசிரமத்தில் சேர்ந்து விடுங்க ப்ளீஸ்.இந்த ஒரு உதவிய மட்டும் பண்ணிடுங்க.நான் உங்களை எப்பவும் மறக்க மாட்டேன்" என்று கூறினாள்.

அவன் யோசனையாக காரை செலுத்திக் கொண்டிருக்க, சரியாக ஊர் எல்லை அம்மன் கோவில் வாசலில் கூட்டமாக ஆட்கள் நின்று இருந்தார்கள்.

எல்லாம் கிராம மக்களே! அதை பார்த்து அதிர்ந்த மகா "போச்சு !என்ன தேடி இங்கேயும் வந்துட்டாங்க.என்ன இறக்கி விட்டுட்டு நீங்க எப்படியாவது போயிடுங்க.நான் பாத்துக்கிறேன்" என்று குரலில் ஸ்ருதியே இல்லாமல் கூற, அவன் கூட்டத்தை தான் பார்த்துக் கொண்டிருந்தான்.

கார் எல்லை அம்மன் கோவில் முன் நிற்க "நான் சொல்லுற வரைக்கும் காரை விட்டு இறங்காத" என்று சுதர்சன் கூறி விட்டு காரை விட்டு இறங்கி அவர்கள் முன் வந்து நின்றான்.

"வாங்க தம்பி! நீங்க தான் அவ விரும்புன பையனா? சரி விரும்புனதுலாம் இருக்கட்டும். இப்போ ஒதுங்கி போங்க. நான் கல்யாணம் பண்ணிக்க போற பொண்ணை அனுப்பிட்டு , வந்த வழிய பார்த்து போறது நல்லது தானே " என்று அந்த பெரிசு நக்கலாக பேசியது.

"எதுக்கு ஒதுங்கி போகனும்? நான் விரும்பின பொண்ணத்தான் கூட்டிட்டு போறேன். இதுல உங்களுக்கு என்ன பிரச்சனை?" என்று சளைக்காமல் அவனும் பதில் அளித்தான்.

"விரும்புனா கட்டி வைக்கனுமா?இன்னைக்கு எனக்கும் அந்த புள்ளைக்கு கல்யாணம் . கடைசி நேரத்துல வந்து நீ இழுத்துட்டு போறது கொஞ்சம் கூட சரி இல்ல "

"கல்யாணம் உங்க ரெண்டு பேருக்கும் தான். ஆனால் இந்த கல்யாணம் பொண்ணோட சம்மதத்தோடு நடக்குதா?" என்று சுதர்சன் கேட்க, மகாவின் பெற்றோர், பின் அந்த கிழவனை தவிர்த்து அனைவரும் அதிர்ந்து பார்த்தனர்.

"என்ன சொல்லுறீங்க தம்பி? மகா பிள்ளை விருப்பம் இல்லாம தான், இந்த கல்யாணம் நடக்குதா?" என்று ஊரில் உள்ள ஒருவர் கேட்டார்.

"ஏங்க கொஞ்சம் யோசிச்சு பாருங்க.இருபது வயசு கிட்ட இருக்குற பிள்ளைக்கு அறுபது வயது இந்த கிழவனை கல்யாணம் பண்ணிக்க எந்த பொண்ணு ஓகே சொல்லுவா?" என்று சுதர்சன் சரியாக கேட்டான்.

"இல்ல தம்பி.அந்த மகா புள்ளையோட ஆத்தா தான் சொன்னுச்சு.கட்டுனா இந்த கிழவனை தான் கட்டுவேனு அந்த புள்ளை ஒத்த கால்ல நிண்டுச்சாம். அதான் நாங்களும் மனசே இல்லாம சம்மதம் சொன்னோம்" என்று அங்குள்ள பெரியவர் கூற, மகி வீட்டில் நடந்த கூட்டு சதியை எண்ணி வேதனை அடைந்தான் சுதர்சன்.

"இப்போ அந்த புள்ளை வாயாலேயே நாங்க கேக்குறோம்.வர சொல்லுங்க " என்று கூட்டத்தில் ஒருவர் கூற,சுதர்சன் கார் கதவை திறந்து மகாவை வெளியே அழைத்து வந்தான்.

மகா குனிந்த தலை நிமிராமல் வந்து நின்றாள்.

"ஏன் மா, இந்த தம்பி சொல்லுறது எல்லாம் உண்மையா?" என்று கேட்க,வெளியே நடந்தது காட்சிகளாக மட்டுமே பார்த்தாள்.

அவர்கள் பேசியது எதுவும் அவள் காதில் விழவில்லை.எப்படியும் இவன் தனக்கு சாதகமாக தான் பேசி இருப்பான் என்று ஆம் என்று தலை அசைத்தாள்.

"எவ்வளோ பெரிய கொடுமைய பண்ண பார்த்துட்டேன். நல்ல வேளை ,இந்த தம்பி வந்து எல்லா உண்மையும் சொன்னதுனால தெரிய வந்துச்சு.இப்பவும் ஒன்னும் கெட்டு போகலை. எங்க பொண்ணை உங்க கூட தனியா அனுப்ப முடியாது.இப்போவே எல்லை அம்மன் முன்னாடி நீங்க ரெண்டு பேரும் கல்யாணம் பண்ணிக்கிட்டு, அதுக்கு அப்பறம் உரிமையா இந்த ஊரை விட்டு கூட்டிட்டு போங்க"

"இல்லேனா நாங்க இந்த ஊரை விட்டு அந்த பொண்ணை அனுப்ப மாட்டோம் . நீ தானே இந்த பொண்ணை காதலிச்சு இப்போ கூட்டிட்டு போக இங்க வரைக்கும் வந்த. இப்போ எங்க முன்னாடியே கல்யாணம் பண்ணி கூட்டிட்டு போ" என்று அனைவரும் இதான் முடிவு என்று கூற,சுதர்சன் அதிர்ந்து போய் மகாவை பார்த்தான்.

அவளோ பேய் அடித்தது போல் நின்றுக் கொண்டிருந்தாள்.

"இப்போவே எப்படி கல்யாணம் பண்ண முடியும்?என்னோட அப்பா அம்மா வர வேணாமா?நாங்க ஊர்ல போய் கல்யாணம் பண்ணிக்கிறோம்" என்று சுதர்சன்

பேசி பார்த்தான்.

"இல்ல தம்பி! இவ்வளோ நடந்ததுக்கு அப்பறம் இந்த பிள்ளைய அனுப்ப எங்களுக்கு மனசு வரல.அதான் இப்போ கல்யாணம் நடந்தா கூட்டிட்டு போங்க.இல்லேனா நாங்க வேற மாப்பிள்ளை பாத்து கல்யாணம் பண்ணி வைக்கி-றோம் " என்று திட்ட வட்டமாக கூற, மகா பாவமாக சுதர்சனை பார்த்தாள்.

"ஒரு நிமிஷம்" என்று தள்ளி சென்று தன் தாய் தந்தைக்கு அழைத்து விவ-ரத்தை கூறியவன், அவர்கள் சம்மதம் வேண்டி நிற்க, முதலில் மறுத்தவர்கள் பின் மகாவின் நிலையை கேட்டு ஒப்புக் கொண்டனர்.

அதோடு அகிலாவின் காதலையும் கூற, முழு மனதுடன் சம்மதம் கூறி-னர்.சுதர்சன் ஒரு முடிவோடு மகா அருகில் வந்தான்.

அவள் கண்களில் பெருகும் கண்ணீரோடு அவனை ஏறிட்டு பார்க்க, அவளை தனியாக அழைத்து சென்று "மகா நீங்க யாரு என்னன்னு எனக்கு தெரியாது.நான் யாரு என்னன்னு உங்களுக்கு தெரியாது. எனக்கு அம்மா அப்பா ஊர்ல இருக்-காங்க.நான் பிஸ்னஸ் பண்ணுறேன்.என் மேல நம்பிக்கை இருந்தா என்ன கல்-யாணம் பண்ணிக்கோங்க.இல்லேனா உங்க ஊர்ல சொல்லுறது போல ஒரு நல்ல மாப்பிள்ளையை அவங்களே பார்த்து கட்டி வைக்கட்டும்.எதுனாலும் எனக்கு ஓகே தான் " என்று வாய் கூறினாலும், மனம் ஏனோ 'திருமணத்திற்கு சம்மதம் கூறி விடு' என்று தவிப்பில் இருந்தது.

மகா அவனையும் ஊர் மக்களையும் ஒரு பார்வை பார்த்தவள்,அவன் கையை இறுகப் பற்றிக் கொண்டாள்.

அதுவே அவளது சம்மதத்தை கூற, பின் ஊரார்கள் முன்னிலையில் எல்லை அம்மன் கோவிலில் மகாவின் கழுத்தில் மஞ்சள் கயிற்றைக் கட்டி தன் சரி பாதி-யாக ஏற்றுக் கொண்டான் சுதர்சன்.

இத்தோடு இந்த ஊரோட சவகாசம் முடிந்து விட்டது என்பதை போல் தன் குடும்பத்தை ஒரு வெற்றுப் பார்வை பார்த்தவள் சுதர்சனுடன் காரில் கிளம்பி விட்-டாள்.

போட்ட திட்டம் எல்லாம் தவிடு பிடி ஆனதை நினைத்து கொதித்து போனார்-கள் மகாவின் குடும்பத்தார்கள்.

வீட்டிற்க்கு அழைத்து வர,வாணி அவளை வரவேற்று மற்ற சடங்குகளை செய்து, நாளை நடக்கப் போகும் சுதர்சன் திருமணம் பற்றி அவளிடம் கூற,அனைத்தையும் அமைதியாக கேட்டவள் "அவர் என்ன செய்தாலும் நான் கூட இருப்பேன் அத்தை.அகிலா காதலை சேர்த்து வைக்க தானே இவரு இவ்-வளோ பெரிய கல்யாண விஷயத்துல இறங்கிருக்காரு.கண்டிப்பா அவங்க காதல் ஜெய்க்கும் " என்று சிறு புன்னகையுடன் கூறினாள் மகா.

மருமகளின் புரிதலை கண்டு பெற்றோர்கள் மனம் மகிழ்ந்து தான் போனார்கள்.

அன்று இரவு அவர்களுக்கு எந்த சடங்கும் வைக்கவில்லை.மாறாக அவர்களுக்கு இன்று அந்த சடங்கை வைத்தார்கள்.

நடந்து முடிந்த சம்பவத்தில் இருந்து வெளியே வந்த மகா, தன்னையே பார்த்துக் கொண்டிருக்கும் தன் கணவனை பார்க்க " மகி ரொம்ப டயர்டா இருக்கு.தூங்குவோமா?" என்று கேட்டான்.

அவள் கண்கள் அதிர்ந்து அவனை பார்த்தாள்.சுதர்சன் மெதுவாக சிரித்து "ஏன் நீ வேற எதுவும் எதிர் பார்த்தியோ?" என்று குறும்பாக கேட்க, மகி பதில் கூறாமல் பட்டென்று தலை கவிழ்ந்து கொண்டாள்.

அதில் சிரித்த சுதர்சன் " படு மகி.நீயும் ரொம்ப டயர்டா தெரியுற.எதுனாலும் நாளைக்கு பேசிக்கலாம் " என்று மெத்தையில் ஒரு ஓரத்தில் படுத்துக் கொள்ள, அவள் சற்றே தயங்கி பின் ஒரு முடிவோடு அவனுடன் சேர்ந்து மெத்தையில் மறுபக்கத்தில் படுத்துக் கொண்டாள்.

கண் மூடி இருந்தாலும் தன் மனைவியின் செயலில் சுதர்சனின் உதடுகள் அழகாக விரிந்தது.

****

ரிதி அறையில் இருக்க, முகில் உள்ளே நுழைந்தான்.

அவன் முகம் பார்க்க ஏனோ அவளுக்கு பயம் தொற்றிக் கொள்ள,அவன் முகத்தை பார்ப்பதை முடிந்த வரை தவிர்த்தாள்.

அவள் தன்னை பார்ப்பதை கூட தவிர்ப்பதை உணர்ந்த முகில், 'ஓஹோ! மகாராணி என் மூஞ்சிய கூட பார்க்க மாட்டாங்களா?' என்று மனதிற்குள் எண்ணினான்.

அவன் ஏதோ பேச வர ,அதற்குள் "சாரிங்க! சந்தர்ப்ப சூழ்நிலைகளால உங்களை எனக்கு கல்யாணம் பண்ணி வச்சுட்டாங்க.என்ன மன்னிச்சிடுங்க .பிடிக்காத வாழ்க்கைய நம்ம சேர்ந்து வாழ வேணாம்.உங்களுக்கும், உங்களுக்கு வர போற மனைவி இப்படி இருக்கனும்னு ஒரு கற்பனை இருக்கும்.அதை கெடுக்க நான் விரும்பலை"

"அப்பறம் என்னைய உங்களுக்கு சுத்தமா பிடிக்காது .எனக்கு அது தெரிஞ்ச விஷயம் தான்.என்னை ஏதாவது ஒரு நல்ல ஹாஸ்டல்ல சேர்த்து விடுங்க.நானும் பாப்பாவும் அங்க தங்கிக்கிறோம்.நீங்க சொன்னா ,நான் எங்க வேணா கையெழுத்து போட்டு தரேன் " என்று கூறினாள்.

முகில் புருவம் சுருக்கி "எங்க வேணாலும் அப்படின்னா என்ன அர்த்தம்?" என்று ஒரு மார்க்கமாக கேட்டாள்.

அவள் குரல் மாறியதில் பயந்து போனவள் "அது வந்து டி..டிவோர்ஸ் பேப்பர் "என்று கூறி முடிக்க, சப்பென அவள் கன்னத்தில் அறைந்தான் முகில்.

என்னதான் ஹர்ஷா சொல் கேட்டு திருமணம் செய்தாலும், இனிமேல் அவள் தான் தன்னுடைய வாழ்க்கை என்று நினைத்து தான் அவள் கழுத்தில் தாலி கட்டினான்.

ஆனால் இன்றோ இவன் மனதை புரிந்து கொள்ளாமல் அவள் என்னவெல்லாம் பேசிவிட்டாள்?

தாலி சரடு காய்வதற்குள் பிரிவதை பற்றி பேசுகிறாள் என்று அவனுக்கு ஆதங்கமாக இருந்தது.

இவர்கள் சண்டையில் குழந்தை சிணுங்கி அழத் தொடங்க,சண்டையை விடுத்து குழந்தையை தூக்கிக் கொண்டு முகில் அந்த அறையில் இருந்து வெளியேறினான்.

ரிதி தான் அவன் அடித்த அதிர்ச்சியில் இருந்தாள்.என்ன இருந்தாலும் நான் பேசியது தவறோ என்று மனம் தற்போது தான் சரியான வழியில் சிந்திக்க தொடங்கியது.

இப்போது முகிலை எப்படி கையாளுவது என்று தவித்து போனாள்.

****

அகிலாவை நெருங்கி வந்த தீரன் அவள் சட்டை பட்டனை கழட்ட, அவள் அவனையே அதிர்ச்சியாக பார்த்தாள்.

சட்டை பட்டன் கழட்ட வராமல் போக, எரிச்சல் அடைய அப்போது அகிலா மெதுவான குரலில் "இந்த பட்டன் சும்மா ஃபேஷன்.இத தலை வழியா கழட்டனும்" என்று கை இரண்டையும் மேலே தூக்கி கொண்டாள்.

தீரன் தான் அவளை வெட்டவா குத்தவா என்ற ரீதியில் பார்த்துக் கொண்டிருந்தான்.

"எவ்வளோ திமிரு? கொஞ்சம் கூட பயம் இல்ல" என்று மனதிற்குள் கருவினான்.

"இனிமே இந்த மாதிரி டிரஸ் போட்டு, வெளிய சுத்துறதை பார்த்தேன்! அவ்வளோ தான் சொல்லிட்டேன்" என்று கர்ஜித்து விட்டு கதவை நோக்கி சென்றான்.

"வெளிய தானே சுத்தக் கூடாது..ரூம்க்குள்ள சுத்தலாம்ல" என்று முணுமுணுத்தாள்.

"இந்த மாதிரி டிரஸ் போட்டு ரூம் விட்டு வெளிய போக கூடாது.அவ்வளோ தான் " என்று முடித்து விட்டான்.

"அப்போ ரூம்க்குள்ள போட்டா நீ பார்ப்பியே?இது மட்டும் ஓகே வா ?" என்று நக்கலாக கேட்டாள்.

கை வரை உள்ள டி சர்ட்டை மடக்கி விட்டு, "அடிங்கு ! உன்னை" என்று அவளை நோக்கி எட்டுவைக்க, அவளோ ஓடி போய் குளியலறைக்குள் சென்று பூட்டிக் கொண்டாள்.

சற்று நேரம் சத்தம் வராமல் இருக்க,மெதுவாக கதவை திறந்து வெளியே பார்த்தாள்.

அவன் இருப்பதற்கு உரிய அறிகுறி இல்லாமல் போக, தைரியமாக வெளியே வந்து, மெத்தைக்கு பின் இருக்கும் அவன் ஆளுயர புகைப்படத்தை பார்த்து "என்ன மிஸ்டர் தீரன்!ஒரு நைட் கூட உங்கனால என்னை சமாளிக்க முடியாம இப்படி ஓடிட்டிங்களே.எப்படி இந்த அகிலாவை காலம் பூரா வச்சு கஞ்சி ஊத்த போறிங்க?" என்று நக்கலாக கேட்டாள்.

"இருந்தாலும் உனக்கு இவ்வளவு திமிரு ஆகாது.எவ்வளோ தைரியம் இருந்தா இந்த அகிலாவோட சட்டை மேல கை வைக்க பார்ப்ப?கொஞ்சம் பயமா தான் இருந்துச்சு.அதுக்காக அப்படியே விட முடியுமா? பார்த்தியா நீயே அரண்டு போற மாதிரி செஞ்சேன்.இனிமே அகிலாவை தொடுறதுக்கு முன்னாடி ,ஆயிரம் முறை யோசிக்கனும். ஓகே " என்று செல்லமாக அவன் புகைப்படத்தில் உள்ள கன்னத்தில் தட்டி விட்டு திரும்பினாள்.

கதவு அருகில் கைகளை மார்பின் குறுக்கே கட்டிக் கொண்டு, அவளையே வைத்த கண் வாங்காமல் பார்த்துக் கொண்டிருந்தான் தீரன்.

'ஐயோ இவன் எப்போ வந்தானு தெரியலையே.கடவுளே காப்பாத்து!' என்று பிச்சை கேட்க, 'இவ்வளோ நேரம் வாய் பேசினில சமாளி' என்று அவர் ஜகா வாங்கி கொண்டார்.

ஒன்றும் பேசாமல் கதவை சாற்றி தாழ்ப்பாள் போட்டு, தன் டி சர்ட்டை கழட்டித் தூக்கி எறிந்து விட்டு அகிலாவை நெருங்கினான் தீரன்.

21

அத்தியாயம்-21

குளியலறை கதவை திறந்து பார்த்த ஹர்ஷா அதிர்ந்து விட்டான்.

அங்கே மொபைல் டார்ச்சை ஆன் செய்து அங்குள்ள ஸ்டாண்டில் வைத்து விட்டு, பாத் டப்பில் தண்ணீர் முழுவதையும் நிரப்பி, நுரைக்குள் சிறு குழந்தை போல் துள்ளி விளையாடி,கைகளில் சிறு நுரைகளை அள்ளி ஊதிக் கொண்டே ஆட்டம் போட்டுக் கொண்டிருந்தாள் ஹாசி.

குளியலறை முழுவதும் நுரை.அவள் ஆடை முழுவதும் நனைந்து அவள் தலை மேல் நுரை உருண்டை ஒன்று இருக்க, எதையோ எண்ணி வந்த ஹர்ஷா, இவளை இந்த கோலத்தில் சற்றும் எதிர் பார்க்காத நிலையில் அதிர்ந்து விட்-டான்.

"சாமி! எப்படி தான் இவளை ,இவங்க வீட்ல வச்சு கட்டி மேய்ச்சாங்களோ??" என்று பெரும் மூச்சை விட்டு கொண்டான்.

"ஏய்! இங்க என்ன ஆட்டம்?" என்று ஹர்ஷா குரலில் ஸ்ருதியை ஏற்றி கேட்க , திடீரென அவன் குரலில் பயந்து போன ஹாசி, நுரையுடன் அவன் முன் நின்று முழித்துக் கொண்டிருந்தாள்.

"அஞ்சு நிமிஷம் தான் உனக்கு டயம். அதுக்குள்ள எல்லாம் க்ளீன் பண்-ணிட்டு நீ வெளிய வரனும்" என்று எச்சரித்து விட்டு அவன் வெளிய சென்று மெத்தையில் அமர்ந்து விட்டான்.

அவனும் தான் என்ன செய்வான்? அந்த வெள்ளை நிற பூ போட்ட சல்வாரில் அவள் தண்ணீரில் நனைந்து போய் சிறு பிள்ளை போல் காட்சி அளித்தாலும், அவள் உடல் வனப்புகள் என்னவோ , நான் சிறியவள் இல்லை என்று ஹர்ஷா-வின் புத்திக்கு உரக்க கூறியது.

அந்த சிலையில் இருந்து கண்ணை நகர்த்த முடியாமல் அவன் திணறி தான் போனான்.

அவன் கண்களும் அவள் மேனியில் அத்துமீறி படிய, இதற்கு மேல் தாங்காது என்று அவளை மிரட்டி விட்டு வெளியே வந்துவிட்டான் அந்த மானஸ்தன்.

மெத்தையில் அமர்ந்தவன் கண் முன் ஓடியது,இதே போல் முன்பு நடந்த சம்பவம்!

வீட்டில் வந்து பலகாரங்களை கொடுத்து விட்டு போகும் மகனை விசித்திரமாக பார்த்த சீதா தனக்குள்ளேயே சிரித்து கொண்டார்.

'தன் மகன் யாரிடமோ வசமாக மாட்டிக் கொண்டான்' என்று யூகித்து அவர் கணவரிடம் பகிர்ந்துக் கொள்ள, அவரும் பொறுமையாக அவன் வாயாலயே சொல்லும் வரை அமைதி காக்க கூறினார்.

இரண்டு நாள் ஆத்வி கண்ணில் படவில்லை.என்ன செய்வது என்று தெரியாமல் தவித்து கொண்டிருந்தவன் மூளையில் ஒரு யோசனை தோன்ற, தன் தாயை தேடி சென்றான் ஹர்ஷா.

" மா,அன்னைக்கு நான் பலகாரம் கொடுத்த அந்த பாக்ஸ் எல்லாம் எங்க மா?" என்று கேட்டான்.

"அதோ கழுவி வச்சு இருக்கேன்.ஏன் பா?" என்று கேட்டார்.

"இல்ல மா! அதை அவங்க வீட்ல கொடுக்கனும் அதான்" என்று அவன் ஒரு பையில் போட்டுக் கொண்டு கிளம்பினான், ஒரு துள்ளலுடன் ஆத்வி வீட்டிற்க்கு.

சீதா தான் பேச்சற்று , துள்ளிக் கொண்டு செல்லும் தன் மகனை மகிழ்ச்சியுடன் பார்த்துக் கொண்டிருந்தார்.

தன் அலுவலக வேலையை முடித்து விட்டு, காரை எடுத்துக் கொண்டு கிளம்பினான் ஹர்ஷா.

ஆத்வி வீட்டு வாசலில் காரை நிறுத்தியதும் அவன் மனம் பட படவென அடிக்க, முகம் வேர்க்க, அவனுக்கே இது புது வித அனுபவமாக இருந்தது.

தன் தொழில் முறையில் எத்தனையோ அழகிகளை பார்த்து மயங்காத ஆடவன், இந்த சிறு பெண்ணிடம் மயங்கி போனது தான் ஆச்சரியம்.

தன்னை சமன் படுத்திக் கொண்டு வீட்டு காலிங் பெல்லை அடித்தான்.

மணிகண்டன் வந்து கதவை திறந்தார்.வெளியே பார்த்தவர் "சார்! வாங்க , வாங்க.உள்ள வாங்க. என்ன சார் இவ்வளோ தூரம்? உட்காருங்க" என்று அவனுக்கு இருக்கையை காட்டி விட்டு, தன் மனைவியை அழைத்தார்.

மணிமேகலையை கையில் பிடிக்க முடியவில்லை. "வாங்க தம்பி.இருங்க காஃபி கொண்டு வரேன்" என்று அடுக்களைக்குள் நுழைந்து கொண்டார்.

மணிகண்டன் என்ன பேசுவது என்று தெரியாமல் அவர் அமைதியாக இருக்க, அவனோ தான் கொண்டு வந்த பையை அவரிடம் கொடுத்தான்.

அவர் கேள்வியாக பார்க்க "அது அன்னைக்கு ஹாசி கொடுத்து விட்ட பேக்" என்று முடித்துக் கொண்டான்.

அப்போது மணிமேகலை காபியோடு வர, சிறிய புன்னகையுடன் அதை வாங்கி குடித்தான்.

காபி குடித்துக் கொண்டே அவன் கண்களை வீடு முழுவதும் சுழல விட, அவன் தேடியது அவனுக்கு கிடைக்காமல் போனது.

சிறிய ஏமாற்றத்துடன் ,கப்பை கொடுத்து விட்டு " சரி ! நான் கிளம்புறேன்" என்று அவன் கிளம்ப, இருவரும் புன்னகையுடன் அவனுக்கு விடை கொடுத்-தனர்.

மணிகண்டன் தான் எதையோ யோசித்து கொண்டிருந்தார். இவ்வளவு பெரிய மனிதர், ‘இந்த பையை கொடுக்கவா நம் வீட்டிற்க்கு வந்தார்?’ என்று அவர் மனம் கேள்வி எழுப்பியது.

அப்போது " ஐயையோ" என்ற சத்தத்தில் பெற்றோர்கள் இருவரும் அதிர்ந்து போயினர்.

வாசல் வரை சென்ற ஹர்ஷா பதறி போய் வீட்டிற்குள் சென்றான்.

மூவரும் ஆத்வி அறை நோக்கி செல்ல, அங்கு பார்த்த காட்சியில் மணிமே-கலை பொங்கி விட்டார்.

"அடியே! உங்க ரெண்டு பேரையும் எந்த ரகத்துல டி சேக்குறத என்ன டி கொஞ்சம் ஆட்டமா போடுறீங்க?‘ என்று தலையில் அடித்துக் கொண்டவர், ஆத்வி முதுகில் சப்பென்று ஒரு அடியை வைத்து விட்டு, குளியலறையில் வழுக்கி விழுந்துக் கிடக்கும் ஹாசினியை தூக்கி விட்டார்.

இடுப்பை பிடித்துக் கொண்டு எழுந்த ஹாசி "அம்மா! வலிக்குது மா. மணி,வலிக்குது டி" வலியில் பல்லைக் கடித்துக் கொண்டு கூறினாள்.

"எது டி யா? பல்லைத் தட்டி கையில கொடுத்துருவேன்" என்று நுரையில் ஆடிய அவர்கள் இருவரையும் வசை பாடிய படி ஹாசினியை கை தாங்கலாக அழைத்து சென்றார்.அப்போது தான் அவள் ஹர்ஷாவை பார்த்தாள்.

"ஹேய் வரு " என்று கண்கள் விரிய கத்த, அவன் முழித்து வைத்தான்.

’இவ யாரை கூப்புடுறா?‘ என்று பார்த்தான்.

"நான்தான் சொன்னேன்ல உங்களுக்கு பேர் வைப்பேன்னு.இதுதான் அந்த பேர் !வர்தன்ல சுருக்கி வரு " என்று அவள் மகிழ்ச்சியாக கூறினாள்.

மணிகண்டன் தன் மகளை கண்டிக்க வர, அவரை தடுத்து விட்டான் ஹர்ஷா.

"இது என்ன கோலம்?’ என்று கேட்க "அது நானும் அக்காவும் நுரையில விளையாடுவோம்..இன்னைக்கு நான் வழுக்கி விழுந்து, மணி கிட்ட மாட்டிகிட்-டேன்" என்று உதட்டை பிதுக்கி கூறினாள்.

"இங்க பாருங்க தம்பி, இதுங்க பண்ணுற அட்டகாசத்தை.தினமும் ஏதாவது ஒரு பஞ்சாயத்து" என்று ஹாசியை இழுத்துக் கொண்டு அவர் வெளியேற, மணி-கண்டன் அவர் பின்னே சென்று விட்டார்.

குளியலறை வாயிலில் கண்களில் மிரட்சியுடன் ,உடை முழுவதும் நனைந்து, நுரைகள் ஆங்காங்கே படிந்து பாவடையை இறுக்கிப் பிடித்துக் கொண்டு அவனையே பார்த்துக் கொண்டிருந்தாள் ஆத்வி.

முகத்தில் பாதி இடத்தில் நுரையும், அவள் முகத்தில் இருந்து வடியும் தண்ணீர் அவள் மூக்கின் நுனி பட்டு, உதட்டில் இறங்கி, கழுத்தை அடைந்து கீழ் இறங்க , ஹர்ஷாவின் பார்வை போன விதத்தைக் கண்டு கொண்ட ஆத்வி சட்டென்று திரும்பி நின்று கொண்டாள்.

அப்போது தான் ஹர்ஷா தான் என்ன செய்து கொண்டிருக்கிறோம் என்பது விளங்க, தன் தலையை அழுந்தக் கோதிக் கொண்டு அங்கிருந்து நகர போனவன் , மீண்டும் ஆத்வி அருகில் வந்து அவள் கழுத்து வளைவில் தன் மூச்சு காற்று படியும் படி 'இந்த டிரஸ்ல ரொம்ப அழகா இருக்க ஆது மா" என்று கிறக்கமாக கூறினான்.

அவன் மூச்சுக் காற்று அவள் கழுத்தில் பட்டு அவளுக்கு கூச்சம் எடுக்க, இன்னும் தன் பாவடையை இறுகப் பிடித்துக் கொண்டாள் ஆத்வி.

அவள் நிலைமையை உணர்ந்தவன், அவளை விட்டு விலகி வெளியே சென்று,மணிகண்டன் முன் நின்றான்.

" உங்ககிட்ட ஒரு முக்கியமான விஷயம் பேசனும்.நாளைக்கு நீங்க ஃப்ரீயா?" என்று கேட்டான்.

"ஐயோ! என்ன சார் நீங்க? நீங்க எப்போனு சொல்லுங்க அப்போ நான் வரேன்" என்று மணிகண்டன் தன்மையாக கூறினார்.

அவன் அழகாக சிரித்து விட்டு "அப்போ நாளைக்கு நம்ம மீட் பண்ணலாம் . நான் வரேன் சார் " என்று அங்கிருந்து கிளம்ப போனவன் அவனுடைய ஹாசி குட்டியை தேடினான்.

அவன் பார்வையை உணர்ந்து "அவளுக்கு இடுப்புல சுளுக்கு பிடிச்சிருக்கு. இப்போதான் மருந்து போட்டு படுக்க வச்சுருக்கேன்" என்று மணிமேகலை கூற அவன் ஒரு சிறிய தலை அசைப்போடு அங்கிருந்து கிளம்பினான்.

இன்று ஆத்வியை அந்த நிலைமையில் பார்த்ததில் இருந்து, அவனால் இதற்குமேல் இதை தள்ளி போடக் கூடாது என்று உடனே திருமணம் பற்றி பேச முடிவெடுத்தான் ஹர்ஷா.

இன்று தன் வீட்டிலும் இதை பற்றி பேச வேண்டும் என்ற முடிவோடு அவன் வீட்டை நோக்கி சென்றான்.

"மாமா! எல்லாம் க்ளீன் பண்ணிட்டேன் " என்று ஹாசி குரலில் அவன் கடந்த காலத்தில் இருந்து வெளியே வந்தான்.

அவள் இன்னும் ஈர உடையுடன் இருக்க "அறிவில்லையா உனக்கு? இப்படி ஈரத்தோட இருக்க.மொத போய் டிரஸ்ஸ மாத்து " என்று அவன் கடிந்துக்

கொள்ள, ஏனோ அவன் கோபமாக பேசியது அவளுக்கு வலிக்கத்தான் செய்தது.

' இதே என் இடத்தில் என் அக்கா இருந்திருந்தால் இவ்வாறு மாமா பேசுவாரா?' என்று ஹாசி மனம் தறிக்கெட்டு ஓட, அதை ஒதுக்கி வைத்து விட்டு, தன்னுடைய உடைகளில் ஒன்றை எடுத்துக் கொண்டு மீண்டும் குளியலறைக்குள் சென்றாள் ஹாசி.

இங்கு ஹர்ஷாவின் மனமோ உலை கனலாய் கொதித்தது.

'எப்படி என் ஆத்வி இடத்தில் இவளை வைத்து பார்க்க துணிந்து விட்டேன்?இது அவளுக்கு செய்யும் துரோகம் அல்லவா!' என்று அப்படியே தலையை பிடித்துக் கொண்டு அமர்ந்து விட்டான்

ஆம்! அந்த வெள்ளை ஆடையில் ஈரம் சொட்ட சொட்ட நின்ற ஹாசினியை ஹர்ஷா ஒரு நிமிடம் அப்பட்டமாக ரசித்தான் என்பது உண்மையே.

அதை எண்ணிக்கொண்டே இருந்தவன் அருகில் நிழலாட, ஹாசி அவன் அருகில் வந்து மெத்தையில் மறுபக்கத்தில் படுத்துக் கொண்டாள்.

அதில் இன்னும் அவனுக்கு கோவம் தலைக்கேற " இங்க என்ன பண்ணுற ஹாசினி?" என்றான் பல்லை கடித்துக் கொண்டு.

சீ"தா அம்மா தான் உங்க ரூம்ல படுக்க சொன்னாங்க வரு மாமா' என்று அப்பாவியாக கூறினாள்.

"யார் சொன்னாலும் அதை பத்தி எனக்கு கவலை இல்ல.முதல்ல நீ இங்க இருந்து வெளியே போ" என்று கத்தினான் ஹர்ஷா.

அவன் திடீர் மிரட்டலில் மிரண்டு போன ஹாசி கலங்கிய கண்களோடு அறையை விட்டு வெளியேறினாள்.

யாரிடம் சொல்வாள்? அவள் சொல்வதை கேக்கத்தான் அவளுக்கு ஆள் இருக்கிறதா? எல்லாம் விதி படி நடந்து முடிந்து விட்டதே.

அறையை விட்டு வெளியே வந்து கண்ணீருடன் பக்கத்து அறையில் புகுந்துக் கொண்டாள்.

திருமணம் ஆன நாளில் இருந்து இருவரும் ஒரே அறையில் தூங்கியது இல்லை.

அவனும் அதற்கு அனுமதிக்கவில்லை. இதை அறிந்த சீதா தான் இன்று இவளை ஹர்ஷா அறையில் தங்க சொன்னார்.

பீச் ஹவுஸில் கூட அன்று போதையில் தூங்கியதோடு சரி! இப்படி அவளை விலக்கி வைப்பவன் தான், பிற்காலத்தில் அவளுடைய விலகல் தாங்காது துடிக்க போகிறான்.விதி வலியது.

****

தன் மேல் சட்டையை கழற்றி தூக்கி எறிந்த தீரன், வேகமாக அகிலாவை நெருங்கினான்.

"ஐயோ செத்த டி அகிலா.ஓடிரு " என்று அவள் மனம் அபாய ஒலி அடிக்க , எங்கே !மனம் கத்தியது மூளைக்கு சென்று அடைவதற்கு முன்னே, அவளது கள்வன் அவளை அடைந்து விட்டான்.

வந்த வேகத்தில், அவள் கை பிடித்து இழுத்து தனக்கு நெருக்கமாக கொண்டு வந்தவன் "என்ன சொன்ன? இப்போ சொல்லு" என்று தீர்க்கமாக அவள் கண்களை பார்த்து கேட்டான்.

இவ்வளவு நேரம் வாய் ஓயாமல் பேசிக் கொண்டிருந்த அகிலாவின் வாய் பூட்டு போட்டதை போல் மூடிக் கொண்டது.

"உன்ன தொட்டா,ஏதோ சொன்னியே" என்று நொடியும் தாமதிக்காமல் அவளை மெத்தையில் தள்ளி அவள் மீது படர்ந்தான் தீரன்.

அவ்வளவு தான் அகிலாவுக்கு பயத்தில் இதயமே வெளியே வந்து விழுந்து விடும் அளவுக்கு எகிறி துடித்தது.

முகம் எல்லாம் வேர்த்து விறுவிறுத்து அவனை பார்க்க, அவனோ அவள் பார்வையை சட்டை செய்யாது,தங்களுக்கு அருகில் இருக்கும் ஒரு போர்வையை எடுத்து இருவரையும் மூடினான்.

அதில் அகிலாவுக்கு பாதி உயிர் போய் விட்டது என்று தான் சொல்ல வேண்டும்.

தீரன் கண்களில் அவ்வளவு வெறி! காதலோ காமமோ இரண்டும் இல்லை.

அகிலா மெத்தையில் படுத்திருக்க, அவள் மேல் தீரன் படர்ந்து கிடந்தான்.

அவள் நெஞ்சுக் கூடு ஏறி இறங்க, அதை அதிகப் படுத்தவே அவன் அடுத்த செயலை செய்து வைத்தான்.

அந்த இருட்டு போர்வைக்குள் இருவரது முகமும் அருகருகே இருக்க, தீரனது சூடான மூச்சுக்காற்று அகிலாவின் மேல் பட்டது.

அந்த மூச்சு காற்றின் கூச்சத்தில் அவள் நெளிய, அந்த சமயத்தை பயன்படுத்திக் கொண்டு,அவள் கைகள் இரண்டையும் சிறைப்பிடித்து மேலே தூக்கி ஒற்றைக் கையில் பிடித்து கொண்டான்.

அவள் அதிர்ந்து போய் அவனை பார்க்க அவனோ அவள் இதழ் அருகே மெதுவாக நெருங்க, அவன் நெருக்கத்தில் தன்னிலை இழந்தவள் கண்களை இறுக்கமாக மூடி கொள்ள, அவள் இதழை விடுத்து அவள் மேல் சட்டையை கையோடு கழற்றி போர்வைக்கு வெளியே வீசினான் தீரன்.

இதை சற்றும் எதிர்பார்க்காத அகிலா, தன் கை கொண்டு மறைக்க வர, எங்கே அவள் கைகள் தான் தீரன் கையில் சிறை கொண்டுள்ளதே!

இன்னும் மேல் மூச்சு கீழ் மூச்சு வாங்க, பயத்தில் அவள் கண்கள் கலங்கிப் போனது.

காதலித்தவன் தான் என்றாலும் இத்தனை வேகத்தை அவனிடம் இருந்து அவள் எதிர்பார்க்கவில்லை.

காதலாக நாடி இருந்தால் அது வேறு! இவன் முகத்தில் எந்த உணர்வையும் காட்டாமல் அல்லவா அவளை நாடி இருக்கிறான்.

கைகளை அவனிடம் இருந்து பிரிக்க. முயன்றும் தோற்று போனாள் பேதை அவள்!

அவளை ஒரு பார்வை பார்த்தவன் அவள் கைகளை விடுத்து வேகமாக போர்வையை நீக்கி விட்டு எழுந்து சென்று ,கீழே கிடந்த அவள் மேல் சட்டையை எடுத்து அவள் மேல் தூக்கி எறிந்தான்.

ஆனால் தீரன் பார்வை அவள் முகத்தில் இருந்து சற்றும் கீழ் இறங்கவில்லை என்று அகிலா உணர்ந்து இருந்தாள்.

அவன் விலகவும் போர்வைக்குள் தன்னை மறைத்துக் கொண்ட அகிலா, அவன் சட்டையை தூக்கிப் போடவும் வேகமாக அதை அணிந்து கொண்டாள்.

அப்போது தான் அவளுக்கு உயிரே வந்தது.

தீரன் நிதானமாக திரும்பி " என்கிட்ட கூட சொல்லாம எவ்வளோ அழகா பிளான் பண்ணி என்ன கல்யாணம் பண்ணிக்கிட்ட .தீரன் தானே என்ன பண்ணிடுவான் ! இந்த நெனப்பு தானே உன்ன இப்படி பண்ண வச்சிருக்கு.இப்போ இந்த தீரன் யாருன்னு தெரியுதா? சட்டையை மட்டும் கழட்ட தெரிஞ்ச எனக்கு மொத்தமா கழட்டி எல்லாம் பண்ணவும் தெரியும். என்கிட்ட வச்சுக்கிட்ட " என்று ஒற்றை விரல் நீட்டி எச்சரிக்க, அகிலா அங்கேயே சிலையாக அமர்ந்து விட்டாள்.

இந்த தீரன் அவளுக்கு முற்றிலும் புதிது! இதுவரை யாரிடமும் காட்டாத ஒரு முகம். இன்று அகிலா பார்த்தது அந்த புதிய முகம்.

அவன் அந்த அறையை விட்டு வெளியேறி சென்று இருக்க, இப்போது தான் அவள் மனம் ஹர்ஷா துணையை நாடியது.

அப்போதே அவன் சொன்னானே! என்று மனம் எதை எதையோ நினைக்க, தன் மேல் சட்டையை இறுக்கமாகப் பற்றிக் கொண்டு அப்படியே அந்த மெத்தையில் படுத்து உறங்கி போனது அந்த பறக்கும் பட்டாம் பூச்சி.

****

அறை வாங்கி விட்டு அழுது கொண்டே கட்டிலில் அமர்ந்திருந்தாள் ரிதி.

சற்று நேரத்தில் அழுத களைப்பில் அப்படியே அவள் உறங்கி போனாள்.

குழந்தை தூங்கி விட்டது என்று அதை மெத்தையில் படுக்க வைக்க வந்த முகில் , அவள் அமர்ந்து கொண்டே உறங்கும் கோலத்தை தான் பார்த்தான்.

அம்மு குட்டியை கட்டிலில் போட்டு இரு பக்கமும் தலையணை வைத்து விட்டு, மெல்ல ரிதி அருகில் வந்தான் முகில்.

அவள் முகத்தில் அழுத கண்ணீர் தடம் அப்படியே தெரிந்தது.இவன் அடித்த தடமும் கூட!

மனதில் ஏனோ சொல்ல முடியாத வலி பிறந்தது.‘ ஏன் டி தேவையில்லாம பேசி என்கிட்ட அடி வாங்குன?’ என்று அவள் கன்னத்தை மெதுவாக வருடியவன், தன் அலமாரியில் இருக்கும் ஒரு டியூப் மருந்தை எடுத்து வந்து, அவள் சிவந்த கன்னங்களுக்கு மருந்திட்டான்.

அவள் எரிச்சலில் மெதுவாக சிணுங்க, அவள் அருகில் உதடு குவித்து ஊதிக் கொண்டே அவளுக்கு மருந்திட, அவளும் நல்ல உறக்கத்திற்கு சென்று விட்டாள்.

பின் அமைதியாக இரு நொடி அவளை பார்த்தவன், சட்டென்று தன் கால்களை குறுக்கி அவள் மடியில் தலை வைத்து படுத்துக் கொண்டான்.

ஏனோ கண்களில் கண்ணீர் நிற்காமல் வந்தது. புதிதாக கிடைத்த மடியை நினைத்து பூரித்து போனான் முகில்.

அவன் பிறக்கும் பொழுதே அவன் அன்னை இறந்து விட, தாய் பாசம் இல்லாமல் தந்தையின் அரவணைப்பில் வாழ்ந்து வந்தான்.

தந்தை என்னதான் அரவனைத்தாலும் தாயை போல் ஈடாகுமா?

அதே போல் தான் முகில் ஒரு வளர்ந்த குழந்தை! தாய் பாசத்திற்கு ஏங்கி போனான்.

இப்போது ஏனோ ஒரு பெண் மடியில், அதுவும் தன் மனைவி மடியில் படுத்து இருப்பது அன்னை மடி கிடைத்திருப்பது போல் அவனுக்கு தோன்ற, மகிழ்ச்சியில் அவன் கண்களில் ஆறாய் பெருகி ஓடியது கண்ணீர்.

சற்று நேரம் மன ஆறுதலுக்கு படுத்து விட்டு, பின் மெதுவாக எழுந்து ரிதியை தூக்கி சரியாக படுக்க வைத்து அவளுக்கு போர்வையை போர்த்தி விட்டு, இவன் குழந்தைக்கு மறு பக்கத்தில் சென்று படுத்து கொண்டான்.

ஏனோ இன்று தான் அவன் வாழ்வே முழுமையானது போல் ஒரு உணர்வு அவனுக்கு. கண்ணை மூடிய மாத்திரத்தில் தூங்கிப் போனான் முகில்.

இரவில் நடந்தது எதுவும் அறியாமல் தூக்கத்தின் பிடியில் இருந்தாள் முகிலின் பொய் கோழி.

****

மறுநாள் பொழுது நன்றாக விடிந்தது மகா, சுதர்சன் தம்பதிக்கு. முதலில் விழித்தது சுதர்சன் தான்.

கல்யாண கலாட்டாவில் சரியாக தூங்காமல் இருந்த மகா, நேற்று தான் நிம்மதியாக ஆழ்ந்த நித்திரைக்கு சென்று இருந்தாள்.

அவளை எழுப்ப மனம் இல்லாமல், தன் மேல் கை, கால்களை போட்டு உறங்கும் மனைவியின் முகத்தை சிறிது நேரம் பார்த்தவன், பின் அவள் கை கால்களை விலக்கி விட்டு, எழுந்து குளியலறைக்கு சென்று தன் காலைக் கடன்-

களை முடித்து விட்டு கீழே வந்தான்.

"வாடா! எங்க என் மருமகள்?" என்று வாணி கேட்க "அவ நல்லா தூங்குறாமா. இப்போ அவளை எழுப்ப வேணாம். ரொம்ப பயந்து போய் தூங்காம இருந்திருப்பா போல!" என்றான்.

"சரிடா! இந்தா காபி!" என்று அவனுக்கு கொடுத்து விட்டு, அவர் காலை உணவு செய்ய போக, சரியாக பத்து மணி அளவில் கண் விழித்தாள் மகா.

சூரியன் எக்குத்தப்பாக அறைக்குள் விழ, வாரி சுருட்டி எழுந்தவள், வேறு ஏதோ அறையில் இருப்பதை பார்த்து பயந்து போய் "அம்மா" என்று அலறி விட்டாள்.

அந்த அலறலில் சுதர்சன் பதறி அடித்துக் கொண்டு தன் அறைக்கு ஓடினான்.

22

அத்தியாயம்-22

மகா கத்திய கத்தில் பதறி அடித்து கொண்டு மேலே ஓடி வந்தான் சுதர்சன்.

அவளோ தன் கால் இரண்டையும் கட்டிகொண்டு ,தன் சேலை முந்தானையை இழுத்து கொண்டு பயத்தில் வெளிறி போய் மெத்தை ஓரத்தில் அமர்ந்திருந்தாள்.

ஓடி வந்த வேகத்தில் சுதர்சன் மூச்சு வாங்க "என்னாச்சு மகி?" என்று கேட்டான்.

அவளோ பயத்தில் தன் விரலை மெத்தைக்கு அந்த பக்கமாக நீட்டினாள்.

அவள் விரல் போன திசையை பார்த்த சுதர்சனுக்கு சிரிப்பை அடக்க முடியவில்லை.

இருந்தும் அதை அடக்கி கொண்டு "ஐயோ ! இவ்வளோ தானா.நான் கூட பயந்திட்டேன் போ " என்று சாவகாசமாக அறைக்குள் வந்து மெத்தையில் தொப் என்று அமர்ந்தான்.

அவன் தான் அமர்ந்து விட்டானே தவிர, அவள் இன்னும் அதே நிலையில் இருந்து மாறாமல் இருந்தாள்.

அவளை பார்த்து தன் விளையாட்டை ஓரங்கட்டி விட்டு " சுந்தரி ! உன்னை எத்தனை தடவை சொல்லிருக்கேன்.என்கிட்ட கேட்காம என் ரூம் குள்ள வர கூடாதுனு " என்று சுதர்சன் கேட்டான்.

சுந்தரி அவனை பரிதாபமாக பார்த்தாள். " இந்த பார்வைக்கு ஒன்னும் குறைச்சல் இல்ல.நீ ஏன் ரெண்டு நாள் வரலை? அம்மா உன் மேல செம கோபத்துல இருக்காங்க. மொத போய் அவங்களை பாரு " என்று கூறினான்.

சுந்தரி அமைதியாக அவன் அறையை விட்டு வெளியேற போக, மீண்டும் சுதர்சன் அவளை அழைத்தான்.

" ஹேய் நில்லு" என்று கூறினான்.

சுந்தரி திரும்பி சுதர்சனை பார்க்க "எனக்கு கல்யாணம் ஆகிடுச்சு.இவ மகி, என்னோட மனைவி. இனிமே ரூம் குள்ள என்கிட்ட கேட்காம வர கூடாது ஓகே வா" என்று கேட்டான்.

அவள் சரி என்று தலை ஆட்டி விட்டு செல்ல, மகி தான் இப்போது சுதர்சனை ஒரு மார்க்கமாக பார்த்து வைத்தாள்.

" ஐயோ ! விவரம் தெரியாம கழுத்த நீட்டிட்டேன். ஒரு வேளை இவரு பைத்தியமா இருப்பாரோ" என்று அவள் மூளை யோசித்தது.

அவள் யோசனையை களைக்கும் விதமாக " இவ சுந்தரி. நீ பார்த்து பயப்புடாத.எங்க வீட்ல ரொம்ப நாளா இருக்கு .இப்போ போய் குளிச்சுட்டு வா" என்று அவளுக்கு ஒரு அழகான புடவை ஒன்றை கொடுத்தான்.

" இத கட்டிக்கோ" என்று அறையை விட்டு வெளியேற போனான்.

"ஏங்க "என்று மகா மெல்லமாக அழைத்தாள்.

அதில் அவளை பார்த்த சுதர்சன் என்னவென்று கேட்க "இல்ல உங்க சுந்தரி திரும்ப வருவாங்களா ?" என்று ஒரு வித பயத்தில் கேட்டாள்.

அவன் புன்னகைத்துக் கொண்டே "இல்ல அம்மாகூட தான் இருப்பா.நீ தைரியமா குளிச்சுட்டு வா" என்று சுதர்சன் அறையில் இருந்து வெளியேறினான்.

மகா ஒரு வித பயத்துடனே குளித்து விட்டு ,அவன் வாங்கி கொடுத்த புடவையை அணிந்துக் கொண்டு, தலை வாரி, அவன் அறையில் பொட்டு இல்லாததால், பொட்டு வைக்காமல் கீழே வந்தாள்.

கீழே வந்தவள் விழிகள் வீட்டையே அலச, அவள் தேடி வந்தது இல்லாமல் போக, ஒரு நிம்மதி பெரு மூச்சுடன் அங்கிருந்து நகர போக, அப்போது அவள் முந்தானையை பிடித்து ஏதோ இழுப்பது போல் இருக்கொ, நெஞ்சை பிடித்துக் கொண்டு பயத்தில் திரும்பி பார்த்த மகி " அம்மா" என்று மீண்டும் கத்தினாள்.

அதில் வாணி ,கணபதி சு,தர்சன் மூவரும் வந்து பார்க்க, அவர்களை கண்ட மகா ஓடி வந்து வாணி பின்னே ஒளிந்து கொண்டாள்.

சுந்தரி பண்ணிய வேலை தான்! கையில் வடையுடன் அவர்களை பார்த்து நின்றுக் கொண்டிருந்தது சுந்தரி என்ற குட்டிக் குரங்கு.

ஆசையாக வடையை எடுத்து வந்து மகாவிற்கு கொடுக்க வர, அவளோ கத்தி அதையும் மிரட்டி விட்டாள்.

அவள் கத்திய கத்தில் அது மிரண்டு போய் சோபா அடியில் அமர்ந்து தலையை வெளியே நீட்டி பார்த்தது.

வாணி சிரித்து விட்டு " சுந்தரி வெளிய வா " என்று அழைக்க, அது அழகாக வடையுடன் வெளியே வந்தது.

"இப்போ கொடு" என்று வாணி கூற, வாணி பின்னால் நிற்கும் மகி பக்கம் வந்து வடையை நீட்ட, அவள் அதிர்ச்சியாக அதையே பார்த்தாள்.

"வாங்கிக்கோ மா" என்று வாணி கூறினார்.

அவள் கைகள் நடுங்க வடையை பட்டென்று வாங்கி கையை இழுத்துக் கொண்டாள்.

"நீங்க பேசுறது அதுக்கு புரியுமா அத்தை?" என்று மகா ஆச்சரியமாக கேட்-டாள்.

"ஏன் புரியாம? நல்லாவே புரியும் மா. நம்ம என்ன சொன்னாலும் அவளுக்கு தெரியும் .சரியா செய்வா.இப்போ சுதர்சன் உன்னை அறிமுகப்படுத்தி வச்சிருப்பான் .அதான் உனக்கு வடை எடுத்துட்டு வந்துருக்கு " என்று வாணி கூறினார்.

சற்று முன் இருந்த பயம் சிறிதாக நீங்கி, இப்போது ஒரு மெல்லிய சிரிப்புடன் சுந்தரியை பார்த்தாள்.

பின் தன் கையில் இருக்கும் வடையில் பாதியாக பிட்டு அவள் வாயில் போட்டு கொண்டு அதற்கு பாதி தர, அதுவும் மறுக்காமல் வாங்கி வாயில் போட்-டுக் கொண்டது.

அதை பார்த்து மகாவின் மனம் துள்ளிக் குதித்தது.

" இங்க நாங்க தனிமையா இருக்கனும்னு இந்த தோப்பில வீடு கட்டுனோம் மா.வந்த கொஞ்ச நாள்ல நம்ம வீட்டுக்கு வர ஆரம்பிச்சாள்.இப்போ வரைக்கும் வந்துட்டு இருக்கா" என்று கணபதி கூற, மகா தலை ஆட்டிக் கொண்டே அதை தான் பார்த்துக் கொண்டிருந்தாள்.

சுதர்சன் பார்வை முழுவதும் தன் மனைவி மேல் தான் இருந்தது.

'அந்த குரங்கை பார்க்குற அளவு கூட நம்மளை பார்க்க மாட்டேங்குறாளே! நமக்கு எதிரியே சுந்தரி தான் ' என்று முடிவு கட்டினான்.

****

இங்கு விடிந்தது கூட தெரியாமல் ஒரு குடும்பம் ஆழ்ந்த உறக்கத்தில் இருந்-தது.

நெடுநாட்கள் கழித்து வந்த நிம்மதியான உறக்கம் அல்லவா! ரிதி குழந்தையை அணைத்து தூங்கிக் கொண்டிருக்க, முகில் அவர்கள் இருவரையும் சேர்த்து அணைத்து உறங்கிக் கொண்டிருந்தான்.

இருவரும் ரொமான்ஸ் பண்ணுவது தாங்காமல் அந்த சின்ன மொட்டு தன் எதிர்ப்பை தெரிவிக்க சிணுங்கியது.

அமுதினியின் சிணுங்களில் முதலில் கண் விழித்த முகில், தான் அவர்கள் இருவரையும் அணைத்து உறங்குவதை பார்த்து உதட்டில் தவழும் புன்னகையுடன்

எழுந்து அமுதினியை தூக்கிக் கொண்டு அறையை விட்டு வெளியேறினான் தன் மனைவியின் உறக்கம் கெடாமல் இருப்பதற்காக! (நீ நடத்து டா)

வெளியே முகில் தந்தை குழந்தையுடன் வரும் தன் மகனை பார்த்தார்.

"என்ன டா, குட்டி எந்திர்ச்சிட்டா போல ?"என்று ஆசையாக அமுதியை வாங்கிக் கொள்ள, முகில் அவளுக்கு பால் காய்ச்சி எடுத்து வர கிட்சனுக்கு சென்றான்.

"தாத்தா கிட்ட வாங்க அமுதிமா" என்று கைகளில் அவளை அள்ளிக் கொண்டு தோட்டத்திற்கு செல்ல, வெளியே கேட்ட சத்தத்தில் மெதுவாக கண் விழித்தாள் ரிதி.

கண் விழித்த கணமே தன் கைகளால் தான் பெற்றெடுக்காத குழந்தையை அவள் தேட, அறைக்கு வெளியே அமுதினியின் சிரிப்பு சத்தம் கேட்டு , வெளியே வந்து எட்டி பார்க்க தோட்டத்தில் இருந்து தூக்கி வந்த முகில் அவளை மடியில் படுக்க வைத்து பாலை புகட்ட, முகிலின் தந்தை அவர்கள் அருகில் அமர்ந்து தன் பேத்திக்கு விளையாட்டுக் காட்டிக் கொண்டிருந்தார்.

அதை பார்த்த கணமே ரிதிக்கு நெஞ்சில் உள்ள பாரம் எல்லாம் பறந்து போக, மகிழ்ச்சியாக அவர்கள் அருகில் ஓடி வந்தாள்.

அவள் வந்ததை பார்த்த முகில் "கப்புல டீ இருக்கு

எடுத்துக்கோ தன்யா" என்று கூற, அவனது புது விதமான அழைப்பு அவளுக்குள் ஒரு சிலிர்ப்பை உண்டு பண்ணியது.

அவன் கூறியதற்காக கப்பில் உள்ள டீயை எடுத்து குடிக்க போக, அப்போது முகில் சட்டென்று நிமிர்ந்து தன் மனைவியை மேல் இருந்து கீழ் வரை ஒரு பார்வை பார்த்து "கொஞ்சம் இரு" என்று கூறினான்.

அவள் குடிப்பதை நிறுத்தி அவனை பார்த்தாள்.

"ப்ரஷ் பண்ணியா?" என்று கேட்க, அவளோ திருட்டு முழி முழித்தாள்.

அதிலேயே அவள் கள்ளத்தனத்தை அறிந்து கொண்ட முகில் அவள் பதிலுக்காக காத்துக் கொண்டிருந்தான்.

'ஐயோ போச்சு! குழந்தைய பார்க்குற அவசரத்துல பல்லு விளக்காம வந்துட்டோம். இப்போ என்ன பண்றது? மாமா வேற இருக்காரு.சரி சமாளிப்போம்' என்று தோரணையாக அமர்ந்து "யாராவது பல்லு விளக்கமா டீ குடிக்க வருவாங்களா? என்ன கேள்வி இது?" என்று கேட்டாள்.

தன் மனைவியின் பதிலில் வழக்கம் போல் தலையில் அடித்துக் கொண்டவன் 'அம்மாடி! வாய திறந்தா பொய் தான்.எப்படி தான் இவளை வச்சு காலம் தள்ள போறேனோ ' என்று முகில் மனதிற்குள் புலம்பிக் கொண்டான்.

"சரி டீ குடிச்சுட்டு கிளம்பு. நம்ம ஹர்ஷா வீட்டுக்கு போகனும்" என்று கூற, ரிதி 'சரி' என்று தலை அசைத்து அமுதினியை தூக்கிக் கொண்டு அறைக்குள்

சென்றாள்.

'இவரு நைட் என் மேல கோவமா தானே இருந்தாரு.இப்போ நல்லா பேசுறாரு.அப்போ என்னை பிடிக்குமா? 'என்று யோசனையில் இருந்த ரிதி அருகில் நெருங்கி வந்தான் முகில்.

அவள் பின்னே அவளை உரசும் அளவிற்கு பக்கத்தில் நின்று "ரொம்ப யோசிக்காத.இந்தா ப்ரஷ்.போய் ப்ரஷ் பண்ணிட்டு குளிச்சுட்டு வா" என்று கூற, அவனை கண்கள் விரிய பார்த்தவள் தன் குட்டு வெளி பட்டு விட்டதே என்று அவனை பார்க்க முடியாமல் தன் ஆடைகளை எடுத்துக் கொண்டு குளியலறை நோக்கி ஓடினாள்.

****

விடிந்ததும் தீரன் தன் அறையில் இல்லாததை உணர்ந்த அகிலா, முதலில் தன் ஆடைகளை தான் பார்த்தாள்.

நேற்று நடந்தது அவளுக்கு கனவு போல் தோன்ற, பால்கனி பக்கம் நிற்க அங்கு தோட்டத்தில் உள்ள ஊஞ்சலில் தீரன் தனியாக அமர்ந்திருந்தான்.

"வேகமாக குளிச்சுட்டு நம்ம ஆள பார்க்க போவோம் " என்று அகிலா குளியலறை நோக்கி ஓடினாள்.

தீரன் சிந்தனைகள் எல்லாம் தன் கடந்த காலத்தை நோக்கியே பயணம் செய்தது.

முயன்று அதை விட்டு வெளியே வர துடித்தவன், ஒரு ஆழ்ந்த மூச்சை எடுத்துக் கொண்டு தன்னை சமன் படுத்தினான்.

'இனிமே என் வாழ்க்கையில நீ இல்லன்னு உன் கழுத்துல தாலி ஏறிய மறு நிமிஷம், நான் என் மனசுல இருந்து உன்னை வெளியே கொண்டு வந்தேன். இப்போ என் வாழ்கையில் காதல் அப்படின்னா நான் அகிலாவுக்கு மட்டும் தான் கொடுக்கனும்.கொடுக்க வேண்டிய கட்டாயத்தில இருக்கேன்.என் காதலை அவளுக்கு கட்டாயத்துல கொடுக்க விரும்பல.கொஞ்ச நாள் போகட்டும்.எனக்கும் அகிலா மேல காதல் வந்த பிறகு நாங்க சேர்ந்து வாழ ஆரம்பிக்கனும் '

'இதுதான் நான் அவ காதலுக்கு கொடுக்குற மரியாதை.என்ன தான் அவ என்ன ஏமாற்றி கல்யாணம் செஞ்சு இருந்தாலும், சின்ன வயசுல இருந்து என் மேல வச்சு இருந்த காதலுக்காக இப்போ வரை கஷ்ட பட்டு என்ன கல்யாணம் பண்ணி இருக்கா.அதுக்காகவாது நான் அவளை சந்தோசமா பார்த்துக்கனும்' என்று தீரன் தான் போக்கில் பேசி கொண்டிருக்க ,ஊஞ்சல் ஆடியது.

திடுகிட்டு திரும்பி பார்த்தான். ஹாசினி தான் , அவன் பேசுவதை எல்லாம் கேட்டுவிட்டு "அப்போ நீ ஒரு பொண்ண லவ் பண்ணி இருக்க.என்கிட்ட சொல்லவே இல்ல" என்று கோபம் கொண்டாள்.

'ஐயோ இவ எல்லாத்தையும் கேட்டுட்டா போல' என்று நினைத்து கொண்ட தீரன் " பாப்பு! அண்ணனுக்கு இந்த விஷயம் தெரிய வேணாம் " என்று கூறினான்.

"சொல்ல மாட்டேன்! ஆனால் அந்த பொண்ணு யாருன்னு எனக்கு தெரிஞ்சு ஆகனும் .இல்லேனா உன் அண்ணன் கிட்ட இப்போவே போய் சொல்லுவேன் " என்று அவள் டீல் பேசினான்.

தலை மேல் கை வைத்து அமர்ந்து கொண்ட தீரன் "சீக்கிரமே உன்கிட்ட சொல்லுறேன் பாப்பு.ப்ளீஸ் இப்போ அண்ணா கிட்ட சொல்லாத" என்று கேட்டான்.

"போனா போகுதுனு விடுறேன்.சீக்கிரம் சொல்லனும் " என்று மிரட்டி விட்டு "அப்போ அகிலா அக்காவை ஐயா லவ் பண்ண ஸ்டார்ட் பண்ணிட்டீங்க போல ?" என்று சந்தோசமாக கேட்டாள்.

தீரன் ஒரு மெல்லிய புன்னகையை சிந்தி. "என் பொண்டாட்டிய நான் தானே லவ் பண்ணனும்" என்று எதிர் கேள்வி கேட்க, ஹாசி வாயை பிளந்து விட்டாள்.

"உன் கதை என்னாச்சு பாப்பு? அண்ணன் என்ன சொல்லுறாரு? " என்று அவன் கேட்ட மறு நிமிடம் அவள் முகம் கலை இழந்து போனது.

அதை காட்ட விரும்பாது சட்டென்று தன் முகத்தை மாற்றிக் கொண்டாள்.

தீரன் அவள் வாடிய முகத்தை கண்டு விட்டான்.என்ன இருந்தாலும் அவள் தான் கூற வேண்டும் என்று அமைதியாக அவளை பார்த்தான்.

"ஏன் உங்க அண்ணனுக்கு என்ன? அவருக்கும் எனக்கும் இழப்பு எவ்வளோ பெருசு.அதுல இருந்து என்னை வெளிய கொண்டு வர ரொம்ப முயற்சி பண்ணுறாரு.எனக்கு உங்க அண்ணனை ரொம்ப பிடிச்சு இருக்கு" என்று தன் நிலைமையை மறைத்து அவனிடம் பொய் கூறினாள்.

"ஓஹோ ! அதுனால தான் நேத்து நைட் , பாதில ரூம் விட்டு வெளிய வந்து பக்கத்து ரூம்ல தூங்க போனியோ" என்று அலுங்காமல் அவள் தலையில் குண்டை போட்டு விட்டு அங்கிருந்து சென்று விட்டான் தீரன்.

ஆம்! இரவு ஆகிலாவிடம் சண்டை கட்டி விட்டு வெளிய வந்த தீரன் கண்டது, அழுதுக் கொண்டே கொண்டே அறையில் இருந்து வெளியே வந்த ஹாசி தான்.

அவளிடம் பேச போக, அதற்குள் அவள் பக்கத்து அறைக்குள் புகுந்து கதவை சாற்றிக் கொண்டாள் .

முகத்தில் எதையும் காட்டிக் கொள்ளாமல் அவளும் காபியை எடுத்து கொண்டு ஹர்ஷா அறை நோக்கி சென்றாள்.

ஹர்ஷா வின் மனம் எல்லாம் ஆத்வியை சுற்றியே வந்தது.

அன்று அவர்கள் வீட்டில் இருந்து வந்தவன் , இரவில் தன் தாய் தந்தையிடம் தன் காதல் விஷயத்தை பகிர்ந்து கொண்டான் .

சீதா வாயைப் பிளக்க, ராமச்சந்திரன் சிரிக்க, தீரன் குதித்து விட்டான்.

'ஹர்ஷாவா இது ?' என்று அனைவரும் ஒவ்வொரு மன நிலையில் இருந்தனர்.

"நாளைக்கு அவங்க அப்பாவை பார்த்து பேசிட்டு சொல்லுறேன் மா" என்று முகத்தில் எதையும் காட்டாமல் மாடி ஏறி விட்டான்.

மறுநாள் ஸ்பார்க் கிராண்ட் ஹோட்டலில் , இரு காபியை ஆர்டர் செய்து ஹர்ஷா, மணிகண்டன் இருவரும் அமர்ந்திருந்தனர்.

இதுவரை இது போல் பெரிய ஹோட்டல் பக்கம் இவர் வந்ததில்லை.

"என்ன பேச போகிறார்?" என்று மணிகண்டன் தயக்கமாக பார்த்தார்.

ஹர்ஷா சற்றும் அசராமல் "எனக்கு டைரக்ட்டா பேசி தான் வழக்கம் சார். எனக்கு உங்க பொண்ண ரொம்ப பிடிச்சு இருக்கு.நான் அவளை கல்யாணம் பண்ணிக்க ஆசை படுறேன்" என்று பட்டென்று கூறினான்.

மணிகண்டன் அதிர்ந்து விட்டார். எப்பேர் பட்டவன்! தன் மகளை திருமணம் செய்து கொள்ள கேட்கிறான்.ஒரு புறம் மகிழ்ச்சியாக இருந்தாலும், மற்றொரு புறம் அவருக்கு பயம் தொற்றிக் கொண்டது.

அவர் தயக்கமாக ஹர்ஷாவை பார்த்து " இல்ல சார்! நாங்க சாதாரண மிடில் க்ளாஸ். உங்க அளவுக்கு எங்களால செய்ய முடியாது. நீங்க கோச்சுகாதிங்க. உங்க தகுதிக்கு ஏற்ற மாதிரி பொண்ணு பாருங்க சார்!" என்று ஒரு வழியாக தான் கூற நினைத்ததை கூறி முடித்தார்.

அவரையே ஆழ்ந்து பார்த்தவன் "நான் உங்க பொண்ண மட்டும் தான் கேட்டேன்.வேற எதுவும் எதிர் பார்க்கலை." என்று குரல் இறுகி பேச, மணிகண்டன் பயந்து போனார்.

"நீங்க சொல்லுறது சரி தான் சார். அதுக்காக என் பொண்ணுக்கு எதுவும் செய்யாமல் என்னால அனுப்ப முடியாது இல்லையா ?" என்று முயன்ற அளவுக்கு பணிவாகவே கேட்டார்.

"நான் உங்க கிட்ட எதையும் எதிர் பார்க்கலை.அப்பறம் உங்க பொண்ணுக்கு உங்களால என்ன செய்ய முடியுமோ செய்யுங்க.என் பொண்டாட்டிக்கு எல்லாம் வாங்கி தந்து பார்த்துக்க நான் இருக்கேன்" என்று உரிமையாக பேசினான்.

இதற்குமேல் என்ன பேசுவது என்று மணிகண்டனுக்கு தெரியவில்லை! "நான் வீட்ல கலந்து பேசிட்டு சொல்லவா சார்." என்று அவர் கேட்டார்.

"தாராளமா சொல்லுங்க. ஆனால் இந்த விஷயம் ஆத்விக்கு தெரிய கூடாது.அவ கிட்ட நான்தான் முதல சொல்லனும்." என்று கூற, மணிகண்டன் சம்மதமாக தலை அசைத்து அங்கிருந்து கிளம்பினார்.

வீட்டில் சென்று மணிமேகலையிடம் இந்த விஷயத்தை கூற, முதலில் பயந்தவர் பின் தன் பொண்ணுக்கு தங்கமான இடம் கிடைத்துள்ளது என்று பூரித்துப் போய் தன் சம்மதத்தை தெரிவித்தார்.

அதன் பின் மணிகண்டன், ஹர்ஷாவிற்கு தொடர்பு கொண்டு எங்கள் இருவருக்கும் சம்மதம் என்று கூற, அவன் ஒரு வெற்றி சிரிப்புடன் அடுத்து ஆத்வியை எப்படி அணுகுவது என்று தீவிர சிந்தனையில் இருந்தான்.

அவன் சிந்தனையை கலைத்தது ஹாசியின் குரல்.

"காபி!" என்று அவன் முகத்தை பார்க்காமல் டேபிளில் வைத்து விட்டு அவள் திரும்பினாள்.

நேற்று இரவு நடந்து கொண்டதன் தாக்கம் தான், அவள் முகத்தை திருப்பி செல்கிறாள் என்று அறிந்து கொண்ட ஹர்ஷா "ஹாசி குட்டி!!!" என்று அழைத்தான்.

அவள் கண்களில் இருந்து கண்ணீர் கரை புரண்டு ஓடியது. அவள் கண்ணீரை பொறுக்க முடியாமல் அவள் அருகில் வர, அவள் சட்டென்று பின் நோக்கி நகர்ந்து விட்டாள்.

"வேணாம் மாமா! எனக்கு பயமா இருக்கு. சீதா அம்மா சொன்னாங்க. நீ தனியா தூங்க கூடாது. கல்யாணம் ஆன பிள்ளை தப்புன்னு சொன்னாங்க. அதான் இங்க வந்தேன். வேற எதுவும் என் மனசுல இல்ல. உங்களை போல தான் நானும்! என் வரு மாமாவையும் இழக்க நான் தயாரா இல்லை. நீங்க சொல்லுறது எல்லாம் நான் கேட்கிறேன். உங்களுக்கு பிடிச்ச மாதிரி நடந்துகிறேன்." என்று அப்பாவியாக கூற, அவளை அள்ளி அணைக்க தூண்டிய கைகளை முயன்று அடக்கிக் கொண்டான் ஹர்ஷா.

****

தீரன் தன் அறைக்கு வந்தவன் ஷாக் அடித்தது போல் நின்று விட்டான். எல்லாம் அவன் மனையாள் செய்த காரியம் தான்.

தக்காளி பழ நிறத்தில் கல் வைத்த புடவை உடுத்தி, தன் ஈர கூந்தலை அவள் காய வைத்துக் கொண்டிருக்க, அவள் புடவை கட்டிய விதம் தீரன் மனதை பித்தனாக்கியது.

ஒரு முறை தான் புடவை கட்டி இருக்கிறாள். அதுவும் தன் தாயின் உதவியுடன்!

இப்போது அவளுக்கு தெரிந்த அளவிற்கு யூ ட்யூப் பார்த்து கட்டி முடித்தாள்.

அதில் இடுப்பு சேலை மொத்தமும் இடுப்பில் இல்லாமல் போக, அவள் மாராப்பு சேலை ஒரு பக்கம் சரிந்து தொங்க, கை இல்லாத பிளவுசில் அவள் தலை கோதிக் கொண்டிருந்தாள்.

'இதுக்கு நேத்து போட்ட டிரஸ்ஸே நல்லாத்தான் இருந்துச்சு' என்று தீரன் சலித்துக் கொண்டே சத்தமில்லாமல் அந்த அறையை விட்டு வெளியேறினான்.

அவனுக்கு தெரியும்! யார் சொன்னாலும் தன்னை மாற்றி கொள்ள மாட்டாள் அகிலா.

'அப்படி இருப்பவள் இன்று எனக்காக புடவை அணிந்து இருக்கிறாள்' என்றால்? நினைக்கவே தீரன் மனம் தித்தித்தது.

இதே கோலத்துடன் அவள் அறையை விட்டு வெளியே வந்துவிடக் கூடாது என்று வேகமாக தன் அன்னையை நாடினான் தீரன்.

"அம்மா! சீக்கிரம் வாங்க." என்று கிச்சனில் இருந்த சீதாவை கையோடு இழுத்துக் கொண்டு வந்தான் தீரன்.

"டேய்! எதுக்கு டா இப்படி இழுத்துட்டு வர? என்ன தலை போற காரியமோ???" என்று அவர் கடிந்துக் கொண்டார்.

"ஆமாமா. கொஞ்சம் விட்டாலும் அவ்வளோ தான். நீங்க வாங்க மா. உங்க மருமகள் சேலையை கட்டி டார்ச்சல் பண்ணுறா!" என்று அறை கதவை திறக்க அங்கு அகிலா இருந்த கோலத்தை பார்த்து இருவரும் மிரண்டு போனார்கள்.

சற்று நேரம் சேலையில் இருந்த அகிலாவுக்கு வேர்க்க ஆரம்பிக்க "ஐயோ! என்ன இது இப்படி வேர்க்குது? கால் குள்ள எல்லாம் இப்படி வேர்க்குது. எல்லா இடத்துலயும் காத்து போகுது. கால் மட்டும் வேர்க்குதே! என்ன பண்ணலாம்?" என்று தீவிரமாக யோசித்தாள். அப்போது அவள் மண்டையில் மணி அடித்தது.

மெத்தையில் படுத்துக் கொண்டு முட்டி வரை புடவையை ஏற்றி விட்டு, ஒரு டேபிள் ஃபேனை கொண்டு வந்து கால் அருகில் வைத்து காத்து வாங்கிக் கொண்டிருந்தாள்.

"ஐயோ! இப்போ எப்படி இருக்கு.கொஞ்சம் நேரத்துல எனக்கு தலையே சுத்திருச்சு. சீதா அம்மா எப்படி தான் இந்த புடவையை நாள் பூரா கட்டிட்டு இருக்காங்களோ???" என்று சலித்துக் கொண்டே அவள் கால் ஆட்டி கொண்டு படுத்திருக்க, அதை பார்த்த தீரன், சீதா அதிர்ந்து போனார்கள்.

பட்டென்று தீரன் கதவை சாற்றி விட, சீதா ஒரு நமட்டு புன்னகையுடன் "ரொம்ப கஷ்டம் டா" என்று அறைக்குள் சென்றார்.

23

அத்தியாயம்-23

தீரனின் நிலைமை என்னவென்று விவரிக்க முடியாமல் இருந்தது. எனக்கு ஏன் அவளை பார்க்கவும் அப்படி தோணியது?

"ஐயோ!" என்று தலையை பிடித்து கொண்டு தோட்டத்தில் அமர்ந்துக் விட்-டான்.

அவன் கண் முன் சிறு வயது அகிலா வந்து போனாள். எப்போதும் வீட்டிற்-குள் துள்ளிக் கொண்டு தான் வருவாள்.

அப்படி எதிரே தீரன் வந்து விட்டால், அவள் துள்ளல் எல்லாம் இருந்த இடம் தெரியாமல் போய் விடும். அவனே பலமுறை இதை யோசித்து பார்த்திருக்கிறான்.

'என்ன என்னைய பார்த்தா மட்டும் பம்முறா?' என்று அவனும் அவளை கண்டு கொள்வதில்லை.

ஆனால் அவர்கள் வீட்டில் எது செய்தாலும், தீரன் பங்கு அவன் அறைக்கு சரியாக வந்து விடும்.

அதை அவள் தான் அவன் அறையில் வைத்து விட்டு செல்வாள். ஆனால் அவனிடம் ஒரு வார்த்தை பேசியது இல்லை.

அவள் உலகம் ஹர்ஷா, முகில் இருவருடன் மட்டுமே முடித்து போனது.

அவனுக்கும் அது சிறு வயதில் பொறாமையாக கூட இருந்தது. 'தக்காளி என்கிட்ட மட்டும் பேச மாட்டுறா' என்று கருவிக் கொள்வான்.

இப்படியே அவள் மீது ஒரு ஈர்ப்பு இருந்தது என்பது உண்மையே! ஆனால் காதல் அளவிற்கு அவன் யோசித்தது இல்லை. அவளை பார்த்தாலே அவளை சீண்டவே அவன் மனம் துடிக்கும்.

இப்போதும் அதைத்தான் செய்கிறான். என்ன கொஞ்சம் புருஷன் உரிமை எடுத்து சீண்டுகிறான்.

இதை எல்லாம் நினைத்து பார்த்தவன் மனம் சற்று இதமாக தான் இருந்தது. பழையது மறந்து தன் புது வாழ்க்கைக்குள் எப்படியாவது அடி எடுத்து வைக்க வேண்டும் என்று எண்ணிக் கொண்டான் தீரன்.

******

சுந்தரி அவள் வடையை வாங்கி உண்டதில் அவள் குதிக்காத குறை தான். அவள் முகத்தில் அப்பட்டமாக மகிழ்ச்சி தாண்டவம் ஆடியது.

வாணி தான் "போதும்! ரெண்டும் பேரும் சாப்பிட்டது. இந்தா மா பொட்டு. இத வச்சுட்டு வா. சீக்கிரம் சாப்பிடுங்க. டிபன் ஆறுது." என்று சாப்பாட்டை எடுத்து வைக்க, அவளும் பொட்டை வைத்துக் கொண்டு சுந்தரியை பார்க்க, அதுவும் அவளுடன் டேபிளுக்கு செல்ல, இருவரும் அருகருகே அமர்ந்துக் கொண்டனர்.

சுதர்சன், கணபதி இருவரும் வெறும் பார்வையாளராக மாறி போனார்கள்.

அனைவரும் அமைதியாக உண்ண, சுந்தரிக்கு ஒரு தட்டை வைக்க, அதை அதிசயமாக பார்த்தாள் மகா.

அது அழகாக பிட்டு உணவு உண்ணுவதையே ஆசையாக பார்த்துக் கொண்டே அவளும் சாப்பிட்டு முடித்தாள்.

இதற்கிடையில் அவள் கணவனையே அவள் மறந்து போனாள்.

அனைவரும் சாப்பிட்டு முடிக்க, சுதர்சன் மகியை அழைத்தான்.

"மகி நீ கிளம்பு. நம்ம அகிலா வீட்டுக்கு போகனும். அங்க என்ன நிலவரம்னு தெரியலை!" என்று பதட்டமாக பேச, அவள் சரி என்று தலை அசைத்து, தன் அறைக்குள் புடவை மாற்ற கிளம்ப அவள் பின்னே சுந்தரி செல்ல போக, அதன் கழுத்தைப் பிடித்து தூக்கினான் சுதர்சன்.

அது அவனிடம் இருந்து தாவி கொண்டு மகி பின்னே போக பார்க்க, அவனோ விடுவதாய் இல்லை.

"என் பொண்டாட்டி சேலை மாத்த போறா. உனக்கு அங்க என்ன வேலை? ஒழுங்கா இங்கேயே இரு." என்று பொறாமையில் பொங்கினான் சுதர்சன்.

ஏனோ பார்த்ததும் தோன்றாத ஒன்று, அவள் கழுத்தில் மூன்று முடிச்சு இடும் பொழுது விழுந்து தான் போனான் அவள் மைவிழி அழகில்.

அதன் பின் ரசிக்க கூட நேரம் இல்லை தன் விழி அழகியை. இப்போது ரசிக்கலாம் என்று பார்த்தால் அவள் அவனை கண்டுக் கொள்ளாமல் சுந்தரி பக்கம் அல்லவா சுத்துகிறாள்!

இவனுக்கு மகி மேல் காதல் உள்ளதா என்று கேட்டால், இப்போது வரை அவனுக்கே அது தெரியாத விஷயம்.

சந்தர்ப்ப சூழ்நிலைகளால் திருமணம் செய்துக் கொண்ட காரணத்தினால் சட்டென்று அவனால் ஒரு முடிவுக்கு வர இயலவில்லை. ஏனோ அவள் விழியில் தொலைந்து எழுகிறான்.

மகிக்கு சுதர்சன் மீது அப்படி ஒரு எண்ணம் சுத்தமாக வரவில்லை என்று தான் கூற வேண்டும்.

இப்போது வரை தன்னை காத்து வந்த கணவனாக அவனை மனதில் வைத்திருக்கிறாள். இனிமேல் வரும் நாட்களிலும் கணவனுக்கு செய்ய வேண்டிய பணிவிடைகளை செய்வாள் தான்.

ஆனால் காதல்? இருவருக்கும் காதல் மலரும் நேரம் வரும் வரை காத்திருக்க தான் வேண்டும்.

****

முகில், ரிதி இருவரும் கிளம்பி வெளிய வர, குழந்தையை தான் பார்த்துக் கொள்வதாக முகில் தந்தை கூற, சரி என்று அவரிடம் விட்டு விட்டு இருவர் மட்டும் கிளம்பி ஹர்ஷா வீட்டிற்க்கு சென்றனர்.

தீரன் குளித்து ஹாலிற்கு வர, அகிலா ஹாசி இருவரும் சீதாவிற்கு உதவுகிறேன் என்ற பேரில் அவரை பாடாய் படுத்திக் கொண்டிருந்தனர்.

"இதுல மிளகாய் பொடி போடனுமா? இதுல மல்லி பொடி போடனுமா?" என்று மாறி மாறி கேட்க, சீதாவிற்கு எப்போதும் வைக்கும் சாம்பார் கூட மறந்து போனது தன் மருமகள்கள் அட்டகாசத்தைப் பார்த்து.

ஹர்ஷா இதை எதையும் கண்டு கொள்ளாமல் தன் லாப்டாப்பில் கவனமாக இருக்க, தீரன் ஒரு சர்ஜரி சம்மந்தமாக போன் பேசிக் கொண்டிருக்க, அப்போது வீட்டிற்குள் நுழைந்தனர் முகில் ரிதி இருவரும்.

அவர்களை ஆவலோடு அனைவரும் வரவேற்க, முகில் அனைத்தையும் ஏற்றுக் கொண்டு அகிலாவை மட்டும் தவிர்த்து விட்டான்.

இதை தீரன் கவனிக்க தான் செய்தான். பிறகு பார்த்துக் கொள்வோம் என்று ஆண்களுடன் அவன் ஐக்கியமாக, பெண்கள் கூடி விட்டனர்.

"என்னமா ரிதி! உன் புருஷன் உன்ன நல்லா பார்த்துகிறானா?" என்று அகிலா சீண்ட, அவள் தலை குனிந்து "ஆமா" என்று கூறினாள்.

"பாரு டா ! புள்ளைக்கு வெக்கத்தை." என்று ஹாசி கலாய்க்க, சீதா இருவரையும் அரட்டி ரிதியை காப்பாற்றினார்.

"என்னாச்சு முகில்? எல்லாம் ஓகே தானே." என்று ஹர்ஷா கேட்டான்.

"இப்போ வரைக்கும் எல்லாம் ஓகே தான். ஆனால் இந்த பிரபு அப்பறம் அவங்க குடும்பம் ஏதாவது பிரச்சினை வருமோனு தான் பயம். எனக்கு ஒன்னும் இல்ல. அவளை நான் பார்த்துக்கிறேன். குழந்தைய கேட்டா என்ன பண்ணுறது?" என்று முகில் பாவமாக கேட்டான்.

ஹர்ஷா யோசனை கலந்த முகத்தோடு "எப்படினாலும் குழந்தை அவங்களோடது தான் முகில். சோ நம்ம கொடுத்து தான் ஆகனும். ஆனால் அதுக்கான கால நேரம் வரும்போது, இப்போ கொடுக்க கூடாது." என்று ஹர்ஷா முடிவாகக்

கூறினான்.

"இப்போவே அமுதி எங்க கிட்ட நல்லா ஒட்டிகிட்டா. அவளை கொடுத்தா ரொம்ப கஷ்டமா இருக்கும்." என்று முகில் வருத்த பட, தீரன் அதை ஆமோதித்து பேசினான்.

"எனக்கும் தான் முகில். ஒரு நாள் தான் அமுதி போனா எனக்கு ரொம்ப அவளை தேடுச்சு." என்று தீரன் கூற, அப்போது அகிலா கையில் ஜூசை கொண்டு வந்து வைத்து முகில் அருகில் வந்து, அவனை இடித்துக் கொண்டு அமர்ந்தாள்.

அதில் முகில் முகத்தை தூக்கி வைத்து கொண்டு, ஜூசை எடுத்து குடிக்க, அதை பாதியில் வாங்கி தன் கையில் வைத்து கொண்டு அவள் குடித்தாள்.

முகில் வேகமாக தீரன் பக்கம் பார்க்க அவன் யாருக்கு வந்த விருந்தோ என்று அமைதியாக தன் போனை நோண்ட, முகில் கடுப்பாக "தீரன் உன் பொண்டாட்டி கிட்ட சொல்லி வை. இந்த மாறி என்கிட்ட பண்ணுற வேலை வேணாம். அடிச்சு மூஞ்சிய ஒடச்சிருவேன்." என்று முகில் கோபமாக பேசினான்.

"நீயாவது அதை செய்." என்று தீரன் கழண்டுக் கொண்டான்.

அகிலா நமட்டு சிரிப்பு சிரித்து "இப்போ என்ன பேசமாட்டியா?" என்று கேட்டாள்.

"நான் ஏன் உன்கிட்ட பேசனும்?"

"நீ என் பிரென்ட் இல்லையா முகி?" என்று அகிலா பாவமாக முகத்தை வைத்துக் கொண்டு கேட்டாள்.

"இப்போ மட்டும் நல்லா பேசு. நான் சொன்னத நீ கேட்டியா? உன் இஷ்டத்துக்கு தானே எல்லாம் பண்ண?"

"எல்லாம் பண்ணாலும் கரெக்ட்டா நான் காதலிச்சவன் கைய தானே பிடிச்சு இருக்கேன்." என்று அவள் பெருமையாக பேசினாள்.

"எது மண்டபத்தில கல்யாணத்தை நிப்பாட்டி, அவனை அந்த இடத்துல கட்டாயப்படுத்தி கல்யாணம் பண்ணுறதா?" என்று முகில் கோபமாக கேட்டான்.

"கட்டாயபடுத்தலேனா அவன் என் கழுத்துல தாலி கட்டி இருக்க மாட்டான்." என்று அவளும் தன் பக்கம் உள்ள நியாயத்தை எடுத்து வைத்தாள்.

முகிலுக்கும் அதுவே உண்மை என்று தோன்றியது. இவள் அந்த நேரத்தில் காட்டாயப்படுத்த வில்லை என்றால், தீரன் கண்டிப்பாக இந்த திருமணத்திற்கு சம்மதம் தெரிவித்து இருக்கமாட்டான் என்று முகில் உணர்ந்துக் கொண்டான்.

"சரி இப்போ என்னாச்சு? ஏதாவது பேசுனியா? என்ன சொன்னான் உன் காதல் புருஷன்." என்று அவளை கலாய்த்தான்.

"அதுக்கென்ன! கைல வச்சு தாங்குறான்." என்று சிலிப்பிக் கொண்டே அங்கிருந்து சென்றாள்.

தீரன் தூரத்தில் இருந்து போனை பார்த்துக் கொண்டிருந்தாலும், இவர்களது சம்பாசனைகள் அவனுக்கு நன்றாகவே கேட்டது.

உதட்டோர புன்னகையை மறைத்துக் கொண்டு "அகிலா என் ரூமுக்கு காபி எடுத்துட்டு வா." என்று கட்டளையாக கூறி விட்டு அவன் மேல் ஏற, அகிலா அவனை ஆவென பார்த்துக் கொண்டிருந்தாள்.

"என்னமா! அதான் உன் புருஷன் கேட்கிறான்ல எடுத்துட்டு போ." என்று சீதா கூறினார்.

"ஒரு நிமிஷம் நில்லுங்க!" என்று அகிலா கூற, தீரன் படியில் ஏறியவன் திரும்பி பார்க்க "காலையில சாப்பிடவே இல்லை. முதல்ல சாப்பிடுங்க அப்பறம் காபி தரேன்." என்று அவளும் கட்டளை போல் கூறினாள்.

ஏறிய தீரன் இறங்கி வந்து டேபிளில் அமர, சீதா மகனை கண்கள் விரிய பார்த்தார்.

எப்போதும் எத்தனை முறை அழைத்தாலும் காபி குடித்த பின்னரே சாப்பிட வரும் தன் மகன், இன்று அகிலா அழைக்கவும் வந்து அமைதியாக அமர அவர் அதிசயத்து போனார்.

'எங்கிட்டோ நல்ல இருந்தா சரி தான்.' என்று அடுக்களைக்குள் செல்ல, அனைவரும் சாப்பிட அமர்ந்தனர்.

முகில், ரிதியையும் அழைத்து அனைவரும் ஒன்றாக சாப்பிட்டு முடித்தனர்.

அப்போது தான் சுதர்சன், மகா வீட்டிற்குள் நுழைய "இன்னைக்கு என்ன புது ஜோடிகள் வீட்டுக்கு வரும் நாளா? எல்லாரும் வராங்க. ஹய்யா ஜாலி!!!" என்று அகிலா குதித்து ஓடி அவர்களை வரவேற்றாள்.

அவள் முகத்தில் மகிழ்ச்சியை கண்ட பின்னே சுதர்சன் முகம் நிம்மதியை தத்தெடுத்தது.

'கடைசி நேரத்தில் கல்யாணம் வேண்டாம்' என்று கூறியதால் அனைவரும் தன் மேல் கோபத்தில் இருப்பார்கள் என்று சுதர்சன் நினைத்து வர, அவனுக்கு அங்கு நடப்பது தலைகீழாக இருந்தது.

"டேய் நெஜமாவே அப்போ உனக்கு கல்யாணம் ஆகிடிச்சா?" என்று அகிலா வாயை பிளந்தாள்.

"சத்தியமா பேபி! மஹாவை தான் கல்யாணம் பண்ணி இருக்கேன் நம்பு!!!" என்று பாவமாக கெஞ்சினான் சுதர்சன்.

"எப்படி டா அந்த பொண்ணு ஓகே சொன்னா?" என்று கேட்டாள்.

"அதெல்லாம் ஐயாவை பார்த்து எந்த பொண்ணு வேணாம்னு சொல்லும்!" என்று அவன் கர்வமாக சட்டை காலரை தூக்கி கொள்ள, அகிலா அவனை மேலும் கீழும் ஒரு பார்வை கேவலமாக பார்த்து வைத்தாள்.

"சரி சரி! நீதான் வேணாம்னு சொல்லிட்ட. அதான் என் மகா என்னை ஓகே பண்ணிட்டா!" என்று அசிங்கப் பட்டதை வெளிக் காட்டாமல் மறைத்து விட்டான் சுதர்சன்.

ஹர்ஷா, தீரன் இருவரிடமும் நடந்ததற்கும் மன்னிப்பை வேண்ட, அவர்கள் அப்படி ஒன்றும் பெரிதாக நடந்து விடவில்லை. எல்லாம் நன்மைக்கே என்று நாசுக்காக மறுத்து விட்டார்கள்.

சீதா, ராமச்சந்திரன் இருவரிடமும் சுதர்சன் -மகா ஆசீர்வாதம் வாங்க, அவர்கள் இருவரையும் மனமார வாழ்த்தினார்கள்.

ஹர்ஷாவின் பார்வை தன் மனைவியையே சுற்றி வர, அவளோ அப்படி ஒருவன் இருப்பதையே கண்டுக் கொள்ளாமல் இருந்தாள்.

ஆனால் அவனுக்கு தேவையானதை மட்டும் சரியாக செய்து வந்தாள்.

"முகில் உங்க காலேஜ்ல தான் ஹாசினிக்கு பேசிருக்கேன். அவ அங்கேயே ஜாயின் பண்ணிகட்டும். நீ பார்த்துக்கோ!" என்று பொதுவாக தன் முடிவை கூற, இப்போதாவது மறுத்து பேசுவாள், அல்லது அவள் கருத்தை கூறுவாள் என்று அவன் எதிர்பார்க்க, பலன் என்னவோ பூஜ்ஜியம் தான்.

"அதுக்கென்ன! ரிதி அங்கதான் ஜாயின் பண்ணி இருக்கா. நான் பார்த்துக்கிறேன். அனுப்பி வை டா." என்று முகில் முடித்துக் கொண்டான்.

"பாப்பு நீ என்ன சொல்லுற? உனக்கு அங்க படிக்க ஓகே வா?" என்று தீரன் கேட்டான்.

"டேய்! நீ என்ன டா அவ கிட்ட கேட்டுக்கிட்டு இருக்க. இந்த காலேஜ்ல அவ மார்க்குக்கு சீட் கிடச்சதே கஷ்டம்." என்று கூற, அனைவரும் 'ஏன்?' என்ற பார்வையோடு பார்த்தனர்.

அதன் பின் தான் ஹர்ஷா தான் உளறியதை கண்டு கொண்டான். இப்போது அனைவரும் ஹாசினியை பார்த்தனர்.

அவள் ஒரு மெல்லிய சிரிப்புடன் "நான் இந்த டைம் டிஸ்ட்டிங்ஷன் வாங்கிருக்கேன். அதான் இத விட பெரிய காலேஜ்லலாம் சீட் கிடைக்கும். எதுக்கு இந்த காலேஜ்ல கொண்டு வந்து சேர்க்குறீங்கனு அந்த பிரின்சிபால் கேட்டாராம்." என்று ஹாசி அளந்து விட, ஹர்ஷா அவளையே நக்கல் பார்வை பார்த்து வைத்தான்.

ஆனால் தீரன் அதை நம்பவில்லை. அவனுக்கு தான் அவன் பாப்புவை பற்றி தெரியுமே.

' ஏதோ செய்துவிட்டாள் சதிகாரி' என்று மனதிற்குள் எண்ணி கொண்டான்.

தன் அண்ணன் முகத்தைப் பார்க்க, அவனோ சிரிப்பை கட்டுப்படுத்திக் கொண்டு இருப்பது தெரிந்தது.

வேகமாக ஹாசி அருகில் சென்று "பாப்பு செம் ரிசல்ட் வந்துச்சா? இந்த செம்லயும் எல்லாமே போச்சா?" என்று கேட்க ,அவள் முகத்தை பாவமாக வைத்து

" மூணு ஃபெயில், ரெண்டு பாஸ்." என்று கூற, இப்போது தீரனுக்கு சிரிப்பை கட்டுப் படுத்த முடியவில்லை.

"சரி விடு பாப்பு பார்த்துக்கலாம். நான் உனக்கு ஹெல்ப் பண்ணுறேன்." என்று கூற, ஹாசி வேகமாக தலை ஆட்டினாள்.

"டேய் நாங்க எல்லாரும் இங்க இருக்கோம். அங்க என்ன டா ஹாசி கிட்ட தனியா பேசுற ?" என்று சீதா கேட்டார்.

"ஒன்னும் இல்லை மா.சும்மா தான்."என்று தீரன் மலுப்பினான்.

அகிலா அங்கேயும் இங்கேயும் ஓடி ஆட, அவள் கட்டி இருந்த புடவை தாறு மாறாக விலக, அதை சரி படுத்த கூட அறியாது அந்த கூட்டத்தில் ஆட்டம் போட்டுக் கொண்டிருந்தாள்.

தீரன் அவளை தான் பார்த்துக் கொண்டிருந்தான்.‘ சேலை விலகுறது கூட தெரியாம அப்படி என்ன ஆட்டம்?’ என்று மனதுக்குள்ளேயே பொங்கினான்.

‘ஐயோ மார்டர்ன் டிரஸ் போட்டவளை சேலை கட்ட சொன்னா இப்படி தான் இருக்கும் போல! ஏதாவது பண்ணனும்’ என்று முதலில் எழுந்து அவன் அறைக்-குள் சென்றான்.

அவன் சென்ற அடுத்த நிமிடம் "அகிலா!!!" என்று அவன் அறையில் இருந்து சத்தம் கொடுத்தான்.

அனைவரும் மாடியை பார்த்தனர். அகிலா சங்கட்டமாக, பல்லைக் காட்டி விட்டு மனதிற்குள் ஒரு பயத்தோடு மேலே செல்ல, தீரன் மெத்தையில் அமர்ந்தி-ருந்தான்.

அகிலா உள்ளே வர "கதவை லாக் பண்ணிட்டு வா." என்று அதட்ட "ரொம்ப தான் பண்ணுறான். இரு டா உனக்கு இருக்கு!!!" என்று பொரிந்து கொண்டே உள்ளே வந்தாள் அகிலா.

மெத்தை அருகில் ஒரு சல்வார் இருக்க "இந்தா இதை போய் மாத்திட்டு வா." என்று கொடுத்தான்.

அவள் தன்னை ஒரு முறை பார்த்துக் கொண்டு "ஏன் இந்த சேலை நல்லாத்-தானே இருக்கு?" என்று அமைதியாக கேட்டாள்.

"சொன்னதை செய்" என்று சல்வாரை நீட்ட, அவளோ வெடுக்கென்று அதை வாங்கி கொண்டு குளியலறை நோக்கி செல்ல, எதையோ யோசித்த தீரன் "ஏய் ஒரு நிமிஷம் இரு." என்று அவளை தடுத்தான்.

கீழே அனைவரும் இருப்பதால், இப்போது அவள் அறைக்கு வந்து ஆடை மாற்றி விட்டு சென்றால் அனைவரும் ஏதாவது நினைக்க கூடும் என்று அவளை தடுத்து விட்டான்.

பின் வேகமாக டிரெஸ்ஸிங் டேபிள் அருகில் சென்று ஊக்கு உள்ள பாக்ஸை எடுத்தான்.

அகிலா அவனையே கண் எடுக்காமல் பார்க்க "இங்க வா." என்று அழைத்தான்.

சல்வாரை எடுத்துக் கொண்டு அவன் அருகில் வந்து நிற்க, அவள் கையில் உள்ள சல்வாரை வாங்கி மெத்தையில் வைத்து அவளை மேல் இருந்து கீழ் வரை பார்த்தான்.

அகிலா திணறிப் போனாள். அவன் பார்வை அவளை ஏதேதோ செய்ய, அங்கிருந்து நகர பார்க்க அவன் சட்டென்று அகிலா கைப்பிடித்து தடுத்து நிறுத்தினான்.

அவள் கேள்வியாக அவனை பார்க்க, முதலில் ஒரு ஊக்கை எடுத்து நழுவி இருக்கும் அவள் இடுப்பு சேலையை மேலே ஏற்றி அதை குத்தி விட்டான்.

அதற்கே அவள் சிலிர்த்துப் போக, தீரன் தற்போது மேலே வலப்புறமாக விலகி இருக்கும் அவள் மார்பு சேலைக்கு வர, அகிலாவிறக்கு பயத்தில் வேர்த்துக் கொட்டியது.

தீரன் எச்சிலை விழுங்கி நடுங்கிய கரங்களுடன் அவள் மார்பு சேலையை இழுத்து ரவிக்கையுடன் குத்தி விட்டான்.

இருவருமே இந்த நெருக்கத்தில் பேச்சற்று போக, தீரன் தான் முதல் பெண் நெருக்கத்தில் தவித்து போனான்.

மருத்துவனாக இருந்து பல பேர் உடம்பை காமமின்றி பார்த்தவனால், தன் மனைவியின் நெருக்கத்தை அவனால் ஜீரணிக்க முடியாது தவித்து போனான்.

அவனை தவிப்பில் இருந்து காப்பாற்றவே சீதா கீழே இருந்து அகிலாவை அழைக்க, அவர் அழைப்பு வந்த மறு நொடி தப்பித்தோம் பிழைத்தோம் என்று அங்கிருந்து ஓடினாள் அகிலா.

****

தன் மருமகளை பார்க்கவும் சீதாவின் நினைவு இன்று காலை அவளுக்கு சேலை கட்டி விடும் நினைவிற்கு சென்றது.

அப்படியே நெஞ்சில் கை வைத்து விட்டார். ஹாசி என்னவென்று அவர் அருகில் சென்று விசாரிக்க, அவர் கூறிய பதிலில் அவளே அதிர்ந்து விட்டாள் என்றாள்.

அப்போது அகிலா செய்த காரியம்?

தீரன் விட்டு சென்ற பிறகு அறைக்குள் நுழைந்தார் சீதா.

மெத்தையில் அகிலா ஒய்யாரமாக படுத்துக் கொண்டு காலுக்கு காத்து வாங்கிக் கொண்டிருந்தாள்.

சீதா அவசரமாக உள்ளே நுழைந்து "அடியே அகிலா! ஐயோ ராமா!!!" என்று தலையில் அடித்தார்.

"எதுக்கு இப்போ மாமாவை கூப்புடுறிங்க அத்தை?" என்று அவள் படுத்துக் கொண்டே கேட்டாள்.

"இது என்னடி கோலம்? பொம்பள பிள்ளை இப்படி கால வச்சு படுக்கலாமா. உன் புருஷன் பார்த்திட்டு என்னைய கூட்டிட்டு வரான்." என்று சீதா கூறிய மறு நிமிடம், அடித்துப் பிடித்து எழுந்து அமர்ந்தாள் அகிலா.

"என்னது! என்ன அத்தை? நிஜமா அவரு பார்த்துட்டாரா?" என்று பதறி கொண்டே கேட்டாள்.

"ஆமா மா! அவன் பார்த்து வந்து தான் என்னை கூட்டிட்டு வந்து, உங்க மருமகளுக்கு புடவை கட்டி விடுங்கனு சொல்லிட்டு போனான்." என்று சீதா அவளுக்கு சேலையை சரி செய்ய, அகிலா ஒரு வித சங்கடத்தில் நெளிந்துக் கொண்டிருந்தாள்.

"அத்தை இந்த கால் உள்ள ஏன் வேர்க்குது?" என்று தன் அதி முக்கிய கேள்வியை கேட்டாள்.

"அது புடவை கட்டும் போது நமக்கு கால் கிட்ட காத்து கிடைக்கிறது இல்ல.அதான்! போக போக உனக்கே பழகிடும்." என்று கீழே மடிப்பை வைத்து அவள் பாவாடை பார்த்து சொருக போக, அங்கு பாவாடை இல்லாமல் இருந்தது.

"என்ன டி! பாவாடை கட்டாம புடவை கட்டிருக்க?" என்று சீதா வாயை பிளந்தார்.

"பாவாடை தான் என்கிட்ட இல்லையே" என்று பாவமாக அகிலா உதட்டைப் பிதுக்கினாள்.

"அப்போ எதுல சொருகுன?" என்று சீதா மா சந்தேகமாக வினவினார்.

அவள் ஒரு மாதிரியாக நெளிந்துக் கொண்டு "அதுல தான் அத்தை." என்று கூற, சீதா நெஞ்சை பிடித்து கொண்டார்.

"அதுலயா! நிஜமாவா?" என்று சீதா மீண்டும் கேட்டார்.

"ஆம்!" என்று தலையை சிலுப்பி கொண்டாள்.

"ஜட்டில சொருகி, புடவை கட்டுன மொத பொம்பள புள்ள நீ தான் மா! என் மகன் என்ன பாவம் செஞ்சானோ?" என்று புலம்பிக் கொண்டு அறையை விட்டு வெளியேறினார் சீதா.

"இவங்க ஏன் இவ்வளவு சலிச்சுகிறாங்க? நான் என்ன பக்கத்து வீட்டு ஜட்டி-யவா கடன் வாங்கினேன்?" என்று அகிலா சிலுப்பிக் கொண்டாள்.

இப்போது தன் மகன் அவளை சீர் படுத்தி அனுப்பி இருப்பதை பார்த்து மகிழ்ந்து போனார்.

24

அத்தியாயம்-24

அறைக்கு வந்த ஹர்ஷாவின் மனம் ஒரு நிலையில் இல்லாமல் தவித்தது.

தன் மனம் எங்கும் கடந்த காலத்தின் வலியில் துடிக்க, அவனும் விட்ட இடத்தில் இருந்து பயணிக்க தொடங்கினான்.

அன்று மணிகண்டன், மணிமேகலை இருவரும் சம்மதம் தெரிவிக்க, அதை நினைத்துத் துள்ளி குதிக்க தோன்றிய மனதை அடக்கி விட்டு, தன் வீட்டுக்கு வந்து சம்மதம் தெரிவித்த செய்தியை அனைவருடனும் மகிழ்ச்சியுடன் கூறினான் ஹர்ஷா.

பின் அடுத்த கட்ட முடிவாக ஆத்வியைப் பார்க்க ஏற்ப்பாடு செய்தான்.

அதற்கு அவன் ஹாசி குட்டியை நாடினான். அன்று எப்போதும் போல் கல்லூரி முடிந்து வெளியே வந்த ஹாசி, வாசலில் ஹர்ஷா நிற்பதை பார்த்து துள்ளி குதித்து அவனிடம் ஓடி வந்தாள்.

"வரு எப்போ வந்திங்க?" என்று கத்தினாள்.

அவள் குரல் கேட்டு முகம் பிரகாசமாக "இப்போதான் வந்தேன் ஹாசி குட்டி." என்றான் சிரித்த முகமாய்.

"அப்போ என்ன பார்க்க தான் வந்திங்களா?" என்று ஹாசி முகத்தில் மகிழ்ச்சியை தத்தெடுத்துக் கொண்டு ஆர்வமாக கேட்க, அவன் 'ஆம்' என்று தலை அசைத்தான்.

அவ்வளவு தான்! துள்ளிக் குதித்துக் கொண்டு, அவனுடன் காரில் ஏறினாள்.

"வீட்டுக்கு போவோம்.அக்கா ஏதாவது செம்மயா செஞ்சி வச்சு இருப்பா.சாப்பிடலாம்" என்று ஆர்வமாக கூறினான்.

"இல்ல ஹாசி குட்டி! வீட்டுக்கு போறதுக்கு முன்னாடி, நம்ம ரெண்டு பேரும் ஒரு இடத்துக்கு போகனும்." என்று கூற, உற்சாகமாக "எங்க போறோம்?" என்று கண்கள் விரிய கேட்டாள்.

"மால்க்கு போறோம்." என்று கூறிய மறு நொடி காரிலேயே குத்தாட்டம் போட்டாள் ஹாசி.

"என்ன இவ்வளோ சந்தோசம்?"

"ஐயோ! நான் மாலுக்கு போகனும்னு ரொம்ப ஆசை. தனியா தான் எப்பவும் போவேன். இன்னைக்கு உங்க கூட போறேன்." என்று அவள் மனம் குத்தாட்டம் போட்டது.

அவன் அவளது சிறுபிள்ளை செய்கையை ரசித்துக் கொண்டே மால் பார்க்கிங்கில் வந்து வண்டியை நிறுத்தினான்.

இருவரும் சாவகாசமாக இறங்கி உள்ளே செல்ல, ஹாசி குதித்துக் கொண்டு ஹர்ஷா கையை பிடித்து கொண்டு உற்சாகமாக சென்றாள்.

இருவரும் ஃபுட் கோர்ட்டில் அமர்ந்தனர். "உனக்கு என்ன வேணும் ஹாசி குட்டி?" என்று ஹர்ஷா கேட்டான்.

"எனக்கு சிக்கன் ரைஸ், பட்டர் நான், கிரில், எக் நூடில்ஸ்." என்று லிஸ்ட் போட்டாள்.

"ஏய் ஹாசி குட்டி!!! நான் இப்போ சாப்பிட மட்டும் தான் கேட்டேன்."

"நானும் இப்போ சாப்பிட மட்டும் தான் சொன்னேன். எனக்கு எல்லாம் பிடிக்கும்.ஆர்டர் பண்ணுங்க." என்று ஹாசி கூற, ஒரு மார்க்கமாக அவளை பார்த்துக் கொண்டே சென்றான் ஹர்ஷா.

"எதுக்கு நம்மளை இப்படி பார்க்குறாரு? நம்ம ஒன்னும் தப்பா கேக்கலையே?" என்று சிந்தித்து விட்டு கண்களை நாலாபக்கமும் சுழல விட்டாள்.

ஐந்து நிமிடத்தில் அவள் ஆர்டர் பண்ண அனைத்தும் அவள் முன் வந்து இருக்க, கண்கள் விரிய பார்த்தவள் அனைத்தையும் ஒருமுறை நுகர்ந்து விட்டு "செம ஸ்மெல். எனக்கு ரொம்ப பிடிச்சு போச்சு. அப்புறம் சொல்ல மறந்துட்டேன் ஒரு ஐஸ் கிரீம் வேணும்." என்று கேட்க, அவனும் அதை ஆர்டர் செய்துவிட்டு அமைதியா அமர்ந்து விட்டான்.

"ரொம்ப அருமையா இருக்கு வரு. " என்று ரசித்துக் கொண்டே சாப்பிட்டாள் ஹாசி.

அவள் சாப்பிடும் அழகை ரசித்தவன் அப்போது தான் வந்த வேலை நியாபகத்திற்கு வர, தன் தலையில் அடித்துக் கொண்டு " ஹாசி குட்டி! உன்கிட்ட ஒரு முக்கியமான விஷயம் பேசனும்." என்று கூறினான்.

அவள் சாப்பிட்டுக் கொண்டே "சொல்லுங்க! சொல்லுங்க! காது கேட்கும். கையும் வாயும் தான் சாப்பிடும்." என்று உணவை வெளுத்துக் கொண்டிருந்தாள்.

"அது நான் லவ் பண்ணுறேன் ஹாசி குட்டி." என்று ஹர்ஷா பட்டென்று கூற, உண்ட உணவு அப்படியே தொண்டையில் சிக்கிக் கொண்டது.

"என்னது?" என்று கண்கள் விரிய பார்த்தாள் ஹாசி.

அவன் ஒரு நமட்டு சிரிப்புடன் "ஏன் நான்லாம் லவ் பண்ணக் கூடாதா?" என்று கேட்டான்.

"இல்ல, இல்ல! பண்ணலாம்." என்று வாயில் சிக்கனை வைத்துக் கொண்டு தலையை ஆட்டினாள்.

அவன் சிரித்து கொண்டே "எனக்கு நீதான் உன் பதிலை சொல்லனும்." என்று கூறினான்.

அவள் பட்டென்று "அப்போ நீங்க லவ் பண்ணுற பொண்ணு நானா?" என்று அதிர்ச்சியாக கேட்டாள்.

அவன் சிரித்து கொண்டே, அவளிடம் விளையாடி பார்க்க "ஆமா ஹாசி! நீதான். எனக்கு உன்னைப் பார்த்த உடனே ரொம்ப பிடிச்சு போச்சு. என்னை கல்யாணம் பண்ணிக்கிறியா???" என்று ஹர்ஷா கேட்டான்.

அவன் கூறுவது உண்மை என்று நம்பியவள் "பண்ணிக்கலாம். ஆனால் எனக்கு சமைக்க தெரியாதே, துவைக்க தெரியாதே! இதெல்லாம் தெரிஞ்சா தானே கல்யாணம் பண்ணிக்க முடியும்." என்று அவளும் விளையாட்டாகப் பேசினாள்.

"அதெல்லாம் நான் பண்ணுறேன்." என்று அவளைப் பார்த்து கண் அடித்-தான்.

அதில் வெட்கச் சிரிப்பு சிரித்த ஹாசியின் மனநிலையை கலைத்தது ஹர்ஷா-வின் அடுத்த சொல்!

"ஹேய் வாலு! எனக்கு உங்க அக்காவை ரொம்ப பிடிச்சு போச்சு. நீதான் அவ கிட்ட பேசி வெளிய கூட்டிட்டு வரனும். அவ கிட்ட நான் என் காதலை சொல்லனும்." என்று ஹர்ஷா ஏக்கத்துடன் கூறினான்.

முகத்தில் தோன்றிய வெட்க சிரிப்பு மறைந்து, அதிர்ச்சியான முகத்துடன் அவனை பார்த்து வைத்தாள் ஹாசி.

"எ.. என்னது? அக்..அக்காவை லவ்வா?" என்று திக்கி திணறி கேட்க, அப்-போது தான் அவன் இவ்வளவு நேரமும் தன்னுடன் விளையாடி உள்ளான் என்று புரிந்தது.

"ஆமா ஹாசி குட்டி. எனக்கு ஆத்வியை கல்யாணம் பண்ணிக்க ஆசை. உங்க அப்பா, அம்மா கிட்ட நான் பேசிட்டேன். அவங்க சம்மதம் சொல்லிட்-டாங்க. என் வீட்லயும் எல்லாம் ஓகே. பொண்ணு மட்டும் ஓகே சொன்னா போதும்." என்று அவன் கூற, பேச்சு மூச்சு இல்லாமல் உணவை அப்படியே வைத்துக் விட்டு யோசித்துக் கொண்டிருந்தாள்.

"நெஜமாவே அப்பா, அம்மா ஓகே சொல்லிட்டாங்களா?" என்று மீண்டும் கேட்டாள்.

"ஆமா! ஏன்? மணிகண்டன் சார் கிட்ட பேசினேன்.அவங்க வீட்ல பேசி ஓகே சொல்லியாச்சு." என்று புன்னகையுடன் கூறினான்.

ஹாசி முகத்தில் ஒரு விரக்தியான புன்னகை தோன்றி மறைந்தது.

"ஓகே ஹர்ஷா. நான் ஆத்வி அக்காவ வெளிய கூட்டிட்டு வரேன்." என்று கூறினாள்.

"என்ன! வரு, இப்போ ஹர்ஷாவா மாறிட்டேனா?"

"அது இல்ல. இப்போ எனக்கு நீங்க மாமா முறை வேணும். சோ வரு மாமா!" என்று சொல்லி சிரித்து விட்டு "வீட்டுக்கு போவோம் .அப்பா, அம்மா தேடு-வாங்க." என்று கூறினாள்.

"நீ இன்னும் சாப்பிட்டு முடிக்கலையே?"

"எனக்கு போதும். டைம் ஆச்சு." என்று அமைதியாக அவனுடன் காரில் வந்தாள்.

ஏனோ வரும்போது இருந்த கலகலப்பு இப்போது அவளிடம் இல்லாதது போல் தோன்றியது அவனுக்கு.

பின் தான் கூறிய செய்தியை யோசிக்கிறாள் போல என்று ஹர்ஷா விட்டு விட்டான்.

வீட்டிற்கு வந்து அவளை இறக்கி விட்டு, ஒரு சின்ன தலை அசைப்புடன் வெளியேறினான்.

அதற்குள் மணிகண்டன், மணிமேகலை இருவரும் ஆத்வியிடம் பேசி, அவள் மனதை கரைத்து ஒரு வழியாக சம்மதம் வாங்கினார்கள்.

நாங்கள் பேசியதாக ஹர்ஷாவிடம் கூற வேண்டாம். அவர் காதலை கூறிய-தாகவே இருக்கட்டும் என்று கூறி விட்டார்கள் பெற்றோர்கள்.

எங்கே அவர் கூறும் போது தன் மகள் மறுத்து விட்டாள் ஒரு நல்ல வாழ்க்கை கை விட்டு போய் விடுமோ என்று பயமே அவர்களை கூற வைத்தது.

உள்ளே நுழைந்த ஹாசி சோர்வாக அவள் அறைக்கு வர, அங்கு ஆத்வி தன் தாய் தந்தை கூறிய விஷயத்தை கூறினாள்.

"உனக்கு ஓகே வா அக்கா?" என்று கேட்க "என்ன ஓகே சொல்ல வச்சுட்-டாங்கடி." என்று கூறினாள் ஆத்வி.

"உனக்கு அவரை பிடிக்கலையா?" என்று கேட்டாள்.

"அப்படி இல்ல. இன்னும் பழக்கம் இல்ல. போக போக பிடிக்கும்." என்று மனதை தேற்றிக் கொண்டாள் ஆத்வி.

மறுநாளே ஹாசி அவளிடம் பேசி வெளியே கூட்டி வர, அவர்கள் அதே மால் புட் கோர்ட்டில் தான் அமர்ந்தனர்.

சிறிது நேரத்தில் ஹர்ஷா வந்து விட, ஹாசி நாகரிகம் கருதி ஒதுங்கி வேறு டேபிளில் அமர்ந்து கொண்டாள்.

அவள் செயலை பார்த்து மனதிற்குள் மெச்சிய ஹர்ஷா, ஹாசி அருகில் அமர்ந்து "ஹாசி குட்டி! மாமா பேசிட்டு வரேன். ஆல் த பெஸ்ட் சொல்ல மாட்டியா?" என்று கேட்டான்.

அவள் ஒரு மெல்லிய புன்னகையுடன் "ஆல் த பெஸ்ட் மாமா!!!" என்று சிரித்தாள்.

அதன் பின் ஆத்வி அருகில் அமர்ந்த ஹர்ஷா, ஒரு வித படபடப்புடன் "எதுக்கு இங்க வர சொன்னேன்னு தெரியுமா? ஆது மா!" என்று கேட்டான்.

அவள் இல்லை என்று தலை அசைத்தாள்.

'அது ஒன்னும் இல்ல டா. எப்படி சொல்லுறது? ஐயோ டேய் ஹர்ஷா என்ன டா? இப்படி சொதப்புற!' என்று மனசாட்சி காரி துப்ப, அதன் பின் தன் மனதை ஒரு நிலை படுத்திக் கொண்டான்.

"உனக்கு என்னை பத்தி என்ன தெரியும்?" என்று கேட்டான்.

"எனக்கு எதுவும் தெரியாது." என்று கூறினாள்.

"சுத்தம்! என் பேராச்சும் தெரியுமா?"

"தெரியும்."

"என்னது?"

"ஹ..ஹர்ஷா." என்று அவனை பார்க்காமல் கூறினாள்.

"ஓகே ரைட்! இந்த ஹர்ஷாவை உனக்கு பிடிக்குமா?" என்று பட்டென்று கேட்டான்.

அவன் இதைத்தான் பேச வருகிறான் என்று முன்பே தெரிந்தாலும், இன்று அவன் வாயால் கேட்கும் பொழுது ஏனோ அவள் மனம் அதிர்ச்சியானது.

"ஹலோ மேடம்."

"ஹ்ம்ம்."

"பிடிக்குமா? பிடிக்காதா?"

"பிடிக்கும்." என்று அவள் தலையை குனிந்து கொண்டாள்.

ஒரு வித மகிழ்ச்சியுடன் "பாரேன்! இந்த ஹர்ஷாக்கு இந்த ஆத்விய தான் பிடிச்சு இருக்கு. நம்ம கல்யாணம் பண்ணிக்கலமா ஆது மா?" என்று குழைவாக கேட்டான்.

சட்டென்று அவனை நிமிர்ந்து பார்த்தவள், பின் "அப்பா. அம்மா..." என்று மெதுவாக கூறினாள்.

"அவங்க எல்லாருக்கும் தெரியும். எல்லாருக்கும் ஓகே. நீதான் உன் முடிவை சொல்லனும்" என்று கூறினான்.

"ஹ்ம்ம் " என்று மட்டும் கூறினாள்.

"வாய திறந்து சொல்லு ஆது மா " என்று கேட்டான்.

"எனக்கு ஓகே தான்.நான் போகவா?" என்று கேட்டாள்.

அவள் பதட்டத்தில் இருக்கிறாள் என்று "சரி போவோம் வா" என்று , ஹாசி அருகில் சென்று கட்டை விரலை உயர்த்தி காட்டினான்.

"ஓகே ! போகலாம்.நானே உங்க ரெண்டு பேரையும் ட்ராப் பண்ணுறேன் " என்று அழைத்து சென்றான்.

அதன் பின் இரு குடும்பமும் ஒன்றாக பேசி கலந்து, ஒரு நல்ல நாளில் பெண் பார்க்க வர சீதாவிற்கு அமைதியாக இருக்கும் தன் மருமகளை பார்த்த உடனேயே பிடித்துப் போக, ராமச்சந்திரன் உடனே சம்மந்தம் பேசினார்.

"நல்ல காரியத்தை ஏன் தள்ளி போடனும்? சீக்கிரமே ஒரு நல்ல நாள் பார்த்து நிச்சயம் , கல்யாணம் ரெண்டும் வச்சுக்கலாம்" என்று கூற , மணிகண்டன் அதற்கும் சம்மதம் கூறினார்.

பின் சீதா வந்து ஆத்வி தலையில் பூ வைத்து செல்ல, அங்கு ஹாசி துறு துறுவென அலைவதைப் பார்த்து அவளையும் பிடித்துப் போனது.

அவர் மனதில் ஒரு எண்ணம் உதிக்க, பிறகு அதை பார்த்து கொள்வோம் என்று விடை பெற்று சென்றார் சீதா.

அவர்களுக்கு தெரிந்த ஐயரை வர வைத்து நாள் கேட்க, இன்னும் ஒரு மாதத்தில் திருமணத்திற்கு தேதி குறித்து கொடுத்தார் .

அதற்கு ஒரு வாரத்திற்கு முன்னே நிச்சயதார்த்தத்திற்கு நாள் குறித்தார்.

அனைவரும் மகிழ்ச்சியாக திருமண வேளையில் இறங்க, மணிகண்டன் மணிமேகலை இருவரும் சொல்ல முடியாத மகிழ்ச்சியில் கல்யாண வேலையில் ஈடு பட்டனர்.

ஹாசி தன்னால் முடிந்த அளவு தன் அக்காவின் கல்யாண வேலைகளை புன்னகையுடன் பார்த்தாள்.

இடைப்பட்ட நாட்களில் ஆத்வி எண்ணிற்கு ஹர்ஷா அழைக்க, அவள் முயன்ற அளவிற்கு அவனிடம் பேசினாள்.

அவள் பேச கூச்சப்படுகிறாள் என்று புரிந்து கொண்டவன், அதன் பின் அவ்வளவாக அவளுக்கு அழைக்கவில்லை.

திருமணத்திற்கு பின் பேசி கொள்ளலாம் என்று முடிவெடுத்து விட்டான்.

இடைப்பட்ட நாட்களில் அவளுக்கு புடவை , நகை என்று வாங்கி குவித்தான் ஹர்ஷா.

தன் ஹாசி குட்டியையும் விடவில்லை.அவளுக்கும் அதே அளவிற்கு அவள் மறுக்க மறுக்க வாங்கிக் கொடுத்தான்.

ஆத்வி இது வேணும், அது வேணும் என்று எதுவும் கேட்கவில்லை.

அதற்கே ஹர்ஷா அவளுக்கு அள்ளி குவித்து விட்டான்.தன் மனைவியின் எதற்கும் ஆசை பாடாத அந்த குணமே , அவனை அவள் மேல் இன்னும் ஈர்க்க வைத்தது.

மணிகண்டன்- மணிமேகலை இருவரும் தங்கள் மகள்களின் சந்தோசத்தை பார்த்து பூரித்து போனார்கள்.

ஆத்வி இது தான் வேண்டும் என்று இதுவரை அவள் வாய் திறந்து கேட்டதில்லை.அப்படி பட்டவளுக்கு இந்த வாழ்க்கை ஒரு வர பிரசாதம் அல்லவா!

சீதா தன் மகனை தடுக்காமல் தன் மருமகள்கள் முகத்தில் தோன்றும் மலர்ச்சியை கண்டு ரசித்தார்.

தீரன் இதில் வெறும் பார்வையாளராகவே இருந்தான். சில சடங்குகளில் அவன் பணி அத்தியாவசியம் காரணமாக கலந்து கொள்ள முடியவில்லை.

ஆனால் தீரன், ஹாசி இருவருக்குமான உறவு இந்த நாட்களில் அழகாக மலர்ந்தது.

அனைத்தும் வாங்கி முடித்து நிச்சய நாளும் வந்தது. பெரிய பார்லரில் இருந்து நான்கைந்து பெண்கள் வந்து ஆத்வியை தயார் படுத்தினார்கள் .

நிச்சிய மேடைக்கு ஆத்வியை அழைத்து வரொ, அவளை பார்த்து மயங்கி போனான் ஹர்ஷா.

அமைதியான ஆர்ப்பாட்டம் இல்லாத அவள் அழகில் அவன் நெகிழ்ந்து போனான்.

தீரன் மற்ற வேலைகளை கவனிக்க, அவன் மனம் ஏனோ தவறாக நடக்க போவது போல் அடித்து கொண்டது.

அதை ஓரங்கட்டி விட்டு அனைத்து வேலைகளையும் இழுத்துப் போட்டு செய்தான்.

ஹாசி நிச்சய விழாவில் அழகான பட்டாம்பூச்சி போல் பறந்துக் கொண்டிருந்தாள்.

நிச்சய மோதிரம் மாற்றப்பட்டு, இருவரும் ஒருவரை ஒருவர் பார்த்துக் கொள்ள, அதை அழகாக படம் பிடித்தார் போட்டோகிராஃபர்.

ஒரு வாரமும் சென்று அடைய, அன்று திருமண நாளும் விடிந்தது.

மக்கள் கூட்டம் ஆரவாரமாக கூட, நாதஸ்வரம் காதை கிழிக்க, மேள தாளங்கள் முழங்க, மண்டபமே களை கட்டியது.

மணமகன் அறையில் ஹர்ஷா மாப்பிள்ளைக்கு உரிய மிடுக்குடன் பட்டு வேஷ்டி சட்டையில் கர்வமாக நிற்க, தீரன் அவனை தயார் படுத்திக் கொண்டிருந்தான்.

அப்போது மணமகன் அறை கதவை திறந்துக் கொண்டு உள்ளே வந்தாள் ஹாசி.

"ஹேய் ஹாசி குட்டி! என்ன இந்த நேரத்துல? வா வா" என்று ஹர்ஷா அழைக்க, அவள் கண்களில் வழியும் கண்ணீரோடு அறைக்குள் வந்தாள்.

அவள் முகத்தை பார்த்து ஏதோ சரியில்லை என்பதை உணர்ந்த ஹர்ஷா "என்னாச்சு ஹாசி? ஏன் முகம் இப்படி இருக்கு? ஏன் அழுகிற ?" என்று முகத்தை மாற்றி கேட்டான்.

அவள் அழுதுக் கொண்டே இருந்தாள். " மாமா" என்று அழுக, அதற்கு மேல் அவளுக்கு வார்த்தை வராமல் போனது.

"என்னாச்சு சொல்லு ?" என்று பதட்டமாக கேட்டான்.

"அது ரூம்ல, அக்கா இல்லை" என்று கூற, ஹர்ஷா தலையில் யாரோ இடியை இறக்கியது போல் இருந்தது.

"ஏன் எங்க ? நல்லா தேடி பார்த்தியா?" என்று கேட்க, அவள் ஆம் என்று தலை அசைத்தாள்.

"உங்க அப்பா, அம்மா எங்க ?" குரல் இறுகிப் போய் கேட்க ,அவள் பயந்துக் கொண்டே "அவங்களும் இல்ல மாமா" என்று அழுதுக் கொண்டே கூறினாள்.

"எங்க போனாங்க பாப்பு?" என்று தீரன் கேட்டான்.

"எனக்கு தெரியலை" என்று அப்பாவியாக தலை ஆட்டினாள் ஹாசி.

"டம்" என்ற சத்தத்தில் நிகழ் காலத்திற்கு வந்தான் ஹர்ஷா.

ஹாசி தான் அவனுக்கு காபி கொண்டு வந்து கப்பை நச்சென்று வைத்தாள்.

"இப்போ எதுக்கு இப்படி மூஞ்சிய தூக்கி வச்சு இருக்க?"

"உங்களுக்கு என்ன மாமா? நான் எப்படி இருந்தா உங்களுக்கு என்ன?"

"தேவையில்லாம பேசாத ஹாசி.

நீ அம்மாகிட்ட பேசுனது கொஞ்சம் கூட சரி இல்லை"

"என்ன சரியில்லை?"

"அவங்க என்ன கேட்டாங்க! உனக்கு புரியுதா இல்லையா?"

"ஏன் புரியாம? இது எல்லா குடும்பத்திலும் நடக்க தானே செய்யுது. பேரன் பேத்தி கூட விளையாட ஆசை படுறாங்க. தப்பு இல்லையே"

"ஓஹோ! நீ எதுக்காக என்னை கல்யாணம் பண்ண?" என்று ஹர்ஷா கேள்வியில், ஹாசி அவனையே நிலை குத்தி பார்வையை நிறுத்தினாள்.

"தெரியும்! நீயும் என் பணத்துக்காக தானே கல்யாணம் பண்ண.இப்போ ஒரு வாரிசு வந்தா நிரந்தரமா இங்க இருக்கலாம்னு நினைக்கிறியா?"

"வேணாம் மாமா.வார்த்தை தப்பா வருது "

"உண்மைய தான் டி சொன்னேன். யாரும் இல்லாத அப்போவே நீ இவ்வளோ பிளான் போடுற.அப்போ உன் அப்பா, அம்மா ,உன் அக்கா எல்லாரும் இப்போ உன் கூடவே இருந்தா , என்ன எல்லாம் செஞ்சு இருப்ப?" என்று ஹர்ஷா வார்த்தையில் விஷத்தை வைத்துக் கேட்க, ஹாசி நொறுங்கிப் போனாள்.

'என்னை பார்த்து என்ன வார்த்தை சொல்லிவிட்டார் இவர்? நான் அப்படிப் பட்டவளா?' என்று மனம் ரணமாக இருக்க, அதை கல்லாக்கிக் கொண்டு "நான்

என்ன செஞ்சா இப்போ என்ன நம்புவிங்க?" என்றாள்.

இதான் சந்தர்ப்பம் என்று அவள் முன்னே டிவோர்ஸ் பத்திரத்தை தூக்கி போட்டான்.

விவாகரத்து பத்திரம் என்று தலைப்பை பார்த்த அடுத்த கணம் அவள் தலையில் இடி இறங்க, கண் கலங்க அவனையே பார்த்தாள் ஹாசி.

"சீக்கிரம் கையெழுத்து போடு " என்று அவன் பேனாவை அவளிடம் நீட்ட, கரங்கள் நடுங்க அந்த பேனாவை வாங்கினாள்.

சீதா அம்மாவிற்கு செய்து கொடுத்த சத்தியம் பொய்த்துப் போனதே என்று மனம் வலித்தது.

கண்ணை இறுக மூடி திறந்தவள், தன் வாழ்க்கையில் இனி யாருக்கும் இடம் இல்லை என்று தீர்மானித்து விட்டு போட்டு விட்டாள் கையெழுத்தை.

25

அத்தியாயம் -25

அறைக்குள் அமர்ந்திருந்த ரிதி இன்று காலையில் நடந்த சம்பவத்தைப் பற்றி நினைத்துக் கொண்டிருந்தாள்.

காலை ஹர்ஷா வீட்டிற்கு சென்று திருப்பிய போது, வழியில் ஒரு மெடிக்கல் ஷாப்பில் வண்டியை நிறுத்தினான் முகில். அவளோ புரியாமல் அவனையே பார்த்தாள்.

அவனோ அவளைக் கண்டு கொள்ளாமல் , வேகமாக காரை விட்டு இறங்கி மெடிக்கல் ஷாப் உள்ளே சென்று பத்து நிமிடத்தில் வெளியே வந்தான்.

வந்தவன் கையில் ஒரு கவர் இருக்க, அதை ரிதி கையில் கொடுத்தவன் "தன்யா! இனிமே உனக்கு என்ன வேணும்னாலும் என்கிட்ட தயங்காம கேளு. அன்னைக்கு இத வாங்க வெளிய போய் தானே அந்த பிரபு கிட்ட மாட்டிகிட்ட.தீரன் கிட்ட சொல்லுவ.என்கிட்ட சொல்ல மாட்டியா? நான் ஒன்னும் பொண்ணுங்க மனச புரிஞ்சுக்க தெரியாத சாடிஸ்ட் இல்ல.இத வச்சுக்கோ.வேற எதுவும் தேவை பட்டா தயங்காம கேளு " என்று அமைதியாக அவள் கையில் கவரை கொடுத்து விட்டு காரை கிளப்பினான்.

கையில் இருந்த கவரை மெதுவாக பிரித்துப் பார்த்தவள் அதிர்ந்து போனாள்.

அவள் உபயோகப் படுத்தும் பிராண்ட் நாப்கின்.சட்டென்று அவனை திரும்பி அதிர்ச்சியாக பார்க்க, அவனோ எதுவும் நடக்காதது போல் காரை ஓட்டிக் கொண்டிருந்தான்.

ஆனால் கவனம் முழுவதும் தன் மனைவி மேல் தான் இருந்தது. "மொத நாள் தான் இந்த நாப்கின அவசரமாக போய் வாங்கிட்டு வந்த.மறுநாளே இன்னொரு தடவை மாசமா இருக்கேனு சொல்லுற" என்று நக்கலாக சிரித்தான்.

அவள் மீண்டும் அவனை அதிர்ச்சியாக பார்க்க, அவன் பார்வையோ சாலையை விட்டு இம்மியும் நகரவில்லை.

அவளுக்கு தான் என்ன பதில் சொல்வது என்றே தெரியவில்லை. ‘ஐயோ இப்படி போய் இவர்கிட்ட மாட்டிகிட்டோமே .கடவுளே இப்போ கல்யாணம் வேற ஆகிடுச்சு. வச்சு செய்ய போறாரு ’ என்று ரிதி மனதிற்குள் புலம்பினாள்.

அடுத்ததாக ஒரு அங்காடி முன்னே அவன் வண்டி நிற்க, அவள் சிந்தனை-யில் இருந்து கலைந்து அவனை பார்த்தாள்.

" இப்போ நீயும் வா " என்று அவன் காரை விட்டு வெளியேற, அவளும் அவன் பேச்சுக்கு மறுப்பின்றி காரை விட்டு வெளியே வந்தாள்.

உள்ளே நுழைந்த முகில், குழந்தைகள் பிரிவுக்கு செல்ல ,அவனை பின் தொடர்ந்து அவளும் சென்றாள்.

அங்கு ஒரு தள்ளு வண்டியை எடுத்துக் கொண்டு, இருவரும் உலா வந்தனர்.

குழந்தைக்கு தேவையான துணிமணி, பவுடர், ஷாம்பூ,டானிக், செர்லாக், டாய்ஸ் என்று வித விதமாக எடுத்து உள்ளே போட்டான் முகில்.

அவள் எதுவும் பேசாமல் அவள் செய்கையை அதிர்ச்சியோடு பார்த்துக் கொண்டிருந்தாள்.

"அமுதி பாப்பாவுக்கு வேற எதுவும் வேணுமா பாரு.எதுவும் விட்டு போச்-சுன்னா வாங்கலாம்" என்று கூற அவள் தான் அவன் செயலில் மலைத்து போய் நின்றுக் கொண்டிருந்தாள்.

பின் ஏதோ யோசனை வந்தவனாய் "கொஞ்சம் இத பிடிச்சுட்டு இங்கேயே நில்லு.நான் இப்போ வரேன்" என்று முகில் வேகமாக அந்த இடத்தை விட்டு சென்று விட்டான்.

அவன் செல்லும் திசையை வெறித்துப் பார்த்துக் கொண்டிருந்தாள்.

அப்போது அவள் அருகே இரு இளைஞர்கள் வந்து நின்றனர்.

"இதோ பாரு டா! இவளே இன்னும் பாப்பா போல தான் இருக்கா.இவளுக்கு ஒரு பாப்பா இருக்கு போல " என்று அவள் வாங்கிய பொருட்களை பார்த்து வைத்து ஒருவன் பேசினான்.

பக்கத்தில் உள்ளவனோ " பாப்பா இருந்தா என்ன டா? இன்னும் எதுவுமே மாறலை.அப்படியே சும்மா நச்சுன்னு இருக்கா" என்று மேல் இருந்து கீழ் வரை பார்வையாலேயே அவளை மொய்த்துக் கொண்டு பேச, ரிதிக்கு கண் கலங்கி போனது.

பேசாமல் அந்த இடத்தை விட்டு நகர முற்பட்டாள்.அவன் கணவன் வந்தால் பிரச்சனை ஆகிவிடுமோ என்ற பயத்தில் அந்த வண்டியை நகர்த்தி கொண்டு அவள் முன்னே சென்றாள்.

"மச்சான் பின்னாடி பாரு டா " என்று கூற, ரிதி சட்டென்று நின்று திரும்பி இருவரையும் முறைத்தாள்.

முறைத்தவள் முகம் சட்டென்று மாறி பயத்தை தத்தெடுக்க "தோ பாரு டா !பாப்பா பயந்திருச்சு" என்று அவர்கள் சிரித்தனர்.

அவள் பார்வை அவர்கள் பின்னே படிவதை உணர்ந்து இருவரும் திரும்பி பார்க்க, அங்கே கண்கள் சிவக்க முகில் நின்று கொண்டிருந்தான்.

அவனை பார்த்து இருவருக்கும் வயிற்றுக்குள் பய பந்து உருண்டாலும் ,வெளியே காட்டி கொள்ளாமல் "என்ன டா இது? ஹீரோ சார் வந்துட்டாங்க போல. இந்த பாப்பாவோட பாப்புவுக்கு காரணம் ஆனவன் இவன் தான் போல டா.குடுத்து வச்சவன் டா நீயி " என்று அவன் சொல்லி முடிக்கவில்லை, முகில் விட்ட அடியில் அவன் வாயில் இருந்து இரத்தம் கொட்டியது.

வாயை பிடித்துக் கொண்டு அவன் அதிர்ச்சியாக பார்க்க, அவன் நண்பன் அரண்டு போனான்.

"என்ன டா, எவ்வளோ தைரியம் இருந்தா என் நண்பனை அடிச்சு இருப்ப ?" என்று எகிறிக் கொண்டு வர, விட்ட அறையில் அவன் அங்குள்ள பொருட்களை சிதற விட்டு விழுந்தான்.

கடை ஊழியர் பதட்டமாக அந்த இடத்திற்கு வந்து சேர்ந்தார்.

"சார்! என்ன சார் பிரச்சனை? ஏன் கடையில பிரச்சனை பண்ணிட்டு இருக்கீங்க?" என்று அவர் கேட்டார்.

அவனோ அவரை கண்டு கொள்ளாமல், அந்த பொறுக்கிகள் அருகில் சென்று "அடுத்தவன் பொண்டாட்டிய பார்க்குறதும் உங்க அம்மாவ பார்க்கிறதும் ஒன்னு. போய் உங்க அம்மாவை பாரு. என் பொண்டாட்டி மேல பார்வை பட்டிச்சு, கொன்னு புதைச்சுருவேன்" என்று மிரட்டி விட்டு, அவன் வாங்கிய அந்த குட்டித் தொட்டிலை எடுத்துக் கொண்டு, வாங்கிய அனைத்திற்கும் பில் போட்டு விட்டு அங்கிருந்து கிளம்பினான் முகில்.

ரிதிக்கு தான் அவனது கோபத்தை பார்த்து கைகள் நடுங்க ஆரம்பித்தது.

முகமெல்லாம் வேர்க்க, ஏசி காரிலும் வேர்த்து வடிய ,பயத்தில் அமர்ந்து வந்தாள்.

பின் காரை வீட்டில் நிறுத்தி விட்டு வாங்கிய அனைத்து பொருட்களையும் எடுத்துக் கொண்டு அவன் வீட்டிற்குள் செல்ல, அவளும் அமைதியாக அவனை பின் தொடர்ந்து சென்றாள்.

உள்ளே ஹாலில் யாரும் இல்லாமல் இருக்க ,முகில் தன் தந்தை அறையை திறந்து பார்க்க அங்கு மெத்தையில் ஒரு புறம் அவரும் ,அவர் பக்கத்தில் அமுதியும் ஆழ்ந்த உறக்கத்தில் இருந்தனர்.

"கதவை திறந்து போட்டுட்டு இவருக்கு என்ன தூக்கம் வேண்டி கிடக்கு?" என்று கத்தி விட்டு அவன் அறைக்குள் சென்று விட்டான்.

ரிதி இருவரையும் எழுப்பாமல் அமைதியாக தன் அறைக்குள் வர, அங்கு தான் வாங்கி வந்த பொருட்களை வைத்து விட்டு குளியலைறைக்குள் சென்று விட்டான் முகில்.

இதுவரை நினைத்து பாத்த ரிதி, மனம் கொள்ளா மகிழ்ச்சியுடன் புன்னகையை மலர விட்டு மெத்தையில் அமர்ந்திருந்தாள்.

அப்போது குளித்து விட்டு வெளியே வந்த முகில், அவள் புன்னகையுடன் அமர்ந்திருப்பதை பார்த்து, அவள் புன்னகைக்குப் பின் உள்ள காரணத்தை அறிந்-தாலும் அதை அவளிடம் காட்ட விரும்பாத "இப்போ எதுக்கு தனியா உட்கார்ந்து லூசு மாதிரி சிரிச்சுட்டு இருக்க? சீக்கிரம் போய் குளிச்சுட்டு வா' என்று கூறி-னான்.

அவள் அதிர்ச்சியாக "அதான் நான் காலையில குளிச்சுட்டு தானே வந்தேன் " என்று அப்பாவியாக கூறினாள்.

"இப்போ வெளிய போயிட்டு வந்திருக்கோம். டஸ்டா இருக்கும் போ " என்று கூறினான்.

" நான்லாம் ஒரு நாளைக்கு ஒரு தடவ குளிக்கிறதே பெருசு.ஐயோ ஆண்-டவா" என்று முனங்கி விட்டு மாற்று துணியை எடுத்து கொண்டு குளியலறைக்-குள் சென்றாள் ரிதி.

சற்று நேரத்தில் அவள் மாட்ட போவது அறியாமல்!

****

"இப்போ இந்த முடிவு தேவையா பாப்பு?"

"இந்த முடிவு எடுக்க வேண்டிய நிலைமையில இருக்கேன் தீரா.ப்ளீஸ் என்-னைக் கொண்டு போய் விடு" என்று கூறினாள்.

"இப்போ என்ன நடந்து போச்சுன்னு நீ ஹாஸ்டல் போகனும்னு சொல்லுற ஹாசி ?" என்று அகிலா தன் சேலையை தூக்கி இடுப்பில் சொருகிக் கொண்டு வர, இடுப்பில் பாவாடை இல்லாத காரணத்தினால் அவளது ஜட்டியும் புடவையின் கணம் தாங்காமல் ஒவ்வொரு மடிப்பாக சரியத் தொடங்க , அதிர்ந்து போன அகிலா "ஐயோ ஹாசி" என்று கத்தினாள்.

அவள் கத்தவும் தீரன் ஹாசி இருவரும் திடுக்கிட்டி திரும்பிப் பார்க்க, புடவை சரியாமல் இருக்க அதை கைகளால் அண்டக் கொடுத்துக் கொண்டே "புடவை சரியிது. சீக்கிரம் வா" என்று அழைத்தாள்.

அவள் ஜட்டி மேட்டர் தெரியும் என்பதால் அவசரமாக அவள் அருகில் வந்து புடவையை சரி செய்தாள் ஹாசி.

"எப்படி கா சரிஞ்சுச்சு?"

"அது ஒன்னும் இல்ல. சீரியல்ல எல்லாம் புடவையை தூக்கி அப்படி இடுப்புல சொருகிட்டு பேசுவாங்க.நானும் அதே மாதிரி பண்ணி பார்த்தேன்.கால வாரி விட்-

டிருச்சு " என்று கூற, ஹாசி சிரித்து விட்டாள்.

தீரன் புரியாமல் இருவரையும் பார்க்க "எனக்கு சீக்கிரம் ஒரு நல்ல ஹாஸ்டல் பாரு தீரா.முதல்ல அக்காவை சரி பண்ணு" என்று கண்ணடித்து விட்டு அறையில் இருந்து வெளியே சென்றாள்.

தீரன் புரியாமல் அகிலா அருகில் வந்து " என்னாச்சு? ஏன் இப்படி கத்துன?" என்று கேட்டான்.

"அது சேலை திடீர்னு சரிஞ்சுருச்சு அதான்"

"எப்படி சரியும்? அதான் பின் பண்ணி விட்டேன்ல"

"ஆமா " என்று அவனிடம் சொல்ல முடியாமல் திணறினாள்.

"இனிமே நீ சேலை கட்ட வேணாம்.சல்வார் போடு"

"இனிமே நீங்களே சொன்னாலும் சேலை கட்ட மாட்டேன் .இப்போ போய் மாத்திட்டு வரவா" என்று அவள் பாவமாக கேட்டாள்.

'சேலையில் மிகவும் அவதி படுகிறாள் போல' என்று நினைத்த தீரன் " சரி போய் மாத்திட்டு வா " என்று கூறினான்.

ஜூஸை எடுத்துக் கொண்டு மறுபடியும் உள்ளே வந்த ஹாசி "அதுசரி !பாவ-டையில கட்டி இருந்தா தானே நிக்கும். ஜட்டில கட்டுனா எப்படி நிக்கும்?" என்று கொளுத்தி போட்டு விட்டு சிட்டாக பறந்து விட்டாள் அவள்.

"என்ன ?"என்று தீரன் சுதாரிக்கும் முன் குளியலறைக்குள் சென்று கதவைப் பூட்டிக் கொண்டாள் அகிலா.

சற்று நேரம் கழித்தே அவனுக்கு விளங்கியது.

" ஓ மை காட்!" என்று வாயில் கை வைத்தவன் "இவள எப்படி சமாளிக்க போறேன்" என்று அயர்வாக கட்டிலில் அமர்ந்தாலும், அவன் மனசாட்சி 'இருந்-தாலும் உன் பொண்டாட்டிக்கு இருக்குற மாறி அறிவு வேற யாருக்கும் வராது.இதுவரைக்கும் யாராவது அப்படி புடவை கட்டி இருக்காங்களா?' என்று வக்காலத்து வாங்க, அதை காறித் துப்பி அனுப்பி விட்டான் தீரன்.

சேலையை மாத்தி விட்டு வெளியே வந்த அகிலா, அவன் முகத்தைக் கூட பார்க்காமல் அறையில் இருந்து ஓடி விட்டாள்.

அவள் செய்கையில் அவனுக்கு மெலிதான சிரிப்பு வந்தது.

****

"அவளை பத்தி உனக்கு என்ன டா தெரியும் ?"

"எனக்கு எதுவும் தெரிய அவசியம் இல்ல மா. என்னை இவளும் ஏமாத்திட்டு போக நான் விட மாட்டேன்"

"உன்ன அவ ஏமாத்த நெனச்சா எப்பவோ செஞ்சு இருக்கலாம் .ஏன் அவ அப்பா, அம்மா, அக்கா எல்லாரும் ஓடுன அப்போ அவளும் சொல்லாம கொள்-ளாம ஓடி போக எவ்வளோ நேரம் ஆகிருக்கும்? இருந்தாலும் மாமான்னு உன்-

கிட்ட தானே வந்து சொன்னா.அவளை போய் சந்தேகப்பட உனக்கு எப்படி மனசு வந்துச்சு?"

சீதா பேசப்பேச அந்த மண்டபத்தில் நடந்த ஒவ்வொன்றும் அவன் கண் முன்னால் ஓட ஆரம்பித்தது.

அன்று மணிமேகலை, மணிகண்டன், ஆத்வி அனைவரும் இல்லாத விஷயம் தெரிந்த பின்பு உடைந்து போன ஹர்ஷாவை , ஹாசினியே வந்து முதலில் தேற்றினாள்.

"மாமா நீங்க கவலைப்படாதீங்க மாமா. நீங்க அழுதா எனக்கு கஷ்டமா இருக்கு" என்று அவள் அவன் அருகில் அமர்ந்து ஆறுதல் கூறினாள்.

வந்த கோபத்தில் சப்பென ஹாசி கன்னத்தில் அறைந்தான்.

அதில் அதிர்ந்த ஹாசி பயத்தில் இரண்டடி பின்வாங்க " பாப்பு " என்று வந்து பிடித்து கொண்டான் தீரன்.

"குடும்பமே சேர்ந்து ஏமாத்திட்டு இப்போ வந்து நல்லவ வேசம் போட்டுட்டு இருக்கியா?"என்று வார்த்தையை கடித்துத் துப்பினான்.

"இல்ல மாமா!அது "என்று ஹாசி பேச போக "நிறுத்து ! உங்க அக்காவே ஓடி போயிட்டா.அதுக்கு அப்பறம் என்ன மாமா, மாமான்னு மூச்சுக்கு முன்னூறு தடவை கூப்புடுற?"

"அண்ணா! என்ன எதுன்னு விசாரிக்காம பாப்பு பத்தி பேசாத" என்று அவன் ஹாசினிக்கு பரிந்து கொண்டு வந்தான்.

"ஓஹோ! உனக்கு இவளை எத்தன நாள் தெரியும்? இவ அக்கா என்னை பைத்தியம் ஆக்குனா.இவ உன்னைய ஆக்கிட்டாளா?" என்று ஹர்ஷா கத்த, தீரன் பதில் பேச வாயைத் திறக்க, சீதா அறைக்குள் வந்தார்.

"ஹர்ஷா! அமைதியா போய் மணமேடையில உட்காரு " என்று கூற, அவன் கண்கள் பளிச்சிட "அம்மா ! அப்படின்னா ஆத்வி " என்று கேட்டான்.

"இல்ல! இப்போ வரைக்கும் உன் விருப்பப்படி தானே நடந்துட்டு இருக்கு.இப்போ நானும் அப்பாவும் ஒரு முடிவு பண்ணிருக்கோம் .நீ அதுக்கு ஒத்துக்கிட்டு தான் ஆகனும்" என்று கூறினார்.

அவன் அதிர்ச்சியாக தன் தாயை பார்த்தான்.

பின் ஹாசினியை நோக்கி "உங்க வீட்ல தான் ஏமத்திட்டாங்க. நீ என்னைய ஏமாத்த மாட்ட தானே "என்று கேட்டார்.

ஹாசி புரியாமல் சீதாவை பார்த்தாள்.

" என்னால என்ன மா பண்ண முடியும்?" என்று அழுது கொண்டே கேட்டாள்.

"நீ நெனச்சா முடியும் மா.நான் சொல்லுறத கேப்பியா?" என்று சீதா கேட்டார்.

"நீங்க என்ன சொன்னாலும் கேக்குறேன் மா.தயவு செஞ்சு என்னை மட்டும் நம்புங்க. அது போதும் " என்று கண்ணீர் வடித்தாள்.

"அப்போ என் பையன் ஹர்ஷாவை நீ கல்யாணம் பண்ணிக்கோ " என்று கூற, அவள் அதிர்ச்சியாக முதலில் ஹர்ஷாவை தான் பார்த்தாள்.

தீரன் கத்தி விட்டான். "அம்மா! நீங்க பண்ணுறது கொஞ்சம் கூட சரி இல்லை.ஆத்வி இல்ல தான்.அதுக்காக பாப்பு எப்படி மா அண்ணனை கல்யாணம் பண்ணிக்க முடியும் ?" என்று அவன் கத்தினான்.

ஹர்ஷா பார்வையாலே அவளை மிரட்டினான்.

"நான் சொன்னது தான் நடக்கும்.இதுக்குமேல யாராவது மறுத்து பேச நினைச்சா, அப்பறம் உங்க அப்பாவும், நானும் எங்கேயாவது கண் காணாத இடத்-துக்கு போறோம். நீங்க சந்தோசமா இருங்க" என்று சீதா ஹாசியைப் பார்க்க, அவள் சம்மதமாக தலை அசைத்தாள்.

அதில் மேலும் கொதித்துப் போன ஹர்ஷா அவளை பார்வையாலே எரிக்க, அவளோ அவன் பார்வையை சந்திக்க பயம் கொண்டு சீதாவுடன் வெளியேற பார்த்தாள்.

"நான் ஹாசி கூட தனியா பேசனும்" என்று ஹர்ஷா கூற, அவள் பயத்தை கட்டுப்படுத்திக் கொண்டு "மாட்டேன்" என்று தலை அசைத்தாள்.

"டேய்! எதுனாலும் கல்யாணத்துக்கு அப்பறம் பேசு. அப்பறம் அவ உன் பொண்டாட்டி தான்.யாரும் கேட்க போறது இல்ல"

"அம்மா நான் பேசிட்டு சொல்லுறேன் மா. இது என் வாழ்க்கை" என்று ஹர்ஷா இறுகி போய் பேச, சீதா சம்மதமாக தலை அசைத்தார்.

தீரன் செய்வது அறியாது அமைதியாக வெளியேறினான்.

"பாப்பு பயப்புடாம பேசு " என்று ஆறுதல் கூறினான்.

அனைவரும் வெளியேற, ஹர்ஷா அவளை நெருங்கி "இங்க பாரு, எனக்கு இந்த கல்யாணத்துல கொஞ்சம் கூட விருப்பம் இல்ல.நீயே இந்த கல்யாணத்தை நிறுத்து.இல்லேனா பின்னாடி நீ ரொம்ப கஷ்டப்படுவ" என்று மிரட்டினான்.

"சீதா அம்மா" என்று ஹாசி இழுக்க "அதெல்லாம் எனக்கு தெரியாது.போய் சம்மதம் இல்லன்னு சொல்லு" என்று அவளை வெளியே அனுப்பினான்.

அவளை அனுப்பிய பத்து நிமிடத்தில் "மாப்பிள்ளையை அழைச்சுட்டு வாங்க " என்று ஐயர் கூற, தீரன் வந்து ஹர்ஷாவை அழைக்க அவன் முகம் இறுகிப் போய் மணமேடையில் அமர்ந்தான்.

சற்று நேரத்தில் சிவப்பு வண்ண பட்டு உடுத்தி, மெல்லிய அலங்காரத்தில் தேவதையாக அவளை அழைத்து வந்தனர்.

ஹர்ஷாவே அவளைப் பார்த்து மூர்ச்சையாகிப் போனான் என்று தான் சொல்ல வேண்டும்.

மொத்த அழகும் அவனது ஹாசி குட்டியிடம் கொட்டி கிடப்பதை போல் தோன்றியது அவனுக்கு.

அமைதியாக வந்து அவன் அருகில் அமர, நேரம் தாமதிக்காமல் ஐயர் தாலியை எடுத்து கொடுக்க, ஏதோ மந்திரத்துக்கு கட்டுப்பட்டவன் போல் தாலியை அவள் கழுத்தில் காட்டினான்.

ஐயர் குங்குமம் கொடுக்க, அப்போது தான் ஏதோ மாய வலையில் இருந்து விடு பட்டவன் போல், அவள் கழுத்தில் உள்ள தாலியையும் அவளையும் தீ பார்வைப் பார்த்துக் கொண்டு அவளை இறுக்கி அவள் நெற்றி வகிட்டில் அழுத்தமாக வைத்தான் அவன் உரிமையை!

அந்த இறுக்கத்தில் அவளுக்கு வலி எடுக்க, பொறுத்துக் கொண்டு அமர்ந்து இருந்தாள் ஹாசி.

"அம்மா, பாப்புமாவை அவ ரூம்ல காணோம் மா" என்று தீரன் பதட்டமாக வர , அவன் பதட்டம் சீதாவையும் தொற்றிக் கொண்டது.

"ஏன்டா, தாய் இல்லாப் பிள்ளைய துரத்தி விட்டியே டா " என்று கத்தினார் சீதா.

ஹர்ஷாவிற்க்கு இந்த செய்தி புதிது!.

"என்ன மா சொல்லுறீங்க?" என்று கேட்டான்.

"ஆமா டா.ஹாசினி பொண்ணுக்கு அம்மா, அப்பா இல்லை டா. அவ மணிமேகலை, மணிகண்டன் பொண்ணு இல்ல" என்று கூறினார்.

அவனுக்கு தான் தலையில் யாரோ சம்பட்டியால் அடித்தது போல் உணர்வு வந்து போனது.

ஆனால் அவன் துடிப்புக்கு உரியவளோ எதை பற்றியும் கவலை கொள்ளாமல் முகில் வீட்டில் அமர்ந்து கிரில் சிக்கனை வெட்டிக் கொண்டிருந்தாள்.

****

சுதர்சன் , மகா இருவரும் வீடு வந்து சேர சுந்தரி தாவி வந்து மகாவை கட்டிக் கொண்டது.

முதலில் அவள் பயந்து போனாலும், சற்று நேரத்தில் தன்னை சமன் படுத்திக் கொண்டு அதனுடைய பாசத்தில் உருகிப் போனாள்.

"சுந்தரி கீழே இறங்கு. அவங்க போய் ஃப்ரெஷ் ஆகிட்டு வரட்டும். சாப்பிடனும். டயம் ஆச்சு " என்று வாணி கூற, அது பாவமாக அவளிடம் இருந்து விலகியது.

இதற்காகவே அறைக்கு சென்று வேகமாக தன்னை சுத்தப்படுத்திக் கொண்டு கீழே வந்தாள் மகா.

சுதர்சன் தலையில் அடித்துக் கொண்டு அதன் பின் சென்று உடை மாற்றிக் கொண்டு கீழே வந்தான்.

சாப்பிடும் இடத்தில் இப்போதும் அது மகா அருகில் அமர்ந்து கொள்ள, சுதர்சன் முகம் கோபத்தில் சிவந்து போனது.

" உனக்கு இருக்கு, இரு " என்று கருவிக் கொண்டே சாப்பிட அமர்ந்தான்.

'பாவம்! ஒரு குரங்கிடம் போய் தன் மனைவிக்காக சண்டை போடுகிறோம்' என்று அவன் மனதிற்கு பதியவில்லை.

சாப்பிடும் நேரத்தில் தனக்கு பிடித்ததை எடுத்து அது தட்டில் வைக்க , அது முதலில் அதை எடுத்து ஆர்வமாக உண்டது.

அதை பார்த்ததும் மகாவும் மகிழ்ந்து போனாள்.

சுதர்சன் ஏதாவது செய்ய வேண்டும் என்று யோசனையுடன் "மகா! என் போன் அடிக்கிற மாதிரி இருக்கு. கொஞ்சம் எடுத்துட்டு வரியா" என்று கேட்டான்.

அவளும் சரி என்று அப்படியே எழுந்து அறைக்கு செல்ல, அதற்குள் அவள் சாப்பிட்ட தட்டை அவனுக்கும், அவன் சாப்பிட்ட தட்டை அவள் இடத்திலும் மாற்றி வைக்க மகா வருவதற்கும் சரியாக இருந்தது.

"இல்ல கால் வரலை" என்று மொபைலை அவனிடம் கொடுத்தவள் , அமைதியாக அமர்ந்து சாப்பிட ஆரம்பிக்க, சுந்தரியின் பார்வை மாறி மாறி இரு தட்டையும் நோக்கியது.

அவன் ஒரு வெற்றி சிரிப்போடு சுந்தரியை பார்த்து புருவத்தை உயர்த்தி 'எப்படி' என்று நக்கலாக பார்த்து வைத்தான்.பாவம் அவனுக்கு வரும் ஆப்பு அறியாமல்!

சாப்பிட்டு முடித்து அனைவரும் டிவி பார்க்க, சுதர்சன் மீண்டும் தன் மொபைலை தேடினான்.

அது இல்லாமல் போக, அறைக்கு செல்ல அங்கு சுந்தரி, மகா இருவரும் மெத்தையில் அமர்ந்திருந்தனர்.

மகா துணியை மடித்துக் கொண்டிருக்க, அது அவளுக்கு எடுத்துக் கொடுத்து உதவிக் கொண்டிருந்தது.

எதேர்ச்சையாக அவன் டேபிள் மீது உள்ள பர்ஸை பார்க்க, அது முதுவதும் முட்டையில் உள்ள மஞ்சள் கருவால் தடவி காய வைக்கப் பட்டிருந்தது.

அருகில் சென்று எடுத்துப் பார்க்க, நாத்தம் குடலை உருவியது.அவன் மூளை மணி அடிக்க, வேகமாக திரும்பி சுந்தரியை பார்க்க அது சாதாரணமாக இருந்தது.

பின் பர்ஸை எடுத்துக் கொண்டு நிமிர்ந்தவன் அதிர்ந்து போனான்.

அவனது மொபைல் ஜக்கில் உள்ள தண்ணீரில் மிதந்துக் கொண்டிருந்தது.

இப்போது அவன் உறுதியாக 'இது அது வேலை' என்ற முடிவோடு திரும்பிப் பார்க்க, இப்போது அது அவனை ஒரு மார்க்கமாக பார்த்து வைத்தது.

"அம்மா " என்று வீடே அலற கத்தினான் சுதர்சன். சுந்தரி தாவி சென்று மகா பின்னால் ஒளிந்துக் கொண்டது.

26

அத்தியாயம்-26

"அம்மா" என்ற அலறலில் மஹாவே ஒரு நிமிடம் பயந்து தான் போனாள். சுந்தரி அவள் முந்தானைக்குள் ஒளிந்துக் கொண்டது.

அவன் போட்ட சத்தத்தில் அடித்து பிடித்து மேலே ஓடி வந்தார் வாணி.

"என்னாச்சு டா? ஏன் கத்தி தொலைக்கிற" என்று அவர் கத்தினார்.

"யம்மா! இங்க பாரு மா" என்று ஜக் இருக்கும் பக்கம் கையைக் காட்ட அப்போது தான் மஹாவும் பார்த்து இருவரும் அதிர்ந்து போனார்கள்.

"எப்படி டா தண்ணிக்குள்ள போட்ட? அறிவு இருக்க டா உனக்கு" என்று வாணி பொரிந்தார்.

"எனக்கு என்ன லூசா மா! நானே என் போன எப்படி தண்ணிக்குள்ள போடுவேன். கடுப்ப கிளப்பாதிங்க"

"அப்போ யாரு டா தண்ணிக்குள்ள போட்டது?" என்று வாணி கேட்டார்.

அவன் மகாவை பார்க்க, அவள் பதறிக் கொண்டு " ஐயோ ! எனக்கு ஒன்னும் தெரியாது.சத்தியமா நான் பண்ணல" என்று மெத்தையில் இருந்தே எழுந்து விட்டாள்.

"நான் இப்போ உன்ன சொல்லவே இல்லையே மகி.உன் பின்னாடி இருக்குல்ல அதான் காரணம் " என்று கூறினான்.

மெல்ல அவள் முந்தானையை விலக்கி தன் பளிச்சிடும் கண்களால் அவனை பார்த்து வைத்தது.

"செய்யிறதையும் செஞ்சுட்டு எப்படி பார்க்குது பாரு"

"டேய் ! சும்மா எல்லாம் சுந்தரி இந்த மாதிரி பண்ண மாட்டா.அப்போ நீ ஏதோ அவளுக்கு பிடிக்காதது பண்ணி அவளை வெறி ஏத்தி விட்டிருக்க " என்று வாணி சரியாக பாய்ன்டை பிடித்தார்.

அதில் பதறிய சுதர்சன் "யம்மா! உனக்கு நான் புள்ளையா இல்ல அது புள்ளையா? இங்க பாரு பர்சு ஃபுல்லா முட்டைய தடவி காய போட்டு வச்சிருக்கு " என்று கூற, மகா 'கிளுக்' என சிரித்து வைத்தாள்.

அதில் அவளை முறைத்த சுதர்சன் "மொத உன் பின்னாடி நிக்கிறத வெளிய விடு" என்று கூற, அவள் பாவமாக தன் பின்னே பார்க்க, அதுவும் பாவமாக அவளை தான் பார்த்துக் கொண்டிருந்தது.

"பாவம்! இந்த ஒரு டைம் மன்னிச்சு விடுங்க. இனிமே தப்பு பண்ணாம நான் பார்த்துக்கிறேன் .ப்ளீஸ்" என்று மகா கெஞ்ச, அதற்கு மேல் மாட்டேன் என்று சொல்வானா அவன்?

தன் மனைவி முதல் முதலில் ஆசையாக வாய் மலர்ந்து கேட்ட செயலை மறுக்க முடியாமல் சுந்தரியை முறைத்து கொண்டே சரி என்று மன்னித்து விட்டான்.

வாணி தலையில் அடித்துக் கொண்டு சென்று விட்டார்.

"நான் உன் கிட்ட கொஞ்சம் பேசனும்" என்று கூற, அவளும் அமைதியாக மெத்தையில் அமர்ந்துக் கொண்டு "சொல்லுங்க" என்று கேட்டாள்.

"தனியா பேசனும்" என்று கூறினான்.

அவள் அறையை நோட்டமிட்டு "அத்தை போயிட்டாங்க.இப்போ பேசுங்க " என்று கூற , அவன் பார்வை சுந்தரியை தழுவி சென்றது.

மகா அவன் பார்வை போகும் திசை பார்த்து விட்டு சிரிப்பை அடக்க முடியாமல் " சுந்தரி தான் உங்க பிரச்சனையா?" என்று கேட்டாள்.

அவன் 'ஆம்' என்று தலை அசைத்தான்.

ஏனோ அவனது இந்த சிறு பிள்ளை செயலை அவளால் ரசிக்காமல் இருக்க முடியவில்லை.

"சுந்தரி கொஞ்சம் வெளியே இருக்கியா?" என்று மகா கேட்ட மறு நிமிடம் சமத்தாக அறையில் இருந்து வெளியேறியது சுந்தரி.

"இப்போ சொல்லுங்க "

"இல்ல எனக்கு உன்னை பத்தி ஒன்னுமே தெரியாது மகா.அதான் கேட்டு வச்சுக்கலாம்னு " என்று அவன் நிறுத்தினான்.

அவள் மெல்லிய புன்னகையுடன் "என் பேரு மகா லக்ஷ்மி" என்றாள்.

"அதான் தெரியுமே.அத தவிர ஏதாவது சொல்லு"

"நான் ஆர்ட்ஸ் முடிச்சு இருக்கேன்.எனக்கு வேலைக்கு போகனும்னு ரொம்ப ஆசை.ஆனால் எங்க வீட்ல விடலை.அதுக்குள்ள கல்யாணம் அப்படி இப்படி .இதோ இப்போ இங்க முன்னாடி உங்க மனைவியா இருக்கேன்.வேற என்னை பத்தி சொல்ல ஒன்னும் இல்ல"

"அவ்வளோ தானா" என்று சுதர்சன் கேட்க, 'ஆம்' என்று தலை அசைத்-தாள்.

"சரி இதான் என் ஃபோன் நம்பர். நோட் பண்ணிக்கோ. ஓ உன்கிட்ட மொபைல் இல்லையோ.சரி ஈவ்னிங் ரெடியா இரு .நம்ம ரெண்டு பேருக்கும் மொபைல் வாங்கிட்டு வருவோம்" என்று கூற, தன் கணவனின் கூற்றில் மகிழ்ந்து தலை ஆட்டினாள் மகா.

"அவ்வளவு தான்" என்று கதவு வரை சென்றவன், மீண்டும் உள்ளே வந்து "ஏன் மகா, நீ என்னை காதலிக்கிறியா?" என்று முகத்திற்கு நேராக கேட்டான்.

இந்த கேள்வியை சற்றும் எதிர் பார்க்காத மகா, அதிர்ந்து போய் அவனை பார்த்தாள்.

****

குளியலறையில் இருந்து வெளியே வந்தாள் ரிதி.அவளையே மேல் இருந்து கீழ் வரை பார்த்தவன், ஒன்றும் பேசாமல் அமைதியாக போய் அறைக் கதவை தாழிட்டு வந்தான்.

அறை தாழிட்ட சத்தம் கேட்டு திரும்பிய ரிதி பயந்து போனாள்.

உடனே தன் முகத்தை சாதாரணமாக வைத்துக் கொண்டு "கதவை ஓபன் பண்ணுங்க.பாப்பா முழிச்சு இருப்பா.நான் போய் பால் ஆத்தி கொடுத்துட்டு வரேன்" என்று முயன்று தன் பதட்டத்தை மறைத்துக் கொண்டு பேசினாள்.

அவன் அறியாததா? அவன் பொய்க்கோழியை இன்ச் இன்ச்சாக தெரிந்து வைத்து இருக்கிறான்.

"போகலாம். என்ன அவசரம்?அதுக்கு முன்னாடி நமக்கு ஒரு வேளை இருக்கு" என்று கூறினான்.

"வாங்கி வந்த பொருட்களை அடுக்கனும். அதானே, நான் வந்து பண்ணு-றேன்" என்று அவள் ஓடுவதிலேயே குறியாக இருந்தாள்.

"மேடம்க்கு அப்படி என்ன அவசரம்? நில்லுங்க கொஞ்சம் " என்று நக்கலாகக் கூறினான்.

அவன் குரல் மாறியதில் அடி மனதில் அல்லு விட "ஐயோ! ரிதி மாட்ட போற டி.போச்சு" என்று அபாய மணி அடிக்க தன் சுடிதார் டாப்ஸை இறுக்கி பிடித்துக் கொண்டு நின்று இருந்தாள்.

அவள் கை பிடித்து குளியலறைக்கு அழைத்து சென்றவன், அவள் மேனியை ஆராய அவளோ பயத்தில் வெட வெடத்துப் போனாள்.

"என்.. என்ன? எதுக்கு இங்க?"என்று பேச்சு வராமல் ரிதி திக்கினாள்.

"இவ்வளோ நேரம் உள்ள என்ன பண்ணிட்டு இருந்த?" என்று முகில் சரியாக கேட்டான்.

மாட்டிக் கொண்ட கோழியாக அவள் முழிக்க "என்ன ? பொம்பளைப் பிள்ளைக்கு ஆயிரம் இருக்கும். பாத்ரூம்ல என்ன பண்ணன்னு கேட்கிறீங்க?" என்று சிலுத்துக் கொண்டு வந்தாள்.

"ஓஹோ! அப்போ நீ என்கிட்ட எதையும் மறைக்கல. அப்படித்தானே?" என்று முகில் மீண்டும் எச்சரிக்கும் விதமாக கேட்டான்.

"உங்க கிட்ட மறைக்க என்ன இருக்கு? குளிக்க சொன்னிங்க.இதோ குளிச்சுட்டு வந்துட்டேன். இப்போ என்ன பிரச்சனை உங்களுக்கு? என்று சரளமாக கூறினாள்.

தன் மனைவியை மெச்சி கொண்டவன், அவள் கைகளில் உள்ள நீரை தன் கைகளாய் தடவ ,ரிதி அதிர்ந்து போய் அவனை பார்த்தாள்.

பின் அவன் கை அவள் முகத்தில் படிய, அங்குள்ள நீர்களை கொஞ்சம் கொஞ்சமாக தடவிக் கொண்டே கழுத்திற்கு வந்து சேர்ந்தான்.

மேனி நடுங்க ரிதி அங்கிருந்து நகர போக, அவளை போக விடாமல் சட்டென்று அவள் சுடிதாரின் உள் பக்கம் கை விட்டு அவள் வெற்றிடையை தழுவ, அது ஈரம் இல்லாமல் சூடாக இருந்தது.

‘என்ன இதெல்லாம்?’ என்பதை போல் ஒரு பார்வை பார்த்தான் முகில்.

அவளோ மூச்சைப் பிடித்துக் கொண்டு அதிர்ச்சியில் இருந்து வெளி வராமல் அவன் கையையும், முகத்தையும் மாறி மாறி பார்த்தாள்.

ஷவரை ஓபன் செய்தான் முகில்.தண்ணீர் முழுவதும் அவர்கள் இருவரின் மேல் விழுக "என்கிட்ட எதுக்கு பொய் சொல்லுற? நீ பாத்ரூம்ல என்ன பண்ணன்னு எனக்கு தெரியும்" என்று கூறினான்.

அவள் பயத்தோடு இங்கு எதுவும் கேமரா வைத்து இருக்கிறானோ என்று சுற்றி பார்த்தாள்.

"கேமரா எல்லாம் இல்ல.தேடாத.உன் பிராடு தனத்தை பத்தி எனக்கு தெரியாதா?நீ என்ன பண்ண உள்ள?" என்று மீண்டும் கேட்டான்.

ரிதியின் மனம் சற்று முன்பு நடந்ததை யோசிக்க தொடங்கியது.

உள்ளே நுழைந்த ரிதி "ச்சீ! ஒரு நாளைக்கு ஒரு மனுஷன் எத்தனை தடவை குளிக்கிறது? ஆசையா இருந்தா அவரு குளிக்க வேண்டியது தானே.யாரு வேணாம்னு சொன்னா! ஐயோ தண்ணி வேற ஜில்லுன்னு இருக்கே .ரிதி மா இதெல்லாம் உனக்கு அலர்ஜி.கைய வைக்காத" என்று அவளுக்குள் பேசி கொண்டு இருந்தாள்.

இறுதி முடிவாக அவளை ஏமாற்ற எண்ணினாள்.வேகமாக தற்போது போட்டிருக்கும் உடையை கலைந்து விட்டு ,அவள் கொண்டு வந்த உடையை உடுத்திக் கொண்டாள்.

பின் சிறிது நீரை எடுத்து தன் முகத்தில் தெளித்து விட்டு, கைகளில் கழுத்தில் கொஞ்சம் நீரை படிய விட்டு, கால்களை நனைத்துக் கொண்டு "அடேங்கப்பா! அப்படியே குளிச்ச மாதிரியே இருக்க.சூப்பர் டி ரிதி குட்டி " என்று அவள் அவளையே பாராட்டி கொண்டு வெளியே வந்து, இப்போது மாட்டிக் கொண்டு தான் கணவனின் கையணைப்பில் இருக்கிறாள்.

"போ..போதும்! குளிருது" என்று ரிதி கூற ,சவரை அடைத்தவன் "வெளிய எங்க எல்லாம் போயிட்டு வரோம்? நீதான் குழந்தைய பார்த்திட்டு இருக்க.அமுதி பாப்பாவுக்கு இன்ஃபெக்ஷன் ஆகிட கூடாது. அதான் குளிக்க சொன்னேன். இனிமே இந்த மாதிரி பிராடு வேலை ஏதாவது பண்ணுன, என் ட்ரீட்மென்ட் வேற மாதிரி இருக்கும்.பார்த்துக்கோ" என்று மிரட்டி விட்டு அவள் இடுப்பை ஒரு முறை அழுத்தி விட்டு , அங்கிருந்து வெளியே சென்றான்.

அவள் தான் அவன் அழுத்தத்தில் பேச்சற்று போய் நின்றாள். ஏனோ அந்த அழுத்தத்தில் அவனுள் உண்டான மாற்றத்தை உணரத் தொடங்கினாள் பொய்க்கோழி.

****

"என்னமா சொல்லுறீங்க? ஹாசி அவங்க பொண்ணு இல்லையா?"

"ஆமா டா.ஹாசி அவங்களுக்கு பிறக்கல. அவங்க பொண்ணு ஆத்வி மட்டும் தான் "

"அப்போ ஹாசி?"

"அது எதுக்கு உனக்கு?அதான் அவளை வெளியே தொறத்தி விட்டல"

"அம்மாஆஆ" என்று உச்ச ஸ்ருதியில் கத்தியவன் "என் பொண்டாட்டி பத்தி எப்படி தெரிஞ்சுக்கனும்னு எனக்கு தெரியும் .நீங்க யாரும் சொல்ல தேவையில்ல " என்று வீராப்பாக அங்கிருந்து நடையை கட்டினான்.

சீதா மனம் , ஹாசியுடன் பேசிய நாளிற்க்கு சென்று வந்தது.

கல்யாணம் செய்த மறுநாள் சீதாவுடன் தனியாக பேச தோட்டத்திற்கு சென்றாள் ஹாசி.

"அம்மா உங்க கிட்ட நான் கொஞ்சம் பேசனும்" என்று தயங்கிக் கொண்டே கூறினாள்.

"என்கிட்ட என்ன தயக்கம் என் மருமகளுக்கு? தாராளமா பேசலாமே" என்று அங்குள்ள இருக்கையில் இருவரும் அமர்ந்தனர்.

"அம்மா ,ஆத்வி அக்கா கடைசி நேரத்துல இப்படி பண்ணுவாங்கனு நான் நினைக்கவே இல்ல மா.என்னை மன்னிச்சுடுங்க" என்று கண்கள் கலங்கி கேட்டாள்.

"இதுல என்ன ஹாசி மா இருக்கு? அதான் இந்த வாண்டு என் வீட்டு மருமகள் ஆகிட்டாலே. அப்பறம் என்ன?"

மெலிதாக சிரித்த ஹாசி "உங்க கிட்ட ஒரு உண்மைய சொல்லனும் மா" என்று அவள் சீதாவை பார்த்து கொண்டே கூற, அவரும் 'சொல்' என்பதை போல் பார்த்தார்.

"அது..அது வந்து, ஆத்வி என்னோட கூட பிறந்த அக்கா இல்ல மா" என்று முயன்று தன் அழுகையை அடக்கிக் கொண்டு அவள் கூறினாள்.

அவள் கூற்றில் அதிர்ச்சி அடைந்த சீதா "அப்போ நீ என்ன சொல்ல வர ஹாசி? மணிமேகலை, மணிகண்டன்.." என்று கேள்வியாக கேட்டார்.

"இல்ல மா. என்னோட அப்பா அம்மா அவங்க இல்லை" என்று குனிந்துக் கொண்டே தலை ஆட்டினாள்.

சீதாவுக்கு மனம் கனத்துப் போனது."அப்போ உன் அம்மா, அப்பா ?" என்று தயங்கி கொண்டே கேட்டார்.

"அவங்க இல்ல மா. இறந்துட்டாங்க" என்று சொல்லும் போதே கண்களில் கண்ணீர் தாரை தாரையாக வடிந்தது.

வேகமாக அவள் அருகில் அமர்ந்து தன்னோடு சேர்த்து அணைத்துக் கொண்டார் சீதா.

"கவலைப்படாத மா.நான் இருக்கேன்.ஹர்ஷா இருக்கான்.உன்னை எதுக்கும் கலங்க விட மாட்டோம்" என்று கூற, அவள் அவரிடம் இருந்து பிரிந்தாள்.

"நான் ஆசிரமத்துல தான் மா வளர்ந்தேன். அவங்க தான் என் அம்மா, அப்பா இறந்துட்டதா சொன்னாங்க.எனக்கு இப்போ வரைக்கும் அவங்க எப்படி இருப்பாங்க, எப்படி இறந்தாங்க, ஈதுவுமே தெரியாது.அப்போதான் ஒரு நாள் மணிகண்டன் அப்பாவும், மணிமேகலை அம்மாவும் என்னை வந்து கூட்டிட்டு போனாங்க"

"இனிமே இவங்க தான் உன் அம்மா, அப்பா அப்படின்னு சொல்லி அனுப்பி வச்சாங்க.ஆத்வி அக்காவை பார்க்கவும் எனக்கு விளையாட ஆள் கிடைச்ச சந்தோசத்துல நான் அவங்க கூட வந்துட்டேன்.என்னை எந்த குறையும் இல்லாம தான் பார்த்துக்கிட்டாங்க "

"ஆனால் என் மனசுக்கு ஏதோ ஒன்னும் சரியா படலை. இப்போ இன்னைக்கு காலைல தான் ஆசிரமத்துக்கு ஃபோன் பண்ணி கேட்டேன் "

"அப்போ என் பேர்ல பத்து ஏக்கர் நிலம் இருந்துச்சாம்.என்னை பெத்தவுங்க எழுதி வச்சுட்டு போயிருக்காங்க.அத தெரிஞ்சுக் கிட்டு தான் இவங்க என்னைய அங்க இருந்து கூட்டிட்டு வந்துருக்காங்க"

"நான் வெறும் காசுக்காக அவங்க வீட்ல வளர்ந்துருக்கேன் மா.என் மேல அவங்களுக்கு பாசம் இல்ல போல.என் 18 வயசுக்கு மேல தான் அத நான் யாருக்கு வேணாலும் எழுதி கொடுக்க முடியும்.அதான் என்னைய கூடவே வச்சுக்கிட்டாங்க.இப்போ வரைக்கும் ஏன் அத பத்தி என்கிட்ட பேசலனு எனக்கு

தெரியலை.ஆனால் இப்போ மாமா ஆத்விக்கு போட்ட நகை, எனக்கு போட்ட நகை எதுவுமே இப்போ இல்ல" என்று தவிப்பாக கூறினாள்.

"நான் சொல்லுறது புரியுதா சீதா மா? சத்தியமா என்கிட்ட எதுவுமே இல்ல" என்று தன் மேல் குற்றம் வந்து விடுமோ என்று அச்சப்பட்டாள்.

"இவ்வளோ தூரம் உன்ன பண்ணவங்கள நான் சும்மா விட மாட்டேன் ஹாசி. நான் உன்னைய சந்தேக படலை மா" என்று கூற அப்போது தான் அவளுக்கு நிம்மதியாக இருந்தது.

"ஹர்ஷா கிட்ட இத பத்தி நான் பேசி ஒரு முடிவு கட்டுறேன் " என்று கூற, அவசரமாக மறுத்தாள் ஹாசி.

"வேண்டாம் மா. மாமாவுக்கு தெரிஞ்சா அவங்களை கொல்ல கூட தயங்க மாட்டாங்க.தெரிஞ்சோ, தெரியாமலோ இவ்வளோ நாள் அவங்க எனக்கு சோறு போட்டு வளர்த்துட்டாங்க.அதுனால இத அப்படியே விட்டுருவோம்"

"இப்போ கூட இத ஏன் உங்க கிட்ட சொன்னேனா, என்னால எல்லாத்தையும் மனசுல போட்டு அடைக்க முடியலை.யார்கிட்டயவது சொன்னா நல்ல இருக்-கும்னு நெனச்சேன்.அதான் உங்க கிட்ட சொன்னேன்.இப்போ கொஞ்சம் பாரம் கொறஞ்ச மாதிரி இருக்கு மா"என்று கூற, சீதா தான் ஹாசி செயலில் வியந்து விட்டார்.

"அப்போ எனக்கும் நீ ஒரு சத்தியம் பண்ணிக் கொடுக்கனும்"

"என்ன மா?"

"நீ எப்பவும் ஹர்ஷாவை விட்டு போக கூடாது.அவன் கொஞ்சம் முரடன், முன் கோபி தான்.ஆனால் தங்கமான பையன் மா" என்று கூற, அவர் கரத்தினில் தன் கரத்தை சேர்த்தாள் ஹாசி.

'என்ன பெண் இவள்? இவளுக்கு துரோகம் இழைத்த போதும் அவர்களை காக்க நினைக்கிறாள்' என்று மனதில் தன் மருமகளை மெச்சிக் கொண்டு அவளையும் அழைத்து கொண்டு வீட்டுக்குள் சென்றார்.

இப்போது அதை நினைத்து பார்த்த சீதாவுக்கு ,கையில் கிடைத்த வைரத்தை இப்படி தொலைத்து விட்டு அலையும் தன் மகனை நினைக்கும் பொழுது அவளுக்கு கோபமாக வந்தது.

****

"என்ன ஹாசி மா? காத்து இந்த பக்கம் அடிக்குது"

"அது, ஜெயராஜ் அப்பா தான் வீட்ல கிரில் இருக்கு உடனே வான்னு ஃபோன் போட்டாரு. பத்தே நிமிஷத்துல வந்துட்டேன் " என்று வெட்டிக் கொண்டிருந்தாள்.

முகில் தன் அப்பாவை கேள்வியாக பார்க்க " உங்க கல்யாணத்துல தான் அவளோட பிரெண்ட் ஆனேன்.எனக்கு ரொம்ப பிடிச்சு போச்சு இந்த பொண்ணை"

"அப்போதான் அவளுக்கு சிக்கன் பிடிக்குனு தெரிஞ்சது. அதான் ஃபோன் பண்ணி கூப்பிட்டேன்" என்றார்.

"ஓஹோ! ஹாசி மா, நீ இங்க வந்த விஷயம் உன் புருஷன் காரனுக்கு தெரி-யுமா?" என்று கேட்டான்.

"அவரு என் புருஷன் இல்ல.வரு மாமா மட்டும் தான். அவர் கிட்ட சொல்ல டைம் இல்ல.கிளம்பி வந்துட்டேன்" என்று அசால்ட்டாக லெக் பீசை கடிக்க, முகில் அதிர்ந்து ஹர்ஷாவை தொடர்புக் கொண்டு தகவலை தெரிவித்தான்.

இங்கே அகிலா, வாட்சில் மணியையும் ,தன் போனையும் மாறி மாறி பார்த்துக் கொண்டு வாசலுக்கும் மெத்தைக்கும் நடந்து கொண்டே இருக்க, தீரன் அப்போது தான் அறைக்குள் வந்தவன், அவள் செய்கையை பார்த்து ,ஏதோ சந்தேகமாக தோன்ற அதை முகத்தில் காட்டாமல் அவளை கண்டுக் கொள்ளாமல் லேப்-டாப்பை தூக்கி மடியில் வைத்துக் கொண்டு அவளை கண்காணித்து வந்தான்.

அவன் வரவும் தன் முக பாவனையை மாற்றியவள் 'அகிலா பீ கேர் ஃபுல்! உன் புருஷன் கண்டு பிடிச்சா நீ கைமா தான்' என்று மனதிற்குள் கூறிக் கொள்ள, அவள் கட்டுப்பாட்டையும் மீறி அவள் முகத்தில் பதட்டம் தெரிந்தது.

அவளுக்கு ஒரு அழைப்பு வர, தீரன் பக்கம் பார்க்க அவன் ஏதோ கவனமாக வேலையில் மூழ்கியது போல் தோன்ற, தன் போனை எடுத்துக் கொண்டு பால்கனி சென்று "என்ன நான் சொன்ன மாதிரி போயிட்டியா? ரொம்ப சந்தோசம்.உனக்கு வாட்ஸ் அப் ல என்ன என்ன பேசனும்னு லிஸ்ட் போட்டு அனுப்பிருக்கேன்.அத அப்படியே அவன் வந்த உடனே பேசு.ஓகே வா" என்று கேட்டாள்.

அந்த பக்கம் என்ன சொல்லப் பட்டதோ " ஐயோ! நான் இருக்கேன்.பயப்ப-டாம பேசி காரியத்தை முடி" என்று கூறி அழைப்பைத் துண்டித்து ஒரு பெரும் மூச்சை விட்டு திரும்ப, விட்ட மூச்சு பாதியில் நின்றுக் கொண்டது.

தீரன் தன் கைகளை மார்பின் குறுக்கே கட்டிக் கொண்டு " மேடம் இப்போ என்ன களவாணி தனம் பண்ணிங்க?" என்று கேட்டான்.

"தோ பாருங்க! சும்மா களவாணி எல்லாம் சொல்லாதீங்க"

"ஓஹோ! அப்போ இப்போ நீ பாத்த வேலைக்கு பேரு என்ன?" என்று கேட்-டான்.

"பொது சேவை" என்றாள் பட்டென்று.

"எது ? உன் போனை கொடு.அந்த பொது சேவையை நானும் பார்க்கிறேன் " என்று கேட்டான்.

"என் பெர்சனல் விஷயத்துல தலையிடாதிங்க மிஸ்டர் தீரன்" என்று மிடுக்-காகக் கூறினாள் அகிலா.

"அப்போ என்னை, எனக்கே தெரியாம கல்யாணம் பண்ணி என் பெர்சனல் விஷயத்துல தலையிட்டிங்களே மிசஸ்.அகிலா தீரன் !அதுக்கு என்ன பண்ண-

லாம்?" என்று கேட்டான்.

பயத்தில் எச்சிலை முழுங்கி விட்டு 'அது..ஐயோ! அகிலா மாட்டிக்கிட்டியே. இப்போ நல்லா கேட்கிறான் சொல்லு' என்று மனசாட்சி காறித்துப்ப 'பரவாயில்லை .துப்புனா தொடச்சுகுவேன்" என்று அதை விரட்டி விட , அந்த கேப்பில் அவள் கையில் இருக்கும் போனை பறித்து விட்டான் தீரன்.

அவள் அதிர்ந்து போய் அவனை பார்க்க, அவனோ கால் ஹிஸ்டரி பார்த்து விட்டு, வாட்சப்பை திறந்து பார்க்க அவள் போட்ட மெசேஜ் பாக்ஸை ஓபன் செய்து பார்த்தவன் அகிலாவை தீயென முறைத்து, சப்பென அவள் கன்னத்தில் அறைந்தான்.

முகில் வீட்டில் ஹர்ஷா வேகமாக நுழைய, அப்போது தான் சாப்பிட்டு முடித்து கையை கழுவிய ஹாசி ஒரு பெரிய ஏப்பத்தை விட்டு விட்டு வந்த ஹாசி, ஹர்ஷா உள்ளே வருவதை பார்த்து அவசரமாக தன் போனை எடுத்து ஆன் செய்தாள்.

"1. இப்போ யார கேட்டு இங்க வந்திங்க

2. நான் உங்க கூட வர போறது இல்ல

3. எப்போ அந்த பத்திரத்தில சைன் போட்டு கொடுத்தேனோ அப்போவே நம்ம உறவும் முடிஞ்சு போச்சு

4. இனிமே நீங்க எனக்கு புருஷனும் இல்ல.நான் உங்களுக்கு பொண்டாட்டி-யும் இல்ல.

5. தயவு செஞ்சு இங்க இருந்து போயிடுங்க!"

இவ்வாறு வசனம் இருக்க, "ஐயோ! மனப்பாடம் பண்ணக் கூட டைம் கொடுக்-காம இப்படி வந்துட்டான்.என்ன செய்வேன்? சரி எப்பவும் பார்த்து தான எழுது-வோம். அதே மாதிரி பார்த்து சொல்லுவோம்!" என்று வீரப்பாக போனை அவள் ஆடைக்குள் மறைத்து வைத்து திமிராக நின்றாள்.

பாவம் இதே ஐந்து வரியை கூறி அவள் கையும் களவுமாக மாட்டி கொண்டு நிற்க போவதை அறியாமல் நின்றாள் .

அதே நேரம் அகிலா, தீரன் இருவரும் அங்கு வந்து சேர்ந்தனர்.

27

அத்தியாயம்-27

ரிதி அப்போது தான் அறையில் இருந்து வெளியே வந்தாள்.அங்கு அனைவரும் ஒன்றாக நிற்பதை பார்த்து விட்டு குழம்பிப் போய் அவளும் வந்து அதில் பங்கு கொள்ள.

ரிதியை பார்த்த ஹாசி கண்களாலேயே அவளை பக்கத்தில் அழைக்க , அவளும் அதை புரிந்துக் கொண்டு பக்கத்தில் வந்து நின்றாள்.

அவள் கையில் தன் மொபைலை திணித்து விட்டு "இதுல அகிலா அக்கா மெசேஜ் இருக்கு.அத ஓபன் பண்ணி, அதுல இருக்குற மெசேஜ் அப்படியே என் பின்னாடி நின்னு சொல்லு.ஒரு வரி கூட மாற கூடாது " என்று முணு முணுத்தாள்.

ரிதி வேகமாக தலை ஆட்டி, அனைவரையும் ஒரு அசட்டு சிரிப்புடன் வரவேற்று , ஹாசி சொன்ன வேலையை செய்ய அவள் பின்னே போய் தயாராக நின்றுக் கொண்டாள்.

ஹர்ஷா ஏதோ பேச வர "சீக்கிரம் சொல்லு " என்று ஹாசி முணு முணுத்தாள்.

"அக்கா, ஃபர்ஸ்ட்."-ரிதி

"இப்போ யார கேட்டு இங்க வந்திங்க?" - ரிதி

"ஹான் ஓகே" - ஹாசினி

"இப்போ யார கேட்டு இங்க வந்திங்க?" என்று ஹாசி மிடுக்காக கேட்டாள்.

"நான் யார கேட்கணும்" என்று ஹர்ஷா திருப்பி கேட்டான்.

ஐயோ இதுக்கு ஆன்சர் இல்லையே என்று முழித்த ரிதி, அடுத்த வாக்கியத்தைக் கூறினாள்.

"செகண்ட். நான் உங்க கூட வர போறது இல்லை"

உடனே ஹாசி, அவன் கேட்ட கேள்விக்கு பதில் கூறாமல் இதையே கூறினாள்.

அவளை சந்தேகமாகப் பார்த்த ஹர்ஷா "நான் இப்போ உன்னை கூப்பிட வரேன்னு சொல்லவே இல்லையே" என்று அடுத்த பல்பை கொடுத்தான்.

'என்ன இவன் இப்படிலாம் பேசுறான்? ஐயோ போச்சு! இப்போ என்ன செய்றது? இல்ல அகிலா அக்கா சொல்லிருக்காங்க.இடையில என்ன நடந்தாலும், நான் சொன்னது எல்லாம் பேசி முடிச்சுட்டு தான் மறு வேலை பாருன்னு.அத மொத பேசுவோம்' என்று பின்னே கையைக் காட்டினாள்.

அதை புரிந்து கொண்ட ரிதி அடுத்த வசனத்தை கூறினாள்.

"எப்போ அந்த பத்திரத்தில கையெழுத்துப் போட்டுக் கொடுத்தேனோ , அப்போவே நம்ம உறவும் முடிஞ்சு போச்சு" என்று மீண்டும் தைரியத்தை வரவழைத்துக் கொண்டு பேச ,அகிலா தலையில் அடித்துக் கொண்டாள்.

"ஏய் எதுக்கு இப்போ லூசு மாதிரி பேசிட்டு இருக்க?" என்று ஹர்ஷா கத்தினான்.

"இருங்க! இடையில பேசாதீங்க. அப்பறம் எனக்கு மறந்து போயிடும்.இன்னும் ரெண்டு பாய்ன்ட் தான் இருக்கு" என்று உளறினாள்.

"என்னது ரெண்டு பாய்ன்ட்டா?" என்று ஹர்ஷா புரியாமல் கேட்க, ரிதி முழித்த முழியில் ஏதோ பிராடுத்தனம் நடக்கிறது என்று தெளிவாக புரிந்து கொண்டான் முகில்.

அதே நேரம் 'உன் பிளான் தானே' என்று தீரன் அகிலாவை கேவலமாக பார்த்தான்.

"கரெக்ட் தான்.இவளுக்கு ப்ளான் போட்டுக் கொடுத்ததுக்கு, நான் நாலு தூக்க மாத்திரை வாங்கி போட்டுட்டு தொங்கிருக்கலாம்" என்று சுவற்றில் முட்டிக் கொண்டாள்.

"அப்பறம்" என்று ஹர்ஷா கைகளைக் கட்டிக் கொண்டு கேட்டான்.

வேகமாக பின்னே கையை ஆட்டினாள்.

"இனிமே நீங்க எனக்கு புருஷனும் இல்ல, நான் உங்களுக்கு பொண்டாட்டியும் இல்ல"

"ஓகே! இனிமே நீங்க எனக்கு பொண்டாட்டி இல்ல.நான் உங்களுக்கு புருஷன் இல்ல" என்று பயத்தில் மாற்றி புலம்பினாள்.

"வாட் ரப்பிஷ்! என்ன பேசிட்டு இருக்க? இவ என்ன உன் வீட்ல வந்து பைத்தியம் ஆகிட்டாளா" என்று ஹர்ஷா பொரிய, தீரன் சிரிப்பை அடக்க முடியாமல் நின்றுக் கொண்டிருந்தான்.

"போச்சு அக்கா! ஐயோ அஞ்சு பாய்ண்ட் கூட ஒழுங்கா சொல்லாம ஃபெயில் ஆக போற "என்று ரிதி கத்தினாள்.

"எதே" என்று அவளிடம் இருந்து போனை பிடுங்கி "நான் எப்டி ஃபர்ஸ்ட் கிளாஸ்ல பாஸ் ஆகுறேன்னு பாரு" என்று எகத்தாளத்துடன் அந்த போனை கையில் வைத்து ஆட்டி ஆட்டி அப்படியே அதை வாசித்துக் பேசினாள்.

"லாஸ்ட் பாய்ன்ட்.தயவு செஞ்சி இங்க இருந்து போயிடுங்க"

"அப்பறம் ஒரு முக்கியமான விஷயம்" என்று ஹாசி வாசிக்க, அகிலா நெஞ்சைப் பிடித்து விட்டாள்.

அங்கிருந்து அவள் ஹாசி அருகில் ஓடப் பார்க்க,அவள் கை இரண்டையும் சிறை பிடித்து தடுத்து விட்டான் தீரன்.

"போச்சு இன்னைக்கு நான் செத்தேன்" என்று தலையை தொங்க போட்டாள்.

"இங்க பாரு! நான்தான் இந்த பாய்ன்ட்ட எழுதி கொடுத்தேன்னு , கடுகளவு வெளிய தெரிஞ்சாலும் இந்த அகிலாவை உயிரோட பார்க்க முடியாது . கவனமா பேசு! நான் இருக்கேன். பயப்புடாத கைப்புள்ள" என்று அகிலா கீழே அலர்ட் மெசேஜ் அனுப்பி இருக்க, ஆர்வ கோளாறில் அதையும் சேர்த்து வாசித்து விட்டாள் ஹாசி.

"இதுக்கு பேர் தான் ஈ அடிச்சான் காப்பி! வச்சா பாரு என் பாப்பு உனக்கு ஆப்பு" என்று தீரன் கூற, அகிலா பார்வையாலேயே ஹாசினியை எரித்தாள்.

"யப்பா ! ஒரு வழியா எல்லாத்தையும் பேசி முடிச்சாச்சு.எப்படி?" என்று ரிதியை பார்த்துக் கேட்க, அவளோ தலையில் அடித்து கொண்டு "சூப்பர்" என்று கூற, ஹாசிக்கு சந்தோசம் தாளவில்லை.

ஆனால் அதற்கு நேர்மாறாக ஹர்ஷா தீ பார்வை பார்த்து வைத்தான்.ஹாசி குழம்பிப் போய் சுற்றி உள்ளவர்களை பார்த்தாள்.

அப்பொழுது தான் வீட்டு வாசலில் தீரன் ,அகிலா நிற்பதை கண்டு கொண்டாள்.

ஓடி சென்று அகிலாவை கட்டி அணைத்தவள் "அக்கா ! நீங்க சொன்ன எல்லாமே ஒன்னு விடாம பேசிட்டேன்.நீங்க தான் சொன்னிங்கன்னு சொல்லலை" என்று அவளை கட்டிப்பிடித்துக் கொண்டு காதில் ரகசியம் பேசினாள்.

"போ டி.நல்லா வாய்ல வருது.ஏதாவது சொல்ல போறேன்.நீ எல்லாம் இந்த ஜென்மத்தில சிங்கிள் தான் டி.என் சாபம் உன்ன சும்மா விடாது " என்று சாபம் விட்டு விட்டு பயந்து கொண்டே ஹர்ஷாவை பார்க்க, அவனோ அவளையே வெறித்துப் பார்த்துக் கொண்டிருந்தான்.

"நான் எதுவும் பண்ணல ஹர்.." என்று கூற வருவதற்குள், கை காட்டி நிறுத்தியவன் எதுவும் பேசாமல் ஹாசி அருகில் வந்து " ஹாசி குட்டி! வா வீட்டுக்கு போவோம்" என்று அழைக்க, அவள் கண்கள் விரிய "போவோம் மாமா" என்று அவன் பின்னே ஓடி விட்டாள்.

ஓடி போன வேகத்தில் திரும்ப வந்த ஹாசி "முகில் அண்ணா டாடா.ஜெயராஜ் அப்பா அடுத்து சிக்கன் சமைச்சா மறக்காம கூப்பிடுங்க.பாய் ரிதி" என்று ஓடி விட்டாள்.

'அடி சண்டாளி! உனக்காக நான் அடி வாங்கிட்டு வந்துருக்கேன்.அவன் கூப்பிட்ட உடனே பல்லக் காட்டிட்டு போயிட்டியே. அப்பறம் எதுக்கு டி இந்த டயலாக் விளக்கமாருலாம்?' என்று அகிலா மனதிற்குள் பொங்கி விட்டாள்.

தீரன் அகிலாவை இழுத்துக் கொண்டு தன் வீட்டை நோக்கி சென்றான்.

மழை பெய்து ஓய்ந்தது போல் இருந்தது வீடு.

"டேய் இந்த பொண்ணு வந்தாலே வீடு கல கலன்னு ஆகிடுது டா.எனக்கு அந்த பொண்ண ரொம்ப பிடிச்சுப் போச்சு.தங்கமான பொண்ணு" என்று ஜெயராஜ் கூற முகில் அதை ஆமோதித்தான்.

ரிதி அறைக்குள் நுழைய பார்க்க "மேடம் எங்க போறீங்க? கொஞ்சம் எங்களுக்கு எதாவது பார்த்து சொல்லுங்க" என்று முகில் நக்கலாக கேட்டான்.

"ஐயோ போச்சு! இதையும் கண்டு பிடிச்சுட்டாறா "என்று பதறினாள்.

****

"டேய் வந்ததுல இருந்து அந்த புள்ள வீட்டுக்குள்ளேயே இருக்கு.நம்ம வீட்டுக்கு பின்னாடி தோப்பு இருக்கு, கூட்டிட்டு போயிட்டு வா" என்று வாணி கூற, சுந்தரி முதல் ஆளாக கிளம்பி நின்றது.

அதை பார்த்து தலையில் அடித்துக் கொண்டான் சுதர்சன்.

"யம்மா! நானும் உங்க மருமகளும் மட்டும் தான் போவோம்.வேற யாரும் வர வேணாம்" என்று பொடி வைத்து பேசினான்.

"டேய் நீ என்ன லூசா ? நானும் உங்க ரெண்டு பேரையும் தான் போக சொன்னேன்" என்று அவரும் கத்தினார்.

"அங்க பாருங்க" என்று வாசலை கை காட்ட, சுந்தரி அங்கு தயாராக நின்றது.

அதை பார்த்த வாணி "இப்போ என்ன? எதுக்கு அது கூட போய் போட்டி போட்டுட்டு இருக்க. சீ கிளம்பி போ " என்று உள்ளே சென்று விட்டார்.

அவன் தான் மனதிற்குள் கருவிக் கொண்டு வெளியே கிளம்பி வர, மகா அவன் பின்னே கிளம்பி வந்தாள்.

அவர்களுடன் சுந்தரி சந்தோசமாக மகா தோளில் அமர்ந்து வந்தது.

"ஏன் நீ நடக்க மாட்டியா ?" என்று சுதர்சன் கேட்டான்.

"விடுங்க.எனக்கு இதான் பிடிச்சு இருக்கு " என்று மகா சமாதானம் செய்தாள்.

அவன் அதை முறைத்து விட்டு முன்னே நடக்க, மகா சுந்தரி இருவரும் தோட்டத்தை ரசித்த வண்ணம் நடந்துக் கொண்டிருந்தனர்.

அப்போது வாழை தோப்பு அருகில் இருப்பதை பார்த்து சுந்தரி வேகமாக மகாவை விட்டு கீழ் இறங்கி தோப்பிற்குள் ஓடியது.

"அவ்வளோ தான்.இனிமே திரும்பி வராது" என்று சுதர்சன் கூற, மகா கலவரம் அடைந்தாள்.

"ஏன்,என்னாச்சு?" என்று பதட்டமாக கேட்டான்.

"அதுக்கு வாழைப்பழம் ரொம்பப் பிடிக்கும்.உள்ள போச்சுன்னா வர டயம் ஆகும்" என்று கூறி விட்டு "அது இருக்கட்டும். மகா நான் கேட்டதுக்கு நீ பதில் சொல்லவே இல்லையே?" என்று கேட்டான்.

மகா திரு திரு வென முழித்தாள். "ஐயோ ! அப்போ அத்தை கூப்பிட்டாங்க தப்பிச்சு போனோம். இப்போ என்ன சொல்லுறது?" என்று முழித்தாள்.

" நான் கேட்ட கேள்வி அவ்வளோ கஷ்டமாவா இருக்கு?"

"அது இல்ல.கஷ்டமா இல்லை"

"அப்பறம் என்ன?"

என்ன பதில் சொல்வாள் பேதை அவள்! மனம் பட படவென அடிக்க, கால்கள் பின்னிக் கொள்ள, மகா தரையைப் பார்த்து நின்றாள்.

"சரி உனக்கு பையன் வேணுமா? இல்ல பொண்ணு வேணுமா ?" என்று கேட்டான்.

தன் காதில் விழுந்த வார்த்தை உண்மையா என்பதை உணரவே அவளுக்கு பல நிமிடங்கள் ஆனது.

தயக்கமாக அவனை நிமிர்ந்து பார்த்து " இப்போ, நீ..நீங்க என்ன சொன்னீங்க?" என்று கேட்டாள்.

அவனோ புன்னகையை மறைத்துக் கொண்டு "பையனா ?பொண்ணா?" என்று கேட்டான்.

மகா அதிர்ச்சியாக " இதுக்கு மொத கேட்ட கேள்வியே பரவாயில்லை.நான் அதுக்கு இன்னும் பதில் சொல்லலையே" என்று சிறு பிள்ளை போல் கூறினாள்.

"நீதான் சொல்லலை.அதான் நான் அடுத்த கட்ட கேள்விக்கு போனேன்" என்று சாதாரணமாக தோளை குலுக்கினான்.

"இல்ல. நான் அதுக்கு பதில் சொல்லுறேன் " என்று சொன்னாள்.

"அதோட டயம் முடிஞ்சு போச்சு.இப்போ நான் கேட்ட கேள்விக்கு பதில் சொல்லு. இல்லேனா நான் இதுக்கும் அடுத்த கட்ட கேள்விக்கு போவேன்" என்று கூறினான்.

'இவன் செஞ்சாலும் செய்வான் ' என்று மனதில் நினைத்த மகா, அவனை பாவமாக பார்த்துக் கொண்டு "எனக்கு ட்வின்ஸ் வேணும்" என்று தரையைப் பார்த்துக் கொண்டு கூறினாள்.

அவள் பதில் கூறாமல் ஓடுவாள். அல்லது மறுப்பாள் என்று நினைத்தவன் இந்த பதிலை எதிர் பார்க்கவில்லை

"என்ன?" என்று சுதர்சன் ஆனந்த அதிர்ச்சியில் கேட்டான்.

"இல்ல.நான் காலேஜ் படிக்கும் போதே எங்க மேம்க்கு ட்வின்ஸ் தான் பிறந்-துச்சு.எனக்கு அது ரொம்ப பிடிச்சு போச்சு.அதான் அப்போ இருந்து இப்போ வரைக்கும் அந்த ஆசை இருக்கு.ஒரே நேரத்துல ரெண்டு பாப்பா! ஒரே மாறி கொழு கொழுன்னு .சூப்பரா இருக்கும்ல "என்று கண்களில் மகிழ்ச்சியை தேக்கி வைத்து அவள் கேட்டாள்.

"ஆமா" என்றான் ஒரு நமட்டு சிரிப்புடன்.

"ஆனால் அது கஷ்டமே.உன்னால முடியுமா?" என்று விஷமமாக கேட்டான்.

"இல்ல கஷ்டப்பட்டாலும், ஆபரேஷன் பண்ணினாலும் பெத்துருவேன்.எனக்கு ரெண்டு பாப்பா தான் வேணும் " என்று அவளும் வெகுளியாக கூறினாள்.

"நான் அத சொல்லலை மகி.நமக்கு ரெண்டு பாப்பா ஒரே நேரத்துல வேணும்னா, ரொம்ப வொர்க் பண்ணனும்" என்று சிரிப்பை அடக்கிக் கொண்டு கூறினான்.

"என்ன வொர்க் பண்ணனும்?" என்று கேட்டாள்.

"விடிய விடிய ஒர்க் பண்ணனும்.உன்னால முடியுமா?" என்று கேட்டான்.

"நான் அதெல்லாம் சரியா பண்ணிடுவேன்.நீங்க என்னன்னு மட்டும் சொல்-லுங்க" என்று கேட்டாள்.

"அப்போ இன்னைக்கு நைட் உனக்கு சொல்லி தரேன்" என்று அவன் கூற, அவள் சம்மதமாக தலை அசைத்தாள்.

அதன் பின் தான் அவள் மூளையில் ஏதோ பொறி தட்ட, சடாரென அவனை திரும்பிப் பார்க்க, அவளை பார்த்து ஸ்டைலாக கண்ணடித்து விட்டு அங்கிருந்து சென்றான் சுதர்சன்.

****

"இதுதான் உனக்கு லாஸ்ட்"

"எதுக்கு?"

"நம்ம ரெண்டு பேருக்குள்ள என்ன வேணாலும் பண்ணு.குடும்ப விஷயத்துல தலையிடாத"

"ஏன்?"

"ஓஹோ! கொஞ்ச நேரத்துக்கு முன்னாடி பார்த்த தான எப்படி சொதப்புன.நீ ஒன்னும் செய்யாம இருந்தாலே போதும். அவங்க தானா சேர்ந்துருவாங்க"

"ஓஹோ! அப்போ நான் இப்போ ப்ளான் போட்டனால தான் இப்படி ஆச்-சுன்னு சொல்ல வர்றீங்களா?"

"இதுல உனக்கு சந்தேகம் வேறயா"

"ஹாசி தான் சொதப்புனா.நான் எழுதி கொடுத்த டயலாக்க ஒழுங்கா சொல்லிருந்தாலே போதும்"

"மண்ணாங்கட்டி டயலாக்.உன் வேலையை பார்த்துட்டு இரு.அது போதும்" என்று தீரன் குளியலறைக்குள் செல்ல, அகிலா உடை மாற்ற சென்றாள்.

மீண்டும் முட்டிக்கு மேல் ஒரு சிவப்பு வண்ண குட்டைப் பாவாடையும் , ஒரு கருநீல வண்ண மேல் சட்டையை இடுப்பு வரை அணிந்துக் கொண்டாள்.

தன்னை சுத்தப்படுத்திக் கொண்டு வெளியே வந்த தீரன் , அகிலா உடையை பார்த்து தலையில் அடித்துக் கொண்டு "இது திருந்தாது" என்று தன் வேலையை கவனிக்க சென்றான்.

"நான் கொஞ்ச நேரம் தூங்குறேன். சாப்பிட போகயில கூப்புடுங்க.விட்டுட்டு போயிடாதிங்க"

என்று படுத்தாள்.

"ஆமா! நான் விட்டுட்டு போனா உனக்கு திங்க தெரியாது பாரு" என்று சலிப்புடன் லேப்டாப்பில் அமர்ந்தான்.

அரை மணி நேரத்தில் தன் வேலையை முடித்தவன் தன் மனைவி புறம் திரும்பியவன் மூச்சடைத்துப் போனான்.

குட்டைப் பாவாடை இன்னும் மேல் ஏறி இருக்க , அவள் போட்ட கருநீல வண்ண சட்டை அவன் கண்களுக்கு விருந்தளிக்க, தன் பார்வையை மாற்ற முடியாமல் போராடினான்.

முடியாமல் போக அவள் அருகில் நெருங்கி, அவள் பாவடையை இறக்கியவன், பின் அவள் கருநீல வண்ண சட்டையில் கைவைக்க போக ‘வேணாம் டா தீரா’ என்று மனசாட்சி மணி அடிக்க, எச்சிலை விழுங்கிக் கொண்டு, கால் அருகில் இருக்கும் போர்வையை எடுத்து அவளை மொத்தமாக மூடினான்.

"ராட்சஸி கொஞ்ச நேரத்துல என்ன மூச்சு முட்ட வச்சுட்டா" என்று புலம்பிக் கொண்டே லேப்டாப்பை எடுத்துக் கொண்டு அலமாரி கதவை திறக்க, ஒரு குட்டி தலையணை வந்து கீழே விழுந்தது.

அதை பார்த்து அதிர்ந்தவன், லேப்டாப்பை ஓரமாக வைத்துவிட்டு தலையணையை எடுத்து மெதுவாக தடவினான். அதில் அழகாக சிரித்துக் கொண்டிருந்தாள் அவள்.

இதே தலையணையால் நாளை தன் மனைவியின் மனம் உடைய போவதை அறியாமல் அதை பார்த்துக் கொண்டிருந்தான் தீரன்.

****

ஹாசி வீட்டிற்க்கு வந்ததும் சீதா ஒரு மார்க்கமாக சிரிக்க, அவளும் சிரித்துக் கொண்டே அவர் அறைக்கு சென்று விட்டாள்.

'தன் அறைக்கு எப்போது வருவாள்' என்று ஹர்ஷா காத்துக் கொண்டிருக்க, அவள் வந்த பாடு இல்லை.

பலமணி நேரம் அவனை காக்க வைத்த பிறகே அறைக்குள் நுழைந்தாள் ஹாசி.

அதுவும் போனில் பேசிக் கொண்டே! "நவீன், நான் காலேஜ் ல ஜாயின் பண்ணிட்டேன்.டெய்லி நீதான் என்னை கூட்டிட்டு போகனும்.அப்பறம் ட்ராப் பண்ணனும்.இதுவரைக்கும் நடத்தின நோட்ஸ் எல்லாம் எழுதி தரணும்.ஓகே வா.நாளைக்கு போக ஸ்டார்ட் பண்ணுறேன்.ஷார்ப் 8.30 இங்க வீட்டுக்கு வந்-துடு.ஓகே வா " என்று அலை பேசியை துண்டித்தாள்.

அவள் கூறியதைக் கேட்ட ஹர்ஷா 'எவ்வளோ திமிரு இருக்கனும்? புருஷன் காரன் நான் இருக்கும் போது ,இன்னொருத்தன் கூட எப்படி போவா?' என்று மனதில் வறுத்தான்

'தம்பி நீங்கதான் கொஞ்ச நேரத்துக்கு முன்னாடி கையெழுத்து கேட்டீங்க' என்று மனசாட்சி நினைவு படுத்தியது.

'கையெழுத்து தானே போட்டா.இன்னும் டிவோர்ஸ் வாங்கலேல.இப்பவும் நான் அவள் புருஷன் தான்' என்று அவளை முறைத்துக் கொண்டிருந்தான்.

ஹாசி களைப்பாக உணர, தன் உடையை எடுத்துக் கொண்டு குளியலறை கதவை திறக்க, ஒரு நிமிடம் அவள் மனம் துள்ளி குதித்தது.

குளியலறை முழுவதும் அவளுக்கு பிடித்ததை போல் பப்பில்ஸ் பறந்து கொண்டு, பாத் டப்பிள் நுரை ததும்பி இருக்க ' ஐயோ! ஹாசி ஜாலி' என்று மனம் கூற, அதை அடக்கி விட்டு தன் மாற்று துணியோடு வெளியே வந்தாள்.

அவள் செய்கைகளை பார்த்து கொண்டிருந்த ஹர்ஷா, அவள் வெளியே வரவும் முகம் வாடி போனான்.

அவன் தான் அவன் மனையாளுக்கு பிடிக்கும் என்று இவ்வாறு செய்து வைத்தது.

பேச ஈகோ தடுக்க, தன் செய்கையின் மூலம் சமாதானம் செய்ய விளைந்தான் அந்த முட்டாள் கணவன்.

மாற்று துணியோடு வெளியேறும் ஹாசியை தடுத்து நிறுத்தினான் ஹர்ஷா.

"எங்க போற?"

"குளிக்க போறேன் மாமா"

"இங்க குளிக்க பாத்ரூம் இல்லையா?"

"இருக்கு ! ஆனால் நுரையா இருக்கு.அதான் பக்கத்து ரூம்ல போய் குளிச்-சுட்டு வரேன்"

"உனக்கு நுரை பிடிக்கும் தானே. அப்பறம் என்ன?" என்று முயன்று கோவத்தை அடக்கிக் கொண்டு ஹர்ஷா கேட்டான்.

"பிடிக்கும் தான்.பிடிச்சது எல்லாம் கிடைக்குமா மாமா? இன்னைக்கு நுரைக்கு ஆசைப்பட்டு பழகிட்டு, அப்பறம் இந்த வீட்ட விட்டு போனதுக்கு அப்பறம் இந்த மாதிரி ஆசை எல்லாம் வரும். அதான் இப்போவே கத்துக்கிறேன்.இன்னும் ஆறு மாசம் தானே.பழகிடும் மாமா"

"என்ன ஆறு மாசம்?"

"நம்ம விவாகரத்து பண்ண "

ஏனோ அவன் கூறும் போது வலிக்காத வார்த்தை அவள் கூறும் போது அவனை கூறு போட்டது.

"ஓஹோ! அப்போ முடிவு பண்ணிட்ட"

"இதுல நான் முடிவு பண்ண என்ன மாமா இருக்கு? எல்லாம் என் விருப்ப படியா நடக்குது. நேத்து நான் மணி அப்பாவோட பொண்ணு.இன்னைக்கு உங்க மனைவி.நாளைக்கு நான் யாரோ! என்னை மாதிரி பொண்ணுக்கு எதுக்கு இந்த மாதிரி ஆசை எல்லாம்? பரவாயில்லை மாமா " என்று விரக்தியாக சிரித்து விட்டு வெளியேறினாள் ஹாசி.

ஹர்ஷா தான் ஆணி அடித்தார் போல் ஒரே இடத்தில் நின்று விட்டான்.

முதல் முறையாக தான் செய்தது தவறோ என்று மனம் கலங்கிப் போனது.

'என் ஹாசி குட்டியை நானே வீட்ட விட்டு போக சொல்லிட்டேனே' என்று அதை நினைக்கையில் அவனுக்கே அவன் மீது வெறுப்பு வர, அவள் கடந்த காலத்தை முகில் வீட்டிற்கு போகும் வழியில் தன் தந்தையின் மூலம் அறிந்தவன் கொதித்து போனான்.

"எப்படி இவளை ஏமாற்ற மனது வந்தது?நிச்சயமாக அந்த மணிகண்டன் குடும்பத்தை கண்டுபிடித்து தண்டனை வழங்காமல் விடக்கூடாது" என்ற முடிவோடு தான் அவன் முகில் வீட்டிற்க்கு சென்றான்.

இங்கே அதே நேரம் சீதா அறையில் மாற்று உடையை கட்டிலில் போட்டுவிட்டு, தன் அறையில் நடந்த அனைத்தையும் சீதா- ராமச்சந்திரன் இருவரிடமும் பகிர்ந்து விட்டு "மாமா எனக்காக இவ்வளோ பண்ணாங்கன்னு நெனச்சு கூட பார்க்கலை சீதா மா.ஆனால் நான்தான் மனசு கஷ்ட படுற மாதிரி பேசிட்டு வந்துட்டேன்" என்றாள்.

"நீ இப்படியே இரு ஹாசி மா.அப்போது தான் அவனுக்கு உன் அருமை புரியும்" என்று கூறினார்.

" சீதா மா! எனக்கு இப்போ குத்து பாட்டு போட்டு ஆடனும் போல இருக்கு" என்று சொல்லிய மறு நிமிடம், அறையில் இருக்கும் ஆடியோ சிஸ்டத்தை ஆன் செய்து தன் போனை இணைத்து தெறிக்க விட்டாள் பாட்டை.

ஹே ரகிட ரகிட ரகிட ஊ

ரகிட ரகிட ரகிட ஊ

ரகிட ரகிட ரகிட ஊ
ரகிட ரகிட ரகிட
ஹே என்ன வேணா நடக்கட்டும்
நான் சந்தோசமா இருப்பேன்
உசுரு இருக்கு வேறென்ன வேணும்
உல்லாசமா இருப்பேன்
எனக்கு ராஜாவா நான் வாழுறேன்
எதுவும் இல்லனாலும் ஆளுறேன்
எனக்கு ராஜாவா நான் வாழுறேன்
எதுவும் இல்லனாலும் ஆளுறேன்
ஹே ரகிட ரகிட ரகிட ஊ
ரகிட ரகிட ரகிட ஊ
ரகிட ரகிட ரகிட ஊ
ரகிட ரகிட ரகிட ஊ..

என்று ஹாசி சீதா கையைப் பிடித்து கொண்டு ஒரு குத்தாட்டம் போட, அவர் கூச்சப்படவே, ராமச்சந்திரன் கையை பிடித்து ஆடினாள் ஹாசி.

அவரும் மருமகளுடன் சந்தோசமாக ஆட, சீதா அதை பார்த்து கை தட்டி-னார்.

அறை வாயிலில் 'என்ன குடும்பம் டா இது?' என்பதை போல் பார்த்துக் கொண்டிருந்தான் தீரன்.

28

அத்தியாயம்-28

சீதா அறையில் ஒரு ஆட்டத்தை போட்டு விட்டு களைப்பாக அவர்கள் அறையிலேயே குளித்து விட்டு வெளியே வந்தாள்.

தீரன் அவளுக்காக காத்திருக்க "என்ன பாப்பு! ஆட்டம் பலமா இருக்கு. என்ன விஷயம்?" என்று கேட்டான்.

"அது சொல்ல மாட்டேன் தீரா.வெயிட் அண்ட் வாட்ச் " என்று மீண்டும் ஒரு ஸ்டெப்பை போட்டுக் கொண்டு அவள் படி ஏற, அவள் ஆடிக் கொண்டு போவதை மூவரும் மகிழ்ச்சியுடன் பார்த்துக் கொண்டிருந்தனர்.

"பிள்ளை முகத்துல இப்போதான் டா சிரிப்பை பார்க்குறேன். எனக்கு இப்போதான் டா சந்தோசமா இருக்கு. சரி சாப்பாட எடுத்து வைக்கிறேன்.நீ போய் அகிலாவை கூட்டிட்டு வா" என்று கூறினார்.

"ஐயோ! இத மறந்தே போயிட்டேன்.நான் விட்டுட்டு வந்த்னு தெரிஞ்சது என்ன சாவடிப்பா" என்று வேகமாக படியில் ஏறி தன் அறைக்குள் நுழைந்தான்.

அவள் அப்போதும் தூங்கிக் கொண்டிருக்க, என்ன செய்வது என்று அறியாமல் அவள் அருகில் சென்று முகத்தை உற்று பார்த்தான்.

அவன் மதியம் அடித்த அடியில் அவள் கன்னம் சிவந்துப் போய் இருந்தது.

ஏனோ அவனுக்கு அதை பார்க்க வலிக்கவே "சாரி அகி! நான் உன்ன கை நீட்டி இருக்க கூடாது. ஏற்கனவே பல பிரச்சினை.இப்போ உன்னால அண்ணன் வாழ்க்கையில பிரச்சனை வந்தா என்ன பண்றது? அந்த பயத்துல தான் அடிச்சுட்டேன்" என்று அவள் அருகில் அமர்ந்து மன்னிப்பை வேண்டினான்.

"வாய்ல சொன்ன பத்தாது" என்று போர்வையை விலக்கி அவள் காலை காட்டி 'கால்ல விழனும்' என்பதை போல் அவள் செய்கை செய்தாள்.

'ஐயோ! இவ முழிச்சு தான் இருந்தாளா?' என்று அவன் கடுப்பாக அவளை பார்த்தான்.

அவன் அறைக்குள் நுழைந்த போதே எழுந்த அகிலா, அவன் என்னதான் செய்கிறான் பார்ப்போம் என்று அமைதியாக இருந்தாள்.

அவனோ அவளிடம் மன்னிப்பை வேண்ட, இதை எதிர்பார்க்காத அகிலா கிடைத்த சந்தர்ப்பத்தை நழுவ விட மனம் இல்லாமல் அவனை வைத்து செய்-தாள்.

அவனோ விருட்டென்று எழுந்து "சாப்பிட வா கீழ போகனும் " என்று முன்னே நடக்க, அவளோ சோம்பல் முறித்துக் கொண்டு பின்னே நடந்தாள்.

கதவருகில் சென்றவன் ஏதோ யோசனை வந்தவனாக சட்டென்று நின்று பின்னே திரும்பி பார்த்தவன் நொந்து போனான்.

குட்டை பாவாடையுடன் தலை கலைந்து, முகம் கூட கழுவாமல் கொட்டா-வியை விட்டுக் கொண்டே அவன் பின்னால் வந்து கொண்டிருந்தாள் அகிலா.

அவன் கதுவருகே நிற்கவும் யோசனையாக " என்ன? பசிக்குது! சீக்கிரம் வாங்க" என்று அவனை தாண்டி செல்ல போக, அவள் கை பிடித்து தடுத்தான் தீரன்.

அவள் என்னவென்று கேள்வியாக பார்க்க, அவனோ அவளை மேல் இருந்து கீழ் வரை ஒரு மார்கமாக பார்க்க, அவளோ அவன் பார்வையில் உடல் கூசி போனாள்.

‘ ஐயோ! போச்சு .என்ன இப்படி பார்க்கிறான். பாவாடை வேற சிறுசா இருக்கே ’ என்று அவள் நினைத்தாள்.

அவனோ அவளை இழுத்துக் கொண்டு ஓர் இடத்தில் நிறுத்தி பிடித்துக் கொண்டு, அவளை தன் கைவளைவில் வைத்துக் கொண்டே அவன் வேலையை பார்த்தான்.

"ஹலோ பாஸ்! கொஞ்சம் விடுங்க.நான் எங்கேயும் ஓட மாட்டேன்.அகிலா பயந்து ஓடி போனாதா சரித்திரம் கிடையாது" என்று வசனம் பேச அதற்கெல்லாம் முற்றுப்புள்ளி வைப்பதை போல் இருந்தது தீரன் செயல்.

பக்கத்தில் உள்ள ஸ்டான்ட் பேனை பிளக்கை மாட்டி அதை கீழ் நோக்கி திருப்பி ஆன் செய்தான்.

அவ்வளவு தான் அவள் அணிந்திருந்த குட்டை பாவாடை எக்கு தப்பாக தூக்க, அவளோ அதிர்ந்து போய் தன் கை கொண்டு அதை தடுக்க பார்த்தாள்.

ஆனால் அதற்கு வழி இல்லாமல் அவள் கை இரண்டையும் அவன் சிறை பிடித்திருந்ததான்.

அகிலா கண்களில் கலவரத்தோடு அவனை பார்க்க, அவன் பார்வை கொஞ்-சம் கொஞ்சமாக அவள் முகத்தில் இருந்து கீழ் இறங்கியது.

நெற்றி, கண், மூக்கு , உதடு, தாடை, கழுத்து, மார்புப் பகுதி என்று அவன் கண்கள் ஊர்வலம் வர, அவளுக்கு மூச்சு முட்ட ஆரம்பித்தது.

மார்பைத் தாண்டி அவள் வயிற்று பகுதிக்கு வந்து மேலும் கண்களை கீழ் இறக்க போ, அவ்வளவுதான்!

"ஐயோ! வேணாம்.வேணாம்.ப்ளீஸ்! அம்மா, இனிமே பண்ண மாட்டேன்" என்று நின்றுக் கொண்டே சிறு பிள்ளை போல் குதிக்க ஆரம்பித்தாள் அகிலா.

அதில் அவள் மீது உள்ள தன் பார்வையை மாற்றிய தீரன் "இனிமே இந்த மாதிரி பாவாடை சட்டை போடுவ?" என்று கேட்டான்.

"சத்தியமா போட மாட்டேன்.பேனை ஆஃப் பண்ணுங்க .ப்ளீஸ் " என்று அவள் கெஞ்சினாள்.

"இனிமே பண்ணா என்ன பண்ணலாம்?" என்று அவன் விடாப்பிடியாக கேட்-டான்.

"இனிமே பண்ண மாட்டேன்.அப்படி பண்ணா, நீங்க என்ன சொன்னாலும் கேட்கிறேன்" என்று வாக்கு கொடுத்தாள்.

'மாட்டிக்கிட்டா' என்று மனதில் நினைத்தவன் "ஓகே! நியாபகம் வச்சுக்கோ. இனிமே ரிபீட் பண்ணா நான் சொல்லுறத செய்யனும்" என்று அவளை எச்சரித்து விட்டு பேனை அமத்தினான்.

'நாசமா போறவன்.கொஞ்ச நேரத்துல என்ன வேலை பாத்துட்டான்.ஆத்தாடி அகிலா நல்லா இவன் கிட்ட வந்து சிக்கிட்ட டி ' என்று தனக்குள்ளேயே புலம்பிக் கொண்டு, அதே பாவாடையுடன் அவன் முன் நிற்க கூச்சம் வர வேகமாக அவன் வாங்கிக் கொடுத்த சல்வாரில் ஒன்றை எடுத்துக் கொண்டு குளியலறைக்குள் புகுந்-தாள் அகிலா.

அவன் முன் தான் இத்தனை நேரம் இதே குட்டை பாவாடையுடன் வலம் வந்தாள்.

ஏனோ சற்று நேரத்திற்கு முன்பு அவன் பார்த்த பார்வையில், அவள் உடலில் இரசாயன மாற்றம் நிகழ, அங்கே நிற்க முடியாமல் அங்கிருந்து ஓடி இங்கு வந்து மூச்சு வாங்கிக் கொண்டிருந்தாள் தீரனது அடாவடி மனையாள்.

வேகமாக சல்வார் அணிந்துக் கொண்டு , அவனை பார்க்காமல் அறை கதவை திறந்து கொண்டு கீழே ஓடி விட்டாள் அகிலா.

ஏனோ இப்போதும் கூட அவள் கால்களில் காத்து அடிப்பதை போல் உணர, ஏனோ கூச்சம் வந்து கால்கள் பின்னிக் கொண்டு படியில் இருந்து ஒரு படியை விட்டு அடுத்த படியில் கால் வைத்து விழ போக, அவளை தாங்கினான் தீரன்.

அவள் முன்னே விழுவது போல் நிற்க, அவள் பின்னே அவளை அணைத்து அவன் கரத்தை அவள் இடை வளைத்து பிடித்து இருந்தான் தீரன்.

அகிலா அவன் நெருக்கத்தில் வாயடைத்துப் போய் இருக்க "கண்ணு என்ன பொடதில இருக்கா? இந்நேரம் பல்லு தெரிச்சு இருக்கும்.பார்த்து போ" என்று மிரட்டி விட்டு சென்றான்.

'அடப் பாவி! இது எப்படி ரொமான்ஸ் சீன் ஆக்கி இருக்கலாம்.கொஞ்சமாவது அவனுக்கு ஹார்மோன் ஒர்க் ஆகுதா இல்லையா? இல்ல நமக்கு தான் ஓவர் டயம்ல வொர்க் ஆகுதோ' என்று யோசித்துக் கொண்டே சாப்பிட அமர்ந்தாள் அகிலா.

ஹர்ஷா, ஹாசி அறை மூடி இருக்க மேலே இருந்து கால் செய்து , பிறகு சாப்பிட்டுக் கொள்வதாக ஹர்ஷா கூற சீதா ஒரு நமட்டு சிரிப்புடன் போனை வைத்தார்.

****

அறைக்குள் வந்த ஹாசினியை நொடியும் தாமதிக்காமல் தன் கைகளில் எந்தி இருந்தான் ஹர்ஷா.

அவனது அதிரடி தாக்குதலில் நிலைகுலைந்து போனாள் ஹாசி.

"மா..மாமா! என்ன பண்ணிட்டு இருக்கீங்க? என்னை கீழ விடுங்க" என்று கை ,கால்களை ஆட்டி துள்ளினாள்.

அவனோ நேராக அவளை குளியலறைக்குள் அழைத்துச் சென்று , அந்த நுரை ததும்பும் பாத் டப்பில் அவளை உள்ளே போட்டான்.

தற்போது தான் குளித்து வந்த ஹாசி, மீண்டும் அவளை நுரைக்குள் போடவும் துள்ளி எழுந்து விட்டாள்.

எழுந்து என்ன பிரயோஜனம் ?அவளை முழுதாக நுரைக்குள் முக்கி இருந்-தான் ஹர்ஷா.

கழுத்து வரை நனைந்ததில் அவனை தீயாக முறைக்க, அதை சிறிது சட்டை செய்யாமல் அவன் கையை காட்டி கொண்டு அவளை நேர் பார்வை பார்த்தான்.

"இப்போ எதுக்கு நீங்க என்ன இதுக்குள்ள போட்டிங்க? " என்று ஹாசி கத்-தினாள்.

"நாளைக்கு காலேஜ் யார் கூட போற ?" என்று கேட்டான்.

"நான் என்ன கேட்கிறேன் ? நீங்க என்ன சொல்லிட்டு இருக்கிங்க மாமா?" என்று அவள் மீண்டும் கத்தினாள்.

"பதில் சொல்லு! நாளைக்கு காலேஜ் யார் கூட போற?" என்று கேட்டான்.

எச்சிலை முழுங்கிக் கொண்டு 'தைரியமா சொல்லு ஹாசி' என்று மனதிற்குள் கூறிக் கொண்டு "அது என் பிரெண்ட் நவீன்" என்று கூறி முடிக்கவில்லை,அவள் முகத்தில் சவரால் தண்ணீரை அடித்தான்.

அதில் திணறிய ஹாசி தண்ணீர் நிற்கவும் அவனை முறைத்தாள்.

மீண்டும் அதே கேள்வியை கேட்டான். "நாளைக்கு யார் கூட காலேஜ் போற ?" என்று ஒவ்வொரு வார்த்தையையும் நிறுத்தி ,நிதானமாக அழுத்திக் கேட்டான்.

இனிமேல் அவனுடன் என்று சொன்னால் மீண்டும் தண்ணீரை கொண்டு அடிப்பான் என்று நினைத்துக் கொண்டு "சரியான முசுடு மாமா" என்று செல்-

லமாக திட்டிக் கொண்டு, அவனை வெறுப்பேற்ற எண்ணி "தீரா கூட போறேன்" என்று கூறினாள்.

இம்முறை ஹர்ஷா எதை பற்றியும் யோசிக்காமல் அவனும் அதே பாத் டாப்பிற்குள் இறங்க, ஹாசி பதறி விட்டாள்.

" இல்ல! இல்ல ! தீரா கூப்டாலும் போக மாட்டேன்.என் ஹர்ஷா மாமா கூட தான் போவேன் " என்று பயத்தில் அவனுக்கு சாதகமான பதிலைக் கூற அவன் முகத்தில் ஒரு மெல்லிய புன்னகை தோன்றி மறைந்தது.

அதன் பின்னே அவன் அதில் இருந்து வெளியே வந்து அறைக்குள் செல்ல, அவளோ அவனை திட்டிக் கொண்டே மீண்டும் குளித்து விட்டு பார்க்க, மாற்று உடை இல்லாமல் போக ஹர்ஷா கதவை தட்டினான்.

ஹாசி துண்டை கட்டிக்கொண்டு கதவில் தன்னை மறைத்துக் கொண்டு திறந்தாள் .

அவன் மாற்று உடையுடன் நின்று கொண்டிருந்தான்.அவன் செய்கையை வாயை பிளந்து பார்த்து கொண்டிருந்தவள், துணியை வாங்கிக் கொண்டு மாற்றி விட்டு அமைதியாக வெளியே வந்து விட்டாள்.

நாளை கல்லூரி செல்வதற்கு வேண்டியதை உற்சாகமாக ஒரு பையில் எடுத்து வைத்துக் கொண்டு ஒரு முறை குதித்துக் கொண்டாள்.

அவள் சிறு பிள்ளை செயலை பார்த்த ஹர்ஷா சிரித்தான் என்பது உண்மையே!

அனைத்து வேலையையும் முடித்து விட்டு ,அவளுடைய அறைக்கு அவள் செல்ல போக அவளை தடுத்தான் ஹர்ஷா.

"நில்லு ஹாசி குட்டி. இனிமே நீ அந்த ரூம்கு போக வேணாம்.நீ இங்கேயே படு " என்று கூறினான்.

"நிஜமாவா " என்று கண்களை விரித்துக் கேட்டாள்.

அவள் விரிந்த கண்களில் விழுந்தவன், எழ முடியாமல் தவிக்க அவளோ உற்சாகமாக "அப்பாடி! இன்னைக்கு நான் நிம்மதியா தூங்குவேன். எனக்கு அங்க தனியா படுக்க எவ்வளோ பயமா இருக்கும் தெரியுமா மாமா?" என்று கூற அவனோ மனம் கலங்கிப் போனான்.

என்னதான் வளர்ந்தாலும் இன்னும் மனதில் குழந்தையாகவே இருக்கும் அவளை தண்டித்ததை நினைக்கும் பொழுது அவனுக்கு மனம் கனத்தது.

"சரி ! நீ சோபா ல படுத்துக்கோ ஹாசி .நான் பெட் ல படுக்குறேன் " என்று சாதாரணமாக கூற, அவன் சோபாவே குஷன் மெத்தை போல் தான் இருக்கும் .அதனால் தான் அவனும் அவளை அங்கு படுக்க சொன்னான்.

"இவ்வளோ பெரிய மெத்தை இருக்கு.நான் ஏன் இங்க படுக்க போறேன்" என்று ஓடிப் போய் மெத்தையில் குதிக்க, அவளை அது இன்னும் மேலே தூக்கி-

யது.

அத்தனை சுகமாக இருந்த பஞ்சு மெத்தையில் படுத்தவுடன் தூங்கி போனாள் ஹர்ஷாவின் ஹாசி குட்டி.

அவனும் ஒரு மெல்லிய சிரிப்புடன் அவள் அருகில் அந்த ஓரத்தில் வந்து படுத்துக் கொண்டான்.

தூங்கும் அவள் குழந்தை முகத்தையே பார்த்தவன் அப்படியே உறங்கிப் போக, நடு சாமத்தில் முனங்கும் சத்தம் கேட்டது.

முதலில் ஹர்ஷா அதை கண்டு கொள்ளாமல் இருக்க, அப்போது தான் அவனுக்கு ஹாசி இருப்பது நினைவில் வந்தது .

பதறி எழுந்தவன் அருகில் பார்க்க, ஏசி குளிரில் அவள் கை, கால்களை மடக்கி முனங்கிக் கொண்டிருந்தாள்.

சட்டென்று எழுந்து அவளை அருகில் இழுத்தான்.அவள் மேனி அனலாக கொதிக்க "ஐயோ ! தண்ணில போட்ட ஆட்டத்துக்கு காய்ச்சல் வந்துருச்சு போல " என்று இதற்கும் தான் தானே காரணம் என்று தலையில் அடித்துக் கொண்டு அவளை எழுப்பி அமர வைக்க, அவள் அமர முடியாமல் அவன் மீதே சாய்ந்-தாள்.

பக்கத்தில் இருக்கும் டேபிளில் மாத்திரையை தேடி கண்டு கொண்டவன், தண்ணீரை எடுத்து அவளுக்கு கொடுக்க, அவள் அந்நிலையிலும் மாத்திரையை தவிர்த்தாள்.

"ஹாசி குட்டி! அடம் பிடிக்காம ஒழுங்கா போடு" என்று ஹர்ஷா அவள் வாயை திறக்க, அவள் இருக்க மூடிக் கொண்டாள்.

ஹர்ஷாவிற்கு கோபம் வர அவள் நாடியை பிடித்து தன் அருகில் இழுத்து , அவன் வாயில் முதலில் தண்ணீரை ஊற்றி மாத்திரையை போட்டுக் கொண்டு , வன்மையாக அவள் இதழை முற்றுகையிட்டான் ஹர்ஷா.

அவர்கள் இதழ் முத்தத்தால் நடுவில் மாட்டிக் கொண்ட மாத்திரை தப்பித்-தோம் பிழைத்தோம் என்று ஹாசி தொண்டைக்குள் இறங்கியது.

மாத்திரை கொடுப்பதற்காக ஆரம்பித்த இதழ் முத்தம் பல நிமிடங்களாக தொடர, அவள் காய்ச்சலில் வீரியத்தில் அப்படியே சரிந்து அவன் மேல் விழுக, அவனோ அவளை அப்படியே அள்ளி தன் மேல் போட்டுக் கொண்டு அவள் தலையை கோதினான்.

ஏனோ இன்னும் அவள் உதட்டின் சுவை அவன் உதட்டில் இருப்பது போல் தோன்ற, மீண்டும் அவள் இதழை சுவைக்க ஆசை வர, குனிந்து தான் மார்பின் மேல் அயர்ந்து தூங்கிக் கொண்டிருக்கும் தன் ஹாசி குட்டியை பார்த்தான்.

பின் மெல்ல அவள் முகம் அருகே குனிந்து , அவள் இதழுக்கு வலிக்காமல் இம்முறை மென்மையாக அவளை கையாண்டான் அவளின் வரு மாமன்.

சற்று நேரத்தில் விலகியவன் மனதில் ஓராயிரம் கேள்விகள்!

ஆதுவை காதலித்த போது கூட அவள் மேல் வராத உரிமை உணர்வு இவள் மேல் தனக்கு வருவதை எண்ணி வியந்து போனான்.

ஏனோ இவளை முத்தமிட்ட பின் குற்ற உணர்ச்சி இல்லாமல் , தன் மனைவி தன் உரிமை என்று அவன் மனதை நினைக்க வைத்தது.

இதற்கு என்ன காரணம் என்று யோசித்து கொண்டே உறங்கியும் போனான்.

****

இரவு அவன் அறைக்கு செல்லவே மகிக்கு பயமாக இருந்தது.

'ஐயோ நம்ம வேற ஓவரா பேசிட்டோம். கொஞ்சம் கூட அறிவு இல்லாம பல்ல காட்டிட்டு பேசிட்டு வந்தேன். என்ன நினைச்சு இருப்பாரு?'

'இப்போ நைட் ஃபுல்லா வொர்க் பண்ண சொல்லுவாரோ' என்று நினைக்க ,நினைக்க அவள் ஹார்ட் பீட் பல டெசிபல் தாண்டி வேகமாக துடித்தது.

'மகி பயப்படாத. நம்ம பார்க்காததா!' என்று பாலை எடுத்துக் கொண்டு உள்ளே போக, அறையில் அவன் இல்லை.

அவனுக்கு பதில் சுந்தரி அமர்ந்து FF சேனலில் பெண் அழகிகள் ஒவ்வொரு-வராக அழகாக நடந்துக் கொண்டிருக்க, அதை பார்த்து கொண்டிருந்தது. அதைப் பார்த்த மகா வாயடைத்துப் போனாள்.

'ஆத்தி ! என்ன இது விட்டா பிட்டு படம் பார்க்கும் போல' என்று வாயில் கை வைக்க , அவள் வரவும் அந்த ரிமொட்டில் எதையோ அமுக்க , அது விஜய் டிவியில் பாண்டியன் ஸ்டோர்ஸ் ஒளிபரப்பாகி கொண்டிருந்தது.

'அடேங்கப்பா! என்ன நடிப்பு. இரு உன்னைய வச்சுக்கிறேன்' என்று பாலோடு அறைக்குள் வந்தவள் பாலை டேபிளில் வைத்து விட்டு சுந்தரி அருகில் வந்து அது மண்டையில நறுக்கென்று கொட்ட, அது தலையை தடவிக் கொண்டே அவளை பாவமாக பார்த்தது.

அப்போது பால்கனியில் இருந்து உள்ளே வந்த சுதர்சன் " ஏய்! ஏன் சேனலை மாத்துன? அது நல்லாத்தானே இருந்துச்சு" என்று கூற, மகி ஆவென அவனை பார்த்தாள்.

'அப்போ இவன் தான் அந்த கன்றாவியை பார்த்துக்கிட்டு இருந்தானா' என்று அவள் மனதில் நினைக்க, சுந்தரி கமுக்கமாக சிரித்தது.

உண்மையில் அவன் வைத்து விட்டு போனதோ சன் மியூசிக்! அதில் காதல் பாட்டு ஓடிக் கொண்டிருந்தது.

அவன் சென்ற பிறகு சேனலை மாற்றியது சாத் சாத் நம் சுந்தரியே. இதை அறியாத மகா அவனை ஒரு மார்க்கமாக பார்த்து வைத்தாள்.

'என்ன இவ லுக்கே சரி இல்லையே' என்று நினைத்த சுதர்சன் , சுந்தரியை பார்க்க அதுவோ அவர்களிடம் இருந்து விடை பெற்று பால்கனி வழியே தோப்-

பிக்குள் ஓடி மறைந்தது.

அது மறையும் வரை கண் அகலாது பார்த்துக் கொண்டிருந்தாள் மகா.

"மேடம், கொஞ்சம் டயம் இருந்தா எங்க பக்கமும் கொஞ்சம் திரும்புங்க "என்று சுதர்சன் பொறாமையில் கூற, மகிக்கு அவன் குரங்குடன் போட்டி போடு-வதை நினைத்து சிரிப்பு தான் வந்தது.

டேபிளில் இருந்த பாலை எடுத்து கொடுக்க, அவன் பாதி குடித்து விட்டு மீதியை அவளுக்கு கொடுக்க அவளோ அதிர்ந்து போய் அவனை பார்த்தாள்.

"என்ன இது? இது எதுக்கு?" என்று பயந்துக் கொண்டே கேட்க " இது தான் வழக்கம் மகி.உனக்கு யாரும் சொன்னது இல்லையா?" என்று வேண்டும் என்றே அவளை சீண்டினான்.

"எனக்கு அதெல்லாம் வேணாம்.நான் தூங்க போறேன்" என்று அவள் அவச-ரமாக தன் படுக்கையை நோக்கி செல்ல போனாள்.

"மேடம்! அதுக்குள்ள என்ன அவசரம்? நான் இன்னும் க்ளாஸ் ஸ்டார்ட் பண்ணவே இல்லையே" என்று கூற அவளுக்கு பயத்தில் வேர்த்துக் கொட்டியது.

"ஐயோ ! வாய் இருக்காம ரெட்ட புள்ள வேணும்னு சொல்லிட்டேன்.இப்போ அவரு அதை கொடுக்க ரெடியா இருக்காரு.நான் மாட்டிக்கிட்டேன்" என்று மனதில் புலம்பினாள்.

"என்ன மகி மா, ஸ்டார்ட் பண்ணலாமா?" என்று கேட்க, அவளோ விட்டால் இப்படியே சுந்தரியுடன் ஓடி போய் இருப்பாள்.

மனம் பட படக்க அவனை பார்க்க, சுதர்சன் அவளை நெருங்கி வந்தான்.

விடியற் காலையில், கட்டிலில் சுதர்சன் ஆழ்ந்த நித்திரையில் இருக்க , அவன் மேல் மகி ஆடைகள் விலக தாறு மாறாக படுத்து இருந்தாள்.

அவள் மார்புப் புடவை அவனுக்கு அடியில் இருக்க, அவனோ நலுங்கிய ஆடையுடன் தன் மனைவியை அணைத்து படுத்திருந்தான்.

****

முகில் வீட்டில் ரிதி அவள் குழந்தை அருகே அமர்ந்து ஏதோ ஆழ்ந்த யோசனையில் இருக்க, அவள் அருகில் வந்து அமர்ந்தான் முகில்.

அவன் வந்தது கூட தெரியாமல் அவள் யோசனையில் இருக்க "என்ன மேடம்! ஏதோ பெரிய யோசனையில் இருக்குற மாதிரி இருக்கு?" என்றான்.

அவன் குரலில் தன்னிலை அடைந்தவள், உதட்டை சுளித்துக் கொண்டு அவன் பக்கம் திரும்பாமல் "உங்க கிட்ட நான் பதில் சொல்ல வேண்டிய அவசியம் இல்லை" என்று முகத்தை வெட்டினாள்.

ஏனோ அவள் செய்யும் தவறுகளையும், பொய்களையும் உடனே இவன் கண்டு பிடித்து விடுவதால் அவளுக்கு கோபம் பொத்து கொண்டு வந்தது.அதனாலேயே அவனிடம் இருந்து முகத்தை திருப்பினாள்.

‘ஓஹோ! இன்னைக்கு என்கிட்ட இருந்து முகத்த திருப்புற.நாளைக்கு என்ன பன்றனு நானும் பார்க்குறேன்’ என்று மனதில் கருவிக் கொண்டு அங்கிருந்து சென்றான் முகில்.

பாவம் நாளை கல்லூரியில் நடக்க போவதை அறியாமல் அவள் முகத்தை தூக்க, அவளுக்கு சிறப்பு தரிசனம் கொடுக்க அவன் காத்துக் கொண்டிருந்தான்.

****

மறுநாள் காலை

தீரன் பணிக்கு கிளம்பி சென்று விட "சீதா மா ரொம்ப போர் அடிக்குது" என்றாள் அகிலா.

"அதுக்கு என்ன செய்யிறது?"

"ஏதாவது பழைய ஃபோட்டோ இருக்கா?" என்று கேட்க, "நீங்க மூணு பெரும் போட்ட ஆட்டம் தான் இருக்கு. உன் புருஷன் ரூம் ல தான் இருக்கு " என்றார் அவர்.

"ஜாலி! நான் இப்பவே போறேன் "என்று அகிலா துள்ளிக் கொண்டு மேலே ஏறினாள்.

அறை முழுவதும் அலசி விட்டு இறுதியாக அவனது அலமாரியை திறந்து, தேடி கையில் போட்டோவை கண்டு பிடித்து எடுத்து விட்டு திரும்ப அவள் கண்ணில் பட்டது, அந்த அழகான கருப்பு நிற வெல்வட் தலையணை.

"வாவ் ! எவ்வளோ அழகா இருக்கு " என்று அதை கையில் எடுத்து விட்டு, அதை தடவி பார்க்க அதில் பளிச்சென்று ஒரு முகம் மின்னியது.

தலையணையில் இருக்கும் புகைப்படத்தை பார்த்த அகிலாவுக்கு தலையில் இடி இறங்கியது போல் இருந்தது.

அதில் அழகாக சிரித்துக் கொண்டிருந்தாள் தீரனின் காதலி ஆத்வி.

29

அத்தியாயம்-29

சர சரவென தனக்கு வேண்டியதை எடுத்து வைத்து விட்டு , தன்னை சுத்தப்படுத்திக் கொண்டு வெளியே வந்து ஒரு ஆகாய வண்ண சல்வாரை எடுத்து உடுத்தி விட்டு, அதே வண்ண கிளிப்பில் தன் முடியில் இரண்டு பக்கமும் முடி எடுத்து அதை கிளிப்பில் அடக்கி விட்டு , முகத்திற்கு அதிக ஒப்பனை எதுவும் இல்லாமல் மெலிதாக பவுடரை கையில் எடுத்து ,சற்று பூசிக் கொண்டு ,நெற்றி நடுவில் அரக்கு வண்ண பொட்டு வைத்து, இயற்கையில் சிவந்த இதழுக்கு சற்று மெருகூட்டும் பொருட்டு உதட்டு சாயம் பூசி தன் கைப்பையை எடுத்து கொண்டு வெளியே வந்தாள் ரிதி.

ஹாலில் தன் மகனுடன் தன் பேத்தியை கொஞ்சி கொண்டிருந்த ஜெயராஜ் " அடடே! வா மா.கிளம்பி வந்துட்ட போல" என்று கேட்டார்.

அப்போது தான் முகில் திரும்பி ரிதியை பார்த்தான்.

தலைக்கு குளித்து ஆகாய வண்ண சல்வாரில் வந்த மனைவியை பார்த்தவன் ஒரு நிமிடம் மயங்கி தான் போனான்.

செதுக்கி வைத்த சிற்பம் போல் இருந்தாள்.அவள் அழகிற்கு கூடுதல் அழகு சேர்ப்பது அந்த சிவப்பு கல் மூக்குத்தி தான்.

அவள் சிவந்த மூக்கில் அது பள பளவென மின்ன, அவள் தன் காதோரம் இருக்கும் முடியை ஒதுக்கி கொண்டே அவர்கள் அருகில் வர, சட்டென்று தன் பார்வையை திருப்பிக் கொண்டான் முகில்.

அவளோ குழந்தையை பார்த்துக் கொண்டே "ஆமா மாமா, கிளம்பிட்டேன்.மாமா அது வந்து அமுதி" என்று அவள் தயக்கமாக கேட்டாள்.

"நீ ஒன்னும் கவலைப்படாத .நீ வர வரைக்கும் அமுதி என் பொறுப்பு .அதுனால நீ எத பத்தியும் யோசிக்காம நல்லா படி. நல்ல மார்க் எடு அது போதும்" என்றார்.

மெலிதாக சிரித்தவள் "மாமா பால் ஆத்தி அதுல ஊத்தி வச்சு இருக்கேன்.அவளுக்கு பசிக்கவும் அழுக ஆரம்பிப்பா .அப்போ அதை கொடுங்க.அப்ப-

றம் கொஞ்ச நேரம் கழிச்சு பிஸ்கட்டை தண்ணில போட்டு கரைச்சு ,அத ஸ்பூன் ல ஊட்டி விடுங்க" என்று மூச்சு விடாமல் பேசினாள்.

"கொஞ்சம் நிறுத்து.அவரு தான் என்னை வளத்தாரு.பிள்ளைய எப்படி பார்த்-துகனும்னு அவருக்கு தெரியும். இப்போ சாப்பிடு! சீக்கிரம் கிளம்பனும்" என்று கூறினான்.

அவனை முறைத்து பார்த்தவள் "நீங்க எங்க வரீங்க? எனக்கு போக தெரியும். நான் விசாரிச்சு போயிக்கிறேன்" என்று வெடுக்கென்று தலையை சிலுப்பி விட்டு அவள் டைனிங் டேபிள் நோக்கி போனாள்.

ஜெயராஜ் ஏதோ கூற வருவதற்குள் அவரை தடுத்து விட்டான் முகில்.

ஏதோ கள்ளத்தனம் நடப்பதை உணர்ந்துக் கொண்டவர், எப்படியோ மகன்-மருமகள் வாழ்வு சிறப்பாக அமைய வேண்டும் என்று வேண்டிக் கொண்டார்.

சாப்பிட்டு முடித்து விட்டு ரிதி குழந்தையை கொஞ்சி விட்டு மாமனாரிடம் விடை பெற "இன்னைக்கு ஒரு நாள் மட்டும் முகில் கூட போமா.நாளைக்கு அப்-பறம் பேசலாம் " என்று அவரும் தன் மகனின் மனநிலை அறிந்து பேசினார்.

அவளும் அவனை முறைத்து விட்டு "சரி மாமா" என்று காரில் ஏற போனாள்.

"மேடம் எங்க போறீங்க?" என்று அவன் குரல் கேட்க, திரும்பி பார்த்தவள் அதிர்ந்து போனாள்.

ராயல் என்ஃபீல்டு மீது ஒய்யாரமாக அமர்ந்திருந்தான் முகில்.ஜெயராஜ் நிற்ப-தால் அவளால் ஒன்றும் பேச முடியாமல் போக, பல்லைக் கடித்து கொண்டு வந்து அவனை தொடாமல் பைக்கில் அமர்ந்து கொண்டாள்.

இருவரும் அவரிடம் சொல்லிக் கொண்டு அங்கிருந்து கிளம்பினர். வழியில் அவள் எதுவும் பேசாமல் வர, முகில் பேச்சை ஆரம்பித்தான்.

"இங்க பாரு தன்யா ,காலேஜ் ல ராக்கிங் இருக்கு.சோ அவ்வளவா வெளிய சுத்தாத.முடிஞ்ச வரைக்கும் க்ளாஸ்ல இரு.கொஞ்சம் பழகவும் அப்பறம் வெளிய வா. ஓகே வா" என்று கேட்டான்.

"எங்களுக்கு எல்லாம் தெரியும்" என்று அவள் முகத்தை வெட்டிக் கொண்-டாள்.

"சரி இங்கேயே இறங்கிக்கோ.நேரா போய் ரைட் எடுத்தா காலேஜ்.தாலிய உள்ள மறைச்சுக்கோ.காலேஜ் ல கல்யாணம் ஆனது தெரிய வேணாம் " என்று கூறி விட்டு முகில் சென்று விட, பாவம் அவனே அவன் வாயால் தன் மனை-வியை அறிமுகப்படுத்த போவது தெரியாமல் சென்று விட்டான்.

அவன் கூட இருந்த போது இருந்த தைரியம், இப்போது இல்லாமல் இருப்-பத்தை போல் உணர்ந்தாள் ரிதி.

'ஏன் அவரு இல்லேனா எனக்கு போக தெரியாத? வா ரிதி நம்ம போகலாம்' என்று வீர நடை போட்டு நடந்தாள் ரிதி.

கேட் அருகே வந்ததும் அவளுக்கு வேர்த்துக் கொட்ட, ஷாலால் தன் முகத்தை துடைத்துக் கொண்டு உள்ளே சென்றாள்.

சுற்றிப் பார்த்துக் கொண்டே சென்றவள் " ஐயோ! இன்னைக்குனு பார்த்து இந்த ஹாசி மட்டம் போட்டுடடா. இப்போ தனியா போக வேண்டியதா இருக்கு" என்று புலம்பிக் கொண்டே , தத்தி முத்தி தன் வகுப்பறையை கண்டு பிடித்து விட்டு அதை நோக்கி போகவே அவளுக்கு அரை மணி நேரம் ஆனது.

"எவ்வளோ பெரிய காலேஜ்? இதுல நடந்தே நான் இளச்சு போயிடுவேன் போல.ஐயோ! க்ளாஸ் வேற ஸ்டார்ட் ஆகிடுச்சு" என்று அவசரமாக தன் வகுப்பறைக்கு போக, அங்கு கரும்பலகையை அழித்துக் கொண்டு நின்றார் வகுப்பாசிரியர்.

தயங்கிக் கொண்டே "எக்ஸ்கியூஸ் மீ சார்" என்று மெதுவாக அழைக்க, டஸ்டரை வைத்து விட்டு வாயில் பக்கம் திரும்பினான்.

அவ்வளவு தான் ரிதிக்கு மயக்கமே வந்து விட்டது. அருகில் உள்ள சுவற்றைப் பிடித்துக் கொண்டு தன்னை சமன் படுத்தினாள்.

"எஸ்! கம் இன் " என்று அவன் அழைக்க, அவள் அப்போதும் அசையாமல் அறை வாசலில் நின்றாள்.

"ஹலோ" என்று அவன் உரக்க அழைக்க ,அதன் பின் தன்னிலை உணர்ந்தவள் வேகமாக அறைக்குள் சென்றாள்.

'அடப்பாவி நீ இங்க தான் இருக்கியா! உனக்கு தெரிஞ்ச காலேஜ்னு நெனச்சேன்.கடைசில நீயே எனக்கு இங்க வாத்தியாவா வரனும்.இது தெரியாம நான் வேற ரொம்ப பேசிட்டேன். வச்சு செய்வானே' என்று மனதில் புலம்பிக் கொண்டிருந்தாள்.

தன் மனைவியின் கண்ணில் தெரிந்த கலவரத்தைப் பார்த்து குதூகலித்துக் கொண்டான் முகில்.

ஆம் ! அவனே தான்.இவளுடைய வகுப்பாசிரியர் மற்றும் வேதியல் ஆசிரியர்.

"நியூ ஜாய்னி ரைட்?"

"எ..எஸ் சார்" என்றாள் அவனை முறைத்த படி.

"வெல்.யுவர் நேம்?"

"ரிதன்யா சார் "

"ஓகே !மிஸ் ஆர் மிஸஸ்?" என்று அவன் குறும்பாகக் கேட்டான்.

அவளோ பல்லைக் கடித்துக் கொண்டு "மிஸ் ரிதன்யா சிவகுமார் "என்று தன் தந்தையின் பெயரோடு சேர்த்துக் கூறினாள்.

அதில் பொங்கிய முகில் ' இரு டி !இதே வாயால மிஸஸ் முகில்னு சொல்ல வைக்கிறேன்.திமிரு ,உடம்பு முழுக்க திமிரு' என்று எண்ணிக் கொண்டான்.

"ஓகே! டேக் யுவர் சீட்" என்று கூற, அவளோ கடைசி பெஞ்சில் ஒரு மாணவியின் அருகில் சென்று அமர போக "ஹலோ மிஸ் தன்யா. முன்னாடி இவ்வளோ இடம் இருக்கு. எதுக்கு பேக் போறீங்க? முன்னாடி வாங்க" என்று அழைத்தான்.

'ஆரம்பிச்சுட்டான் தீ வெட்டி தலையன் 'என்று முகத்தை தூக்கிக் கொண்டு வந்து முதல் வரிசையில் அமர்ந்தாள்.

அதன் பின் அவன் வகுப்பு பதிவேடு எடுக்க, மாணவியர்களின் கண்கள் என்னமோ அவனையே ஈ மொய்ப்பதை போல் பார்த்தது.

"இன்னைக்கு சார் எனக்கு மேட்சா சட்டை போட்டு இருக்காரு டி" என்று ஒருத்தி உற்சாகத்தில் கூற அது ரிதி காதில் தெளிவாக விழுந்தது .

கருப்பு வண்ண ஷார்ட்டில் ஆண்களுக்கு உரித்தான கம்பீரத்துடன் டேபிள் மீது ஒரு கையை வைத்து கொண்டு வருகைப் பதிவேட்டை எடுத்துக் கொண்டிருந்தான்.

அப்போது தான் ரிதியும் அவனை தலை முதல் கால் வரை கவனித்தாள்.

அந்த கருப்பு நிற சர்ட்டில் டக்கின் செய்து ,இடுப்பில் ஐடி கார்டு தொங்க விட்டு, கையில் பெரிய கை கடிகாரம் கட்டி, தன் முகத்தில் விழும் கேசத்தை கோதிக் கொண்டே அவன் உதடுகள் அசைய பெயரைக் கூறிக் கொண்டு இருந்தான்.

முதல் முதலாக தன் கணவனை வேறு கோணத்தில் பார்க்க ஆரம்பித்தாள் ரிதி.

'சும்மா சொல்லக் கூடாது.நம்ம ஆளும் அழகுதான்' என்று மனது கூற, தன் மனம் போன போக்கை பார்த்து அதிர்ந்தவள் 'அடியே இவன் உனக்கு எதிரி, பழி வாங்கனும்.உன்ன எப்படி வச்சு செய்யுறான்.வெக்கமா இல்ல?' என்று துப்ப அதை துடைத்துக் கொண்டு அவனை சைட் அடித்தாள்.

"மிஸ்.ரிதன்யா" என்று அழுத்திக் கூற , அவளோ அடித்துப் பிடித்து "எஸ் சார்" என்று கூறினாள்.

"என்ன வந்த அன்னிக்கே கனவா ? க்ளாஸ் ஸ்டார்ட் ஆக போகுது. கவனிங்க " என்று அதட்டி விட்டு பாடத்தை எடுக்க ஆரம்பித்தான்.

ஏனோ மாணவிகளுக்கு அவன் செய்கை வித்தியாசமாக இருந்தது. இதுவரை சந்தேகத்தை தவிர்த்து எந்த பெண்ணிடமும் ஒரு வார்த்தை கூட பேசாத முகில் இன்று இவளிடம் பேசியதை பார்த்து பொறாமையில் பொங்கினார்கள்.

அதோடு மட்டும் இல்லாமல் ஒப்பனை இல்லாத அழகோடு இருந்த ரிதியை மாணவர்களின் கண்கள் மொய்க்கவும் தவறவில்லை.

****

அறையில் அப்போது தான் துயில் கலைந்து எழுந்தாள் ஹாசி. அவளுக்கு உடல் வலி எடுக்க, அமைதியாக கட்டிலில் சாய்ந்து அமர்ந்துக் கொண்டு மணியை பார்க்க, அது ஒன்பது என்று காட்டியது.

அதை பார்த்து அதிர்ந்த ஹாசி "ஐயோ! இன்னைக்கு தானே நம்ம காலேஜ் போகனும்.இப்படி தூங்கிட்டேன்.இப்போ எந்திரிக்க கூட முடியலை " என்று மெது-வாக நகர, சீதா அறைக்குள் வந்தார்.

"ஹாசி மா! என்னாச்சு ? நைட் நல்லாத்தானே போன.எப்படி காய்ச்சல் வந்-துச்சு?" என்று அவர் கேட்க, அவளோ அறை முழுவதும் தன் கண்களை சுழல விட்டாள் தன் மாமனைத் தேடி.

"மாமா எங்க மா ?" என்று சீதாவிடம் கேட்க "நான் கேட்கிறதுக்கு பதில் சொல்லாம, எந்திருச்ச உடனே உன் மாமனை தேடுற. அவன் கீழ தான் இருக்-கான்.அவன்தான் சொன்னான் உனக்கு காய்ச்சல் இருக்குன்னு" என்றார்.

"ஓஹோ" என்று சீதா உதவியுடன் குளியலறை சென்றாலும், அவன் இல்லாத அந்த அறை அவளுக்கு ஏமாற்றத்தை தான் கொடுத்தது.

குளியலறைக்குள் வந்தவுடன் நேற்று நடந்த சம்பவங்கள் அவள் கண் முன் ஓட முத்த யுத்தத்தை நினைத்தவள் கன்னங்கள் இரண்டும் சிவந்துப் போனது.

பின் தன்னை சுத்தப் படுத்திக் கொண்டு சீதாவின் உதவியுடன் அறையில் இருந்து வெளியே வர, அகிலா தீரன் அறையில் கேட்ட சத்தத்தில் அவர்கள் இருவரும் தீரன் அறையை நோக்கி செல்ல, கீழே இருந்த ஹர்ஷாவும் அவர்கள் அறையை நோக்கி வந்தான்.

"இப்போ எதுக்கு அவசரமா என்ன வர சொன்ன?"என்று தீரன் கத்தினான்.

"ஓஹோ! அவ்வளோ அவசரமா யார பார்க்க போனிங்க? உங்க முன்னால் காதலியவா?" என்று அகிலா கத்தினாள்.

‘இவளுக்கு எப்படி தெரியும்?’ என்ற யோசனையோடு " ஆமா! அதுக்கு என்ன இப்போ?" என்று அவன் எரிச்சலாகக் கத்தினான்.

"ஓஹோ! அப்போ அதான் உண்மையா? பொண்டாட்டி நான் இருக்கும் போது, காதலியைப் பார்க்க போறேன்னு எங்கிட்டையே சொல்லிட்டு இருக்கீங்க?"

"நீயா உன்னை பொண்டாட்டினு சொல்லிக்காத. நான் உன்னை விரும்பி கல்-யாணம் பண்ணல.நீதான் என்ன ஏமாத்தி கல்யாணம் பண்ணி இருக்க"

ஏனோ அந்த வார்த்தை அகிலாவை கூறு போட்டு கொய்தது.அதற்கு மேல் பேச முடியாமல் அந்த தலையணையை அவன் மேல் எரிந்து விட்டு அவள் வெளியேற போக, வாசலில் ஹர்ஷா ,ஹாசி, சீதா நிற்பதை பார்த்து அழுதுக் கொண்டே ஓடி வந்து ஹர்ஷாவை கட்டிக் கொண்டாள்.

"உன்னையும் அந்த ஆத்வி ஏமத்திட்டு போனா. இப்போ இவனும் அவள் பின்னாடி தான் சுத்திக்கிட்டு இருக்கான்.இன்னும் எத்தனை பேர தான் ஆத்வி

ஏமாத்துவா?" என்று அகிலா அழுக, ஹர்ஷா தன் தமையனை அழுத்தமாக பார்த்தான்.

இப்போதே அனைத்து உண்மையும் கூற வேண்டும் என்று சீதா கண்டிப்பாகக் கூற, தீரன் செய்வது அறியாமல் நின்றான்.

"எப்படி சொல்லுவாரு? இப்போ கூட அவளை தான் போய் பார்த்துட்டு வந்து இருக்காரு. அவ எல்லாத்தையும் மயக்கி வச்சு இருக்கா" என்று அகிலா பேச, சப்பென்று அவள் கன்னத்தில் அறைந்தான் தீரன்.

"டேய் " என்று ஹர்ஷா கத்த " என்ன தெரியும் உங்க எல்லாருக்கும், என் ஆத்வியைப் பத்தி! அவளைப் போய் இப்படி பேச உங்களுக்கு எப்படி மனசு வந்-துச்சு?" என்று கொதித்துப் போனான்.

அவன் "என் ஆத்வி" என்று கூறியதில் அகிலா மனம் உடைந்து போனது.

"டேய் போதும் நிறுத்து! அவ என்னைய ஏமாத்திட்டு மண்டபத்தை விட்டு ஓடுனவ தானே" என்று ஹர்ஷா கத்தினான்.

"ஆமா! ஓடுனா தான்.ஆனால் ஏன் ஓடுனா ஏதாவது உங்களுக்கு தெரியுமா?" என்று கேட்டான்.

"வேற எதுக்கு? பணத்துக்கு தான் ஆசை பட்டு எனக்கு ஓகே சொல்லி இப்போ. உன்கூட பழகிக்கிட்டு இருக்கா.இதோ இவ என்னை மயக்குன மாதிரி " என்று ஹாசி பக்கம் கை நீட்டிக் கூற ஹாசி கண்கள் கலங்க அவனையே பார்த்தாள்.

அவளால் அதற்கு மேல் எதுவும் பேச முடியவில்லை.

" இப்போ அக்கா எங்க இருக்கா தீரா?" என்று உணர்வற்று கேட்டாள்.

"என்னோட ஹாஸ்பில்டல ட்ரீட்மென்ட்ல இருக்கா " என்றான் கலங்கிக் கொண்டு.

"என்னாச்சு தீரா?" என்று பதறிப் போய் அவனிடம் கேட்டாள்.

"அவ இப்போ கோமால இருக்கா" என்றான் எங்கோ வெறித்துப் பார்த்துக் கொண்டு.

அவன் கூறிய விஷயத்தில் அனைவரும் அதிர்ந்து போயினர்.

" என்னாச்சு டா அவளுக்கு?" என்று சீதா கேட்டார்.

ஒரு பெருமூச்சை விட்டவன் "ஆக்சிடென்ட் மா" என்று மெத்தையில் அமர்ந்து விட்டான்.

ஹாசி தான் துடித்து விட்டாள். என்ன இருந்தாலும் இவ்வளோ காலம் கூட பிறந்த அக்காவை போல் அவளோடு வளர்ந்தவள் இல்லையா?

தேம்பித் தேம்பி அழ ஆரம்பிக்க "ஹாசி குட்டி அழுகாத. வா நம்ம உடனே போய் அவளை பார்ப்போம்" என்று அவளை அணைத்துக் கொண்டு சீதா கூறி-னார்.

"வேணாம் மா. இப்போ யாரும் அவளை போய் பார்க்க வேணாம்" என்று தீரன் மறுத்து விட்டான்.

ஹர்ஷா சிலையாக நிற்க, அவன் அருகில் வந்த தீரன் " நீ தப்பா நெனச்-சுக்கிட்டு இருக்க அண்ணா! உன்னைய அவ ஏமாத்த நினைக்கலை .அவ உண்-மையிலேயே ரொம்ப நல்ல பொண்ணு.நீ இந்த உண்மை தெரிஞ்சா வருத்தப்படு-வன்னு தான் சொல்லலை.ஆனா இப்போ மூணாவது மனுஷங்க மூலமா தெரிய வந்துருச்சு " என்று அகிலாவைப் பார்த்துக் கூற , அவள் கலங்கிப் போனாள்.

"இப்போவே நான் அக்காவை பார்க்கனும்" என்று ஹாசி அடம்பிடிக்க "பாப்பு நீ மட்டும் வா.உன்னைக் கூட்டிட்டுப் போறேன் " என்று தீரன் அழைக்க, சீதா மறுத்து விட்டார்.

"டேய் எல்லாரும் போவோம்.வாங்க! இவன் என்ன சொல்லுறது?" என்று அவர் முன்னே செல்ல, அவனோ அகிலாவை முறைத்து விட்டு வெளியேறினான்.

அனைவரும் மருத்துவமனை வந்து சேர, .ஹர்ஷா மனமோ சொல்ல முடியாத வேதனையில் உழன்றது.

அவள் மேல் தப்பில்லை என்று தெரிந்த பின்பு காதலித்த அவன் மனம் தவித்து தான் போனாது.

ஆத்வியை பார்க்கும் தைரியம் அவனுக்கு துளி கூட இல்லாமல் போனது.

அனைவரும் அறை வாசலுக்கு வர, ஹாசி முதலில் கதவை திறந்து கொண்டு உள்ளே ஓட, அங்கு வாடிய கொடியாய் தலையில் பெரிய கட்டோடு படுத்திருந்-தாள் ஆத்வி.

"அக்கா" என்று அழுதுக் கொண்டே அவள் ஆத்வி கைப்பிடித்துக் கதற, அப்போது தான் அவள் பின்னே வந்தனர் அனைவரும்.

அழகு பதுமையாக இருந்த பெண்ணை இப்படி ஒரு கோலத்தில் பார்க்க மனம் இல்லாமல் சீதா கண்களிலும் கண்ணீர் வர, ஹர்ஷா அதிர்ந்து போனான்.

' அகிலா தப்பு செய்து விட்டோமோ' என்ற தவிப்பில் இருந்தாள்.

சீதா தான் அதைக் கவனித்து விட்டு "ஏன் தீரா! ஆத்விக்கு கல்யாணம் ஆகிருச்சா?" என்று கேட்க அனைவரும் அப்போது தான் ஆத்வி கழுத்தில் இருந்த மஞ்சள் தாலியையும், நெற்றி வகுட்டில் உள்ள குங்குமத்தையும் பார்த்-தனர்.

ஹர்ஷா அதிர்ச்சியாக பார்த்து " யாரு டா இவளை கல்யாணம் பண்ணது? கட்டாயக் கல்யாணம் பண்ணாங்களா?" என்று கத்தினான்.

தீரன் அமைதியாக "இல்ல ! என் முன்னாடி தான் அவளுக்கு கல்யாணம் நடந்துச்சு.யாரும் அவளைக் கட்டாயப்படுத்தல" என்று முகம் இறுகிப் போய் கூற ஹாசி தான் தன் தமக்கையை அதிர்ந்து பார்த்தாள்.

****

புலர்ந்தும் புலராத அந்த அதிகாலை வேளையில் முழிப்பு தட்டியது மகாவிற்கு. இருந்தும் கண் திறக்க மனமில்லை.

கதகதப்பாக சுதர்சன் மார்பில் படுத்து உறங்கிக் கொண்டிருக்கிறாள் அவள்.

"ஐயோ ! குளிருதே" என்று போர்வையை தேட அது இல்லாமல் போனது.

மெதுவாக கண் விழித்துப் பார்க்க, தன் முகத்தில் அருகே சுதர்சன் முகம்.ஆழ்ந்த நித்திரையில் அழகான கண்ணனை போல் துயில் கொண்டிருந்தான் அவன்.

ஒரு நிமிடம் தன்னை மறந்து ரசித்த மகா, மனம் எச்சரிக்கை செய்ய அடித்துப் பிடித்து அவனிடம் இருந்து விலகினாள்.

அவள் எதிரே பார்க்க, சுந்தரி கண்களை தன் இரு கைகளால் மூடிக் கொண்டு அவர்கள் முன் நின்றது.

"என்ன இது கண்ண மூடி நிக்கிது.நீ எப்போ வந்த சுந்தரி?" என்று அவள் கேட்க, மெதுவாக கண்ணை திறந்து பார்த்து மீண்டும் பட்டென்று மூடிக்கொண்டது.

"என்னாச்சு உனக்கு?என்ன பண்ணிட்டு இருக்க? ஏன் என்னைய பார்க்க மாட்டேங்குற?' என்று மகா கேட்டாள்.

அது கண்ணை மூடிக் கொண்டே டேபிள் மீது இருந்த கண்ணாடியை எடுத்து வந்து அவள் முன் காட்டியது.

அதில் தெரிந்த தன் பிம்பத்தை பார்த்து அதிர்ந்து போனாள் மகா.

வேகமாக தன் கண்களை மேனியில் படர விட, அவள் புடவை மாராப்பு அவன் உடலுக்கு அடியில் இருந்தது.

அதில் பயந்து போன மகா "ஓ" வென்று அழ ஆரம்பித்தாள்.

இப்போது கண்ணில் இருந்த கையை எடுத்து காதில் வைத்து மூடிக் கொண்டது சுந்தரி.

மகா கத்திய கத்தில் அடித்துப் பிடித்து எழுந்த சுதர்சன், அவள் இருந்த கோலம் பார்த்து அதிர்ந்து போய் அவனிடம் உள்ள மார்பு சேலையை எடுத்து அவள் மீது மூடினான்.

"நான் சும்மா பேச்சுக்கு சொன்னா, நிஜமாவே அப்போ நைட் எல்லாம் முடிஞ்சு போச்சா" என்று அவள் அழுகையுடன் கேட்டாள்.

சுதர்சன் ஒன்றும் புரியாமல் முழித்து வைத்தான்.

"என்ன மா சொல்லுற? நைட் என்னைய என்ன பண்ண?" என்று சுதர்சன் அதிர்ச்சியாக கேட்டான்.

மகா அவனை முறைத்து விட்டு "என்னது நான் பண்ணேனா? என் புடவையை நீங்கதான் கழட்டி.." என்று அதற்கு மேல் கூறாமல் அவள் மீண்டும் அழுதாள்.

"இங்க பாரு மகா! நீ ஏதோ தப்பா புரிஞ்சுட்டு இருக்க.நான் சொல்லுறத பொறுமையா கேளு " என்று சுதர்சன் கூறினான்.

"இங்க பாரு சுந்தரி. இவரு பண்ணி வச்சிருக்க வேலையை.நீயே சொல்லு " என்று அதனிடம் புகார் கூற, அது இருவரையும் மலங்க மலங்க பார்த்து வைத்தது.

பின் என்ன தோன்றியதோ தெரியவில்லை , அவள் கையில் உள்ள கண்ணாடியை எடுத்து சுதர்சன் முகம் அருகில் காட்ட, தன் முகத்தை பார்த்து அவனே அதிர்ந்து போனான்.

அதில் மகா நெற்றியில் உள்ள குங்குமம் அவன் கன்னத்தில் பளிச்சென்று ஒட்டி இருந்தது.

" ஐயோ நெஜமாவே என்ன ரேப் பண்ணிட்டு , இப்போ ஒன்னும் தெரியாத மாதிரி நடிக்கிறாளோ? ஐயோ ! ஒன்னும் புரிய மாட்டேங்குது" என்று பாவமாக அவன் மகியை பார்க்க, அவள் இன்னும் அழுகையை நிறுத்தாமல் இன்னும் கத்தி அழுதாள்.

கீழே இருந்த வாணி , மகன் அறையில் அழுகை சத்தம் கேட்கவும் அடித்துப் பிடித்து மேலே ஓடி வந்தார்.

வாணி வந்து கதவை தட்ட ஆரம்பிக்க, அதில் அதிர்ந்த சுதர்சன் "ஐயோ மகா! நீ மொத பாத்ரூம்க்குள்ள போ.அம்மா பார்த்தா என்ன ஆகிறது?" என்று சொல்லி கூட முடிக்கவில்லை.

ஒரே தாவில் சுந்தரி கதவு தாழ்ப்பாளை நீக்கியது.வாயிலில் வாணி வாயில் கை வைத்து நின்றுக் கொண்டிருந்தார்.

"முடின்ச்சு"

30

அத்தியாயம்-30

"அத்தான்" என்று அதிர்ச்சி கலந்த ஆனந்தத்தோடு கட்டிக் கொண்டாள் ஹாசி.

"எப்படி அத்தான் இருக்க? இங்க பாரு அக்காவை" என்று அவள் அவன் மார்பில் விழுந்து அழுக, அவனோ அவளை அணைத்து ஆறுதல் படுத்தினான்.

ஹர்ஷா பார்வை மொத்தமும் தன் மனைவியின் மேல் அழுத்தமாக படிந்தது.

கோபம் தலைக்கேற கைகளை மடக்கி தன் உணர்வுகளை கட்டுப் படுத்திக் கொண்டு அமைதியாக இருந்தான்.

"உன் அக்காவுக்கு ஒன்னும் ஆகாது ஹாசி குட்டி . அதான் அத்தான் வந்துட்டேன்ல" என்று அவளை அணைத்த வாக்கிலேயே ஆத்வி அருகில் வந்தான்.

அவள் தலையை இதமாக வருடி விட்டு "என்னாச்சு மிஸ்டர் தீரன்? இவளுக்கு ஒன்னும் இல்லை தானே" என்று சுற்றி இருக்கும் கூட்டத்தைப் பார்த்துக் கேட்டான்.

"அதெல்லாம் ஒரு பிரச்சனையும் இல்லை மிஸ்டர் கண்ணன்.மீட் மை ஃபேமிலி.இவரு என் அண்ணா ஹர்ஷா, அம்மா சீதா, அப்பறம் " என்று அகிலாவை பார்த்தவன் ஒரு நிமிடம் தயங்கி பின் "என் மனைவி அகிலா" என்று அறிமுகப் படுத்தி வைத்தான்.

அந்த ஒற்றை வார்த்தையில் அகிலாவுக்கு சாரல் அடித்ததை போல் இருந்தது.

அனைவருக்கும் ஒரு மெல்லிய தலை அசைப்போடு நிறுத்திக் கொண்டான்.

"அண்ணா இவரு பேரு மிஸ்டர் கண்ணன். ஆத்வியோட கணவன்" என்று அறிமுக படுத்தினான் தீரன்.

ஹாசி அதிர்ச்சியுடன் கண்ணனை நோக்க, அவனோ 'ஆம்' என்று தலை அசைத்தான்.

அவ்வளவுதான் பாய்ந்து சென்று அவனை அணைத்துக் கொண்டு கதறினாள்.

"அத்தான்! அக்காக்கு என்ன ஆச்சு? நீங்க எப்படி கல்யாணம் பண்ணீங்க?" என்று தேம்பிக் கொண்டே கேட்க, கண்ணன் தன் மனைவியை காதலாகப் பார்த்தான்.

"நானும் , உங்க அக்காவும் லவ் பண்ணது உனக்கு தெரியாதா ஹாசி குட்டி?" என்று கேட்டான்.

"இல்லை தெரியாது.அக்கா சொல்லாம மறச்சுட்டா.எழுந்து வரட்டும் ,அப்பறம் இருக்கு " என்று தன் தமக்கையின் மேல் கோபம் கொண்டவள் "சரி எப்போ கல்யாணம் ஆச்சு என்று ?" கேட்டாள்.

கண்ணன் 'சொல்லவா?' என்பதை போல் தீரனை பார்க்க, அவன் சரி என்று தலை அசைத்தான்.

"என்னைக்கா இருந்தாலும் இவங்களுக்கு விஷயம் தெரிய தான் போகுது. நீங்களே சொல்லுங்க, உங்க மனைவி எப்படின்னு! அவங்க கொஞ்சம் தெரிஞ்சுக்கட்டும்" என்று பட்டும் படாமல் பேசினான் தீரன்.

இதற்கு மேல் மறைக்க ஒன்றும் இல்லை என்பதை போல் கூற ஆரம்பித்தான் கண்ணன்.

மணிகண்டனின் தங்கை மகன் தான் கண்ணன்.மணிகண்டன் - மணிமேகலை காதல் திருமணம் செய்ததால் ஒட்டாமல் இருந்த உறவை ஒட்ட வைப்பதை போல் இவர்கள் காதல் மலர்ந்தது.

ஆத்வியை முதலில் அடையாளம் கண்டுப்பிடித்து அவளை துரத்தி துரத்தி விரும்பி இறுதியில் அதில் வெற்றியும் கண்டான்.

ஆத்வி ஒருவாறாக சம்மதம் கூறினாலும் , அவள் வீட்டைப் பற்றிய பயம் எப்போதும் அவளுக்கு இருந்து கொண்டே இருந்தது.

அதை வெளிக் காட்டிக் கொள்ளாமல் அவள் இயல்பாக இருக்க, வீட்டில் அவள் காதல் விவகாரம் யாருக்கும் தெரியாமல் போனது.

அப்படி ஒரு சூழ்நிலையில் தான் ஹர்ஷா வந்து பெண் கேட்டது ஏற்கனவே இரண்டு பெண் குழந்தைகளையும் வளர்க்க சிரமப் பட்டவர்கள் வசதி வாய்ப்பை பார்க்கவும் சம்மதம் கூற அடுத்து, அடுத்த நிலை திருமணம் வரை சென்றது.

அப்போது கண்ணன் மும்பை வரை சென்று இருக்க, அவனால் இங்க வர முடியாமல் போனது.

அவளை தொடர்பு கொள்ள வழி அறியாது கலங்கிப் போனாள் ஆத்வி.

அதுவும் ஹர்ஷா நேரில் வந்து காதலை கூறுவான் என்று அவள் கனவிலும் எதிர்ப்பார்க்க வில்லை.

சரியாக திருமணத்திற்கு முதல் நாள் இரவு கண்ணன் அழைப்பை ஏற்காத காரணத்தினால் மணிகண்டன் மணிமேகலை இருவரிடமும் கூறி விட்டாள்.

தன் காதலை எப்படியாவது சேர்த்து வைக்கும் படி அவள் கெஞ்ச, ஹர்ஷா-வின் பணம் பலம் அறிந்தவர்கள் நடுங்கிப் போனார்கள்.

"என்ன மா ,இந்த நேரத்தில வந்து சொல்லுற? இப்போ அந்த தம்பிக்கு நான் என்ன பதில் சொல்லுவேன்?" என்று மணிகண்டன் கேட்டார்.

"அப்பா! நம்ம இந்த மண்டபத்தை விட்டு போவோம் பா.அவரு தான் பா எனக்கு வேணும்.அவரு இல்லாத வாழ்க்கையை என்னால நினைச்சு பார்க்க முடியலை பா.அவரு வேற யாரும் இல்ல, உங்க தங்கச்சி பையன் கண்ணன் தான் பா " என்று ஆத்வி கூறினாள்.

மணிகண்டன் அதிர்ச்சிக்கு அளவே இல்லை.

"என்ன சொல்லுற ஆத்வி? உனக்கும் அவனுக்கும் என்ன தொடர்பு? நான் என் வீட்டை ஒதுக்கி வச்சிட்டேன். நீ புது உறவை ஏற்படுத்த நினைக்காத" என்று கண்டிப்பாக கூறினார்.

"அப்பா ப்ளீஸ் பா.அது உங்க காலத்து சண்டை பா.இப்போ நீங்க என்னைய கூட்டிட்டு போகலேனா நான் இங்கேயே தற்கொலை பண்ணி செத்து போயிடுவேன் பா" என்று அவள் அழுதாள்.

இருவரும் இப்படி ஒரு இக்கட்டான சிக்கலில் மாட்டி விட்டோமே என்று பரி-தவித்துப் போனார்கள்.

"ஏங்க! நம்ம ஹாசி ஓட நிலத்துக்கு ஆசப்பட்டு அந்த பொண்ணை வளர்த்-தோம் .இப்போ அந்த பாவத்துக்கு நம்ம பொண்ணுக்கு இப்படி ஒரு சோதனைய கொண்டு வந்து கொடுத்துட்டான் கடவுள்" என்று அவரும் அழுக ஆரம்பித்தார்.

ஒரு முடிவு எடுத்தவராக , தங்களுக்கு வேண்டிய துணி மணிகளை எடுத்துக் கொண்டு, தங்கள் மகளுக்கு வாங்கிய நகைகளை மட்டும் எடுத்துக் கொண்டு நள்ளிரவு அந்த மண்டபத்தை விட்டு வெளியேறினர் மூவரும்.

"அப்பா ஹாசி குட்டி பாவம்! ஏன் பா அவளை விட்டுட்டு வந்தோம்?" என்று ஆத்வி கலக்காமாக கேட்டாள்.

அவரோ விரக்தியான ஒரு புன்னகையை சிந்தி "அவள் வாழ்க்கை நல்ல இருக்கனும் .அதான் இந்த முடிவு" என்று அவர் முன்னே நடந்தார்.

மும்பையில் இருந்து வந்தவன் தன்னவளுக்கு சர்ப்ரைஸ் கொடுக்க எண்ணி கால் செய்ய, அவளோ அவனுக்கு மேல் பெரிய சர்ப்ரைஸ் உடன் காத்திருந்தாள்.

அவள் ஃபோன் அடிக்கவும் எடுத்து பார்த்த ஆத்வி , ஒரு நிமிடம் சந்தோ-சத்தில் பொங்கி விட்டாள்.

கண்ணன் எடுத்து காதில் வைத்ததும் தான் தாமதம் ‘ ஓ’ வென்று அழுது நடந்த அனைத்தையும் கூற, அவனோ அடித்துப் பிடித்து அவர்கள் இருக்கும் பஸ் ஸ்டாண்டுக்கு வந்து சேர்ந்தான்.

அவனை கண்டதும் ஆத்வி ஓடி சென்று அணைத்துக் கொள்ள, அவள் உடல் அப்பட்டமாக நடுங்கியது.

அவன் தயக்கமாக மணிகண்டன் மணிமேகலையை பார்க்க, அவர்களோ கண்களில் கண்ணீர் மல்க தங்கள் மகளை பார்த்துக் கொண்டிருந்தனர்.

"இப்டி கல்யாணத்துல இருந்து வந்தது தப்பு மா.நம்ம காலையில போய் கல்யாணத்துல நடந்ததை சொல்லுவோம்" என்று கண்ணன் கூற மணிகண்டன் மறுத்து விட்டார்.

"இல்ல தம்பி. ஹர்ஷா தம்பி ரொம்ப பெரிய ஆள்.அவர் நெனச்சா என்ன வேணாலும் பண்ணுவாரு. எதனாலும் நீங்க கல்யாணம் பண்ணிட்டு அப்பறம் பேசுங்க"

கண்ணன் உறுதியாக மறுத்து விட்டான்.அப்போது தான் மெலிதாக விடிய "நீங்க வந்து என் வீட்ல குளிச்சுட்டு வாங்க.நம்ம மண்டபம் போவோம் " என்று மூவரையும் அழைத்துக் கொண்டு சென்றான்.

காலை கண்ணன் வீட்டில் குளித்து விட்டு மூவரும் கிளம்பி இருக்க, மணிகண்டன் வீட்டையே ஒரு முறை சுற்றிப் பார்த்தார்.

அதை பார்த்த கண்ணன் "அம்மா, அப்பா எல்லாம் இங்க இல்லை.ஊர்ல தான் இருக்காங்க மாமா. இப்போ நான் மட்டும் தான் இங்க இருக்கேன்" என்று கூறியவன் அவர் முகத்தில் உள்ள ஏக்கத்தை உணராமல் இல்லை.

ஆத்வி கிளம்பி வெளியே வர, மூவரும் காரில் அமர்ந்தனர்.அப்போது கண்ணனுக்கு ஒரு அழைப்பு வந்தது.

அதை எடுத்து பேசியவன் "நீங்க மூணு பேரும் முன்னாடி போங்க மாமா.நான் பின்னாடியே வரேன் " என்று கண்ணன் மீண்டும் வீட்டிற்குள் செல்ல, டிரைவர் அவர்களை அழைத்துக் கொண்டு மண்டபத்தை நோக்கி சென்றார்.

தன் வேலைகளை வேகமாக முடித்துக் கொண்டு தன் பைக்கை எடுத்து கொண்டு அவனும் மண்டபத்திற்கு சென்றான்.

போகும் வழியில் கூட்டமாக இருக்க, தன் பைக்கை ஓரமாக நிறுத்தி பார்த்தவன், துடித்துப் போனான்.

அங்கே தன் உயிரானவள் இரத்த வெள்ளத்தில் ரோட்டில் கிடக்க, அவனுக்கு அங்கேயே பாதி உயிர் போனது.

அப்போது அங்கிருந்தவர்கள் ஆம்புலன்ஸில் ஏற்றி விட, கதறிக் கொண்டே அங்கு சென்றான்.

‘தன்னை விரும்பியதை தவிர்த்து அவள் என்ன தவறு செய்தாள்? ஐயோ ! இவளுக்கா இந்த நிலைமை வர வேண்டும்?’ என்று கண்ணன் கதறி துடித்து மருத்துவமனை வந்து சேர்ந்தான்.

மூவரையும் இறக்கி உள்ளே கொண்டு செல்ல, அவனோ உயிரற்ற ஜடமாய் அவர்கள் பின்னே ஓடினான்.

அரை மணி நேரம் வெளியே காத்திருக்க, டாக்டர் வெளியே வந்தார்.

"சாரி மிஸ்டர் கண்ணன்" என்று கூற அவனுக்கு நெஞ்சே அடைத்து விட்டது.

"சார்! ப்ளீஸ் எதுவும் சொல்லாதீங்க.அவங்க நல்லா இருக்காங்கன்னு சொல்லுங்க" என்று அவர் கையை பிடித்துக் கொண்டு புலம்பினான்.

"சார் ! உண்மைய நீங்க ஏத்துக்கிட்டு தான் ஆகனும் சார் .ஐ ஆம் சாரி. நீங்க கூட்டிட்டு வந்த மூணு பேருல, ரெண்டு பேரை காப்பாத்த முடியலை.ஒரு பொண்ணு இருக்காங்க.பட் அவங்களுக்கும் தலையில அடிப்பட்டு கோமா ஸ்டேஜ்க்கு போயிட்டாங்க சார்.நீங்க போய் அவங்களை பாருங்க" என்று வருத்தத்துடன் தெரிவித்தார்.

கண்ணன் அங்கேயே ஒரு இருக்கையில் 'தொப்'பென்று அமர்ந்தான்.

"சார் , உங்க டிரைவர் கார்ல இருந்து குதிச்சனால உயிர் பிழைச்சு வந்துட்டாரு. காயம் தான் அதிகமா இருக்கு சார்" என்று இன்னொரு மருத்துவர் கூற, அவன் எதற்கும் செவி சாய்க்காமல் அமர்ந்திருந்தான்.

மணிகண்டன்- மணிமேகலை இருவரது உடலும் பிரேத பரிசோதனைக்காக அனுப்பப் பட்டது.

சொல்லி முடித்து கண்ணன் ஹாசியைப் பார்க்க, அவளோ கண்களில் கண்ணீர் ஆறாய் பெருகி கொண்டு, நிற்க முடியாமல் தள்ளாட தீரன் வந்து அவளை பிடித்து கொண்டான்.

" பாப்பு என்ன ஆச்சு?" என்ற அவளை கேட்க, அவள் வாய் விட்டே கதறி அழுதாள்.

அவளை சரி செய்யவே சீதாவிக்கு முழி பிதுங்கிப் போனது.

"என்ன டா நினைச்சுட்டு இருக்க? பிள்ள அழுவுறா .கல்லு மாதிரி நிக்கிற" என்று தன் மகனை திட்ட, ஹர்ஷா பேச கூட முடியாமல் தன் மனைவியை வெறித்துப் பார்த்தான்.

தீரன் தான் மீதியை சொல்ல தொடங்கினான்.

"மண்டபத்தில அண்ணன் கல்யாணத்துல பிரச்சினை வந்த அப்போ தான் எனக்கு கால் வந்துச்சு. ஹாஸ்பிடல்ல எமர்ஜென்ஸி கேஸ் இருக்குனு.நானும் அண்ணன் கல்யாணம் முடியவும், அங்கிருந்து கிளம்பிப் போனேன்.அப்போதான் ஆத்வி கோமா ஸ்டேஜ்ல இருக்குறத பார்த்தேன்"

"அப்போ தான் மணிகண்டன் ,மணிமேகலை இரண்டு பேரும் இல்லன்னு எனக்கு தெரியும்.அவங்களுக்கு எல்லா காரியமும் முடிச்சுட்டு, நேரா ஆத்வி அறைக்கு வந்த கண்ணன் தான் எதையும் யோசிக்காம என் கண்ணு முன்னாடியே ஆத்வி கழுத்துல தாலி கட்டுனாரு" என்று கண்ணனைப் பார்க்க, அவனும் 'ஆம்'

என்று கூறினான்.

"அப்போ கூட எனக்கு கோவம்! யாரோ வந்து இவ கழுத்துல தாலி கட்டுறான்னு.அவ எப்படி இருந்தாலும் என் மனைவி தான். அதனால தான் கல்யாணம் பண்ணிக்கிட்டேன்னு கண்ணன் சொன்னார்.அப்பறம் தான் அவர் நடந்த விஷயத்தை என் கிட்ட முழுசா சொன்னாரு.அப்போ இருந்து இப்போ வரைக்கும் ,ஆத்விக்கு இங்க தான் ட்ரீட்மென்ட் போயிட்டு இருக்கு.இன்னைக்கு ஈவ்னிங் தான் இவங்களை டிஸ்சார்ஜ் பண்றோம்" என்று கூற ஹாசி தன் தமக்கையை வைத்த கண் வாங்காமல் பாத்தாள்.

சிறுவயதில் இருந்து வெளியே விடாமல் கைக்குள் வைத்து வளர்த்து விட்ட காரணத்தினால், காதலை கூட எப்போது வீட்டில் கூற வேண்டும் என்று அறியாமல் தாமதமாக கூறி இன்று படுக்கையில் இருக்கிறாள் ஆத்வி.

'இந்த சிறு வயதில் இந்த பொண்ணுக்கு எவ்வளோ வேதனை தான் கொடுப்ப' என்று கடவுளை சாடிக் கொண்டிருந்தார் சீதா.

தன் அக்கா அருகில் அமர்ந்து கொண்டு அவளையே பார்த்துக் கொண்டிருந்தாள் ஹாசி.

"அம்மா நீங்க எல்லாரும் வீட்டுக்கு கிளம்புங்க. டைம் ஆச்சு" என்று தீரன் கூறினான்.

" ஹாசி நீ வா மா.ஒன்னுமே சாப்பிடலை.வீட்ல போய் சாப்பிட்டு அப்பறம் வருவோம்" என்று சீதா அழைக்க, அவரை தடுத்தான் ஹர்ஷா.

"அம்மா நீங்க , அகிலா ரெண்டு பேர் மட்டும் என் கூட நம்ம வீட்டுக்கு வாங்க.ஹியரிங் அப்போ கோர்ட்டுக்கு வர சொல்லுங்க. அவ நம்ம வீட்டுக்கு இனிமே வர கூடாது. இதான் என் முடிவு " என்று கூறினான்.

நொடியும் தாமதிக்காமல் வந்தது அவளின் பதில்.

"என்னாலையும் இனிமே அந்த வீட்டுக்கு வர முடியாது அத்தை. என்னை மன்னிச்சிருங்க. நான் திரும்ப ஆசிரமத்துக்கு போறேன். வாரம் ஒரு முறை வந்து அக்காவை பார்த்துட்டு போறேன்" என்று கண்ணனை பார்த்தாள்.

"அப்படியே வாய்ல அடிச்சேன்னா பாரு. நான் இருக்கும்போது ஆசிரமத்துக்கு போறாளாம்.நான் உங்க அக்காவை தானே கல்யாணம் பண்ணி இருக்கேன்.உன் அத்தான் உயிரோட தான் இருக்கேன் ஹாசி குட்டி! மறந்துறாத. ஒழுங்கா கிளம்பி இரு.நம்ம டிஸ்சார்ஜ் பண்ணி மூணு பேரும் போவோம்" என்று கூறினான் கண்ணன்.

"அத்தான்! அது.." என்று ஹாசி இழுக்க "உன்கிட்ட பெர்மிஷன் கேட்கலை.கிளம்புன்னு சொன்னேன்" என்று கண்ணன் கூற அதற்கு மேல் மறுக்க முடியாமல் தலை ஆட்டினாள்.

ஹர்ஷா எதையும் கண்டு கொள்ளாமல் விருட்டென்று அறையை விட்டு வெளியேறினான்.

" அவ்வளோ தானே! வந்த வேலை முடிஞ்சுபோச்சு. கிளம்புங்க. இனிமே-யாவது என் பாப்பு நிம்மதியா இருக்கட்டும் " என்று தீரன் கூற அகிலா ,சீதா இருவரும் வெளியேறினர்.

****

மாலை வீட்டிற்கு வந்த ரிதி "மாமா உங்க கூட நான் பேச மாட்டேன்.நீங்க ரொம்ப மோசம். என் கிட்ட கூட நீங்க உண்மைய மறச்சு, உங்க பையன் கூட அனுப்பி வச்சுட்டிங்க" என்று வந்ததும் பொங்கினாள் ரிதி.

ஜெயராஜ் கமுக்கமாக சிரித்து விட்டு "என்ன மா, என் மருமகளுக்கு இவ்-வளோ கோவம் வருது? அடடே!" என்று சிரிக்க, அதன் பின் தான் அவன் மேல் உள்ள கோபத்தில் வந்தவுடன் தன் மாமனாரை வசை பாடியது நினைவிற்கு வந்-தது.

தன் தலையிலேயே அடித்துக் கொண்டு "சாரி மாமா. அவரு பண்ணதுல நான் உங்க மேல கோபத்தை காட்டிட்டேன்" என்று தயங்கி கொண்டே கூறினாள்.

"ஐயோ! நீ வேற.எனக்கு இப்போதான் நிம்மதியா இருக்கு. ஒரு பொண்ணு என் கூட உரிமையா சண்ட போட வீட்டுக்கு வந்துட்டா.ரொம்ப சந்தோசம்.போய் ஃப்ரெஷ் ஆகிட்டு பாப்பாவை பாரு டா " என்று அவர் வெளியே செல்ல, அவள் அறைக்குள் நுழைந்தாள்.

வெளியே வந்த ஜெயராஜ் தன் மகனை குறும்போடு பார்த்து விட்டு "என்ன டா! என் மருமகளை காதலிக்க ஆரம்பிச்சுட்ட போல " என்று கேட்க, தன் தந்-தையின் கேள்வியில் ஒரு நிமிடம் அதிர்ந்தான்.

பின் வெட்கச் சிரிப்பு சிரித்துக் கொண்டே "காதலானு தெரியலை பா. பட் உள்ள என்னமோ பண்ணுறா ராட்சஸி " என்று தன் இதயத்தை தொட்டுக் காண்-பித்தான்.

அவருக்கு சொல்ல முடியாத நிம்மதி நெஞ்சில் பரவியது.

" சரி பா ! உள்ள போ" என்று அவனையும் உள்ளே அனுப்பினார்.

"ஐயோ ! நம்ம இன்னைக்கு பண்ண காரியத்துக்கு என்ன பண்ண போறாளோ!" என்று புலம்பிக் கொண்டே தன் அறைக் கதவை திறந்தவன் ஸ்தம்-பித்துப் போனான்.

****

"என்ன டா இது?" என்று வாணி திரும்பிக் கொள்ள, கலைந்த சேலையுடன் வெளியே ஓடினாள் மகி.

"அத்தை ,அவரு" என்று தேம்பிக் கொண்டே அழுக, பதறி போனவர் "என்-னாச்சு மகி மா?" என்று கேட்டாள்.

'ஐயோ! சுதர்சா ,செத்த டா நீ.இப்போ என்ன செய்யுறது... அவ ஏதாவது சொல்லுறதுக்கு முன்னாடி நீ ஏதாவது சொல்லு' என்று மனம் எச்சரித்தது.

"ஐயோ அம்மா" என்று சுதர்சன் கத்த வாணி அவன் பக்கம் திரும்பினார்.

"என்ன டா? ஏன் கத்துன?"

தன் பையன் இருக்கும் கோலத்தை பார்த்து அவரால் அவனை பார்க்க முடியவில்லை.

"அம்மா சத்தியமா இதுக்கும் எனக்கும் எந்த சம்மந்தமும் இல்ல மா.மகி தான் மா என்ன ரேப் பண்ணிட்டா" என்று பட்டென்று கூறினான்.

மகி வாயை பிளந்து விட்டாள். "டேய்! அம்மா கிட்ட பேசுற பேச்சா டா இது? கீழ வா விளக்கமாத்தால அடிக்கிறேன்" என்று வாணி முறைத்தார்.

'ஐயோ! என்ன லூசு தனமா அம்மாட்ட போய் பேசிட்டேன்' என்று தன்னையே நொந்து கொண்டு அவர்களை பார்க்க முடியாமல் குளியலறைக்குள் புகுந்து கொண்டான்.

"அவன் கெடக்குறான் மா லூசு பய! நீ வா கண்ணு" என்று தன் மருமகளை சமாதானம் செய்து தன் அறைக்கு அழைத்து சென்று மாற்று உடை கொடுத்து குளிக்க சொன்னார்.

நல்ல வேளையாக இந்த கூத்தை பார்க்க, கணபதி வீட்டில் இல்லை.

சற்று நேரத்தில் சாப்பிட அமர மகா ,அவனை பார்க்கவே தயங்கிக் கொண்டு வேகமாக தன் சாப்பாட்டை சாப்பிட்டு விட்டு தோட்டத்திற்கு சென்று விட்டாள்.

"டேய் நைட் என்ன நடந்துச்சுனு எனக்கு தெரியாது.அது உங்க புருஷன் , பொண்டாட்டி விவகாரம்.இப்போ அந்த பொண்ணு எதையோ நினைச்சுட்டு சாப்பிடாம போகுது.நீ என்ன செய்வியோ தெரியாது. மகி பழைய படி வரனும் " என்று வாணி கூற, அவனும் விரைவாக சாப்பிட்டு விட்டு தோட்டத்திற்கு சென்றான் அவனது மகியை சமாதானம் செய்ய.

நடந்த கூத்தை எல்லாம் அமைதியாக ஓரக் கண்ணால் பார்த்து விட்டு, சாப்பிட்டு மேலே அவர்கள் அறைக்கு சமத்தாக சென்றது சுந்தரி.

அருகில் நிழலாடுவதை உணர்ந்து மகா பார்க்க, அவள் பக்கத்தில் வந்து சுதர்சன் அமர்ந்தான்.

லேசாக வேர்க்க ஆரம்பிக்க, பதட்டம் ஒட்டிக் கொண்டது அவளுக்கு.

" மகி நீ இந்த மாதிரி பண்ணுறது எனக்கு ரொம்ப ஹர்ட் ஆகுது.நான் அந்த அளவுக்கு மோசமான பையன் இல்ல.உன்னைக் கேட்காம உன்னை எடுத்துக்க மாட்டேன்.நம்ம காதலிச்சு எப்போ வாழ்க்கையை ஸ்டார்ட் பண்ணனும்னு நினைக்கிறோமோ, அப்போ உன் சம்மதத்தோட அது நடக்கட்டும்.நைட் நமக்குள்ள எதுவும் நடக்கலை" என்று கூற, அதுவே அவளுக்கு பாதி நிம்மதியாக இருந்தது.

இருந்தும் அவள் சேலை எப்படி அவனிடம் சென்றது என்று தான் அவளுக்கு சந்தேகம்.

" பால் குடிச்சுட்டு நான் உன் பக்கத்துல வந்தேன். நீயும் தூக்கம் வருதுன்னு பெட்ல படுத்த.நானும் அப்படியே உன் பக்கத்துல படுத்து தூங்கிட்டேன்.நைட் 12 மணிக்கு மேல ரொம்ப குளிர ஆரம்பிச்சது.அப்போ தூக்கத்துல போர்வையை தேடினேன், கிடைக்கலை.பக்கத்துல உன் சேலை முந்தானை தான் இருந்துச்சு.அத எடுத்து என்னை சுத்திக்கிட்டு தூங்கிட்டேன்.அப்பறம் விடிஞ்சு தான் ரெண்டு பேரும் முழிச்சோம்"

"நைட் தூங்கும் போது புரண்டு படுக்கும் போது தான் ஏதாவது ஆகிருக்கும்.இனிமே நீ பெட்ல படு, நான் கீழ படுத்துக்கிறேன்" என்று சுதர்சன் கூற, மகிக்கு பாவமாக இருந்தது.

"இல்ல ! அதெல்லாம் வேணாம்.நான் தான் லூசு மாதிரி கத்திட்டேன். சாரி" என்று கேட்க, சுதர்சன் ஒரு மெல்லிய புன்னகையுடன் " சரி வா! ரூம் போகலாம்" என்று அழைத்து சென்றான்.

மகன் மருமகள் இருவரும் சிரித்துக் கொண்டு வருவதை பார்த்து வாணி சற்று சமாதானம் அடைந்தார்.

மேலே சென்ற இருவரும் கதவை திறக்க, அங்கு சுந்தரி ஒரு குட்டி டவலை தன் நெஞ்சு வரை கட்டிக் கொண்டு, F சேனலை போட்டு விட்டு அதில் வரும் மாடலை போல் நடந்து கொண்டிருந்தது.

அதை பார்த்து சுதர்சன் வாயை பிளக்க , மகி ஏற்கனவே இது செய்யும் கூத்தை பார்த்ததால் சிரிப்பை அடக்கிக் கொண்டு நின்றுக் கொண்டிருந்தாள்.

ஒரு முறை நடந்து விட்டு திரும்பிய சுந்தரி அறை வாசலில் இருவரையும் பார்த்து அதிர்ந்து கால்கள் பின்னிக் கொண்டது.

அதில் அது கட்டிய துண்டும் அவுந்து விழுந்தது, தன் கைகள் இரண்டையும் மார்பின் குறுக்கே வைத்து தன்னை மறைத்துக் கொண்டு துள்ளியது சுந்தரி.

****

"எனக்கு என் மகனை பத்தி தெரியும்.என்கிட்ட மறைக்க நினைக்காத ஹர்ஷா" என்று கண்டிப்பான குரலில் சீதா கேட்டார்.

அதுவரை அடக்கி வைத்திருந்த ஹர்ஷா, தன் அன்னையை பார்க்கவும் தாவி அணைத்து அவரிடம் ஆறுதல் தேடினான்.

"சொல்லு! ஏன் ஹாசி குட்டிய அங்க விட்டுட்டு வந்த?"

"அம்மா"

"சொல்லு டா"

"நான் அவளை விரும்ப ஆரம்பிச்சுட்டேன் மா " என்று அறை அதிர கதறி அழுதான்.

சீதாவே ஒரு நொடி பதறி விட்டார்.

31

அத்தியாயம்-31

"சாரி"

"அதான் சாரி சொல்லுறேன்ல"

"இப்போ பேசமாட்டிங்களா?"

"ஐயோ! இப்போ நான் என்ன பண்ணா பேசுவிங்க?"

" பேசாம போயிடு .ரொம்ப கடுப்ப கிளப்புற"

"நீங்க நெஜமாவே லவ் பண்ணீங்களா? என்னால நம்பவே முடியல" என்று அகிலா வாய் இருக்காமல் கேட்டாள்.

"ஓஹோ! மறுபடி சந்தேகமா? இவ்வளோ சந்தேகம் இருக்குறவ, எதுக்கு டி என்ன காதலிச்சு கல்யாணம் பண்ணனும்?"

"சந்தேகம் இல்ல.ஆனால் மனசு ஏத்துக்க மாட்டேங்குது"

"என்ன டி? ஏதோ டபுள் சைட் காதலிச்சு கல்யாணம் பண்ண மாதிரி பேசிட்டு இருக்க"

" இல்லையா பின்ன! நமக்குள்ள சின்ன வயசுல இருந்தே ஒரு இது இருக்கு " என்று அவள் தரையை பார்த்துக் கொண்டே கூறினாள்.

"என்ன வெக்கமா?" என்று தலையில் அடித்து கொண்டான் தீரன்.

"அது இல்ல! கூச்சம் " என்று சிணுங்க தீரன் அவளை வெறியாக முறைத்தான்.

"சரி இப்போ சொல்லுங்க.என்னாச்சு? நெஜமாவே லவ் உண்மையா?" என்று கேட்டாள்.

தீரன் அமைதியாக அவன் மெத்தையில் அமர்ந்து கொண்டு ,அந்த தலையணையை எடுத்து மடியில் வைத்துக் கொண்டு 'ஆம்' என்றான்.

"சரி" என்று அவன் அருகில் அமர்ந்தவாறு அந்த தலையணையை அவனிடம் இருந்து வாங்கி அவள் மடியில் வைத்துக் கொண்டு " சரி கதைய சொல்-

லுங்க. கேட்போம் " என்றாள் அகிலா.

அதில் ஒரு பெருமூச்சை விட்டவன் "நான் முதல் முதல ஆத்வியை பார்த்தது ஒரு கோவில்ல" என்று கூறினான்.

"ஒரு நிமிஷம்! கோவில்ல தானே.மீதி கதைய நான் சொல்லுறேன்.கோவில்ல அப்படியே தாவணி கட்டி ,இயற்கை அழகோட அங்க வந்து சாமி கும்பிட்டு விளக்கேத்தி, பிச்சகாரங்களுக்கு காசு போட்டு, அவங்களுக்கு சாப்பாடு வாங்கி கொடுத்து, அப்பறம் பிரசாதம் வாங்கி அந்த கோவில்ல ஊருற எறும்புக்கு எல்லாம் சாப்பாடு போட்டு தரைய நாரடிச்சு, குதிச்சு குதிச்சு வெளியே ஓடி, அப்படியே உங்க மனசுக்கு உள்ளையும் வந்துருப்பா. சரியா?" என்று மூச்சு வாங்கிக் கொண்டே கேட்டாள்.

தீரன் அவளை வெறியாக முறைத்தான்.

"நான் சொல்லவே இல்ல. நீ லூசு மாறி பேசிக்கிட்டு அங்கிட்டு போ" என்று கத்திவிட்டான்.

"சரி சரி! நான் வாய மூடிட்டு இருக்கேன்" என்று வாயை தன் கையால் மூடிக் கொண்டு "ம்ம் இப்போ சொல்லுங்க" என்று சைகை செய்ய , அவன் மீண்டும் கூற ஆரம்பித்தான்.

"கோவில் உள்ள வந்த உடனே சாமி கும்பிட வராம, குளத்து படியில போய் உக்கார்ந்து" என்று தீரன் கூற

"நான் சொல்லுறேன்.அங்க உள்ள மீனுக்கு பொறி போட்டு இருப்பா.அந்த அஞ்சு ரூபா பொறில உங்களுக்கு காதல் வந்துருச்சு, அப்படித்தானே" என்று கேட்டாள்.

இம்முறை அவன் சட்டென்று எழுந்து குளியலறைக்குள் சென்று கதவை அறைந்து சாத்தினான்.

"ஐயோ! போச்சு. அவனே ஒழுங்கா சொல்லி இருப்பான்.தேவையில்லாம இடைல பேசி அவனை வெறி ஏத்திட்டோம். கடவுளே! " என்று தலையில் அடித்துக் கொண்டு அவன் வருகைக்காக காத்திருந்தாள்.

ஐந்து நிமிடத்தில் வெளியே வந்த அவன் காலில் சாஷ்டாங்கமாக விழுந்து விட்டாள்.

"பிராணநாதா! என்னை மன்னிச்சுடுங்க. நான் செஞ்சது தப்பு தான்.இப்போ சொல்லுங்க" என்று தரையில் நீச்சல் அடிப்பதை போல் அவள் கால், கையை ஆட்டிக் கொண்டு தரையில் கிடந்தாள்.

அவளை பார்த்து அவனுக்கு சிரிப்பு வந்தாலும், அதை கட்டுப்படுத்திக் கொண்டு அங்கிருந்து நகர்ந்து பால்கனி நோக்கி சென்றான்.

தரையில் குப்புறக் கிடந்தவள் நிமிர்ந்து பார்க்க, தீரன் இல்லை.

"அட நாசமா போறவனே ! சொல்லிட்டு போக வேண்டியது தானே.ஐயோ அம்மா இடுப்பு வலிக்கிதே. எவ்வளோ பெர்பார்மன்ஸ் போட்டாலும் வொர்க் அவுட் ஆக மாட்டீதே " என்று புலம்பிக் கொண்டு அவளும் எழுந்து பால்கனி நோக்கி சென்றாள்.

அங்கு சென்று அவள் வாய் திறப்பதற்கு முன்பே அவன் ஆரம்பித்தான்.

"அந்த குளத்து கரையில தான் அவளை பார்த்தேன்.ரொம்ப சோகமா எதையோ நெனச்சு அழுத்துட்டு இருந்தா.எனக்கு பார்க்கவே கஷ்டமா போச்சு.நான் கூட ஏதோ வீட்ல ப்ராப்ளம் போலன்னு நெனச்சேன்.ஆனால் இப்போதான் தெரியுது, அவ லவ் மேட்டர் வீட்ல தெரிஞ்சா என்ன ஆகும்னு பயத்தில் அழுது இருக்கா" என்று தீரன் கூறினான்.

'கிளுக்' என்று வாயைப் பொத்தி சிரித்தாள் அகிலா.அவளை முறைத்து விட்டு மீண்டும் தொடங்கினான்.

"எனக்கு அவ அழுததை பார்க்கவும் மனசு ரொம்ப கஷ்டமா போச்சு.சரி என்னன்னு கிட்ட போய் கேட்கலாம்னு பார்த்தேன்.ஆனால் அதுக்குள்ள அவ வேகமாக கிளம்பி, சாமி கூட கும்பிடாமல் வீட்டுக்கு போயிட்டா"

"அதுக்கப்புறம் நான் அதை பெருசா எடுத்துக்கல. ஆனால் அடிக்கடி என் கனவுல அவ அழுத முகம் தான் நினைவுக்கு வரும். என்னன்னு தெரியாம நான் ஒரு வாரம் தவிச்சு போயிட்டேன்.சரி அந்த பொண்ணை இன்னொரு முறை பார்த்தா சரி ஆகிடும்னு நெனச்சேன்.அவ வெள்ளிக்கிழமை அப்போ அந்த விநாயகர் கோவிலுக்கு வந்தா.அதுனால நானும் அடுத்த வெள்ளிக்கிழமை அந்த கோவிலுக்கு போய் அவளுக்காக காத்துட்டு இருந்தேன்"

"அப்போதான் பாப்பு எனக்கு அறிமுகம் ஆனா.அவளுக்கு ஏதோ 108 குடம் தண்ணி எடுத்து ஊத்துறதா வேண்டிருப்பா போல.பாதிக்கு மேல முடியாம போக, அங்க தனியா உக்கார்ந்து இருந்த என்கிட்ட அவ உதவி கேட்டா"

"ஹலோ பாஸ்! நீங்க இங்க வெட்டியா தானே இருக்கீங்க.எனக்கு கொஞ்சம் ஹெல்ப் பண்ண முடியுமா?" என்று ஹாசி கேட்க, அவள் வெட்டி என்று கூறியது அவன் கோபத்தைக் கிளப்பினாலும், அவள் கூறிய விதத்தில் சிரித்தான்.

"சொல்லுங்க என்ன பண்ணணும்?" என்று கேட்டான்.

"அது ஒன்னும் இல்ல சார்.எனக்கு எக்சாம் நடக்க போகுது.அதுக்குள்ள எங்க மேம்க்கு காய்ச்சல் வந்து பெட்ல அட்மிட் ஆகிட்டாங்க.அதுனால" என்று கூற வந்தாள்.

"அதுனால அவங்களுக்கு சரி ஆகனும்னு ,நீங்க தண்ணி எடுத்து ஊத்தி ப்ரே பண்ணிட்டு இருக்கீங்க.அதானே" என்று தீரன் கேட்டான்.

"ஐயோ போங்க பாஸ் ! காமெடி பண்ணாம.அவங்களுக்கு இப்படி ஏதாவது ஆகனும்னு வேண்டிக்கிட்டதே நான்தான்.அது நடந்துருச்சு.அதான் 108 முறை

குடம் தூக்கி தண்ணி ஊத்துறேன்" என்று அசால்டாக கூற, தீரன் அதிர்ந்து விட்-டான்.

'அம்மாடி! சரியான சண்டி ராணியா இருப்பா போலயே' என்று மனதிற்குள் நினைத்து விட்டு, "சரிங்க உங்களுக்கு என்ன ஹெல்ப் வேணும்?" என்று கேட்-டான்.

"அது, நீங்க குளத்துல தண்ணி மட்டும் எடுத்து தாங்க. நான் போய் ஊத்திட்டு வரேன். இன்னும் 25 குடம் தான் பாக்கி.மூச்சு முட்டுது" என்று கூறினாள்.

"ஏங்க நான் 25 குடம் தூக்கி , உங்க மேம் திரும்ப வந்துட்டா என்ன செய்-யுறது?" என்று கேட்டான்.

"ஐயோ வாய! கழுவுங்க.அதெல்லாம் வரக்கூடாது.வந்தா நான் ஃபெயில் தான்" என்று புலம்பினாள்.

"ஓஹோ! ஆவ்ரேஜ் ஸ்டூடண்ட் தானா?" என்று கேட்டான்.

"ஹலோ ! அதெல்லாம் இல்ல" என்று சுத்தி முத்தி பார்த்தவள் " உங்க கிட்ட சொல்லுறதுக்கு என்ன? போன செம் ல எல்லாமே போச்சு. வாஷ் அவுட்" என்று கண்ணடித்தாள்.

'அடிப்பாவி' என்று வாயில் கை வைத்து விட்டான் தீரன்.

"சரி சீக்கிரம் எடுத்து தாங்க" என்று கேட்க, அவனும் அவளுக்கு தண்ணி அள்ளிக் கொடுக்க அவள் வேண்டுதலை நிறைவேற்றினாள்.

"ரொம்ப தாங்க்ஸ்.உங்க பேரு?"

"என் பேர் தீரன்.உன் பேர் என்ன பாப்பு?" என்று கேட்டான்.

"பாப்பு வா" என்று கேட்க "ஆமா உன்னை மாதிரி, ஒரு குட்டித் தங்கச்சி எனக்கு இருந்தா இப்படி தான் கூப்பிட்டு இருப்பேன்" என்று கூற ,அவளும் உற்-சாகமாக "ஹாசினி" என்று கூறினாள்.

பின் இருவரும் சற்று நேரம் பேசி விட்டு விடை பெற்றனர்.சரியாக கோவிலில் இருந்து வெளியே வரும் பொழுது ஆத்வி உள்ளே வர, தீரன் யூ டர்ன் போட்டு மீண்டும் உள்ளே நுழைந்தான்.

நேராக விநாயகர் முன்பு நின்று அவரை முறைத்து விட்டு, மூக்கு சிவக்க, ஏதோ அவரை வசை பாடி விட்டு, விரல் நீட்டி எச்சரிக்கை செய்து விட்டு அங்-கிருந்து கிளம்பினாள்.

ஏனோ அவள் செய்கை அப்படியே அவன் மனதிற்குள் பதிந்து போனது.

அவள் செய்கையை நினைத்துக் கொண்டே இரவு முழுவதும் தூக்கம் வராமல் பரிதவித்து போனவன் "ஏன் மா இப்படி பண்ற? உன்னை இரண்டு முறை தான் பார்த்தேன்.இப்படி என் மனசுக்குள்ள வந்து பாடாப் படுத்துற.அப்போ நான் உன்ன காதலிக்கிறேன். அப்படித்தானே !" என்று கண்ணாடி முன்பு நின்று அவன் கேள்வி கேட்டுக் கொண்டான்.

பதில் என்னவோ அவனுக்கு பச்சை சிக்னல் கொடுத்து அவனை பறக்க செய்தது.

'அவளை எப்படி சந்திப்பது?' என்று யோசனையில் மூழ்கியவன் மறுநாள் மருத்துவமனை செல்ல, அங்கே மணிகண்டனை அழைத்து கொண்டு வந்தாள் ஆத்வி.

அவளை பார்த்ததும் துள்ளிய மனதை கட்டுப்படுத்திக் கொண்டு திரை மறைவில் ஒளிந்து கொள்ள, அவளோ மணிகண்டனின் சுகர் பிரச்சனைக்கு மருத்துவரை அணுகி விட்டு, மாத்திரை வாங்கி கொண்டு வந்தாள்.

அவனுடைய சக மருத்துவர் மூலம் அவர்களை பற்றி அனைத்தையும் அறிந்து கொண்டான் தீரன்.அவள் பெயர் முதற்கொண்டு!

"ஆத்வி" என்று ஒரு முறை மனதிற்குள் சொல்லிக் கொண்டான்.

இப்படியே நாட்கள் நகர, இரண்டு வாரத்தில் ஒரு வாரம் அவளை அதே கோவிலில் மீண்டும் பார்த்து விட்டான்.

என்ன காதலை சொல்லத்தான் தைரியம் இல்லை! ஒரு முறை கோவிலில் பார்த்த பொழுது அவளை தன் போனில் புகைப்படம் எடுத்துக் கொண்டான்.

அது தான் இன்று தலையனையாக மாறி உள்ளது.

அப்படி இருக்கும் சமயத்தில் தான் ஹர்ஷா ஒரு பெண்ணை விரும்புவதாகக் கூற, அவளை பெண் கேட்க போகும் இடத்தில் தான் அவளை மீண்டும் சந்தித்தான் தனக்கு அண்ணியாக!

அவனால் அதை ஏற்றுக் கொள்ளவே முடியாது போக, தலை வலிப்பதாக உடனடியாக அங்கிருந்து கிளம்பிவிட்டான்.

அவன் காதல் சொல்லாமலே மடிந்து போனது என்று எண்ணி கவலையில் இருக்க, தன் அண்ணனுக்காக தன் மனதை கல்லாக்கிக் கொண்டு நடப்பதை வெறும் ஜடமாக வேடிக்கைப் பார்த்தான்.

இதில் அவனே எதிர் பாராரது ஆத்வி மண்டபத்தை விட்டு சென்றது. அவள் கோமாவிற்கு சென்றது, பின் அவளது திருமணம் மற்றும் அவன் திருமணம்.

தன் கதையை கூறி விட்டு அவன் சோர்வாக அமர " அப்போ அதுக்கு அப்பறம் என்ன நடந்து இருக்கும்னு நான் சொல்லவா?" என்று அகிலா கேட்ட மறு நிமிடம் விருட்டென்று இருக்கையில் இருந்து எழுந்தான்.

அவள் பின் முடியை பிடித்து தன் அருகே இழுத்து இன்னொரு கையால் அகிலாவின் கீழ் உதட்டை பற்றினான்.

இந்த திடீர் தாக்குதலில் மிரண்டு போன அகிலா, பேச்சு வராமல் அவனையே நடுங்கிய படி பார்க்க, அவனோ கண்கள் கலங்கி "நான் இப்படி ஒரு சூழ்நிலையில இருக்கும் போது தான், நீ என்னை கல்யாணம் செஞ்சு கிட்ட.இப்போ சொல்லு நான் எந்த மன நிலையில உனக்கு தாலி கட்டி இருப்பேன்னு!என்

கூடவே நீயும் வளர்ந்துட்ட.உன்னை என்னால அப்படி பார்க்க முடியலை.ஆனால் எப்போ உன் கழுத்துல தாலி காட்டினேனோ அப்போ இருந்து உன்ன என்னைக்கும் கை விட நெனச்சது இல்ல"

"ஆனால் நான் பழச எல்லாம் மறந்துட்டு வாழனும்னு நினைக்கிறேன்.என்னால முடியலை.கொஞ்ச எனக்கு டயம் தேவப்படுது .ஆனால் இன்னைக்கு நீ நடந்துகிட்ட விதம் என்ன ரொம்ப ஹார்ட் பண்ணிருச்சு. என் பாஸ்ட் என்னன்னு கூட தெரியாம, நீ காதலிச்ச ஒரு காரணத்துக்காக என்னைக் கல்யாணம் பண்ணி இப்போ நீயே என்னை சந்தேகப்படுறது என்ன நியாயம்?" என்று அவள் உதட்டை பிடித்துக் கொண்டு அவள் அருகில் நெருங்கி நின்று பேசினான்.

அவன் பேசியது அவளை கலங்க வைத்தாலும், அவன் அருகாமை அவளை ஏதோ செய்தது.

மெதுவாக உதட்டைக் கூட்டி "இன்னும் கொஞ்ச நேரம் என் கிட்ட இப்படி நெருக்கமாக இருந்தா, நான் உங்களை கிஸ் பண்ணிடுவேன்.அப்பறம் என்னைய சொல்லக் கூடாது" என்று தலையை குனிந்துக் கொண்டு மெல்லிய குரலில் அவனை பார்க்காமல் அப்பாவியாக கூறினாள் அவன் மனைவி.

அவள் கூறியதை அவன் புரிந்து கொள்ளவே அவனுக்கு சில நொடிகள் ஆனது.

புரிந்ததும் பட்டென்று அவளிடம் இருந்து விலகி அவளை முறைத்து பார்த்தான்.

"என்ன என்னைய பார்க்குறீங்க? நான் மனசுல பட்டத சொல்லிடுவேன்.நீங்க என்ன காதலிக்கல. ஆனால் நான் உங்களை காதலிச்சு தான் கல்யாணம் பண்ணிக்கிட்டேன். நீங்க இந்த மாதிரி நெருங்கி வந்தா எனக்கு அப்படி தான் தோணும்.சரி கதை நல்லாத்தான் இருந்துச்சு! அப்படி ஒன்னும் மொக்கை இல்ல.எனக்கு கதை கேட்டு பசிக்குது. நான் போய் டீ குடிக்க போறேன், உங்களுக்கு வேணுமா?" என்று கேட்டாள்.

அவளை வெட்டவா? குத்தவா? என்ற ரீதியில் பார்த்து வைத்தான் தீரன்.

'இப்போ நம்ம என்ன தப்பா சொல்லிட்டோம்னு இப்படி பார்க்குறாறு.சரி கதை கேட்ட எனக்கே பசிக்கும் போது , கதை சொன்ன அவருக்கும் பசிக்கும் தானே.ஒரு நல்ல எண்ணத்தில தானே கேட்டேன். ஓவரா பண்றான்' என்று அவள் அந்த அறையில் இருந்து ஓட போனாள்.

"ஒரு நிமிஷம் நில்லு" என்ற அவன் குரலுக்கு கட்டுப் பட்டு அவள் அப்படியே நிற்க " இப்போ வீட்ல என்ன பிரச்சனை போயிட்டு இருக்குனு தெரியும் தானே. பாப்பு இப்போ நம்ம கூட இல்லை.எப்படியாவது நம்மதான் அவங்களை சேர்த்து வைக்கனும். அப்படி நடந்தா அப்பறம் நம்ம வாழ்க்கையை பத்தி யோசிப்போம். எனக்கு இப்போவே உன்மேல காதல் இருக்குன்னு பொய் சொல்லி வாழ

தோணலை.அது தானா வரனும். நீ எனக்காக வெயிட் பண்ணா ஓகே. இல்லேனா உனக்கு உன் லைஃப் எப்படி இருக்கனும்னு ஆசையோ ,அப்படி இருந்துக்கோ" என்று கூறினான்.

"எத்தனை வருஷம் ஆனாலும் நான் காத்துட்டு இருப்பேன்னு சொல்லமாட்டேன்.நான் ஒன்னும் அன்னை தெரசா இல்ல.கூடவே இருந்து என் லவ்வ புரிய வைப்பேன்.நீங்களும் என்னை லவ் பண்ணனும். இத விட்டா உங்களுக்கு வேற வழி இல்லை மிஸ்டர் தீரன்" என்று அவனை தீர்க்கமாக பார்த்து கூறி விட்டு அறையில் இருந்து வெளியேறினாள் அகிலாண்டம்.

****

தன் மகனை தேற்ற வழி தெரியாமல் கலங்கிப் போய் அமர்ந்திருந்தார் சீதா.

"என்ன டா சொல்லுற? ஹாசி குட்டியை லவ் பண்ணுற தானே.அப்பறம் ஏன் டா விட்டுட்டு வந்த?" என்று கேட்டார்.

இப்போது அவர் மடியில் இருந்து எழுந்தவன் "தெரியல மா.என்னால ஹாசி குட்டியை விட்டு ஒரு நிமிஷம் கூட இருக்க முடியாதுன்னு தோணுச்சு . அதான் அவளை விட்டுட்டு வந்தேன்"

அவன் பதிலில் சீதாவிற்கு எங்காவது முட்டிக் கொள்ளலாம் போல் இருந்தது.

" என்ன டா தண்ணிய போட்டியா?" என்று கேட்டார்.

"ம்மா " என்று அதிர்ச்சியாக அவரை பார்த்தான்.

"இல்ல மா ! என் பொண்டாட்டி என்னை விட்டுட்டு போயிட்டாமா. அதுவும் அவன் யாரு? நேத்து வந்தவன். பெரிய அத்தான் அத்தான்னு அவன் பின்னாடி போறா"

"நீதானே பா அவளை போக சொன்ன"

"ஆமா ! நான்தான் சொன்னேன்.என்னால குற்ற உணர்ச்சிய தாங்கிக்க முடியலை மா.அதான் அவ என்னை மயக்கிட்டான்னு பேசி அவளை என்ன விட்டு அனுப்பிட்டேன்" என்று விரக்தியாக கூறினான்.

"ஹர்ஷா ஒன்னு மட்டும் நல்லா புரிஞ்சுக்க முயற்சி பண்ணு. ஆத்விக்கு இப்போ கல்யாணம் ஆகிடுச்சு.நீ இப்பவும் அவளை நினைச்சுட்டு" என்று அவர் கூற வருவதை தடுத்தவன் "என் மனசுல ஆத்வி இல்ல மா. முழுக்க முழுக்க என் ஹாசி குட்டி தான் இருக்கா.அடுத்தவன் பொண்டாட்டிய நெனச்சு பார்க்குற அளவுக்கு நான் கேவலமானவன் இல்ல மா" என்று ஹர்ஷா கூற, சீதா நிம்மதி பெருமூச்சு விட்டார்.

"அப்போ ஹாசி குட்டிய போய் கூட்டிட்டு வருவோமா?" என்று கேட்க, ஹர்ஷா மறுப்பாக தலை ஆட்டினான்.

"அவ சந்தோசமா இருக்கனும்மா. அதான் அவளை போக சொல்லிட்டேன்.எப்படிமா தன் அக்காவை காதலிச்சவர, அவ கல்யாணம் பண்ணிட்டு இங்க

வந்து சந்தோசமா இருக்க முடியும்? ஒவ்வொரு முறையும் அவளுக்கு ஆத்வி நினைப்பு தான் மா இருக்கும்.அதுவும் நான் ஆத்வி கிட்ட காதலை சொல்லும்-போது அவ கூடவே இருந்தா.அதெல்லாம் அவ நெனச்சு இந்த கல்யாணத்துல எவ்வளோ துடிச்சு இருப்பா?"

"என்னால அவளை கஷ்ட படுத்த முடியலை மா.அவ எங்கயோ சந்தோசமா இருந்தாலே போதும் மா" என்று கண் கலங்கி கூறினான்.

"அப்போ உன் வாழ்க்கை?"என்று சீதா கேட்க "என் வாழ்கையில இன்னொரு பொண்ணுக்கு இடமே இல்ல மா. எப்போ நான் அவ கழுத்துல தாலி கட்டி-னேனோ, அப்போவே முடிவு பண்ணிட்டேன்.ஒரு தடவ தான் வாழ்க்கையில கல்-யாணம் நடக்கனும். அது எனக்கு முடிஞ்சு போச்சு.நான் என் ஹாசி குட்டிய நெனச்சு கிட்டே வாழ்ந்துருவேன் மா" என்று முகத்தை திருப்பிக் கொண்டான்.

"ஏன் பா முகத்தை திருப்பி இருக்க? அவ இல்லாம உன்னால வாழ முடியாது. இது எந்த அளவுக்கு உண்மையோ ,அதே போல நீ இல்லாம அவளால வாழ முடியாது" வேகமாக வந்து விழுந்தது சீதாவின் வார்த்தை.

"ஏன்?" என்று பார்வையாலேயே தன் தாயிடம் கேட்டான் ஹர்ஷா.

"நீ ஹாசி குட்டிய லவ் பண்ணுறதுக்கு முன்னாடியே, அவ உன்னை விரும்ப ஆரம்பிச்சுட்டா" என்று கூற ஹர்ஷா அதிர்ந்து போனான்.

'என்ன! என் ஹாசி குட்டி என்னை விரும்புறாளா? எப்போ இருந்து? எப்படி? எங்கே?' என்று அவன் மனம் பல கேள்விகளை கேட்டது.

"இப்போ படுத்து தூங்கு! மிச்சத்தை அப்பறம் பேசலாம்" என்று சீதா அறையை விட்டு வெளியேற, ஹர்ஷா அப்படியே மெத்தையில் சரிந்தான்.

ஏனோ அருவியில் நனைந்ததை போல் இருந்தது அவனுக்கு.முகம் பளிச்சிட மெத்தையில் உருண்டவன், அறை வாயிலை பார்க்க, அங்கு ஹாசி மார்பின் குறுக்கே கையை கட்டிக்கொண்டு நின்றிருந்தாள்.

"என்ன மிஸ்டர் ஹர்ஷா? இப்போவாவது என் காதல் உங்களுக்கு புரிஞ்சுதா?" என்று கேட்க, சட்டென்று மெத்தையில் இருந்து எழுந்தவன் நொடியும் தாமதிக்-காமல் ஓடி சென்று எலும்பு நொறுங்கும் அளவிற்க்கு இறுக அணைத்துக் கொண்-டான் அவன் ஹாசி குட்டியை.

"ஐயோ !சீதா காப்பாத்து டி. உன் புள்ள என்னை கொலை பண்ண பார்க்கி-றான்" என்று ராமச்சந்திரன் கத்த, அதிர்ந்து போய் அவரிடம் இருந்து விலகினான் ஹர்ஷா.

'ஐயோ இவரா! அந்த ராட்சஸி தானே என் கண்ணுல தெரிஞ்சா..போச்சு! என் மானம் எல்லாம் போச்சு! 'என்று ஹர்ஷா முழிக்க, அவர் கத்திய கத்தில் அகிலா, தீரன் ,சீதா மூவரும் அங்கு வந்து சேர்ந்தனர்.

****

கதவை திறந்து முகில் உள்ளே நுழைய, பாவடையை நெஞ்சின் குறுக்கே கட்டிக் கொண்டு , போனில் பாட்டை போட்டு விட்டு பரதநாட்டியம் ஆடிக் கொண்டிருந்தாள் ரிதி.

எப்போதும் அமுதியின் அழுகையை கட்டுப்படுத்த வழி தெரியாமல் பாட்டைப் போட்டு அவள் முன் கை, கால்களை நீட்டி ஆடுவாள்.

அப்படி ஆடும் போது ரிதியின் இந்த செயலில் அமுதி குஷியாகி, அழுகையை நிறுத்தி அவளுடன் குஷியாக கை தட்டி சிரிப்பாள்.

இன்று காலையில் இருந்து ரிதியை காணாத ஏக்கத்தில் அவளை பார்த்தவுடன் 'வீல்' என்று அலற, குளித்து வெளியே வந்த ரிதி துணியை கூட மாற்ற மனம் இல்லாமல், அமுதியின் அழுகையை பொறுக்க முடியாமல் நெஞ்சின் குறுக்கே கட்டிய பாவாடையுடன் பாட்டை போட்டு ஆட ஆரம்பித்தாள்.

குழந்தை அழுகையில் முகில் என்பவனை மறந்து போனது தான் பரிதாபம்.

கண்ணோடு காண்பதெல்லாம் தலைவா கண்களுக்குச் சொந்தமில்லை!

கண்களுக்குச் சொந்தமில்லை!

கண்ணோடு மணியானாய் அதனால் கண்ணைவிட்டுப் பிரிவதில்லை- நீ

என்னைவிட்டு பிரிவதில்லை!

தக்ரதக்ரதக்ரதிம் தக்ரதக்ரதக்ரதிம் தக்ரதக்ரதக்ரதிம் தக்ரதக்ரதகஜம்

'தகர்திம்மி' போட்டு பாவடையால் சுற்றி வந்தவள் கண்களில் பட்டான், வாயிலில் கண்களில் ரசனையை ஏற்றி ஒரு மார்க்கமாக பார்த்து நின்றுக் கொண்டிருந்த அவளின் வேதியியல் வாத்தி.

'தகர்திமி' போட்டு சுற்றி வந்தவள் தன் கணவனை பார்த்ததும் அவளுக்கு மேலும் சுற்ற, அப்படியே அருகில் ஒரு டேபிளை பிடித்து கொண்டு நின்றாள்.

அமுதி படு குஷியாக கை தட்டிக் கொண்டே "ப்பா" என்று அவனை நோக்கி கை காட்டி சிரித்தாள்.

32

அத்தியாயம்-32

"ப்பா" என்று அமுதி அவனை பார்த்து கத்த, உள்ளே வந்து கதவை சாற்றியவன் அமுதியை கையில் ஏந்தி கொண்டு அறை வாசலுக்கு சென்றவன், தன் தந்தையை அழைத்து அவரிடம் அவளை கொடுத்து அனுப்பினான்.

இதுவரை இருந்த தைரியம் முற்றிலும் அற்று போய், பாவா டையுடன் நிற்க கூட முடியாமல், அவனையே பார்த்தாள்.

தன் மகளை வெளியே தன் தந்தையிடம் கொடுத்து விட்டு உள்ளே வந்து கதவை தாழ்ப்பாள் இட, ரிதி பயத்தில் மீண்டும் குளியலறைக்குள் ஓட பார்க்க, ஒரே எட்டில் அவளை பிடித்து விட்டான் அவளின் வேதியல் வாத்தி.

அவள் கையை அவனிடம் இருந்து விடு விக்க முயற்சிக்க, அவளால் முடியவில்லை.

'ஐயோ போச்சு! ரொமான்ஸ் பண்ண போறாரோ? கடவுளே இப்படி வந்தா சிக்கனும்' என்று மனம் பறி தவிக்க, அவன் கேட்ட கேள்வியில் ஆடி விட்டாள்.

தன் காதில் சரியாக தான் விழுந்ததா என்று அவள் மீண்டும் அவனை கேள்வியாக பார்க்க, அவனோ அவள் பார்வையை புரிந்துக் கொண்டு மீண்டும் அதே கேள்வியை கேட்டான்.

"what is dopamine hormone?" என்று அவன் மீண்டும் கேட்டான்.

அடச்சே! எந்த நேரத்துல என்ன 'கேள்வி கேட்கிறாரு பாரு.வாத்தின்னு ப்ரூவ் (prove) பண்ணுறாரு போல. அட சண்டாளா! விடு டா ,பாவடையோட நிக்கிறேன். பாடம் எடுத்துட்டு இருக்க' என்று அவள் மனம் கதற, எங்கே வெளியே சொல்லும் அளவிற்கு தான் தைரியம் இல்லாமல் போனது.

அதன் பின்னே அவன் கேட்ட கேள்வியை யோசித்தாள்.

'இது வேதியல் இல்லையே. அடப்பாவி வாத்தி!' என்று மனம் கதறினாலும், 'பரவாயில்லை நம்ம ஆளும் ரொமான்ஸ் பண்ணுறார்' என்று மனதை தேற்றிக்

கொண்டாள்.

"அப்படினா என்னங்க?" என்று அப்பாவியாக அவள் கேட்டாள்.

"நடிப்ப போடாத. வாயை திறந்தா பொய்.ஒழுங்கா பதில் சொல்லு.இல்லேனா நாளைக்கு கிளாஸ்ல வச்சு இந்த கேள்விய கேட்பேன்" என்று முகில் மிரட்ட ரிதி பயந்து போனாள்.

"ஐயோ ! கிளாஸ்ல வச்சு கேட்டா என்ன பண்ணுறது?"

"ஆன்சர் மறந்து போச்சு " என்று பாவமாக கூறினாள்.

"ஃபோன் எடுத்து கூகிள் பண்ணி சொல்லு"

" சரி " என்று தலையாட்டி விட்டு அருகில் இருந்த போனை எடுத்து சர்ச் செய்தாள்.

உடனே வந்தது விடை! "Dopamine hormone is a hormone" என்று அவள் வாசிக்க தொடங்கினாள்.

அவளை நிறுத்தி "தமிழ்ல சொல்லு" என்று கூற அவனை வெறியாக முறைத்-தாள் ரிதி.

"நான் பாவடையை கட்டிகிட்டு நிக்கிறேன். இவன் என்ன பட்டிமன்றம் நடத்-திகிட்டு இருக்கான்" என்று தலையில் அடித்துக் கொண்டவள் கூறினாள் பதிலை.

"இந்த ஹார்மோன் நம்ம எப்போ எல்லாம் அதிக சந்தோசமா இருக்கோமோ அப்பத்தான் இது சுரக்கும்.இப்போ எதுக்கு இந்த கேள்வி?" என்று அவள் கேட்-டாள்.

அவளை மேல் இருக்கு கீழ் வரை பார்த்தவன் " ஏன்னா நான் இப்போ ரொம்ப சந்தோசமா இருக்கேன்" என்றான் ஒரு மார்க்கமாக.

"இப்போ இங்க என்ன நடந்துச்சு ,சந்தோச பட " என்று ரிதி மீண்டும் கேள்வி கேட்டு விட்டு " ஒரு வேளை ஜெயராஜ் மாமாக்கு பொண்ணு ஏதாவது பார்த்துட்-டிங்களா?" என்று அழுகாமல் குலுங்காமல் அவன் தலையில் குண்டை போட்-டாள்.

அவனுக்கு தான் எங்காவது முட்டிக் கொள்ளலாம் போல் இருந்தது .

"ஏன் டி ,இது என்ன கன்றாவியான மூளை? ரொம்ப கேவலமா யோசிக்-கிது.நான் வேற மாதிரி சந்தோசத்தில இருக்கேன்" என்று அவன் அவளை பார்த்து கண் அடித்து விட்டு பார்வையால் "கீழே பார் " என்று காட்டினான்.

பார்த்தவள் அரண்டு போனாள்.அவள் கட்டி இருந்த பாவாடையின் நாடா அவன் கையில் இருந்தது.

"என்..என்ன பண்ணறீங்க? மொ.. மொத கைய எடுங்க" என்று பயத்தில் ரிதி பதறினாள்.

"எதுக்கு எடுக்கனும்? காலேஜ் விட்டு வரும்போது உன் பிரெண்ட் கிட்ட என்ன பத்தி என்ன சொன்ன ?என்ன பேச்சு பேசுன?" என்று முகில் கூறினான்.

'அடப்பாவி ! இது எப்போ அவனுக்கு தெரிஞ்சது' என்று அதிர்ச்சியாக அவனை பார்த்தாள்.

சற்று நேரத்துக்கு முன்

கல்லூரி விடுவதற்கு முன் அவள் அருகில் அமர்ந்த ஒரு பெண் நீலாவுடன் சற்று நேரத்திலேயே நன்றாக பழகி இருவரும் தோழியாக விட்டனர்.

நீலாவின் பேச்சு முழுவதும் முகிலை சுற்றியே வந்தது.'அவன் இப்படி, அவன் அப்படி! அவர் பெண்களை நிமிர்ந்து பார்க்க மாட்டார்.அவர் கண்ணியம் அப்படி' என்று நீலா பேச பேச ரிதிக்கு வயிற்றில் புகையைக் கிளப்பியது.

'இவன போய் ரொம்ப நல்லவன் மாதிரி பேசுறாங்க.ஐயோ கூடாதே !என்ன செய்யலாம்?' என்று தன் மண்டையை குடைந்து ஒரு வழியை கண்டுப்பிடித்தாள்.

"என்ன ரிதி நாங்க பேசிகிட்டே போறோம். நீ எதுவும் பேசாம இருக்க" என்று நீலா உலுக்கினாள்.

"எனக்கு அவரை முன்னாடியே தெரியும் டி " என்று சர்வ சாதாரணமாக கூறினாள்.

ஏற்கனவே முகிலை பற்றி தெரிந்து கொள்ளும் ஆர்வத்தில் இருந்தவர்கள் " என்னது உனக்கு தெரியுமா?என்ன தெரியும்? அவரு வீடு எங்க இருக்கு? அவரு யாரையும் லவ் கிவ்வு எதுவும் பண்ணிட்டு இருக்காறா?" என்று நீலா கலக்கமாக கேட்டாள்.

ரிதியின் பொய் பேசும் ஹார்மோன் சுரக்க ஆரம்பித்தது.

"எது லவ்வா! போங்க டி, அவருக்கு கல்யாணமே ஆகிடுச்சு" என்று கூற, அங்குள்ளவர்கள் அதிர்ந்து போனார்கள்.

"என்னது முகில் சார்க்கு கல்யாணம் ஆகிடுச்சா?" என்று வாயை பிளந்தார்-கள்.

"இப்போ அதை தானே நானும் சொன்னேன்.அதுவும் சும்மா இல்ல! லவ் பண்ணி கல்யாணம் பண்ணிகிட்டாங்க" என்று கூற, ஒருவர் முகத்திலும் ஈ ஆடவில்லை.

"இன்னொரு விஷயம் சொல்லவா. அவருக்கு கல்யாணம் ஆகி ஒரு வாரம் தான் ஆகுது. ஆனால் அவருக்கு ரெண்டு வயசுல ஒரு குழந்தை இருக்கு" என்று அலுங்காமல், குலுங்காமல் அவர்கள் தலையில் இடியை இறக்கினாள்.

அனைவரும் வாயில் கை வைத்து விட்டனர்.

அப்போ..நான்! அப்போ ..ஐயோ ,அப்போ! என்று ஒருவள் பேச்சு வராமல் தடுமாறினாள்.

"நீ நினைக்கிறது சரி தான்.முதல குழந்தை, அப்பறம் தான் கல்யாணம்" என்று கண்ணடித்தாள் ரிதி.

"அடியே இந்த பூனையும் பால் குடிக்குமானு இருந்துட்டு, இவரு பீரே அடிச்சு இருக்காரு டி" என்று தோழிகள் பேசி கொள்ள, ரிதிக்கு குளு குளுவென இருந்-தது.

அப்போது சரியாக காலேஜ் மணி அடிக்க "சரி டி ! நான் கிளம்புறேன்.இந்த விஷயம் நமக்குள்ளேயே இருக்கட்டும்" என்று கூறினாள்.

"ஒரு நிமிஷம்! உனக்கு எப்படி டி இவ்வளோ விஷயம் தெரியும்?" என்று நீலா கேட்டாள்.

"நான் அவரோட பக்கத்து வீட்டு பொண்ணு தான்" என்று கூறி பையை தூக்-கிக் கொண்டு ஓடி விட்டாள்.ஏனோ அவ்வளவு குஷியாக இருந்தது அவளுக்கு.

இப்போது அதை நினைத்து பார்த்தவளுக்கு பயத்தில் அல்லு விட, கலவரமாக அவனை பார்த்தாள்.

"எப்டி எப்டி? ஒரு வாரத்துக்கு முன்னாடி கல்யாணம் ஆகி , எனக்கு ரெண்டு வயசுல பாப்பா இருக்கா?" என்று கேட்க, அவளோ உதட்டை கடித்துக் கொண்டு அழுவதற்கு தயாராக நின்றாள்.

"நான் என்ன செஞ்சாலும், உங்க கிட்ட மாட்டிக்கிறேன்" என்று சிறு பிள்-ளையாக முகத்தை வைத்துக் கொண்டு அவள் கூற, அந்த முக பாவனையில் விழுந்து தான் போனான் அவளின் வேதியல் வாத்தி.

"இந்த உதடு தானே இவ்வளோ பொய்யும் சொல்லுது.அப்போ தண்டனையும் இதுக்கு தானே தரனும்" என்று கேட்க, அவளோ மிரட்சியாக அவனை பார்த்-தாள்.

சிவந்து இருந்த அவள் அதரங்களை பார்க்க பார்க்க அவனுக்கு பித்தம் தலைக்கேற, இரு விரல் கொண்டு அவள் கீழ் உதட்டை பிடித்தவன், அருகில் நெருங்க ரிதி தன் பாவடையை இறுகப் பிடித்துக் கொண்டாள்.

அவன் அருகே நெருங்க நெருங்க, ஏனோ அவளுக்கு வலுவிழந்து போவதாக தோன்றியது.

அப்படியே பின்னால் சரிய போனவளை இழுத்து, இடையில் கையிட்டு தன் கை வளைவிர்க்குள் நிறுத்தினான்.

அவள் ஜெர்ரி பழ உதட்டை நெருங்கிய பின்பும் முத்தமிட தோன்றாமல் தன் இதழ் கொண்டு அவள் இதழை பாந்தமாக உரசினான்.

ஏனோ இப்போது இருவருக்குள்ளும் உடம்பில் உள்ள அத்தனை வகை ஹார்-மோன்களும் சுரப்பதை போல் இருந்தது.

'இந்த தீண்டலுக்கு இதழ் முத்தமே பரவாயில்லை' என்று தோன்றியது ரிதிக்கு.அப்படி ஒரு சிலிர்ப்பு!

அவன் உரசிய விதத்தில் மயங்கி போனவள் கைகள் தானாகவே முன் வந்து தன் கணவனை அணைத்துக் கொண்டது.

****

சுந்தரி ஆடிய ஆட்டத்தில் அதிர்ச்சியாக நின்று கொண்டிருந்த சுதர்சன் "உன்னை இன்னைக்கு என்ன பண்ணுறேன் பாரு" என்று அதை துரத்தி பிடித்-தான்.

அது அவன் கையில் சிக்காமல் மீண்டும் டவலால் அதன் உடலை மறைத்துக் கொண்டு லாவகமாக அங்கிருந்து அந்த அறையை சுற்றி ஓடியது.

மகா இருவரையும் பார்த்து சிரித்தாள்.ஒரு கட்டத்தில் சுந்தரி மகா பின்னே வந்து ஒளிந்து கொள்ள, சுதர்சன் அவளை நெருங்கி சுந்தரியை பிடிக்க பார்க்க, அவள் தான் அவன் நெருக்கத்தில் திணறிப் போனாள்.

இருவரும் துரத்திக் கொண்டே மகாவை மெத்தையில் அருகில் நகர்த்தி வந்-தனர்.

ஒரு கட்டத்தில் மகாவின் பின்னே உள்ள சுந்தரியை எக்கி பிடிக்க பார்க்க, அது சட்டென்று அதன் பின்னே உள்ள ஜன்னல் வழியே தோட்டத்திற்குள் ஓட, அதை பிடிக்க வந்த சுதர்சன் பிடிமானம் இல்லாமல் அப்படியே மகாவின் மேல் சரிந்து இருவரும் மெத்தையில் விழுந்தனர்.

மகா மெத்தையில் கிடக்க, அவள் மேல் தன் உடல் முழுவதையும் படர்ந்த படி சுதர்சன் கிடந்தான்.

மகா கண் இமைக்காமல் தன் மேல் தன்னையே பார்த்துக் கொண்டிருக்கும் தன் கணவனை பார்க்க, அவனது பார்வையோ அவளது மை விழிகளில் விழுந்-தது.

இதில் விழுந்தவன் தானே அவள் கழுத்தில் தாலியைக் கட்டி அழைத்து வந்-தான். ஏனோ அவள் விழியில் கட்டுண்டவன் , அவள் முகம் அருகே நெருங்கி செல்ல, அவள் தன் கணவனின் நெருக்கத்தில் சம்மதமாக கண் மூடினாள் .

அவனோ தன் முதல் முத்திரையை, தன்னை எந்நிலையிலும் மயக்கும் அந்த மாய விழிகளுக்கு நச்சென்று முத்தத்தை பரிசாக வழங்கினான்.

அந்த முத்தத்திலேயே மகாவின் கன்னங்களும் காது மடல்களும் சிவந்து போக, அவள் முகத்தில் உள்ள செம்மைக்கு சொந்தக்காரன் மேலும் முன்னேற நினைத்தான்.

மெதுவாக இமை பிரித்து மீண்டும் மூடிக் கொண்டாள் மகா.மகாவின் செவ்வி-தழை தன் விரல் கொண்டு வருடி "மகி" என்று சுதர்சன் கிறக்கமாக அழைக்க, அவளோ தோட்டத்தில் பேசிய அனைத்தையும் மறந்தவளாக தன் கணவனின் செயலில் கைப்பாவையாக உருகினாள்.

"இது வேணும் டி" என்று அவள் இதழை அவன் விரல் கொண்டு உரசிக் காட்ட அவளோ இமை தாழ்த்தி சம்மதமாக பச்சை கொடி காட்டினாள்.

அதில் மகிழ்ந்த சுதர்சன், மெதுவாக அவள் இதழை நெருங்க மகி வெட்கத்தில் கண்ணை மூடி கொண்டாள்.

சுதர்சன் அதை பார்த்து மெல்லிய புன்னகையுடன் நெருங்க, சரியாக அவன் இதழுக்கும் அவள் இதழுக்கும் இரு விரல் அளவில் இடைவெளி இருக்க, சரியாக பாய்ந்தது அந்த இலை.

ஆம்! இலை தான்.சுந்தரி தோட்டத்தில் இருந்து எடுத்து வந்த இலை. இதழ் முத்த மயக்கத்தில் கண்ணை மூடி இருந்த சுதர்சன் இலையை கவனிக்காது மேலும் நெருங்க, அவன் வாயில் ஒட்டிக் கொண்டது மாட்டுச் சாணம்.

உதட்டில் ஏதோ பட்டத்தை போல் உணர்ந்த சுதர்சன் விழி திறந்து பார்க்க , அவர்கள் இருவருக்கும் அருகில் ஒரு கையை நாடியில் முட்டு கொடுத்து , இன்னொரு கையில் ஒரு சின்ன இலையில் மாட்டு சாணத்தைத் தடவிக் கொண்டு அவர்கள் இருவர் இதழுக்கு நடுவில் வைத்திருந்தது.

'எப்பூடி' என்பதை போல் அது பார்த்தது.

முத்தம் கொடுக்காமல் இருக்கவும் மகா கண் விழித்துப் பார்க்க, உதட்டில் மாட்டுச் சாணத்துடன் கண்களில் சிவப்பேற சுந்தரியை வெறியாக முறைத்துக் கொண்டிருந்தான் சுதர்சன்.

சுந்தரியை பார்க்கவும், சட்டென்று அவனை தள்ளி அவனை விட்டு தள்ளி அமர்ந்தாள் மகா.

சுதர்சனின் கோலம் கண்டு அவளால் சிரிப்பைக் கட்டுப்படுத்த முடியவில்லை.

"அம்மாஆஆ" என்று சுதர்சன் அலற, சுந்தரியை தூக்கிக் கொண்டு மகா ஒரே ஓட்டமாக அந்த அறையில் இருந்து ஓடி விட்டாள்.

****

"என்னங்க எதுக்கு இப்போ இப்படி கத்திட்டு இருக்கீங்க?" என்று சீதா வர தீரன், அகிலா இருவரும் அவர்களை புரியாமல் பார்த்தனர்.

ஹர்ஷா பாவமாக தன் தந்தையை பார்க்க "செய்றதையும் செஞ்சிட்டு பாவமா வேற பார்க்குறியா? என்னடா நினைச்சுட்டு இருக்க. இப்போதான் உங்க அம்மா எல்லாத்தையும் சொன்னா.இன்னைக்கு ராத்திரி குள்ள என் மூத்த மருமகள் என் வீட்டுக்கு வரனும்.இல்லேனா நீயும் வீட்டுக்கு வராத" என்று காட்டமாக பேசி விட்டு அவர் அங்கிருந்து நகர,மூவரும் அவனை பாவமாக பார்த்தனர்.

"டேய் ! அவளுக்கு ஃபோன் போட்டு இப்போ எங்க இருக்கான்னு கேளு.இன்னும் ஹாஸ்பிடல் தானா, இல்ல வீட்டுக்கு போயிட்டாளா ?" என்று கேட்டான்.

"என் ஃபோன்ல காசு இல்ல அண்ணா! இனிமேதான் ரீசார்ஜ் பண்ணனும்" என்று தீரன் நாசுக்காக விலகினான்.

"அடச்சை கஞ்சம்.ஹர்ஷா இரு என் ஃபோன் தரேன் " என்று அகிலா கூற, அவள் தலை முடியை கொத்தாகப் பிடித்து இழுத்துக் கொண்டு அறைக்குள்

நுழைந்து விட்டான் தீரன்.

"ஐயோஅம்மா! வலிக்குது! விடு டா " என்று கத்தினாள்.

"டா வா?"

"ஆமா டா! டால்டா. விடு டா என் முடியை. ஏற்கனவே கொஞ்சம் தான் இருக்கு. அதையும் கையோட எடுத்துறாத" என்று கத்தினாள்.

தீரனுக்கு அப்போது அழைப்பு வர, அவன் போனை கையில் எடுத்துக் கொண்டு "அவன் பொண்டாட்டி கிட்ட எப்படி பேசனும்னு அவனுக்கு தெரியும். நீ உன் வேலையை மட்டும் பாரு" என்று காலை அட்டென்ட் செய்து பால்கனி பக்கம் சென்று விட்டான்.

ஹாசினியை தேடி ஹர்ஷா மருத்துவமனைக்கு செல்ல, அங்கு இப்போது தான் அந்த கோமா பேசன்ட் டிஸ்சார்ஜ் ஆகி போனதாக கூற ஹர்ஷா சோர்ந்து விட்-டான்.

"நான் போன்னு சொன்னா உடனே உன் அத்தான், அதான் புதுசா வந்த அந்த மாங்கா மடையன் பின்னாடி போயிடுவியா டி" என்று கத்தி விட்டு, கண்-ணன் விலாசத்தை தெரிந்துக் கொண்டு அங்கே சென்றான்.

சற்று நேரத்திற்கு முன் தான் ஹாசி, கண்ணன், ஆத்வி மூவரும் அந்த வீட்டை அடைந்தனர்.

ஆத்வியை தன் கையில் தூக்கிக் கொண்டு போய் அவளுக்காக ஒழுங்கு படுத்தி வைத்த அறையில் உள்ள மெத்தையில் அவளை பூ போல் இறக்கி படுக்க வைத்தான்.

அவன் செய்கை ஒவ்வொன்றையும் ஹாசி கண் எடுக்காமல் பார்த்துக் கொண்-டிருந்தாள்.

"என்ன டா ஹாசி குட்டி? அத்தானை அப்படி பார்க்குற ? ஏன் உனக்கு அத்-தானை கட்டிக்கனும்னு தோணுதோ" என்று அவன் அவளை வம்புக்கு இழுத்-தான்.

"ஆஹான்! ஆசை தான்.இருந்தாலும் முன்னாடியே சொல்லி இருந்தா நான் பட்டா போட்டு இருப்பேன்.ப்ச் பிள்ளைய எல்லாரும் சேர்ந்து ஏமாத்திட்டு போயிட்-டீங்க" என்று ஹாசி போலியாக வருந்தம் கொள்ள,கண்ணன் சிரித்து விட்டான்.

"சரி வெயிட் பண்ணு. நான் டீ போட்டு தரேன்" என்று கூற " நானும் வரேன் அத்தான்" என்று அவனுடன் அறையில் இருந்து வெளியே வர அங்கு ஹர்ஷா நின்று கொண்டிருந்தான்.

'அவன் வருவான்' என்று தெரியும்! ஆனால் இவ்வளவு விரைவில் அவள் கணவனை எதிர்பார்க்கவில்லை.

இவ்வளவு நேரம் அவர்கள் பேசியதை கேட்டவன் பொறாமையில் பொங்கி தன் மனைவியை பார்க்க, அவளோ சாதாரணமாக "அத்தான், சீக்கிரம் பேசிட்டு

அனுப்புங்க.நான் டீ போட்டு கொண்டு வரேன்" என்று உள்ளே சென்று விட்டாள்.

அவனோ கண்ணனை பார்க்காமல் 'கொழுப்ப பாரு. இவளை தானே பார்க்க வந்தேன்' என்று அவன் விறு விறுவென அவள் பின்னே செல்ல, கண்ணன் கமுக்கமாக சிரித்துக் கொண்டே ஆத்வி அறைக்குள் நுழைந்து கொண்டான்.

"அடியே பொண்டாட்டி ! உன் தங்கச்சி இங்க வந்து ரெண்டு நிமிஷம் தான் ஆச்சு.அதுக்குள்ள உன் தங்கச்சி புருஷன் பின்னாடியே வந்துட்டாரு.சீக்கிரம் அவங்களுக்குள்ள உள்ள பிரச்சினை சரி ஆகனும்.நீ, நான், ஹாசி குட்டி அப்பறம் அவர் கணவர் எல்லாரும் சந்தோசமா வாழனும். அதுக்காகவாது நீ சீக்கிரம் எழுந்து வரனும்" என்று அவள் நெற்றியில் அழுத்தமாக ஒரு முத்தம் ஒன்றை வைத்தான்.

"இன்னைக்கு எனக்கு டீ வராது.அதுனால நான் போய் வெளியே குடிச்சுட்டு வரேன். இப்போதைக்கு கிட்சன் பக்கம் போயிடாத" என்று தன் காதல் மனைவியுடன் பேசி விட்டு வெளியேறினான் கண்ணன்.

கிச்சனில் ஹாசி பாலை கட் செய்து சட்டியில் ஊற்றி அடுப்பில் வைக்க, அவள் அருகில் வந்து நின்றான் ஹர்ஷா.

அவன்தான் என்று தெரிந்தாலும் அவள் எதுவும் பேசாமல் தன் வேலையில் கவனமாக இருந்தாள்.

பால் பொங்கி வரவும் அதை கையில் எடுக்க, ஹர்ஷா சுத்தி பேசி வழக்கம் இல்லாதவன் " நீ எப்போ இருந்து என்னை காதலிக்க ஆரம்பிச்ச ஹாசி குட்டி?" என்று முகத்திற்கு நேராக கேட்க, இந்த கேள்வியை சற்றும் எதிர் பார்க்காத ஹாசி பதறி பாலை தவறவிட, அது அவள் வயிற்றில் இருந்து கால் வரை கொட்டி விட்டது.

சுடு பாலின் தாக்கத்தில் அவள் "அம்மாஆஆ" என்று அலற, இதை சற்றும் எதிர் பார்க்காத ஹர்ஷா "அறிவு இருக்கா டி உனக்கு? கொஞ்சம் கூட அறிவு இல்ல.இப்படியா சுடு பாலை கொட்டுவாங்க " என்று அவளை அழைத்துக்கொண்டு வெளியே வந்தவன், அவளை சோபாவில் படுக்க வைத்து விட்டு வீட்டில் முதலுதவி பெட்டியை தேட, அப்போது உள்ளே வந்த கண்ணன் "என்னாச்சு? ஏன் இவ்வளவு அவசரமா என்ன தேடிட்டு இருக்கீங்க?" என்று கேட்டான்.

"அத்தான் , சுடு பாலை மேல கொட்டிகிட்டேன்" என்று ஹாசி கூறிய மறு நிமிடம், அவன் விரைந்து சென்று முதலுதவி பெட்டியை எடுத்து வந்து ஹர்ஷா கையில் கொடுத்தான்.

ஹாசி வலியில் முனங்க, ஹர்ஷா வேகமாக அவள் அருகில் வந்து " இரு டி ! கொஞ்ச நேரத்தில சரி ஆகிடும் " என்று கை நடுங்க அவள் சுடிதார் டாப்ஸை தூக்க போக, ஹாசி மறுத்தாள்.

ஹர்ஷா கண்ணனை பார்க்க, அவன் அவர்களுக்கு தனிமை கொடுத்து ஆத்வி அறைக்குள் புகுந்து கொண்டான்.

"வேணாம்! நானே போட்டுக்கிறேன்" என்று ஹாசி தடுத்தாள்.

"ஏன் நான் போட்டா என்ன குறைஞ்சு போயிடுவியா?" என்று ஹர்ஷா எகி-றினான்.

"வேணாம் மாமா.நீங்க இதெல்லாம் செஞ்சிட்டு நான் மயக்குறேனு சொல்லிட்டு போயிடுவீங்க.எனக்கு தான் வலிக்கும் " என்று அவள் அழுகையை அடக்கி கொண்டு கூற, அவனுக்கு தான் ஏதோ போல் ஆனது.

ஏனோ அவன் கூறும்போது வீரியம் தெரியாத வார்த்தை, அவள் கூறும்போது வீரியத்தின் அளவு சற்று தூக்கலாக இருந்ததை போல் தோன்றியது அவனுக்கு.

"ஆமா டி.சொன்னாலும் சொல்லலேனாலும் நீ தான் டி என்னை மயக்கின. பொண்டாட்டி புருஷனை மயக்குறத்துல ஒன்னும் தப்பு இல்லை.அதுனால" என்று பேசிக் கொண்டே அவள் டாப்ஸை தூக்க, பளிச்சிடும் அவளது குட்டி தொப்பை அவன் கண்களுக்கு விருந்தாகியது.

அதில் பால் பட்டு சிவந்து போய் இருக்க, அவன் வேகமாக மருந்தை எடுத்து அதில் தடவினான்.

எரிச்சலில் அவள் முனங்க, அவனோ சூடுப்பட்ட இடத்தில் ஊதிக் கொண்டே அந்த ஆயில்மென்ட்டை தடவினான்.

அங்கே முடித்து விட்டு "ஹாசி தொடையில சிந்தி இருக்கு.பேன்ட்ட கழட்டு" என்று கூறிய மறு நிமிடம் "என்னது?" என்று அதிர்ச்சியாக எழுந்து அமர்ந்தாள்.

அவனோ உள்ளுக்குள் படர்ந்த பரவசத்தை மறைத்துக் கொண்டு "சீக்கிரம் கழட்டு.இல்லேனா ரொம்ப எரிச்சல் இருக்கும்" என்று வேலையில் கவனமாக இருப்பது போல் பேசினான்.

அவளோ திணறிக் கொண்டு " மாமா! இல்ல.நானே.. போட்டுக்கிறேன்" என்று திக்கி திணறி கூறினாள்.

"உன்கிட்ட கேட்டா வேலைக்கு ஆகாது" என்ற ஹர்ஷா அவள் ஆடையில் கை வைத்தான்.

****

இவ்வளவு நேரம் தன் மனைவி பேசிய பேச்சில் உருகித்தான் போனான் தீரன். ‘இவளுக்கு இப்படி ஒரு பக்கம் இருக்கிறதா?’ என்று வியந்து போனான்.

ஏனோ தன்னை முழுதாக புரிந்து கொண்ட தன் மனைவியை கட்டி அணைத்து முத்தமிட தோன்ற, தன் எண்ணப் போக்கை நினைத்து அதிர்ந்த தீரன் தன் தலையில் தட்டிக் கொண்டு போனில் வாய் ஓயாமல் பேசும் தன் அடாவடி ராட்சஸியை ரசிக்க ஆரம்பித்தான்.

இந்த கல்லையும் கரைத்த பெருமை அவளையே சேரும்.அப்படி என்ன பேசி கலைத்தாள்?

ஒரு வேளை காதல் வந்து விட்டதோ?

33

அத்தியாயம்-33

"இப்போ உன்னால கழட்ட முடியுமா, முடியாத டி? நான் பார்க்குறதுல என்ன இருக்கு? ஏற்கனவே உனக்கு காய்ச்சல் வந்த அப்போ, நான்தான் டிரஸ் மாத்தி விட்டேன் .நியாபகம் இருக்கட்டும்" என்று ஹர்ஷா மிரட்டினான்.

"எல்லாம் பொய்.உமா அக்கா எல்லாத்தையும் மறு நாள் காலையில என்கிட்ட சொல்லிட்டாங்க.நீங்க எனக்கு ஒன்னும் பண்ணல.அக்கா தான் என்னை குளிக்க வச்சு டிரஸ் போட்டு விட்டு, தூங்க வச்சுட்டு போனாங்க"

பல்லைக் கடித்தான்.ஏனோ காரணமே இல்லாமல் இப்போது உமாவை பார்த்தால் பாய்ந்து விடுவான். அந்த அளவிற்கு கோபம் வந்தது அவள் மேல்!

"ஓஹோ! சரி.அப்போ இருந்த நிலையில எனக்கும் ஒன்னும் தோணலை.அப்பறம் உன் சம்மதம் இல்லாமல் அதெல்லாம் பண்ண மனசு இல்ல"

"இப்பவும் என் சம்மதம் இல்ல" என்று பல்லைக் கடித்தாள்.

"இப்போ நான் உன் சம்மதத்தை கேட்க வேண்டிய அவசியம் இல்லை..நீ எனக்கு உரிமையானவ. என்ன பண்ணாலும் யாரும் கேட்க போறது இல்ல. நான் ஹர்ஷா டி" என்று வார்த்தைக்கு வார்த்தை அவளை டி போட்டு அழைத்து அவன் உரிமையை நிலைநாட்டினான்.

"ஹாசி குட்டி" என்று செல்லமாக அழைக்கும் தன் மாமன், இப்போது உரிமையாக 'டி' போட்டு அழைப்பது அவளுக்குள் சில்லென்று இருந்தாலும், அவன் பேசிய பேச்சிற்கு மனம் இரங்க முடியாமல் முகத்தை கோபமாக வைத்து கொண்டு இருந்தாள்.

"இப்போ என்னதான் சொல்ல வரீங்க?"

"என்கூட சண்டை போடுறதை நிறுத்திட்டு மருந்த போடுன்னு சொல்லுறேன்"

"நானே போட்டுக்கிறேன்" என்று மருந்தை வாங்கிக் கொண்டு பக்கத்து அறையில் நுழைய பார்க்க, அவள் கையைப் பிடித்தான் ஹர்ஷா.

அவள் அருகில் நெருக்கமாக வந்து, அவள் காது மடலில் தன் மீசை உரசி நிற்க, அவன் சூடான மூச்சுக் காற்று காது மடலில் பட்டு தெறிக்க, சிலிர்த்து அடங்கினாள் பேதை.

"இப்போ ஓடலாம் ஹாசி குட்டி. என்னைக்கா இருந்தாலும் நான்தான் உன்ன முழுசா பார்க்கனும். நியபாகம் இருக்கட்டும்" என்று அவள் காதில் கிசு கிசுப்பாக பேசினான்.

சாசர் போல் விரிந்தது அவள் கண்கள்.' இவன் ஹர்ஷா தானா' என்று ஒரு-முறைக்கு இரண்டு முறை அவனை மேல் இருந்து கீழ் வரை பார்த்தாள்.

அவனோ அதை கண்டுக் கொள்ளாது அவளை உள்ளே தள்ளி கதவை அடைத்து அவளுக்காக ஹாலில் காத்திருந்தான்.

சரியாக ஐந்து நிமிடத்தில் வெளியே வந்தவளை மேல் இருந்து கீழ் வரை பார்க்க, அவன் பார்வையில் உடல் கூசி போனாள்.

"இப்போ எதுக்கு மாமா இங்க வந்து இப்படி பார்த்திட்டு இருக்கீங்க.அத்தான் இங்க தான் இருக்காரு . நீங்க மொத வீட்டுக்கு போங்க" என்று கூறினாள்.

"உங்க அத்தான் அக்கா இருக்குறது சரி.அவங்க அவங்களோட வீட்ல இருக்-காங்க.நீ நம்ம வீட்டுக்கு வா"

"எதுக்கு?"

"அங்க தான் நீ இருக்கனும்"

"நாமதான் விவாகரத்து பண்ண போறோம்ல"

"இன்னும் பண்ணலயே.அதுவரைக்கும் நீ என் பொண்டாட்டி தானே" என்று அவன் அழுத்தமாகக் கேட்டான்.

ஏனோ அவன் குரல் மாற்றத்தில் அவளுக்கு பயம் கவ்வினாலும் தைரியத்தை பிடித்துக் கொண்டு "என்னால வர முடியாது' என்று கூறினாள்.

"அப்போ என்னாலயும் போக முடியாது.இங்க தான் இன்னொரு ரூம் இருக்-குல்ல.நாம இங்க ஸ்டே பண்ணிக்குவோம்.நீ உன் அருமை பொத்தான் கிட்ட சொல்லிடு"

"அத்தான்" என்று பல்லைக் கடித்துக் கொண்டு கத்தினாள்.

கண்ணன் அவசரமாக வெளியே வந்தான். "என்னாச்சு மா ?" என்று பதறி-னான்.

"அத்தான்! இவரை கிளம்ப சொல்லுங்க.நான் இவரு கூட போக மாட்டேன்" என்று கூற கண்ணன் யாருக்கு பேசுவது என்று தெரியாமல் விழித்தான்.

"அத்தான்" என்று கத்த., அத்தனை அழுத்தமாக வெளி வந்தது அவள் வார்த்தை.

"இங்க பாரு ஹாசி குட்டி.அத்தான் எப்பவும் உன் நல்லதுக்கு தான் செய்-வேன்.உன்னோட இடம் அவரு வீடு தான்.நீ இங்க எப்போ வேணாலும் வரலாம்

,தங்கலாம், போகலாம்.ஆனால் உன்னோட நிரந்தரம் அந்த வீடு தான் மா"

"அப்போ எதுக்கு என்னை இங்க கூட்டிட்டு வந்தீங்கனு கேட்கலாம்.அப்போ இருந்த நிலைமையில உனக்கு யாரும் இல்லன்னு தோணக் கூடாது அதான்.இப்போ இவரு வரலைன்னாலும் நானே உன்ன பேசி கூட்டிட்டு போய் அங்க விட்டு இருப்பேன்" என்று கண்ணன் அவளுக்கு புரிய வைக்க, அவள் முகத்தை தூக்கி வைத்துக் கொண்டாள்.

"உங்க அக்கா ஆத்வி முழிச்சு ,என்ன என் தங்கச்சியை வாழ விடாம இங்க கூட்டிட்டு வந்து இருக்கீங்கனு கேட்டா, நான் என்ன பதில் சொல்லுவேன்?" என்று கண்ணன் கேட்டான்.

"நெஜமாவே அக்கா அப்படி கேட்பாளா அத்தான்?" என்று அவள் உதட்டை பிதுக்கி கேட்டாள்.

ஹர்ஷா அவள் உதட்டையே ஆசையாக பார்த்துக் கொண்டிருந்தான்.

"ஆமா மா.நீ இப்போ அவர் கூட போ" என்று கூறினான்.

அப்போது அகிலா ஹாசினிக்கு அழைத்தாள். உடனே கையில் இருக்கும் போனை வாங்கி அட்டென்ட் செய்து லவுட் ஸ்பீக்கரில் போட்டான் ஹர்ஷா.

"ஏய் ! பைத்தியக் காரி.நான்தான் பேசறேன்" என்று அகிலா கூற, ஹாசி வேகமாக எதையோ கூறி தடுக்க வர, ஹர்ஷா அவளை பார்வையாலேயே மிரட்-டினான்.

"கேட்குதா டி?" என்று கத்தினாள் அகிலா.

"ஆ.. அக்கா. சொல்லுங்க "

"இங்க வீட்ல ராம் மாமா உன்னை கூட்டிட்டு வந்தா தான் ஹர்ஷாவை வீட்-டுக்குள்ள விடுவேன்னு சொல்லிட்டாரு.இப்போ அவன் உன்னைய தேடி அங்க-தான் வருவான்.அவன் கூப்பிட்ட உடனே வராத.கொஞ்சம் பிகு பண்ணி, அவனை கெஞ்ச விடு. அலைய விடு.முடிஞ்சா கால்ல விழ வச்சுரு சரியா. எல்லாம் பண்-ணிட்டு அவன் கூட வந்திரு.எனக்கு ரொம்ப போர் அடிக்குது" என்று அகிலா பேசி விட்டு அவளே இணைப்பை துண்டித்து விட்டாள்.

ஹாசி பாவமாக ஹர்ஷாவை பார்க்க,அவன் அவளை வெறியாக முறைத்தான்.

கண்ணனுக்கு சிரிப்பைக் கட்டுப்படுத்த முடியவில்லை.

"என்ன டி இதெல்லாம்?"

"மாமா ! சத்தியமா எனக்கும் இதுக்கும் எந்த சம்பந்தமும் இல்லை.அக்கா தான் ஏதோ பேசிட்டு வச்சுட்டாங்க" என்று அப்பாவியாக கூறினாள்.

"வீட்ல போய் இருக்கு, உங்க ரெண்டு பேருக்கும் " என்று கத்தி விட்டு கார் சாவியை எடுத்துக் கொண்டு "போ" என்று வாசலை காட்டினான்.

அவள் அத்தானிடம் சென்றவள் "அக்கா பத்தரம் அத்தான்.இத நான் சொல்ல வேண்டிய அவசியம் இல்ல.இருந்தாலும் சொல்லுறேன்.நான் அடிக்கடி வந்து

பார்க்குறேன்.கண்ணு முழிச்சா உடனே எனக்கு சொல்லுங்க" என்று கூறிவிட்டு , அவள் அக்காவை ஒரு முறை பார்த்து விட்டு அங்கிருந்து வெளியேறினாள்.

கண்ணன் ஹர்ஷாவை நேராக பார்த்து "அவ உங்க மனைவி தான் சார்! நான் இல்லன்னு சொல்லலை. உங்களுக்குள்ள என்ன பிரச்சனைனு எனக்கு தெரியாது. இனிமே அது இவ்வளோ தூரம் வெளிய வர அளவுக்கு வர விடாதீங்க.இன்னொரு முறை ஹாசி இங்க வந்தா, நான் இப்படி சுலபமா உங்க கூட அனுப்ப மாட்டேன்" என்று கண்ணன் கூறினான்.

அவன் குரலில் எச்சரிக்கையா? பணிவா? கட்டளையா? உரிமையா? என்ன இருந்தது என்று அவனால் அறிய முடியவில்லை.

ஹர்ஷா ஒரு நமட்டு சிரிப்புடன் "ஹாசி குட்டி என் பொண்டாட்டி.அவளை நான் யாருக்கும் விட்டு கொடுக்க மாட்டேன்.இன்னொரு முறை அவ இந்த வீட்டு படி வாசல் மிதிச்சா, அப்போ அவ கூட கண்டிப்பா நானும் இருப்பேன்.வரட்டா" என்று ஒரு குறுஞ்சிரிப்போடு அங்கிருந்து கிளம்பினான்.

போகும் அவர்களை கண்களில் நிரப்பிக் கொண்டு வழி அனுப்பினான் கண்ணன்.

அவனுக்கு ஹாசி வாழ்க்கை மீது இருந்த பயம் முற்றிலும் இல்லாமல் போனது.

மகிழ்ச்சியாக தன் மனைவி அறைக்கு சென்றவன், அவள் தங்கையும், அவள் கணவரும் சமாதானம் ஆகி விட்டார்கள் என்று கூறி மகிழ்ந்தான் .

நினைவுகள் அற்றுக் கிடந்தாலும், கண்ணன் பேசுவதை காதில் வாங்கிக் கொண்டு மகிழ்ந்து கொண்டு தான் இருப்பாள் கண்ணனின் மனைவி .

****

சற்று நேரத்திற்கு முன் பால்கனியில் இருந்து போன் பேசி விட்டு உள்ளே நுழைந்த தீரன், மெத்தையில் அமர்ந்து அவனை பத்தி பேசிக் கொண்டிருக்கும் தன் மனைவியை தான் பார்த்தான்.

அவள் என்னதான் சொல்கிறாள் பார்ப்போம் என்று கேட்க ஆரம்பித்தான் தீரன்.

மெத்தையில் கால்கள் இரண்டையும் விரித்த வண்ணம் நடுவில் அந்த ஆத்வி படம் போட்ட குட்டி தலையணையை வைத்துக் கொண்டு பேசினாள்.

அவளுடைய நெருங்கிய தோழி ராணியிடம் "சொல்லு டி ! ஆமா .அவரை தான் கல்யாணம் பண்ணி இருக்கேன்" என்று பேசத் தொடங்கினாள்.

"தீரன் அண்ணவா?"

"அட ! ஆமா டி"

"உன் சின்ன வயசு காதல்"

"அதே என் சின்ன வயசு காதல் தான்.இப்போ கல்யாணம் வரை வந்துருச்சு"

"ஹேய் சூப்பர் டி.அண்ணா கிட்ட உன் காதலை சொல்லிட்டியா?"

"அத ஏன் டி கேட்கிற? என் தீரன் ஒரு பொண்ண லவ் பண்ணி, அது தோல்வியில முடிஞ்சு, ரொம்ப வருத்தததுல இருக்கும் போது தான் நான் அவரை கல்யாணம் பண்ணிக்கிட்டேன்"

"என்ன டி சொல்லுற?"

"எனக்கே ரொம்ப கஷ்டமா இருக்கு டி.அவரு காதலிச்சது கூட தெரியாம, நான் அவரை மணமேடையில வச்சு கட்டாயப்படுத்தி தாலி கட்ட வச்சுட்டேன்" என்று குரல் கமர கூறியவளின் கண்களும் கலங்கியது.

"என்ன அகிலா சொல்லுற? தெளிவா சொல்லு" என்று ராணி கேட்க, அன்று நடந்தது அனைத்தையும் கூறி முடித்தாள் அகிலா.

"என்ன டி! என்ன காரியம் பண்ணி வச்சு இருக்க?"

"தெரியும் டி! தப்பு தான். அவரு இப்போ காதலிச்ச பொண்ணு உயிரோட இருந்திருந்தா , என் காதலை பொதச்சு கூட அவரை நான் அவ கூட சேர்த்து வச்சு இருப்பேன்.என் தீரன் சந்தோசத்தை விட எனக்கு வேற என்ன டி வேணும்? ஆனால் இப்போ அவளுக்கு கல்யாணம் ஆகிடுச்சு. அதுவும் ரெண்டு பேரும் லவ் பண்ணி கல்யாணம் பண்ணி இருக்காங்க" என்று ஆத்வி பற்றி அனைத்தையும் கூறினாள்.

"ஐயோ பாவம் டி .அண்ணன் ரொம்ப மனசு உடஞ்சு போயிருப்பாரு . அப்போ போய் நீ மிரட்டி கல்யாணம் பண்ணிட்டு வந்துட்ட"

"ஆமா டி.அவரு லவ் பண்ண கதைய அவர் வாயாலேயே சொன்னாரு.என்னால அழுகையை கன்ட்ரோல் பண்ண முடியலை டி.என்ன இருந்தாலும் நானும் உண்மையா அவர விரும்புறேன். நான் விரும்புன பையனோட வாயில இருந்து ,அவர் விரும்பின பொண்ண பத்தி பேசும்போது ரொம்ப வலிச்சது.ஆனால் நான் அவர்கிட்ட காட்டிக்கல" என்று கூறும்போத கண்களில் கண்ணீர் உருண்டோடி விழுந்தது.

"அகிலா! ஃபீல் பண்ணாத டி"

"எப்படி டி ஃபீல் பண்ணாம இருக்க முடியும் ? ஆனால் ஒன்னுல மட்டும் தெளிவா இருக்கேன். ஒருவேளை நான் அவருக்கு வேணாம்னு அவரு முடிவு பண்ணா, சத்தியமா யாருக்கும் சொல்லாம நான் வீட்ட விட்டு கிளம்பி போறதா இருக்கேன் டி.என்னால இனிமே அவரை கஷ்ட படுத்த முடியாது. ஏற்கனவே அவரு நிறையா கஷ்டத்தை அனுபவிச்சுட்டாரு"

"உன்னால அவரு இல்லாம இருக்க முடியுமா?'

விரக்தியாக சிரித்தாள்."தெரியலை டி.ஆனால் நான் போய் தான் ஆகனும்.கடைசியா சண்ட வரும்போது கூட சொல்லிட்டாரு.நான் உன்னை என் பொண்டாட்டியா நினைக்கலைன்னு.அப்போ எப்படி இருந்துச்சு தெரியுமா? ஆனால் ஒன்னு டி ! உனக்கே தெரியும் நான் என் தீரன் மேல எவ்வளோ

காதல் வச்சு இருக்கேன்னு.அவர் இல்லாம போனா கூட இன்னொரு வாழ்க்கைய தேடிக்க மாட்டேன்.அவர் நினைப்போட எங்கேயாவது நான் வாழ்ந்துகிட்டு தான் இருப்பேன் டி" என்று கூறி முடித்தாள்.

"அகிலா ,அதெல்லாம் அண்ணனுக்கு உன்னை பிடிக்கும். லூசு மாதிரி ஏதாவது பேசி வீட்டை விட்டு கிளம்பி போயிடாத" என்று ராணி எச்சரிக்க, பின் சகஜமாக அவளிடம் ஓரிரு வார்த்தைகள் பேசி விட்டு தன் அலைபேசியை துண்டித்து விட்டு அந்த தலையணையை ஒரு முறை வருடி விட்டு, வேகமாக குளியலறை சென்று தான் முகத்தை கழுவிக் கொண்டு வந்தாள் அகிலா.

இவள் பேசியதை எல்லாம் திரை சீலைக்கு பின்னால் நின்று கேட்டவன் சிலையென சமைந்து விட்டான்.

தன் மனைவிக்கு இப்படி ஒரு பக்கம் இருப்பதை அவன் சற்றும் எதிர் பார்க்கவில்லை.

மனதிற்குள்ளேயே தன் மனைவியின் புரிதலை எண்ணி மெச்சி கொண்டவன், எதுவும் தெரியாதது போல் அப்போது தான் அறைக்குள் நுழைவது போல் நுழைந்தான்.

அகிலா அவன் வருவதை பார்த்து பெரும் மூச்சு விட்டு அறையை விட்டு வெளியேற போனவள் "நான் எனக்கு பூஸ்ட் கலக்க போறேன்.உங்களுக்கு வேணுமா?" என்று கேட்டாள்.

என்னதான் அவள் இயல்பாக காட்டிக் கொண்டாலும், அவள் கண்களில் அவள் மறைக்க நினைக்கும் உணர்வுகள் தெள்ள தெளிவாக விளங்கியது தீரனுக்கு.

"என்ன பூஸ்ட் குடிக்கிற?"

"பூஸ்ட் இஸ் த சீக்ரெட் ஆப் மை எனர்ஜி" என்று சிரித்துக் கொண்டே கூறினாள்.

"ஓகே ! எனக்கு ஒரு கப்" என்று கூற, அகிலா விழியை விரித்து அவனை பார்த்துக் கொண்டே சென்றாள்.

அதே அதிர்ச்சியுடன் கிச்சனில் சென்று பாலை கலந்து கொண்டு உள்ளே வந்த அகிலா, தீரன் எதையோ அலமாரியில் இருந்து எடுப்பதை பார்த்து அவன் கப்பை டேபிளில் வைத்து விட்டு, தன்னுடையதை பருக ஆரம்பித்தாள்.

தான் தேடி எடுத்த பொருளை கொண்டு வந்து அகிலா முன் நீட்ட, பூஸ்ட்டை குடித்துக் கொண்டே அதை வாங்கி பிரித்தவள் முகம் அதிர்ச்சியில் மலர்ந்தது.

அந்த அதிர்ச்சியில் குடித்து கொண்டிருந்த பூஸ்ட் புறைக்கேறியது.

"ஏய் ! பார்த்து குடிக்க மாட்டியா? இன்னும் சின்ன புள்ளையா டி நீ" என்று அவளை கடிந்துக் கொண்டே அவள் தலையில் தட்டினான்.

"உட்கார்ந்து குடி" என்று அவளை மெத்தையில் அமர வைத்தான்.

ஏனோ தீரனின் செய்கை அவளுக்கு ஏதோ உணர்த்தியது.ஆனால் அது என்னவென்று தான் அவளால் கண்டுக்கொள்ள முடியவில்லை.

தன் கையில் இருக்கும் அந்த மாம்பழ கலர் பட்டுப் புடவையை ஒரு முறை வருடி பார்த்தவள்,அவனை கேள்வியாக பார்த்தாள்.

"அன்னைக்கு ஷாப்பிங் போன அப்போ உனக்கு இந்த புடவை பிடிச்சு போச்சு தானே. ஆனால் மல்லிகா அத்தை உனக்கு எடுத்து தரலை.அதான் பில் போட்டு வாங்கிட்டு வந்தேன். உன் கல்யாணம் அன்னைக்கு இத உனக்கு கிஃப்ட் பண்ணலாம்னு நினைச்சேன்.ஆனால் என் பொண்டாட்டிக்கி கொடுப்பேன்னு நினைச்சுக் கூடப் பார்க்கலை" என்று தீரன் அகிலாவை பார்த்தான்.

அவன் கூறிய 'என் பொண்டாட்டி' என்ற வார்த்தையில் சப்த நாடியும் ஒடுங்கி போனவளாய் அவனை பார்த்தாள்.

****

"என்ன டா இது?" என்று வாணி வாயில் கை வைத்து கேட்டார்.

"என்னமா? நீங்க அப்பா கூட இருக்கீங்க.நான் மகி கூட இருக்கேன்.அப்போ சுந்தரி " என்று பாவமாக முகத்தை வைத்து கொண்டான்.

"பாவம்மா அதுவும். அதான் இந்த சுந்தரிக்கு ஏத்த இந்த சுந்தரனை வாங்கிட்டு வந்துட்டேன்" என்று சுதர்சன் கூற, வாணி அதன் அருகில் சென்று பார்த்தாள்.

"எங்க டா இதெல்லாம் விக்கிறாங்க?"

"யம்மா! இதெல்லாம் விற்க மாட்டாங்க. நான் எனக்கு தெரிஞ்ச ஒரு ஃபாரஸ்ட் ஆபிசர்ட்ட பேசி வாங்கிட்டு வந்தேன்.போகும் போது கொஞ்சம் அதுக்கு வாழைப்பழம் வாங்கிட்டு போனேன்.அவ்வளோ தான் என் பின்னாடியே வந்துருச்சு"

வாணி அவன் கூறிய கதையை வாயைப் பிளந்துக் கேட்டாள்.

அப்போது அங்கே வந்த மகா, சுதர்சன் கையில் புதிதாக ஒரு குரங்கை பார்க்கவும் "என்னங்க இது?" என்று ஆச்சரியமாக கேட்டாள்.

" நம்ம வீட்டு சுந்தரிக்கு, சுந்தரன் ரெடி" என்று கூறினான்.

அவள் தன் அத்தையை பார்த்து "அப்படியா?" என்று கேட்க, அவரும் 'ஆம்' என்று தலை அசைத்தார்.

"அது ஒன்னும் இல்ல மகா.சில பேருக்கு இந்த வீட்ல சுந்தரி இருக்குறது, அவங்க ரொமான்ஸ் பண்ணுறதுக்கு டிஸ்டர்ப்பா இருக்கு போல .அதான் இந்த வேலை" என்று வாணி நாசுக்காக அவனை அசிங்க படுத்தி விட்டு அடுக்களைக்குள் சென்றார்.

மகா புது குரங்கையே ஆராய்ச்சி பார்வை பார்த்தவள் "இது ஆண் குரங்குன்னு எப்படி கண்டு பிடிப்பீங்க?" என்று கேட்டாள்.

அவள் கேட்ட கேள்வியில் அதிர்ந்தவன் ,தன் அன்னையின் காதில் விழாத படி அவளை அங்கிருந்து நகர்த்தி சென்றான்.

"என்ன டி இதெல்லாம்? இப்படி ஒரு கேள்வி கேட்கிற?"

"எனக்கு நிஜமா தெரியலை. அதான் கேட்டேன்"

"சரி! நமக்கே பாப்பா பிறந்தா எப்படி கண்டு பிடிப்ப?"

"நான் ஏன் கண்டு பிடிக்கனும்? டாக்டர் வெளிய வந்து சொல்லிடுவாங்க" என்று பெருமையாக கூறினாள்.

"சரி டாக்டர் சொல்லலை .அப்போ எப்படி கண்டு பிடிப்ப?" என்று சுதர்சன் கேட்டான்.

"அதான்" என்று ஏதோ கூற வந்தவள் நாக்கை கடித்துக் கொண்டு "ஈஈ" என்று பல்லைக் காட்டினாள்.

அவள் சிரிப்பதை பார்த்து தன் உதட்டிற்குள் புன்னகையை அடக்கியவன் "அப்படித்தான் இங்கேயும்" என்று மேலோட்டமாக கூறி முடித்தான்.

"சரி எங்க சுந்தரி?" என்று கேட்டான்.

"ரூம்ல தான் டிவி பார்த்திட்டு இருக்கு" என்று கூறினாள்.

"இனிமே அதுக்கு டிவி பார்க்க எல்லாம் நேரம் இருக்காது .மொத அதை கூப்பிடு " என்று கூற கீழே இருந்து "சுந்தரி" என்று அழைத்தாள் மகா.

அப்போது கணபதி வீட்டிற்குள் வர, வாணி டிவி போட்டு சத்தத்தை கூட்டி வைக்க , மகா குரலை கேட்ட சுந்தரி பாய்ந்துக் கொண்டு வெளியே வந்தது.

ஓடி வந்த சுந்தரியின் கால்கள் அப்படியே ப்ரேக் அடித்ததை போல் நின்றது.

அதன் பார்வை முழுவதும் சுதர்சன் கையில் இருக்கும் சுந்தரனை நோக்கியே இருந்தது.

அப்போது ஒலித்தது அந்த பாடல்!

பாக்காத பாக்காத!

அய்யய்யோ பாக்காத!

என்று சிவ கார்த்திகேயன் பாடல் ஒலிக்க, சுந்தரனின் பார்வையில் அதனின் பார்வையை சந்திக்க இயலாமல் வெட்கி தலை குனிந்தாள் சுந்தரி.

செக்க செவந்து நான் போகும்படி தான்
தன்ன மறந்து ஏன் பாக்குற
என்ன இருக்குது என்கிட்டனு
என்னை முழுங்க நீ பாக்குற
இந்த ஒரு பார்வையால தானே நானும் பாழானேன்
பாக்காத பாக்காத
அய்யய்யோ பாக்காத!

என்று வரிகள் ஓட சுந்தரியும், சுந்தரனும் பார்வையாலேயே ஒருவரை ஒருவர் களவாடிக் கொண்டிருந்தனர்.

இவ்வளவு நாளும் தன் வீட்டில் ஆட்டம் போட்ட ‘ சுந்தரி தானா ’ என்று அனைவரும் வாயை பிளந்து பார்த்தனர்.

"அப்பாடா எப்படியோ நம்ம ரூட் கிளியர் பண்ணியாச்சு" என்று சுதர்சன் பெருமூச்சு விட்டான்.

பாவம் அவன் அறியவில்லை! சிங்கிலாக இருக்கும் போதே அந்த பாடு படுத்திய சுந்தரி மிங்கில் ஆகவும் செய்யப் போகும் ரகளையை அவன் அறியாமல் போனான்.

****

"இரு இரு! பாவாடை நாடா மேலையா கைய வைக்குற. இரு டா உனக்கு இருக்கு.இன்னைக்கு நான் அரைக்குற சட்டினில உனக்கு பேதி புடுங்கி நீ படுத்து கிடக்கல, நான் வாத்தி பொண்டாட்டி இல்ல டா " என்று அவனுக்கு பேதி போகும் அளவிற்கு அந்த சட்டினியை ரெடி செய்தாள் ரிதி.

"எவ்வளோ திமிரு இருந்தா, என் உதட்டுல" என்று தன் உதட்டை ஒரு நிமிடம் தொட்டு பார்த்தவள் "விட மாட்டேன்" என்று அடுப்பில் போட்டு தாளித்து வைத்தாள்.

இது எதுவும் அறியாத முகில் அம்முவை மடியில் வைத்துக் கொஞ்சிக் கொண்டு இருவரும் தனி உலகில் இருந்தனர்.

ரிதி செய்யும் சட்டினியை உண்ண போவது யார்?

34

அத்தியாயம்-34

வித விதமாக சமையல் செய்து டேபிளில் வந்து அடுக்கினாள் ரிதி.

"அடடே! என்ன மா,என் மருமகள் வித விதமா சமைச்சு இருக்கா போல" என்று ஜெயராஜ் உணவு வகைகளை பார்த்துக் கொண்டே மேஜையில் அமர்ந்தார்.

"ஆமா மாமா! எல்லாம் உங்களுக்கு பிடிச்ச டிஷ் தான். வாங்க உட்காருங்க.நான் போய் அவரை கூட்டிட்டு வரேன்" என்று தன் அறையை நோக்கி சென்றாள் ரிதி.

உள்ளே மெத்தையில் முகில் மேல் அம்மு அவன் நெஞ்சில் தலை வைத்து சுகமாக துயில் கொள்ள, அவளை அரவணைத்த வண்ணமே அவனும் உறங்கி இருந்தான்.

'ஐயோ! என் காரியமே கெட்டுப் போச்சு.என்ன இவரு அதுக்குள்ளையும் தூங்கிட்டாரு. விடாத ரிதி! எழுப்பி சாப்பிட வை' என்று அவளுக்கே சொல்லிக் கொண்டு முகில் மேல் இருக்கும் அம்முக் குட்டியை மெதுவாக எழுப்பினாள் ரிதி.

குழந்தையின் அசைவில் கண் விழித்த முகில் "என்ன பண்ற?அவ தூங்கட்டும்" என்று கூறினான்.

"அவளை பெட்ல படுக்க வச்சிட்டு வாங்க.நான் உங்களுக்கு சாப்பாடு எடுத்து வச்சுருக்கேன்"

"சரி நீ போ! நான் வரேன்" என்று முகில் கூறினாலும் பார்வை என்னவோ தன் மனைவியையே அளவெடுத்தது.

பிங்க் நிறத்தில் அதிகம் வேலைப்பாடுகள் இல்லாத சாதாரண சல்வாரில் தேவதையாக தெரியும் தன் மனைவியை ரசிக்கவும் தவறவில்லை.

அவள் நெற்றியில் , கழுத்தில் வேலை செய்ததன் விளைவால் ஆங்காங்கே பூத்திருக்கும் வேர்வை துளிகள் அவளுக்கு மேலும் அழகூட்டியது.

தன் கணவனின் பார்வை மாற்றத்தில் எதையோ உணர்ந்து கொண்ட ரிதி, அவசரமாக அந்த அறையை விட்டு வெளியேற போக அவள் முன் வந்து வழி மறைத்து நின்றான் முகில்.

"வா..வாங்க.வெளிய மாமா வெயிட் பண்றாங்க" என்று தப்பிக்க பார்த்தாள்.

"கொஞ்ச நேரம் அவரு வெயிட் பண்ணா என்ன?" என்று பேசிக்கொண்டே அருகில் இருக்கும் டவலை எடுத்து , அவள் நெற்றியில் பூத்திருக்கும் வேர்வை துளிகளை டவலை வைத்து ஒற்றி எடுத்தான்.

ரிதி அவனை அதிர்ச்சியாக பார்க்க "என்ன பார்க்குற தன்யா? உங்க வீட்ல உன்ன வேலை செய்யாம வளர்த்து இருப்பாங்க.இப்போ இங்க வந்து நீ எங்க-ளுக்காக இவ்வளோ செய்யுற.உனக்காக இது கூட நான் செய்யாட்டி எப்படி.எங்க அம்மா போனதுக்கு அப்பறம் , இப்போதான் வீட்டு சாப்பாடு அதுவும் நல்ல சாப்-பாடு சாப்புடுறேன்" என்று அவள் கண்களைப் பார்த்து பேச, ரிதி அவன் பேசி-யதை கண்கள் விரிய பார்த்துக் கொண்டிருந்தாள்.

"நெஜமா தான் தனு" என்று டவலை கொண்டு அவள் கழுத்தில் பூத்திருக்கும் வேர்வையை துடைத்தான்.

டவல் பட்ட இடத்தில் அவன் விரல்களும் தீண்ட, கூசிப் போனாள் வாத்தியின் மனைவி.

"எனக்கு என்ன சொல்றதுன்னு தெரியலை தனு மா! எங்க அம்மாக்கு அப்-பறம் எனக்கு பொண்ணுங்க கூட பழக்கம் இல்ல.சீதாம்மா, அப்பறம் அகிலா ரெண்டு பேருமே எனக்கு அம்மா, தங்கை ஸ்தானத்தில இருந்தாங்க..இப்போ புதுசா கிடைச்ச நீ தான் ,எனக்கு எல்லாமேனு நான் முடிவு பண்ணிட்டேன்"

அவள் ஜடையை எடுத்து முன்னால் போட்டவன், அவள் பின் கழுத்தில் டவல் வைத்து துடைக்க இருவருக்கும் உள்ள நெருக்கம் இன்னும் கூடியது.

என்ன நினைத்தானோ! அவள் தோளில் உள்ள துப்பட்டாவை சற்று விலக்கி அங்கு அழுத்தமாக பதித்தான் தன் இரண்டாம் முத்திரையை.

இதற்கு மேல் முடியாது என்பதை போல் ரிதி அவனை இறுக்கமாகக் கட்டி கொள்ள, அவனும் அவளை இறுக்கமாக அணைத்துக் கொண்டு அவள் கழுத்-தில் முகம் புதைத்தான்.

"ஐ லவ் யூ" என்ற மூன்று வார்த்தையில் சொன்னால் தான் காதலா? இதோ தன் காதலை மொத்தமாக அவளிடம் கொட்டி விட்டு, தன் தாயாகவும், தன் தமக்-கையாகவும், தன் தோழியாகவும், தன் மனைவியாகவும் என்று மொத்த உறவையும் தன் மனைவியிடம் எதிர்பார்த்து நிற்கிறான் தன்யாவின் காதல் கணவன் முகில்.

"சீக்கிரம் படிச்சு முடி தன்யா.அம்மு மாதிரி நம்மலும் ஒரு பாப்பா பெத்துக்க-லாம். என் அம்மா தான் உனக்கு வந்து பிறப்பாங்க. சீக்கிரமே எங்க அம்மாவை பார்க்க ஆசைப்படுறேன்" என்று முகில் தன் அன்னையின் பிரிவில் பேசினான்.

அப்போது தான் ரிதிக்கு புரிந்தது.தன் கணவன் அவனுடைய தாயை எந்த அளவிற்கு தேடியுள்ளான் என்பது!

"உனக்கும் என்ன பிடிக்கும் தானே தனு.நீயும் எங்க அம்மா மாதிரி என்ன விட்டுட்டு போக மாட்டில" என்று அவன் ஏக்கமாக கேட்டான்.

அவன் ஏக்கத்தை புரிந்து கொண்டவள், அவளை மேலும் இறுக்கி அணைத்து அவனுக்கான பதிலை தன் அணைப்பின் மூலம் கூறினாள்.

அப்போது அம்மு சிணுங்க, சட்டென்று இருவரும் விலகி ஒருவரை ஒருவர் பார்க்க முடியாமல் திணற, அம்மு அழுகவும் ரிதி சென்று அமுதியை தூக்கிக் கொண்டு அவன் முகம் பாராமல் வெளியே ஓடினாள்.

"என்னாச்சு மா? இவ்வளோ நேரம் ஆளை காணோம். நான் சாப்பிட்டேன் மா.சாப்பாடு ரொம்ப சூப்பரா இருக்கு. சீக்கிரம் சாப்பிடுங்க" என்று அமுதியை வாங்கிக் கொண்டு அவளுக்கான பாலையும் வாங்கிக் கொண்டு, தன் பிள்ளைகளுக்கு தனிமையை கொடுத்து விட்டு அவர் அறைக்குள் சென்று விட்டார்.

தன் காதல் கணவனின் முகத்தை பார்க்க முடியாமல் அவனுக்கு சாப்பாட்டை பரிமாற, அதனுடன் சேர்த்து அவனுக்கு அரைத்த சட்டினியையும் காதல் மயக்கத்தில் அவன் தட்டில் வைத்து விட்டாள்.

முன்பு இருந்த கோபம் இப்போது அவன் மேல் துளியும் இல்லாது போக, இப்போது தெளிவாக இருந்திருந்தால் அந்த சட்னியை அவனுக்கு வைத்திருக்க மாட்டாள்.

தன் மனைவியின் கை வண்ணத்தை ஆசையாக ருசித்தவன், ஒரு நிமிடம் தான்! ஒரே நிமிடத்தில் வாயில் உள்ள தோசையை தட்டில் துப்பி, கண்கள் சிவக்க, சட்னியில் வைத்த காரத்தில் தொண்டை எரிய விடாமல் இருமினான்.

'ஐயோ போச்சு! அந்த சட்னியை போய் வச்சுடேனே' என்று தண்ணீரை ஒரு கோப்பையில் நிரப்பி அவனுக்கு கொடுக்க, அவன் வாங்கி முழுவதையும் குடித்தான்.

குடித்தும் காரம் அடங்காமல் இருக்க, தலையில் கை வைத்துக் கொண்டு அமர்ந்தான் முகில்.

"ஐயோ சாரிங்க! நீங்க அப்போ என் பாவாடை மேல கை வச்சு, என் உதட்டுல" என்று சொல்ல முடியாமல் திணறி பின் "அதுனால தான் உங்க சட்னில காரத்தை கொஞ்சூண்டு தூக்கலா போட்டேன்" என்று பாவமாக கூறினாள்.

ஏதோ அளவு தெரியாமல் போட்டு விட்டாள் என்று அவன் நினைக்க, இப்படி தன்னவள் வாயாலேயே அவள் செய்த காரியத்தை கூறவும், காரம் தலைக்கேற அவளை சட்டென்று இழுத்து தன் மடியில் அமர வைத்தவன், நொடியும் தாமதிக்காமல் தன் பொய் கோழியின் இதழை சுவைக்க ஆரம்பித்தான்.

அவனிடம் உள்ள காரத்தை அவளுக்கு வழங்கி, அவளிடம் உள்ள இதழ் தேனை பருகி தன் காரத்தை குறைத்துக் கொண்டிருந்தான் வேதியல் வாத்தி.

****

அவன் கொடுத்த புடவையை பார்த்து அகிலா அதிர்ச்சி கலந்த பார்வை பார்த்தாள்.

"என்ன லுக்கு?"

"ஒன்னும் இல்லை"

"அப்போ எதுக்கு அப்படி பார்க்கு"

"என் புருஷன நான் பார்க்குறேன்"

"ஓஹோ!"

"சரி, என்ன ஏன் உனக்கு பிடிச்சது"

"நீ என்கிட்ட மட்டும் பேச மாட்ட.என்ன மட்டும் முறைப்ப.ஆனால் என்ன வாங்கினாலும் எனக்கும் வாங்குவ. என்ன தேடுவ.முகில், ஹர்ஷா போல நீ என்-கூட பேசிருந்தா எனக்கு உன்மேல காதல் வந்துருக்குமானு தெரியலை.ஆனால் நீ என்கிட்ட விலகி விலகி போன அப்போ தான் உன்ன நெருங்கனும்னு என் மனசு சொன்னுச்சு"

"ஓஹோ! அப்பறம்"

"அப்பறம், உன் கிட்ட ஒரு முக்கியமான விஷயம் சொல்லனும்"

"என்ன?" என்று புருவம் உயர்த்தினான்.

"நீங்க என்ன லவ் பண்ணல.அதுனால என் மேல உங்களுக்கு எந்த ஃபீலிங்-கும் இல்லாம இருக்கலாம்.ஆனால் நான் அப்படி இல்ல.சின்ன வயசுல இருந்து உங்களை தான் காதலிக்கிறேன்.ஆனால் எனக்கு உங்க மேல நிறையா ஃபீலிங் இருக்கு. அதுனால கொஞ்சம் தள்ளி இருந்தே பேசுங்க.இல்லேனா உங்க கற்-புக்கு நான் பொறுப்பு இல்ல" என்று அசால்ட்டாக கூற, தீரன் வாயைப் பிளந்து அவளை பார்த்தான்.

"இந்த வெக்கம், கூச்சம் நாணம் இப்படி எல்லாம் பொண்ணுங்களுக்கு இருக்-குமாம்.உனக்கு ஏதாவது இருக்கா?" என்று தீரன் கேட்டான்.

"அதெல்லாம் வர வேண்டிய நேரத்துல வரும். சரி டா! நான் கீழே போறேன்" என்று அகிலா நகர, அவள் கைப்பிடித்த தீரன், மெத்தையில் இருக்கும் அவளது துப்பட்டாவை எடுத்து அவள் கழுத்தில் போட்டு "போ" என்று அனுப்பி வைத்-தான்.

அகிலா பார்ப்பதற்கு சற்று சப்பியான உடல் வாகு கொண்டவள்.

பெண்மைக்கு இருக்க வேண்டிய அனைத்தும் அவளுக்கு கன கச்சிதமாக இருக்க., தீரன் அவளது உடை அலங்காரத்தில் கவனமாக இருந்தான்.

"என்னமோ போ! இப்படிலாம் பண்ணி தான் இந்த அகிலாவை சாச்சுப்புட்ட" என்று கண்ணடித்து விட்டு அவள் கீழே ஓட, அவள் கூறியதை நினைத்து தீரன் சிரித்து கொண்டான்.

வேகமாக கீழே வந்த அகிலா கண்டது, ஹாசினியின் கையை பிடித்துக் கொண்டு வீட்டிற்குள் வரும் ஹர்ஷாவைத்தான்.

‘அப்படி போடு ! நம்ம ஆளு கூட்டிட்டு வந்துட்டான் போல’ என்று மனதிற்குள் குதூகளித்து கொண்டாள்.

"வாங்க வாங்க! யம்மா ஹாசி இப்படி எங்க வீட்டு பிள்ளைய தவிக்க விட்டு போகலாமா? அவன் நீ இல்லாம சரியா கூட சாப்பிடலை.பாரு ஒரே நாள்ல எப்படி இளச்சு போயிட்டான் பாரு" என்று அடுக்கிக் கொண்டே போக, .ஹர்ஷா அமைதியாக அவள் நடிப்பை பார்த்துக் கொண்டிருந்தான்.

ஹாசி தான் தவித்துப் போனாள். ‘ஐயோ! உண்மை தெரியாம இப்படி பேசிட்டு இருக்கீங்களே.என்னால வெளிய சொல்லவும் முடியல.இவரு என்ன செய்ய போறாரோ’ என்று அகிலா முகத்தை பார்த்தாள்.

"என்ன ஹர்ஷா நான் சொல்லுறது சரி தானே?" என்று அகிலா கேட்டாள்.

"ரொம்பவே சரி தான்.வீட்டுக்குள்ள போய் பேசுவோமே" என்று ஹர்ஷா கேட்க, மூவரும் உள்ளே சென்றனர்.

ஹர்ஷா அமைதியாக ஹாலில் உள்ள இருக்கையில் அமர, ஹாசியை பார்த்த அகிலா "நீ எங்க ஹர்ஷா கைல ,கால்ல விழுந்து மன்னிப்பு கேட்டதுனால அவன் உன்னைய கூட்டிட்டு வந்துட்டான்.இனிமே இந்த மாதிரி கோச்சுக்கிட்டு போக கூடாது" என்று அறிவுறுத்தினாள்.

"டேய் தீரா" என்று அழைத்தான் ஹர்ஷா.

அண்ணனின் குரலை கேட்கவும், வேகமாக அறையில் இருந்து வெளியே வந்தான் தீரன்.

‘என்ன சம்மந்தமே இல்லாம, எதுக்கு இப்போ இவன கூப்பிடுறான்’ என்று அகிலா பார்த்தாள்.

"என்ன அண்ணா?"

"இல்ல !அகிலா முதல்ல நம்ம வீட்டு பொண்ணா இருந்தாலும் , இப்போ நம்ம வீட்டு மருமகள். உன் பொண்டாட்டி! அதான் இப்பவும் அகிலா கிட்ட எனக்கு உரிமை இருக்கு தானே" என்று கேள்வியாக கேட்டான்.

தன் அண்ணனின் கேள்வியில் அதிர்ந்தான்.

"என்ன கேள்வி இது? எப்பவுமே உங்களுக்கும் அவளுக்கும் இடையில நான் வர மாட்டேன்" என்று தீரன் விலகிக் கொண்டான்.

"அப்போ, இப்போ நீ எனக்கு தம்பியா மட்டும் இரு. உன் பொண்டாட்டிக்கு புருஷனா இல்ல" என்று கூற, தீரன் ஒரு வித யோசனையுடன் தலை அசைத்-

தான்.

"இப்போ போய் ஒரு கயிறு எடுத்துட்டு வா" என்று கூற, அகிலா மண்டையில் மணி அடித்தது.

'என்னமோ தப்பா இருக்கே' என்று ஹாசினியை பார்க்க, அவளோ திருட்டு முழி முழித்தாள்.

'இவ என்ன இந்த முழி முழிக்கிறா' என்று அகிலா யோசனையில் இருக்க, தீரன் கயிறுடன் வந்து விட்டான்.

"அவளை பிடிச்சு அந்த சேர்ல உட்கார வை" என்று ஹர்ஷா கூற, தீரன் அவளை இழுத்து அமர வைத்தான்.

"எதுக்கு? ஏன் ? நான் இங்க உட்கார மாட்டேன். என் கைய விடு டா " என்று அகிலா கத்த, அவளை விடாமல் பிடித்துக் கொண்டான் தீரன்.

ஹர்ஷா கொஞ்சமும் அலட்டிக் கொள்ளாமல் கயிறை எடுத்து வந்து அவள் கை ,கால்களை அந்த இருக்கையோடு கட்டி விட்டு " எல்லாம் முடிஞ்சுது.நீ உன் ரூம்க்கு போ தீரா" என்று கூற, அவன் பாவமாக அவளை பார்த்துக் கொண்டே சென்றான்.

"டேய் ! நீயெல்லாம் ஒரு புருஷனா டா? அவுத்து விடு டா.அவ சொன்-னான்னு என்ன கட்டி போட்டு போற" என்று அகிலா கத்த கத்த அவன் படி ஏறி தன் அறைக்கு சென்று விட்டான்.

"அப்பறம் என்ன ஹாசி குட்டி! நம்ம ரூம்க்கு போவோம்.அம்மாவும், அப்பாவும் ஒரு விசேஷம் அட்டென்ட் பண்ண போயிருக்காங்க.சோ நம்ம மேல போவோம் வா" என்று அவளை கையோடு அழைத்து சென்றான்.

"அடி சண்டாளி! நில்லு டி.உனக்கு பேசப் போய் ,என்னை கட்டி வச்சுட்டு போறான் உன் புருஷங்காரன்"

"அப்போவே என் புருஷன் சொன்னான்.அவங்க விஷயத்துல தலையிடா-தனு.கேட்டேனா! எனக்கு வேணும்" என்று கை ,கால்களை உதற முயல முடியா-மல் போனது.

****

"இப்படி எவ்வளோ நேரம் பேசாம இருக்க போற?"

"நான் ஏன் மாமா உங்ககிட்ட பேசனும்?"

"சரி சண்டை வேணாம்.ஃபர்ஸ்ட் நாளே காலேஜ் போகலை.நாளைக்கு போகனும்"

"சரி மாமா.நான் எல்லாம் எடுத்து வச்சுட்டேன்"

"இப்போ உனக்கு காய்ச்சல் பரவாயில்லையா?"

"ரொம்ப சீக்கிரம் கேட்டிங்க"

"பதில் சொல்லு டி"

"ஆச்சு ! ஆச்சு"

"ரொம்ப எகத்தாளம் தான்" என்று பேசிய ஹர்ஷாவின் பார்வை அவள் உதட்டில் படிய, அன்று இரவு அவளுக்கு கொடுத்த முத்தம் அவன் நினைவுக்கு வந்தது.

இன்றும் அதே போல் முத்தம் வேண்டும் என்று மனம் ஏங்க, அப்போ அவளுக்கு காய்ச்சல் வரனுமே என்று மனம் சிந்தித்தது.

தன் மனம் போகும் போக்கை பார்த்து தலையில் அடித்தவன் "நாளைக்கு நான் உன்ன காலேஜ்ல ட்ராப் பண்ணுறேன்" என்றான்.

"தேவையில்லை மாமா.என் ப்ரென்ட் வரான்"

"உன்கிட்ட அன்னைக்கே சொன்னேன்.நான்தான் எல்லாமே பண்ணுவேன்" என்று ஹர்ஷா அழுத்தி கூறினான்.

"நானும் அன்னிக்கே உங்க கிட்ட சொல்லிட்டேன் மாமா.எனக்கு இந்த வீட்ல எல்லாம் சொகுசா பழகிட்டா, என்னால அப்பறம் தனியா வாழ கஷ்டமா இருக்கும்.என்னை கொஞ்சம் புரிஞ்சுக்க முயற்சி பண்ணுங்க.நவீன் நாளைக்கு காலையில வருவான். நான் அவன்கூட போயிக்கிறேன்"

"இப்போ யாரு தனியா இருக்க போற"

"நான்தான்! நம்ம விவாகரத்துக்கு அப்பறம்.எனக்கு அம்மா, அப்பா இல்லை மாமா.அத்தான் வீட்ல என்னால ரொம்ப நாள் இருக்க முடியாது. புருஷன் இல்லன்னு ஆகிடுச்சு.அப்போ நான் தனியா தானே இருக்கனும்.அதுக்கு இப்போ இருந்தே பழகிக்கிறேன்"

ஏனோ அவள் வார்த்தையில் ஹர்ஷாவின் மனம் காயப்பட்டது என்பது உண்மையே!

தான் செய்ததற்கு தேவை தான் என்று அறையில் இருந்து வெளியேறினான்.

போகும் தன் மாமனை விழி அகலாமல் பார்த்துக் கொண்டிருந்தாள் ஹாசி.

மொட்டை மாடிக்கு சென்றவன் மனம் வலிக்க, அதை சரி செய்ய முடியாது தவித்துப் போனான்.

ஏனோ அவன் தாயிடம் கூறிய தன் காதலை ,தன் மனைவியிடம் கூற முடியாமல் ஏதோ ஒன்று தடுத்தது.

'ஏன் டி என்ன புரிஞ்சுக்க மாட்டிற.நீ என்கிட்ட நெருங்கி வந்த அப்போ, நான் உன்ன விலக்கி வச்சேன். இப்போ நான் நெருங்குறேன் நீ விலகி போற' என்று நொந்து கொண்டான்.

சற்று நேரத்தில் மாடியில் இருந்து கீழே வந்த ஹர்ஷா தன் அறைக்குள் நுழைய, சிறு குழந்தை போல் மெத்தையில் படுத்து உறங்கும் தன் மனைவியை பார்த்தான்.

அருகில் சென்றவன் அவள் பேசிய பேச்சிற்கு ஈடு கட்ட அவள் இதழை நாடினான்.

தூக்கத்தில் கூட அவனுக்கு ஒத்துழைத்தாள் அவனின் ஹாசி குட்டி.

****

சுதர்சன் நாடியில் கை வைத்து அங்கு நடக்கும் கூத்தைப் பார்த்துக் கொண்டிருந்தான்.

சுந்தரி ஒரு பக்கம், சுந்தரன் ஒரு பக்கம் என்று அமர்ந்திருக்க அவர்களுக்கு இடையில் மகா அமர்ந்துக் கொண்டு இருவருக்கும் வாழை பழத்தை உரித்து கொடுத்து கொண்டிருந்தாள்.

'ஐயோ! அதுங்களையும் ரொமான்ஸ் பண்ண விட மாட்டா.இவளும் பண்ண மாட்டா' என்று நொந்து போனான்.

சுந்தரி வாழை பழ துண்டை பிட்டு மகா முதுகிற்கு பின்னே சுந்தரனுக்கு ஊட்டி விட, அதை பார்த்து வாயை பிளந்தான் சுதர்சன்.

"அடேங்கப்பா! சைடு கேப்புல படம் ஓட்டுது பாரேன்.அது கூட என் மக்கு பொண்டாட்டி தெரியலை. உரிச்சு கொடுத்துட்டு இருக்கா" என்று புலம்பினான்.

திடீரென நிமிர்ந்து சுதர்சனை பார்த்த மகா "வேணுமா" என்று வாழை பழத்தை காட்டினாள்.

"வேணாம் " என்று தலையில் அடித்துக் கொண்டான்.

வாணி நடக்கும் கூத்தைக் கண்டும் காணாமல் ரசித்து வந்தார்.

"டேய்! கல்யாணம் தான் எங்க முன்னாடி நடக்கலை.அதான் நானும் உங்க அப்பாவும் தாலி பிரிச்சு கோர்க்குற சடங்கை சீக்கிரம் வச்சு, அப்போ உங்க கல்யாணத்தை கண் குளிர பார்க்கலாம்னு இருக்கோம்" என்று வாணி ஆரம்பித்தார்.

"இதுவும் நல்ல யோசனை தான் மா" என்று மகாவை பார்க்க, அவளும் சம்மதமாக தலை அசைத்தாள்.

"அப்போ நான் ஜோசியர் கிட்ட நல்ல நாள் பார்க்க சொல்லுறேன். மகாக்கு தேவையான புடவை, நகை எல்லாம் வாங்கனும்" என்று வாணி கூற, மகா அவசரமாக மறுத்தாள்.

"எதுக்கு மா, வீணா செலவு.இருக்கிறதே போதும் மா" என்று தன்மையாக கூறினாள்.

"என்ன டா ! இப்படி சொல்லுறா.உன் பொண்டாட்டி ? அதெல்லாம் இல்ல.கிளம்பி இருங்க. நம்ம ஷாப்பிங் போவோம்" என்று வாணி உள்ளே சென்று விட, மகா தயங்கிக் கொண்டே நின்றாள்.

அவள் பக்கத்தில் சென்ற சுதர்சன் "என்ன மகி ! நீ இன்னும் என்னைய முழுசா ஏத்துக்கலையா?" என்று தவிப்போடு கேட்டான்.

சட்டென்று அவனை நிமிர்ந்து பார்த்தவள் " ஐயோ! அதெல்லாம் இல்ல" என்று அவசரமாக மறுத்தாள்.

"அப்போ ஏன் நான் வாங்கி கொடுக்குற எதையும் வேணாம்னு சொல்லுற?"

"இல்லங்க ! தேவையில்லாத செலவு. அதான்.அதுபோக இதெல்லாம் என் வீட்ல செய்யனும். ஆனால் நம்ம கல்யாணம் எப்படி நடந்ததுன்னு உங்களுக்கு தெரியும்.நான் கட்டுன துணியோட உங்க கையை பிடிச்சு வந்துட்டேன்" என்று கலங்கி நின்றாள்.

சுதர்சன் மகியை இழுத்து தன் நெஞ்சில் சாய்த்து அவள் தலையை வருட, அவள் கண்ணீர் அவன் சட்டையை நனைத்தது.

"நீ அழுதா, நான் உன்ன கல்யாணம் பண்ணதுக்கே அர்த்தம் இல்லாம போயி-டும் மகி. நான் உன்ன நல்லா பாத்துக்கனும்னு தான் கல்யாணம் பண்ணிகிட்-டேன்.அழ வைக்க இல்ல" என்று கூற, மகா உடனே தன் கண்ணீரை துடைத்துக் கொண்டாள்.

"இப்போ போய் ரெடி ஆகு.நம்ம ஷாப்பிங் போகலாம்" என்று சுதர்சன் கூற மகி சற்று தெளிந்து தன் அறையை நோக்கி சென்றாள்.

சுந்தரி , சுந்தரன் இருவரும் ஒருவர் முகத்தை ஒருவர் பார்த்து கொண்டிருந்-தனர்.

மகி ஏதோ யோசனை வந்தவளாக "ஏங்க நம்ம ஏன் நம்ம கல்யாணத்து அன்-னைக்கு நம்ம சுந்தரிக்கு கல்யாணம் பண்ணக் கூடாது?" என்று கேட்க, வாணிக்கு சிரிப்பை அடக்க முடியவில்லை.

சுதர்சன் வெறியாக தன் தாயை பார்க்க, அவரோ நமட்டு சிரிப்புடன் "நீ சொன்னா சரிதான் மா. நான் உங்க மாமா கிட்ட பேசுறேன்" என்று வாணி கூற, மகி மகிழ்ச்சியாக தன் அறையை நோக்கி ஓடினாள்.

சுதர்சன் , சுந்தரி பக்கம் பார்வையை திருப்ப அது கண்களாலேயே சுந்தரனை களவாடிக் கொண்டிருந்தது.

****

வீட்டிற்க்கு வந்த ராமச்சந்திரன் , சீதா இருவரும் அதிர்ந்து போனார்கள்.

35

அத்தியாயம்-35

கதவை திறந்த சீதா- ராமச்சந்திரன் இருவரும் அதிர்ச்சியில் உறைந்தனர்.

காரணம், அவர்களின் இரண்டாம் மருமகளின் கோலம்!

ஹர்ஷா கட்டி வைத்து சென்ற சிறிது நேரத்தில் தன்னால் முயன்ற அளவிற்கு அதில் இருந்து விடுபட முயற்சி செய்து பார்த்தாள்.

ஒரு கட்டத்தில் முடியாமல் போக, தன் அருகில் இருக்கும் பூந்தி பாக்கெட்டை எட்டி எப்படியோ கையில் எடுத்து தன் முயற்சியின் களைப்பில் அப்படியே சாய, இருக்கை அப்படியே சாய்ந்து பின்னால் விழுந்தது.

"ஐயோ! புடி புடி .என் பூந்தி" என்று கத்திக் கொண்டே கீழே விழுக, அவள் தலை ,முதுகு கீழே இருக்க கால்கள் இரண்டும் அந்தரத்தில் நின்றது. கையோடு எடுத்த பூந்தி பாக்கெட்டும் தரையில் கொட்டி விட்டது.

"ஐயோ அகிலா! இப்படி விழுந்துட்டியே டி. இனிமே யாராவது வந்து தூக்-குனா தான் உண்டு. மானம் போயிடும். கடவுளே என் புருசன் மட்டும் வரவே கூடாது" என்று வேண்டிக் கொண்டே தரையில் கிடக்கும் பூந்தி வாடை அவள் நாசியில் நுழைய, அதை கை கொண்டு எடுக்க முடியாததால் தரையில் வாய் வைத்து அதை சுவைத்து கொண்டிருந்தாள் அகிலா.

உள்ளே வந்த இருவரும் இந்த காட்சியை தான் பார்த்தனர்.

"ஐயோ அகிலா! என்ன டி இது கோலம்?" என்று பதறிக் கொண்டே சீதா ஓட "அப்பாடா ! அவன் வரல" என்று மூச்சு விட்டாள் அகிலா.

ஆனால் சீதா நெருங்குவதற்கு முன்னமே அவளை ஒரு வலிய கரம் இருக்-கையில் இருந்து தூக்கியது.

வாயில் பூந்தியுடன் அவளை தூக்கி அமர்த்தினான் பூந்தி வாயின் புருஷன் தீரன்.

அவனை பார்க்கவும் முகம் மாறியது அகிலாவுக்கு. ‘ஐயோ போச்சு! மானம் போச்சு’ என்று தலையை குனிந்துக் கொண்டாள்.

சீதா- ராமச்சந்திரன் இருவரும் பதறி அவளது கட்டுக்களை அவிழ்த்து விட, சட்டென்று ராமச்சந்திரன் அருகில் சென்று அவரை கட்டிக் கொண்டு நீலி கண்ணீர் வடித்தாள்.

"மாமா! உங்க செல்ல மருமகளை உங்க மகன் எப்படி கட்டி போட்டான் பாருங்க.நீங்க இதெல்லாம் கேட்க மாட்டீங்களா?" என்று அவள் விசும்பினாள்.

சிறு வயதில் இருந்தே அகிலா மேல் அலாதி பிரியம் கொண்ட ராமச்சந்திரன் அவள் கண்ணீர் வடிக்கவும், பொறுக்க முடியாமல் தன் மகன் அருகில் சென்று சப்பென்று கன்னத்தில் வைத்தார்.

"நான் என்ன டா குறை வச்சேன்.நல்லாத்தானே உன்னையும் வளர்த்தேன்.ஒரு பொம்பள புள்ளைய இப்படி நடு வீட்டுல கட்டி போட்டு இருக்க. பெரியவன் தான் முரடன்னு பார்த்தா, நீ அவனுக்கு மேல இருக்க" என்று தீரனை பார்த்து கத்தினார்.

அகிலா தான் அவனை அடித்த அடியில் வாயை மூடி மிரண்டு பார்த்துக் கொண்டிருந்தாள்.

"ஐயோ! நான் ஹர்ஷாவை தானே சொன்னேன். மாமா எதுக்கு இவர அடிச்சாரு? கடவுளே!" என்று அவள் உண்மையை கூற வந்தாள்.

அதற்குமுன் அவளை தடுத்த தீரன் "என்னை மன்னிச்சிடுங்க பா.இனிமே இந்த மாதிரி நடக்காது" என்று தலையை குனிந்துக் கொண்டான்.

அவன் தலை குனிந்து நின்றதை பார்த்த சீதா பொறுக்காமல் "என்னங்க நீங்க? இதுவரைக்கும் நம்ம பிள்ளைய கை நீட்டி அடிச்சது இல்ல.என்ன நடந்ததுன்னு விசாரிக்காம நீங்க கை நீட்டிறது தப்பு" என்றார்.

"ஓஹோ! உன் புள்ளைக்கு ரொம்ப செல்லம் கொடுக்காத.பொண்டாட்டிய கொடுமை படுத்துறவன் எல்லாம் நல்ல ஆம்பளை கிடையாது.இனிமே இவனை ஒழுங்கா இருக்க சொல்லு" என்று ராமச்சந்திரன் அறைக்கு சென்று விட , சீதா தன் மகனை பாவமாக பார்த்தார்.

அதற்குள் அகிலா "அத்தை அவர் மேல எந்த தப்பும் இல்லை" என்று சொல்லிக் கொண்டே நடந்து வர, அவளுக்கு விழுந்ததில் மீண்டும் முதுகுப் பிடித்துக் கொண்டது.

"ஆஆ" என்று இடுப்பைப் பிடித்துக் கொண்டு அவள் நெளிந்தாள்.

"உனக்கு என்ன டி ஆச்சு?" என்று சீதா கேட்டார்.

"இல்ல? கீழ விழுந்தேன்ல, அதான் இடுப்பு வலிக்குது" என்று கூறும் போதே அவள் கண்கள் கலங்கியது.

அகிலா அனைத்தையும் ஆட்டி படைப்பவள் தான்.ஆனால் அவளையும் ஆட்டி வைப்பது அந்த இடுப்பு வலி தான்.

சிறு வயதில் இருந்தே அவளுக்கு இந்த தசை பிடிப்பு வலி அடிக்கடி வரும்.

அப்போதெல்லாம் அந்த வலியை தாங்க முடியாமல் அழுக ஆரம்பித்து விடுவாள்.இப்போது வரை அவளுக்கு இந்த பிரச்சினை தொடர்ந்து கொண்டு தான் இருக்கிறது.

"அம்மா! நீங்க போய் ரெஸ்ட் எடுங்க.நான் இவளை பார்த்துக்கிறேன்" என்று தீரன் கூற, சீதா அமைதியாக அறைக்குள் சென்றார்.

சீதா சென்றவுடன் கலங்கி நின்ற தன் மனைவியின் அருகில் சென்றவன், நொடியும் தாமதிக்காமல் அவளை கையில் அள்ளி கொண்டு தங்கள் அறையை நோக்கி சென்றான் தீரன்.

அவன் கைகளில் இருக்கும் அந்த தருணத்தை கூட ரசிக்க முடியாமல் வலியில் அவள் கண்கள் கண்ணீர் சிந்தியது.

"அவ்வளோ தான் வந்தாச்சு.ஊசி போட்டா சரி ஆகிடும்.இதுக்கு போய் சின்ன குழந்தை மாறி அழுதுட்டு இருக்க" என்று அவளை மெத்தையில் படுக்க வைத்தான்.

அவன் அறையில் இருந்த ஊசி மருந்தை எடுத்து அவள் சல்வாரின் பேன்டை சற்று இறக்கி விட்டு, ஊசி போட தலையணையை இறுகக் கட்டிக் கொண்டாள் அகிலா.

"வாய் தான் போல.ஒரு ஊசிக்கு இந்த பாடு" என்று மருந்தை எடுத்து வந்து அவள் அனுமதி இன்றியே அவள் சல்வாரை விலக்கி , அவள் முதுகு புறம் அணிந்து இருக்கும் உள்ளாடையையும் தற்சமயம் விடுதலை அளித்து மேல் முதுகில் இருந்து ,இடுப்பு வரை அந்த தைலத்தை தேய்த்து மசாஜ் போல் செய்து விட்டான்.

வலியில் தலையணையை நனைத்து விட்டாள் பெண்ணவள்.

"மொத வெயிட்ட குறை டி. நல்லா தின்னு தின்னு சதை அதிகமா போட்டுருச்சு. இடுப்புல இவ்வளோ சதை இருந்தா, எப்படி பிடிக்காம இருக்கும். எல்லா இடத்துலயும் ஓவராவே இருக்கு" என்று வாய்க்குள்ளேயே முனங்கிக் கொண்டான் தீரன்.

தன் கணவன் செய்யும் காரியம் கூட அவள் மனதிற்கு எட்ட வில்லை. அந்த அளவிற்கு வலி அவளை சூழ்ந்திருந்தது.

வலி இருந்த இடத்தில் எல்லாம் தேய்த்து விட்டவன், அவள் ஆடைகளை சரி செய்யாது அவள் மேல் மெலிதான ஒரு போர்வையை எடுத்து வந்து போர்த்தினான்.

அகிலா வலியில் முனங்க, அவளுக்கு அந்த பக்கம் சென்று அவன் படுத்துக் கொண்டான்.

சற்று நேரத்தில் ஊசியின் தாக்கத்தில் அகிலா தூங்கி விட, அவளை பார்த்துக் கொண்டே தீரன் கண்ணயர்ந்து போனான்.

சரியாக நடு இரவில் புரண்டு படுத்த அகிலா, தீரன் இருக்கும் இடம் வந்துவிட தன்னருகில் ஏதோ முனங்கும் சத்தம் கேட்டு தீரன் கண் விழித்து பார்த்தான்.

தீரன் முகம் அருகே அவன் மனைவியின் முகம்! அந்த இரவு வேளையில், நைட் லாம்ப் வெளிச்சத்தில் தன் மனைவியின் முகத்தை இவ்வளவு அருகில் பார்த்ததும் அவன் மனம் தானாக ரசித்தது.

"என்னால தான் மாமா உங்களை அடிச்சுட்டாரு.சாரி தீரா! நான் எந்த தப்பும் பண்ணல. நாளைக்கு நான் மாமாவை வச்சுகிறேன்" என்று அகிலா தூக்கத்தில் கூட தன்னவனை நினைத்து புலம்பினாள்.

அவள் புலம்பலையும் ரசித்தவன், மேலும் அவள் முகம் அருகே சென்று "எனக்கு ஒன்னும் பிரச்சினை இல்ல அகி.நீ நிம்மதியா தூங்கு" என்று தீரன் கூற, அப்போது தான் அவள் புலம்பலை நிறுத்தி தூங்க ஆரம்பித்தாள்.

மூச்சுக் காற்று சீராக வந்தது.அதை உறுதிப்படுத்திக் கொண்டே அவளை நெருங்கி அவள் நெற்றியில் தன் உதடுகளை பதித்தான் தீரன்.

அவனுக்கே அது புதியதொரு உணர்வை , அவனுக்கு அள்ளிக் கொடுத்தது.

"என்னன்னு தெரியலை! எங்க அப்பா அடிச்சத விட நீ வலில துடிச்சத தான் என்னால தாங்கிக்க முடியலை.கொஞ்ச நாள் தானே என் கூட இருந்த. அதுக்குள்ள என்ன என்னமோ பண்ணி என்னை உன் பக்கம் திசை திருப்பிட்ட. என்ன நான் ஒரு ஹோம்லியான பொண்ண தான் தேடினேன்.ஆனால் இந்த அல்ட்ரா மாடல் வரும்னு நான் கனவுலையும் நினைக்கலை" என்று சிரித்துக் கொண்டே அவனும் உறங்கி விட்டான்.

****

தூங்கும் தன் மனைவியின் இதழை மூன்று முறை ருசி பார்த்து விட்டான் ஹர்ஷா.

"ஐயோ! என்னன்னு தெரியலை ஹாசி குட்டி. இந்த லிப்ஸ் என்ன ரொம்ப டிஸ்டர்ப் பண்ணுது.தூங்க விடவே மாட்டேன்து.எத்தன தடவ கிஸ் பண்ணாலும், திரும்ப திரும்ப கேட்குது.நான் என்ன பண்ணுவேன்! என் மேல எந்த தப்பும் இல்ல.போதை ஏத்துற மாதிரி லிப்ஸ் வச்சிருக்கிறது உன் தப்பு.சரி இதான் கடைசி, இனிமே சமத்தா தூங்கிடுவேன்" என்று தன் மார்பில் தலை வைத்து துயில் கொள்ளும் அவளை நெருங்கி, அவள் இதழ் தேனை பருகி கொண்டிருந்தான்.

இதுதான் இந்த நாளின் கடைசி கோட்டா என்பது நினைவுக்கு வர, சற்று நன்றாகவே அவள் இதழை ருசி பார்த்தான்.

இம்முறை அவன் செய்த இம்சையில் அவள் இமைகள் பிரிந்துக் கொள்ள, முதலில் அவள் கண்டது தன் இதழ் தேனை பருகிக் கொண்டிருக்கும் அந்த கள்ள வண்டை தான்.

அவள் கண்களை விரித்து அவனை பார்த்து, அவள் தோளில் கை வைத்து அவனை தள்ள " இரு டி! அவ்வளோ தான்" என்று ஹர்ஷா கூற சற்று நேரத்தில் மூளையில் மணி அடிக்க, அடித்துப் பிடித்து அவளிடம் இருந்து விலகி அவள் முகத்தை பார்த்தான் ஹர்ஷா.

அவளோ கண்களில் அதிர்ச்சியுடன் தன் கணவனை பார்த்துக் கொண்டிருந்தாள்.

"என்ன மாமா பண்ணிட்டு இருக்கீங்க?" என்று ஹாசி சலனமற்று கேட்டாள்.

ஹர்ஷா தவிப்போடு அவளை பார்த்தான்.

"நான் உங்க பக்கத்துல படுத்து, உங்களுக்கு என் மேல மயக்கம் வர மாதிரி நடந்துகிட்டேன் போல. அதான் இந்த மாதிரி என்கிட்ட பண்ணிட்டீங்க. இனிமே இந்த மாதிரி பண்ண மாட்டேன் மாமா" என்று ஹாசி மெத்தையில் இருந்து எழ பார்த்தாள்.

அதுவரை அவள் முத்தத்தில் பித்தன் போல் வேறு ஒரு உணர்வை சூடி இருந்த அவன் முகம், தற்போது மொத்தமாக இறுகிப் போனது.

அவள் எழவும் கை பிடித்து தடுத்தவன் அவள் முகத்தை பார்க்க, அவளும் அவனை பார்த்துக் கொண்டிருந்தாள்.

"வரு மாமா கைய விடுங்க" என்று ஹாசி கூறினாள்.

"முடியாது ஹாசி குட்டி" என்று தெளிவாக உரைத்தான் ஹர்ஷா.

"மாமா விளையாட்டு இல்ல"

"நானும் விளையாடல"

"அப்போ இதுக்கு பேர் என்ன?"

"உனக்கு முத்தம் கொடுக்கிறது விளையாட்டு இல்ல ஹாசி"

"அப்போ இதுக்கு பேர் என்ன மாமா?"

ஏனோ அவள் கேள்விக்கு பதில் கூற முடியாமல் அவன் திணறினான்.

"இனிமே நான் இந்த ரூம்ல படுக்க மாட்டேன்"

"இந்த ரூம் விட்டா உனக்கு வேற வழி இல்ல"

"பக்கத்து ரூம்ல தானே இத்தனை நாள் தங்கினேன். அங்கேயே போறேன்"

"அப்படியா! ஆனால் அந்த ரூம் இப்போ பூட்டி இருக்கு.அப்பறம் அந்த ரூம் கீ கூட உன் வரு மாமா கிட்ட தான் இருக்கு" என்று அவன் அவளை பார்த்து கண்ணடித்தான்.

"மாமா" என்று பல்லைக் கடித்தாள்.

"நான் நேரடியா விஷயத்துக்கு வரேன். என்னை எப்போ இருந்து லவ் பண்ண ஸ்டார்ட் பண்ண?" என்று ஹர்ஷா மீண்டும் கேட்டான்.

"நான் யாரையும் காதலிக்கல. நீங்களே அப்படி நெனச்சுக்கிட்டா நான் ஒன்னும் பண்ண முடியாது"

"ஓஹோ! காதல் இல்லாம தான் சீதா அம்மா கிட்ட போய், மாமா இல்லாம என்னால இருக்க முடியாதுன்னு அழுதியா?"

சட்டென்று அவனை நிமிர்ந்து பார்த்தவள் 'என்ன மா இப்படி பண்றீங்களே மா' என்று சீதாவை எண்ணி தலையில் அடித்துக் கொண்டாள்.

"இப்போ சொல்லித்தான் ஆகனும் ஹாசி குட்டி' என்று அவன் குரலில் கண்டிப்பை காட்ட, அவள் கூறத் தொடங்கினாள்.

"ஃபர்ஸ்ட் டே உங்களை காலேஜ் ல பார்க்கும்போதே நல்ல மரியாதை வந்துச்சு"

"மரியாதை மட்டும் தானா, இல்ல.." என்று ஹர்ஷா இழுக்க "இப்படி பேசுனா நான் மறந்து போயிடுவேன்" என்று ஹாசி கத்தினாள்.

"சரி சொல்லு"

"நீங்க என்ன காப்பாத்தி வந்து வீட்ல விட்டது எனக்கு ரொம்ப பிடிச்சு போச்சு.அதுக்கு அப்பறம் நைட் கனவுல அடிக்கடி வர ஆரம்பிச்சுட்டீங்க.கனவுலையே காதலிக்க ஆரம்பிச்சு, ரொம்ப சந்தோசமா இருந்தேன்"

"அப்பறம் நீங்க திரும்ப எங்க வீட்டுக்கு வருவீங்கனு நான் நினைக்கவே இல்லரொம்ப குஷி ஆகிட்டேன்.அப்பறம் மால்ல உங்க கூட ஷாப்பிங் பண்ண அப்போ ஒவ்வொரு நிமிடத்தையும் பொக்கிஷமா சேர்த்து வச்சேன். என்னனு தெரியலை, அப்போவே உங்க கிட்ட என் காதலை சொல்லனும் போல இருந்துச்சு. ஆனால் நல்லவேளை நான் சொல்லலை"

"ஏன்?" என்று ஹர்ஷா பார்த்தான்.

"சொல்லீருந்தா நீங்க என்னை வேணாம்னு சொல்லி இருப்பீங்க. என்னால அதை தாங்கி இருக்க முடியாது"

"ஆனால் நீங்களே வந்து என் அக்காவை லவ் பண்றத பத்தி சொல்லும்போது என்னால தாங்கிக்க முடியலை.ஆனால் வெகுளியா இருந்த என் அக்காக்கு, நல்ல வாழ்க்கை துணை கிடைக்க போகுதுன்னு நினைச்சு தான் என் காதலை மறைச்சு வச்சேன்.கடைசில விதி நம்ம ரெண்டு பேரையும் சேர்த்து வச்சுருச்சு" என்று ஹாசி தன் காதலை கூறி முடித்தாள்.

ஹர்ஷா தான் செய்த முட்டாள் தனத்தை எண்ணி நொந்து போனான்.

தன்னை காதலித்தவள் முன்னே, அவள் தமக்கைக்கு காதலை சொன்ன தருணம் அவன் கண் முன் தோன்ற, மனம் வலிக்க ஆரம்பித்தது.

ஹாசி தயங்கிக் கொண்டே "ஏன் மாமா நான் ஒன்னு கேட்டா தப்பா நினைக்க மாட்டீங்களே?" என்றாள்.

என்னவென்று அவன் புருவத்தை உயர்த்தினான்.

"இப்பவும் நீங்க ஆத்வி அக்காவை தான், அது.." என்று அவள் கேட்க முடியாமல் திணறினாள்.

அவளை சட்டென்று இழுத்து மெத்தையில் விட்டவன் அவள் மேல் படர்ந்து, அவள் என்னவென்று சுதாரிக்கும் முன் அவள் சுய நினைவுடன் இருக்கும்போதே அவள் இதழை தன் வசப்படுத்தினான்.

பத்து நிமிடம் இடை விடாது தொடர்ந்த முத்தம், ஹாசினி மூச்சுக் காற்றுக்கு ஏங்குவதை உணர்ந்து அவளை விட்டு பிரிந்தான்.

அவள் நெஞ்சுக் கூடு ஏறி இறங்க, மூச்சு வாங்கிக் கொண்டு படுத்திருக்கும் தன் மனைவியை பார்த்தவன் சற்றே கண்டிப்புடன் "இனிமே இந்த மாதிரி என்கிட்ட ஏதாவது கேள்வி கேட்டா இந்த மாதிரி தான் பதில் வரும்.அடுத்தவன் பொண்டாட்டிய பார்க்குற அளவுக்கு நான் ஒன்னும் கீழ் தரமானவன் இல்ல. புரியும்னு நினைக்கிறேன்" என்றான்.

"எனக்கு உரிமை உள்ள இடத்தில மட்டும் தான், நான் அவங்களையும் மீறி உரிமை எடுத்துப்பேன்.இதோ இப்போ உன்கிட்ட எடுத்துகிட்ட மாதிரி. இந்த கன்னம் எனக்கு சொந்தம்.இந்த மூக்கு எனக்கு சொந்தம்.பார்த்தாலே என்னை மயக்குற இந்த உதடு எனக்கு சொந்தம். அப்பறம் உன்னோட காதல் எனக்கு மட்டும் தான் டி சொந்தம். என் உரிமையை நான் என்னைக்கும் விட்டு கொடுக்க மாட்டேன்" என்றான்.

"நீயே என்னை புரிஞ்சு என் கிட்ட வர வரைக்கும், இனிமே நான் உன்னைய நெருங்க மாட்டேன் டி" என்று ஹர்ஷா அவள் மீது இருந்து விலகி தள்ளி சென்று படுத்து கொண்டான்.

அவன் பேசியதை உள் வாங்கவே அவளுக்கு வெகு நேரம் ஆனது.

பாவம் ஹர்ஷா போட்ட சபதம் தன் ஆசை மனைவியால், மறு நாளே முறியப் போவதை அறியாமல் போனான்.

****

இரவு உணவை முடித்து விட்டு மெத்தையின் ஓரத்தில் முகில் படுத்திருக்க, அந்த ஓரத்தில் அவனுக்கு முதுகுக் காட்டி படுத்திருந்தாள் ரிதி.

குழந்தையை தூக்கி சென்ற ஜெயராஜ், குழந்தையுடன் அறையை பூட்டிக் கொண்டு உறங்கிப் போக இன்று இருவருக்கும் மட்டும் சொந்தமாக மாறிப் போனது இந்த இரவு.

ஏற்கனவே அவன் முத்தம் கொடுத்த அதிர்ச்சியில் அவன் முகம் பாராமல் ஓடியவள், இப்போது அறையில் தனியாக அவனுடன் படுக்கும் சூழ்நிலையில் ஒரு

வித நடுக்கத்துடன் படுத்திருந்தாள் ரிதி.

அவள் நடுக்கத்தை உணர்ந்தவன் சிரித்து விட்டு " ரிதி இந்த பக்கம் திரும்பு! உன்கிட்ட கொஞ்சம் பேசனும்" என்று கூறினாள்.

ரிதி பட்டென்று கண் மூடி தூங்குவதை போல் நடிப்பை போட்டாள்.

"நீ தூங்கலைன்னு எனக்கு தெரியும். நீயா திரும்பினா உனக்கு நல்லது. இல்லேனா நான் என் ஸ்டைல்ல உன்னை திரும்ப வைப்பேன்" என்று கூறிய மறு நிமிடம் அடித்துப் பிடித்து அவன் பக்கம் திருப்பினாள் ரிதி.

"ஹ்ம்ம்! இது தான் நல்ல பிள்ளைக்கு அழகு. சரி இப்போ மேட்டருக்கு வருவோம்" என்று முகில் கூற ரிதி கண்களை விரித்தாள்.

"இப்போ நான் என்ன சொல்லிட்டேன்னு கண்ண விரிக்கிற?" என்று முகில் யோசிக்க "ஆகா! மேடம்க்கு எல்லா டபுள் மீனிங்கும் தெரியும் .அப்படித்தானே" என்று கேட்டான்.

வேகமாக "இல்லை" என்று தலை ஆட்டியவள், முகம் வேர்க்க ஆரம்பித்தது.

"What is meant by estrogen and progesterone?" என்று அவள் எதிர் பாராத விதமாக கேள்வி கேட்டான்.

'அட நாசமா போறவனே! மணி 11 ஆகுது.இப்போ இந்த கேள்வி தேவையா? தயவு செஞ்சு யாரும் வாத்திய மட்டும் கல்யாணம் பண்ணிக்காதீங்க' என்று மனதிற்குள் சாபம் விட்டவள், அவன் கேட்ட வினாவை மீண்டும் மனதில் ஓட்டிப் பார்க்க அதிர்ந்து விட்டாள்.

'இவன் வேத்தியல் வாத்தியா, இல்ல அந்த மாறி வாத்தியா' என்று வாயை பிளந்தாள்.

அவள் முக பாவனையை பார்க்கவே அந்த கேள்வியை கேட்டவன் திருப்தியாக மறுபுறம் திரும்பி படுத்தான்.

"நாளைக்கு இந்த கேள்விய க்ளாஸ்ல கேட்பேன். பீ ரெடி" என்று அவள் பீபியை எகிற வைத்த பின்னே உறங்கிப் போனான்.

நாளை அவர்களுக்கு கல்லூரியில் ஒரு சம்பவம் காத்திருப்பதை அறியாமல் இருவரும் துயில் கொண்டனர்.

******

அறைக்குள் நுழைய, சுதர்சனின் மெத்தையில் மகா, சுந்தரி, சுந்தரன் மூவரும் அமர்ந்து டிவி பார்த்துக் கொண்டிருந்தனர்.

சுந்தரி அடிக்கடி சுந்தரனை பார்க்க, அதுவும் சுந்தரியை பார்த்து வைத்தது . இதை எதையும் அறியாத மகா டிவிக்குள் இருந்தாள்.

'என் பொண்டாட்டி ஒரு பச்ச மண்ணு! அவ பக்கத்துல உக்கார்ந்து கிட்டு எப்படிலாம் ரொமான்ஸ் பண்ணிட்டு இருக்குதுங்க. பாவம் இது எதுவும் தெரியாம அவ டிவி பார்த்துட்டு இருக்கா' என்று சுதர்சன் பரிதாபப் பட, சரியாக அந்த

வசனத்தை கூறினாள் மகி.

"அடேய்! போச்சு, போச்சு.இந்நேரம் அவ பேசுன பேச்சுக்கு இழுத்து வச்சு உதட்டுல நச்சு நச்சுன்னு நாழு முத்தம் கொடுக்காம , கதை பேசிட்டு இருக்கான் தடி மாடு.உன்னைய வச்சு படம் எடுத்தா ஓடுமா டா? அவளை பிடி டா. இப்படி பார்த்துக்கிட்டே இருந்தா சன்னியாசம் தான்" என்று மெத்தையில் அமர்ந்த நிலையில் அவள் குதித்தாள்.

சுதர்சன் தன் மனைவியின் புது அவதாரத்தில் உறைந்து போய் நின்று விட்டான்.

36

அத்தியாயம்-36

வந்த சுவடே தெரியாமல் அறையில் இருந்து வெளியேறினான் சுதர்சன்.

' அடிப்பாவி! என்ன வாய் பேசுறா?இந்த பூனையும் பால் குடிக்குமானு இருந்துட்டு இப்போ இந்த பேச்சு பேசுறா.இருக்கட்டும்' என்று மனதில் வைத்து கொண்டு, மீண்டும் அறைக்குள் நுழைந்தான்.

"என்ன மகா இன்னும் கிளம்பாம இருக்க? வெளிய போகனும் சொன்னேன்ல"

"ஆமா! இதோ புடவை மாத்திட்டா அவ்வளோ தான்.நீங்க கொஞ்சம் வெளிய இருங்க"

அவளை முறைத்த சுதர்சன் "அப்போ அது" என்று சுந்தரன்- சுந்தரியை பார்த்துக் கை காட்ட, இருவரும் சமத்தாக எழுந்து ஜன்னல் வழியே குதித்து தோப்பிற்குள் ஓடினர்.

மகா அவனை ஒரு பார்வை பார்க்க "இப்ப எதுக்கு பார்க்குற?" என்றான்.

"நீங்க ஏன் எப்போ பாரு அதுங்க கூட போட்டி போட்டுட்டு இருக்கீங்க?"

"அது எப்படி ! அதுங்க மட்டும் உன்னை பார்க்கலாம்"

தலையில் அடித்துக் கொண்ட மகா "மொத வெளிய போங்க.நா கிளம்பி வரேன்" என்று கூற, சுதர்சன் முறுக்கிக் கொண்டே வெளியே சென்றான்.

ஆரஞ்சு நிற மெல்லிய சேலையை உடுத்தி கொண்டு வெளியே வந்தாள் மகா. ஏனோ அவள் நிறத்திற்கு எடுப்பாக இருந்தது.சுதர்சன் கண் இமைக்காமல் அவளையே பார்த்தான்.

"டேய் வாய மூடு டா! வடியுது.அம்மா பக்கத்துல இருக்கேன்.கொஞ்சம் கூட விவஸ்தை இல்லாத பையன்" என்று வாணி சிரித்துக் கொண்டே, கட்டி வைத்திருந்த மல்லிகை சரத்தை எடுத்து வந்து மகா தலையில் வைத்து விட, இன்னும் பேரழகியாக தெரிந்தாள் மகா .

"போவோமா மகி" என்று சுதர்சன் கேட்க, வாணியிடம் சொல்லி விட்டு இருவரும் கிளம்பினர்.

அவள் கார் அருகில், இவர்கள் வரவுக்காக காத்துக் கொண்டிருந்தனர் சுந்தரன்- சுந்தரி இருவரும்.

அதை பார்த்து தீயாக முறைத்த சுதர்சன் தன் தாயை பார்க்க "டேய் அவங்களுக்கும் கல்யாணம் தானே.அப்போ அவங்களும் பர்சேஸ் பண்ணனும்ல" என்று கூறினார்.

மகா அடக்க மாட்டாமல் சிரித்து விட்டாள். "டேய் சும்மா சொன்னேன் டா.உங்க ரெண்டு பேரையும் வழி அனுப்ப தான் நிக்கிறாங்க " என்று கூற சற்றே ஆசுவாசம் அடைந்தான் சுதர்சன்.

மகி அவர்கள் அருகில் செல்ல, இருவரும் அவளது இரு தோளிலும் ஏறி அவளை கட்டிக் கொண்டு பிரியாவிடை கொடுத்தனர்.

'என்ன டா நடக்குது இங்க' என்ற ரீதியில் பார்த்துக் கொண்டிருந்தான் சுதர்சன்.

பின் இருவரும் காரில் அமர, கார் வீட்டை விட்டு புறப்பட்டது.

மகி காருக்குள் அமர்ந்து கார் கிளம்பிய மறு நிமிடம், அவள் அணிந்திருந்த புடவை தோளில் இருந்து சர சரவென சரிய, சுதர்சன் இரண்டாம் முறையாக அவளை இந்தக் கோலத்தில் பார்க்கிறான்.

மகி பதறி போய் தன் சேலையை அள்ளி தன் மேல் போட்டுக் கொண்டாள்.

"அது சுந்தரி ஏறி நின்னதுல பின் கழண்டு போச்சு" என்று பொறுமையாக பின் செய்து கொண்டிருக்க, இங்கு ஒருவன் பொறுமையை இழந்து கொண்டிருந்தான்.

ஏனோ அப்போது மகா பேசியது நினைவிற்கு வந்தது.

'பேசாம நாலு முத்தம் கொடுத்துறலாமா' என்று சுதர்சன் மனம் சிந்தித்தது.தலையை உலுக்கிக் கொண்டு கடை வீதிக்கு அழைத்து சென்றான்.

முதலில் ஜவுளி கடையில் நுழைந்தவன் , புடவை இருக்கும் செக்சனுக்கு சென்று தன் மனைவிக்கு, ஆசை ஆசையாக புடவை வாங்கினான்.

ஒவ்வொன்றையும் அவள் மேல் வைத்து பார்த்து எடுக்க, அவள் தான் அங்கிருந்த ஊழியர்களின் பார்வையில் கன்னம் சிவந்து போனாள்.

"போதும் ! வாங்க போகலாம்" என்று அவனுக்கு மட்டும் கேட்கும் வண்ணம் அவன் காதில் கிசகிசுத்தாள்.

"நீ கம்முன்னு இரு !" என்று சுடிதார், டாப் ,மிடி , இரவில் உடுத்தும் உடை என்று வாங்கி குவித்தவன், இறுதியாக உள்ளாடை இருக்கும் பகுதிக்கு சென்றான்.

மகி இதயம் எகிறி குதித்தது.'ஐயோ இருங்க. நான் போய் வாங்கிட்டு வரேன்" என்று அவசரமாக மகா மறுத்தாள்.

அவனோ நிதானமாக நின்று " சரி மகி ! நீயே போய் வாங்கு" என்று அவளை அனுப்ப, நிம்மதியாக மூச்சு விட்டவள் திரும்பி நடந்தாள்.

"மகி ஒரு நிமிஷம்"

"என்னங்க?"

"அது நம்பர் சொல்லுறேன் 36, அப்பறம் " என்று கூற வர, அவசரமாக அவன் அருகில் வந்து அவன் வாயைப் பொத்தினாள் மகா.

"என்ன டி?" என்று அவன் குறும்பாக கேட்டான்.

"எனக்கே என் அளவு தெரியும்.நீங்க ஒன்னும் சொல்ல வேணாம்" என்று மகா பதறினாள்.

சுதர்சன் அவன் வாயில் இருந்த அவள் கையை எடுத்து விட்டு, அவள் கையில் அவன் கிரெடிட் கார்டை கொடுத்து "பின் நம்பர் 3671னு சொல்ல வந்-தேன்" என்று கூறினான்.

'ஐயோ' வென்று இருந்தது மகாவிற்கு!

அவன் முகத்தை பார்க்க முடியாமல் அவள் குனிந்த படியே கார்டை வாங்கி கொண்டு திரும்ப, அவள் கைப்பிடித்து தடுத்தவன் சுற்றி தன் கண்களை ஒரு முறை சுழல விட்டு, தங்களை யாரும் பார்க்க வில்லை என்பதை உறுதிப்படுத்திக் கொண்டான்.

அவளை தன் முகத்திற்கு நேராக நிறுத்தியவன் "ஒருதடவை இல்ல.இரண்டு முறை பார்த்தாச்சு 36 தான்" என்று கூறி கண் சிமிட்ட , அவன் கையை உதறி விட்டு உள்ளே ஓடினாள் மகா.

உள்ளே சென்று ஆடைகளை பார்க்க "மேடம்!உங்க அளவு சொல்லுங்க" என்று அந்த பெண்மணி கேட்டார்.

"36" என்று உதட்டைக் கடித்துக் கொண்டு கூறினாள்.

'பாவி! கண்ணாலயே ஸ்கேன் பண்ணிட்டான்' என்று தன் கணவனை வறுத்து எடுத்தாள் மகா.

பின் அவளுக்கு வேண்டியதை வாங்கிக் கொண்டு தன் கணவனின் முகத்தை பார்க்க முடியாமல் வந்து காரில் ஏற, அவனும் இதற்கு மேல் அவளை சீண்ட மனம் இல்லாமல் வீட்டை நோக்கி காரை செலுத்தினான்.

****

மறுநாள் பொழுது நன்றாக விடிய, ஹாசி மெதுவாக கண் விழித்தாள்.

தன் அருகில் இன்னும் ஹர்ஷா உறங்கிக் கொண்டிருப்பதை பார்த்து 'என்ன! மாமா இவ்வளவு நேரம் தூங்குறாரு' என்று யோசித்துக் கொண்டே குளியலறை நோக்கி சென்றாள்.

அவளுக்கு எங்கே தெரிய போகிறது! இரவு முழுவதும் அவளை பார்த்துக் கொண்டே சற்றும் தூங்காமல் விடியும் வேளையில் தான் கண் அயர்ந்தான் என்று.

தன் மாமனையே யோசித்து கொண்டு வேகமாக காலை கடன்களை முடித்து விட்டு, தான் அணிந்து இருக்கும் ஆடையை தண்ணீரில் போட்டு விட்டு வேக வேகமாக குளித்தாள்.

குளித்து முடித்து விட்டு மாற்று உடையை தேட, அப்போது தான் நினைவிற்கு வந்தது, அவள் உடை எடுத்துக் கொண்டு வரவில்லை என்று.

'ஐயோ! துணிய வேற தண்ணில போட்டேன்.இப்போ என்ன பண்றது?' என்று கதவை திறந்து பார்க்க, ஹர்ஷா நன்றாக உறங்கிக் கொண்டிருந்தான்.

'அப்படியே வெளிய ஓடி போய், டிரஸ் எடுத்துட்டு வருவோமா' என்று யோசிக்க , தன் மேனியை கீழ் இருந்து மேல் வரை பார்த்தாள்.

'ஒட்டுத்துணி கூட இல்லாம வெளிய போய் மாமா எழுந்தா என்ன பண்றது?' என்று நகத்தைக் கடித்து கொண்டே சிந்திக்க, அவள் கண்களில் விழுந்தது ஹர்-ஷாவின் ஆடை.

ஒரு பெரிய வெள்ளை நிற டி ஷர்ட் அந்த ஹாங்கரில் தொங்க, அதை எடுத்து வேகமாக அணிந்து கொண்டாள்.

மெதுவாக கதவை திறந்து தலையை மட்டும் வெளியே நீட்டி, தன் மாமனை பார்த்துக் கொண்டே வெளிய ஓடி வந்தவள், தனக்கான ஆடையை எடுத்துக் கொண்டு உள்ளே செல்ல முயல, அவளை தடுத்தது அவள் மாமனின் குரல்.

"நில்லு டி"

அவள் திரும்பாமல் அமைதியாக நிற்க, அவள் முன் வந்து நின்றான் ஹர்ஷா.

அவளை மேல் இருந்து கீழ் வரை கண்களால் அளவெடுக்க, தன் டி சர்ட்டை முட்டி வரை அணிந்துக் கொண்டு, அவளது வழு வழுப்பான கால்களை காட்டிக் கொண்டு பதட்டமாக நின்று கொண்டிருந்தாள் ஹாசி.

"என் டிரஸ் எதுக்கு போட்ட?"

"மாமா! டிரஸ் எடுத்துட்டு போக மறந்துட்டேன்"

"அப்போ டவல் கட்டிட்டு வர வேண்டியது தான"

"அதுவும் எடுத்துட்டு போகலை"

"ஓஹோ! எனக்கு என் டிரஸ் யாராவது யூஸ் பண்ணா பிடிக்காது"

"சாரி மாமா.இப்போவே கழட்டி தரேன்" என்று பாவமாக கேட்டாள்.

"ம்ம் சரி" என்று அவள் முன் ஹர்ஷா கை நீட்டினான்.

அவள் பே வென முழித்து வைத்தாள்.

"சீக்கிரம்! எனக்கு டைம் ஆச்சு" என்று ஹர்ஷா கேட்டான்.

"மாமா என்ன வேணும்?"

"நீதானே சொன்ன, கழட்டி தரேன்னு.கொடு"

"அது.. மாமா! நான் உள்ள எதுவும், அது .. இல்ல மாமா" என்று அவள் திணற, உதட்டைக் கடித்து அவள் அறியாமல் சிரித்துக் கொண்டான் ஹர்ஷா.

"என்ன சொல்ல வர எனக்கு புரியலை?"

"ஐயோ மக்கு மாமா! நா உள்ள ஒன்னும் போடல" என்று குரல் உள்ளே போய் அவள் கூறினாள்.

"சோ வாட்! கழட்டு" என்றானே பார்க்கலாம்.

ஹாசி அவனை முயன்ற மட்டும் முறைத்து தள்ளி விட்டு , வேகமாக குளி-யலறைக்குள் ஓடி சென்று கதவடைத்துக் கொண்டாள்.

உள்ளே சென்ற அவளுக்கும், வெளிய நின்ற இவனுக்கும் இதயம் தாறு மாறாக துடித்தது.

தன் மாமனின் முன்னிலையில் அரை குறை ஆடையில் நின்றது அவளுக்கு கூச்சத்தைத் தர, குளியலறை கதவு மேல் சாய்ந்து தன்னை ஆசுவாசப்படுத்திக் கொண்டாள் ஹாசி.

காலையிலேயே தன் மனைவியின் தரிசனம்.அதுவும் சிறப்பு தரிசனம் கண்டு தன் உணர்ச்சிகளை அடக்க முடியாமல் அவளுடன் நார்மலாக நடித்து விட்டு அவள் உள்ளே செல்லவும், பெரும் மூச்சு விட்டு அடக்கினான் ஹர்ஷா.

'ராட்சஸி! கொஞ்ச நேரம் விட்டு இருந்தா நேத்து போட்ட சபதத்தை ஒன்னும் இல்லாம ஆக்கிருப்பா' என்று மனதிற்குள் தன்னவளை திட்டி விட்டு பால்கனி நோக்கி சென்று விட்டான்.

சற்று நேரத்தில் குளியலறையில் இருந்து வெளியே வந்தாள் ஹாசி.

சிவப்பும், ஊதாவும் கலந்த சல்வார் அணிந்து தலையை துவட்டிக் கொண்டே வெளியே வந்தாள்.

எளிமையான ஆடையில் கூட ஆளை அசத்தும் அழகு தன் மனைவியிடம் இருப்பதை பார்த்து கண்களாலேயே களவாடிக் கொண்டிருந்தான் அந்த கள்வன்.

அவள் வரவும், அவள் கையில் உள்ள அவன் சட்டையை வாங்கிக் கொண்டு வேகமாக குளியலரைக்குள் நுழைந்தவன், தன் மனைவியின் திரு மேனியை தழுவி இருந்த அந்த வெள்ளை சட்டையை கையில் வைத்து ஒரு முறை பார்த்து விட்டு , தன் மார்போடு அந்த சட்டையை அணைத்துக் கொண்டான்.

'உன்ன நெருங்க முடியாது ஹாசி குட்டி.அதுவரைக்கும் இந்த சட்டையும், இதுல வர உன் வாசனையும் போதும்' என்று அவனும் வேகமாக குளித்து கிளம்பி வெளியே வந்தான்.

ஹாசி அறையில் இல்லை.அதற்கு பதில் வெளியே ஒரே சத்தமாக இருந்தது.

ஹாலில் ராமச்சந்திரன் அமைதியாக அமர்ந்திருக்க, அவரை வறுத்தெடுத்து கொண்டிருந்தாள் அகிலா.

"எப்படி என் புருஷனை நீங்க அடிக்கலாம்?" என்று அகிலா கத்தினாள்.

"அடியே! அவரு தான் டி உன் புருஷனை பெத்தவரு" என்று சீதா தன் கணவனை விட்டு கொடுக்காமல் பேசினார்.

"ஹலோ மாமியார்.இது எனக்கும் என் மாமனாருக்கும் உள்ள டீலிங். கீப் கொயட்" என்று சீதாவின் வாயை அடக்கினாள்.

"சொல்லுங்க" என்று அகிலா கேட்க, அப்போது தான் இறங்கி வந்தான் ஹர்ஷா.

"இந்தா வந்துட்டாரு உங்க பிள்ளை.இவன் தான் என்ன கட்டி வச்சது. இவனை அடிங்க" என்று ஹர்ஷாவை கை காட்ட, ஹாசி துள்ளி குதித்துக் கொண்டு "வரு மாமா அடி வாங்க போறாரா?" என்று ஆர்வமாக கேட்க, அவளை கேவலமாக பாத்தாள் அகிலா.

"நீ அவன் பொண்டாட்டி தானே?" என்று கேட்டாள்.

"ஏன்க்கா! அதுல என்ன உங்களுக்கு சந்தேகம்?" என்று அவள் அப்பாவியாக கேட்டாள்.

"உன் புருஷனை கூட்டிட்டு வா" என்று கூற, ஹாசி ஓடி சென்று தன் மாமனை இழுத்து வந்தாள்.

அவன் அகிலாவை தெனாவெட்டாக பார்த்தான்.

"என்ன கட்டி வச்சதும் இல்லாம, இப்போ வரைக்கும் அதை பத்தி கொஞ்சம் கூட கவலை இல்லாமல் எப்படி வந்து நிக்கிறான் பாருங்க" என்று போட்டு கொடுத்தாள்.

தீரன் அப்போது தான் மேலே இருந்து வந்தான்.

"என்ன மா! காலைலயே என்ன பிரச்சனை?"

"உன் பொண்டாட்டி தான் டா.கண்ணகி போல அவ புருஷனுக்கு நீதி கேட்டுட்டு இருக்கா" என்று கூற, அவன் அகிலாவை பார்த்தான்.

"இங்க என்ன டி பண்ணிட்டு இருக்க?"

"உன்ன இவரு அடிச்சாருல.அதான் தப்பே செய்யாம உன் மேல கை வச்சாரு. தப்பு செஞ்ச இவன் வாங்க வேணாமா" என்று கூறினாள்.

"அப்படி போடு! சரியான கேள்வி" என்று ஹாசி இட்லியை மொக்கி கொண்டிருந்தாள்.

"சீதா மா! இன்னும் ரெண்டு வைங்க.காலேஜ்க்கு டைம் ஆகிடுச்சு" என்று அவள் வேகமாக உண்டாள்.

"அகிலா மேல ரூம் வா.உன்கிட்ட கொஞ்சம் பேசனும்" என்று தீரன் அழைத்தான்.

"அப்போ மாமாவை, உன்கிட்ட மன்னிப்பு கேட்க சொல்லு" என்று அவள் ராமச்சந்திரன் உடன் விளையாடினாள்.

அதை புரிந்து கொண்டவர் "சரி மா மருமகளே! என் புள்ளைய கை நீட்டி அடிச்சது தப்பு தான். என்னை மன்னிச்சிடு டா தீரா" என்று கேட்க, ஹர்ஷா அவர்களை புன்னகையுடன் பார்த்து கொண்டிருந்தான்.

தீரன் வெறியாக அவளை முறைத்து தள்ளினாள்.

"அகிலா இப்போவே ரூம்க்கு வர" என்று அழுத்தி கூறி விட்டு அவன் மேல சென்றான்.

"ஆமா! அப்படியே ரூம்க்கு வந்துட்டாலும், உங்க பிள்ளை ரொமான்ஸ் பண்ணி கிழிச்சுடுவான். ஏன் மாமா நம்ம குடும்பத்துல யாரு இப்படி சாமியார் போல இருந்தது?" என்று முக்கியமான கேள்வியை ராமச்சந்திரன் தோள் மீது கை போட்டபடி கேட்டாள்.

"அடிக்கழுதை! மாமனார் கிட்ட கேட்கிற கேள்வியா டி இது?" என்று சீதா அடிக்க, சிட்டாய் பறந்து போனாள் அகிலா.

அவள் மேலே செல்லவும், ஹாசி அவசரமாக காலேஜ் பையை எடுத்து கொண்டு சீதா- ராமச்சந்திரன் இருவரது காலிலும் விழுந்து ஆசிர்வாதம் வாங்கி விட்டு வீட்டை விட்டு வெளியேற, அவளை பின் தொடர்ந்து சென்றான் ஹர்ஷா.

"ஹலோ நவீன்! நான் கிளம்பிட்டேன் டா.சீக்கிரம் வா" என்று அவள் அலை-பேசியை துண்டித்த மறு நிமிடம், அவளை பையோடு தூக்கி காரின் உள்ளே போட்டவன், அவள் சுதாரிக்கும் முன் கேட்டை கடந்திருந்தான்.

மேலே சென்ற அகிலா தன் கணவனை தேட, அவனோ கடும் கோபத்தில் பால்கனியில் நின்று கொண்டிருந்தான்.

"சொல்லுங்க! எதுக்கு வர சொன்னீங்க?"

"உனக்கு என்ன அறிவு இல்லையா அகிலா? அவரு என்ன பெத்த-வரு.என்னை அடிக்க எல்லா உரிமையும் அவருக்கு இருக்கு.அவரை போய் என்-கிட்ட மன்னிப்பு கேட்க வைக்கிற"

"நான் சொல்லுறத கொஞ்சம் கேளுங்க தீரன்" என்று அகிலா பேச வந்தாள்.

"உன் லிமிட் எதுவோ அப்படியே இரு.அத தாண்ட நினைக்காத" என்று கூறி விட்டு மருத்துவமனை கிளம்பி விட்டான் தீரன்.

அகிலா அப்படியே யோசனையில் அந்த பால்கனியில் அமர்ந்து விட்டாள்.

****

ரிதி -முகில் வழக்கம் போல் கல்லூரி கிளம்பி செல்ல, அவன் வகுப்பில் உயிரை கையில் பிடித்து கொண்டு அமர்ந்திருந்தாள் .

'ஐயோ! அந்த கேள்வியை கேட்டா நான் என்ன பண்ணுவேன்?' என்று நகத்-தைக் கடித்து கொண்டு அவள் அமர்ந்திருந்தாள்.

பெல் அடித்த மறு நிமிடம் வகுப்பறைக்குள் நுழைந்தான் முகில்.

ஏனோ அவன் திருமணம் ஆனவன் என்று அங்குள்ள மாணவியர்களுக்கு ஏற்றுக் கொள்ள முடியவில்லை.

வழக்கத்துக்கு மாறாக வகுப்பு அமைதியாக இருக்க, முகில் ஓரளவிற்கு யூகித்து விட்டான்.

தான் நடந்த வேண்டிய படிவத்தை எடுத்துக் கொண்டு, அழகாக தெளிவாக புரியும் படி அவர்களுக்கு பாடம் எடுத்தான்.

அனைவரும் அவன் நடத்திய விதத்தில் தெளிவான குறிப்பேடுகள் எடுத்துக் கொண்டனர்.

அவன் வகுப்பு முடிய, தன் மனைவியை ஓரப் பார்வையில் வருடிக் கொண்டே வெளியேறினான் முகில்.அப்போது தான் அவளுக்கு மூச்சே வந்தது.

அங்கிருக்கும் மாணவிகள் அவர்களை கவனித்துக் கொண்டு தான் இருந்தார்கள்.

பாடம் எடுக்கையில் இடை இடையில் முகிலின் பார்வை, ரிதியை தீண்டி செல்வதை பார்த்துக் கொண்டு தான் இருந்தனர்.

அவன் போன பின்பு ரிதியை சூழ்ந்த மாணவிகள் "ஏய்! பொய் சொல்லாத ரிதி. நீதானே அவரை காதலிக்கிற. அதுனால தானே அவருக்கு கல்யாணம் முடிஞ்சு போச்சு சொல்லுற" என்று கேட்டனர்.

"அப்படி எல்லாம் எதுவும் இல்ல.நம்புனா நம்புங்க! இல்லேனா விடுங்க" என்று ரிதி நேராக ரெஸ்ட் ரூமிற்கு செல்ல, அவளுக்கு மாதவிடாய் வந்திருந்தது.

"ஐயோ! இது வேறயா" என்று தன் பையில் இருக்கும் நாப்கினை எடுத்து வைத்துக் கொண்டு மீண்டும் வகுப்பில் வந்து அமர்ந்து கொண்டாள்.

அடுத்த அடுத்த வகுப்பு நடக்க, மாதவிடாய் வலி எடுக்க தொடங்கியது .

பொறுத்துப் பொறுத்து பார்த்தவள் ஒரு கட்டத்தில் முடியாமல் போக, வலியில் அப்படியே தன் முன் இருக்கும் டேபிளில் சரிய, நீலா பதறி போய் அவளை எழுப்பினாள்.

உடனே பாடத்தை நிறுத்திய அந்த ஆசிரியர், ஒரு பெண் ஆசிரியரை அணுகி என்னவென்று பார்க்க சொல்ல, ரிதி தன் வலியை கூற, அவர் உடனே படிவத்தில் உள்ள ரிதி வீட்டு நம்பருக்கு கால் செய்ய அவள் பதறிப் போனாள்.

'ஐயோ போச்சு! இது அவரு நம்பர் ஆச்சே. நான் என்ன பண்ணுவேன்?' என்று அவள் அந்த வலியிலும் யோசித்தாள்.

"ஹலோ சார். ரிதன்யா ஸ்டாப் பேசுறேன்.அவங்களுக்கு கொஞ்சம் உடம்பு சரி இல்ல. நீங்க காலேஜ் வரைக்கும் வர முடியுமா?" என்று கேட்க, அந்த பக்கம் அலைபேசி அணைக்க பட்டு இருந்தது.

'என்ன! கட் ஆகிடுச்சு' என்று ஆசிரியை பார்த்துக் கொண்டிருக்கும் போதே, வேகமாக முகில் அந்த அறைக்குள் நுழைந்தான்.

"தனு என்னாச்சு டி ? காலையில நல்லாத்தானே இருந்த" என்று முகில் பதற, அவள் சுற்றி உள்ள அனைவரையும் ஒரு மாதிரியாக பார்த்து வைத்தாள்.

அவள் தோழிகள் அவளை ஒரு மார்க்கமாக பார்க்க, அவள் தலை குனிந்துக் கொண்டாள்.

"இல்ல! கொஞ்சம் வயிறு வலி.முடில" என்று திக்கிக் கொண்டு பேசினாள்.

"சரி வா! உடனே ஹாஸ்பிடல் போவோம்" என்று அழைத்தான்.

"என்ன முகில் சார்? உங்களுக்கு இவங்க தெரிஞ்ச பொண்ணா" என்று அந்த ஆசிரியை கேட்டார்.

உடனே ரிதி "ஆமா மேடம்! பக்கத்து வீட்டு பொண்ணு" என்று முந்திக் கொண்டு பதில் சொல்ல, அங்குள்ள மாணவர்கள் அவர்கள் இருவரையும் பற்றி சல சலத்தனர்.

"பாரு டி! பக்கத்து வீட்டு பொண்ணாம்.நம்ம முகில் சாரை நல்லா மயக்கி வச்சு இருக்கா"

"ஆமா டி ! நம்ம பக்கம் பார்த்து கூட பாடம் நடத்த மாட்டாரு. இப்போ இவளுக்கு ஒன்னுன்னு துடிச்சி போய் வராரு" என்று அவர்களுக்குள் பேசிக்-கொள்ள முகில் கோபம் தலைக்கு ஏறியது.

"Shut up all of you" என்று அறை அதிர கத்தினான் முகில்.அதில் மாணவர்கள் கூட்டம் சற்று அமைதி கொண்டது.

"என்ன தெரியும் உங்களுக்கு? ஹான்! இல்ல என்ன தெரியும்னு கேட்கி-றேன்.இதோ இங்க நிக்கிற பொண்ணு, என் பக்கத்து வீட்டு பொண்ணு இல்ல.என் வீட்டு பொண்ணு.மிசஸ் ரிதன்யா முகில்" என்று அறை அதிர கூறினான்.

அதில் அங்கு நின்ற அனைவருமே அதிர்ந்து போனார்கள்.முகில் கோபமாக அவள் கைப்பிடித்து அந்த அறையை விட்டு வெளியேறினான்.

****

"லிமிட்டாம் லிமிட்டு.இரு டா வெண்ண வெட்டி, இந்த அகிலா யாருன்னு காட்டுறேன்" என்று அவன் கப்போர்டை திறந்தவள், அதில் அழகாக அடுக்கி வைக்கப் பட்டிருக்கும் அவன் சட்டைகளை கையில் எடுத்துக் கொண்டு, ஒரு கத்திரிக்கோலை கொண்டு அவன் சட்டைகளை நறுக்க ஆரம்பித்தாள்.

மருத்துவமனைக்கு சென்ற தீரனின் மனம் ஒரு நிலையில் இல்லாமல் போக, அவன் நினைவில் வந்து நடனம் ஆடினாள் அவனின் ராட்சஸி.

உடனே கிளம்பி விட்டான் வீட்டிற்கு. கீழே அவளை தேடி விட்டு, நேராக தன் அறைக்கு வர அதிர்ந்து போனான்.

அவன் காதல் மனைவி அவளது லிமிட்டை காட்டிக் கொண்டிருந்தாள்.

அவனது பத்து சட்டைக்கு மேல் கிழித்துப் போட்டவள் அடுத்த சட்டையை எக்கி எடுக்க, அந்த கதவு மேல் கால் வைத்து ஏற அது கணம் தாங்காமல்

அவள் மேல் சாய்ந்தது.

அவள் 'தொப்'பென்று கீழே விழுக "ஏய் பார்த்து டி" என்று வேகமாக ஓடி வந்த தீரன் அதை பிடித்து நிறுத்தி விட்டு , தன் மனைவியின் பக்கம் திரும்பி-னான்.

கீழே கலைந்து கிடந்த ஆடைகளில் சிக்கி, அவனும் அவள் மேலேயே விழுந்தான்.

இதை சற்றும் எதிர் பார்க்காத அகிலா, திகைத்துப் போய் அவனை பார்க்க அடுத்த அதிரடியில் இறங்கினான் தீரன்.

அவள் கையில் உள்ள கத்திரிக்கோலை தன் கைக்கு மாற்றியவன், நொடியும் தாமதிக்காமல் அவள் மேல் ஆடையை வெட்ட தொடங்கினான்.

37

அத்தியாயம்-37

வழக்கம் போல் காலை எழுந்ததும், தன் மனைவியை ஐந்து நிமிடம் பார்த்து விட்டு, காஃபி போட்டு குடித்து விட்டு, தன் காலை கடன்களை முடித்து குளித்து வெளியே வந்தான் கண்ணன்.

மிதமான சூட்டில் ஒரு குவளையில் தண்ணீரை கொண்டு வந்தவன், தன் மனைவியை சாய்வாக அமர வைத்து அவள் ஆடைகளை கலைந்தான்.

மொத்த உடையையும் கலைந்து அந்த வெது வெதுப்பான நீரில், சற்று மஞ்சள் பொடியை கலந்து ஒரு வெள்ளை துணியை எடுத்து, அதில் நனைத்து தன் மனைவியின் மேனியை துடைக்க ஆரம்பித்தான்.

"இதெல்லாம் நல்லாவே இல்ல டி. இதெல்லாம் எனக்கு நீ பண்ணனும்.ஆனால் உனக்கு நான் பண்ணிட்டு இருக்கேன். என்ன செய்ய? ஆனால் நீ கண்ணு முழிச்சதுக்கு அப்பறம் வட்டியும் முதலுமா சேர்ந்து வாங்கிடுவேன்" என்று பேசிக் கொண்டே தன் மனைவியின் மேனியை சுத்தம் செய்தான்.

தண்ணீரை எடுத்துக் கொண்டு அடுக்களை நோக்கி சென்று, அதை கழுவி வைத்து விட்டு தன் கைகளையும் சுத்தப்படுத்திக் கொண்டு, அவளுக்கு மாற்று ஆடை அணிவிக்க நினைத்து அவளது கப்போர்ட்டை திறந்தான்.

மெல்லிசாக ஒரு சட்டையும் , கீழ் முட்டிக்கு மேல் உள்ள ஒரு மிடியையும் எடுத்து வந்தான்.

வீட்டில் அவர்கள் இருவரும் மட்டும் என்றதால் அவன் அவ்வாறு அவளுக்கு வாங்கி வைத்தான்.

ஆடையை எடுத்துக் கொண்டு தன் மனைவி அருகில் வந்தவன் "ஹேய் குட்டிமா! இந்த டிரஸ் உனக்கு ரொம்ப நல்லா இருக்கும்.இத போடுவோம் இன்னைக்கு" என்று அவளிடம் பேசிக் கொண்டே ஆடைகளை அணிய அவள் மேல் உள்ள போர்வையை விலக்கினான்.

அவன் முன் அவள் காதல் மனைவி. அதுவும் ஆடைகள் அற்ற மேனியுடன்! அப்படி இருக்கும் தன் மனைவியை குழந்தை போல் தாங்கினான் கண்ணன்.

அவன் எண்ணம் முழுவதும் 'எப்போது அவள் கண் விழிப்பாள்?' என்பதில் மட்டுமே குறியாக இருந்தது.

அவள் கால்களை தூக்கி அவளுக்கு பாவாடை அணிய போக, டம்மென்று கேட்ட சத்தத்தில் அதிர்ந்து போய் அவன் தன் மனைவியின் முகம் பார்த்தான்.

அவள் புருவம் சுருக்கி , தன் கைகளைக் கொண்டு பக்கத்தில் உள்ள நைட் லாம்பை கீழே தள்ளி இருந்தாள்.

அதில் அவள் கால்களை விடு வித்தவன், அடித்துப் பிடித்து தன் மனைவியின் அருகே சென்றான்.

"ஆத்வி! நான் பேசுறது கேட்குதா டி. நான் உன் கண்ணன் டி.கண்ணை முழிச்சு பாரு டி" என்று அவன் கத்தினான்.

கைகள் லேசாக நடுங்கி, நெற்றி புருவம் சுருக்கி, மெலிதாக கண் விழித்தாள் ஆத்வி.

இவ்வளவு நாளும் கண் மூடி இருந்ததால் இப்போது கண்ணில் வெளிச்சம் படரவும் சட்டென்று விழி கூசி இமையை மூடிக் கொண்டாள்.

கண்ணன் வேகமாக எழுந்து கதவை மூடி, ஸ்க்ரீன் முழுவதையும் மூடி விட்டு அறையை இருட்டாக்கி விட்டு வந்தான்.

"ஆத்வி மா! இப்போ கண்ணை திற டி.இப்போ கண்ணு கூசாது " என்று அவன் கூற, மெதுவாக தன் இமைகளை பிரித்தாள் ஆத்வி.

அறை இருட்டாக இருக்க, தன் கண்களை அங்கும் இங்கும் அலைபாய விட, அவள் கைகளை இறுகப் பற்றிக் கொண்டான் கண்ணன்.

"ஆத்வி மா! நான் உன் பக்கத்துல தான் இருக்கேன்" என்று கூற, அவள் கண்களில் இருந்து கண்ணீர் வழிய அவன் கரங்களை இறுகப் பற்றிக் கொண்டாள்.

அந்த இறுக்கத்தில் அவள் காதலை உணர்ந்தவன், அறையில் உள்ள லைட்டைப் போட, அவள் கண்கள் கூசி பின் அந்த வெளிச்சத்திற்கு ஈடு கொடுத்து கண்களை திறந்து தன் கணவனை கண்களில் நிரப்பிக் கொண்டாள்.

ஒரு வார்த்தை பேசவில்லை.அப்படியே அதே மௌனம் தான்.

தன் மனைவி தன்னையே பார்ப்பதை உணர்ந்தவன், அவனும் அமைதியாக அவள் அருகில் அமர்ந்து, தன் மனைவியின் ஆடை இல்லா மேனியை பார்த்து சட்டென்று அருகில் உள்ள போர்வையை எடுத்து அவளை மூடி, அவளை சங்கடத்திற்கு ஆளாக்காமல் பார்த்துக் கொண்டான்.

அவள் அதை எதையும் அறியாமல் தன் கணவனை பார்த்து கொண்டே இருக்க, மெதுவாக தன் இதழ் பிரித்து "நம்ம கல்யாணம் பண்ணிட்டோமா?" என்று

கேட்டாள்.

அவன் பொறுமையாக அவள் கழுத்தில் இருந்த தாலியை எடுத்து வெளியே போட்டான்.

அவன் கண்கள் தாலியை நோக்க, அவன் கண் போன திசையில் பயணித்தது அவளது கண்கள்.

தாலியைப் பார்த்தும் உணர்ச்சி பெருக்கில் அவள் கண்களில் இருந்து கண்ணீர் வர, அவளை வாரி அணைத்துக் கொண்டான் கண்ணன்.

"மாமா! அம்மா, அப்பா" என்று அவள் அழுதாள்.

"அதான் நான் இருக்கேன்ல.உனக்கு வேற யாரு வேணும்? நடந்ததை மாத்த முடியாது டி.அதை மறந்திடு. எனக்கு நீ !உனக்கு நான் தான். எப்பவும் உன் கூட தான் இருப்பேன். ஒரு வேளை உனக்கு நினைவு வராமலே போனாலும் , உன்கூட மட்டும் தான் டி காதல் வாழ்க்கை எல்லாமே" என்று அவளை இறுக்கினான்.

அவளுக்கும் அவனது அணைப்பு தற்போது வேண்டுமென கேட்க, தன் கணவன் என்ற முழு உரிமையுடன் அவனை அணைத்துக் கொண்டாள்.

காதலிக்கும் போது எட்ட நின்று பார்ப்பதும், தள்ளி அமர்ந்து பேசுவதோடு சரி.

தொடுதல் என்ற ஒன்று இருந்ததே இல்லை. அதை இப்போது தீர்த்து கொள்கிறார்கள் அந்த காதல் பறவைகள்.

"என்ன மா ஆச்சு?" என்று அவளை தன்னிடம் இருந்து பிரித்து அவள் முகம் பார்த்தான்.

"மாமா ஹாசி.." என்று நிறுத்தினாள்.

"அவளுக்கு ஒன்னும் இல்ல. ஹர்ஷா சார் கூட கல்யாணம் ஆகி சந்தோசமா இருக்கா.உன்னை பார்த்தா ரொம்ப சந்தோஷ படுவா" என்று கூற, ஆத்வி கண்கள் மலர்ந்தது.

"உங்களுக்கு ஒன்னு தெரியுமா மாமா? அவ ஹர்ஷாவை லவ் பண்ணா. எனக்காக அவ காதலை மறைச்சு, எங்க கல்யாணம் நடக்கும்னு அவ காதலை பொதச்சுட்டா"

"மேடம் ஓவர் காதல் தான். நான் தான் பார்த்தேனே" என்று ஹாசி வீட்டிற்க்கு வந்ததும், ஹர்ஷா அவளை கூட்டி சென்றதையும் சுருக்கமாக கூறி முடித்தான்.

"சரி! ரொம்ப நாள் படுத்து இருந்தனால முதுகுல புண் வந்துருக்கு ஆத்வி மா.நீ அப்படியே இரு.நான் மருந்து போட்டு விடுறேன்" என்று மருந்தை எடுக்க செல்ல, அப்போது தான் கவனித்தாள்.

அவள் உடலில் ஆடை இல்லாமல் வெறும் போர்வையில் தன்னை மூடி இருக்கிறாள் என்று!

அதிர்ச்சியாக மருந்து கொண்டு வரும் தன் கணவனை பார்த்தவள், தயக்கமாக "அது..மாமா! வந்து.. நான்" என்று அவள் எப்படி இதை கேட்பது என்று தெரியாமல் அவள் திணறினாள்.

அமைதியாக அவள் அருகில் அமர்ந்தவன் " என்ன மா? நான் தான் தினமும் உன்ன சுத்த படுத்துறேன். அதுக்காக உன்மேல சலனமே வரலைன்னு பொய் சொல்ல விரும்பல. நான் ஆசையா காதலிச்சு, கல்யாணம் பண்ண என் பொண்டாட்டிய அப்படி பார்க்குற அப்போ, எனக்கு என்ன தோணுமோ அது தோணுச்சு.ஆனால் என் பொண்டாட்டி தூங்குறாலே என்ன செய்ய? அதான் தூங்குற என் குழந்தைக்கு என்ன செய்ய முடியுமோ அத செஞ்சிட்டு, நீ எப்போ முழிச்சு வருவன்னு காத்துட்டு இருக்கேன்" என்று தன் மனதில் உள்ள உண்மையை அப்படியே உரைத்தான் கண்ணன்.

அதில் நெகிழ்ந்து போன ஆத்வி, தானாகவே தன் போர்வையை விலக்கி அவள் காயங்களைக் காட்ட, அவன் ஒரு மெல்லிய சிரிப்புடன் அவளுக்கு மருந்திட்டான்.

****

கையை பிடித்து இழுத்து வந்தவன், அவளை காரில் அமர வைத்து நேராக தன் காரை வீட்டுக்கு செலுத்தினான்.

வழியில் ஒரு வார்த்தை பேசவில்லை இருவரும்.அவள் வயிற்று வலியில் சோர்ந்து போய் சீட்டில் சாய்ந்து கண் மூட, முகில் அமைதியாக காரை வீட்டில் வந்து நிறுத்தினான்.

கார் நின்றதை அறிந்து, வேகமாக கதவைத் திறந்துக் கொண்டு தன் அறைக்கு சென்றவள், தனக்கு வேண்டியதை எடுத்துக் கொண்டு குளியலறைக்குள் சென்றாள்.

அவள் பின்னே வந்த முகில் தன் தந்தைக்கு தகவலை தெரிவித்து விட்டு, தூங்கும் அமுதியை கொஞ்சி விட்டு அறைக்குள் நுழைந்தான்.

அவள் குளியல் அறையில் இருப்பதை உணர்ந்தவன், தன் போனை எடுத்து தனக்கும் அவளுக்கும் கல்லூரியில் விடுமுறையை கூறி விட்டு போனை வைக்க, அவள் அசதியாக குளியலறையில் இருந்து வெளியே வந்தாள்.

உடனே அறையை விட்டு வெளியேறிய முகில் நேராக அடுக்களை சென்று, அவளுக்கு மாதுளை பழத்தை உரித்து ஜூஸ் போட்டு எடுத்து வந்தான்.

ஏனோ இப்போது வரை அவன் ஒரு வார்த்தை பேசவில்லை அவளிடம். கையில் ஜூசை கொடுத்து விட்டு அவளை பார்க்க, அவளும் அமைதியாக வாங்கி பருகினாள்.

கப்பை எடுத்துக் கொண்டு அவள் வெளியே செல்ல பார்க்க, அவள் கையில் உள்ள கப்பை வாங்கிக் கொண்டு அவன் அந்த அறையை விட்டு வெளியேறி-

னான்.

அவள் அமைதியாக சென்று மெத்தையில் படுக்க, அறைக்குள் வந்த முகில் அவளருகில் அமர்ந்து, கையில் சிறிது நல்லெண்ணையும் அதோடு பச்சைத் தண்ணீரையும் கலந்து இரு கைகளிலும் தேய்த்து கொண்டு, மெதுவாக அவள் சல்வார் டாப்ஸை தூக்க ரிதி அதிர்ந்து போனாள்.

அவள் வேகமாக தடுக்க வர, முகில் பார்த்த பார்வையில் தன்னால் கை கீழே இறங்கியது.

அவன் கையில் உள்ள எண்ணெய்யை ஆடை விலக்கி அவள் வயிற்றில் அதை தடவி விட, இதமாக உணர்ந்தாள் ரிதி.

வேலையை முடித்து விட்டு கைகளை கழுவிக் கொண்டு வந்தவன், மெத்தையில் மறு ஓரத்தில் அமைதியாக படுத்துக் கொண்டான்.

ரிதி தான் தவித்து போனாள்.எப்போதும் அவனாகவே வந்து பேசுபவன், இன்று அவனது இந்த சிறிய ஒதுக்கத்தை கூட அவளால் தாங்கி கொள்ள முடியவில்லை.

ஏனோ வயிறு வலியை விட, அவன் அமைதியின் வலி தான் அவளை கொல்லாமல் கொன்றது.

முகத்தைக் காட்டது திரும்பி இருக்கும் தன் கணவனின் முதுகை பார்த்துக் கொண்டே உறங்கி போனாள் பொய் கோழி.

****

காருக்குள் அமர்ந்திருந்த ஹாசி, முகத்தை தூக்கி வைத்து கொண்டு "இதெல்லாம் நல்லா இல்ல மாமா. என்னை இறக்கி விடுங்க. நான் நவீன் கூட போறேன்" என்று கூறினாள்.

"வாயை மூடிட்டு அமைதியா வந்தா, ஒழுங்கா காலேஜ் போய் சேருவ. இல்லேனா நேத்து நைட் கொடுத்ததை இப்போ கொடுப்பேன். எப்படி வசதி?" என்று ஹர்ஷா ஒரு மார்க்கமாக கேட்டான்.

அதன் பின் பேச அவள் என்ன முட்டாளா? வாயை பசை போட்டு ஒட்டியதை போல் ஒட்டி விட்டாள்.

அப்போது அவனுக்கு அழைப்பு வர, அதை எடுத்து பேசியவன் முகம் மாறியது.

அதை கவனித்த ஹாசி அவனிடம் கேட்க போக "இல்ல வேணாம். அப்பறம் கிஸ் அடிப்பாரு" என்று அமைதியாக வாயை மூடிக் கொண்டாள்.

கார் காலேஜ் போகும் பாதையில் செல்லாமல் வேறு திசையில் சென்றது.

"ஐயோ வரு மாமா! ரூட் தப்பு" என்று கத்தினாள்.

"தெரியும்"

"நேத்து ஃபர்ஸ்ட் டே காலேஜ் போகலை. இன்னைக்கு போகாம இருந்தா என் படிப்பு என்ன ஆகிறது?" என்ற ஹாசி கேட்டாள்.

"இல்லேனா மட்டும் அப்படியே எல்லாத்துலயும் பாஸ் பண்ணி கிழிச்சுடுவ" என்று பொங்கினான் ஹர்ஷா.

"இந்த முறை எல்லாத்துலயும் பாஸ் பண்ணலை, என் பேர் ஹாசி இல்ல" என்று சிலிப்பிக் கொண்டாள்.

"உனக்கு மதியம் தான் க்ளாஸ்.உன் டயம் டேபிள் என்கிட்ட இருக்கு.இப்போவே போய் அந்த கேன்டீன்ல உள்ள ஐட்டத்தை காலி பண்ண தானே போற" என்று சரியாக ஹர்ஷா கூற, ஹாசி அவனை வியந்து பார்த்தாள்.

'என்ன நம்ம ரகசியத்தை எல்லாம் அப்படியே சொல்லுறாரு' என்று யோசித்துக் கொண்டே ஹாசி அமர அவன் கார் நேராக ஆத்வி வீட்டில் வந்து நின்றது.

அவனையே யோசனையாக பார்த்த ஹாசி, பின் ஏதோ தோன்ற கண்களில் மகிழ்ச்சி கூத்தாட காரில் இருந்து குதித்து வீட்டிற்குள் ஓடினாள்.

ஓடிய தன் மனைவியையே புன்னகையுடன் பார்த்த ஹர்ஷா, காரை பார்க் செய்து விட்டு வீட்டிற்குள் நுழைந்தான்.

அதற்குள் கண்ணன் தன் மனைவிக்கு உடை மாற்றி விட்டு அவளை அமர வைக்க, ஹாசி கதவை திறந்து கொண்டு உள்ளே ஓடினாள்.

ஓடியவளின் கால் ஆத்வி இருந்த அறை வாசலில் அப்படியே நின்றது.

எழுந்து அமர்ந்து கண்ணன் கொடுக்கும் உணவை சாப்பிட்டுக் கொண்டே அவனை காதல் பார்வை பார்க்கும் தன் அக்காவை பார்க்க பார்க்க அவளுக்கும் திகட்டவில்லை.

"அத்தான்" என்று குரல் குடுக்க, கண்ணன் ஆத்வி இருவரும் ஒரு சேர திரும்பினர்.

அறை வாசலில் ஹாசி அவள் பின் ஹர்ஷா நின்று கொண்டிருந்தனர்.

ஆத்வி தன் தங்கையை கண்கள் அகல விரித்து பார்த்தாள். "ஆத்வி" என்று அவள் உள்ளே ஓடி சென்று தன் அக்காவை அணைத்துக் கொண்டாள்.

இருவரும் பல நிமிடமாக அதே நிலையில் இருக்க, கண்ணன் தான் இருவரையும் பிரித்தான்.

"என்ன அக்கா தங்கச்சி ரெண்டு பேரும் எவ்வளோ நேரம் இப்படி இருக்கிறதா இருக்கீங்க? இன்னொருத்தர் வந்திருக்காரு, அவரையும் கவனிங்க" என்று ஹர்ஷாவை அழைத்து விட்டு, அவன் அவர்களுக்கு குடிக்க டீ போட சென்றான்.

அப்போது தான் ஆத்வி அவனை பார்த்தாள்.குற்ற உணர்சியாக இருக்க "வாங்க" என்று கேட்டதோடு தலையை குனிந்து கொண்டாள்.

ஹர்ஷா அவள் அருகில் வந்து "இப்போ எப்படி இருக்க ஆது மா ?" என்று கேட்க, ஹாசி சட்டென்று நிமிர்ந்து தன் கணவனை பார்த்தாள்.

அவனோ அவளை கண்டு கொள்ளாது ஆத்வியைப் பார்த்தாள்.

"இப்போ நல்லா இருக்கேன்" என்று தயங்கிக் கொண்டே கூறினாள்.

பின் மெதுவாக அவன் முகம் பார்த்து "என்னை மன்னிச்சிடுங்க" என்று கைகளை உயர்த்த, சட்டென்று அவள் கைகளை பற்றி இறக்கிய ஹர்ஷா "வேண்டாம்" என்று தலை ஆட்டினான்.

"அப்பறம் என்ன! சகலை உன்ன நல்ல பார்த்துகிறாரா? இல்லேனா சொல்லு.நம்ம வீட்டுக்கு கூட்டிட்டு போயிடுறேன்" என்று ஒற்றைக் கண் அடித்து சொல்ல, ஹாசிக்கு காதில் புகை வராத குறை தான்.

அப்போது அனைத்தையும் கேட்டுக் கொண்டு உள்ளே வந்த கண்ணன் இருவருக்கும் காபியை கொடுத்தான்.

"ஏன் ஹாசி குட்டி! உங்க அக்கா கண் முழிச்சு வந்துட்டா.அப்போ கொஞ்ச நாள் இந்த அத்தான் கூட இருந்துட்டு போ" என்று அவளுக்கு ஆதரவாக பேச, இப்போது ஹர்ஷா அவனை தீயாக முறைத்தான்.

ஆத்வி தான் இங்கு என்ன நடக்கிறது என்று புரியாமல் பார்த்து வைத்தாள்.

"அக்கா! நீ சீக்கிரம் குணம் ஆகு .

நானே என் வீட்டுக்கு உன்ன கூட்டிட்டு போறேன்" என்று ஹார்ஷாவை முறைத்து கொண்டே ஹாசி கூற, இப்போது அவளுக்கு சிறிதாக விளங்கியது.

அவளும் தன் தங்கை மற்றும் தன் தங்கை கணவனின் காதல் விளையாட்டில் மகிழ்ந்து போனாள்.

"இப்போ ஹாஸ்பிடல் கூட்டிட்டு போய், ஒரு செக் அப் பண்றது நல்லது" என்று ஹர்ஷா கூறினான்.

"ஆமா சார்! அஞ்சு மணிக்கு போகனும்" என்று கண்ணன் கூறினான்.

"ஆதுமா! இன்னும் உன் வீட்டுகாரருக்கு நான் என்ன முறைன்னு தெரியலை போல. சொல்லி அனுப்பு.எனக்கு வேலை இருக்கு ,நான் கிளம்புறேன்.நாளைக்கு வந்து உன்னை பார்க்குறேன்" என்று அவள் கன்னத்தை தட்டி விட்டு அவன் எழுந்து கண்ணனை பார்த்து விட்டு வெளியே செல்ல, கண்ணன் சிறு சிரிப்புடன் அவனை பார்த்துக் கொண்டிருந்தான்.

ஹாசி மூக்கு முட்ட அவனை முறைத்து விட்டு, அவர்களிடம் சொல்லி விட்டு வெளியே வந்து அவன் காரில் ஏறி அமர்ந்தாள்.

"எவ்வளோ தைரியம் இருந்தா என் கண்ணு முன்னாடியே என் அக்காவை செல்ல பேர் வச்சு கூப்பிடுவாரு. இதுல கன்னத்தை தட்டி, வீட்டுக்கு வேற வர சொல்லுறாரு" என்று முணு முணுத்துக் கொண்டே வந்தாள் ஹாசி.

"என்ன பொண்டாட்டி! எதுனாலும் மாமா கிட்ட கேளு. பதில் சொல்லுறேன்.அத விட்டுட்டு ஏன் இவ்வளவு கோவம்?" என்று ஹர்ஷா கேட்டான்.

அடக்கி வைக்க முடியாமல் கேட்டே விட்டாள். "எதுக்கு எங்க அக்காவ அந்த பேர் சொல்லி கூப்டீங்க?" என்றாள்.

"ஏன்! நான் தானே அந்த பேர் வச்சேன்"

"அதுக்கு?"

"அப்போ நான்தான் கூப்பிடுவேன்"

"கண்ணன் அத்தான் தப்பா நினைச்சு பிரச்சனை ஆனா என்ன பண்றது?"

"உன் நொத்தானுக்கு பிரச்சனையா? இல்ல உனக்கு பிரச்னையா?" என்று நேரடியாக கேட்டான்.

"எனக்கும் தான்" என்று உண்மையை ஒத்துக் கொண்டாள்.

"இது என்ன டி வம்பா போச்சு! நீயும் படுக்க மாட்ட ,தள்ளியும் படுக்க மாட்டனா என்ன அர்த்தம்?" என்று ஹர்ஷா கேட்டான்.

ஹாசி அவனை தீயாக முறைக்க "ஐயோ ! இது பழமொழி டி" என்று ஹர்ஷா கூறியும், கையில் உள்ள அவள் காலேஜ் பேக்கால் அவனை அடிக்க ஆரம்பித்தாள் அவனது மக்கு பொண்டாட்டி.

****

அவள் மீது தன் மொத்த உடலையும் சாய்த்து கொஞ்சமும் அலட்டிக் கொள்ளாமல், அவள் டாப்ஸை வெட்டிக் கொண்டிருந்தான் தீரன்.

அகிலா அதிர்ச்சியாக அவனை பார்க்க, அவனோ தன் வேலையே கண்ணாக இருந்தான்.

"இங்க பாருங்க! இது தப்பு. மொத கட் பண்ணுறதை நிறுத்துங்க" என்று அகிலா கூறினாள்.

‘ஓஹோ! அப்போ நீ பண்ணதை ஏன் பண்ணேன்னு நான் கேட்டேனா?"

"இல்ல" என்று தலை ஆட்டினாள்.

"அப்போ நான் பண்றதையும் நீ கேட்க கூடாது"

"நீங்க என் லிமிட் பத்தி பேசிட்டு, இப்போ உங்க லிமிட்டை க்ராஸ் பண்ணிட்டு இருக்கீங்க" என்று அகிலா பல்லைக் கடித்தாள்.

"ஓஹோ! என் லிமிட் என்னன்னு உனக்கு தெரியுமா? இப்போ காட்டுறேன் பாரு" என்று தீரன் அவள் டாப்ஸை பிடித்து சர்ரென்று அவள் கழுத்து வரை வெட்ட, அகிலா பயந்து போனாள்.

"சத்தியமா இனிமே இந்த மாதிரி பண்ண மாட்டேன்.ப்ளீஸ் தீரன்.சாரி" என்று அவள் கெஞ்ச ஆரம்பித்தாள்.

"அப்போ வெட்டி போட்ட என் சட்டைக்கு என்ன பதில்?"

"நானே அதே போல வாங்கி தரேன்" என்று கூறினாள்.

அது அவனுக்கு சரியாக பட "சரி" என்று அவள் மீது இருந்து எழுந்தவன், அவளை மேல் இருந்து கீழ் வரை பார்க்க அவள் வேகமாக எழுந்து நின்றாள்.

ஏனோ அவனுள் பெண்ணவளால் புதுவித மாற்றங்கள் நிகழ, அதை தடுக்க வழி அறியாது தலையை அழுந்தக் கோதினான்.

"உனக்கு அஞ்சு நிமிஷம் டயம் தரேன். அதுக்குள்ள போய் டிரஸ் மாத்திட்டு வா.இல்லேனா நடக்கிறதே வேற" என்று கூறினான்.

'இல்லேனா மட்டும் கிழிச்சுடுவான்' என்று மனதிற்குள் புலம்ப 'ஏன் இப்போ கிழிச்சது உன் கண்ணுக்கு தெரியலையா?' என்று அவள் மனசாட்சி கேட்க, அதை திட்டிக் கொண்டே ஒரு மாற்றுத் துணியை எடுத்துக் கொண்டு உள்ளே ஓடி விட்டாள் தீரனின் அகிலாண்டம்.

****

இரவு அலைந்த அசதியில் வந்தவுடன் வாங்கி வந்த பொருட்களை அப்படியே வைத்து விட்டு ,உணவு உண்டு உறங்கி விட்டனர் மகா- சுதர்சன் இருவரும்.

காலை எழுந்து மகா குளித்து முடித்து கீழே வேணியுடன் வேலையில் ஈடு பட, சுதர்சன் ஹாலில் அமர்ந்து பேப்பர் படித்துக் கொண்டிருந்தான்.

"நைட் என்னமா வாங்கிட்டு வந்தீங்க?" என்று வாணி கேட்டார்.

"அச்சோ அத்த! நான் வந்தவுடனே தூங்கிட்டேன்.இன்னும் பிரிக்க கூட இல்லை. இருங்க எடுத்துட்டு வரேன்" என்று மேலே செல்ல போக, அவளை தடுத்து சுதர்சன் எடுத்து வருவதாக மேலே சென்றான்.

காலையில் மகாவை தேடி வந்த சுந்தரன், சுந்தரி இருவரும் அறையில் உள்ள புது பைகளை பார்த்து பிரிக்க ஆரம்பித்தனர்.

அதில் மகாவின் புது புது உள்ளாடைகள் இருக்க, அந்த கவரை கிழித்து உள்ளே இருந்த உள்ளாடையை எடுத்து ட்ரையல் பார்த்துக் கொண்டிருந்தது சுந்-தரி.

38

அத்தியாயம்-38

மேலே வந்த சுதர்சன், அறை இருந்த கோலத்தை கண்டு நெஞ்சை பிடித்து கொண்டான்.

வாயை பிளந்து கொண்டு அதிர்ச்சியாக நிற்க, அங்கு சுந்தரனும் சுந்தரியும் மகியின் உள்ளாடைகளை தங்களுக்கு தெரிந்த அளவிற்கு மாட்டிக் கொண்டு, ஆட்டம் போட்டு கொண்டிருக்க, மேலே போன கணவனை காணாமல் மகி அவர்கள் அறையை நோக்கி வர, சுதர்சன் இருந்த கோலம் கண்டு குழம்பி போனாள்.

'என்ன டா நடக்குது இங்க? இவரு இப்படி சாக் அடிச்ச மாதிரி நிக்கிறாரு' என்று மகா சற்று அறைக்குள் எட்டிப் பார்க்க, அதிர்ந்து போனாள்.

ஆசை ஆசையாக வாங்கிய பிங்க் நிற உள்ளாடை சுந்தரி மேனியிலும், லாவண்டர் கலர் உள்ளாடை சுந்தரன் மேனியிலும் இருக்கொ, இருவரும் ஒருவரை ஒருவர் பார்த்து ரசித்துக் கொண்டிருந்தனர்.

சத்தம் போட்டு சிரிக்க ஆரம்பித்தாள் மகா.

அவள் சத்தத்தில் திரும்பிய சுதர்சன் "என்ன டி இப்போ சிரிப்பு? அங்க பாரு அதுங்க போடுற ஆட்டத்தை" என்று கடுப்பாகக் கூறினான்.

மகா வேகமாக தன் கையில் உள்ள போனை எடுத்து, சுந்தரி செய்யும் லீலைகளை வீடியோ எடுக்க ஆரம்பித்தாள்.

போன இருவரையும் காணாமல் வாணி மாடி ஏறி வர, சுதர்சன் கோபமாக அவர் முன் நின்றான்.

"என்ன டா! என்ன முறைக்கிற? என்ன விஷயம்?" என்று கேட்டார்.

"இங்க வாங்க" என்று அவர் கையைப் பிடித்து இழுத்து சென்று, அவன் அறை வாசலில் நிறுத்தினான்.

அங்கு கண்ட காட்சியில் வாணி வாயை பிளந்து கேட்டார் பார்க்கலாம் ஒரு கேள்வி.

" ஏன் மா? சுந்தரிக்கு அளவு சரியா இல்ல.அளவு தப்பா வாங்கிட்டியா" என்று கேட்க, மகிக்கி சிரிப்பை அடக்க முடியவில்லை

"யம்மா! என்ன மா நீ லூசு மாறி பேசிட்டு இருக்கீங்க? அது அவளுக்கு வாங்கினது மா.இதுங்க போட்டுட்டு கூத்தடிக்குதுங்க" என்று சுதர்சன் பொறிந்தான்.

"டேய் கத்தாதே டா! அதுங்களுக்கு என்ன தெரியும் பாவம்.நம்ம கேட்டா கொடுக்க போகுதுங்க.இதுக்கு போய் இவ்வளோ பஞ்சாயத்தா" என்று வாணி சென்று கைகளை நீட்ட, வேகமாக தன் மேனியில் சுற்றி இருக்கும் உள்ளாடையை கழட்டி அவர் கையில் வைத்தது சுந்தரி.

அதை பார்த்த சுந்தரனும் அதையே செய்ய, உள்ளாடைகளை வாங்கி வந்து மகி கையில் கொடுத்தார்.

"இன்னும் ரெண்டு நாள்ல நல்ல நாள் வருது.அப்போவே குல தெய்வம் கோவில்ல கல்யாணத்தை பண்ணிடலாம்.நாளைக்கு தாலி கொடி எடுக்க போகலாம்" என்று அவர்கள் வாங்கி வந்த பொருட்களை பார்த்தார்.

"இப்போ நானும் , உங்க அப்பாவும் ஒரு இடத்துக்கு போறோம். நைட் தான் வருவோம். மதியம் சமைச்சு வச்சுட்டேன்.சாப்பிட்டு வீட்ட பூட்டிட்டு இருங்க" என்று வாணி சென்று விட்டார்.

சுந்தரி, சுந்தரன் இருவரும் ஜன்னல் வழியே குதித்து ஓடினர்.

கையில் உள்ளாடையுடன் நிற்கும் தன் மனைவியை ஒரு மார்க்கமாக பார்த்து வைத்தான் சுதர்சன்.

அவளோ அவசரமாக அதை கவரில் வைத்து மூடி விட்டு, வேறு ஒரு புடவையை எடுத்துக் கொண்டு குளியலறை நோக்கி சென்றாள்.

உள்ளே சென்ற உடன் கதவை தட்டினான் சுதர்சன்.

"மகி ஒரு நிமிஷம் கதவை திற" என்று கூறினான்.

கதவை திறந்து தலையை மட்டும் எட்டிப் பார்த்தவள் "என்னங்க?" என்று கேட்டாள்.

"இப்போ ஏன் புடவை மாத்த போற?"

"இல்ல சாப்பாடு செய்யும் போது மேல கொட்டிட்டேன்.அதான் அதை க்ளீன் பண்ணிட்டு, வேற புடவை மாத்த போறேன்"

"சரி இத மாத்திட்டு வா" என்று ஒரு கவரை அவள் கையில் கொடுக்க, யோசனையுடன் வாங்கிக் கொண்டாள் மகா.

பத்து நிமிடத்தில் கதவு திறக்கும் சத்தம் கேட்டு திரும்பிய சுதர்சன் சிலையாகி போனான்.

தன் மனைவியை முதல் முதலில் பாவாடை தாவணியில் பார்க்கிறான்.

பச்சை வண்ண தாவணி உடுத்தி, கீழே ரோஸ் கலர் பாவாடையும், ரோசும் ,பச்சையும் கலந்த டிசைன் ஜாக்கெட் அணிந்து, புதிதாக அவன் கட்டிய மஞ்சள்

கயிற்றில், கழுத்தை ஒட்டிய சிறிய சங்கிலியுடனும், கைகளில் கண்ணாடி வலையலுடன் வந்து நின்றவளை பார்த்தவன் மதி மயங்கிப் போனான்.

"மகி" என்று அவன் உதடுகள் முணு முணுக்க, அவன் முன் நிற்க முடியாமல் கன்னங்கள் சிவந்து தலை குனிந்து நின்றுக் கொண்டிருந்தாள்.

மெத்தையில் இருந்து எழுந்து அவள் அருகே வந்தவன், தாவணி முனையை சுற்றிக் கொண்டிருக்கும் அவள் கைகளைப் பிடிக்க, மகாவின் மேனி எங்கும் சிலிர்த்துப் போனது.

"எனக்கு தாவணி கட்டிய பொண்ணுங்களை பார்க்க ரொம்ப ஆசை" என்று கூற, மகா சட்டென்று நிமிர்ந்து தன் கணவனை முறைத்தாள்.

"ஐயோ! அப்படி சொல்ல வரலை மகி.என் பொண்டாட்டிய தாவணில பார்க்க ரொம்ப ஆசை.அது இன்னைக்கு நிறை வேறிடுச்சு" என்று அவள் கையில் இருந்த அவனது கைகள், அவள் வெற்று இடைக்கு செல்ல , மகி பதட்டமாக அவன் கைகளை பிடித்து தடை விதித்தாள்.

சுதர்சன் அதை கவனிக்கும் நிலையில் இல்லை. தன் மனைவியின் நெருக்கத்தில் அவன் வேறு லோகத்தில் அல்லவா இருக்கிறான்!

"தர்சன்" என்று அவள் உதடுகள் முனங்க, அவளது புது வித அழைப்பில் இன்னும் கிறக்கம் கொண்டவன், அவளை இழுத்து இறுக்கி அணைத்துக் கொண்டான்.

"மகி! நான் ஒன்னு சொன்ன தப்பா நினைக்க மாட்ட தானே" என்று கண் மூடியபடி கேட்டான்.

"ம்ம்" என்று மட்டுமே அவளிடம் இருந்து பதில் வந்தது.

"அது வந்து, நம்ம இப்போ.." என்று அவளை மேலும் இறுக்கியவன் "உனக்கு ஓகே வா மகி" என்று தயங்கிக் கொண்டே கேட்டான்.

அவன் தயக்கத்தை உணர்ந்து கொண்டவள், அவனிடம் இருந்து பிரிந்து அவன் கண்களை பார்த்துக் கொண்டே அவன் நெற்றியில் அழுந்த முத்தமிட்டாள்.

அந்த ஒற்றை முத்தம் சொல்லாமல் சொல்லியது அவள் சம்மதத்தை!

அதற்கு மேலும் தாமதிக்க முடியாமல் அவள் இதழை கவ்வினான் சுதர்சன்.

விரும்பியே தன் கணவனின் இதழ் முத்தத்தில் திழைத்தாள் பெண்ணவள்.

முத்தங்கள் நிமிடங்களாக நீழுவதை உணர்ந்து, அவளுக்கு மூச்சு விட அவகாசம் அளித்தான் அவளது தர்ஷன்.

விடு பட்ட இதழ்களைக் கடித்துக் கொண்டே அவன் முகம் பார்க்க முடியாமல் அவள் குனிந்து நிற்க, முதல் வேலையாக சுதர்சன் அங்குள்ள ஜன்னல் கதவை சாற்றி விட்டு வந்தான்.

பின் அறை கதவையும் மூடி விட்டு, தன்னவள் அருகில் வர, அவள் வேர்வையில் குளித்து இருந்தாள்.

"என்னாச்சு மகி பயமா இருக்கா?"

"ம்ம்" என்று தலை ஆட்டினாள்.

அதில் மெலிதாக சிரித்தவன் "பயம் போக என்ன பண்ணலாம்?" என்றான்.

"என்ன பண்ணலாம்?" என்று அவள் அப்பாவியாக கேட்டாள்.

"பண்ணி பார்த்தா தானே பயம் போகும்" என்று அவளை பார்த்து கண்ணடிக்க, அவள் வெக்கி சிவந்து போனாள்.

"Shall we start " என்று சுதர்சன் கேட்க, மகா அவன் மார்பில் தஞ்சம் அடைந்தாள்.

தன் மனைவியை கையில் ஏந்தியவன் அவளை மெத்தையில் கிடத்தி, முதலில் அவள் பயத்தை போக்கி அவளை தன் ஆளுமைக்குள் கொண்டு வந்தவன், பின் தன் லீலைகளை தொடங்க விரும்பியே தன் கணவனிடம் தன்னை ஒப்படைத்தாள் மகா.

"நான் சொன்ன 36 சரி தானே" என்று கேட்க, அவன் நெஞ்சில் கை வைத்து அவனை தள்ளி, அவன் மார்பில் முகத்தை புதைத்து "ரொம்ப மோசம் நீங்க" என்று கூற, சுதர்சன் சிரித்துக் கொண்டே அவளை தன்னவள் ஆக்கி கொண்டான்.

கூடல் முடிந்து களைப்பாக அவன் மார்பில் அவள் தலை வைத்து படுத்திருக்க "என்னங்க! நீங்க என்கிட்ட லவ்வ சொல்லவே இல்ல" என்று மகா கேட்டாள்.

"இவ்வளோ நேரம் நான் நடந்துகிட்ட விதத்துல உனக்கு காதல் தெரியலையா மகி மா?" என்று அவன் குழைவாக கேட்க, உதட்டை கடித்து சிரித்து கொண்டாள் மகா.

பின் எதையோ யோசித்து விட்டு "அய்யய்யோ" என்று அலற, சுதர்சன் பதறி போய் அவளை பாத்தான்.

"நமக்கு நாளைகழிச்சு தான் கல்யாணம். ஆனால் அதுக்குள்ள" என்று தன் இரு கைகளையும் எடுத்து வாயை மூடிக் கொள்ள, அவள் கூறிய விதத்தில் பதறி அடித்து எழுந்தான் சுதர்சன்.

********#

ஹர்ஷா தன் மனைவியை கல்லூரியில் இருந்து அழைப்பதற்கு காத்துக் கொண்டிருந்தான்.

அனைவரும் வெளியே வர, கடைசியாக மூன்று மாணவர்களுடன் வெளியே வந்தாள் ஹாசி.

தன் கணவனை பார்க்கவும் வேகமாக அவள் அருகில் நெருங்கி "மாமா! இவங்க எல்லாம் என் ப்ரெண்ட்ஸ்" என்று அறிமுக படுத்தினாள்.

"இவன் அபிஷேக், இவன் கிஷோர், இவன் நவீன்! உங்களுக்கு தெரியுமே" என்று கூறி முடிக்க, மூவரிடமும் அவன் பொதுவாக தலையாட்ட அவர்கள் தான் நம்ப முடியாமல் அவனை பார்த்துக் கொண்டிருந்தனர்.

"ஏய் சீனி டப்பா! நீ கூட பொய் சொல்லுறன்னு நெனச்சேன்.ஆனால் உண்மையாவே இவரு தான் உன் மாமாவா?" என்று கிஷோர் வாயை பிளந்தான்.

"டயம் ஆச்சு போகலாமா? இன்னொரு நாள் நம்ம மீட் பண்ணுவோம்" என்று ஹர்ஷா கூற, அவர்கள் மூவரும் அவள் தலையில் கொட்டி விட்டு சென்றனர்.

"டேய்! நாளைக்கு நான் தான் கொட்டுவேன்" என்று போகும் அவர்களை பார்த்து கத்திக் கொண்டிருந்தாள் ஹாசி.

"நாளைக்கு பார்ப்போம் சீனி டப்பா" என்று மூவரும் விடை பெற்றனர்.

காரில் அமர்ந்த ஹர்ஷா கேட்ட முதல் கேள்வி "அதென்ன சீனி டப்பா?" என்பது தான்.

"எல்லாம் எனக்கு பேர் வச்சவுங்களை சொல்லனும்.ஹாசினில கடைசியாக உள்ள சீனி மட்டும் எடுத்து, சீனி டப்பானு வச்சுட்டான் அந்த கிஷோர் பய" என்று உதட்டை பிதுக்கி கூற, ஹர்ஷா அவளை ரசித்து வைத்தான்.

"ஆனால் அபி என்ன சொன்னான் தெரியுமா? சீனி போல நீயும் ஸ்வீட்னு சொன்னான்" என்று கூற, ஹர்ஷா முகம் போன போக்கை சொல்லித்தான் தெரிய வேண்டுமா!

"வேற என்ன சொன்னான் அந்த வெண்ண வெட்டி?" என்று பல்லை கடித்துக் கொண்டு ஹர்ஷா கேட்டான்.

"அப்படிலாம் சொல்லாதீங்க மாமா. ரொம்ப நல்ல பசங்க"

"ஏன் உனக்கு பொண்ணுங்க பிரெண்ட்ஸ் கிடைக்கலையா?"

"அத வச்சு நான் என்ன பண்ண?"

"எதே"

"அது வந்து, பொண்ணுங்க நமக்கு செட் ஆக மாட்டாங்க.அதான்"

"எல்லாம் என் நேரம் டி" என்று அவளை அழைத்துக் கொண்டு வீட்டிற்கு சென்றான் ஹர்ஷா.

வீட்டில் வாணியும் கணபதியும் வந்து இருந்தனர்.ஹர்ஷா அவர்களை அழைத்து விட்டு வந்து அவர்கள் முன் அமர்ந்தான்.

"தம்பி சுதர்சன், மகாவுக்கு நாங்க ரெண்டு நாளைக்கு அப்பறம் கல்யாணம் பண்ணலாம்னு இருக்கோம்.எங்க குல தெய்வ கோவில்ல.நீங்க எல்லாரும் அவசியம் வரனும்" என்று அழைப்பு விடுத்தார்.

"ஐயோ ஜாலி" என்று குதித்து விட்டாள் ஹாசி.

தன் மனைவியின் உற்சாகத்தில் இருந்தே அவள் விருப்பத்தை புரிந்து கொண்டவன் "சரி சார்! ஹாசினிக்கு காலேஜ்ல லீவ் கேட்கிறேன்.கிடைச்சா கண்டிப்பா

வரோம்" என்று ஹர்ஷா கூறினான்.

"நாங்க லீவ் எல்லாம் கேட்க மாட்டோம்.எடுத்துட்டு தான் போய் தகவல் சொல்லுவோம்" என்று கெத்தாக கூறினாள் ஹாசி.

அவளை முறைத்தவன் ' நாங்க கண்டிப்பா வரோம்" என்று கூறினான்.

மேலும் ஐந்து நிமிடம் பொதுவாக உரையாடி விட்டு கிளம்பி விட்டனர் அத்-தம்பதியினர்.

"ஹாசி ரூமுக்கு வா. உன்கிட்ட கொஞ்சம் பேசனும்"

"ஏன் இங்க பேசுனா பேச்சு வராதா?"

அவ்வளவு தான்! அவன் பார்த்த பார்வையில் பெட்டிப் பாம்பாய் அவன் பின்னே சென்றாள் அவனின் ஹாசி குட்டி.

'இப்படி கண்ண உருட்டி பார்த்தே காரியம் சாதிக்கிறாரு' என்று பொரிந்துக் கொண்டே அவள் மேலே செல்ல, அவள் தலையில் குண்டை இறங்கினான் ஹர்ஷா.

"இனிமே காலேஜ் விட்டு வந்த உடனே 6 - 8 உனக்கு வீட்டில கிளாஸ் நடக்க போகுது. ஸ்டாஃப் எல்லாம் நான் அரேஞ்ச் பண்ணிட்டேன்.ஒழுங்கா கவனிச்சு படிக்கிற வழியை பாரு"

"யார கேட்டு இந்த முடிவு எடுத்தீங்க?"

"யார கேட்கனும்?"

"என்னை கேட்கனும்"

"எதுக்கு இந்த செமஸ்டர்லயும் ஃபெயில் ஆகவா?"

"ஹலோ! ஃபெயில்னு சொல்லாதீங்க .வாஷ் அவுட்னு சொல்லுங்க.ஃபெயில்னு சொன்னா கொஞ்சம் அசிங்கமா இருக்கு" என்று முகத்தை சுளித்துக் கூற, அவள் பாவனையில் ஹார்ஷாவிற்கு சிரிப்பு வந்தது.

"காலையில இருந்து காலேஜ்ல கிளாஸ் அட்டென்ட் பண்ணிட்டு நானே சோர்ந்து போய் வருவேன். வீட்டுக்கு வந்ததும் ரெண்டு மணி நேரம் என்னால எப்படி படிக்க முடியும்? எனக்கு எல்லாம் குழப்பாதா?"

"இந்த பிட் போடுற வேலை எல்லாம் உங்க சீதா அம்மாவோட வச்சுக்கோ. ஒழுங்கா படிச்சு பாஸ் பண்ணுற வழிய பாரு.என்னால உன்னை பக்கத்துல வச்-சுட்டு பொறுமையா இருக்க முடில.எவ்வளோ சீக்கிரம் முடிக்கிறியோ ,அவ்வளோ சீக்கிரம் உனக்கு நல்லது" என்று அவன் பால்கனிக்கு சென்று விட்டான்.

"ஹலோ! என்னை பக்கத்தில வச்சுட்டு ஏன் பொறுமையா இருக்கனும்? பேசாம என்னை ஹாஸ்டல்ல சேர்த்து விடுங்க. என்னைய சகிச்சு கிட்டு எல்லாம் யாரும் பொறுமையா இருக்க வேணாம்" என்று அவளும் சண்டை கட்டிக் கொண்டு பால்கனி சென்றாள்.

திரும்பி நின்ற அவனை வலுக் கட்டாயமாக திருப்பிய மறு நொடி, ஹர்ஷா அவள் இதழை கவ்வி இருந்தான்.

மென்மையான முத்தம் தான். பெண்ணவள் எதிர் பார்க்காத முத்தம்! இதற்கே துவண்டு போனாள்.

வன்மையை விட மென்மை தான் அவளை உருக வைத்தது என்றே கூற வேண்டும்.

கீழ் இதழையும் , மேல் இதழையும் எச்சில் செய்தவன் அவளை விட்டு விலகி ’ இப்போ புரியுதா? எனக்கு பொறுமை ரொம்ப கம்மி.பார்த்து நடந்துக்கோ.புரியும்னு நினைக்கிறேன்" என்று அவன் புருவத்தை உயர்த்த அவள் ‘பே’ வென அவனையே பார்த்தாள்.

வாய் ஓயாமல் பேசிய உதடு, தன்னவன் செய்த லீலையில் ஊமையாகிப் போனது.

"அப்பறம் இந்த மாதிரி டிரஸ் பண்ணிட்டு என் கிட்ட வந்து நிக்காத.புரியுதா?" என்று கேட்க, அவள் நாலாபக்கமும் தலையை ஆட்டி வைத்தாள்.

"Thats good" என்று அவள் கன்னத்தை தட்டி விட்டு சென்றான் அவளின் வரு மாமன்.

****

"இப்போ எதுக்கு என் கிட்ட பேசாம இருக்கீங்க?"

"இப்படி அமைதியாகவே இருங்க.என்கிட்ட பேச உங்களுக்கு என்ன இருக்கு? நான் யாரோ அனாதை தானே! நீங்க பேசாம இருந்தா யாரு கேட்பா?" என்று அவள் இஷ்டத்திற்கு பேச, சப்பென அவள் கன்னத்தில் விழுந்தது அந்த அடி.

தன் முன் இதுவரை காணாத புதிய அவதாரத்தில் அவனை பார்க்க, குலை நடுங்கி போனது அவளுக்கு.

"என்ன சொன்ன திரும்ப சொல்லு?" என்று முகிலின் குரல் ஆங்காரமாய் ஒலிக்க, அவளால் பதில் பேச முடியவில்லை.

சிறு குழந்தை போல் மெத்தையின் ஓரத்தில் ஒடுங்கி சென்று அவனை பார்த்து அழ ஆரம்பித்தாள்.

"எங்க அப்பா அம்மா இருந்தா இந்நேரம் நீங்க என்ன அடிப்பீங்களா? என் அண்ணனுக்கும் நான் முக்கியம் இல்ல. அண்ணியோட கொடுமையில இருந்து வந்து , உங்க கிட்டையும் நான் அடி வாங்குறேன்" என்று அவள் சிறு பிள்ளை போல் தேம்பினாள்.

தன் கோபத்தைக் கட்டுக்குள் கொண்டு வர சிகையை அழுந்த கோதியவன், இன்னும் தன் மனைவி மனதால் சிறு குழந்தையே என்று எண்ணிக் கொண்டான்.

அவனும் மெத்தையில் அவள் அருகே அமர்ந்து, அவள் கரங்களை பற்றிக் கொள்ள, அவள் வெடுக்கென்று அவன் கையில் இருந்து எடுத்து கொண்டாள்.

அதில் புன்னகைத்தவன், மீண்டும் அவள் கரங்களை பற்றிக் கொண்டு "நான் உன் அண்ணன், அண்ணி போல உன்ன கொடுமை படுத்துறேனா தன்யா?" என்று குரலை தாழ்த்தி அவள் கண்களை பார்த்து கேட்டான்.

ஏனோ அவன் கண்களை பார்த்து அவளால் பதில் கூற முடியாது "இல்லை" என்று தலை ஆட்டினாள்.

"அப்போ ஏன் அப்படி சொன்ன?"

"நீங்க ஏன் அடிச்சீங்க?"

"நீ பேசுனது சரியா?"

"சொல்லு"

"கோபத்துல பேசிட்டேன்" என்று அவள் அழுக , அவளை இழுத்து அணைத்துக் கொண்டான்.

"இந்த மாதிரி நேரத்துல இப்படி தான் இருக்கும்ல.நானும் யோசிக்காம கை நீட்டிட்டேன்.இப்போ ரொம்ப ஸ்ட்ரெஸ் எடுத்துக்காத. எல்லாம் சரி ஆகிடும்"

"நீங்க ஏன் என்கூட பேசல.எனக்கு எப்படி இருந்துச்சு தெரியுமா?"

"எப்படி?" என்று ஒற்றை புருவம் உயர்த்தினான்.

"அது.. அது வந்து ,யாருமே இல்லாத மாறி ஆகிடுச்சு" என்று கண்ணீர் வழியக் கூறினாள்.

மீண்டும் அவளை அணைத்து அவள் உச்சியில் இதழ் பதித்தவன் "என்னை போய் பக்கத்து வீட்டுக்காரன்னு சொல்லுற. அதான் கோபம்" என்றான்.

சட்டென்று அவனிடம் இருந்து விலகி "நீங்கதானே நமக்கு கல்யாணம் ஆன விஷயம் தெரிய கூடாதுனு சொன்னீங்க?" என்றாள்.

"ஆமா! நான் உன் க்ளாஸ்ல ஒரு சப்ஜெக்ட்க்கு கிளாஸ் எடுக்கிறேன். உன்னை சாதாரணமாக பார்த்தா கூட , அது மத்தவுங்க கண்ணுக்கு தப்பா தெரியும் . அதான் சொல்ல வேணாம்னு சொன்னேன்.ஆனால் அப்படி ஒரு இக்கட்டான சூழ்நிலையில நீ பொய் சொல்லி இருக்க வேணாம் . அங்க உள்ளவங்க பேசுனது எல்லாம் உனக்கு கேட்டு இருக்கும்.எதுக்கு தேவையில்லாத கெட்ட பெயர்? அதான் உண்மைய சொல்லி உன்ன கூட்டிட்டு வந்தேன்.கொஞ்சம் கோவம் அதான் பேசல. ஆனால் அதுக்குள்ள என் பொண்டாட்டி என்னவெல்லாம் பேசிட்டா!" என்று அவன் சிலாகித்தான்.

அவளே அவனை இறுக்கமாக கட்டி கொண்டாள்.தன் மனைவியின் முதல் நெருக்கம், அதுவும் அவளாகவே வந்து கட்டி அணைப்பது இதுவே முதல் முறை.

"படிப்பு முடியட்டும்னு பார்த்தா விட மாட்டியே.சரி பீரியட்ஸ் ஆச்சும் முடியட்டும், அப்பறம்" என்று அவன் கண்ணடித்தான்.

வேகமாக அவனை விட்டு பிரிந்தவள் "நான் போய் பாப்பாவை தூக்கிட்டு வரேன்" என்றாள்.

நமட்டு சிரிப்பு சிரித்தவன் "பாப்பாவை தூக்கிட்டு வந்தாலும் நான்தான் உன் புருஷன் .அது மாறாது" என்று கூற அவள் ஓடியே விட்டாள்.

****

அவன் கூறியதை போலவே , அவள் கிழித்த சட்டையை அதே பிராண்டில் வாங்கி வைத்திருந்தாள் அகிலா.

அறைக்குள் வந்த தீரன், அவள் வாங்கிய புது சட்டையை எடுத்து அந்த அலமாரியில் அடுக்கி கொண்டிருப்பதை பார்த்து அவள் அருகில் சென்றான்.

சட்டையை ஆராய்ச்சி செய்ய, எல்லாம் அவன் உடுத்தும் ரகம் தான்.

"சூப்பர்! சொன்ன மாதிரியே எல்லாம் வாங்கிட்ட. எப்படி?"

"ஆன்லைனில் ஆர்டர் பண்ணேன்"

"ஒரே நாள்ல எல்லாமே வந்துருச்சா?" என்று அவன் சந்தேகமாக கேட்டான்.

திருட்டு முழி முழித்து வைத்தாள்.

"ஆமா! நான் ஆர்டர் பண்ணா ஒரு நாள்ல வந்துரும்" என்று அகிலா அள்ளி விட, தீரன் எதையோ கண்டு பிடித்தவன் "சரி ! சட்டை வந்தா ஓகே தான்" என்று சட்டையை பார்த்துக் கொண்டிருந்தான்.

"நான் உங்க கிட்ட ஒன்னு கேட்கவா?"

"என்ன?"

"நான் உங்க மேல விழுந்து எழுந்தப்ப, எதுக்கு ஒரு மாறி பார்த்தீங்க?"

"எப்போ?"

"சட்டைய கிழிச்ச அப்போ" என்று பல்லை கடித்தாள்.

"அதுவா! உனக்கு எல்லாம் கொஞ்சம் ஓவராவே இருக்கு. அதான்" என்று தோளை குலுக்கினான்.

"என்ன?" என்று அகிலா அதிர்ந்து போய் கேட்டாள்.

"ஏய்! உன் வாய்ய சொன்னேன்" என்று உதட்டிற்குள் சிரிப்பை அடக்கிக் கொண்டு போக, அவனையே முறைத்து பார்த்தாள் அகிலா.

மகா திருமண வைபோகத்தில் அண்ணன், தம்பி இருவரும் அவர்களின் காதலின் ஆழத்தை உணர போவதை (யாரும் சொல்லாதீங்க) அறியாமல் இருந்தனர்.

39

அத்தியாயம்-39

அழகாக விடிந்தது அந்த காலை பொழுது.ஒரு பெரிய பஸ்ஸில் சுதர்சன் குடும்பம் கிளம்பியது.

கணபதி - வாணி இருவரும் ஒருத்தர் விடாமல் அனைவருக்கும் சொல்லி விட்டதால் அனைவரும் கூடி இருந்தனர்.

பெரிய பேருந்தில் முதலில் கணபதி ஏறிக் கொண்டு அனைவரையும் அமர வைத்தார்.

முதலில் மணமகன்- மணமகள் இருவரும் அமர, அதன் பின் சுதர்சன் குடும்பத்தில் வந்த ஒரு ஐவர் ஏறிக் கொண்டனர்.

அதன் பின் ரிதி-முகில் ஏன், அவர்களுக்கு பின் அகிலா- தீரன் ஒருவரை ஒருவரை முறைத்துக் கொண்டு ஏறினர்.

அதன் பின் ஹர்ஷா- ஹாசினி, அவர்களை தொடர்ந்து சீதா-ராமச்சந்திரன், மல்லிகா- மூர்த்தி (அகிலாவின் பெற்றோர்), அதன் பின் வாணி கடைசியாக இன்னொரு ஜோடியை அழைத்தார்.

பஸ்ஸில் இருந்த அனைவரும் அந்த ஜோடியை தான் வாயை பிளந்து பார்த்து கொண்டிருந்தனர்.

வேற யா?ரு நம்ம சுந்தரன் சுந்தரி தான்! சிவப்பு வண்ண ஜிகுனா சட்டையில் சுந்தரியும், மஞ்சள் வண்ண ஜிகுனா சட்டையில் சுந்தரனும் குதித்து குதித்து ஓடி வர, வாணி அவர்கள் இருவருக்கும் திருஷ்டி கழித்து உள்ளே ஏற்றினார்.

கடைசி இருக்கை முழுவதும் அவர்களுக்கே என்று விட்டு விட, இருவரும் முதலில் மகா அருகில் சென்று அவளை கட்டிக்கொண்டு, பின் கடைசி இருக்கைக்கு சென்றனர்.

ஹாசி, அகிலா, ரிதி மூவரும் இந்த காட்சியை வியந்து பார்க்க ஒரே நேரத்தில் மூவரும் சீட்டில் இருந்து அவர்களை நோக்கி எழும்ப, அவர்களது கணவன்மார்-

கள் அவர்களை அடக்கி வைத்தனர்.

இதில் தீரனுக்கு தான் வயிறு கலக்கியது.தனியாக வைத்தே இவளை சமாளிக்க முடியாது, திணருவான்!

தற்போது அவளோடு இரு குரங்குகள் அல்லவா உள்ளது.தன் நிலைமையை நினைத்து சிரிப்பதா அழுவதா என்றே தெரியவில்லை.

"மாமா!நான் போய் கடைசி சீட்டுக்கு முந்தின சீட்டுல உட்காரவா.பாருங்க, பின்னாடி எவ்வளோ சீட் காலியா இருக்கு" என்று ஹாசி கேட்டாள்.

"முக்கியமான ஆள் எல்லாம் வருவாங்க டி"

"யாரு மாமா?"

"அங்க பாரு" என்று ஹர்ஷா கை காட்ட, ஹாசி வந்த கூட்டத்தை பார்த்து வாயை பிளந்து விட்டாள்.

" மாமா! மாமா" என்று பஸ்சுக்குள் குதிக்க ஆரம்பித்தாள் ஹாசி.

"பாப்பு என்னாச்சு! ஏன் குதிக்கிற?" என்று தீரன் கேட்டான்.

"அங்க பாரு! நம்ம கதைய படிக்கிற எல்லாரும் வராங்க" என்று குதிக்க, அனைவருக்கும் சந்தோசம் தாங்கவில்லை.

வாசகர்கள் அனைவரும் உள்ளே ஏற, சில கன்னிகளின் கண்கள் ஹர்ஷா, முகில், தீரன், சுதர்சன் என்று அலைபாய்ந்தது.

சில ஆடவர்களின் கண்கள் அகிலாவை நோக்கி சென்றது. அவளின் அட்டகாசங்களுக்கு அடிமையாகி அவளுக்காகவே சிலர் வந்திருந்தனர்.

அதிலும் சிலர் வந்த உடனே சுந்தரன்- சுந்தரியை நோக்கி செல்ல, தங்களை நோக்கி வரும் கூட்டத்தை பார்த்து, சுந்தரன்- சுந்தரி இருவரும் மகிழ்ச்சியில் குதித்தனர்.

அப்படியே நல விசாரிப்புகளுடன் தொடங்கியது அவர்களது இனிய பயணம்.

"ஆத்வி ஏன் வரலை?"

"ஏன் ! அவ வரலேனா உங்களுக்கு என்ன?"

"இத கூட கேட்க கூடாதா?"

"கூடாது"

"அவ அத்தான் கூட கார்ல வருவா. கல்யாணம் நடக்குற அப்போ வந்துட்டு போயிடுவா"

"ச்ச! மிஸ் பண்ணிட்டேன்" என்று ஹர்ஷா முணு முணுத்தான்.

"இப்போ என்ன சொன்னீங்க?" என்று ஹாசி பல்லை கடித்தாள்.

"ஒன்னும் இல்ல. நான் வேணா கார் எடுத்துட்டு போய் கூட்டிட்டு வந்திருப்பேன்.ஒரு வார்த்தை சொன்னியா?"

"அவளை கூட்டிட்டு வர அத்தான் இருக்காரு. நீங்க என்னை பார்த்துகிட்டா மட்டும் போதும்" என்று தலையை வெட்டினாள் ஹாசி.

வாணி கடைசியாக ஏற, பஸ் குற்றாலத்தை நோக்கி புறப்பட்டது.

"ஏன் மா ! நீ ரொம்ப அசதியா இருக்க?" என்று ராமச்சந்திரன் கேட்டார்.

"எல்லாம் உங்க மருமகள் தான் காரணம்" என்றார் சீதா.

"எந்த மருமகள்?"

"அகிலா"

"அவ என்ன பண்ணா?"

"சரியா ரெண்டு மணி நேரம் அவளுக்கு மட்டும் புடவை கட்டி விட்டுருக்கேன்.முடியலங்க என்னால.பாவம் என் பையன். என்னலாம் செய்ய போறாளோ" என்று சீதா புலம்ப ராமச்சந்திரன் சிரித்து விட்டார்.

"இப்போ எதுக்கு என் முகத்தை பார்க்கவே மாட்டேங்குற?"

"அப்படிலாம் இல்லையே"

"நான் கவனிச்சு கிட்டு தான் இருக்கேன்.நீ சரி இல்ல"

"உங்க கற்பனை"

"சரி ! கற்பனையாவே இதையும் எடுத்துக்கோ" என்று ஜன்னல் ஓரத்தில் இருக்கும் அவளை இடை பிடித்து இறுக்கி தன் அருகில் இழுத்துக் கொண்டான் முகில்.

அவன் செயலில் அதிர்ந்த ரிதி, சுற்றி அனைவரையும் பார்க்க யாரும் அவர்களை பார்க்கவில்லை.

"என்ன பண்ணிட்டு இருக்கீங்க? மொத கையை எடுங்க.யாராச்சும் பார்க்க போறாங்க"

"பாரு டா ! என் பொண்டாட்டிக்கு இந்த இங்கிதம் கூட தெரிஞ்சு இருக்கு. நான் கூட அவ குழந்தை .ஸ்டெப் பை ஸ்டெப்பா நான்தான் சொல்லி தரனும்னு நெனச்சேன். அப்போ பாஸ் ஆகிடுவ" என்று முகில் அவளை பார்த்து கண்ணடித்தான். அவன் பேச்சில் ரிதி தான் சிவந்து போனாள்.

மகா பதட்டமாக அமர்ந்திருந்தாள்.

"அடியே ! நேத்து நீ கேட்ட கேள்விக்கு, நான்தான் பதட்டமா இருக்கனும். நீ என்னமோ இவ்வளோ கொடூரமா மூஞ்சியை வச்சு இருக்க"

அவன் கூறவும் மகாவின் நினைவு நேற்று அவர்களின் கூடலின் போது கேட்ட கேள்விக்கு சென்றது.

அவன் மார்பில் தஞ்சம் அடைந்த மகா அந்த கேள்வியை கேட்கவும் பதறி எழுந்தான் சுதர்சன்.

"அடிப்பாவி! என்ன டி பேச்சு இது? அங்க அத்தனை பேர் முன்னாடியும் எல்லை அம்மன் கோவில் வாசலுல உனக்கு தாலி கட்டி கூட்டிட்டு வந்தேன்.அப்போ அது கல்யாணம் இல்லையா டி ?" என்று அவன் பாவமாக கேட்டான்.

"ஈஈ, அது வாணி அத்தை சொன்னது நியாபகம் வந்துச்சு .அதான், டக்குன்னு பயந்துட்டேன்"

"நல்லா பயந்த போ.சரி இப்போ எதுக்கு மூஞ்சிய தூக்கி வச்சுட்டு இருக்க?"

"அது , இன்னைக்கு நம்ம ஊருக்கு போகவே நைட் ஆகிடும்.அப்போ நம்ம தனி தனியா தான் தூங்கனுமாம்.சேர்ந்து தூங்க கூடாதாம்.முதல் ராத்திரி குறிச்ச நேரத்துல தான் நடக்கனுமாம்"

"அதுக்கென்ன டி! இன்னைக்கு ஒரு நாள் தானே.ஏன் நான் இல்லாம மகி குட்டிக்கு தூக்கம் வராதா?" என்று சுதர்சன் குழைந்து கொண்டு கேட்டான்.

"ஐயோ! உங்களுக்கு புரியுதா புரியலையா.நமக்கு குறிச்ச நேரத்தில தான் நடக்கும்னு அத்தை நினைச்சுட்டு இருக்காங்கஆனால் நம்ம "என்று பயத்தோடு கூறினாள்.

"அடியே மக்கு பொண்டாட்டி! இப்பவும் நமக்கு குறிச்ச நேரத்துல தான் முதல் ராத்திரி நடக்க போகுது" என்று சுதர்சன் கூறினான்.

"எப்படி?" என்று அவனை புரியாமல் பார்த்தாள்.

"நமக்கு தான் முதல் ராத்திரியே நடக்கலையே.நமக்கு நடந்தது முதல் பகல்" என்று கூறி கண்ணடிக்க, மகி அவன் முகத்தை பார்க்க முடியாமல் வெட்கி தலை குனிந்தாள்.

"அப்போ இன்னைக்கு ஒன்னும் இல்ல. நாளைக்கு நைட் பார்த்துக்கலாம்" என்று மகியை சுதர்சன் அணைக்க வர, சட்டென்று அவர்கள் இருவருக்கும் நடுவில் வந்து குதித்தது சுந்தரி.

சுதர்சன் கடுப்பாகி அதை பார்க்க, அது கை நிறைய தேன் மிட்டாய்கள் அள்ளி வந்து அவள் கையில் கொடுத்து விட்டு, அதில் இருந்து ஒன்றை எடுத்து சுதர்சன் வாயில் திணித்து விட்டு அடுத்த சீட்டிற்கு தாவியது.

அதை ஆசையுடன் சுவைத்து கொண்டிருந்தாள் மகா. சுதர்சன் சுந்தரியை ஒரு புன்முறுவலுடன் பார்த்து வைத்தான்.

"பார்த்து! கழுத்து அப்படியே நிண்டு போக போகுது"

"ஏன்?"

"இங்க நான் ஒருத்தன் பக்கத்துல இருக்கேன்.நீ ஏன் அதையே பார்க்குற?"

"ஓஹோ! உங்களுக்கு பொறாமை வந்துருச்சு.இந்த அகிலா நம்மளை பார்க்காமல் வேற ஆளை போய் பார்க்குறானு"

"பொறாமை எல்லாம் இல்ல"

"வேற"

"நீ திரும்பாத! அவ்வளோ தான் சொல்லுவேன்"

"ஒரு வேளை , என்னை காதலிக்க ஸ்டார்ட் பண்ணிட்டீங்களோ " என்று அவள் சந்தேகமாக கேட்டாள்.

தீரன் வாய் விட்டு சிரித்தான்.(இதே வாயால் அவன் காதலை கூற போவதை அறியாமல்) "

நீ என்ன லூசா?காதல்! அதுவும் உன் மேல"

"என்மேல காதல் வந்தா என்ன தப்பு?"

"தப்பு இல்லை.ஆனால் எனக்கு உன்மேல வரது தான் சந்தேகம். சின்ன வயசுல இருந்தே என்கூட இருக்க அகிலா! உன்னைய என்னால அந்த மாதிரி பார்க்க முடில"

"பொய்"

"இல்ல உண்மை"

"அப்போ நான் போய் பின்னாடி சீட்ல இருக்கேன்.என் வாசகன் ஒருவன் என்னையவே பார்த்துட்டு இருக்கான்"

"ஒன்னும் தேவை இல்ல.இங்கேயே இரு"

"ஏன்?"

"அது..அதுவந்து நீ புடவை கட்டி இருக்க.இப்படி அங்கையும், இங்கையும் போயிட்டு வந்தா அது கலைஞ்சு போயிடும்"

"அப்படியா" என்று அப்பாவியாக கேட்டாள்.

"ஆமா! அப்பறம் இங்கேயே இருந்தா, நான் ஒரு சீக்ரெட் சொல்லுவேன்"

அகிலா ஆர்வமாக " சொல்லுங்க! நான் யார் கிட்டயும் சொல்ல மாட்டேன்" என்று அவன் உதட்டருகில் காதை வைத்தாள்.

ஏனோ அவளது நெருக்கத்தில் தீரன் தான் மூச்சடைத்து போனான். முதல் முதலில் ஒரு பெண்ணின் அருகாமை அவனை என்னவோ செய்தது.

அவனை இவ்வளவு தூரம் நெருங்கிய முதல் பெண்ணும் இவள் தான். கடைசி பெண்ணும் இவள் தான்!

அவள் உடல் பாதி அவன் மேல் உரசி, அவள் கையை அவன் தொடையில் ஊன்றி, அவன் உதட்டருகில் காதை வைக்க, அவனது சூடான மூச்சு காற்று அவள் காதில் பட கூச்சம் கொண்டது அவள் பெண்மை.

" சீக்கிரம் சொல்லுங்க தீரன் " என்று அவள் குரலால் அவனை இயல்புக்கு கொண்டு வந்தாள்.

அவனோ மூச்சைப் பிடித்துக் கொண்டு" உன் மச்சம்! அதை நான் பார்த்துட்-டேன்" என்று அவள் காதில் கிசு கிசுப்பாக கூறினான்.

அவ்வளவு தான்! அடித்து பிடித்து அவனிடம் இருந்து விலகியவள், சட்-டென்று தன் மார்பு சேலையை சரி பார்க்க, அது அனைத்தும் கனகச்சிதமாக பொருந்த வேண்டிய இடத்தில் பொருந்தி இருந்தது.

அவள் அவனை பதட்டமாக பார்க்க, அவள் இடக்கையை வளைத்து முட்-டிக்கு பின் இருக்கும் மச்சத்தைக் காட்டி, அவன் உதட்டை கடித்து சிரிப்பைக்

கட்டுப்படுத்தினான்.

அகிலா அப்போது தான் நிம்மதியாக மூச்சே விட்டாள்.

"ஓஹோ! இதுவா.ஆமா" என்று பல்லைக் காட்டினாள்.

"நீ என்ன நினச்ச? எதுக்கு அவ்வளோ பதட்டமா தள்ளி போன" என்று தீரன் கேட்டான்.

"அது..வந்து பஸ்ல இவ்வளோ கிட்ட இருந்தா தப்பு.யாராவது பார்த்தா என்ன ஆகிறது? அதான்"

"நம்பிட்டேன்"

அதற்கு மேல் அகிலா பேசவில்லை.அவள் யோசனை எங்கும், சட்டையை அன்று கழட்டிய தினத்திற்கு சென்றது.

'அன்னைக்கு கூட அவரு எதுவும் பார்க்கலையே.நேத்து சட்டைய கட் பண்ணும் போதும் இல்ல.அப்போ ஒருவேளை நிஜமா கைல உள்ள மச்சத்தை தான் சொல்லிருப்பாரோ'

"ஆமா. கைல உள்ளதை தான் சொன்னேன். ஏன்னா உன் நெஞ்சுல உள்ளதை தான் நான் பார்க்கவே இல்லையே" என்று அவன் நாசுக்காக அவள் காதில் போட்டு வைக்க , அகிலா அரண்டு போனாள்.

"அடப்பாவி! உன்னைய போய் நல்லவன்னு இந்த ஊர் நம்புதே.எந்த கேப்புல பார்த்தான்னு தெரியலையே" என்று அகிலா யோசித்தாள்.

"மூளையே இல்லாத அந்த மண்டைக்கு ரொம்ப வேலை கொடுக்காத. நானே சொல்லுறேன்.நீ சின்ன பொண்ணா ஜட்டியோட இருக்கும் போது, கவுனை தூக்கிட்டு வந்து சீதா அம்மா கிட்ட தானே போட வருவ.அப்போ பார்த்தேன்"

'அடப்பாவி பயலே!' என்று மனதில் வறுத்தவள் 'நம்ம மனசுல நினைக்கிறது வேற அவனுக்கு கேட்குது.சரியா பதில் சொல்லுறான்.நல்ல வேளை நான் கூட இப்போதான் பார்த்தான்னு நெனச்சு பயந்துட்டேன்' என்று ஆசுவாசமாக மூச்சை விட , அதற்கும் வழி இல்லாமல் செய்தான் அவள் மணாளன்.

"இப்போ குண்டாகிட்ட.அதுனால மச்சம் மறைஞ்சு போச்சு" என்று கூறி அவள் பீபியை எகிற வைத்தான் தீரன்.

"ஐயோ! அப்போ இதுக்கு என்ன அர்த்தம்? பார்த்துட்டானா" என்று தயக்கமாக அவன் முகம் பார்க்க , அவனோ எதுவுமே நடக்காதது போல் இருந்து கொண்டான்.

'இனிமே அவன்கிட்ட பேசவே கூடாது. எப்படியெல்லாம் இருந்துட்டு என்ன எல்லாம் பார்த்து வச்சு இருக்கான்.மோசம்!'

"ஹலோ! நானே ஒன்னும் பார்க்கலை.அன்னைக்கு நீ குட்ட பாவாடை போட்டு தாறுமாறாக தூங்குன. அப்போ பார்த்தது"

"ஓஹோ!"

"என்ன ஓஹோ?"

"ஒன்னும் இல்ல" என்று பட்டென்று திரும்பிக் கொண்டாள்.

'நல்லா வேணும் உனக்கு.ம்ம் எத்தனை தடவ சொன்னான்.அது மாதிரி டிரஸ் போடாதன்னு. நல்லா அனுபவி' என்று தன்னையே திட்டிக் கொண்டாள் அகிலா.

இப்படியே கேலியும், சிரிப்புமாக அனைவரும் குற்றாலம் வந்து சேர, சில்-லென்ற சாரல் காற்று அவர்களை வரவேற்றது.

திருநெல்வேலி மாவட்டம்,தென்காசி அருகில் உள்ள ஊர் தான் குற்றாலம்.

அருவிக்கு பெயர் போன ஊர்.அங்குதான் நம் வாணி குடும்பத்தின் குல தெய்-வம் உள்ளது.

அனைவரும் இறங்கி விட, அந்த கெஸ்ட் ஹவுஸ் வரவேற்பில் இருப்பவர்கள், ஆட்களுடன் சேர்த்து இரண்டு குரங்குகள் வருவதை பார்த்து அவர்கள் விசாரிக்க, நாளை இவர்களுக்கு தான் திருமணம் என்று கூற அவர்களுக்கு நெஞ்சு வலி வராத குறை தான்.

ரூம் கீயை கொடுத்து விட்டு "மேம்!எல்லாரும் ஓகே.பட் நாங்க அனிமல்ஸ் அலோ பண்ணுறது இல்ல" என்று அந்த பெண்மணி தயக்கமாகக் கூறினாள்.

"நீங்களே ரூம் கொடுத்தாலும் அவங்க இங்க இருக்க மாட்டாங்க.நாங்க மட்-டும் தான் ஸ்டே பண்ண போறோம்.நாங்க எந்த அறையில தங்க போறோம்னு, அவங்க கிட்ட காட்ட தான் கூட்டிட்டு போறோம். அவங்க பக்கத்துல உள்ள மரங்கள்ல ஸ்டே பண்ணுவாங்க" என்று கணபதி பொறுமையாக எடுத்துக் கூற, அவர்கள் ஒப்புக் கொண்டனர்.

அதற்குள் அங்கு இருந்த பெண் ஊழியரிடம் உள்ள ஐடி கார்டில் தொங்கி விளையாடியது சுந்தரன்.

அதை பார்த்த சுந்தரி , அது தலை முடியை பிடித்து தர தரவென இழுத்துக் கொண்டு சென்றது.

அங்குள்ளவர்கள் அதை பார்த்து சிரிக்க, அந்த பெண் ஓடியே விட்டாள்.

இரவு அனைவரும் அவரவர் அறைக்கு சென்று தங்கிவிட, பொழுதும் நன்றாக விடிந்தது.

முதலில் மகாவை அழைத்துக் கொண்டு அருகில் உள்ள அருவியில் நீராடிக் கொண்டு வர சொல்ல, வாணி அவளை அழைத்து சென்று நீராடி வந்தார்.

அரக்கு வண்ண பட்டு உடுத்தி, தலையில் இருந்து கால் வரை சுதர்சன் வாங்-கிய நகையில் அவள் மின்ன, இன்று அவள் அழகு கூடுதலாக தெரியவும், வாணி தன் மருமகளுக்கு திருஷ்டி பொட்டு வைத்தார்.

சுதர்சன் அறையில் கிளம்பி இருக்க, முதலில் மணமகன் மற்றும் மணமகள் இருவரையும் கோவிலுக்கு அழைத்து சென்றனர்.

அதன் பின் ஒவ்வொரு ஜோடியாக கிளம்ப, அகிலா சீதாவிடம் சேலை கட்ட சொல்ல அவர் பதறி விட்டார்.

தீரன் அவளை இழுத்துக் கொண்டு தன் அறைக்கு வந்தவன் " நீ இப்படி ஏதாவது பண்ணுவன்னு எனக்கு தெரியும். இந்தா பிடி" என்று அவள் கையில் ஒரு பார்சலை கொடுக்க, ஆசையாக அதை திறந்து பார்த்தாள் அகிலா.

"ஒட்டிக்கோ கட்டிக்கோ வேஷ்டி மாதிரி, சேலை மடிப்பு எல்லாம் எடுத்து இருக்கும். நீ அப்படியே போட்டுக்கோ! போதும்" என்று கூற, அவனை கண்கள் விரிய பார்த்தவள் பத்தே நிமிடத்தில் அதை அணிந்துக் கொண்டு மெல்லிய ஆபரணங்களை பூட்டி வெளியே வந்தாள் அகிலா.

மேல் இருந்து கீழ் வரை அவளை பார்த்தவன் " சூப்பர்! ஃபிட்டா இருக்கு. இங்க மட்டும் பின் பண்ணா ஓகே" என்று அவன் ஒரு ஊக்கை எடுத்து வந்து , வலப்பக்கம் உள்ள சேலையை அவள் பிளவுசோடு குத்தி விட்டான்.

"நான் அழகா இருக்கேனா?" என்று அகிலா ஆர்வமாக கேட்டாள்.

"ம்ம்! ஆம்பளைக்கு சேலை கட்டி விட்ட மாதிரி ,அவ்வளோ அம்சமா இருக்க" என்று தீரன் வெளியே சென்று விட்டான்.

காதில் புகை வராத குறையாக அவன் பின்னே சென்றாள் அகிலா.

ஹர்ஷா- ஹாசி இருவரும் பட்டு வேஷ்டி, பட்டு புடவையில் வந்தனர்.

"மாமா! என்னமோ இதுல அழகா இருக்கீங்க" என்று ஹாசி உண்மையாக பாராட்ட, ஹர்ஷா வெட்கத்தை மறைத்து தன் சிகையைக் கோதினான்.

முகில்- ரிதி இருவரும் அதே பட்டு வேஷ்டி பட்டு புடவையில் வந்து இறங்கினார்.

இதில் அகிலா மட்டும் டிசைனர் புடவையும், தீரன் ஜீன் பேண்ட்டும் ஒரு வெள்ளை நிற சட்டையும், கண்களில் கூலருடன் வந்தான்.

அனைவரும் தத்தமது துணைவியரை ரசித்து விட்டு கோவிலை நோக்கி சென்றனர்.

அங்கு அனைத்து சடங்குகளையும் முடித்து பெண் மாப்பிள்ளையை வர சொல்ல, மகா சுதர்சன் இருவரும் அமர வைக்கப் பட்டனர்.

சரியாக அந்த நேரத்தில் கண்ணன் ஆத்வியை காரில் வைத்து அழைத்து வந்தான்.

ஆத்வி ஒரு மெல்லிய சல்வார் அணிந்து வர, கண்ணன் அவளை கைத்தாங்கலாக அழைத்து வந்தான். தன் அக்காவை பார்க்கவும் ஹாசி முகத்தில் புன்னகை அரும்பியது.

மகா நிமிர்ந்து தன் கணவனை காண முடியாமல் கூச்சத்தில் இருக்க, அவளை தன் பெரு விரலால் சுரண்டினான் சுதர்சன்.

அதில் மெதுவாக நிமிர்ந்து பார்த்த மகாவை பார்த்து கண்ணடித்து விட்டு திரும்பி விட்டான் சுதர்சன்.

ஐயர் தாலி எடுத்து கொடுக்க, மஞ்சள் கயிறை நீக்கி விட்டு தற்போது பொன்னால் ஆன மாங்கல்யத்தை மகி கழுத்தில் அணிவித்தான் சுதர்சன்.

அனைவரும் அட்சதை தூவ, அவர்களது திருமணம் இனிதே நடந்தது முடிந்தது.

பின் குங்குமத்தை எடுத்து அவள் கழுத்தை சுற்றி அவள் கன்னத்தில் தன் தாடி உரச, அவள் நெற்றியில் பொட்டு வைத்தான் அவளின் தர்ஷன்.

அவன் உரசலில் அவள் உடல் சிலிர்த்து அடங்கியது என்னவோ உண்மை!

"சீக்கிரம் வாங்க" என்று வாணி அழைக்க , அவர் பின்னே சென்றனர் அனைவரும்.

அங்கே வெள்ளை நிறத்தில் குட்டி சட்டை போட்டு சுந்தரன் அமர்ந்திருக்க, பக்கத்தில் சிவப்பு நிற கெவுன் அணிந்து அங்குள்ள தேங்காய் கொட்டைகளை பிய்த்துக் கொண்டிருந்தது சுந்தரி.

வாணி, சுந்தரன் அருகில் சென்று கையை நீட்ட, அவர் கையில் உள்ள குங்குமத்தை பார்த்த சுந்தரன் வேகமாக அதை எடுத்து தேங்காய் உடைத்துத் கொண்டிருந்த சுந்தரியின் முகத்தை திருப்பி அது நெற்றியில் வைக்க, அட்சதை தூவப் பட்டது.

அங்குள்ளோர் அனைவரும் வியப்பாக அந்த காட்சியை பார்க்க "இந்த ரெண்டு நாளா மகா தான் சுந்தரனுக்கு சொல்லி கொடுத்தா. அதான் அதுவும் கரெக்ட்டா செஞ்சுச்சு " என்று விளக்கம் கொடுக்க, அனைவரின் முகத்திலும் புன்னகை அரும்பியது அந்த ஜோடிகளை பார்த்து.

பின் சுதர்சன் மிஞ்சியை எடுத்து வந்து மகா காலில் அணிவித்து அவள் முகம் பார்க்க, அவள் சிவந்து விட்டாள்.

வந்த ஆட்களை எல்லாம் அழைத்துக் கொண்டு வாணி சாப்பிடும் இடத்திற்கு அழைத்து செல்ல, அனைவரும் ஆவலோடு அங்கு சென்றனர்.

அவர்கள் நினைத்ததை போலவே அங்கு நடப்பது, பறப்பது, ஓடுவது, ஊருவது, தவப்பது, நீந்துவது என்று அனைத்து வகைகளும் இருக்க, அனைவரும் வயிறார உண்ண தொடங்கினர்.

"என்ன அத்தை கோவில்ல கறி சோறு?" என்று மகா கேட்டாள்.

"இது அய்யனார் கோவில்.இங்க எல்லாம் சாப்பிடலாம். நீங்க போய் சாப்பிடுங்க மா" என்று அனுப்பி வைத்தார்.

அப்போது சுதர்சன் ஒரு கால் பேசி விட்டு வருவதாக மகாவிடம் கூறி விட்டு கோவிலுக்கு பின் பக்கம் சென்றான்.

ஐந்து நிமிடங்களாக அவர்களிடம் பேசி விட்டு திரும்பியவன் அதிர்ச்சி அடைந்தான்.

கோவில் பின் புறம் உள்ள ஆற்றங்கரை ஓரத்தில், சுந்தரன் சுந்தரிக்கு முத்தம் கொடுத்து கொண்டிருந்தது.

"அடப்பாவி பயலுங்களா! கல்யாணம் ஆகி அஞ்சு நிமிஷம் கூட ஆகலை. அதுக்குள்ள முத்தம் கேட்குதா" என்று வாய் விட்டே புலம்பினான்.

'அதுவாது முத்தம் மட்டும் தான்.நீ மொத்தமும் முடிச்சு விட்ட? நியாபகம் இருக்கா?' என்று மனசாட்சி கேட்க, அதை கண்டுக் கொள்ளாமல் சுந்தரியை நோக்கி சென்றான் சுதர்சன்.

40

அத்தியாயம்-40

"இங்க என்ன டி தனியா நிண்டுகிட்டு இருக்க"

"நான் ஒரு இடத்தை தேடிக்கிட்டு இருக்கேன் அத்தை"

"என்ன இடம்? சொல்லு நானும் தேடி பார்க்குறேன்"

"ஐயோ! உங்களுக்கு சொன்னா புரியாது"

"எது எனக்கா?"

"ஆமா"

"பாத்ரூம் தானே தேடிக்கிட்டு இருக்க"

"ஐயோ! அறிவாளி அத்தை " என்று குதித்தாள் அகிலா.

"போ டி. இதுகூட தெரியாமலா இருக்கேன்"

"சரி! மச மசன்னு பேசாம இடத்தை சொல்லுங்க.முட்டிக் கிட்டு நிக்கிது"

"என்ன பேச்சு டி இது?" என்று தலையில் அடித்துக் கொண்ட சீதா, இவளிடம் இருந்து தப்ப தன் மகனை நாடினார்.

"தீரா! இங்க வா டா" என்று சீதா அழைத்தார்.

"என்னமா?"

"உன் பொண்டாட்டிக்கு பாத்ரூம் போகனுமாம்.அவளை கூட்டிட்டு போ டா" என்று கூறினார்.

"சரி" என்று அவன் முன்னே நடக்க, அகிலா அவன் பின்னே ஓடினாள்.

"எதுக்கு இப்போ குதிக்குற?"

"எனக்கு இருக்குற அவசரம் ,உங்களுக்கு எங்க புரிய போகுது?"

"அவ்வளோ அர்ஜென்ட்டாவா இருக்கு.இவ்வளோ நேரம் என்ன பண்ண?"

"யோவ்! கேள்வி கேட்காம இடத்தை காட்டு யா" என்று அகிலா பொங்க, தீரன் சிரித்து விட்டான்.

அவளை கோவிலில் இருந்து சற்று தூரமாக அழைத்து சென்றவன் ஒரு பாறை அருகில் சென்று நின்றான்.

அவன் நிற்கவும் அகிலாவும் நின்று, சுற்றி முற்றி பார்க்க அவள் கண்களுக்கு எட்டிய தூரம் வரை கழிவறை இல்லை.

"இங்க என்ன பாத்ரூம் இல்ல.ஒரு வேளை நம்ம சொன்னது அவனுக்கு கேட்-கலையா! ஐயோ கொஞ்சம் விட்டா நான் இப்படியே போயிடுவேன்.என்ன பண்-றது?" என்று பல்லைக் கடித்தாள்.

"யோவ்! எங்கயா பாத்ரூம்?" என்று அவள் பரிதாபமாக கேட்டாள்.

"இங்க தான்" என்று அந்த பாறையை நோக்கி கை காட்டினான்.

ஒரு முறை அந்த பாறையை சுற்றி வந்த அகிலா "எங்க காணோம்" என்று கேட்டாள்.

"இங்க பாத்ரூம்லாம் இருக்காது. இப்படி வெளிய போனாதான் உண்டு.இந்த பாறைக்கு பின்னாடி போயிட்டு வா. நான் கொஞ்சம் தள்ளி நிக்கிறேன்.யாரும் வர மாட்டாங்க" என்று தீரன் கூற, அகிலா அவனை முறைத்து தள்ளினாள்.

"ஒரு பொம்பள புள்ளைய இப்படி வெட்ட வெளில பாத்ரூம் போக சொல்-லுற.என்னையா இது நியாயம்! நான் போக மாட்டேன்"

"அப்போ அப்படியே நில்லு.நான் போறேன்" என்று தீரன் திரும்பி நடக்க, அவசரமாக அவன் முன்னே வந்து நின்றாள் அகிலா.

"ப்ளீஸ் போகாத. எனக்கு ஒரு ஹெல்ப் பண்ணுங்க"

"என்ன?"என்று அவன் கேட்க, அவன் மூளை அவனுக்கு மணி அடித்தது.

'என்னமோ பண்ண போறா !தப்பிச்சு ஓடு டா தீரா.ஆப்பு வச்சா தான் மரி-யாதையா பேசுவா'

"நீங்க மொத போங்க.டெமோ காட்டுங்க.நான் பார்க்குறேன்"

"எங்க போக?"

"நீங்க மொத பாத்ரூம் போங்க.நான் பார்க்கிறேன்"

தீரன் அதிர்ந்து விட்டான்."எது நான் போறதை நீ பார்க்குறியா?" என்றான்.

"இல்ல, இல்ல.நான் அப்படி சொல்லலை.நீங்க ஃபர்ஸ்ட் போங்க.நான் டெமோ பார்த்துக்கிறேன்"

"இதுல என்ன டி டெமோ?"

"ப்ளீஸ்"

"எனக்கு வரலை"

"அதெல்லாம் போங்க.வரும்"

"உன்னோட தொல்லை டி" என்று சங்கட்டமாக அந்த பாறை பின்னே சென்று அவன் போனான்.

"நான் வரவா?" என்று கேட்டாள்.

பதறிய தீரன் " ஐயோ வராத.இரு! வெயிட் பண்ணு" என்றான்.

"உனக்கு வரலைன்னு சொன்ன.அப்போ சும்மா தானே நிப்ப.இரு வரேன் "

"ஐயோ! ஒரு ஃபார்முல நிக்கவும் வந்துருச்சு டி.என்னை படுத்தாத. நில்லு வரேன்"

"எனக்கு ஒரு டவுட்"

"கக்கூஸ் போற இடத்தில என்ன டி டவுட்டுடு?"

"இல்ல ! இங்க பக்கத்துல எங்கையோ பைப் இருக்கு. தண்ணி கொட்டுற சவுண்ட் கேட்குது" என்று அவள் அப்பாவியாக கூற, தீரன் தலையில் அடித்துக் கொண்டான்.

இருந்தாலும் அவனால் சிரிப்பை அடக்க முடியவில்லை.

புன்னகையுடன் பாறை பின் இருந்து வெளியே வந்தவன் "ரொம்ப யோசிக்காத. நீ போ" என்று அவளை அனுப்பினான்.

அதன் பின் அகிலா செல்ல, போன வேகத்தில் திரும்ப வந்தாள்.

"என்ன டி?"

"இல்ல இந்த சேலையை கட்டிக்கிட்டு எப்படி போறது?"

"அதுக்கும் நான் டெமோ காட்ட முடியாது"

"ப்ச்! இப்போ நான் எப்படி போறது.பேசாம, நான் இதை உன் கையில கொடுத்துட்டு போறேன்.நீங்க வாங்கிட்டு நில்லுங்க"

அதிர்ந்து போனான் தீரன்.இப்படி பட்ட மனைவி எவருக்கு வாய்க்கும்?

"ஒழுங்கா போயிட்டு வா.இல்லேனா உன்ன கொன்றுவேன்" என்று மிரட்டினான்.

அதன் பின் மூஞ்சியை தூக்கி வைத்துக் கொண்டு அவள் செல்ல, சரியாக பத்து நிமிடம் கழித்து வெளியே வந்தாள்.

"இவ்வளோ நேரம் என்ன டி பண்ண?"

"போக வேணாமா?"

புடவை ஆங்காங்கே கலைந்து சரிந்து இருக்க "சரி வெயிட் பண்ணு. சரி பண்ணிட்டு போகலாம்" என்று அவள் கீழ் மடிப்பை சரி செய்து மொத்தமாக அவள் வயிற்றில் சொருக, சட்டென்று அவனை நிமிர்ந்து பார்த்தாள் அகிலா.

அவளது வயிற்றில் பதிந்து இருந்த அவனது கைகளை மலங்க மலங்க பார்த்துக் கொண்டிருந்தாள்.

அவனுக்கும் இது ஒரு புது வித அவஸ்த்தையாக இருந்தது.

சட்டென்று அவன் கையை உருவி கொண்டவன் "இப்போ சரியா இருக்கு! வா" என்று முன்னே நடந்தவனின் இதழ்கள் தானாக மலர்ந்தது.

அதன் பின் ஒரு வார்த்தை பேசாமல் அவன் பின்னே நடந்து கூட்டத்தில் சேர்ந்துக் கொண்டனர்.

****

சுந்தரி அருகில் செல்ல போக சுதர்சன் கையை ஒரு கரம் இழுக்க, இழுத்த கரத்திர்க்கு சொந்தக்காரியான தன் மனைவியை முறைத்தான் சுதர்சன்.

"விடு மகி! அங்க பாரு. கல்யாணம் ஆகி கொஞ்சம் நேரம் கூட ஆகலை.அதுக்குள்ள கிஸ் அடிக்குது"

"உங்களுக்கு என்ன பொறாமை? அது புருஷன் பொண்டாட்டி கிஸ் பண்ணிட்டு இருக்காங்க.உங்களுக்கு என்ன?"

"சரி தான்! ஆனால் இவ்வளோ சீக்கிரமா வா?"

"உங்களை விட சீக்கிரம் இல்ல" என்று மகி உதட்டைக் கடித்து கூறினாள்.

"என்ன டி சொல்லுற?"

"இன்னைக்கு தான் நம்ம கல்யாணம்.ஆனால் நம்ம" என்று அவள் வாயை மூடி சிரித்தாள்.

"அடியே ! உங்க ஊர்லயே உன்னை கல்யாணம் பண்ணிக்கிட்டேன்.அத மறந்து போயிட்டியா?"

"இருக்கு !இருக்கு. இருந்தாலும், எனக்கு இந்த கல்யாணம் தான் நிறைவா இருக்கு தர்ஷன்" என்று மகி கூறினாள்.

"என்ன டி இது புது பெயர்?"

"அது சும்மா.வெளிய யார் யாரோ உங்களை இந்த பேர் சொல்லி கூப்பிடுறாங்க.நான் கூப்பிட கூடாதா?"

"ஏன்! நீ சொல்லு டி.உனக்கு இல்லாத உரிமையா?" என்று எதேர்ச்சையாக அந்த புறம் திரும்பிய சுதர்சன் கண்கள் விரிந்தது.

மகியும் அந்த பக்கம் பார்க்க போக, வேகமாக அவள் கண்களை தன் கை கொண்டு மூடி "நீ வா மகி. இதுக்கு மேல நாம இங்க இருக்க வேணாம்" என்று தன் மக்கு மனைவியை தள்ளிக் கொண்டு ஓடியே விட்டான் சுதர்சன்.

இங்கு சுந்தரன் சுந்தரி இருவரும், தம்பதிகளாக வாழ ஆரம்பித்தார்கள்.

நெற்றியில் வேர்வை வடிய, அங்குள்ள வேலைகளை இழுத்துப் போட்டு செய்துக் கொண்டிருந்தாள் ஹாசி.

"வாணி மா, தயங்காம சொல்லுங்க. நான் வேலை செய்யுறேன்" என்று கூறினாள்.

"இல்ல மா! வேலை செய்ய ஆள் இருக்காங்க. நீ செய்ய வேணாம் கண்ணு' என்று கூற, அவரை மறுத்து அவள் வேலையை செய்ய ஆரம்பித்தாள்.

அவள் அருகில் வந்த ஹர்ஷா " சரி சரி! நீ வேலை செய்.நான் ஆத்வி கிட்ட கொஞ்சம் நேரம் பேசிட்டு இருக்கேன்" என்று அவன் நகர்ந்தான்.

அவன் கைகளை அழுத்தமாகப் பற்றிக் கொண்டாள்.

"ஒன்னும் வேணாம்! எனக்கு உதவி பண்ணுங்க" என்று கூறினாள்.

"எனக்கு இந்த வேலை எல்லாம் தெரியாது"

"ஓ! அப்போ நல்லா கடலை வறுக்க மட்டும் தெரியும" என்று ஹாசி அவனை கலாய்த்தாள்.

அவள் கையை விலக்கி விட்டு ஆத்வி அருகில் சென்று அமர்ந்து கொண்டான்.

அதை பார்த்த கண்ணன், மெலிதாக சிரித்து தன் மச்சினிச்சியை தேட அவள் கண்களில் அனல் தெறிக்க தன் கணவனை பார்த்துக் கொண்டிருந்தாள்.

"என்ன ஆத்வி? நேத்து செக் அப் போனியா? என்ன சொன்னாங்க?"

அவள் பதட்டமாக தன் கணவனை பார்க்க, அவன் எப்போதும் போல் இயல்பாகவே இருந்தான்.

அதை பார்த்து பெருமூச்சு விட்டவள் "நான் இப்போ நல்லா தான் இருக்கேன் அத்தான்" என்று தன் தங்கையின் கணவனை எப்படி அழைக்க வேண்டுமோ அப்படியே அழைத்தாள்.

"நேத்து செக் அப் பண்ணிட்டேன். எல்லாம் இப்போ நல்லா இருக்குன்னு சொல்லிட்டாங்க. இனிமே எந்த பிரச்சனையும் இல்லையாம்" என்று முகத்தில் புன்னகையுடன் அவள் கூற, அவள் சிரிக்கவும் அவனும் சிரித்துக் கொண்டே பேச, அங்கு ஒருவள் புகைந்து கொண்டிருந்தாள்.

வேகமாக அவர்கள் அருகில் வந்தவள் "யோவ் அத்தான்!வாயா" என்று கண்ணன் சட்டையை பிடித்து தர தரவென இழுத்துக் கொண்டு சென்றாள் ஹாசி.

"அத்தான் அதை பாருங்க. இதை பாருங்க.இதை கொண்டு போய் அங்க வைங்க" என்று அவள் சளைக்காமல் வேலை சொல்ல, அவனும் அவள் சொல்லும் அனைத்தையும் செய்து வந்தான்.

உரிமையாக அவள் அவனிடம் வேலை வாங்க, அதை கண்ட ஹர்ஷா தன் மனைவியை முறைத்த வண்ணம் இருந்தான்.

அதை பார்த்த ஹாசி மனதிற்குள் புன்னகைத்து கொண்டாள்.

"அத்தான் இது" என்று ஹாசி கண்ணன் முகம் பார்த்தாள்.

புன்னகை முகமாக அவள் முன் நின்றான் கண்ணன்.

"நீங்க ரெண்டு பேரும் எதை நிரூபிக்க இந்த மாதிரி பண்ணிட்டு இருக்கீங்க?" என்று முகத்திற்கு நேராக கேட்டு விட, ஹாசி கண் கலங்கி விட்டாள்.

"ஹேய்! ஹாசி மா" என்று அவள் தோளில் கை போட்டு அவளை அங்கிருந்து அழைத்து செல்ல, அதை வெறியுடன் பார்த்துக் கொண்டிருந்தான் ஹர்ஷா.

"என்ன அத்தான் பார்க்குறீங்க? நீங்க என்கிட்ட பேசும்போது என் தங்கச்சிக்கு இப்படி தானே இருக்கும்.அவளுக்கும் அவருக்கும் இதுவரைக்கும் எதுவும் இல்ல. ஆனால் உங்களுக்கும் எனக்கும் அப்படி இல்லையே! அவ முன்னாடியே உங்க காதலை என் கிட்ட சொல்லி இருக்கீங்க.இப்போ மறுபடி என்கிட்ட நீங்க இப்படி

பேசிட்டு இருக்கும் போது அவ என்ன நினைப்பா?"

ஹர்ஷா அமைதியாக இருந்தான்.

"எனக்கு ஒன்னு மட்டும் தெளிவா தெரியுது அத்தான்"

அவன் என்னவென்று பார்க்க "நீங்க உங்க பொண்டாட்டிய கன்னா பின்-னான்னு லவ் பண்ண ஸ்டார்ட் பண்ணிட்டீங்க" என்று ஆத்வி குதூகலமாக கூற, ஹர்ஷா முகத்தில் இறுக்கம் போய் ஒரு மெல்லிய புன்னகை ஒட்டி கொண்டது.

"இதுதான் காதலா?" என்று வாய்விட்டே கேட்டான்.

ஆத்வி வாய் விட்டு சிரித்தாள். "போய் முதல அவ கிட்ட உங்க காதலை சொல்லுங்க" என்று அவனை அனுப்பி வைத்தாள்.

இதைத் தான் கண்ணனும் பேசினான்.

"எதுக்காக உன் கணவரை வெறுப்பேத்துற?"

"எல்லாம் காரணமா தான் அத்தான்"

"என்ன காரணம்?"

"அவரு வாயால என்னை காதலிக்கிறேன்னு சொல்ல வைக்க"

"இன்னுமா அவரு காதலை சொல்லலை?"

"ஆமா அத்தான்.அவரு காதலை மட்டும் சொல்லாம எல்லாம் பண்ணுறாரு. காதலை சொல்லாம அவர்கிட்ட நெருங்க எனக்கு தயக்கமாக இருக்கு.பயமாவும் இருக்கு"

"இதுல என்ன பயம் ஹாசி?"

"விவாகரத்து தான்"

"அது இன்னும் முடியலையா?"

"இல்ல அத்தான்.திடீர்னு நல்லா பேசுறாரு. இல்லேனா எரிஞ்சு விழு-வாரு.விவாகரத்து கேட்டு இருக்காரு.இப்போ வரைக்கும் அது சும்மா தான் ஹாசி! நான் உன்னை தான் லவ் பண்ணுறேன் அப்படினு சொல்லவே இல்லை" என்று அவள் கண்களில் இருந்து கண்ணீர் உருண்டோடியது.

"இதுக்கெல்லாம் சின்ன புள்ளை மாதிரி அழுகாத ஹாசி.அவரை எனக்கு இந்த மூணு நாளா தான் தெரியும்.எனக்கே அவர் காதல் அப்பட்டமா தெரியுது. உனக்கு புரியலையா?"

"புரியுது! இருந்தாலும் அவரு வாயால சொன்னா.." என்று இழுக்க, அப்போது அங்கு ஹர்ஷா வர கண்ணன் நழுவிக் கொண்டான்.

"என்னங்க சொன்னா என் தங்கச்சி?"

"எல்லாம் சொன்னா. பேசிட்டு தான் வந்துருக்கேன்.பார்ப்போம்"

"நானும் அத்தான் கிட்ட பேசினேன்.பார்ப்போம்" என்று ஆத்வி கூறினாள்.

"அவங்க காதலை அவங்க வளர்க்கட்டும்.நீ புருஷனை கொஞ்சம் கவனி" என்று கண்ணன் அவள் கன்னத்தில் ஊத, அதில் சிவந்த ஆத்வி அவனை

தள்ளி விட்டாள்.

"என்ன பண்ணிட்டு இருக்கீங்க? எல்லாரும் இருக்காங்க மாமா"

"அப்போ தனியா இருந்தா ஓகே வா ஆது" என்று அவன் குழைவாக கேட்டான்.

"இல்ல! உங்களுக்கு புத்தி கெட்டு போச்சு" என்று அவள் அங்கிருந்து விலகினாள் இல்லை இல்லை ஓடினாள் என்று தான் சொல்ல வேண்டும்.

"மேடம் இங்க என்ன பண்றீங்க?"

"பார்த்தா தெரியலை"

"நான் எதுவும் ஹெல்ப் பண்ணனுமா" என்று ஹர்ஷா கேட்டான்.

"ஒன்னும் வேணாம். அமைதியா இருங்க ,அது போதும் " என்று கூறி விட்டாள்.

"சரி ! நான் அமைதியா உட்கார்ந்து என் பொண்டாட்டி வேலை செய்யுறத பார்க்குறேன்" என்று அவன் மனையாளை கண்களாலேயே பருகினான்.

அதில் கூச்சம் கொண்டவள் அவன் புறம் திரும்பாமல் வேலையை பார்க்க தொடங்கினாள்.

ஹர்ஷவிற்கு அழைப்பு வர அதை எடுத்துக் கொண்டு சற்று தூரம் சென்று பேசியவன் முகத்தில் குழப்ப ரேகைகள் படிந்தது.

உடனே அலைபேசியை அணைத்து விட்டு திரும்ப , தன் மனைவியின் எதிர் புறம் சில ஆடவர்கள் நின்று அவளை ரசிப்பது தெரிந்தது.

வேகமாக அவள் பக்கத்தில் செல்ல, அவன் காதில் விழுந்தது அந்த வார்த்தை.

"சும்மா கும்முனு இருக்கா மச்சி.பின்னாடி பாரு பளிங்கு மாறி முதுகு" என்று அவன் கூறிக் கொண்டிருக்கும் போதே, அவன் வாயை உடைத்திருந்தான் ஹர்ஷா.

அடிவாங்கியவன் மிரண்டு போய் அவனை பார்த்து ஓட, அவன் நண்பர்களும் ஓட ஆரம்பித்தனர்.

ஹர்ஷா அடிப்பதை பார்த்து பதறிக் கொண்டு அவன் அருகில் வந்த ஹாசி " என்ன மாமா? எதுக்கு இப்போ அடிச்சீங்க?" என்று கேட்டாள்.

"இங்க வா டி மொத" என்று அவள் கையை பிடித்து இழுத்து சென்றான் ஹர்ஷா.

ஒரு மறைவான இடத்திற்கு அழைத்து சென்று, அவளை மேல் இருந்து கீழ் வரை பார்த்தான்.

இழுத்து சொருகிய சேலையில் அவள் இடுப்பு மடிப்பு அப்படியே தெரிய, பின்னே உள்ள பிளவுசில் அரை முதுகு அப்படியே தெரிய, அட்டகாசமாய் நின்று கொண்டிருந்த தன் மனைவியை ரசிக்க முடியாமல் முறைத்த வண்ணம் நின்று

கொண்டிருந்தான் ஹர்ஷா.

"என்ன டி இது கோலம்?

"என்ன மாமா கோலம்"

"இங்க வா" என்று கைப்பிடித்து தன்னருகில் நிறுத்திக் கொண்டவன், முதலில் அவள் வெற்றிடையில் தன் கரத்தை பதித்தான்.

அதில் சிலிர்த்த ஹாசி, ஹர்ஷாவை இறுக்கமாகப் பிடித்துக் கொள்ள, இடையில் ஊர்ந்த கைகள் மெதுவாக அவள் சொருகி இருந்த முந்தானையை அங்கிருந்து உருவியது.

கொஞ்சம் கொஞ்சமாய் வெளி வந்த சேலையில் அவளுக்கு மூச்சு வாங்கியது.

ஏனோ உடம்பெல்லாம் மின்சாரம் தாக்கியதை போல் அவள் மேலும் அவனுடன் நெருக்கமாக ஒன்ற, முழு முந்தானையையும் இடுப்பில் இருந்து எடுத்தவன், அங்கிருக்கும் சில மடிப்புகளை கொண்டு தன் மனைவியின் இடையை விரல் உரசும் படி மறைக்க, ஹாசி தான் ஒரு வழி ஆகி விட்டாள்.

அதற்கு மேல முடியாமல் அவனை அணைத்து கொண்டாள். தன் மார்பில் சாய்ந்து இருக்கும் தன் மனைவியை பிடித்து கொண்டான் ஹர்ஷா.

அவளை அணைத்த வண்ணமே, அவள் இடுப்பு வரை நீண்டு இருந்த கூந்தலை பார்த்தவன், கீழே கூந்தலை அடக்கி உள்ள அந்த கிளிப்பை கழட்டி , அந்த கூந்தலில் பின்னல்களை களைய ஆரம்பித்தான்.

ஜடையை கலைக்கிறேன் என்ற பெயரில், அவள் முதுகில் அஜந்தா ஓவியத்தையே தீட்டி விட்டான் அந்த கள்வன்.

தன் கணவனின் வருடலில் மயங்கி அவன் மார்பில் சாய்ந்து இருந்தாள் ஹாசி.

அவளது கூந்தலைக் கொண்டு அவள் முதுகு அழகை மறைத்தவன், தன் மனைவியின் காதருகே சென்று "எல்லாம் முடிஞ்சு போச்சு. இப்போ உன் மாமனை விட போறியா , இல்ல இப்படியே பிடிச்சுக்கிட்டு நிக்க போறியா?" என்று கேட்க அவன் குரலில் தன்னிலை அடைந்தவள் சட்டென்று அவனிடம் இருந்து பிரிந்தாள்.

"அது..வந்து மாமா" என்று ஹாசி திணறினாள்.

"உனக்கு யாரு இந்த பிளவுஸ் தச்சு கொடுத்தது?" என்று சரியாக அந்த கேள்வியை கேட்டான்.

அப்போது தான் அவள் பின்னல் கலைந்து இருப்பதை பார்த்தாள்.

"அகிலா அக்கா தான்" என்று கூறினாள்.

"ஓஹோ! நெனச்சேன்.இனிமே பிளவுஸ் ஸ்டிச் பண்ண என்கிட்ட சொல்லு.நான் கூட்டிட்டு போறேன்" என்று ஹர்ஷா கூற, அவள் "சரி" என்று தலை ஆட்டினாள்.

"அப்பறம் இந்த மாதிரி லோ நெக் வச்சு போடாத டி.நான் பார்த்தா பரவாயில்ல.வேற யாராவது பார்த்தா என்ன ஆகுறது?"

"ஏன்! நீங்க பார்த்தா பரவாயில்ல.நீங்க ஒன்னும் என்னை லவ் பண்ணலையே.அப்போ எப்படி பார்க்கலாம்? நீங்களும் பார்க்கக்கூடாது" என்று அவனை வெறி ஏற்றி விட்டு சென்று விட்டாள் ஹாசி.

****

"என்ன அமைதியா இருக்க?"

"எனக்கு இந்த இடம் ரொம்ப பிடிச்சு போச்சு"

"ஏன்?"

"தெரியலை ! ஏதோ மனசுக்கு அமைதியா, நல்லா இருக்கு"

"இந்த புடவை உனக்கு அழகா இருக்கு"

சட்டென்று அவனை பார்த்தாள் ரிதி.

"என்ன?" என்று முகில் கேட்க, அவள் ஒன்றும் இல்லை என்று தலையாட்டினாள்.

"நான் எப்படி இருக்கேன்?"

"ம்ம்"

"அவ்வளோ தானா?"

"நல்லா இருக்கீங்க"

"பாப்பா நினைப்பா இருக்கா?"

"ஆமா"

அப்பா அருமையா பார்த்துப்பாரு. பாப்பாக்கு இந்த கிளைமேட் ஒத்து வராது.அதான் தூக்கிட்டு வர வேணாம்னு சொன்னேன்"

"எனக்கு புரியுது"

"நம்ம வீட்டுக்கு போனதுக்கு அப்பறம், உனக்கு க்ளாஸ் எடுக்கலாம்னு இருக்கேன்"

"என்ன க்ளாஸ்?" என்று ரிதி புரியாமல் கேட்டாள்.

"நீ எதுல வீக்கோ, அதுல"

"நான் எல்லாமே நல்லா படிப்பேன்"

"ஓஹோ! சரி"

"நீங்க வேணா எனக்கு ரிட்டன் டெஸ்ட் வைங்க.அப்பறம் தெரியும்"

"நான் எடுக்க போற கிளாசுக்கு இந்த டெஸ்ட் தேவையில்லை.ஒன்லி பிராக்டிக்கல் தான்"

"ஓஹோ! அப்போ லாப் (laboratory) போகனுமா?"

"நம்ம பெட் ரூம் போதும்"

'அப்படி என்ன டெஸ்ட்?' என்று ரிதி யோசனையாக தன் கணவனை பார்த்-தாள்.

அவன் உதட்டை மடித்து தன் சரிப்பை அடக்கிக் கொண்டு " How to deliver a baby at home? Explain its process ?" என்று முகில் கூற, ரிதி கண்கள் வெளியே தெறித்து விழும் அளவிற்கு பார்த்து வைத்தாள்.

"என்..என்ன? என்னது?" என்று ரிதி கேட்க, முகில் சிரிப்பை அடக்கிக் கொண்டு தன் மனைவியைப் பார்த்து கண்ணடித்து வைத்தான்.

****

வெகுநேரம் தன் மனைவியை காணாமல் தீரன் தேட, ஒரு புறம் ஹர்ஷா தேடி வந்தான்.

இருவரும் ஒரே சமயத்தில் அங்கு இல்லாமல் போக, பதறி போனார்கள்.

தீரன் பதறி நிற்க, அவன் அருகில் வந்த ஹர்ஷா சொன்ன செய்தியில் அதிர்ச்சி அடைந்தான்.

உடனே விரைந்து அங்கிருந்து இருவரும் கிளம்பினார்கள், தங்கள் மனம் கவர்ந்தவர்களை காண!

41

அத்தியாயம்-41

கை நிறைய கடலையை வைத்து கொறித்துக் கொண்டே "அப்பறம் என்னாச்சு அண்ணே?" என்று ஆர்வமாக கதை கேட்டாள் அகிலா.

"அத ஏன் மா கேட்கிற? மனசே புண்ணா போய் கிடக்கு. முத ராத்திரி அன்னைக்கே அவ சுய ரூபத்தை காட்ட தொடங்கிட்டா"

"அப்படி என்ன பண்ணாங்க அண்ணி?"

"அண்ணி எல்லாம் சொல்லாத மா. அவ பன்னி! பாவி மக, இப்போ வர கல்யாணம் ஆகி ரெண்டு மாசம் ஆச்சு. என் சுண்டு விரல் அவ மேல பட்டது இல்ல"

"அட பாவமே! அப்பறம்?"

"முதல் ராத்திரி அன்னைக்கு அவளுக்கு பயம்னு நான் நெனச்சேன்.அதான் ஒதுங்கி போறானு நெனச்சேன்"

"அப்போ அது காரணம் இல்லையா?"

"இல்ல மா.அவளுக்கு நிச்சயம் பண்ண அப்போ, ரெண்டு பவுன்ல ஒரு சங்கிலி வாங்கி போடுறேன்னு சொன்னேன்.அத இப்போ வரைக்கும் போடலை. அதுனால கிட்ட சேர்க்க மாட்டேங்குறா" என்று பாபு கவலையாக கூறினான்.

உடனே தன் கழுத்தில் கிடக்கும் சங்கிலியை கழட்டி அவன் கையில் கொடுத்த அகிலா " இத அண்ணி கையில கொடுத்து வாழ்க்கைய ஆரம்பிங்க" என்று கூற பாபுவிற்கு கண்ணே கலங்கி விட்டது.

"எப்படி பட்ட பொண்ணு மா நீ! நாங்க உன்னைய கடத்திட்டு வந்து இருக்கோம்.ஆனால் நீ அதை கொஞ்சம் கூட மனசுல வச்சுக்காம எனக்கு உதவுற." என்று அவன் நெகிழ்ந்து போனான்.

"ஐயோ போங்க ! நீங்க வேற. உங்களுக்கு ஒரு விஷயம் சொல்லவா? இந்த சங்கிலி கவரிங் தான் " என்று அகிலா கண்ணடிக்க, பாபு அவளை அதிர்ச்சியாக

பார்த்தான்.

"ஆமா ! இத அவங்க கிட்ட கொடுத்து வாழ்க்கைய இன்னைக்கு ஸ்டார்ட் பண்ணுங்க. நான் வீட்டுக்கு போயிட்டு உங்களுக்கு அந்த ரெண்டு பவுன் சங்கிலியை எடுத்து தரேன்"

'என்ன ரகம் இது?' என்று பாபு அவளையே பார்க்க "அண்ணே அடுத்து நீங்க சொல்லுங்க.உங்க ஃபர்ஸ்ட் நைட் எப்படி நடந்துச்சு?" என்று கேட்க, அவனோ தரையை பார்த்துக் கொண்டு சிரித்தான்.

"நீங்க சிரிக்கிறதை பார்த்தா, எல்லாம் நடந்து முடிஞ்சு போச்சு போல" என்று அகிலா சிரித்து கொண்டே கேட்க, அவனோ "ஆம்" என்று தலை ஆட்டினான்.

அப்போது இடையில் வந்த ஹாசி "அண்ணே நீங்க அப்படியே என்ன நடந்துச்சுன்னு சொல்லுங்க.நான் நோட்ஸ் எடுத்து வச்சுக்கிறேன்." என்றாள்.

"கொடுத்த அந்த நாலு பாய்ன்ட்ட அன்னைக்கு ஒழுங்கா பேசாம , என்ன ஹர்ஷா கிட்ட மாட்டி விட்டவ தானே நீயி.இப்போ நோட்ஸ் எடுத்தாலும் நீ தேற மாட்ட.என் நண்பன் உனக்கு சொல்லி தருவான், அப்போ தெரிஞ்சுக்கோ"

"ஆனால் எனக்கு ஃபர்ஸ்ட் நைட் முடிஞ்சு போச்சே" என்று ஹாசி அப்பாவியாக கூற, அகிலா அதிர்ந்து போனாள்.

"அது எந்த கேப்ல நடந்துச்சு?" என்று அவள் கண்கள் விரிய கேட்டாள்.

"ஐயோ அக்கா! ஃபர்ஸ்ட் நைட் அப்போ தான் அவரு குடிச்சுட்டு, ஆத்வி அக்கா பேர சொல்லிட்டு இருந்தாரு.ஒன்னும் நடக்கலை"

"ஓஹோ! அப்போ அந்த நாள் முடிஞ்சு போச்சுன்னு சொன்னியா. நான் கூட பயந்துட்டேன்"

"ஆத்தா தங்கச்சி! அப்போ நீ உன் புருஷன் கூட இன்னும் வாழவே இல்லையா?" என்று அங்கிருந்த ஒருவன் கேட்டான்.

"இல்ல அண்ணா" என்று அப்பாவியாக தலை ஆட்டினாள் ஹாசி.

"ஆத்தா நீயி?" என்று அகிலாவை பார்த்து கேட்டான்.

"எது ,ஃபர்ஸ்ட் நைட் ! அதுவும் அவன் கூட. நீங்க வேற , அவன் ரோபோட்.எனக்கு அதெல்லாம் நடக்குமானே சந்தேகம் தான்" என்று அகிலா உச்சுக் கொட்ட, ஹாசி சிரித்து வைத்தாள்.

"தீரா அவளோ ஒன்னும் மோசம் இல்ல அக்கா. நீங்க வேணாலும் பாருங்க.அவரு தான் பிச்சு வாங்க போறாரு"

"கிழிச்சாரு.நீ தான் அவனை புகழனும்"

"ஓஹோ! அப்போ ரெண்டு பேரும் இன்னும் வாழ்க்கைய ஆரம்பிக்காம தான் இருக்கீங்க போல " என்று பல்லைக் காட்டிக் கொண்டு கேட்டான் பிரபு. (ரிதியின் மாமன்)

"இவன் வேற லூசு பய! ஆமா இன்னும் ஆரம்பிக்கலை.ரூம் போட்டு தரியா?" என்று அகிலா கேட்க, பிரபு பொங்கி விட்டான்.

"ஏய் ! என்ன பார்த்தா உனக்கு எப்படி தெரியுது?"

"ரூம் போட்டு தர போற.அப்போ ப்ரோக்கர் தான் " என்று சளைக்காமல் பதில் அளித்தாள் அகிலா.

அதில் பொங்கிய பிரபு அகிலாவை அறைய வர, ஹாசி கேட்ட கேள்வியில் அதிர்ச்சியாக அவளையே பார்த்தான்.

"அண்ணா! இன்னும் ஒரு டூ டேஸ் இங்கேயே இருக்கவா. அங்க போனா அவரு எனக்கு க்ளாஸ் எடுக்க ஆள் கூட்டிட்டு வருவாரு.ப்ளீஸ்" என்று கேட்-டான்.

"உங்களை நான் கடத்திட்டு வந்தேனா? இல்ல டூர் கூட்டிட்டு வந்தேனா?" என்று பிரபு கத்தினான்.

"அதெல்லாம் எனக்கு தெரியாது.நான் இன்னும் ரெண்டு நாள் இங்க தான் இருப்பேன்.பாபு அண்ணா, எனக்கு பிரியாணி வேணும். இங்க நல்ல ஹோட்டல் பார்த்து வாங்கிட்டு வாங்க. பீஸ் முக்கியம்" என்று அவள் கூறினாள்.

"சரி பாப்பா" என்று அவர் நகர, பிரபு தடுத்தான்.

"டேய் ! நீ எனக்கு அடியாளா இல்ல அவளுக்கா? அவ சொன்ன உடனே பல்ல காட்டிட்டு போற"

"அண்ணே! பாப்பா ரொம்ப நல்ல பொண்ணு" என்று பாபு மண்டையை சொறிய, பிரபு தலையிலேயே அடித்துக் கொண்டான்.

"கொஞ்சம் நேரம் தானே டா விட்டுட்டு போனேன்.அதுக்குள்ள என்ன டா பாப்பா?" என்று எகிறினான் பிரபு.

"இங்க பாரு சத்தம் போட்டு பேசாத. எனக்கு பிடிக்காது.இன்னும் கொஞ்ச நேரத்துல என் டார்லிங் வருவான்.அவன் கிட்ட பேசு" என்று அகிலா கூற, ஹாசி அவளை சந்தேகமாக பார்த்தாள்.

"அப்படி பார்க்காத .எல்லாம் உன் கொழுந்தனை தான் சொன்னேன்.இந்த நாய் கிட்ட என் வீட்டுக்காரரை விட்டு கொடுக்க மனசு வரலை"

"ரொம்ப பேசுறீங்க டி.டேய் அந்த கயிறை எடுத்துட்டு வந்து கட்டுங்க டா.உங்க ரெண்டு பேரையும் வச்சு தான் ரிதியையும் அந்த குழந்தையையும் உங்க கிட்ட இருந்து வாங்க போறேன்.அப்பறம் உங்களை சும்மா விடமாட்டேன். என்னை மனநல மருத்துவமனைல சேர்த்த உங்களை சும்மா விட மாட்டேன்" என்று கத்-தினான் பிரபு.

"அங்க இருந்து தப்பிச்சு வந்துட்டு பைத்தியத்துக்கு பேச்ச பாரு" என்று அகிலா சிரிக்க, வெறியான பிரபு அகிலா அருகில் சென்று அவள் கூந்தலை பிடித்து இழுக்க போக, ஒரு வலிய கரம் அதை வந்து தடுத்தது.

அகிலா ஆர்வமாக திரும்பிப் பார்க்க, அங்கு ஹர்ஷா கொலை வெறியுடன் அவனை முறைத்துக் கொண்டிருந்தான்.

"என்ன! எங்களை இங்க எதிர் பார்க்கலை போல? நீ எப்போ அங்க இருந்து தப்பிச்சு வந்தியோ, அப்போவே எனக்கு தகவல் வந்துச்சு.அதுபோக இந்த ஊருக்-குள்ள நீ வந்த உடனேயே நான் சுதாரிச்சு இருக்கனும்.சரி விடு! அதான் நான் இப்போ வந்துட்டேன்ல"

"யாரு வந்தா எனக்கு என்ன? டேய் இவனையும் கட்டுங்க டா" என்று அவன் ஆட்களை பார்த்து கூற, அனைவரும் தயங்கினார்கள்.

"அண்ணே ! பாப்பா ரொம்ப நல்ல பொண்ணு.வேணாம் அண்ணே" என்று ஒருவன் கூறினான்.

"பாப்பா எனக்கு ஃபர்ஸ்ட் நைட் நடக்க சங்கிலி தருதாம்" என்று ஒருவன் கூற, பிரபு அவர்களை தீயாக முறைத்தான் .

அப்போது அங்கு வந்து சேர்த்தான் மகிழன் இளம்பரிதி. ஹர்ஷா வின் நெருங்கிய தோழன்.(நம் காட்டுச்சிறுக்கியின் நாயகன்)

"மச்சான் நீ உன் வேலைய முடி"

"நான் பாத்துக்கிறேன் ! நீ கிளம்பு டா.அங்க போயிட்டு எனக்கு தகவல் சொல்லு"

"சரி டா.நான் சொன்னது நடக்கணும். இனிமே இவன் வெளியே வரக் கூடாது"

ஒரு மெல்லிய சிரிப்பை உதிர்த்த மகிழன் தன் வேலையை பார்க்க ஆரம்பித்-தான்.

ஹர்ஷா அருகில் சென்ற அகிலா, அவன் பர்ஸில் உள்ள பணத்தை எடுத்துக் கொண்டு வேகமாக பாபு அருகில் சென்று " அண்ணே! இத வச்சு அண்ணி கூட ரொமான்ஸ் ஸ்டார்ட் பண்ணுங்க .மகிழன் அண்ணா, இவரு பாவம் ! இவருக்கு மட்டும் தான் இன்னும் இந்த கூட்டத்துல ஃபர்ஸ்ட் நைட் நடக்கலை .அவரை மட்டும் விடுங்க" என்று அகிலா சிபாரிசு செய்தாள்.

மகிழன் யோசனையாக தன் நண்பனை பார்க்க " என் தம்பி மனைவி" என்று கூறினான்.

அவன் தம்பியை நினைத்து பரிதாபப்பட்ட மகிழன் "சரி" என்று அவளிடம் தலை அசைத்து வைத்தான்.

"ஐயோ போச்சு! இவரு வந்துட்டாரு. இனிமே க்ளாஸ் அட்டென்ட் பண்ண சொல்லுவாரு. ஏன் டா எருமை, கடத்தி ஒரே ஊர்லையே வச்சு இருக்க? அதான் கண்டு பிடிச்சு வந்துட்டாரு" என்று ஹாசி பிரபுவை பார்த்து கத்தினாள்.

இம்முறை மகிழன் தன் நண்பனை பார்க்க " என் பொண்டாட்டி" என்றான் ஹர்ஷா.

அதில் சிரிப்பை அடக்கிக் கொண்ட மகிழன் "நல்ல குடும்பம் டா" என்று தலையில் அடித்துக் கொண்டு அங்கிருந்தவர்களை அழைத்து சென்றான்.

"நீ வீட்டுக்கு வா. உனக்கு இருக்கு" என்று ஹாசினியை அழைத்து முன்னே சென்றான் ஹர்ஷா.

அகிலா பின்னே எதையோ தேடிக் கொண்டே வர, அவள் முன் நிழலாடுவதை உணர்ந்து திரும்பி பார்த்தவள் , எதிரே அவள் கணவன் நிற்பதை பார்த்து வாயை பிளந்தாள்.

"எப்போ வந்த? இங்க பாரு தீரன் இங்க இருக்குற எல்லாத்துக்கும் எப்படி ஃபர்ஸ்ட் நைட் நடந்துச்சுன்னு, கேட்டுட்டு இருந்தேன். நல்லா பொழுது போச்சு போ"

"ஐயோ! நீ என்ன காப்பாத்த வந்தியா? நம்பவே முடியலை.இவ ஒரே வீட்ல இருந்துட்டு காதல் சொல்லி நம்மளை டார்ச்சர் பண்ணி கொன்னுட்டு இருந்தா . இன்னையோட தொல்லை ஒழிந்தது. இனிமே நம்ம ஃப்ரீயா இருக்கலாம்.நம்ம பெட்ல இடம் கொடுக்க தேவ இல்லை. எனக்கு புடவை கட்டி விட தேவையில்லை. உனக்கு பிடிச்ச மாதிரி ஹோம்லி பொண்ணா பார்த்து " என்று அகிலா பேசிய பேச்சு பாதியில் நின்றது.

அகிலாவின் இதயம் உச்ச டெசிபலில் துடிக்க, கண் முழி தெறித்து வெளியே வந்து விழும் அளவிற்கு அவள் விழிகள் விரிந்து நிற்க, கை கால்கள் இரண்டும் வலுவிழந்து அவன் மேல் சரிய, கிறங்கிப் போனாள் அவள்.

ஆடவனின் முத்தம் அப்படி! தள்ளி நின்று வாய் ஓயாது பேசியவளை, நொடியில் தன் பக்கம் இழுத்து அவள் இடை இறுக்கி, அவளது கீழ் உதட்டை கடித்து சுவைத்தான் தீரன்.

அவ்வளவு தான் தன் கணவனின் செயலில் சர்வமும் அடங்கி போனது அவளுக்கு.

பேச முடியாத படி அவள் இதழை வதம் செய்தான் அகிலாவின் காதலன்.

எத்தனை நாள் கனவு! எத்தனை நாள் ஏக்கம்! எத்தனை வருட காதல்! எத்தனை நாள் காத்திருப்பு! எவ்வளவு நேசம்! அனைத்தையும் ஒரே நொடியில் பெற்றதை போல் அவள் கண்களில் இருந்து கண்ணீர் வடிந்தது.

அவன் மட்டும் என்ன? அவன் மனைவியை பிரபு கடத்தி சென்று விட்டான் என்று ஹர்ஷா கூறும் போது அவன் இந்த உலகத்திலேயே இல்லை.

ஏதோ தன்னிடம் உள்ள உயிரே அவனை விட்டு சென்றதை போல் உணர்ந்தான்.

அவளுக்கு எதுவும் ஆகாது என்று அறிந்து அவனால் நார்மலாக இருக்க முடியவில்லை.

இங்கு வந்து தன் மனைவியை கண்ணால் பார்த்த பின்பு தான் அவனால் நிம்மதியாக மூச்சு விட முடிந்தது.

காதலிக்கவில்லை என்று வாய் தான் கூறியது.அவள் எப்போதோ அவன் மனதிற்குள் நுழைந்து சிம்மாசனம் போட்டு அமர்ந்து விட்டாள் என்பதை அவன் அறியவில்லை.

அதை உணரத்தான் மறுத்தான்.இன்று அவனது மொத்த தவிப்பும் அவன் காதலை வெளிச்சம் போட்டு காட்டிட, வந்த வேகத்தில் அவனுக்கு பேச வாய்ப்பு அளிக்காமல் அவள் ஏதேதோ பேச, அடக்கிவிட்டான் அவள் இதழ்களை.

இதழ் முத்தம் நீண்டு கொண்டே போக, ஒரு நிலையில் தாக்கு பிடிக்க முடியாமல் அகிலா, அவன் மார்பிலேயே தன் கரம் கொண்டு குத்த, அதில் தன்னிலை அடைந்த தீரன் அவள் இதழை விடுவித்தான்.

இதழை அவனிடம் இருந்து பெற்றுக் கொண்டு, பெரிய பெரிய மூச்சினை விட்டுக் கொண்டிருந்தாள் அகிலா.

இன்னும் கொஞ்சம் நேரம் இருந்தா தான் என்ன
ஏன் அவசரம் என்ன அவசரம் நில்லு பொண்ணே
இன்னும் பேச கூட தொடங்கலையே
நெஞ்சமும் கொஞ்சமும் நிறையலையே
இப்போ என்ன விட்டு போகாதே என்ன விட்டு போகாதே

அவன் சலனமே இல்லாமல் அவளைத்தான் பார்த்துக் கொண்டிருந்தான்.

ஏனோ அவனை பார்க்கவே அகிலாவிற்கு ஏதோ போல் இருக்க, அவன் முகத்தை காண்பதையே தவிர்க்க , தீரன் அவள் அருகில் வந்து அவள் காதருகில் குனிந்து "இந்த அளவுக்கு இந்த ரோபோட் வேலை செஞ்சா போதுமா டி " என்று மூச்சு காற்று அவள் காதில் உரச கேட்க , அவள் தான் கூச்சத்தில் சிலிர்த்து போனாள்.

இப்போது வரை அவளால் நம்ப முடியவில்லை.முத்தம் கொடுத்தது தன் கணவன் தானா? இல்லை கனவில் உள்ளோமா! என்று தன் கையை கிள்ளிப் பார்க்க அது வலித்தது.

'ஆத்தி உண்மை தான்! இவன் இதெல்லாம் செய்ய மாட்டானே' என்று அவனை சந்தேகமாக பார்த்தாள்.

"என்ன டி பார்வை?" என்று தீரன் கேட்டான்.

உடனே அவன் சட்டையில் உள்ள போனை எடுத்து அவசரமாக சீதா அம்மாவுக்கு அழைத்தாள்.

"அத்தை நான் அகிலா பேசுறேன். நம்ம ஒரு பிளான் பண்ணோம்ல, அது இப்போ வேணாம்.நமக்கு தேவைப்படாது.மிச்சத்தை நான் நேர்ல வந்து சொல்லுறேன்" என்று அகிலா போனை துண்டித்து அவன் பாக்கெட்டில் வைத்தாள்.

"என்ன பிளான் டி?" என்று தீரன் யோசனையாக கேட்டான்.

"மாமியாருக்கும் ,மருமகளுக்கும் இடையே ஆயிரம் இருக்கும்.அது எதுக்கு உங்களுக்கு?"

"இல்ல! ஏதோ என்னை வச்சு தான் பிளான் பண்ணி இருக்க.சரியா?" என்று தீரன் கேட்டான்.

"ஐயோ! கண்டு பிடிச்சுட்டான்"

"சொல்லு"

"ஆமா"

"என்னது?"

"அது ஒன்னும் இல்ல. நீங்க ஒத்து வர மாட்டீங்க, அதுனால.."

"அதுனால"

"நானே உங்களை ரேப் பண்ணி, உங்களுக்கு வாழ்க்கை கொடுக்கலாம்னு நெனச்சேன்"

அவ்வளவு தான்! தீரன் அதிர்ந்து விட்டான்.

"இதுக்கு எங்க அம்மாவும் உடந்தையா?"

"இல்ல"

"அதானே பாத்தேன்"

"சொல்லுறதை கேளுங்க. இந்த ப்ளானை போட்டதே உங்க அம்மா தான். நான் தான் இதுல உடந்தை" என்று கூற, தீரனுக்கு பேச்சு வரவில்லை.

****

"இதுக்கு மேல முடியாது ஹாசி"

"என்னாலயும் முடியாது மாமா"

"இப்போ என்ன டி உன் பிரச்சனை?"

"ஒன்னும் இல்ல"

"உன்ன காணாம நான் தவிச்சுப் போய் வந்துருக்கேன். இப்படி முகம் கொடுத்து கூட பேச மாட்டேங்குற"

"நான் ஏன் பேசணும்?"

"நான் பேசணும். நீ கேளு"

"வேணாம்"

"இல்ல! நான் பேசியே ஆகனும்"

"என்னால கேட்க முடியாது"

"அப்போ நான் ஆத்வி கிட்ட போய் பேசுறேன்"

"சரி சொல்லுங்க. கேட்டு தொலைக்கிறேன்"

ஹர்ஷா ஒரு குறுஞ் சிரிப்புடன் "நீ என்னை லவ் பண்ணுறியா ஹாசி?" என்றான்.

"ஆமா"

"நான் கடைசி வரைக்கும் உன்னை லவ் பண்ணாம போயிட்டா, என்ன பண்ணுவ?"

ஏனோ இந்த கேள்வியை கேட்டதும் ஹாசிக்கு கண்கள் கலங்கி விட்டது.

"நான் உங்களுக்கும் சேர்த்து உங்களை காதலிப்பேன் மாமா"

"என்ன ஏன் இவ்வளோ காதலிக்கிற?"

"தெரியலை" என்று அப்பாவியாக தலை ஆட்டினாள் ஹாசி.

"சரி ! எனக்கு உன் மேல காதல் வராம, வேற பொண்ணு மேல வந்தா என்ன பண்ணுவ?"

ஏனோ அவளால் இதற்கு பதில் கூற முடியவில்லை. இருந்தும் தன் மனதை கல்லாக்கிக் கொண்டு "யார்கூட இருந்தா உங்களுக்கு சந்தோசம் வருதோ, அவங்க கூட உங்களை சேர்த்து வச்சுட்டு நான்..நான்,அப்படியே செ.." என்று ஹாசி கூற வர,ஹர்ஷாவின் இறுகிய அணைப்பில் இருந்தாள் ஹாசி.

"ஐ லவ் யூ! ஹாசி குட்டி" என்று மென்மையாக அவள் காதருகில் கூறியவாறு அவளை இறுக்கினான்.

தன் காதில் கேட்ட செய்தி சரியா என்று உணரவே அவளுக்கு வெகு நேரம் ஆனது.

வரு மாமனின் காதலை அவன் வாய் மொழியாக கேட்டவள் வானத்தில் பறந்தாள் என்று தான் சொல்ல வேண்டும்.

"புருஷன் பொண்டாட்டியை விட்டுட்டு இன்னொரு பொண்ணை பிடிச்சு இருக்குன்னு சொன்னா , நாலு போடு போடாம,எங்களை சேர்த்து வச்சுட்டு செத்து போயிடுவளாம்" என்று அவள் தலையில் கொட்டினான்.

புருவம் சுருக்கி அவனை பார்த்தவள் "நான் எங்க மாமா செத்து போறேன்னு சொன்னேன்?" என்று அவள் கேட்டாள்.

"நீதானே டி! எங்களை சேர்த்து வச்சுட்டு செ அப்படினு ஆரம்பிச்ச"

"அட மக்கு மாமா! உங்களை சேர்த்து வச்சுட்டு செட்டிநாடு சிக்கன் தின்னுட்டு ,சோகத்தை மறந்துட்டு போயிடுவேன்னு சொல்ல வந்தேன்.அதுக்குள்ள" என்று ஹாசி வாய் பொத்தி சிரிக்க, ஹர்ஷா அவளை தீயாக முறைத்தான்.

அவள் முன்னே நடக்க, அவள் கை பிடித்து தடுத்தான்.

"நீ இன்னும் உன் காதலை சொல்லலை ஹாசி"

"நான் உங்களை தான் மாமா காதலிக்கிறேன்" என்று சலனம் இல்லாமல் அவள் கூற, நெருங்கி வந்து புடவையில் இருக்கும் தன் மனைவியை ரசித்து பார்த்தவன், அவளது கழுத்தை ஒட்டி இருக்கும் சங்கிலியை விலக்கியவன் அங்கு பல் தடம் பதிய கடித்து வைத்தான் ஹர்ஷா.

சுர்ரென்று அவளுக்குள் தாக்கம் ஏற்பட, அவனை இறுக்கிப் பிடித்து அதை சமன் படுத்தினாள்.

"நீ எப்படி டி அவன் கிட்ட மாட்டுன?"

"நான் எங்க மாட்டுனேன்! அவனுங்க தான் வாய பொத்தி தூக்கிட்டு வந்துட்-டாங்க"

"சரி வா போவோம்"

"எதுக்கு என் கழுத்தை கடிச்சீங்க?"

அவன் பதில் கூறவில்லை.

முணு முணுத்துக் கொண்டே அவன் பின்னே சென்றாள்.

அங்கு ராமச்சந்திரன்- சீதா அனைவரும் பதறி கொண்டு இருக்க, ஆடி அசைந்து வந்தனர் ஹர்ஷா, தீரன் மற்றும் அவர்களது மனைவிகளும்.

"என்ன டா ! ஏன் லேட்டு?எங்க போனீங்க?" என்று சீதா கேட்டார்.

தீரன் முழித்து வைத்தான்.

யாரும் ஹர்ஷாவை ஒரு வார்த்தை கேட்கவில்லை.தீரனை சுற்றி வளைக்க, அவன் பரிதாபப் பார்வை பார்த்து வைத்தான் தன் தமையனை.

ஹர்ஷாவிடம் கேட்க அனைவருக்கும் பயம் வந்து தடுக்க, தீரன் மாட்டிக் கொண்டான்.

"என்ன எல்லாரும் என் தீரனையே கேட்கிறீங்க? இவரை கேளுங்க. இவரு தான் காரணம்" என்று ஹாசி கூறினாள்.

ஹர்ஷா அவளை புரியாது பார்த்தான்.

'என்ன சொல்லுறா இவ?' என்று குழம்பி நின்றான்.

அங்கு ரிதி- முகில், மகா -சுதர்சன், ராமச்சந்தரன்- சீதா, தீரன்- அகிலா என்று அனைவரும் இருந்தனர்.

"இங்க பாருங்க! என்னை போக விடாம எப்படி உங்க புள்ளை கடிச்சு வச்சு இருக்காரு? பாருங்க" என்று அவள் கழுத்தைக் காட்ட, ஹர்ஷா அதிர்ந்து போனான்.

"மொத்த மானத்தையும் வாங்கிட்டா! முடிஞ்சுச்சு" என்று சற்றும் தாமதிக்காமல் கூட்டத்தில் நின்று பேசிக் கொண்டிருந்த தன் மனைவியை , இழுத்துக் கொண்டு அந்த இடத்தை விட்டு நகர பார்த்தான்.

ராமச்சந்திரன் அவனை தடுத்தார்.

42

அத்தியாயம்-42

ஹர்ஷா தயக்கமாக தன் தந்தையை பார்த்தான்.

"இதுக்குமேல சும்மா விட முடியாது ஹர்ஷா " என்று ராமச்சந்திரன் கூறினார்.

"ஆமா ஆமா ! சும்மா விடக்கூடாது.இவன் எப்படி அந்த புள்ள கழுத்துல கடிச்சு வச்சானோ, அதே போல நீயும் அவன் கழுத்துல கடி ஹாசி.அதானே நியாயம்.என்ன நான் சொல்லுறது" என்று அகிலா கூறினாள்.

ராமச்சந்திரன் தலையில் அடித்துக் கொண்டு "எனக்கு எல்லா விஷயமும் உன் நண்பன் மகிழ் சொல்லிட்டான்.அதுனால இதுக்கு மேல சும்மா இருக்க வேணாம்.ஆக்சன் எடுக்க சொல்லு.அப்படியே ரிதி பொண்ணோட அண்ணிய கண்டு பிடிச்சு விசாரணை பண்ணனும்" என்று தீவிரமாக பேசினார்.

முகில் புரியாமல் " என்னாச்சு டா ஹர்ஷா? என்ன சொல்லுறாரு அப்பா.என்ன நடக்குது?" என்று கேட்டான்.

"ஒன்னும் இல்ல டா.பிரபு பையன் தான் நம்ம ஹாசி ,அகிலா ரெண்டு பேரையும் கடத்திட்டு போயிட்டான். இப்போதான் போய் கூட்டிட்டு வரேன்"

முகில் அதிர்ந்து "என்ன டா! இவ்வளோ சாதாரணமாக சொல்லுற?" என்றான்.

"போயும் போயும் வேற ஆள் இல்லைன்னா இதுங்களை கடத்தனும். வச்சு செஞ்சுட்டாளுங்க" என்றான் தீரன்.

"விளையாட்டு இல்ல. இனிமே இந்த மாதிரி நடக்காம இருக்கனும். அவனோட டார்கெட் ரிதி தானே.ஏன் இவங்களை கடத்துனான்?" என்று முகில் கேட்டான்.

"உன் பொண்டாட்டி உன் பேச்சை கேட்டு, உன் பக்கத்திலேயே இருந்தா. அதுனால தப்பிச்சுட்டா. ஆனா எங்க பொண்டாட்டி அப்படியா?" என்று தீரன் கேட்க, ரிதி 'கிளுக்' என்று சிரித்தாள்.

"எங்க டி போனீங்க ரெண்டு பேரும்?" என்று சீதா கேட்டார்.

"சும்மா கோவிலுக்கு பின்னாடி உள்ள ஓடைய பார்க்க, அகிலா அக்கா கூப்டாங்க" என்று ஹாசி கூற, அதை அவசரமாக மறுத்தாள் அகிலா.

"இல்ல! இவ பொய் சொல்லுறா.கோவிலுக்கு பின்னாடி தான் சுந்தரி இருக்குனு பார்க்க போனோம்.அப்போ" என்று அகிலா ஏதோ கூற வந்து பின் "இல்ல! அவங்க இல்ல.அப்போ திரும்பி வரும்போது தான் எங்களை கூட்டிட்டு போயிட்டாங்க"

"ஓஹோ; நீர் கூட்டிட்டு போன மாதிரி சொல்லுறா பாரு" என்று தீரன் எகிற, அகிலா அமைதியானாள்.

"சரி விடுங்க.அதான் பிரச்சனை முடிஞ்சு போச்சுல. இப்போ போய் அடுத்து நடக்க வேண்டியதை பாருங்க" என்று சீதா கூட்டத்தை கலைக்க ஹாசி ,அகிலா மீண்டும் ஜோடி போட்டு கொண்டு சுத்த தயாராக, அவர்கள் இருவரையும் சேர விடாமல் இழுத்து சென்றனர் அவர்கள் கணவன்மார்கள்.

ரிதி அமைதியாக ஓர் இடத்தில் அமர்ந்து கொள்ள, தன் மனைவியின் அமைதியிலேயே புரிந்து கொண்டான் அவள் மனவோட்டத்தை.

"என்னாச்சு?"

"ஒன்னும் இல்ல"

"அப்போ ஏன் தனியா வந்து இருக்க?"

"மனசு சரி இல்ல"

"ஏன்?"

"நான் மட்டும் இந்த குடும்பத்துக் குள்ள வராம இருந்துருந்தேன்னா, இந்நேரம் இந்த மாதிரி எல்லாம் நடந்து இருக்காது"

"என்ன பேச்சு இது?"

"உண்மை தான். நான் எப்படியோ எங்கையோ போக வேண்டியது! இங்க வந்து உங்களுக்கும் கஷ்டம் கொடுக்குறேன்"

"என்னைக்காவது நீ எனக்கு கஷ்டமா இருக்கனு நான் சொல்லிருக்கேனா?" என்று முகில் அடக்கப்பட்ட கோபத்துடன் கேட்டான்.

தன் கணவனின் குரலிலேயே அவன் கோபத்தை அறிந்தவள் "இல்லை" என்று மெதுவாக தலை அசைத்தாள்.

"அப்போ எதுக்கு இந்த பேச்சு?"

"அண்ணி வந்து குழந்தையை கேட்டா என்ன செய்யுறது?"

"இனிமே குழந்தையை கொடுக்குறதை பத்தி நான் யோசிக்கனும்.ஏன் அமுதி நம்ம பொண்ணா வளரக் கூடாது?இங்கேயே இருக்கட்டுமே"

அவ்வளவுதான்! அவனது பொய் கோழியின் கண்கள் கலங்கி விட்டது.

"என்ன மா?"

"நெஜமாவே உங்களுக்கு என்னை பிடிக்குமா முகி" என்று கூறி விட்டு அவள் நாக்கை கடித்தாள்.

"சாரி! தெரியாம பேர் சொல்லிட்டேன்" என்று அவள் பதறினாள்.

ஒரு மெல்லிய சிரிப்புடன் "நல்லா இருக்கு. காலேஜ்ல மட்டும் அப்படி கூப்பு-டாத" என்றான்.

"சரி" என்று தலையாட்டினாள்.

"நீ கேட்ட கேள்விக்கு நான் இன்னும் பதில் சொல்லலை.எப்பவுமே நான்தான் கேள்வி கேட்பேன். இப்போ நீ கேட்டு இருக்க.வீட்ல போய் நம்ம ரூம்க்கு போய் ,நீ கேட்ட அந்த கேள்விக்கு தெளிவா பதில் சொல்லுறேன்" என்று கூற, ரிதி அப்பாவியாக 'சரி' என்று தலை அசைத்தாள்.

****

ஹர்ஷா குறுக்கும் நெடுக்குமாக நடந்து கொண்டிருந்தான்.

"இருபது , இருபத்தி ஒன்னு , இருபத்தி இரண்டு" என்று எண்களை கூறிக் கொண்டே தோப்புக் கரணம் போட்டுக் கொண்டிருந்தாள் ஹாசி.

"எங்க அப்பா முன்னாடி என்ன வார்த்தை டி சொல்லி வச்சுட்ட! அவரு என்னைய பத்தி என்ன நினைப்பாரு? என் மொத்த மானத்தையும் வாங்கிட்ட"

"நீங்க தானே மாமா கடிச்சு வச்சீங்க.அப்போ நான் சொல்லத்தான் செய்வேன்" என்று ஹாசி உதட்டை பிதுக்கிக் கூறினாள்.

"அப்போ நமக்குள்ள எது நடந்தாலும் போய் சொல்லிடுவியா?" என்று ஹர்ஷா கத்தினான்.

"சீதா அம்மா தான் என்னனாலும் என்கிட்ட வந்து சொல்லு.எதையும் மறைக்க கூடாது, உனக்கு நான் இருக்கேன்னு சொன்னாங்க.அப்போ எப்படி நான் அவங்க பேச்சை மீற முடியும்?"

"ஓஹோ! அப்போ நமக்குள்ள அது நடந்தாலும் போய் சொல்லுவியா?"

"எது நடந்தாலும் போய் சொல்லுவேன்"

அவ்வளவுதான்! ஹர்ஷா தலையில் கை வைத்து அமர்ந்து விட்டான்.

"என்ன டி! என்னை படுத்தாத. நான் கேட்கிறது உனக்கு புரியுதா இல்-லையா?"

"இங்க பாருங்க! நான் ஒன்னும் சின்ன பொண்ணு இல்லை.எனக்கு எல்லாம் புரியும் மாமா.நான் சீதா அம்மாகிட்ட எதுவும் சொல்ல கூடாது, அப்படீன்னா, நீங்க எனக்கு க்ளாஸ் வைக்க கூடாது.வச்சா கண்டிப்பா நம்ம ரூம்ல நடக்கிறதை லைவ் போட்டு காட்டுவேன்" என்று ஹாசி அவனை பகிரங்கமாக மிரட்டினாள்.

பாவம் இதுவரை அமைதியாக பேசி கொண்டிருந்த தன் கணவனை ஏத்தி விட்டத்தை அறியாமல்.

‘என்ன பேச்சையே காணோம். ஒரு வேளை பயந்துட்டாறோ’ என்று ஹாசி திரும்ப, இதற்காககவே காத்திருந்தவன் போல் கல்லில் அமர்ந்திருந்த வாக்கில் ஒரே எட்டில் தன் மனைவியை இழுத்தான்.

"தைரியமான ஆளா இருந்தா, இதையும் போய் உன் சீதா அம்மாகிட்ட சொல்லு டி" என்று அவள் என்னவென்று உணரும் முன், அவள் இடுப்பு சேலையை விலக்கி ,அவள் தொப்புளில் அழுத்தமாக தன் இதழ்களை பதித்தான் ஹர்ஷா.

இதை சற்றும் எதிர்பார்க்காத அவன் மனைவிக்கு சப்த நாடியும் அடங்கியது.

சூடான மூச்சுக் காற்று அவள் தொப்புள் மீது உஷ்ணமாக படிய, அவனது நவீன முத்தத்தில் கிறங்கி போனாள் அவனின் ஹாசி குட்டி.

அவள் வயிற்றில் முகம் புதைத்தவன் சற்று நேரத்தில் அவளுக்கு விடுதலை அளிக்க, அவள் இன்னும் கண் மூடி, கைகள் அவள் சேலையை இறுகப் பற்றிக் கொண்டு, உணர்ச்சிகளை அடக்க முடியாது உதட்டை கடித்துக் கொண்டு அவள் நிற்க, ஏதோ கோபத்தில் ஆரம்பித்தான் தான்.

அவனாலும் இவ்வளவு நெருக்கத்தில் ஒரு பெண்ணின் உடலை பார்த்தவன் அவன் உணர்ச்சிகளை அடக்க இயலாது, தன் தலையை அழுந்தக் கோதினான்.

வெட்ட வெளியாக இருக்கவே, தன் மனைவியின் புடவையை சரி செய்தான்.

அதுவரையிலும் ஹாசி கண் விழிக்காமல் இருக்க, அவள் காதருகில் சென்று "நல்லா இருக்கா ஹாசி குட்டி? அப்போ இன்னொரு ரவுண்ட் போவோமா" என்று குழைவாக கேட்க, சட்டென்று குனிந்து தான் வயிற்றை பார்த்தவள், என்ன நினைத்தாளோ!

"சீதா மாஆஆ" என்று அவள் கத்திய கத்தில் அவள் வாயை அவசரமாக மூடி, அவளை இழுத்துச் சென்றான் ஹர்ஷா.

****

ஒரு வழியாய் கல்யாணம் நல்ல படியாக முடிய, அனைவரும் அங்குள்ள ஹோட்டலில் ரூம் எடுத்து தங்கினர் .

இவ்வளவு தூரம் வந்து விட்டு, குற்றாலத்தில் குளிக்காமல் போனால் வரலாறு தப்பாக பேசும் அல்லவா!

அனைவரும் அறைக்கு செல்ல, சுதர்சன்- மகாவை மட்டும் பிரித்து வைத்-தனர்.

"என்ன கருமம் டா இது. என் பொண்டாட்டிய பார்க்காம என்னால இருக்க முடியலை" என்று சுதர்சன் பல்லை கடித்து கொள்ள, அங்குள்ள கன்னி கழியாத மொத்தம் நான்கு ஜீவன்களும் சிரித்து வைத்தனர்.

ஹர்ஷா, தீரன், முகில், கண்ணன் என்று அனைவரும் அவனை கேலி செய்ய, சுதர்சனுக்கு ஒரே கடுப்பாக போய் விட்டது.

இரவு அறையில் ஒவ்வொருவரும் ஒவ்வொரு சிந்தனையில் இருக்க, அன்று தான் திருமணம் முடிந்ததால் அவர்கள் யாரும் இன்று சுற்றி பார்க்க செல்லவில்லை.

இரவு மகாவை அழைத்து, சில பல அறிவுரைகளை கூற நடந்து முடிந்த முதல் இரவுக்கு வரும் ஆலோசனைகளை நினைத்து மனதில் சிரித்துக் கொண்டாள்.

"என்ன மா! நான் சொன்னது எல்லாம் புரிஞ்சுதா?" என்று ஒரு உறவுக்கார பெண் கேட்க, தலையை நாலாபக்கமும் ஆட்டி விட்டு சுதர்சன் இருக்கும் அறைக்குள் நுழைந்தாள்.

இதற்காகவே காத்திருந்த சுதர்சன், மகி உள்ளே வரவும் அவளை தூக்கி சுற்ற, பால் சொம்பை இறுக்கமாகப் பிடித்துக் கொண்ட மகி " ஐயோ கீழ விடுங்க தர்ஷன்.பால் கொட்ட போகுது" என்று பதறினாள்.

கீழே இறக்கி விட்டவன் அவளை மேல் இருந்து கீழ் வரை பார்க்க, செம்பை மேஜையில் வைத்து விட்டு "ஏதோ புதுசா பார்க்கிற மாதிரி தான் பார்க்கிறது.சரி இப்படியே நின்னு பாருங்க" என்று அவள் பாலை முழுதாக குடித்து விட்டு கட்டிலில் ஒரு புறத்தில் சென்று படுத்துக் கொண்டு போர்வையை இழுத்து போர்த்த, அதிர்ந்து போனான் சுதர்சன்.

"ஏய் மகி! என்ன டி? நீ பாட்டுக்கு வந்த, நீ பாட்டுக்கு பால குடிச்.நீ பாட்டுக்கு படுத்து தூங்குற. என்ன டி நடக்குது?" என்று அவன் பாலுக்கு ஏங்கும் குழந்தையை போல் முகத்தை வைத்துக் கொண்டு கேட்க, அவனது பாவனையில் அவளுக்கு சிரிப்பு தான் வந்தது.

"என்ன செய்யனும் இப்போ?"

‘கேள்வியா கேட்கிற! இரு டி’ என்று மனதில் கருவியவன், ஒரே எட்டில் விளக்கை அணைத்து விட்டு அவள் மேல் படர்ந்தான்.

மகி அவனை அதிர்ச்சியாக பார்க்க "நீ ஒன்னும் செய்ய வேணாம் செல்லம்.மாமா செய்யுறேன் ! நீ ஒத்துழைப்பு கொடுத்தா மட்டும் போதும்" என்று காதருகில் ரகசியம் பேச, அவன் பேச்சில் சித்தமும் கலங்கி அவனிடம் சரணடைந்தாள் மகி.

அவளிடம் பார்வையால் சம்மதத்தை பெற்றவன், துகில் உரிக்க ஆரம்பித்தான் அவனது ஆசை மனையாளை.

இருவரும் ஒருவருக்கொருவர் ஆடையாக மாற, .அங்கு இல்லறம் இனிதாக தொடங்கியது.

****

"வேணாம்! இதோட எல்லாத்தையும் முடிச்சுக்கோங்க.இதுக்குமேல என் வாழ்க்கையில குறுக்க வராதீங்க.அவரு எனக்கு வேணும். நான் அவரை தான்

காதலிக்கிறேன் அண்ணா.எப்போ எப்படின்னு தெரியலை? சந்தர்ப்ப சூழ்நிலைக-ளால தான் என் கல்யாணம் நடந்துச்சு. ஆனால் எனக்கு அவருதான் இனிமே எல்லாம்.என்னால அவரை எந்த சூழ்நிலையிலும் விட்டுக் கொடுக்க முடியாது. அதே போல அண்ணி மாதிரி ஒரு ஆள் கிட்ட அமுதி பாப்பாவை குடுக்க அவரு சம்மதிக்க மாட்டாரு"

"உங்களுக்கு ஆக்சிடென்ட் ஆகி, கால் விளங்காம போய் படுக்கையில் இருக்கீங்க. எனக்கு தெரிஞ்சும் நான் உங்களை பார்க்க வரலை.நீங்க எனக்கு செஞ்ச துரோகம் அப்படி.நான் உங்க குடும்பத்துல பிறந்தது தான் என் முதல் தப்பு.இப்போதான் எனக்கு ஒரு நல்ல வாழ்க்கை கிடைச்சு இருக்கு. தயவு செஞ்சு அத கெடுக்க நினைக்காதீங்க.இதுவே நான் உங்க கிட்ட பேசுறது , கடைசி முறையா இருக்கும். இனிமே எனக்கு கால் பண்ணாதீங்க" என்று மூச்சு விடாமல் பேசி முடித்த ரிதி போனை கட் பண்ணி விட்டு, கண்களில் கண்ணீரோடு அமர்ந்-திருந்தாள்.

இன்று தன்னை கடத்துவதற்கு பதில் அவர்களை கடத்தி ஏதேனும் ஆகி இருந்தால் என்ன ஆகி இருக்கும் என்ற பதட்டத்தில் தான் ரூம் வந்தவுடன் தன் அண்ணனை அழைத்து விஷயத்தை கூறி, இனி உங்கள் உறவு வேண்டாம் என்று கூறிவிட்டாள்.

அறை பால்கனியில் நின்று தன் வாழ்கையில் கடந்து வந்த பாதையை நினைத்து அவள் கண்ணீர் விடொ, அவள் பின்னே இருந்து வலிய கரம் ஒன்று அவள் இடையை இறுக்கியது.

இறுக்கம் என்றால் சாதாரண இறுக்கம் இல்லை! அப்படி ஒரு இறுக்கம்.

அவன் கரம் பட்டவுடன் உணர்ந்துக் கொண்டாள் அந்த கரத்திற்கு சொந்தக்-காரன் யார் என்று!

முயன்று தன் அழுகையை மறைத்தவள் அவனிடம் சாதாரணமாக தன்னைக் காட்டிக் கொள்ள முயல, அணைப்பு இறுகியதே தவிர சற்றும் தளர வில்லை.

என்றும் இல்லாமல் இன்று அவனது நெருக்கம் அவளை ஏதோ செய்ய, பதட்-டமடைந்தால் நங்கை அவள்!

தன் முகத்தை அவள் கழுத்தில் புதைத்தவன், அவளது கழுத்து பகுதியில் அழுத்தி முத்தம் ஒன்றை வைத்தான்.

கூச்சம் தாளது அவள் அவன் மேல் சாய " உங்க அண்ணன் கிட்ட சொன்-னதை, இப்போ என்கிட்ட சொல்லு தன்யா" என்று சலனமில்லாமல் கேட்க, ரிதி அதிர்ந்து விட்டாள்.

'ஐயோ! நான் பேசுனது எல்லாம் அவரும் கேட்டுட்டாரு போல.கடவுளே! நான் வேற இவரை காதலிக்கிறதை பத்தி சொன்னேன்.என்ன நினைச்சாறோ!' என்று அவன் முகம் பார்க்க தயங்கி நின்றாள் ரிதி.

"நீங்க எத சொல்லுறீங்க ? நான் அண்ணன் கிட்ட எதுவும் சொல்லலையே"

"ஓஹோ! ஒன்னும் சொல்லல.அப்படித்தானே! சரி தனு" என்று அவளை அப்படியே அள்ளிக் கொண்டு அறைக்குள் சென்றவன், கட்டிலில் கிடத்தி அவள் அருகில் படுத்தான்.

பின் போனை எடுத்து தன் தந்தைக்கு அழைத்து குழந்தையை பற்றி விசாரித்து விட்டு, அவளிடம் கொடுக்க அவளும் குழந்தையின் நலனை கேட்டு விட்டு திருப்தியாக போனை வைத்தாள்.

"இப்போ சந்தோசமா! குழந்தை நல்லா தான் இருக்கா டி. அது எப்பவும் நம்ம குழந்தை தான்.உங்க அண்ணனுக்கு பிறந்ததாவே இருக்கட்டுமே.இனி அவளுக்கு அப்பா, அம்மாவா நாம இருப்போம்.சந்தர்ப்ப சூழ்நிலைகளால் கல்யாணம் பண்ணா காதல் வராதுனு யார் சொன்னா? எனக்கு உன்னை பார்த்த நாளுல இருந்து ஏதோ மனசு உறுத்திக்கிட்டே தான் இருந்துச்சு.நீ தீரன் கிட்ட அதிகமா உரிமை எடுக்கும் போது எனக்கு அவ்வளவு கோபம்! அந்த கோபம் எதுனால வந்ததுனு இப்போதான் புரியுது"

"நீ ஏமாத்த வந்தன்னு நானா ஒரு சப்ப கட்ட கட்டிட்டு பேசிட்டு இருந்தேன்.உண்மையிலேயே உன்ன விட எனக்கு மனசு இல்ல தன்யா.அதான் யோசிக்காம உன் கழுத்துல நான் தாலி காட்டினேன்.இப்போ மனசு முழுக்க நீதான் இருக்க" என்று முகில் உணர்ந்து தன் காதலை கூற, ரிதி நொடியும் தாமதிக்காமல் அவனை இறுகக் கட்டிக்கொண்டு அழ ஆரம்பித்தாள்.

"இது அழுகுறதுக்கான நேரம் இல்ல தனு" என்று அவள் முகத்தை பார்க்க, அவன் முகத்தை பார்த்து கூச்சம் கொண்டு அவன் மார்பில் புதைந்தாள் அவனது பொய் கோழி.

****

"அம்மாஆஆ" என்று கத்தி விட்டான் தீரன். அகிலா தான் அவன் நெஞ்சில் பல் தடம் பதிய கடித்து வைத்தாள்.

"என்ன டி பண்ணி வச்சிருக்க ராட்சஸி" என்று தீரன் கத்த "உனக்கு எவ்வளோ திமிரு இருந்தா என் உதட்டை கடிச்சு இருப்ப" என்றாள்.

"அடிப்பாவி! பழி வாங்கத்தான் இப்போ கடிச்சியா?" என்று அவன் கேட்க, 'ஆம்' என்று தலை ஆட்டினாள்.

"என்ன சார் இங்க பிரச்சினை? ஏன் கார்டன் ஏரியாவுல ரொம்ப சத்தமா இருக்கு" என்று அந்த ஹோட்டல் ஊழியர் வந்தார்.

அவ்வளவு தான்! அகிலா சட்டென்று முகத்தை அப்பாவி போல் மாற்றி "அண்ணா! நல்லவேளை நீங்க வந்துட்டீங்க" என்று அந்த ஊழியரை பார்த்து வசனம் பேசினாள்.

'போச்சு! இப்போ என்னமோ பிளான் பண்ணிட்டா' என்று தீரன் மனதிற்குள் அபாய மணி அடித்துக் கொண்டது.

"என்னாச்சு மா? ஏன் சத்தம் போட்டீங்க?"

"ஐயோ அண்ணா! இவரு யாருனு தெரியலை. தனியா தோட்டத்துல காத்து வாங்க வந்த என்னைய, கை பிடிச்சு இழுக்குறாரு" என்று கூற, தீரன் அதிர்ச்சி-யாக அவளை பார்த்தான்.

காலையில் வேலை செய்தவர்கள் எல்லாம் கிளம்பி விட, இவர் இரவு வேலைக்கு வருவதால் இவர்கள் கணவன்- மனைவி என்று அறியாமல் போனார்.

"சார் !என்ன சார்? பார்க்க படிச்ச பையன் மாறி ரொம்ப டீசண்ட்டா இருக்-கீங்க.ஆனால் இப்படி ஒரு பொண்ணு கிட்ட பிகேவ் பண்ணிட்டு இருக்கீங்க? இருங்க! எங்க மேனஜரை வர சொல்லுறேன்" என்று அவன் அவருக்கு அழைத்து விஷயத்தை கூறினார்.

"நீங்க, உங்க ரூம்க்கு போங்க மா. எது வந்தாலும் நாங்க பார்த்துக்கிறோம்" என்று அவர் அகிலாவை அனுப்ப, அவள் அவனுக்கு பலிப்புக் காட்டிக் கொண்டே அவர்களுக்கு என ஒதுக்கப்பட்டுள்ள அறைக்கு ஓடினாள்.

போகும் அவளை கொலை வெறியுடன் பார்த்துக் கொண்டிருந்தான் தீரன்.

மேனஜர் வர, அவர் என்னவென்று விசாரிக்காமல் உடனே அறையை காலி செய்ய கூறினார்.

"ரூம் யார் பேர்ல புக் ஆகிருக்குனு கொஞ்சம் பாருங்க சார்" என்று தீரன் பொறுமையாக கூறினான்.

அவர்களோ நோட்டை எடுத்து செக் செய்து விட்டு "சுதர்சன் ஃபேமிலி. மிஸ்-டர் அண்ட் மிசஸ் தீரன் அகிலா" என்று இருந்தது.

"நான்தான் அந்த மிஸ்டர் தீரன். இதோ இப்போ கைய பிடிச்சு இழுத்ததா ஒரு பொண்ணு ஓடுனாளே! அவ தான் மிசஸ் அகிலா தீரன்.என் பொண்டாட்டி.நான் தாலி கட்டிய மனைவி" என்று அழுத்தமாக கூறினான்.

இனி பேசவதற்கு ஒன்றும் இல்லை என்பதை போல் அவர்கள் மன்னிப்பு கேட்டு விட்டு நடையை கட்ட, அதே வெறியுடன் தன் அறைக்கு சென்றான் தீரன்.

அறை அதிர்ந்துக் கொண்டிருந்தது.

மாட்டிக்கிச்சி மாட்டிக்கிச்சி
மாட்டிக்கிச்சி மாட்டிக்கிச்சி
மாட்டிக்கிச்சி மாட்டிக்கிச்சி
மாட்டிக்கிச்சி மாட்டிக்கிச்சி

என்று பாடலை அலற விட்டு அவள் ஆடிக் கொண்டிருக்க, அறைக்குள் வந்தவன் சத்தமில்லாமல் கதவை சாற்றி விட்டு உள்ளே நுழைந்தான்.

பாட்டு சத்தத்தில் அவன் வந்தது அவளுக்கு கேட்காமல் போனது தான் பரிதாபம்!

நொடியில் அவளை நெருங்கிய தீரன் அவள் என்னவென்று உணரும் முன், அவளை அப்படியே தூக்கி தோளில் போட்டுக்கொண்டு குளியலறைக்குள் புகுந்து கொண்டான்.

அகிலா வாயை மூடி சிரித்துக் கொண்டே "என்ன !கீழ நல்ல கவனிப்போ?" என்று நமட்டு சிரிப்பு சிரித்தாள்.

தீரனும் அவளை பார்த்து அதே சிரிப்பு சிரிக்க, அகிலா புரியாமல் அவனை பார்த்தாள்.

"எப்படி? எப்படி? நான் யாருனு உனக்கு தெரியலையா. கைய பிடிச்சு இழுத்தேன்.அப்படித்தானே" என்று ஒரு மார்க்கமாக கேட்க, அகிலா மண்டையில் மணி அடித்தது.

'ஏதோ ப்ளான் பண்றான் அகி! முடிஞ்சா தப்பிச்சு ஓடிரு'

"சரி! அதெல்லாம் வெளியே போய் பேசலாம்.வாங்க" என்று அவள் நகர போக,0அவளை விடாது பிடித்தவன் சவரின் அடியில் அவளை நிற்க வைத்து சவரை திறக்க,தொப்பலாக நனைந்து போனாள் அகிலா.

அவளை நெருங்கி நின்றவன் அவளோடு சேர்ந்து அவனும் தண்ணீரில் கரைய, மொத்த உடலும் நனைந்து உதடு துடிக்க நிற்கும் தன் மனைவியை பார்த்தான்.

"என்ன சொன்ன? இன்னைக்கு காலைல என்ன சொன்ன? யார் எங்க கடிச்சாலும் திரும்ப அங்கேயே கடிக்கனும்.அப்படித்தானே!" என்று தீரன் கேட்டான்.

வர போகும் விபரீதத்தை அறியாமல் "ஆமா! ஹர்ஷா , ஹாசினியை கழுத்துல கடிச்சுட்டான்.அப்போ அவளும் அங்கேயே கடிக்கிறது தானே முறை" என்று அவனுக்கு எடுத்துக் கூறினாள்.

"சரி தான்! ரொம்ப சரி! அப்போ யார் எங்க கடிச்சாலும் திரும்ப அங்கேயே கடிக்கனும். அப்படித்தானே?" என்று மீண்டும் தீரன் அழுத்தி கேட்டான்.

"எத்தனை முறை சொல்லுறது? ஆமா! அப்படி தான் கடிக்.."என்று சொல்லி கொண்டிருந்தவள் அப்படியே தன் வாயை மூடிக் கொண்டாள்.

தீரன் விஷமமாக அவளை புருவத்தை உயர்த்தி பார்க்க, அவளுக்கு இதயம் எகிறி குதித்தது.

சற்று நேரத்திற்கு முன் தான் அவன் மார்பில் கடித்து விட்டு வந்தாள்.இப்போது அவன் முறை!

அது தானே முறை!

43

அத்தியாயம்-43

"கொஞ்சம் திரும்பி படுத்துக்கோ ஆது! அப்போதான் க்ளீன் பண்ண சரியா இருக்கும்"

அவனுக்கு வாகாக திரும்பி படுத்துக் கொண்டாள் ஆத்வி.

சுடுத்தண்ணீரை எடுத்து வந்து அவள் முதுகு முழுவதும் சுத்தப் படுத்தி விட்டு, பின் மருந்தை எடுத்து வந்து முதுகில் பூசி விட்டான்.

பின் அவள் மேல் மெலிதான ஒரு துணியை போர்த்தி விட்டு அவன் செல்ல, அவன் அறை விட்டு வெளியேறும் வரை அவனையே வைத்த கண் வாங்காமல் பார்த்துக் கொண்டிருந்தாள் ஆத்வி.

திரும்பி வந்தவன், தட்டில் அவளுக்கு உணவை கொண்டு வந்து ஊட்ட, மறுக்காமல் வாங்கிக் கொண்டாள்.

"என்ன! என் பொண்டாட்டி என்னையே சைட் அடிக்கிறா! என்ன விஷயம்?" என்று கண்ணன் கேட்டான்.

'ஐயோ! இப்படியா அவருக்கு தெரியுற மாதிரி பார்த்து வைப்ப.பாரு அவரு கண்டு பிடிச்சுட்டாரு' என்று மனதில் தன்னை அர்ச்சித்துக் கொண்டவள் "அதெல்லாம் ஒன்னும் இல்ல மாமா.நீங்க சீக்கிரம் ஊட்டுங்க! நம்ம தூங்குவோம்" என்று பேச்சை மாற்றினாள்.

"எதுக்கு? நான் தூங்குனதுக்கு அப்பறம் விடிய விடிய என்னையவே விடாம பார்த்திட்டே உட்கார்ந்திருப்ப.சரியா" என்று உண்மையை அப்படியே கூற, தப்பு செய்து மாட்டிக் கொண்டு முழிக்கும் குழந்தையை போல் அவள் முழிக்க ஆரம்பித்தாள்.

அவள் அருகில் நெருங்கி அமர்ந்தவன் "இங்க பாரு, ஆது மா! நான் உன் புருஷன் தானே.நீ என்னை காதலிச்சு தானே கல்யாணம் பண்ண.அப்பறம் ஏன் இந்த தயக்கம்? என்னை சைட் அடிக்க முழு உரிமை உனக்கு மட்டும் தான்

டி இருக்கு.நீ ஏன் திருட்டு தனமா சைட் அடிக்கிற? கட்டுன புருஷனை விடிய விடிய கள்ளத்தனமா பார்க்குற, ஒரே பொண்டாட்டி நீ தான் டி"

"நான் ஒன்னும் கள்ளத்தனமா எல்லாம் பார்க்கலை.எனக்கு தூக்கம் வரல ! அதான்" என்று அவள் மறைக்க பார்க்க 'இது சரி வராது' என்று அவள் அருகில் நெருங்கிய கண்ணன் மென்மையாக அவளை அணைத்துக் கொண்டான்.

"இங்க பாரு ஆது! நீ எவ்வளோ மறைக்க நினைச்சாலும் முடியாது.எனக்கு இப்போ உன்னை கிஸ் பண்ணனும் போல இருக்கு.பண்ணுவேன்! உன் கிட்ட பெர்மிஷன் கேட்க மாட்டேன்.அதே போல நான் கிஸ் பண்ணா என் பொண்டாட்டிக்கு பிடிக்கும்.அது எனக்கு நல்லாவே தெரியும்.என்கிட்ட மட்டும் வரும் அந்த பிரத்தியேக வெட்கம், எனக்கே சொந்தம்" என்று அவள் காது மடலில் மென்மையாக இதழ் பதித்தான்.

அதற்கே அவன் சட்டையை பிழிந்து விட்டாள் ஆத்வி.அவளை விலக்கி "என்ன ஆது! நான் ஒன்னுமே பண்ணல. அதுக்கே இப்படியா" என்று அவன் சட்டையை காட்ட, அவன் முகம் பார்க்க முடியாமல் தவித்துப் போனாள் பேதை அவள்

"இப்போ உனக்கு என்ன தோணுதோ அதை பண்ணு"

"என்...எனக்கு ஒன்னும் தோணலை"

"இல்லையே! ஏதோ இருக்கே"

"ஐயோ! கண்டு பிடிச்சுட்டாரு.அது வந்து உங்க மடில உட்காரனும்" என்று சிறு பிள்ளை போல் கேட்க, உதட்டைக் கடித்து தன் சிரிப்பை அடக்கியவன் அவளை அப்படியே அள்ளி தன் மடியில் அமர்த்தினான்.

ஏதோ பல நாள் ஆசை நிறைவேறியது போல் அப்படி ஒரு பிரகாசம் அவள் முகத்தில்.

"இத சொல்ல இவ்வளோ தயக்கம்! காதலிக்கும் போது தான் எட்ட நின்னே உன்னை பார்த்து என் ஆசையை தீர்த்துக் கிட்டேன். இப்போ கிட்ட இருந்தும் ஒன்னும் பண்ண முடியலை ஆது மா.ஆனால் உனக்கு சரி ஆனதும்" என்று கண்ணன் ஏதோ கூற வர, அவசரமாக அவன் வாயை மூடினாள் ஆத்வி.

குறும்பாக சிரித்தவன் "சரி ஆனதும், எனக்கு சொந்தமானதை மொத்தமா அள்ளிக்குவேன்" என்று அவளை அணைத்துக் கொண்டான்.

"மாமா! ஒருவேளை நானும் அம்மா, அப்பா கூட செத்து" என்று கூறும் முன் தன் கரம் கொண்டு அவள் வாயை மூடினான்.

அவள் அவனையே கேள்வியாக பார்க்க "நீ இல்லேனா எனக்கு வாழ்க்கை இல்லன்னு வசனம் பேசி செத்து போயிருக்க மாட்டேன் ஆது மா! உன்னை நினைச்சுட்டு நான் ஒரு வாழ்க்கை வாழ்ந்து இருப்பேன்.கண்டிப்பா வேற ஒரு வாழ்க்கையை தேடி போயிருக்க மாட்டேன்" என்றான்.

கண்களில் காதல் பெருக ஆத்வி கண்ணனை பார்க்க, தன் மனைவியின் பார்வையில் அவனுக்கான காதலை உணர்ந்தவன், மடியில் இருந்தவளை மார்பில் கிடத்தி குனிந்து அவள் நெற்றியில் மென்மையாக முத்தமிட்டான்.

கண்மூடி தன் கணவனின் முத்தத்தில் லயித்தவள் " இங்க" என்று அவள் கன்னத்தை காட்ட, அங்கேயும் தன் தடத்தை பதித்தான் ஆத்வியின் இன்னுயிர் காதலன் கண்ணன்.

****

"இதெல்லாம் போங்கு! நான் பண்ணதும் நீங்க பண்ணதும் ஒன்னா?"

"பேசி என் கிட்ட இருந்து தப்பிக்க பார்க்காத. நீ சொன்னது தானே நான் செய்ய போறேன்"

"நான் கடிச்சா ஒன்னும் இல்ல.நீ கடிச்சா அப்புடியா?"

"எப்புடியா?"

"அது நான் பொண்ணுல"

"ஓஹோ! உனக்கு நியாபகம் இருக்கா?" என்று தீரன் நக்கலாக கேட்டான்.

"இருக்கு. கடிக்க வேணாம், எனக்கு வலிக்கும்" என்று அகிலா அப்பாவியாக கூறினாள்.

"அப்போ எனக்கு மட்டும் சுகமா இருந்துச்சா?"

"தப்பு தான்! இனிமே பண்ணமாட்டேன்"

"நானும் இனிமே தப்பு பண்ணமாட்டேன்.இந்த முறை மட்டும் பண்ணிக்கிறேன்"

அகிலா கலக்கமாக அவனை பார்க்க, அவனோ செயலில் இறங்கினான்.

"ஒரு நிமிஷம்! நீங்க வேணா இடத்தை மாத்திகோங்க.ப்ளீஸ்" என்று அகிலா கேட்டாள்.

"நோ வே! இங்க தான் கடிப்பேன்" என்று அவன் பார்வை அவள் மார்புக்கு செல்ல, அகிலாவுக்கு உடல் நடுங்க ஆரம்பித்தது.

ஷவரின் அடியில் சேலையில் அழகோவியமாக நின்ற தன் மனைவியை ரசித்து பார்த்தான்.

அவள் மாராப்பின் மீது கை வைக்க, அவன் கை மீது அவசரமாக கை வைத்து தடுத்தாள் அகிலா.

"தீரா பிளீஸ்" என்று கண் மூடி கிறக்கமான குரலில் அவள் கூற, தன் மனைவியின் குரலில் தன்னிலை மறந்தவன் மேலும் அவளை நெருங்கி இடை பிடித்து தன் அருகில் இழுத்து, அவள் மேல் முந்தானையை மெலிதாக விலக்கி, கழுத்துக்கு மார்புக்கும் இடையில் பதித்தான் தன் காதல் தடத்தை.

"லவ் யூ அகி" என்று அவன் கடித்த இடத்திலேயே முத்தம் ஒன்றை வைக்க, கட்டி அணைத்தாள் தன் காதல் கணவனை.

முத்தத்தை கொண்டாட வேண்டிய நேரத்தில் காரணமே இல்லாமல் அழுகை வந்தது அவளுக்கு.கண்ணீர் பெருக்கெடுத்து ஓடியது.

தன்னிடம் இருந்து அவளை பிரித்தவன், அவள் கண்களை துடைத்து விட்டு "இங்க பாரு அகி.உன்கிட்ட காதல் வசனம் எல்லாம் எனக்கு பேச வராது.என் கூடவே சின்ன வயசுல இருந்து உன்ன பார்க்குறேன்.உனக்கு என்னை பத்தி முழுசா தெரியும்.எனக்கும் தெரியும்.இப்போ என் மனசுக்கு என்ன தோணுதுன்னா, இனிமே வாழ போற என் வாழ்க்கைக்கு நீ அவசியம் வேணும்.ஆனால் உன்கூட சேர்ந்து வாழ எனக்கு கொஞ்சம் டைம் வேணும்.அப்போ இப்படி ரொமான்ஸ் பண்ணுறது எல்லாம், என்னன்னு உனக்கு கேள்வி வரும்.வரும் தானே?" என்று அவன் கேட்டான்.

அவள் அவனையே விழி விரித்து பார்த்துக் கொண்டிருந்தாள்.பின் "ஆம்" என்று தலை ஆட்டினாள்.

"என்னனு தெரியலை. என் மனசு உன்கிட்ட மட்டும் இப்படி வம்பு பண்ணி அத்துமீறி நடந்துக்க சொல்லுது. உன்கிட்ட மட்டும் நான் இப்படி தான் நடப்பேன்.இப்போ கூட உன்னை தண்ணில பார்த்து என்னென்னமோ தோணுது.நீயே தடுத்தாலும் எல்லாம் நடக்கும்.என்னை பத்தி எல்லாம் தெரிஞ்ச உனக்கு, இதுவும் தெரிஞ்சு இருக்கும்னு நினைக்கிறேன்.ஒரு பொருள் எனக்குன்னு சொந்தமாகிட்டா, அதை என்கிட்ட இருந்து யாராலும் பிரிக்க முடியாது. அந்த லிஸ்ட்ல இப்போ நீயும் சேர்ந்துட்ட மிசஸ் தீரன்" என்று அவளிடம் உண்டான நேசத்தை வார்த்தைகளால் கோர்த்து அழகாக கூறி கொண்டிருந்தான்.

கொஞ்சமும் சலனமில்லாமல் "நான் ஒன்னு சொல்லவா?" என்று கேட்டாள் அகிலா.

தீரன் "சரி" என்று தலை ஆட்டவும் " நீ ஃபர்ஸ்ட் நைட்ட அப்பறம் நடத்து. மொத வழிய விடு.குளிரு ஆட்டுது" என்று அவனை தள்ளி விட்டு வெளியே ஓட, தீரனுக்கு தான் 'இது என்ன மாதிரியான ரகம்' என்றே தெரியவில்லை.

உண்மை என்னவென்றால் அகிலாவுக்கு அவன் கண்ணை பார்த்து பேசும் தைரியம் இன்றி அவனிடம் இருந்து தப்பித்து ஓடினாள்.

சவரை அணைத்து ஆடைகளை மாற்றி கொண்டு தீரன் வெளியே வர, அதற்குள் அவள் அந்த அறையில் இருந்து வெளியே ஓடி இருந்தாள்.

ஓடி சென்ற அகிலா பக்கத்து அறையில் ஹாசி இருப்பாள் என்று நினைத்து கதவை திறக்க,அங்கு முகில் - ரிதி இருந்த கோலத்தை பார்த்து மயங்கி விழுகாதது தான் குறை!

****

இங்கே இவர்கள் இப்படி இருக்க, அங்கே ஒருவன் தன் மனைவியை கடத்திக் கொண்டு கை, கால்களை கட்டிப் போட்டு காரில் சென்று கொண்டிருந்தான்.

"வரு மாமா! இது கொஞ்சம் கூட நல்லா இல்ல.இப்போ எல்லாம் நீங்க ரொம்ப பேட் பாயா மாறிட்டீங்க"

"எத வச்சு அப்படி சொல்லுற?"

"அது..அது வந்து, நீங்க என்கிட்ட ரொம்ப அப்படி நடந்துக்கிறீங்க"

"அப்படினா எப்படி ஹாசி குட்டி?"

"அது இன்னைக்கு காலையில பண்ண மாதிரி"

"காலையில நான் என்ன பண்ணேன்?"

"என்ன பண்ணல. எதுக்கு இப்போ கண்ண கட்டி விட்டு இருக்கீங்க?"

"சும்மா தான்"

கார் ஒரு இடத்தில் சென்று நிற்க, ஹாசியை கையில் அள்ளிக் கொண்டு அந்த கரடு முரடான பாதையில் நடக்க ஆரம்பித்தான் ஹர்ஷா.

"என்ன மாமா! நாம எங்க போறோம்? எனக்கு ரொம்ப குளிருது" என்று ஹாசி கத்தினாள்.

"அப்போ மாமனை கட்டி பிடிச்சுச்சுக்கோ" என்று ஹர்ஷா கூற, அவன் மார்பில் அடித்தாள் ஹாசி.

அருகில் நெருங்க நெருங்க சல சல வென சத்தம் கேட்க, ஹாசி குஷியாகி அவன் கையில் இருந்து குதித்து விட்டாள்.

"ஏய்! பார்த்து டி"என்று அவளை நிற்க வைத்து அவள் கண் கட்டை அவிழ்த்தான்.

அவ்வளவு தான்! இரவு நேரத்தில் பாறைகளுக்கு நடுவில் உச்சியில் இருந்து தனக்கு முன்னே கொட்டிக் கொண்டிருந்த அந்த அருவியை வாயைப் பிளந்து கண்களை அகல விரித்து பார்த்துக் கொண்டிருந்தாள் ஹாசி.

அருவியில் இருந்த தண்ணீர் சட சட வென பெரும் சத்தத்தோடு விழுக, அதை ஒரு கணம் மெய் மறந்து ரசித்தாள் அவனின் ஹாசி குட்டி.

"என்ன டி பிடிச்சிருக்கா?" என்று அவள் அருகில் சென்று கேட்க "மாமா" என்று கத்திக் கொண்டே அவனை கட்டி அணைத்தாள்.

"என்ன அங்க கூட்டிட்டு போங்க மாமா" என்று அவள் குதித்தாள்.

"அதுக்காக தானே வந்தோம்" என்று அவளின் கரம் பற்றி அருவியின் அருகில் அழைத்து செல்ல, முதலில் குளிரில் நடுங்கியவள், பாவமாக ஹர்ஷவை பார்த்தாள்.

அவள் சேட்டைகளை ரசித்தவன் அலுங்காமல் அவளை அருவியின் அருகே அழைத்து செல்ல, தண்ணீர் விழும் அளவை பார்த்து அவள் பயம் கொண்டாள்.

" ஒன்னும் இல்ல ஹாசி மா.மாமா இருக்கேன் வா" என்று அழைத்து சென்றான்.

ஹர்ஷா இருக்கும் தைரியத்தில் அவனுடன் அருவிக்குள் நுழைந்தாள் ஹாசி.

தண்ணீர் சட சடவென அவள் தலையில் விழ "ஐயோ மாமா! தலை மேல கல்லு விழுகிற மாதிரி இருக்கு" என்று அவள் கத்த, சற்று அவளை வெளியே அழைத்து வந்தவன் "கொஞ்சம் கொஞ்சமா உள்ள போவோம்.எடுத்த உடனேயே போனா அப்படி தான் இருக்கும்.வா" என்று மீண்டும் அழைத்தான்.

மனம் கொள்ளா உற்சாகத்துடன் அவனுடன் அவள் மீண்டும் அருவியின் உள்ளே செல்ல, இம்முறை அவளுக்கு தண்ணீரின் குளிரும் அதன் அளவும் பழகி போனது.

ஆட்டத்தை ஆரம்பித்தாள் ஹர்ஷாவின் சீமாட்டி!

"பார்த்து விளையாடு ஹாசி.ஸ்லிப் ஆக போகுது" என்று அவன் கூறியது எல்லாம் அவள் காதில் விழவே இல்லை.

"ஹாசி" என்று அவளை தண்ணீரில் நெருங்கி வந்த ஹர்ஷா " இங்க இருந்து போகும் போது உனக்கு ஒரு சர்ப்ரைஸ் இருக்கு" என்று கூறினான்.

"ஐயோ! இதுவே எனக்கு பெரிய சர்ப்ரைஸ் தான் மாமா"

"பிடிச்சிருக்கா?"

"ரொம்ப மாமா"

"நான் என்ன கேட்டேன்?"

"நான் அருவியை சொன்னேன்"

"அப்போ என்னைய?"

"சரியான மக்கு மாமா.அழகான அருவி, அம்சமான கிளைமேட்.முழுசா தண்ணில நனைஞ்சு போன பொண்டாட்டி.இப்போ போய் லூசு மாதிரி பேசிட்டு இருக்கீங்க?" என்று இடுப்பில் கை வைத்து முறைக்க, ஹர்ஷா அதிர்ச்சியாக அவளையே பார்த்தான்.

கனவோ என்று அவன் கையை கிள்ளிப் பார்க்க, வலித்தது. மகிழ்ச்சியாக தன் மனைவியை பார்க்க, அவள் சிட்டாக மீண்டும் அருவியை நோக்கி பறந்து விட்டாள்.

வேகமாக அவளை நெருங்கிய ஹர்ஷா "நீ பேசுனது எல்லாம் உண்மையா டி. நான் உனக்கு சர்ப்ரைஸ் பண்ண பார்த்தா, நீ எனக்கு சர்ப்ரைஸ் பண்ற" என்று அவளை நெருங்க , அவள் அமைதியாக அவன் நெருக்கத்திற்கு சம்மதம் அளித்தாள்.

"என்ன கம்முன்னு இருக்க. ஹாசி குட்டி இப்போ நீயே தடுக்கலேனா, உன் மாமனை அப்பறம் தடுக்கவே முடியாது பார்த்துக்கோ" என்று ஹர்ஷா குழைவாக கூறினான்.

அவள் அப்போதும் அமைதியாக இருந்து அவன் ஆண்மையை சோதிக்க, இதற்குமேல் முடியாது என்று அவள் அருகில் நெருங்கியவன், அருவியில் நனைந்து போன அவள் ஈர உதட்டை பார்த்தவன் அந்த உதட்டின் மேல் பித்தம்

கொள்ள, நொடியும் தாமதிக்காமல் அவள் இதழை தன் வசப்படுத்தினான்.

அவன் மனைவியிடம் அவனுக்கு மிகவும் பிடித்தது அவளது உதடுகள் ஆயிற்றே.

முயன்ற வரையில் தன் மொத்த தாபத்தையும் அவள் இதழில் காட்டினான். தன் கணவனின் ஆசையை அறிந்த மனைவியானவள், அவனுக்கு முழு மூச்சாக ஒத்துழைப்பு கொடுக்க திடீரென்று அவள் மனதில் ஒரு கேள்வி உதிர்த்தது.

முத்த யுத்தத்தில் இருந்து கடினப்பட்டு தன் கணவனை பிரித்தவள் மூச்சு வாங்கினாள்.

"ஐயோ" என்று அவள் பெரிய பெரிய மூச்சுக்களை விட, ஹர்ஷா ஏக்கமாக அவளையே பார்த்தான்.

சிறு பிள்ளையிடம் இருந்து மிட்டாயை பறித்தது போல் இருந்தது அவன் கதை.

"இப்போ ஏன் டி தள்ளி நிறுத்தின?"

"எனக்கு ஒரு சந்தேகம் மாமா " என்று மூச்சு வாங்கிக் கொண்டே கேட்டாள்.

ஆவலாக அவள் அருகில் வந்தவன் "என்ன சந்தேகம் வந்தாலும் என்கிட்ட கேளு டி. மாமா உனக்கு பிராக்டிக்கல் பண்ணி, உன் சந்தேகத்தை தீர்த்து வைக்கிறேன்" என்று அவள் அருகில் நெருங்கினான்.

"மாமா ,அது.."என்று அவள் இழுத்தாள்.

"கூச்சப்படாம கேளு டி" என்று ஹர்ஷா கேட்டான்.

"அது இந்த அருவில குளிச்சா பேன், ஈரு எல்லாம் போயிடுமாமே! அப்டியா?" என்று நெடுநாளாக இருந்த சந்தேகத்தை அவள் கேட்டு வைக்க, அவனது தீ பார்வைக்கு ஆளானாள் ஹாசி.

ஏதோ எதிர் பார்த்து வந்தவனுக்கு அவளது கேள்வியில், அவனுக்கு நெஞ்சு வலியே வந்து விட்டது.

'இவளை வச்சு நான் எப்படி தான் காலம் தள்ள போறேனோ, கடவுளே!' என்று நொந்து போனான்.

"மாமா" என்று அவனை உலுக்கியவள் "நெஜமாவே! சீதா அம்மா சொன்னாங்க.குற்றாலம் போகும் போது உன் தலையை அருவில காட்டினா, பேன் எல்லாம் பறந்து போயிடும்னு சொன்னாங்க" என்றாள்.

"உனக்கு பேன் இருக்கா?"

"இருக்காவா? எல்லாமே என் தலைல தான் குடும்பம் நடத்தது மாமா. நிறையா புது குட்டி எல்லாம் போட்டு இருக்கு.என் தலைய டெலிவரி வார்டா ஆக்கி வச்சு இருக்குங்க"

அவள் கேட்ட கேள்வியில் மொத்த தாபமும் வடிந்து போக, சோர்ந்து போன குரலில் "ஊருக்கு போகவும் ஷாம்பூ வாங்கி தரேன் டி. அத போட்டு குளி! சரியா

போகிடும்.அப்பறம் பேன் இருக்குன்னு இப்படியே வெளிய சொல்லிட்டு இருக்-காத.நீதான் ஹீரோயின்" என்றான்.

"ஏன் ஹீரோயினுக்கு பேன் இருக்க கூடாதுன்னு ஏதாவது சட்டம் இருக்கா?"

"உன்கிட்ட பேச முடியாது.நீ வா! உன்னை அடுத்த இடத்துக்கு கூட்டிட்டு போறேன்"

"அப்போ பாதில விட்ட ரொமான்ஸ் என்ன ஆகிறது?"

"நல்லா வாய்ல வரும்.பேசாம வா டி.ஒழுங்கா முத்தம் கொடுத்து கிட்டு இருந்-தவனை, கடுப்பேத்தி விட்டுட்டு பேன் கதைய பேசிட்டு இப்போ பேச்ச பாரு" என்று அவளை இழுத்து கொண்டு சென்றான் ஹர்ஷா.

****

திருமணம் முடிந்த கையோடு அவர்களை விட்டு தனித்து வந்த, சுந்தரன் - சுந்தரி இருவரும் தங்கள் வாழ்க்கையை உல்லாசமாக கழிக்க ஆரம்பித்தனர்.

வேண்டிய பழங்களை உண்டு, வயிற்றை நிரப்பிக் கொண்டு, உல்லாசமாக அவர்களின் முதலிரவை கழித்தனர் இருவரும்.

இவர்கள் தங்கி இருக்கும் காட்டேஜுக்கு வந்து பால்கனி வழியே அடுத்தவர்-களின் முதலிரவை காண உள்ளே ஏறி குதித்தனர்.

ஒவ்வொரு அறையாக அவர்கள் குதித்து உள்ளே வர, முதலில் மகா அறைக்-குள் நுழைய அங்கு அவர்களின் தாம்பத்தியம் இனிதாக நடந்து கொண்டிருக்க, அதை திருட்டு தனமாக பார்த்துக் கொண்டிருந்த சுந்தரியை இழுத்து கொண்டு சென்றது சுந்தரன்.

அடுத்ததாக முகிலின் அறை.அங்கு அந்த அறையில் எதை கண்டார்களோ! தற்போது சுந்தரன் கண்ணை சுந்தரி மூடிக் கொண்டு இழுத்து சென்றது.

அடுத்ததாக அகிலா அறைக்கு செல்ல, அவள் அப்போது தான் பாத்ரூமிலி-ருந்து தொப்பலாக நினைந்து வெளியே வந்தாள் அகிலா.

அதை பார்த்து இருவரும் சடன் பிரேக் போட்டதை போல் நிற்க, வேகமாக அகிலா அறையில் இருந்து வெளியேற அதன் பின்னே தீரன் உள்ளே இருந்து வெளியே வந்தான்.

இருவரும் ஒருவர் முகத்தை ஒருவர் பார்த்தவர்கள் , அங்கிருந்து அடுத்த அறைக்கு சென்றார்கள்.

ஹர்ஷா அறை! ஆள் நடமாட்டம் இல்லாமல் அமைதியாக இருக்க இருவரும் உல்லாசமாக உள்ளே நுழைந்து இருவரையும் தேட, அவர்கள் அறையில் இல்லை என்பதை உறுதிப்படுத்திக் கொண்டு அந்த அறையில் வலம் வர ஆரம்பித்தனர்.

அங்கிருக்கும் ஹாசியின் அலங்கரிக்கும் பொருட்களை எடுத்து சுந்தரி தன் முகத்தை அலங்கரித்து கொள்ள, சுந்தரன் அந்த பஞ்சு மெத்தையில் குதித்துக் கொண்டிருந்தது.

சற்று நேரத்தில் அறையை தலை கீழாக மாற்றிய இருவரும் திருப்தியாக அந்த பஞ்சு மெத்தையில் சரிந்தனர்.

அதன் பின் என்ன? அவர்கள் இருவருக்கும் அந்த பஞ்சு மெத்தையில் இனி-தாக தாம்பத்தியம் தொடங்கியது.

இப்படி ஒரு ஹை கிளாஸ் ஹோட்டலில் இவர்களுக்கு பஞ்சு மெத்தையில் முதலிரவு நடப்பது சாத்தியம் அல்லவே!

கிடைத்த நேரத்தில் உல்லாசமாக இருந்து கொண்டனர் சுந்தரன்- சுந்தரி தம்-பதியினர்.

முகில் அறையில் நடந்தது என்ன?

44

அத்தியாயம்-44

"இப்போ எதுக்கு ஒரு மாறி கிட்ட வரீங்க?"

"நீ இந்த புடவையில அழகா இருக்க தன்யா.என்னால கண்ட்ரோல் பண்ண முடியலை.மூட் எத்துற"

"எனக்கு அதெல்லாம் எதுவும் இல்ல. வாங்க தூங்க போவோம்"

"எதே! தூங்குறதா? என்ன டி கஷ்டப் பட்டு ரூம் போட்டு கொடுத்தா தூங்க சொல்லுற"

"வேற என்ன பண்ணுறது?"

"என்ன வேணாலும் பண்ணலாம்.உனக்கு ஓகே இல்லேனா வேணாம்" என்று அவன் முகம் வாடி கூறினான்.

"அப்போ ஒரு போட்டி"

"என்னது?"

"இப்போ நான் கேள்வி கேட்பேன். அதுக்கு நீங்க சரியா பதில் சொன்னா, ஓகே"

"என்னடி என் பிட்ட எனக்கே போடுற.சரி அப்படியே நடக்கட்டும்.சரி எதுக்கு ஓகே சொல்ல போற?"

"ஆங்! நீங்க என்ன நினச்சு என்கிட்ட கேட்டிங்களோ அதுக்கு தான்"

"நான் ஒன்னும் நினைக்கலையே?"

"அப்போ கம்முன்னு படுங்க" என்று ரிதி பெட்டை சுற்றி படுக்க போக,

அவள் கைப்பிடித்து இழுத்தவன் நச்சென்று அவள் கழுத்தில் முத்தம் ஒன்றை வைக்க, ரிதி வெக்கத்தில் சிவந்து போனாள்.

"இங்க பாருங்க! கேள்விக்கு பதில் சொல்லாம இதெல்லாம் நடக்க கூடாது"

"சரி ஓகே! அப்போ நீ கேட்டதுக்கு அப்பறம் நான் ஒரு கேள்வி கேட்பேன்"

"எதுக்கு?"

"சொல்லுறதை கேளு டி.ஒருவேளை அந்த கேள்விக்கு நீ தப்பா பதில் சொன்னா, நான் கேட்குறதுக்கு நீ ஓகே சொல்லணும்"

"இதுல ஏதோ கல்லாட்டம் இருக்கு.நான் வரலை பா" என்று ரிதி தப்பிக்க பார்த்தாள்.

"அப்போ சரி! நானும் உன் கேள்விக்கு பதில் சொல்ல மாட்டேன்.இப்போவே ஸ்டார்ட் பண்ணுறேன்" என்று முகில் நெருங்கி அவளை சட்டென்று அணைத்து அவள் இதழை அணைக்க, எதிர்பாராத இதழ் முத்தத்தில் கிறங்கிப் போனாள் பெண்ணவள்.

அவளது கீழ் உதட்டை கடித்து ருசித்தவன், அவளை அணைத்து இருந்த கைகளால் எல்லை மீற தொடங்கொ, அப்போது தான் சுந்தரி- சுந்தரன் இதை பார்த்து விட்டு ஓடினர்.

சட்டென்று அவன் கைகள் தன் மேனியில் படர்வதை உணர்ந்தவள், வேகமாக அவனை விலக்கி முறைத்தாள்.

அதில் குறும்பாக சிரித்தவன் "என்ன பொண்டாட்டி பந்தயத்துக்கு ரெடியா?" என்று கேட்க, கடுப்பாக அவன் பந்தயத்திற்கு ஒப்புக் கொண்டாள்.

"சரி! இப்போ உன் டர்ன்.முதல் முறையா ஒரு ஸ்டூடண்ட் வாத்தியாருக்கு கேள்வி கேட்கிறா.ரெடி பேபி" என்று அவன் குஷியாக இருந்தான்.

தன் கையில் உள்ள போனில் எதையோ தட்டி கேள்வியை கண்டுப் பிடித்தாள்.

"ஓகே! இப்போ கேட்குறேன்.இதுல நீங்க தோத்துட்டா நான் சொல்லுறத கேட்கனும்"

"ரைட்டு"

"ஓகே! What is oxytocin?" என்று கேள்வியை கேட்டு விட்டு அவள் மிதப்பாக அவனையே பார்த்தாள்.

முதலில் முழித்து வைத்தவன், பின் ஒரு நமட்டுச் சிரிப்புடன் "இந்த கேள்விக்கு பதில் நான் சொல்லவா?" என்றான்.

"ஐயோ! பதில் தெரியும் போலையே.கடவுளே! இப்போ அவரு எக்ஸ்ப்ளைன் பண்ண போறாரு" என்று தலையில் அடித்துக் கொண்டாள்.

"Oxytocin அப்படிங்கிறது ஒரு வகையாக செக்ஸ் ஹார்மோன். இது பெண்கள் இனப்பெருக்கம் செய்வதுல ஒரு பங்கு இதுக்குதான் இருக்கு.பெண்களுக்கு வலி ஏற்படும் போது , கருப்பை வாய் அப்பறம் பிறப்பு உறுப்பு விரிவடையும்.அதுபோக இந்த ஹார்மோன் தான் பெண்கள் மூட் ஆகுறதுக்கு காரணம்.அப்பறம்" என்று ஏதோ சொல்ல வந்தவனை மூச்சு வாங்க தடுத்து விட்டாள் முகிலின் மனைவி.

"ஒத்துக்கிறேன். நீங்க இந்த பாடத்துல பிஹச்டி தான்" என்று பெருமூச்சை விட்டவள் "இனிமே உங்ககிட்ட கேள்வியே கேட்க மாட்டேன்.எனக்கும் இந்த ஹார்மோன் பத்தி தெரியாது.செக்ஸ் ஹார்மோன் கூகிள்ல அடிச்ச அப்போ இதான் வந்து காட்டுச்சு !அதான் என்ன ஏதுனு பார்க்காம கேட்டுட்டேன்" என்று அவள் அப்பாவியாக கூற முகில் சிரித்து விட்டான்.

"நான் தான் வின் பண்ணேன். சரி! இப்போ நான் கேள்வி கேட்கிறேன்" என்று முகில் கூற, ரிதி அரண்டு விட்டாள்.

"What is testosterone?" என்று அவன் நக்கலாகக் கேட்க, அப்போது தான் அகிலா அவர்கள் அறை கதவை திறந்து உள்ளே வந்தாள்.

அவள் வந்தது கூட தெரியாமல் இருவரும் கேள்வியில் லயித்து போய் இருக்க, முகில் கேட்ட கேள்வியில் அவள் தான் அதிர்ந்து போனாள்.

"கண்டிப்பா நான் ஃபெயில் தான்.எனக்கு தெரியாது" என்று முழித்து வைத்தாள் ரிதி.

'அதானே எனக்கும் வேணும்' என்று மனதிற்குள் நினைத்தவன் "சரி! நானே பதில் சொல்லுறேன்! கேளு, அப்பறம் நான் சொல்லுறத செய்யனும்" என்று கண்டிப்பாக கூறினான்.

தன் நிலைமையை நினைத்து நொந்தவள், அவன் கூறும் பதிலை கேட்க ஆரம்பித்தாள்.

"இந்த testosterone ஹார்மோன் ஆண்களுக்கு தான் அதிகமா சுரக்கும். பெண்களுக்கு கம்மியா தான் இருக்கும்.ஆண்கள் முக்கியமா பருவ வயதை அடையும் போது இந்த ஹார்மோன் விந்தணுக்கள் சுரக்கும்.ஆண்களோட ஆண்மைக்கு உதவுவது இந்த ஹார்மோன் தான்.இது அதிகமா சுரந்தா தான் மலட்டு தன்மை இல்லாம குழந்தை பிறக்கும்.இந்த ஹார்மோன்க்காக நிறைய ஆண்கள் அதுக்கான பழங்கள், காய்கறிகள் அப்பறம் உடல் பயிற்சி எல்லாம் செய்யுறாங்க"

"இந்த ஹார்மோன் அளவு அதிகமாக இருந்தால் தான் எலும்புகள், ரத்த நாளங்கள், இதயம், மூளை, எலும்புகள், பிறப்புறுப்புகள் என எல்லாமே ஆண்மை தன்மையில் குறையில்லாமல் வைத்திருக்கும்"

(இதெல்லாம் நம்ம கண்டிப்பா தெரிஞ்சுக்க வேண்டிய ஒன்னு.அதான் இந்த கதை மூலமா சொல்லிருக்கேன்.பிடிக்கலேனா ஸ்கிப் பண்ணிடுங்க)

என்று முகில் கூற "அட நாசமா போறவனே! இதுக்கு என் புருஷன் பரவாயில்லை போலையே.என்னமா கிளாஸ் எடுக்குறான்.அம்மாடி ரிதி! உனக்கு கோவில் கட்டி தான் கும்பிடனும்" என்று தன் கையில் இருக்கும் போனை வைத்து ஒரு விடியோவை எடுத்து விட்டு, தப்பித்தோம் பிழைத்தோம் என்று அவர்கள் அறையில் இருந்து ஓடி விட்டாள் அகிலா.

அவன் கூறிய கருத்தில் வாயை பிளந்து கேட்டுக் கொண்டிருந்தாள் ரிதி.

"என்ன நல்லா கதை கேட்டியா?" என்று கேட்க, அருகில் இருக்கும் தண்ணீரை எடுத்து மட மடவென உள்ளே இறக்கினாள் ரிதி.

"இவ்வளோ விஷயம் இருக்கா முகி" என்று அவள் கண்களை விரித்து கேட்க, அந்த மைவிழி அழகில் விழுந்தவன் "ஆமா பொண்டாட்டி. நீ இப்போ தோத்து போயிட்ட.அப்போ நான் சொல்லுறத எல்லாம் செய்யனும்" என்று கூற, ரிதி கலங்கிப் போனாள்.

"ரொம்ப பெருசா எல்லாம் ஒன்னும் இல்ல.இப்போ நம்ம வாழ்கையை ஸ்டார்ட் பண்ண போறோம் தானே"

அவள் பதில் கூறாமல் நின்றாள்.

"அடியே! ஆமா தானே" என்று முகில் கேட்க, வெட்கி தலை குனிந்தாள் ரிதி.

"இது மட்டும் எங்க இருந்து தான் வருமோ! இப்போ என்ன செய்யனும் தெரியுமா. நீ போட்டில தோத்து போனதுனால நீதான் ஃபர்ஸ்ட் ஸ்டார்ட் பண்ணனும்" என்று அவள் தலையில் குண்டை இறக்க, அவள் அதிர்ந்து போய் அவனை பார்த்தாள்.

"என்ன பொண்டாட்டி அதிர்ச்சியா பார்க்குற? எத்தனை நாளைக்கு தான் நாங்களே ஸ்டார்ட் பண்ணுறது.இந்த ரைட்டருக்கு வேற ஒரே மாதிரி எழுதி போர் அடிச்சு போச்சாம்.அதான் ஒரு சேஞ்சுக்கு நீ ரிப்பன் கட் பண்ணி வை" என்று கூற, அவளோ விட்டால் இப்படியே ஓடி விடுவோம் என்ற ரீதியில் நின்று கொண்டிருந்தாள்.

"கம் ஆன் பேபி" என்று அவன் அறை கதவை தாழ் போட்டவன், அவளை நோக்கி வர, அவள் பின்னோக்கி நகர்ந்தாள்.

"நீ தான் வரனும்.இங்க எல்லாம் தலைகீழாய் நடக்குது"

"இல்ல ! அது, எனக்கு ஒன்னும் தெரியலை. நீங்க ஸ்டார்ட் பண்ணுங்க. நான் கத்துக்கிறேன்" என்று அவள் வெட்கத்தை மறைத்து கொண்டு கூறினாள்.

அவனோ ஒரே எட்டில் அவளை நெருங்கி தன் கைகளில் அவளை ஏந்தியவன், மெத்தையில் அவளை சரித்து அவள் மேல் படர்ந்தான்.

"தன்யா குழந்தை பிறந்தா எனக்கு பெத்து கொடுப்ப தான டி? என் அம்மா வந்து உனக்கு குழந்தையா பிறக்கனும்! அதான் என் ஆசை " என்று அவன் உணர்ச்சி கரமாக பேச, இம்முறை எதை பற்றியும் யோசிக்காமல் தன் கணவனை இழுத்து அவன் உதட்டில் முத்தம் வைத்தாள் பெண்ணவள்.

"லைட் இருக்கட்டுமா இல்ல ஆஃப் பண்ணவா?" என்று முகில் குறும்பாக கேட்க, அவனை முறைத்தவள் அவளே அருகில் உள்ள லைட்டை அணைத்தாள்.

விளக்கை அணைத்து விட்டு தன் கணவனையும் அணைக்க, அன்று இரவு புது புது பாடத்தை அவளுக்கு கற்றுக் கொடுத்தான் வாத்தி.

முதலில் தடுமாறினாலும் பிறகு அவனுடன் சேர்ந்து அவன் கற்றுத் தந்த பாடத்தில் தேர்ச்சி பெற்றாள் அவனின் பொய்க்கோழி.

இரண்டு ஹார்மோன்களும் சரியாக வேலை செய்ய, இருவரும் உச்சம் சென்று அவர்கள் தாபத்தை தீர்த்துக் கொண்டனர்.

கணவன், மனைவி தாம்பத்தியத்தின் புனிதத்தை அங்கே அரங்கேற்றினர்.

விடிய விடிய தன் பாடத்தை நடத்தி களைத்தவன், விடியும் வேளையில் தான் அவளை விட்டு விலகினான்.

****

"மாமா அடுத்து எங்க போறோம்? ஈர டிரஸ் ஓட இருக்கேன்" என்று அவள் கத்த, வண்டியை ஒரு ஆள் இல்லா சாலையில் நிறுத்தி விட்டு, பையில் இருந்து ஒரு செட்டு டிரஸை எடுத்துக் கொடுத்து விட்டு காரில் இருந்து வெளியேறினான் ஹர்ஷா.

" ஹாசி குட்டி! டோர் எல்லாம் மூடி வைக்கிறேன்.வெளிய இருந்து பார்த்தா தெரியாது. நீ டிரஸ் மாத்திட்டு கூப்பிடு.ஓகே வா" என்று கார் கதவை அடைக்க போனான்.

"அப்பறம் டிரஸ் மாத்த ஏதாவது ஹெல்ப் வேணும்னா கூப்பிடு.ஒன்னும் தப்பில்லை" என்று கள்ளத்தனத்தை மறைத்துக் கொண்டு அவன் கூறினான்.

"ஒன்னும் தேவையில்லை. நானே மாத்திக்கிறேன்" என்று கதவை மூடினாள் ஹாசி.

சிறிது நேரத்தில் கார் கண்ணாடியை திறந்தவள் "மாமா! பின்னாடி ஜிப்பு இருக்கு" என்று பாவமாக கூறினாள்.

"அச்சோ! இங்க யாரும் இல்லையே ஹாசி குட்டி. என்ன பண்றது?" என்று அவன் குறும்பாக சிரித்தான்.

"மாமா! விளையாடாம எனக்கு பின்னாடி சரி பண்ணி விடுங்க" என்று அவள் கெஞ்சலாகக் கேட்டாள்.

அவனோ நமட்டு சிரிப்புடன் அவளின் ஆடையை சரி செய்ய, அதன் பின் இருவரும் அந்த இடத்திற்கு சென்றனர்.

அது ஒரு சிறிய குடில்.ஓடையை ஒட்டி அந்த குட்டி குடிலில் ஆள் தங்கி இருக்கும் அறிகுறி இருந்தது.

"ஐயோ மாமா! இந்த இடம் எவ்வளோ அழகா இருக்கு.எனக்கு ரொம்ப பிடிச்சுப் போச்சு" என்று ஹாசி குதிக்க அமைதியாக அந்த குடிலை நோக்கி அழைத்து சென்றான் ஹர்ஷா.

வயது எப்படியும் எண்பது இருக்கும்! ஒரு மூதாட்டி பணியாரம் சுட்டுக் கொண்டிருக்க, வெளியே சத்தம் கேட்டு குடிலுக்கு வெளியே வந்து பார்த்தார்.

ஹர்ஷாவை அடையாளம் கண்டு கொண்டு "பேராண்டி! வந்துட்டியா? உனக்-காக தான் இன்னும் என் உசுர கைல பிடிச்சுட்டு இருக்கேன்.என் பேத்தி எங்க?" என்று அவர் அவன் பின்னே பார்க்க, இவர்கள் பேசியதைப் பார்த்து முழித்துக் கொண்டிருந்தாள் ஹாசி.

"நீதானா" என்று அவள் அருகில் சென்றவர், அவள் கண்களை தடவி கை, கால், மூக்கு என்று அனைத்தையும் தடவி பார்த்தவர், குளிர்ந்து போனார்.

"என் மவ மாதிரியே இருக்கியே மா" என்று அவர் கண் கலங்க, ஹாசி சிலையாகி விட்டாள்.

இதுவரை தன் கணவனுக்கு தெரிந்த மூதாட்டி என்று அவள் நினைத்திருக்க, முதல் முதலில் தன் இரத்த சொந்தத்தை நேரில் பார்க்கிறாள்

கண்கள் தானாக கலங்க 'இது உண்மை தானா?' என்று தன் கணவனை பார்க்க, அவனும் 'ஆம்' என்று தலை அசைத்தான்.

அவ்வளவு தான்! கண்ணீர் மல்க தன் பாட்டியை அணைத்துக் கொண்டாள் ஹாசி.

" நீதான் என் பாட்டியா? என் அப்பா, அம்மா யாரு? உனக்கு தெரியுமா?" என்று சிறு பிள்ளைப் போல் அவள் தேம்பிக் கொண்டே கேட்க, அவரும் தன் மகள் ரூபத்தில் இருக்கும் பேத்தியை அணைத்துக் கொண்டு கண்ணீர் வடித்தார்.

சற்று நேரத்தில் ஹர்ஷா தான் பேச ஆரம்பித்தான்.

"இவங்க உன் அம்மாவோட அம்மா. உங்க அம்மாவை போல தான், அப்-படியே நீ இருப்ப.இவங்க தான் கொஞ்ச நாளைக்கு முன்னாடி அவங்க மகளை காணோம்னு நியூஸ் கொடுத்து இருக்காங்க.அதுல உங்க அம்மா புகைப்படத்தை பார்த்த பின்ன தான் நான் முடிவு பண்ணேன்"

"அப்போ தான் இங்க வந்து இந்த பாட்டிய சந்திச்சு எல்லா விவரமும் கேட்டுட்டு போனேன்.உங்க அம்மா, அப்பா ரெண்டு பேருமே இப்போ மிஸ்-ஸிங்.உன்னை ஆசிரமத்தில விட்டதுக்கு அப்பறம் என்ன ஆனாங்கனு இப்போ வரைக்கும் தெரியலை.இப்போ உனக்குன்னு ஒரு சொந்தம் உன் பாட்டி தான். அவங்களை நான் உன்கிட்ட சேர்த்துட்டேன்.என் பொண்டாட்டிக்கு கொடுக்குற மிக பெரிய பரிசு இதுவா தான் இருக்கும்" என்று கூறி முடித்தான்.

பாய்ந்து சென்று தன் கணவனை அணைத்துக் கொண்டாள் ஹாசி.

"ரொம்ப தாங்க்ஸ் மாமா.நான் அனாதை இல்ல மாமா" என்று அவள் மீண்டும் மீண்டும் கூறினாள்.

"நான் எப்போ உன்னைக் கல்யாணம் பண்ணேனோ அப்போவே நீ எனக்கு சொந்தமாகிட்ட.ஆனாலும் உனக்குள்ள இந்த மாதிரி சிந்தனை ஓடி கிட்டே தான்

இருக்கு. அது தெரிஞ்சு தான் இந்த முயற்சி.கூடிய சீக்கிரம் உங்க அம்மா , அப்பாவையும் கண்டுப்பிடிச்சு உன் கண்ணு முன்னாடி நிறுத்துறேன் ஹாசி" என்று அவன் கூறி முடிக்க, கண்கலங்க அவனை பார்த்து வைத்தாள்.

"ஹாசி! உனக்கு இந்த மாதிரி புருஷன் கிடைக்க நீ குடுத்து வச்சு இருக்கனும்" என்று அவர் பேரனை உயர்த்தி கூற, அவளோ "ஆம்" என்று மனதார புன்னகைத்தாள்.

"சரி வாங்க ! பனியாரம் சுட்டு வச்சு இருக்கேன்" என்று இருவரையும் குடிலுக்குள் அழைத்து சென்றார்.

இருவரும் மகிழ்ச்சியுடன் அவர் கொடுத்த பணியாரத்தை உண்ண, இன்று ஏனோ அந்த பனியாரம் கூட அமிர்தமாக இறங்கியது இருவருக்கும்.

"நீ ஏன் பாட்டி இங்க தனியா இருக்க? வா என்கூட" என்று ஹாசி அழைத்தாள்.

"உனக்கு முன்னாடியே என் பேரன் என்னை வந்து கேட்டுட்டாரு. நான்தான் வரலைன்னு சொல்லிட்டேன். எனக்கு இந்த ஊரு, அருவி, இங்க உள்ள சின்ன சின்ன விலங்கு, பறவை ,இதெல்லாம் விட்டுட்டு வர முடியாது மா.எல்லாம் சாப்பாட்டுக்கு என்னைய தேடி வந்துரும்" என்று கூற, ஹாசி அவரை வியப்பாக பார்த்தாள்.

"அப்போ நீ சாப்பாட்டுக்கு என்ன செய்யுற?" என்று கேட்டாள்.

"பனியாரம் தான் சுட்டு விக்கிறேன். இங்க அருவி பக்கத்துல போய் வித்துட்டு வருவேன்.எனக்கு போதுமான வருமானம் வருது.இருக்க வீடு இருக்கு! இதுக்குமேல என்ன வேணும்?"

ஹர்ஷா அவரது பேச்சை கேட்டு வியந்து போனான்.இப்படியும் மனிதர்கள் இன்னும் வாழ்ந்து கொண்டு தான் உள்ளார்களா என்று ஆச்சரியமாக இருந்தது இருவருக்கும்.

"உன்னை தனியா விட்டுட்டு நான் மட்டும் எப்படி போவேன்?" என்று ஹாசி பாவமாக கேட்டாள்.

"இவ்வளோ நாள் அப்படித்தானே இருந்த. உனக்கு பார்க்கனும்னு நெனச்சா உடனே என் பேரன் கிட்ட சொல்லு. கண்ணை மூடி கண்ணை திறக்குறதுக்கு முன்னே என் முன்னாடி நிறுத்துவாரு" என்று அவர் பேரனை விட்டு கொடுக்காமல் பேச, ஹர்ஷா காலரை தூக்கிக் கொண்டான்.

இருவரும் அவரிடம் வெகு நேரம் பேசிவிட்டு, வாரம் ஒரு முறை வந்து பார்க்கிறோம் என்று பிரியாவிடை கொடுத்து விட்டு அங்கிருந்து கிளம்பினர்.

******

"ஐயோ" என்று மூச்சைப் பிடித்துக் கொண்டு தன் அறைக்கு ஓடி வந்தாள் அகிலா.

ஈர உடையுடன் தன் அறைக்குள் தலை தெறிக்க ஓடி வரும் தன் மனைவியை பார்த்தவன் பதறி போய் "அடியே! என்ன ஆச்சு? ஏன் இப்படி ஓடி வர?" என்று அவள் பின்னால் பார்த்துக் கொண்டே கேட்டான்.

அவளோ ஆசுவாசமாக மூச்சை விட்டுக் கொண்டே " ஐயோ! முடியலை தீரா.குடும்பமா டா இவங் ஆத்தாடி! இந்த முகில் பையன் என்னமா பாடம் எடுக்குறான்" என்றாள்.

தீரன் புரியாமல் "என்ன டி சொல்லுற? என்ன டி பாடம்?" என்று கேட்டான்.

"உனக்கு சொன்னா புரியாது. இரு ஒரு குறும்படம் போட்டு காட்டுறேன்" என்று தன் போனில் உள்ள வீடியோவை அவனுக்கு போட்டுக் காட்ட, தீரனுக்கு எங்காவது முட்டி கொள்ளலாம் போல் இருந்தது.

"என்ன டி நடக்குது அவன் ரூம்ல.இந்த கருமத்தை நீ வேற விடியோ எடுத்துட்டு வந்துருக்க.கதவை திறந்து போட்டா அந்த நாய் இந்த வேலை பார்க்குறான்"

"ஆமா டா, ஆமா! பார்த்த உடனே எனக்கு நெஞ்சு வழியே வந்துருச்சு.இதெல்லாம் தேறும்னு நீ நினைக்கிற" என்றவள் பின் அவனையே மேலும் கீழும் பார்த்தவள் " நீயே தேறும் போது என் நண்பன் தேற மாட்டானா?" என்று பதிலையும் அவளே சொல்லிக் கொண்டாள்.

"என்ன டி! என்னை பார்த்தா தேறாத கேஸ் மாதிரி இருக்கா?*

"அப்கோர்ஸ்! அதுல என்ன உனக்கு சந்தேகம்?"

"ரைட்டு! பாவமேன்னு உன்னை கடிக்க வேண்டிய இடத்தில கடிக்கமா விட்டேன்ல. அப்போ நீ இதுவும் பேசுவ, இன்னுமும் பேசுவ" என்று தீரன் நெருங்க, அவள் ஓட ஆரம்பித்தாள்.

அப்போது பக்கத்து அறையில் இருந்து 'டம் டும்' என்று சத்தம் கேட்க, தீரன் அகிலா இருவரும் யோசனையாக பார்த்து வைத்தனர்.

"பக்கத்துல அண்ணன் ரூம் தானே! அண்ணன் பாப்புவை கூட்டிட்டு வெளியே போயிருக்காரு. சாவி என் கிட்ட தான் இருக்கு.அப்போ என்ன சத்தம்?" என்று கேட்டான்.

"சாவி தான் உன் கிட்ட இருக்குல்ல. வா, போய் பார்ப்போம்" என்று அகிலா தீரனை இழுத்துக் கொண்டு ஹர்ஷா அறையை நோக்கி சென்றாள்.

அறை வாசலுக்கு வந்த பின்னர் சத்தம் இன்னும் அதிகமாக வர "ஒரு வேளை திருடனா இருக்குமோ?" என்று தீரன் பயந்துக் கொண்டு கேட்க "திருடன் இவ்வளோ சத்தம் போட்டு திருடுவானா? மக்கு தீரா. கதவை திற டா" என்று அகிலா கூறினாள்.

"வர வர மரியாதை ரொம்ப தேயுது டி" என்று அவன் சாவியைக் கொண்டு கதவை திறந்து உள்ளே போக, அங்கு கண்ட காட்சியில் இருவரும் அதிர்ந்து

போனார்கள்.

அறையே அலங்கோலமாக காட்சி அளிக்க, சுந்தரன் அங்கும் இங்கும் தாவி சுந்தரியை விடாமல் பிடித்து ரொமான்ஸ் செய்து கொண்டிருந்தது.

தீரன் வாயைப் பிளந்து அந்த காட்சியை பார்க்க, அகிலா அவன் கண்ணை மூடி வெளியே அழைத்து வந்தாள்.

"யோவ்! என்ன கருமத்துக்கு அப்படி பார்த்து வைக்கிற?"

"என்ன டி நடக்குது உள்ள?" என்று தீரன் அதிர்ச்சியாக கேட்டான்.

"புரியலையா! இந்த ரைட்டருக்கு ரொம்ப நல்ல மனசுன்னு, எல்லாரும் பேசி-கிட்டாங்க.அப்போ கூட நான் நம்பலை.இப்போ பாரு ! சுந்தரி- சுந்தரன் ரெண்டு பேருக்கும் ரூம் போட்டு கொடுத்து இருக்காங்க" என்று அகிலா குஷியாக கூறி-னாள்.

"அதுசரி! உள்ள என்ன டி நடக்குது?" என்று தீரன் மீண்டும் அங்கேயே வந்து நின்றான்.

"மக்கு மாமா! உனக்கு என்ன அம்னீஷியாவா? அதுங்களுக்கு ஃபர்ஸ்ட் நைட் நடக்குது" என்று அகிலா அவர்கள் அறைக்கு ஓடினாள்.

"எதே!" என்று தீரன் அதிர்ச்சியாகி நிற்க ,அகிலா அவனை இழுத்து சென்-றாள்.

45

அத்தியாயம்-45

அறைக்கு வந்த ஹர்ஷா-ஹாசினி இருவரும் தீரன் அறைக்கு சென்று சாவி வாங்க, அகிலா அவர்களை தடுத்தாள்.

"ஹாசினி! உன் ரூம்க்கு போக வேணாம்.இன்னைக்கு நைட் இங்கேயே தங்கு"

"ஏன்?ஏதாவது பிரச்னையா அக்கா?"

"ஐயோ! அதெல்லாம் இல்ல டி.அத எப்படி என் வாயால சொல்லுவேன்" என்று அகிலா புலம்ப, தீரன் சிரித்தான்.

"என்ன உளறிக்கிட்டு இருக்க? வழிய விடு" என்று காலில் சுடு தண்ணீரை ஊற்றியதை போல் பறந்தான் ஹர்ஷா.

"இப்போ ரூம்க்கு போய் நீ என்ன பண்ண போற?" என்று அகிலா பொங்கி-னாள்.

அவன் தன் மனைவியைப் பார்த்துக் ஸ கொண்டே "நான் என்ன வேணாலும் பண்ணுவேன். உனக்கு என்ன?" என்று கத்தினான்.

"யப்பா ராசா! உன் பொண்டாட்டியை கூட்டிட்டு போனாலும் , அங்க ஒன்னும் பண்ண முடியாது" என்று அகிலா ராகம் பாட, ஹர்ஷா அவளை கேள்வியாக பார்த்தான்.

"யோவ் புருஷ்! என்னையா வெட்டியா நிக்கிற.பதில சொல்லு,கேட்கிறான்ல"

"எல்லாம் என் நேரம் டி" என்று அவளை முறைத்து தள்ளினான் தீரன்.

"தீரா என்னாச்சு?" என்று ஹாசி கேட்டாள்.

"பாப்பு அது வந்து, அங்க சுந்தரி- சுந்தரன் ஸ்டே பண்ணி இருக்காங்க" என்று ஒரு மாதிரி கூறினான்.

"என்னது?" என்று இருவரும் ஒரே நேரத்தில் அதிர்ந்து கேட்டனர்.

"ஆமா அண்ணா! பால்கனி வழியா வந்து இருக்கும் போல"

"ஓஹோ! வேற ரூம் வாங்கிக்கலாம் டா .ஒன்னும் பிரச்சனை இல்ல"

"திங்ஸ் மட்டும் எடுக்கலாமா?" என்று ஹாசி கேட்டாள்.

"அம்மாடி ஹாசி! இப்போ உன் புருஷன் எதுக்கு அடி போடுறானோ, அது தான் அங்கையும் நடக்குது. அதுனால யாரும் அந்த பக்கம் விடியுற வரைக்கும் போகாதீங்க" என்று ஒரு நமட்டுச் சிரிப்புடன் கூற, தீரன் தலையில் அடித்துக் கொண்டான்.

"வேற ரூம் எல்லாம் வேணாம்.ரூம் இவ்வளோ பெருசா இருக்கு.ரெண்டு பெட் கூட இருக்கு.அதுனால இங்கேயே படு" என்று அகிலா கூற, தீரன் அவளை முறைத்தான்.

"அண்ணா! இவ இப்படி தான் லூசு மாதிரி பேசிட்டு இருப்பா. நீங்க தனி ரூம் வேணும்னா எடுத்துக்கோங்க" என்று அவன் சூழ்நிலை புரிந்துக் கொண்டு கூறினான்.

"அதெல்லாம் கிடையாது.அப்போ வேற ரூம் ஹர்ஷா வாங்கட்டும்.ஆனா நீ போய் உங்க அண்ணன் கூட தூங்கு.நானும், ஹாசியும் இங்க தான் தூங்குவோம்" என்று ஒரே போடாக போட்டாள்.

'இவனும் நானும் தூங்க, எதுக்கு தனி ரூம்மு?' என்று நினைத்த ஹர்ஷா "சரி டா ! இங்கேயே ரெண்டு பேரும் ஸ்டே பண்ணிக்கிறோம்" என்று அமைதியாக குளியலறை நோக்கி சென்றான்.

அவளுடைய நைட்டியில் ஒன்றை எடுத்து ஹாசினிக்கு கொடுத்தாள் அகிலா.

தீரன் அகிலாவை தனியாக அழைக்க, இருவரும் பால்கனி பக்கம் சென்றனர்.

"அடியே! உனக்கு கொஞ்சமாவது அறிவு இருக்கா? அவங்க புதுசா கல்யாணம் ஆனவுங்க.அதான் தனி ரூம் போறாங்க.நீ ஏன் விட மாட்டேங்கிற?"

"யோவ்! எல்லாம் எனக்கு தெரியும். நீ மூடு.சீதா அம்மா அவங்களுக்கு நல்ல நாள் பார்த்து வச்சு இருக்காங்க. அன்னைக்கு நடந்தா இன்னும் சிறப்பா இருக்கும்"

"ஓஹோ"

"நம்மளுக்கும் தான்"

"எதே"

"ஆமா ! நமக்கும் நல்ல நாள் பார்த்து வச்சு இருக்காங்க.அன்னிக்கு நடந்தா நல்லதாம்"

"நான்தான் டயம் கேட்டேன்ல"

"இப்பவும் சொல்லுறேன் ! நீ எதுவும் பண்ண வேணாம்"

"அப்படீனா?"

"எல்லாம் நான் பார்த்துக்கிறேன்.நீ எனக்கு கோ ஆப்ரேட் (co operate) பண்ணா மட்டும் போதும்" என்று அவனை பார்த்து கண்ணடித்து விட்டு அவள் உள்ளே சென்றாள்.

தீரன் போகும் தன் மனைவியையே அதிர்ச்சியாக பார்த்து வைத்தான்.

‘அம்மாடி! சரியாக ராங்கியா இருக்கா.தீரா உன் கற்ப அவ கிட்ட இருந்து காப்பாத்திக்க டா’ என்று மைண்ட் வாய்சில் பேசி விட்டு உள்ளே செல்ல, அதற்குள் இருவரும் ஃப்ரெஷ் ஆகி விட்டு வெளியே வந்தனர்.

ஹாசி சென்று ஒரு மெத்தையில் படுக்க, ஹர்ஷாவை முந்திக் கொண்டு அவள் அருகில் படுத்தாள் அகிலா.

"நானும் , இவளும் இன்னைக்கு ஒரே பெட்ல தூங்க போறோம்" என்று கூற ஹர்ஷா அவளை முறைத்து விட்டு வேறொரு மெத்தையில் சென்று படுத்து விட்டான்.

தன் அண்ணன் அருகில் இதுவரை படுத்து பழக்கமில்லாத தீரன் "அண்ணா நீங்க இங்க படுங்க. நான் அங்க குஷன்ல படுத்துக்கிறேன்" என்று கூறினான்.

"உன் ஹைட்டுக்கு அது பத்தாது.நீயும் இங்கேயே படு டா" என்று ஹர்ஷா கண் மூடி உறங்க, அவனும் தமயன் அருகில் படுத்த உடன் உறங்கிப் போனான்.

மறுநாள் அனைவரும் குற்றால அருவிக்கு சென்று குளித்து விட்டு ஒரு ஆட்டத்தை போட்டு விட்டு சுந்தரன்- சுந்தரியுடன் கிளம்பி விட்டனர்.

ஏனோ ஹர்ஷாவின் பார்வை தன் மனைவியையே சுற்றி வர, அதை பார்த்த சீதா நல்ல நாளாக பார்க்க எண்ணினார்.

****

நாளும் கிழமையும் ஓட, மகா- சுதர்சன், ரிதி -முகில் அவர்களின் இல்லற வாழ்க்கையில் மகிழ்ச்சியாக இருந்தனர்.

ஒரு மாதம் கடந்த பின்னர், ஆத்வி முழுவதுமாக குணம் அடைந்தாள்.அவளை மருத்துவமனைக்கு அழைத்து சென்று முழு பரிசோதனை செய்து விட்டு வீடு வந்தான் கண்ணன்.

"ஆத்வி மா"

"சொல்லுங்க மாமா"

"அது வந்து"

"புரியுது மாமா.நான் குளிச்சுட்டு வரேன். புடவை கட்டிக்கவா? இல்ல.." என்று அவள் இழுத்தாள்.

"அடியே!" என்று அவளை செல்லமாக தலையில் தட்டிய கண்ணன் "எப்போ என் பொண்டாட்டி இவ்வளோ வாய் பேச ஆரம்பிச்சா?" என்றான்.

"எல்லாம் உங்க கூட சேர்ந்த பின்ன தான் மாமா"

"சரி! போயி குளிச்சுட்டு வா.நானும் போய் ஃப்ரெஷ் ஆகிட்டு வரேன்" என்று இருவரும் அரை மணி நேரத்தில் முழுதாக ரெடி ஆகி வந்தனர்.

"மாமா! பால் கொண்டு வரேன். நீங்க உள்ள இருங்க" என்று ஆத்வி கூற, அவளை போக விடாமல் அப்படியே கையில் தூக்கிக் கொண்டு அறைக்குள்

சென்றான் கண்ணன்.

"என்ன மாமா?"

"பால் எல்லாம் வேண்டாம் ஆது மா. நீதான் வேணும்" என்று அவளை உள்ளே தூக்கி சென்று குழந்தையாக பார்த்து கவனித்த அவள் மேனியை, இப்-போது கணவனாக தன் பார்வையை அவள் மேனியில் படர விட்டு அணு அணு-வாக எடுத்துக் கொண்டான் ஆதுவின் கண்ணன்.

இந்த ஒரு மாதத்தில் கல்லூரிக்கு சென்று வந்தவுடன், மாலையில் இரண்டு மணி நேரம் கோச்சிங் க்ளாஸில் மூச்சை தம் கட்டிக் கொண்டு தன் கணவனின் மிரட்டலுக்கு பயந்து படித்தாள் ஹாசினி.

இல்லை இல்லை! படிப்பதை போல் நடித்தாள்.

இதை ஹர்ஷாவும் அறிந்தாலும் எப்படியாவது பாஸ் ஆக வேண்டும் என்ற எண்ணத்தில் அவளை மிரட்ட, சில நேரம் தீரன் வேலை விட்டு வந்து , அவளை ஹர்ஷாவிடம் இருந்து காப்பாற்றி தன் அறைக்கு அழைத்து சென்று அவளுக்கு புரியும் படி முக்கியமான கணக்குகளை மட்டும் சொல்லி கொடுத்தான்.

தீரன் மேல் உள்ள அதிக பாசத்தால், சிலவற்றை கேட்டுக்கொண்டாள்.

"மாமா! ரொம்ப பயமா இருக்கு"

"இவ்வளோ நாள் எழுதுன! இப்போ என்ன?"

"இவ்வளோ நாள் நீங்க யாரும் இல்லையே?"

"ஏன் ! இப்போ என்ன?"

"இப்போ நான் ஃபெயில் ஆனா, நீங்க எல்லாரும் சொல்லி கொடுத்தது வீணா போயிடும்"

"நெஜமாவே நீதான் பேசுறியா டி?"

"ஆமா மாமா"

"எழுது ஹாசி குட்டி.அப்பறம் என்ன நடந்தாலும் பார்த்துக்கலாம்"

"அப்போ ஒரு முத்தம் குடுங்க"

"போகும் போது ஏன் டி மூட மாத்துற?" என்று அவள் அருகில் வந்து கன்-னத்தில் அழுத்தமாக ஒரு 'இச்சு' வைக்க, அவனை முறைத்து வைத்தாள்.

குற்றாலம் சென்று வந்ததில் இருந்து இந்த பழக்கத்தை வழக்கமாக்கி கொண்-டிருந்தாள் ஹாசி.

தினமும் இதழ் முத்தத்தோடு தான் அவள் காலை விடியும்.அதே போல் இரவும் அந்த இதழ் முத்தத்தோடு தான் சங்கமிக்கும்.

இப்போது அவன் கன்னத்தில் கொடுக்கவும், இவள் முறைத்துக் கொண்டு நிற்க "ஹாசி! நானே உன்னை பக்கத்துல வச்சுட்டு எவ்வளோ கன்ட்ரோல்லா இருக்-கேன்னு தெரியுமா டி. மனுஷன சாவடிக்காத" என்று தன் மனைவியை வசை பாடிக் கொண்டே இதழை அணைத்தான் அந்த கள்வன்.

எப்போதும் போல் அழுத்தமான முத்தம்! கால்மணி நேரமாக தொடர, அவனை வலுக்கட்டாயமாக தன்னில் இருந்து பிரித்து அவனை முறைத்தாள்.

"என்ன டி? முத்தம் கொடுத்தாலும் முறைக்குற.கொடுக்காம விட்டாலும் முறைக்குற"

"ஒரு முத்தம் தானே கேட்டேன். எப்படி கடிச்சு வச்சு இருக்கீங்க பாருங்க மாமா " என்று அவள் உதட்டை காட்ட, அவன் நமட்டு சிரிப்பு சிரித்தான்.

"இதென்ன புதுசா டி? தினமும் நடக்கிறது தானே.நீதானே கேட்ட.அதான் கொடுத்தேன். இப்போ மாமாவ குத்தம் சொன்னா எப்டி? இந்த வலி கூட தாங்க முடியலை. மாமா ஆக்சன் மூடுக்கு போனா என்ன ஆகிறது?" என்று கேட்க, அவசரமாக அவன் அருகில் வந்து அவன் வாயை மூடினாள் ஹாசி.

"என்ன மாமா பேச்சு! எல்லாரும் படிச்சுட்டு இருக்காங்க"

"போ டி! வயித்தெரிச்சல கிளப்பாத. இந்த கதையை படிக்கிற எல்லாருக்கும் என் நிலைமை தெரியும்.புரியும்"

"அப்போ சரி" என்று குஷியாக அவள் கிளம்ப, ஹர்ஷா தான் அவளை ஒரு மார்க்கமாக பார்த்து வைத்தான்.

"என்ன சீதா அம்மா! உங்க பிள்ளைய இவ்வளோ அப்பாவியாக வளர்த்து வச்சு இருக்கீங்க?" என்று ஹாசி கேட்டாள்.

"ஏன் டி இப்படி சொல்லுற"

"நான் என்ன சொன்னாலும் நம்புறாரு! அதான்" என்று அவள் சிரித்தாள்.

"என் பிள்ளை தான் டி பாவம்.சரி நீங்க முடிவு எடுத்தீங்கன்னு தான் உங்க சாந்தி முகுர்த்ததை இவ்வளோ நாள் தள்ளி வச்சேன்.இந்த பரிட்சை எல்லாம் முடிஞ்ச உடனே , என் கூட விளையாட ஒரு பிள்ளைய பெத்து கொடு மா" என்று சீதா கூறினார்.

"அதுக்கென்ன! எத்தனை வேணும்னு சொல்லுங்க.வரிசையா பெத்து தரேன்.ஆனால் இப்போ எனக்கு நேரம் ஆச்சு. போயிட்டு வரேன்" என்று குதித்துக் கொண்டு தீரன் அறைக்கு சென்று, அவர்கள் இருவரிடமும் சொல்லி விட்டு, கல்லூரியை நோக்கி கணக்கு பரிட்சை எழுத விரைந்தாள் ஹாசி குட்டி.

காலை உணவுக்கு அகிலா கீழே இறங்கி வர " என்ன மாமியாரே! இன்னைக்கு என்ன சாப்பாட" என்று எகத்தாளாமாக கேட்டாள்.

"மணி என்ன? எப்போ இறங்கி வந்துட்டு, என்ன கேள்வி கேட்கிறா பாரு?" என்று சீதா தன் அடாவடி மருமகளை மண்டையில் ஒரு கொட்டு கொட்டி சாப்பிட அமர வைத்தார்.

தட்டை நிரப்பினாள் அகிலா.தீரன் வந்தானா? உண்டானா? என்று கவனிக்கக் கூட மாட்டாது அவள் வயிற்றை நிரப்பிக் கொண்டிருந்தாள்

மாடியில் இருந்து இறங்கி வந்த தீரன், சுடிதார் அணிந்து ஷாலை பின் செய்து , லட்சணமாக அமர்ந்து உண்ணும் தன் மனைவியை பாத்தவனின் முகம் ஒரு புறம் மகிழ்ச்சி அடைந்தாலும், மற்றொரு புறம் அவளை குட்டைப் பாவாடையில் பார்க்க முடியாது ஏக்கம் கொண்டது.

'தன் கணவனுக்கு பிடிக்காது' என்ற ஒரே காரணத்தினாலும், இந்த வீட்டின் பழக்க வழக்கத்தின் காரணத்தினாலும், அவள் அந்த ஆடையை ஒதுக்கி விட்-டாள்.

முன்பு அகிலாவின் மேல் உரிமையாக பார்வை படியாத நேரத்தில், அந்த குட்டை பாவாடையை போட்டு வலம் வந்தவள்.

தற்போது அவன் பார்வை இவள் மீது விழும் போது இழுத்து மூடிக் கொண்டு தன் கணவனை ஏங்க வைக்கிறாள் அவனின் அடவாடி மணையாள்.

தன் வயிற்றை நிரப்பிக் கொண்டு அவள் ஹாலிற்கு வர, அப்போது வாசலில் புதிதாக ஒருவர் நிற்பதை பார்த்து "யாரு நீங்க?" என்று அகிலா விசாரித்தாள்.

"மிஸ்டர் ஹர்ஷ வர்தன் வீடு தானே?" என்று அவர் கேட்க, 'ஆம்' என்று அவரை உள்ளே அழைத்தாள்.

அப்போது ஹர்ஷா கீழே இறங்கி வர, வாசலில் நிற்பவனை பார்த்து "ஹேய்! வா டா இனியா" என்று கூற ஹர்ஷாவை பார்க்கவும் தாவி அணைத்துக் கொண்-டான் இனியன்.(காட்டுசிறுக்கியின் இரண்டாம் நாயகன், வாசகர்களின் மனதை கவர்ந்தவன்)

"எப்படி இருக்கீங்க சார்?"

"நான் ரொம்ப நல்லா இருக்கேன். என்ன சாரு மோர்னு கூப்பிடாதா டா" என்று அவனை வரவேற்று அமர வைத்தான் ஹர்ஷா.

"இனியன் அண்ணா! காபி எடுத்துக்கோங்க" என்று அகிலா நீட்ட, அவளை கேள்வியாக பார்த்தான் இனியன்.

"இவ தான் தீரன் மனைவி அகிலா" என்று அறிமுகப் படுத்தினான்.

"சும்மா குடிங்க! நான் போட்ட காபி இல்ல.தாராளமா குடிக்கலாம்" என்று அவள் சேட்டையை ஆரம்பிக்க, அவளை பார்த்து சிரித்துக் கொண்டே வாங்கி பருகினான்.

சீதா, ராமச்சந்திரன், தீரன் என்று அனைவரும் அவனை வரவேற்று உபசரித்து விட்டு விஷயத்திற்கு வந்தனர்.அப்போது தான் முகிலும் உள்ளே வந்தான்.

"கேஸ் ஃபைல் பண்ணியாச்சு சார். பாபு மேல ஆக்சன் எடுக்கனும்.அப்பறம் அந்த ரிதி பொண்ணோட அண்ணன், அண்ணி மேல நீங்க புகார் தர விரும்பி-னால் கொடுங்க"

"இப்போதைக்கு எதுவும் இல்ல. ஆனால் குழந்தையை.." என்று ஹர்ஷா நிறுத்தினான்.

"அமுதி என் குழந்தை ஹர்ஷா.இனிமே அவங்க கைக்கு குழந்தை போகக் கூடாது. பணத்துக்காக குழந்தையை கூட விற்பாங்க. என் குழந்தையாகவே நான் வளர்த்துட்டு போறேன். அவளுக்கு பின்னாடி எத்தனை குழந்தை எனக்கு பிறந்-தாலும், அவ தான் என் முதல் குழந்தை" என்று திட்டவட்டமாக அதே சமயம் அழுத்தமாகவும் முகில் கூற, அனைவரும் இந்த பதிலுக்காக தான் காத்திருந்ததை போல் அவனை மெச்சுதலாக பார்த்து வைத்தனர்.

"ஓகே சார்! குழந்தை உங்க கிட்ட வர மாதிரி வழி பண்ணிடலாம். அப்பறம் ரிதி மேடத்தோட அண்ணனுக்கு , ஒரு ஆக்சிடென்ட்ல கை ,கால் போய் படுக்-கைல இருக்காரு.அதுனால அவங்க மனைவி அவர விட்டுட்டு போய் அவங்க அம்மா வீட்ல இருக்காங்க.டிவோர்ஸ் கேஸ் போயிட்டு இருக்கு" என்று இனியன் கூற, அவர் செய்த பாவத்திர்க்கு தண்டனை தான் என்று அனைவரும் அமைதி காத்தனர்.

"ஓகே! அப்போ பிரச்சனை இல்ல.ஒரு நல்ல நாளா பார்த்து அமுதி பாப்-பாவை தத்து எடுத்து வளர்க்க ஏற்பாடு பண்ணுங்க.நான் மகிழ் கிட்ட எல்லாத்-தையும் சொல்லிடுறேன்" என்று இனியன் வந்த வேலையை முடித்தான்.

முகில் அவனுக்கு நன்றியை தெரிவித்து "டேய் ஹர்ஷா! நான் பெர்மிஷன் போட்டு வந்துருக்கேன் டா.நான் கிளம்புறேன்" என்று அவன் அனைவரிடமும் சொல்லிக் கொண்டு கிளம்பினான்.

"அப்பறம் இனியன் உங்க லைஃப் எப்படி போகுது?"

"ரொம்ப நல்ல போகுது சார்.நாலு வயசுல ஒரு பொண்ணு இருக்கா.ரெண்டு வயசுல ஒரு பையன் இருக்கான். இப்போ திரும்ப என் மனைவி கர்ப்பமா இருக்கா" என்று கூறினான்.

அகிலா ஆரம்பித்தாள் " ஓஹோ! மூணு.இங்க அவன் அவன் ஒன்னுக்கே வழி இல்லாம ,தெருவ பாத்துட்டு உட்காந்திருக்கோம்" என்றாள்.

"இந்த கதையில் சைடு ஹீரோ தானே மா உன் புருஷன்"

"ஆமா அண்ணா! கதைல வேணா சைடு ஹீரோவா இருக்கலாம். ஆனா எனக்கு அவருதான் வில்லன்" என்று முறைத்தாள் அவள் கணவனை.

"அது ஒன்னும் இல்ல.என் கதையை படிச்சு பாரு.கதை முடிஞ்சதுக்கு அப்ப-றம் தான் மூணு பிள்ளை.அதுவரைக்கும் அதுக்கான வழியே இல்லாம பண்ணிட்-டாங்க மா"

"அடப்பாவமே! சரி அண்ணே.இத நான் டீல் பண்ணிக்கிறேன்" என்று அகிலா மனதில் கணக்கு போட ஆரம்பித்தாள்.

"அப்போ நான் கிளம்புறேன் சார்" என்று இனியன் விடைபெற்று சென்றான்.

அதன் பின் தீரன் சாப்பிட்டு விட்டு அவசரமாக ஹாஸ்பிடல் கிளம்பினான்.

"ஏங்க" என்று அவள் மரியாதையாக அழைத்தாள்.

'என்ன மரியாதையா கூப்பிடுறா! ஐயோ ஏதோ இருக்கு டா தீரா. உசுர காப்பாத்திக்கோ' என்று அவனுக்கு அவனே அபாய மணி அடித்துக் கொண்டான்.

"ஹாஸ்பிடல் விட்டு சீக்கிரம் வாங்க" என்று அவள் தரையைப் பார்த்துக் கொண்டே கூறினாள்.

"என்ன இவ மாடுலேசனே (modulation) சரி இல்லையே" என்று புலம்பிய தீரன் 'சரி' என்று தலை ஆட்டி விட்டு கிளம்பினான்.

"கொடுக்க வேண்டியதை கொடுத்துட்டு போங்க" என்று கூறினாள் அகிலா.

சட்டை பையில் இருந்து அவளது டெய்லி தீனி கூலியை எடுத்து கொடுத்தான்.

"இன்னைக்கு என்ன வாங்க போற?"

"இன்னைக்கு அல்வாவும், முந்திரி பருப்பும் வாங்க போறேன்"

"நல்லா தின்னு தின்னு திம்சு கட்ட மாதிரி இருக்க டி" என்று புலம்பி விட்டு மீதம் உள்ள ரூபாயை அவன் சட்டையில் வைக்க, சட்டை நூல் எல்லாம் பிய்ந்து கொண்டு வந்தது.

"என்ன பிராண்டட் சட்டை, இப்படி நூல் எல்லாம் வராதே" என்று தீரன் வாய் விட்டு புலம்ப அகிலா பேய் முழி முழித்தாள்.

"சீக்கிரம் கிளம்புங்க.அங்க எல்லாரும் வெயிட் பண்ணிட்டு இருப்பாங்க"

"ஆமா! நான் ஈவ்னிங் வந்து என்னன்னு பார்க்குறேன்" என்று தீரன் கூற, அப்போது தான் நிம்மதியாக மூச்சு விட்டாள் அகிலா.

அன்று பொழுதும் அப்படியே ஓடி மறைந்தது.

இரவு எட்டு மணி போல் தீரன் வீட்டிற்கு வர, சீதா அவனை சாப்பிட வைத்து மேலே அனுப்பினார்.

"ஏன் மா, எப்பவும் ஃப்ரெஷ் ஆகிட்டு வந்து தானே சாப்பிடுவேன்"

"பரவாயில்ல! இன்னைக்கு ஒரு நாள் சாப்பிட்டு போனா ஒன்னும் ஆகாது"

"அம்மா கை எல்லாம் மருந்து வாடை"

"சரி இரு! அம்மா ஊட்டுறேன்" என்று சீதா ஊட்ட, அவன் சாப்பிட ஆரம்பித்தான்.

'என்ன இன்னைக்கு வித்தியாசமா நடந்துகிறாங்க?' என்று யோசனையுடன் தட்டில் உள்ள அனைத்து உணவுகளையும் உண்டு விட்டு மேலே சென்றான் தீரன்.

அறை கதவை திறக்க , அதிர்ந்து போனான்.ஒரே புகை மண்டலம்! சாம்பிராணி புகை மணக்க அறை எங்கும் புகையாய் சுற்றிக் கொண்டிருந்தது.

"அட ! சீக்கிரம் உள்ள வாங்க.புகை வெளியே போக போகுது" என்ற சத்தம் கேட்டு திரும்பி பார்த்த தீரன் அதிர்ச்சியின் உச்சத்திற்கே சென்று விட்டான்.

அவனது அறை தான்! அதே அறை தான்.மெத்தை பூ அலங்காரத்தில் ஜொலித்தது.அறையில் வண்ண விளக்குகள் ஜொலித்தது.

கட்டிலை சுற்றி கோவில் திருவிழாவில் கட்டும் குட்டிக் குட்டி சீரியல் பல்பை கட்டி தொங்க விட்ட வண்ணம், அதோடு மல்லிகை பூவையும் இணைத்து சுற்றி வைத்து இருந்தாள்.

பக்கத்தில் பல வகையான பழங்கள் மற்றும் சுவீட்டுகள்.ஒரு பெரிய சொம்பில் பால் வைத்து அது டம்ளரில் மூடி வைக்கப்பட்டிருந்தது.

அனைத்தையும் பார்த்து வந்தவன், இறுதியாக மெத்தையின் ஓரத்தில் நிற்கும் தன் மனைவியை பார்த்தவன் நெஞ்சைப் பிடித்து விட்டான்.

அட்டகாசமாக பட்டு வேஷ்டி, பட்டு சட்டையில் கண்களில் கூலருடன், கழுத்தில் மைனர் செயின், கையில் கை சங்கிலி என்று இடுப்பில் கை வைத்த வண்ணம் அசராது அவள் நின்றாள்.

தீரன் அருகில் இருக்கும் கதவை பிடித்துக் கொண்டு தன்னை திடப் படுத்திக் கொண்டான்.

"என்ன மாமா! அங்கேயே நிக்கிறீங்க. உள்ள வாங்க" என்று அழைத்தாள் அகிலா.

அவனோ வார்த்தைகளை கூட்டி "என்ன கோலம் டி இது?" என்று அதிர்ந்து போய் கேட்டான்.

"அதுவா மாமா! உனக்கு டயம் கொடுத்தாச்சு.நீ ஒன்னும் பண்ணுற மாறி தெரியலை. மொத நான் முடிக்கிறேன்.உனக்கு எப்போ தோணுதோ அப்போ நீ பண்ணிக்கோ.என்னால எல்லாம் இதுக்கு மேல வெயிட் பண்ண முடியாது" என்று அகிலா கெத்தாக கூற, தீரன் தன் மனைவியின் செயலில் வந்த சிரிப்பை அடக்க பெரும்பாடு பட்டு விட்டான்.

அவனுக்கும் , அவளுடன் வாழும் ஆசை எப்போதோ வந்து விட்டது.

இருந்தும் தயக்கமாக இருந்த காரணத்தால், அவன் தொடாமல் இருக்க அவன் மனைவி முந்திக் கொண்டாள். அவ்வளவே!

"சரி சரி! எவ்வளோ நேரம் வாச கதவு கிட்டையே நிப்ப.போய் மொத இந்த சேலையை கட்டிட்டு வா" என்று ஒரு பட்டுப் புடவையை தூக்கி அவன் கையில் கொடுத்தாள்.

"என்ன! நான் புடவையா?"

46

அத்தியாயம்-46

"டேய் மாமா! என்ன டா அதிர்ச்சியா நிக்கிற?"

"என்ன டி இது அநியாயம்? நான் எப்படி டி சேலை கட்டுவேன்"

"நீ கட்ட வேணாம்.நான் கட்டி விடுறேன்.ஜட்டி போட்டு இருக்கீல" என்று அவள் சந்தேகமாக கேட்டாள்.

"அதெல்லாம் போட்டு இருக்கேன்" என்று தீரன் பல்லை கடித்தான்.

"அப்போ பிரச்சினை இல்ல. சேலையை கட்டி விடுறேன். போ டைம் ஆகுது. போய் ஃப்ரெஷ் ஆகிட்டு வா" என்று அவனை கையோடு குளியலறைக்குள் தள்ளினாள் அகிலா.

ஐந்தே நிமிடத்தில் குளித்து முடித்து வெளியே வந்தவனை, கையில் பட்டுப் புடவை மற்றும் ஜாக்கெட்டுடன் வரவேற்றாள் அகிலா.

அதில் அதிர்ந்த தீரன் "அடிப்பாவி! இதெல்லாம் வேணாம் டி.இப்படியே இருக்கட்டும். எனக்கும் இது தான் கொஞ்சம் வசதியா இருக்கும்" என்று தீரன் கூறினான்.

அவன் பேசுவதை எல்லாம் காதில் வாங்காதவள் அவன் இடுப்பில் இருக்கும் பேண்டில் கை வைத்து கழற்ற பார்க்க, அதை தடுத்த தீரன் "அடியே! இதுலயும் சேலை கட்டலாம் டி" என்று நொந்து போய் கூறினான்.

"அப்போ இந்த ஜாக்கெட்டை போடுங்க சீக்கிரம்" என்று அவன் கையில் அந்த ஜாக்கெட்டை தர, அதை முன்னும் பின்னும் பார்த்தவன் "என்ன டி ஒரு மாதிரி இருக்கு. நான் எப்படி இத போடுவேன்" என்றான்.

"போட்டு தான் ஆகனும்.அதுக்கு தான் நான் இருக்கேன்ல.ம்ம்! ஆகட்டும்" என்று அகிலா சேலையை கட்ட ஆரம்பித்தாள்.

"எப்படி இருந்தாலும் கழட்ட தானே டி போறோம். அப்பறம் எதுக்கு இந்த சேலை?"

அவ்வளவு தான்! வெட்கம் வந்து விட்டது அவளுக்கு. அப்படி அவன் நினைக்க, குனிந்து கொண்டே "நான் தான் கழட்ட போறேன். எனக்கு தோதா கட்டி விடுறேன்" என்று கூறி அவள் முழு சேலையையும் அவன் போட்டு இருக்-கும் டீ ஷர்ட் மேல் கட்டி விட்டாள்.

'நல்லா வேளை. ஜாக்கெட்டை மறந்துட்டா' என்று அவன் நினைத்தான்.

"ஹலோ பாஸ்! ஜாக்கெட் போட்டா கழட்டுறது கஷ்டம்.அதான் போடலை" என்று நமட்டு சிரிப்பு சிரிக்க, தீரன் நொந்து விட்டான்.

அவனை முயன்ற வரையில் தனக்கு பிடித்தது போல் அலங்காரம் செய்து, அவன் கையில் பால் சொம்பை கொடுத்து விட்டு முதலில் இருந்து அறைக்குள் பெண் போல் வரும் படி கட்டளையிட்டாள்.

அதிர்ந்த தீரன் அறை வாசலுக்கு சென்று யாரும் அவனை பார்க்கிறார்களா என்று பார்த்து விட்டு, வேகமாக அறைக்குள் நுழைந்தான்.

"வெயிட்! வெய்ட்! என்ன பொண்ணுக்கு வர வேண்டிய வெக்கம், படபடப்பு எதுவுமே உன் முகத்தில இல்ல?"

"அதுக்கு மொத நான் பொண்ணா இருக்கனும் டி" என்று தீரன் அவளை முறைத்தான்.

"சரி !சரி! அட்ஜஸ்ட் பண்ணிக்கிறேன்.வாங்க, வாங்க"

தீரன் பாலை கொண்டு வந்து அவள் கையில் கொடுத்தான்.

அதை பெற்றுக் கொண்டவள் காலை காட்ட, அவளை கேள்வியாக பார்த்-தான் தீரன்.

"என்ன மேன்! இது கூட தெரியலை.முதல் இரவுல கால்ல விழுகனும்"

"அதுக்கு?"

"டயம் ஆகுது விழு"

"அப்படியா விஷயம்" என்று அவள் கையில் இருக்கும் பாலை வாங்கி ஓரமாக வைத்தவன், அவள் என்னவென்று சுதாரிக்கும் முன் அவளை அப்படியே முழுதாக கையில் எந்தி மெத்தையில் கிடத்தினான் அகிலாவின் மன்னவன்.

அவள் அதிர்ந்து போய் அவனை பார்த்தான்.

"என்ன மேடம்! மூச்சுப் பேச்சையே காணோம். இந்த சட்டையாவது உண்மை-யிலேயே பிராண்டட் தானா? இல்ல" என்று தீரன் அவள் மேல் படர்ந்தான்.

பயத்தில் அவளுக்கு நெஞ்சு கூடு ஏறி இறங்க, அவளது அதிகமான அழகு அவளின் சட்டைக்கு மேல் எடுப்பாக காட்ட, பித்தம் தலைக்கேறியது தீரனுக்கு.

அவளது சட்டை பட்டன் ஒவ்வொன்றிற்கும் தன் உதடுகளால் விடுதலை அளிக்க,திணறி போனாள் பெண்ணவள்.

"உண்மைய சொல்லு. எனக்கு எங்க போய் சட்டை வாங்குன?"

பயத்தில் எச்சில் விழுங்க "அது ரோட்டு கடையில எதை எடுத்தாலும் நூறு ரூவானு சொன்னாங்க.அதுல தான் பத்து சட்டை வாங்கினேன். ஆயிரம் ரூபாய்க்கு ஆப்பு " என்று சோகமாக சொன்னாள்.

"அப்போ என் சட்டையில் எல்லாம் பிராண்டட் மார்க் பின் ஆகி இருந்-துச்சு.அது எப்படி?" என்று அவன் சந்தேகமாக கேட்டான்.

"அது உங்க சட்டைய கிழிச்ச மிச்சம் இருந்துச்சு.அதுல உள்ள டேக் எடுத்து இதுல தச்சுட்டேன்" என்று அவள் அப்பாவியாக கூறினாள்.

தன் மனைவியின் யோசனையில் வியந்தாலும், தன்னை ஏமாற்றி நூறு ரூபாய் சட்டை போட வைத்ததற்கு அவளுக்கு தண்டனை அளிக்க ஆரம்பித்தான்.

அவள் கைகள் அவனை தடுக்க வர, அவனோ அவள் சட்டையை உதடு கொண்டு நீக்க, உதடுகள் பட்ட இடத்தில் எல்லாம் பெண்ணவளுக்கு சிலிர்த்து அடங்கியது.

இரு பக்கமும் உள்ள விரிப்பை அவள் இறுகப் பற்றிக் கொள்ள "என்ன மேடம்! என் சேலையை கழட்ட போறேன்னு சொன்னீங்க. இப்போ இப்படி படுத்து இருந்தா எப்படி?" என்று அவன் நக்கலாக கேட்டான்.

ஏனோ மேல் சட்டையை நீக்கிய பின் அவன் முகத்தை பார்க்க முடியாமல், அவள் கண் திறவாமல் உதடு கடித்து படுத்திருந்தாள் பேதை!

அவள் செய்கையை ரசித்தவன், அவள் இதழை மெதுவாக தன் இதழ் கொண்டு வருடினான்.

அந்த ஒற்றை வருடலில் ஓட்டு மொத்தமும் அடங்கிப் போனது அவன் மனை-விக்கு.

அவள் காதருகில் சென்று "இதழினை மெதுவாய் வருடவே
இமைகளை மூடினேன் திருடவே!
இதயத்தின் துடிப்புகள் கூடவே
இடையினை இழுக்கிறேன்
இதழினை கடித்திட!" என்று அவளிடம் ரகசியம் பேசினான்.

நொடியும் தாமதிக்காமல் தன் காதல் போரை அவளிடம் தொடுக்க ஆரம்பித்-தான்.

அவன் கவிதையில் கிறங்கி போன பெண்ணவள் அவனது தழுவலில் அரண்-டுப் போனாள்.

"தீரா" என்று அவன் தலை முடியை பிடித்து அவனை தடுக்க பார்க்க, அந்தோ பரிதாபம்! அவள் குரலுக்கு செவி சாய்க்கும் நிலைமையில் அவன் இல்லை.

ஆடை விலக்கி பெண்ணவளின் மென்மையில் மடங்கி விழுந்தவன், இன்னும் எழுந்த பாடில்லை.

முயன்று முயன்று பார்த்து தோல்வியை தழுவிய அகிலா, தன் மன்னவனுக்கு வெற்றியை பரிசாக அளித்தாள்.

அவள் கட்டி கழட்ட வேண்டிய சேலை, கேட்பாரற்று கிடக்க 'நானும் உன்னுடன் தான் இருக்கிறேன்' என்று அவளது ஆடையும் ஜோடியாக மெத்தையின் கீழ் சரிந்து கிடந்தது.

தன் கணவனின் ஆளுகைக்குள் வந்தவள், விரும்பியே அவனிடம் தோற்று , அவனை வெற்றி பெற வைத்தாள்.

கூடல் எப்போதும் ஒரு தம்பதியினருக்கு இடையில் பிரிவில்லா ஒரு பந்தத்தையும், அளவில்லா நேசத்தையும் உண்டு பண்ணும்.

எவ்வளவு கூடல் இருக்கிறதோ, அவ்வளவு அன்பாகவும் அன்னியோன்யமாகவும் இருப்பார்கள். இது அறிவியல் ரீதியில் நிரூபிக்கப்பட்ட உண்மையே!

கூடல் முடிந்து அவளிடம் இருந்து பிரிந்தவன், அவள் முகத்தை பார்க்க, அவளோ முகத்தைக் காட்டாது அவன் மார்பில் முகத்தை மறைத்து கொள்ள.

"என்ன! என் பொண்டாட்டிக்கு வெட்கமா?" என்று தீரன் அவளை கேலி செய்தான்.

அவளோ அவன் மார்பில் படுத்துக் கொண்டே " சீதா அம்மா இன்னைக்கு ரொம்ப வருத்தப் பட்டாங்க.ரெண்டு பேருமே இன்னும் வாழ்க்கைய ஆரம்பிக்காம இருக்கோம்னு" என்றாள்.

"அதுக்கு?"

"இல்ல ! அவங்க மனசு கஷ்ட பட கூடாதுன்னு தான் இந்த ஏற்பாடு எல்லாம் பண்ணேன்.உங்களுக்கு விருப்பம் இல்லனு தெரியும்.வேற வழி இல்ல! அவங்க சந்தோஷத்துக்குகாக பண்ண வேண்டியதா போச்சு"

"ஓஹோ"

"ஆனால் நான் அதை பத்தி உங்க கிட்ட சொல்ல வரதுக்குள்ள, நீங்க என்னைய" என்று பேச்சை நிறுத்தினாள்.

"அதுக்குள்ள நான் உன்னைய "

"இல்ல! அது.."

அவன் மார்பில் இருந்தது அவளை பிரித்து , முகத்தை பார்த்தவன், அவள் கண்களில் இருக்கும் கேள்வியை அப்படியே கூறினான்.

"என்ன? நம்ம ரெடி பண்ணனால நம்ம மனசு கஷ்டப்பட கூடாதுன்னு, இவரு நம்ம கூட வாழ்கையை தொடங்கிட்டாருன்னு நீ நினைக்கிற! அப்படி தானே?"

அவள் "ஆம்" என்று தலை ஆட்டி பின் "இல்லை" என்று ஆட்டினாள்.

அதில் சிரித்த தீரன் " பாரேன்!என் பொண்டாட்டிக்கு இருக்குற தைரியம் கூட எனக்கு இல்லாம போச்சு.எனக்கு எப்பவோ உன்னை எடுத்துக்க ஆசை தான்.ஆனால் தயக்கம்.இப்போ நீயே இத ரெடி பண்ணி, என் முன்னாடி நிக்கவும்

என்னால கன்ட்ரோல் பண்ண முடியலை டி.நீ ஒன்னும் தப்பு பண்ணலை. எனக்கு மனசார உன்னை பிடிச்சு தான் எடுத்துக் கிட்டேன்" என்று அவளை இறுக்கி அவள் நெற்றியில் அழுத்தமாக இதழ் பதிக்க, தன் கணவனின் பேச்சில் கண் கலங்கி போனது அகிலாவுக்கு.

"இப்போ தூங்குவோமா, இல்ல இன்னொரு ரவுண்ட் போகலாமா?" என்று தீரன் கண்ணடித்து குறும்பாக கேட்டான்.

அகிலா அவன் வாயில் பட்டென்று வைத்து "சீக்கிரம் ஹர்ஷா- ஹாசி ரெண்டு பேரும் இந்த மாதிரி வாழ ஆரம்பிக்கனும்' என்று கூறினாள்.

"படிப்புக்காக தான் தள்ளி இருக்காங்க.இப்போதான் பரிட்சை முடியப் போகுதுல.எப்படியும் நல்ல விஷயம் சொல்லுவாங்க" என்று தீரன் அவளுக்கு ஆறுதல் அளித்து, இருவரும் கதை பேசிக் கொண்டு அந்த இரவை தூங்கா இரவாக மாற்றினர்.

****

"ஐயையோ! நான் என்ன செய்வேன்?" என்று ஹாசி வீட்டுக்கும் வாசலுக்கும் நடையாய் நடக்க, மொத்த குடும்பமும் அங்கு கூடி இருந்தது.

முகில்- ரிதி, சுதர்சன்- மகா, சீதா-ராமச்சந்திரன், தீரன்-அகிலா, கண்ணன் -ஆத்வி என்று அனைவரும் அமர்ந்திருந்தனர்.

கையில் போனை வைத்துக் கொண்டு நடையோ நடை என்று நடந்து கொண்டிருக்க, ஹர்ஷா அவளையே பார்த்துக் கொண்டிருந்தான்.

"பாப்பு ஏன் இவ்வளவு பதட்டம்? அதெல்லாம் எல்லாம் நல்ல படியா நடக்கும்"

அகிலா எழுந்து வந்து "அடியே! அதெல்லாம் என் புருஷன் தானே உனக்கு சொல்லி கொடுத்தது.அதெல்லாம் பாஸ் பண்ணிடுவ" என்று அறிவுரை வழங்கினாள்.

"ஐயோ அக்கா! என் கவலை அது இல்ல.இப்போ பாஸ் பண்ணலேனா நான் அடுத்து அரியர் கூட எழுதுவேன். ஆனால் இந்த முறை பாஸ் ஆகலேனா ஃபர்ஸ்ட் நைட் நடக்காது" என்று உதட்டை பிதுக்கி கூறினாள்.

"என்ன டி இது புது கதையா இருக்கு?"

"நீங்களும், தீராவும் வாழ்க்கையை தொடங்கி ஒரு மாசம் ஆச்சு.இந்த படிப்பு முடிஞ்ச உடனே சீதா அம்மாகிட்ட நாள் குறிக்க சொல்லிட்டேன்.இன்னைக்கு தான் நல்ல நாளுன்னு ஜோசியர் சொல்லிட்டாரு"

"அப்பறம் என்ன?"

"அங்கதானே பிரச்சனையே!"

"என்னடி சொல்ற?"

"எல்லா பாடத்துலையும் பாஸ் ஆனா தான் ஃபர்ஸ்ட் நைட்.இல்லேனா எப்போ பாஸ் ஆகுறேனோ அன்னைக்கு தான் நடக்குமாம். மாமா ஸ்ட்ரிக்ட்டா சொல்-

விட்டாரு" என்று ஹாசி கவலையாகப் பேச, அகிலா சிரித்து விட்டாள்.

அப்போது ஹாசி போனில் மணி அடிக்க, மெசேஜ் வந்திருந்தது. அதில் அவளுடைய கடைசி வருட கடைசி செமஸ்டர் ரிசல்ட் வந்திருந்தது.

அகிலா வேகமாக பிடிங்கி பார்க்க, தீரன் அவளிடம் இருந்து வாங்கி மார்க்கை பார்த்தான்.

அனைத்திலும் தப்பி குதித்து பார்டரில் பாஸ் ஆகி இருந்தாள் ஹாசி.

அதை பார்த்து நிம்மதியாக மூச்சு விட்ட தீரன், கண்ணை காட்ட அகிலா கத்தி கூச்சலிட்டு ஆர்பாட்டம் செய்து விட்டாள்.

அதில் அவளுடைய ரிசல்ட்டை தெரிந்து கொண்ட மற்றவர்களும் குஷியாக, சீதா வேகமாக பூஜை அறைக்கு சென்று பிராத்தனை செய்து விட்டு, சக்கரையை அள்ளி வந்து மருமகளின் வாயில் திணித்தார்.

ஹர்ஷா அமைதியாக இருக்க "மாமா நான் பாஸ் ஆகிட்டேன்" என்று குதித்துக் கொண்டு அவனிடம் சென்றாள் ஹாசி.

அவனோ அவளை ஒரு பார்வை பார்த்து விட்டு அவன் அறைக்கு செல்ல, அவள் முகம் வாடியது.

அனைவரும் ஒன்றும் புரியாமல் அவளை பார்க்க, அவளோ பதட்டத்துடன் அவர்கள் அறைக்கு ஓடினாள்.

உள்ளே அவன் ஒரு பேக்கில் துணிகளை எடுத்து வைத்துக் கொண்டிருக்க, அவளோ அதிர்ந்து" மாமா எங்க போறீங்க?நான் பாஸ் ஆகி இருக்கிறது உங்களுக்கு சந்தோசமா இல்லையா மாமா" என்று கேட்டாள்.

அவன் கையில் உள்ள ஒரு கவரை அவளிடம் கொடுத்து விட்டு "அப்பா கொடுத்த கவர்.உடனே கிளம்பனும்! கிளம்பு, டயம் ஆகுது" என்று அவள் முகம் பார்க்காமல் கூற, கையில் உள்ள கவரை பிரித்து பார்த்தவள் கண்கள் சாசர் போல் விரிந்தது.

குலு மணாலிக்கு இருவருக்கும் ஹனி மூன் டிக்கெட் இருந்தது.

"அப்போ நான் பாஸ் ஆகிடுவேனு மாமா நம்பிருக்காரு" என்று பெருமையாக ஹாசி பேச, அவன் அமைதியாகவே கிளம்பினான்.

இருவரும் அவர்களுக்கு தேவையானதை எடுத்து வைத்துக் கொண்டு கிளம்பி வர, குடும்பமே அவர்களை வழி அனுப்பியது .

"சீக்கிரம் நல்ல செய்தி சொல்லனும்" என்று சீதா ஆசிர்வாதம் செய்ய, முகம் கொள்ளா புன்னகையுடன் வாசல் வரை சென்றவள், திரும்பி "அகிலா அக்கா! நீங்க ஏன் வரலை?" என்று கேள்வி எழுப்பினாள்.

"அடியே! அங்க எனக்கு என்ன டி வேலை? அங்க உன் புருஷனுக்கும் உனக்கும் தான் டி வேலை.கிளம்பு டி" என்று அதட்டினாள்.

அமைதியாக ஹர்ஷாவை பின்பற்றி சென்றாள் ஹாசி.கார் அவர்கள் வீட்டில் இருந்து கிளம்பி விமான நிலையம் செல்லாமல், வேறெங்கோ சென்றது.

" மாமா! என்ன நம்ம ஏர் போர்ட் போகாம வேற எங்கயோ போறோம்?" என்று சந்தேகமாக கேட்க, அவன் அமைதியாகவே வந்தான்.

இந்த ஒரு மாத காலமாகவே அவன் தன்னிடம் இருந்து வெகுவாக விலகி இருப்பது அவளுக்கும் வலிக்கத்தான் செய்தது.காரணம் தான் தெரியவில்லை.

இரவு முழுவதும் காரிலேயே பயணம் செய்து, கடைசியாக கடற்கரையில் வந்து வண்டியை நிறுத்தினான்.

இதுவரை இருந்த சோகம் மறைந்தோட குஷியாக கடலை நோக்கி ஓடினாள் ஹாசி.அவளுக்கு எது பிடித்தம் என்பது அவன் அறியாததா!

ஒரு மணி நேரமாக கடலில் விளையாடிய பின்னரே தன்னுடன் வந்த ஒரு ஜீவனின் நினைப்பு வர, வேகமாக கார் பக்கம் பார்த்தாள்.

காரின் முன்னே சாய்ந்து தன் கைகளைக் கட்டிக் கொண்டு அவளைத்தான் பார்த்துக் கொண்டிருந்தான் ஹர்ஷா.

"மாமா! நீங்களும் வாங்க" என்று அவள் கத்தினாள்.

"விளையாடிட்டு சீக்கிரம் வா.நம்ம போகனும்.டயம் ஆச்சு" என்று ஒரே வரியில் முடித்துக் கொண்டான்.

அவன் பேசியதில் அவள் உற்சாகம் மொத்தமும் வடிந்து போக, முகத்தை தொங்க போட்டுக் கொண்டு அவனை நோக்கி வந்து "போகலாம் மாமா" என்று காரில் ஏறி அமைதியாக அமர்ந்துக் கொண்டாள்.

அவள் முகம் கலை இழந்ததை அறிந்தாலும் , இந்த ஒரு மாதமும் அவன் இருந்த நிலை அவன் கண் முன்னே வர முகம் இறுகி காரில் அமர்ந்துக் கொண்டான்.

அங்கிருந்து மற்றொரு கடற்கரைக்கு அழைத்து சென்றவன், அங்கு ஒரு படகு தயாராக இருக்க அதில் ஏறி இருவரும் கடலுக்குள் பயணம் செய்தனர்.

கடலின் அழகை கூட ரசிக்க முடியாமல் மனதில் பாரம் குடி கொள்ள, அமைதியாக படகின் ஓரத்தில் அமர்ந்து வந்தாள் ஹாசி.

அவளும் மூளையை கசக்கி பார்த்து விட்டாள்.ஆனால் அவள் கணவனின் பாரா முகத்திற்கு காரணத்தை தான் அறிய முடியவில்லை.

அழகான தீவு அவர்களை வரவேற்றது.அவன் கைகளை பிடித்து படகில் இருந்து இறங்கி தீவுக்குள் நடக்க ஆரம்பித்தாள் ஹாசி.

இருவருக்கும் அறையை காட்டி விட்டு அந்த படகோட்டி செல்ல, அவர்களை போல் இன்னும் சிலர் ஹனி மூன் கொண்டாடுவதற்கு அங்கு வந்திருந்தனர்.

இவர்கள் அறையை கண்டுபிடித்து உள்ளே செல்ல, ஹாசி கொண்டு வந்த பொருட்களை அப்படியே ஒரு இடத்தில் வைத்து விட்டு, மெத்தையில் சரிந்தாள்.

தலை எக்கு தப்பாக வலிக்க, அவளால் புது இடத்தில் அதை ஏற்றுக் கொள்ள முடியாமல் அமைதியாய் படுத்து போர்வையை தலையில் இருந்து கால் வரை போர்த்திக் கொண்டாள்.

அவள் செய்கையை கவனித்த ஹர்ஷா, அவளுக்கு உடல் நிலை சரி இல்லை என்பதை அறிந்து கொண்டு, வேகமாக அவள் அருகில் சென்று போர்வையை விலக்கி "ஹாசி குட்டி! என்ன செய்யுது?ஏன் படுத்துட்ட?" என்று கேட்டான்.

பொங்கி வந்த அழுகையை அடக்கியவள் "ஒன்னும் இல்ல மாமா. ட்ராவல் பண்ணது தான் தலை வலி" என்று மீண்டும் போர்வையால் அவளை மறைத்துக் கொண்டாள்.

ஹர்ஷா குளியலறை சென்று ஃப்ரெஷ் ஆகி விட்டு, தைலத்தை எடுத்து வந்து அவள் நெற்றியில் தேய்க்கப் போக, அவள் தடுத்து விட்டாள்.

"வேணாம் மாமா" என்று கூறி கொண்டிருக்கும் போதே அவளுக்கு ஏதோ செய்ய, அவனை தள்ளி விட்டு குளியலறைக்குள் சென்று வாந்தி எடுக்க ஆரம்பித்தாள்.

வேகமாக அவள் பின்னே வந்த ஹர்ஷா, அவள் தலையை பிடித்துக் கொண்டு அவளுக்கு உதவ,, முழுதும் எடுத்து முடித்த ஹாசி நிற்க முடியாமல் அப்படியே சாய்ந்தாள்.

அவளை சுத்தப்படுத்தி விட்டு கையில் ஏந்திக் கொண்டு வந்து படுக்கையில் படுக்க வைத்து விட்டு, அவள் அருகில் அமர்ந்தான்.

"ஹாசி குட்டி!என்ன டி செய்யுது? ஏன் வாமிட் பண்ணுற" என்று அவன் கலக்கமாகக் கேட்டான்.

"மாமா! ப்ளீஸ் வீட்டுக்கு போவோம்" என்று கேட்டாள்.

"என்னாச்சு டி?"

"இல்ல மாமா.உடம்பு முடியலை. வீட்ல இருந்தா சீதா மா, அகிலா அக்கா, தீரா, மாமா எல்லாரும் என் கூடவே இருப்பாங்க" என்று அவள் கண் கலங்கி கூறினாள்.

"ஏன் அவங்க தான் உன்ன பார்க்கனுமா? நான் உன்ன பார்க்க மட்டேனா?" என்று இயலாமையுடன் கேட்டாள்.

"இந்த ஒரு மாசமா நீங்க என்கிட்ட முகம் கொடுத்து கூட பேசலை.எப்பவும் தர முத்தம் இல்ல.எப்பவும் தர அணைப்பு இல்ல, ஒரே பெட்ல தூங்கினாலும் தனி தனியா, இந்த ஒரு மாசத்துல நான் உடம்பு சரி இல்லாம இருந்தேன். உங்களுக்கு தெரியுமா மாமா?"

அவன் அதிர்ச்சியோடு அவளை பார்த்தான்.

"எப்படி மாமா தெரியும்? உங்களுக்கு தான் என் நினைப்பு சுத்தமா இல்லையே.எப்படி இருக்கும்.அதுக்குள்ள நான் உங்களுக்கு சலிச்சுப் போயிட்டேனா

மாமா?" என்று ஹாசி கேட்டாள்.

கிளர்ந்து எழுந்த கோபத்தை கட்டுப் படுத்த முடியாமல் அவளை அடிக்க கை ஓங்க, கண்களை இறுக்கமாக மூடிக் கொண்டாள் ஹாசி.

"என்ன டி விட்டா ரொம்ப பேசுற? என்ன வார்த்தை கேட்ட! அதுக்குள்ள சலிச்சி போயிட்டேனாவா? அடிச்சு பல்ல ஒடச்சுருவேன்"

"இந்த ஒரு மாசத்துல நீ மட்டும் எப்படி டி இருந்த.பரிட்சையில பாஸ் ஆகனும்.உன் சீதா அம்மா சொன்ன மாதிரி நமக்கு எல்லாம் நடக்கனும்.இதே தானே உன் மனசுல ஓடிக்கிட்டு இருந்துச்சு! என்னிக்காவது உனக்கா என்ன நெருங்கனும்னு தோணுச்சா? நம்ம ரெண்டு பேரும் சேருறது நம்ம விரும்பி இணையனும்.மத்தவுங்களுக்காக இணையக் கூடாது" என்று அவன் பேச்சை முடித்தான்.

ஹாசி அதிர்ச்சியாக "அப்போ இதுக்காக தான் என்னவிட்டு தள்ளி போனியா மாமா?" என்று அவள் கேட்க, 'ஆம்' என்று தலை அசைத்தான்.

அவ்வளவு தான் அருகில் இருக்கும் தலையணையை எடுத்து அவனை சரமாரியாக அடித்து தாக்க, தன் மனைவியின் புது அவதாரத்தில் ஹர்ஷா அரண்டு போனான்.

"அட பாவி மனுஷா! பைத்தியம் மாதிரி நான் நம்ம ஃபர்ஸ்ட் நைட்க்கு விடிய விடிய ப்ரிப்பேர் (prepare) பண்ணி வச்சுருக்கேன். நீ என்ன வேலையா பார்த்து வச்சிருக்க?" என்று மரியாதை காற்றில் பறக்க கேட்டாள்.

"என்ன டி பண்ணி வச்ச?" என்று ஹர்ஷா ஆர்வமாக கேட்க "இப்போ சொல்ல மாட்டேன்.நடக்கும் போது தான் சொல்லுவேன்" என்றாள்.

"அப்போ இப்பையே நடத்தி காட்டுவோம்" என்று அவளை அப்படியே கட்டி-லில் கிடத்தி அவள் மேல் ஹர்ஷா படர்ந்தான்.

"ஐயோ இரு மாமா! ப்ரோசிஜர் (procedure) படி பண்ணு மாமா" என்று அவனுக்கே அவள் கற்று கொடுத்தாள்.

"ஹாசி நெஞ்சு வலிக்குது டி. எப்படி டி உனக்கு இதெல்லாம் தெரியும்?" என்று அவன் பாவமாக கேட்டான்.

"எதுல வேணாலும் ஃபெயில் ஆவா இந்த ஹாசி. ஆனால் இதுல !நெவர்" என்று விரலை ஆட்ட, ஆட்டிய விரலை பிடித்து முத்தம் வைத்த ஹர்ஷா அவளை தன் கட்டுப்பாட்டிற்குள் கொண்டு வந்தான்.

"நான் உங்களை விலக்கி வைக்கல மாமா.சீக்கிரம் பாஸ் ஆனாதான் நமக்-குள்ள எல்லாம் நடக்கும்.உங்களுக்கு எவ்வளோ ஆசையோ, அதே ஆசை தான் எனக்கும் இருக்கு. உங்க கூட வாழ தான் வெறி கொண்டு படிச்சேன்.அப்படியும் பார்டர் பாஸ் தான்" என்று உதட்டை பிதுக்கி கூற, ஹர்ஷா சிரித்தான்.

"இந்த மக்கு பொண்டாட்டிய தானே எனக்கு ரொம்ப பிடிச்சு இருக்கு" என்று அவள் நெற்றியில் முத்தம் வைத்தான்.

"இதுக்கு மேல என்ன படிக்க சொல்ல மாட்டீங்க தானே?" என்று அவள் பயத்தோடு கேட்டாள்.

"உன்ன பத்தி தெரிஞ்சும் இனிமே உன்ன படிக்க சொல்லுவேனா? ஒரு டிகிரி போதும் டி .அப்பறம் இப்படி பேசிக்கிட்டே இருக்க போறியா" என்று கேட்டான்.

அவள் வெட்கப்பட்டு தலை குனிய, ஹர்ஷா அவளை ஆள தொடங்கினான்.

உச்சியில் இருந்து பாதம் வரை முத்தம் வைத்து அவளை வெறியேற்ற, இடையில் போன் சிணுங்கும் சத்தம் அடிக்கடி வந்தது.

"ம்ம்! அப்பறம்" என்று ஹாசி கூற "என்ன டி அப்பறம்?" என்று ஹர்ஷா புரியாமல் கேட்டான்.

"ஒன்னும் இல்ல மாமா" என்று மலுப்பினாள்.

பின் அவள் பிறை நெற்றியில் முத்தம் வைத்தவன், அவனுக்கு பிடித்தமான அவளது உதட்டை சிறை பிடித்தான்.

கால்மணி நேரமாக அந்த முத்தம் தொடர "மாமா" என்று வலுக்கட்டயாமாக அவனிடம் இருந்து பிரித்து பெரும் மூச்சு ஒன்றினை விட, கலைந்த ஓவியமாக அவள் மூச்சு விடுவதை ரசித்துக் கொண்டிருந்தான் அவளின் வரு மாமன்.

"அடியே போயிட்டியா! இவரு என்ன பேச விடாம கிஸ் பண்ணிட்டாரு டி" என்று சம்மந்தம் இல்லாமல் ஹாசி பேச, ஹர்ஷா குழம்பிப் போனான்.

"என்ன டி பேசிட்டு இருக்க?"

"ஐயோ! கொஞ்ச நேரம் அமைதியா இருங்க மாமா.ரொம்ப நேரமா என்னை பேச விடாம வாயை பூட்டி வச்சுட்டு, இப்போ அவ கால் கட் பண்ணி இருப்பா"

"எவ டி?"

"என் ப்ரென்ட் தான். ரோஜா! அவ தான் எனக்கு அப்போ அப்போ என்ன பண்ணனும் சொல்லிட்டு இருந்தா. இங்க பாருங்க" என்று தலையணை பக்கத்தில் இருந்து போனை எடுக்க, அதில் வீடியோ காலில் அவள் லயனில் இருந்தாள்.

அடுத்து பிடித்து அவளிடம் இருந்து விலகினான் ஹர்ஷா.

" அடிப்பாவி! கட் பண்ணு டி மொத" என்று கத்த "ரோஜா அப்பறம் பேசுறேன் டி" என்று காலை கட் செய்தாள்.

"என்ன டி? நல்லவேளை வீடியோ மோட் ஆஃப் ல இருக்கு. கிறுக்கியா டி நீ?"

"ஏன் மாமா? அவ எனக்கு நல்லது தானே பண்ணி இருக்கா"

"மொத்த ரொமான்ஸ் மூடும் இறங்கி போனது அவனுக்கு. அடிப்பாவி கொஞ்ச நேரத்தில இங்க நடந்ததை எல்லாம் லைவ்ல காட்டி இருப்ப டி.பாவி!"

"அப்போ எனக்கு எப்படி தெரியும்?"

"சொல்லி கொடுக்க தான் நான் இருக்கேன்ல"

"உனக்கு ஒன்னும் தெரியாது. அப்படியே உள்ள போனா அவங்க டென்ஷன் ஆகிடுவாங்கன்னு சொன்னாங்க.அதான் இவளுக்கு கால் பண்ணேன்"

"ஐயோ! அதெல்லாம் இல்ல டி.எல்லாம் தெரிஞ்சு வரதை விட, தெரியாம வந்து தெரிஞ்சுக்கிறதுல தான் கிக்கே" என்று அவளை பார்த்து கண்ணடித்து வைத்தான்.

"அப்போ ஓகே! சொல்லித் தாங்க" என்று ஹாசி அழகாக கேட்டாள்.

"வேற போன் எதுவும் இல்லேல டி" என்று சுற்றி ஒரு முறை பார்த்து விட்டு, மீண்டும் தன் மனைவியை நாடினான் ஹர்ஷா.

அவன் ஒவ்வொன்றாக சொல்லி சொல்லி செயலில் இறங்க, அவன் கூறிய விஷயத்தை எல்லாம் அதிர்ச்சி கலந்த வெட்கத்தோடு கேட்டுக் கொண்டாள்.

"மாமா! இது எதுக்கு?மாமா அது அதுக்கு? ஏன் பண்ணனும்?" என்று கேள்வியாகக் கேட்டுக் கொண்டிருந்த, அவள் இதழ்களை சிறை பிடித்தவன் ஆள ஆரம்பித்தான் தன் மனைவியை!

நிதர்சனம் புரிய, தன் கணவனை தன் மேனியில் ஊர்வலம் வர அனுமதிக்க, தன் மனைவியின் புரிதலுக்கு இணங்க, அவளை மென்மையாக கையாள தொடங்கினான் ஹர்ஷா.

சிறு முக சுளிப்பும் வராமல், அவள் முகத்தை பார்த்து அவள் பிடித்தம் எதுவென்று அறிந்து அவளை நாடினான்.

இதுவரை அனுபவப் படாத அதீத இன்பத்தில் திளைத்தாள் ஹாசி குட்டி!

ஒரு மணி நேரத்தில் அவள் சோர்ந்து போக, அவள் உடல் நிலையை புரிந்துக் கொண்டு அவளை தன் மேல் போட்டு கொண்டான்.

"மனசுல மட்டும் இல்ல.நிஜமாவே நீ இன்னும் சின்ன குழந்தை தான் டி! இன்னும் வளரனும்" என்று குறும்பாக கூற, அவன் மார்பிலேயே ஓங்கி அடித்தாள் ஹாசி.

இரண்டு நாட்கள் தீவை சுற்றி வரவும், பின் கூடலில் இருக்கவும் என்று நேரம் போக அதற்கு மேல் தாக்கு பிடிக்க முடியாத ஹாசி, வீட்டில் உள்ளவர்களை பார்க்க வேண்டும் என்று ஆர்ப்பாட்டம் செய்ய, பத்து நாட்கள் கழிக்க வேண்டிய உல்லாச பயணத்தை இரண்டே நாளில் முடித்துக் கொண்டு வீடு திரும்பினர் ஹர்ஷா ஹாசி தம்பதியினர்.

தீடீரென்று அவர்கள் வீட்டு வாசலில் நிற்கவும், சீதா அதிர்ந்து "என்னாச்சு? ஏன் பா ரெண்டு நாளுல வந்துட்டீங்க" என்று பதறி போய் கேட்டான்.

"அதெல்லாம் ஒன்னும் இல்ல மா. உங்களை பார்க்காம இருக்க முடியலையாம்.இப்போவே கொண்டு போய் வீட்ல விடுன்னு சொல்லிட்டா.அதான் கூட்டிட்டு வந்துட்டேன்" என்று ஹர்ஷா பேக்கை ஓரமாய் வைத்து விட்டு ஹாலில் அமர்ந்-

தான்.

சீதாவை கட்டிக் கொண்டு இரண்டு நாட்களின் பிரிவை தீர்த்துக் கொண்டாள் ஹாசி.

அதன் பின் அகிலா, தீரன், ராமச்சந்திரன் என்று அனைவரும் வர, அவர்களுக்காக அந்த தீவில் வாங்கிய பொருட்களை கொடுத்து மகிழ்ச்சியாக வலம் வந்தாள் ஹாசி.

தன் மருமகள் முகத்தில் உள்ள மலர்ச்சியும், தன் மகனின் கள்ள பார்வையிலும் அவர்கள் நிலையை புரிந்து கொண்டார் சீதா.

****

ரிதி தன் படிப்பை முடித்து விட்டு, வேதியல் துறையில் வேலை பார்க்க முடிவு செய்ய மனைவிக்கு பக்க பலமாக அவளுக்கு உதவி புரிந்தான் முகில்.

அமுதி மனதால் இவர்களையே தாய், தந்தையாக நினைக்க தொடங்கினாள்.

முகில் எந்த வித பாகுபாடும் இல்லாமல் அவளை கையில் வைத்து தாங்கினான்.

முகில் மகளுக்கு மொட்டை அடித்து காது குத்த ஏற்பாடு செய்ய, அனைவரும் அந்த விழாவிற்கு ஒன்று சேர்ந்தனர்.

இதில் ஹாசினியின் பாட்டியும் கலந்து கொண்டார்.

அமுதியை மாமன் முறையில் ஹர்ஷா மடியில் வைத்துக் கொள்ள, அவன் மடியில் வைத்து மொட்டை அடித்து, காது குத்தப் பட்டது.

அமுதி வலியில் அழுக, அவளுடன் சேர்ந்து ஹாசினியும் அழுக ஆரம்பித்தாள்.

"ஐயோ! சின்ன புள்ள மாதிரி நீ ஏன் டி கண்ண கசக்குற?"

"பாப்பாக்கு வலிக்குது போல மாமா"

"காது குத்துனா வலிக்க தானே டி செய்யும்.கொஞ்ச நேரத்தில சரி ஆகிடும்" என்று தன் மனைவியை ஆறுதல் படுத்தினான்.

"நம்ம குடும்பத்துல மொத புள்ளைக்கு காது குத்தியாச்சு. இனிமே அடுத்து யாரு நல்ல செய்தி சொல்ல போறா?" என்று வாணி கேட்டார்.

மகா தலையை குனிந்து கொள்ள, அகிலா தீரனை ரொமான்டிக்காக பார்க்க, கண்ணன் கண்ணை சிமிட்டி அவன் ஆதுமாவை பார்க்க, ஹாசி ஆர்வமாக தன் மாமனை பார்த்தாள்.

"எல்லாரும் பார்த்துகிட்டே இருந்தா என்ன அர்த்தம்? யாரு முதல்ல நல்ல செய்தி சொல்ல போறானு சீக்கிரம் சொல்லுங்க"

"தன்யா! இப்போதான் ஒரு பாப்பாக்கு கடமையை முடிச்சு இருக்கோம்.பொறுமையா போவோம்" என்று கூற, ரிதி வெட்கி தலை குனிந்தாள்.

"ஆது மா! சீக்கிரம் நம்ம வீட்ல குட்டி பாப்பா வரும்ல"என்று கண்ணன் ஏக்கமாக கேட்க, "கண்டிப்பா மாமா" என்று கண் சிமிட்டினாள் ஆத்வி.

"யோவ்! என்னய்யா எல்லாரும் நல்லா செய்தி சொல்லுன்னு சொல்லுறாங்க.நீ ஹாஸ்பிடல்ல இருந்து வரவே மாட்டேங்குற! அப்பறம் எங்குட்டு நல்ல செய்தி சொல்லுறது" என்றாள் அகிலா.

"சரி டி! மானத்தை வாங்காத. இனிமே கரெக்ட்டா வரேன். வந்து உன்னைய" என்று தீரன் பேச போக, அவன் வாயில் பொங்க சோற்றை வைத்து அடைத்தாள் அகிலா.

"ஹாசி குட்டியே இன்னும் குட்டியா தான் இருக்கா.அதுகுள்ள அவளுக்கு ஒரு குட்டி பாப்பாவா?" என்று ஹர்ஷா சிரித்தான்.

"போங்க மாமா! சிங்கக் குட்டி மாதிரி ஒரு பையனை பெத்து தரேன்" என்று ஹாசி கூற "அதுக்கு அப்பறம் உங்க அக்கா போல ஒரு பொண்ணு பெத்து கொடு டி " என்று ஹர்ஷா அவளை வெறுபேத்த, ஹாசி அவனை தீயாக முறைத்தாள்.

அதற்குள் ஒரு நல்ல செய்தியுடன், ஒரு தம்பதியினர் அங்கு வந்து சேர்ந்தனர்.

வாணி தான் அந்த நற்செய்தியை கூறினார்.

"உங்க எல்லாருக்கும் முன்னாடி எங்க வீட்டு சுந்தரி நல்ல செய்தியை சொல்லிட்டா" என்று கூற, அனைவரும் ஒரு சேர அவர்களை திரும்பி பார்த்தனர்.

சுந்தரன் பழத்தை உரித்து கர்ப்பமாக இருக்கும் தன் மனைவிக்கு ஊட்டிக் கொண்டு இருந்தது.

சுதர்சன் பொங்கிக் கொண்டு "என்ன டி இதெல்லாம்? நமக்கு முன்னாடி அதுங்க சொல்லுதுங்க. நம்ம தானே டி ஃபர்ஸ்ட் கொண்டாடினோம்" என்று மகாவிடம் கேட்டான்.

"என்னங்க இது? அவங்க கூட போய் போட்டி போட்டுட்டு இருக்கீங்க. நமக்கும் குழந்தை வரும்" என்று தன் கணவனின் பொறாமையில் சிரித்தவள் யாரும் பார்க்கும் முன் எட்டி அவன் கன்னத்தில் ஒரு முத்தம் வைத்தாள்.

சுந்தரன் - சுந்தரி இருவரும் வெட்கத்தில் நெளிய, அங்கு சிரிப்பலை எழுந்தது.

இப்படியே இவர்களது மகிழ்ச்சியும், சிரிப்பும் எப்போதும் அவர்களிடம் இருக்க வேண்டும் என்று வாழ்த்தி நாமும் விடை பெறுவோம்.

சுபம்

www.ingramcontent.com/pod-product-compliance
Lightning Source LLC
LaVergne TN
LVHW010641051026
849532LV00001B/139